ग्रेट बिझनेसमॅन इन द वर्ल्ड मराठी

मनोज डोळे

यशस्वी उद्योजक इतर यशस्वी उद्योजकांना प्रेरणा देतात आणि या सुपर यशस्वी उद्योजकांच्या यादीने लाखो लोकांना प्रेरणा दिली आहे! सर्व यशस्वी उद्योजकांची दोन प्रमुख वैशिष्ट्ये म्हणजे त्यांचे लक्ष आणि दृढनिश्चय. त्यांचे यश समस्यांचे निराकरण आणि जगाला एक चांगले स्थान बनविण्याच्या परिणामी आले आहे. तुम्ही जगातील सर्वात प्रसिद्ध उद्योजकांची यादी शोधत आहात? बरं, तुम्ही योग्य ठिकाणी आला आहात.

या पुस्तकात आधुनिक युगात अनुसरण करण्यासाठी काही सर्वोत्तम उद्योजकांची यादी समाविष्ट आहे. आम्ही त्यांची निव्वळ संपत्ती, आवडते कोट्स आणि धडे देखील समाविष्ट केले आहेत जे आम्ही सर्व जगातील शीर्ष उद्योजकांकडून शिकू शकतो.

प्रामाणिकपणे, "उद्योजकता" या शब्दाच्या अनेक व्याख्या आहेत. स्टीव्ह जॉब्सच्या दृष्टीकोनातून, उद्योजकता म्हणजे आश्चर्यकारक गोष्टी साध्य करण्यासाठी खरोखरच वेडगळ गोष्टी करणे. हे फक्त विश्वात एक डेंट टाकत आहे.

उद्योजकतेची कल्पना मुख्यतः कल्पना असणे, ती प्रत्यक्षात येईपर्यंत त्यावर काम करणे, दररोज आव्हानांना तोंड देणे, तुमच्या उद्योगातील इतरांशी स्पर्धा करणे आणि शेवटी तुमच्या व्यवसायाचा नफा वाढवणे याभोवती फिरते.

जर तुम्हाला यशस्वी उद्योजक व्हायचे असेल, तर तुमच्याकडे स्पष्ट दृष्टी हवी, तुमच्या ध्येयांसाठी कठोर परिश्रम करा, योग्य संघ निवडा आणि पुढील काही वर्षे सातत्य ठेवा.

शेवटी, उद्योजकता म्हणजे अत्यंत कठोर परिश्रम करणे, तुमचे लक्ष्य गाठणे, नफा मिळवणे आणि योग्य ग्राहकांना आकर्षित करणे जेणेकरुन तुम्ही दीर्घकाळ टिकून राहू शकाल.

उद्योजकतेबद्दल पुरेसे सांगितले, आता आपण 2022 आणि त्यापुढील काळात अनुसरण करू शकणाऱ्या काही सर्वोत्तम उद्योजकांच्या यादीत थेट जाऊ या.

अनुक्रमणिका

अनुक्रमणिका

अनुक्रमणिका

34. सायरस एस. पूनावाला — 198

35. कुमार मंगलम बिर्ला — 200

36. दिलीप संघवी — 204

37. सुनील मित्तल — 206

38. गोदरेज कुटुंब — 210

39. अझीम प्रेमजी — 212

40. राहुल बजाज — 215

41. सॅम वॉल्टन — 217

1
जमशेदजी टाटा

जमशेदजी टाटा

Top Richest People

Scan for Story Videos - www.itibook.com

जमशेदजी (जमशेदजी) नुसरवानजी टाटा (३ मार्च १८३९ - १९ मे १९०४) हे एक भारतीय अग्रणी उद्योगपती होते ज्यांनी भारतातील सर्वात मोठी समूह कंपनी टाटा समूहाची स्थापना केली. अनेक पोल आणि रँकिंग याद्यांद्वारे गेल्या शतकातील महान परोपकारी म्हणून नावाजले गेले, त्यांनी जमशेदपूर शहराची स्थापना केली.

जमशेदजी टाटा यांना "भारतीय उद्योगाचे जनक" म्हणून ओळखले जाते. उद्योग जगतात त्यांचा इतका प्रभाव होता की जवाहरलाल नेहरूंनी टाटा यांचा एक-पुरुष नियोजन आयोग म्हणून उल्लेख केला.

"जेव्हा तुम्हाला कृतीत, कल्पनांमध्ये आघाडी द्यायची असते - अशी आघाडी जी मताच्या वातावरणाशी जुळत नाही - ते खरे धैर्य, शारीरिक किंवा मानसिक किंवा आध्यात्मिक, तेव्हा तुम्हाला जे आवडते ते म्हणा आणि हा प्रकार आहे. जमशेदजी टाटा यांनी दाखवलेले धैर्य आणि दूरदृष्टी. आपण त्यांच्या स्मृतीचा सन्मान केला पाहिजे आणि आधुनिक भारताचे एक मोठे संस्थापक म्हणून त्यांचे स्मरण केले पाहिजे हे योग्य आहे." -जवाहरलाल नेहरू

टाटा, जे त्यांच्या सुरुवातीच्या जीवनात व्यापारी होते, त्यांनी कापूस आणि डुक्कर लोह उद्योगातील त्यांच्या अनेक उपक्रमांद्वारे भारताचे व्यावसायिक जग बदलले आणि आधुनिक भारतीय अर्थव्यवस्थेतील सर्वात महत्त्वाचे बांधकाम व्यावसायिक म्हणून ओळखले जाते. त्यांच्या अनेक कामगिरींपैकी, जमशेदपूरमधील टाटा आयर्न अँड स्टील वर्क्स कंपनीसाठी टाटा विशेषतः उल्लेखनीय आहेत.

1892 मध्ये त्यांच्या महत्त्वाच्या देणग्या सुरू झाल्यापासून सुमारे $102.4 अब्जच्या एकूण देणग्यांद्वारे टाटा "शतकातील हुरुन फिलान्थ्रोपिस्ट्स" (2021) मध्ये प्रथम क्रमांकावर होते.

जमशेदजी टाटा यांचा जन्म नुसरवानजी आणि जीवनबाई टाटा यांच्या पोटी 3 मार्च १८३९ रोजी दक्षिण गुजरातमधील नवसारी येथे झाला. त्याचे कुटुंब झोरोस्ट्रियन किंवा पारसी लोकांच्या अल्पसंख्याक गटाचा एक भाग होते, जे इराणमधील झोरोस्ट्रियन लोकांच्या छळातून पळून भारतात आले होते . त्यांचा जन्म एका आदरणीय, पण गरीब पुजारी कुटुंबात झाला. त्यांचे वडील नुसेरवानजी हे पारशी झोरोस्ट्रियन धर्मगुरूंच्या कुटुंबातील पहिले व्यापारी होते. त्यांची मातृभाषा गुजराती होती. त्याने आपल्या कुटुंबाची पुरोहित परंपरा मोडून व्यवसाय सुरू करणारा कुटुंबातील पहिला सदस्य बनला. त्यांनी मुंबईत निर्यात व्यापार फर्म सुरू केली.

इतर झोरोस्ट्रिअन्सच्या विपरीत, जमशेदजी टाटा यांचे औपचारिक पाश्चात्य शिक्षण होते कारण त्यांच्या पालकांनी पाहिले की त्यांना लहानपणापासूनच विशेष मानसिक अंकगणित मिळाले होते. तथापि, त्याला अधिक आधुनिक शिक्षण मिळावे म्हणून त्याला नंतर मुंबईला पाठवण्यात आले. वयाच्या 14 व्या वर्षी ते त्यांचे वडील नुसेरवानजी यांच्याशी बॉम्बेमध्ये सामील झाले आणि त्यांनी "ग्रीन स्कॉलर" (पदवीधर समतुल्य) म्हणून शिक्षण पूर्ण करून एल्फिन्स्टन कॉलेजमध्ये प्रवेश घेतला. विद्यार्थी असतानाच त्यांचा विवाह हिराबाई दाबू यांच्याशी झाला होता.

1858 मध्ये मुंबईतील एल्फिन्स्टन कॉलेजमधून पदवी प्राप्त केल्यानंतर, ते आपल्या वडिलांच्या निर्यात-व्यापार फर्ममध्ये सामील झाले आणि जपान, चीन, युरोप आणि युनायटेड स्टेट्समध्ये त्याच्या मजबूत शाखा स्थापन करण्यात मदत केली. 1857 चे भारतीय बंड नुकतेच ब्रिटीश सरकारने दडपले होते म्हणून व्यवसाय सुरू करण्यासाठी हा एक अशांत काळ होता. नुसेरवानजी टाटा नियमितपणे चीनमध्ये प्रवास करत असत आणि त्यावेळेस पारसी लोकांच्या एका छोट्या वसाहतीमध्ये अफूच्या व्यापाराशी परिचित होण्यासाठी ते बाहेरील लोकांसाठी कडक बंद होते. उद्धरण आवश्यक

आपल्या मुलाने या व्यवसायात सहभागी व्हावे अशी नुसेरवानजी टाटा यांची इच्छा होती, म्हणून त्यांनी त्यांना चीनला तेथील व्यवसायाबद्दल आणि अफूच्या व्यापाराबद्दल तपशील जाणून घेण्यासाठी पाठवले. तथापि, जेव्हा टाटांनी चीनभोवती प्रवास केला, तेव्हा त्यांना हे जाणवू लागले की कापूस उद्योग तेजीत आहे आणि भरपूर नफा कमावण्याची संधी आहे.

व्यवसाय

या विभागाला पडताळणीसाठी अतिरिक्त उद्धरणांची आवश्यकता आहे. कृपया विश्वसनीय स्त्रोतांमध्ये उद्धरण जोडून हा लेख सुधारण्यास मदत करा. स्रोत नसलेल्या सामग्रीला आव्हान दिले जाऊ शकते आणि काढून टाकले जाऊ शकते.

स्त्रोत शोधा: "जमशेटजी टाटा" – बातम्या · वर्तमानपत्र · पुस्तके · विद्वान · JSTOR (मार्च 2017) (हा टेम्प्लेट संदेश कसा आणि केव्हा काढायचा ते जाणून घ्या)

इंडियन इन्स्टिट्यूट ऑफ सायन्स, बंगलोर फॅकल्टी हॉलमध्ये जेएन टाटा यांचा पुतळा (शीर्ष) त्यांच्या हातात फॅकल्टी हॉलचे लघु मॉडेल आहे

टाटा यांनी 29 वर्षांचे होईपर्यंत त्यांच्या वडिलांच्या कंपनीत काम केले. त्यांनी 1868 मध्ये £21,000 भांडवल (2015 मध्ये US$52 दशलक्ष किमतीची) एक ट्रेडिंग कंपनी स्थापन केली. 1869 मध्ये त्यांनी चिंचपोकळी येथे एक दिवाळखोर तेल गिरणी विकत घेतली आणि तिचे कॉटन मिलमध्ये रूपांतर केले, ज्याचे नाव त्यांनी अलेक्झांड्रा मिल असे ठेवले. त्याने 2 वर्षांनंतर फायद्यासाठी मिल विकली. पुढे, 1874 मध्ये, जमशेदजी टाटा यांनी नागपुरात सेंट्रल इंडिया स्पिनिंग, विव्हिंग आणि मॅन्युफॅक्चरिंग कंपनी सुरू केली कारण त्यांना दुसरा व्यावसायिक उपक्रम स्थापन करण्यासाठी ते योग्य ठिकाण वाटले. या अपारंपरिक स्थानामुळे, भारतातील "कॉटनोपॉलिस" म्हणून ओळखल्या जाणार्‍या बॉम्बेमध्ये कापूस व्यवसायाला चालना न दिल्याबद्दल मुंबईतील लोकांनी टाटांची हेटाळणी केली. नवीन व्यवसाय सुरू करण्यासाठी तो नागपूर या अविकसित शहरात का गेला हे त्यांना समजले नाही.

मात्र, टाटांनी नागपूरची निवड केल्याने त्यांना यश मिळाले. मुंबईच्या विपरीत, नागपुरातील जमीन स्वस्त होती आणि संसाधनांसाठी सहज उपलब्ध होती. तेथे मुबलक शेतमालाचे उत्पादन होते, वितरण सोपे होते आणि स्वस्त जमिनीमुळे पुढे नागपूर येथे रेल्वेचे रूपांतर झाले, ज्यामुळे शहराचा आणखी विकास झाला. 1 जानेवारी 1877 रोजी राणी व्हिक्टोरिया यांना भारताची सम्राज्ञी म्हणून घोषित करण्यात

आल्यावर, 1877 मध्ये, टाटांनी एक नवीन सूतगिरणी, "एम्प्रेस मिल" स्थापन केली. उद्धरण आवश्यक

त्याच्या जीवनात चार ध्येये होती: एक लोखंड आणि पोलाद कंपनी स्थापन करणे, एक जागतिक दर्जाची शिक्षण संस्था, एक अद्वितीय हॉटेल आणि एक जलविद्युत प्रकल्प. 3 डिसेंबर 1903 रोजी मुंबईतील कुलाबा वॉटरफ्रंट येथे ताजमहाल हॉटेलचे उदघाटन £11 दशलक्ष (2015 मध्ये £11 अब्ज किमतीचे) करून, त्यांच्या हयातीत केवळ हॉटेलच एक वास्तव बनले. त्यावेळी वीज असलेले हे भारतातील एकमेव हॉटेल होते. उद्धरण आवश्यक

1885 मध्ये, टाटाने जवळच्या फ्रेंच वसाहतींमध्ये भारतीय कापडांचे वितरण करण्याच्या एकमेव उद्देशाने पॉंडिचेरीमध्ये दुसरी कंपनी सुरू केली आणि त्यांना शुल्क भरावे लागू नये; तथापि, फॅब्रिक्सच्या अपुऱ्या मागणीमुळे हे अयशस्वी झाले. यामुळे त्यांनी मुंबईतील कुर्ला येथील धरमसी मिल खरेदी केली आणि नंतर अहमदाबादमधील अॅडव्हान्स मिल्स विकत घेण्यासाठी पुन्हा विकली. टाटाने याला अॅडव्हान्स मिल्स असे नाव दिले कारण ती त्या काळातील सर्वात उच्च-तंत्रज्ञान मिल्सपैकी एक होती. आपल्या तंत्रज्ञानाच्या बाबतीत, कंपनीने अहमदाबाद शहरावर चांगला प्रभाव टाकला कारण टाटाने आपल्या समुदायाला आर्थिक वाढ प्रदान करण्यासाठी शहरातील मिल एकत्रित करण्याचा प्रयत्न केला. या अनेक योगदानांद्वारे, टाटांनी भारतातील कापड आणि कापूस उद्योग प्रगत केला. जमशेदजी टाटा हे त्यांच्या आयुष्याच्या उत्तरार्धातही औद्योगिक जगातील एक महत्त्वाचे व्यक्तिमत्त्व राहिले. पुढे, टाटा स्वदेशवादाचे खंबीर समर्थक बनले.

1905 पर्यंत स्वदेशी चळवळ सुरू झाली नव्हती; तथापि, टाटा हयात असताना याच तत्त्वांचे प्रतिनिधित्व करत होते. स्वदेशी ही ब्रिटिश भारतातील एक राजकीय चळवळ होती ज्याने देशांतर्गत वस्तूंचे उत्पादन आणि आयात केलेल्या वस्तूंवर बहिष्कार टाकण्यास प्रोत्साहन दिले. त्याच्या तत्त्वांनी पूर्णपणे प्रभावित होऊन, टाटांनी मुंबईत बांधलेल्या आपल्या नवीन सूतगिरणीला "स्वदेशी मिल" असे नाव दिले. या नवीन मिलची मूळ कल्पना मँचेस्टरमधून येणाऱ्या प्रकाराप्रमाणे बारीक कापड तयार करण्याची होती. मँचेस्टर मऊ कापडाच्या उत्पादनासाठी प्रसिद्ध होते, आणि भारतात उत्पादित केलेल्या खडबडीत साहित्याला लोक यापुढे प्राधान्य देत नव्हते.

परदेशातून येणाऱ्या आयातीची संख्या कमी करण्याच्या प्रयत्नात टाटांना मँचेस्टर कापडाच्या तुलनेत दर्जेदार कापडाचे उत्पादन करायचे होते. भारत हा सर्व प्रकारच्या कापडाचा प्राथमिक उत्पादक बनण्याचा आणि अखेरीस निर्यातदार बनण्याचा त्यांचा दृष्टीकोन होता. भारतातील आदिम विणकर ज्या उत्तम कापडांसाठी प्रसिद्ध होते, त्या कापडांचा एकमेव निर्माता भारत असावा अशी त्यांची इच्छा होती. टाटांनी भारतातील विविध भागांत कापसाची लागवड सुधारण्यासाठी विविध प्रयोग करण्यास सुरुवात केली. मऊ कापसासाठी प्रसिद्ध असलेल्या इजिप्शियन रॉयटने वापरलेल्या लागवडीच्या पद्धतीचा अवलंब केल्याने भारतातील कापूस उद्योगाला ही उद्दिष्टे गाठता येतील, असा त्यांचा विश्वास होता. टाटा आपल्या गिरण्यांमध्ये रिंग स्पिंडल आणणारे पहिले होते, ज्याने लवकरच उत्पादकांद्वारे वापरल्या जाणाऱ्या थ्रॉस्टलची जागा घेतली.

त्याच्या उत्तराधिकाऱ्यांच्या कार्यामुळे उर्वरित तीन कल्पना साध्य झाल्या:

टाटा स्टील (पूर्वी TISCO – Tata Iron and Steel Company Limited) ही आशियातील पहिली आणि भारतातील सर्वात मोठी पोलाद कंपनी आहे. कोरस ग्रुपने दरवर्षी 28 दशलक्ष टन स्टीलचे उत्पादन घेतल्यानंतर ती जगातील पाचवी सर्वात मोठी स्टील कंपनी बनली.

इंडियन इन्स्टिट्यूट ऑफ सायन्स, बेंगळुरू, विज्ञान आणि अभियांत्रिकीमधील संशोधन आणि शिक्षणासाठी प्रख्यात भारतीय संस्था.

टाटा हायड्रोइलेक्ट्रिक पॉवर सप्लाय कंपनी, टाटा पॉवर कंपनी लिमिटेड असे नाव बदलून, सध्याची भारतातील सर्वात मोठी खाजगी वीज कंपनी, ज्याची 8000MW पेक्षा जास्त स्थापित उत्पादन क्षमता आहे. उद्धरण आवश्यक

परोपकार

जमशेदजींनी प्रामुख्याने शिक्षण आणि आरोग्यसेवेसाठी उदार हस्ते देणगी दिली. एडेलगिव्ह फाउंडेशन आणि हुरुन रिसर्च इंडिया यांनी त्यांना गेल्या शतकातील सर्वात महान परोपकारी म्हणून नाव दिले. 20 व्या शतकातील जगातील अव्वल परोपकारी लोकांच्या यादीत त्यांनी महागाईसाठी समायोजित केलेल्या $102 अब्ज देणगीसह अव्वल स्थान पटकावले.

वैयक्तिक जीवन

टाटांनी हिराबाई दाबू यांच्याशी लग्न केले. त्यांचे पुत्र दोराबजी टाटा आणि रतनजी टाटा हे टाटा समुहाचे अध्यक्ष म्हणून टाटा नंतर आले.

टाटा यांचे पहिले चुलत भाऊ रतनजी दादाभॉय टाटा होते, ज्यांनी टाटा समूहाच्या स्थापनेत महत्त्वाची भूमिका बजावली होती. त्यांची बहीण जेरबाई, मुंबईतील एका व्यापाऱ्याशी लग्न करून, शापुरजी सकलातवाला यांची आई बनली, ज्यांना टाटा यांनी ओडिशा आणि बिहारमध्ये कोळसा आणि लोहखनिजाच्या यशस्वीतेसाठी काम केले. सकलातवाला नंतर इंग्लंडमध्ये स्थायिक झाले, सुरुवातीला टाटाच्या मँचेस्टर कार्यालयाचे व्यवस्थापन करण्यासाठी, आणि नंतर ते ब्रिटिश संसदेचे कम्युनिस्ट सदस्य बनले.

त्यांचे चुलत भाऊ रतनजी दादाभॉय यांच्या माध्यमातून ते उद्योजक जेआरडी टाटा आणि सिला टाटा यांचे काका होते; नंतरचे लग्न पेटिट्सचे तिसरे बॅरोनेट दिनशॉ मानेकजी पेटिट यांच्याशी झाले होते. बॅरोनेटची बहीण रतनबाई पेटिट, पाकिस्तानचे संस्थापक मोहम्मद अली जिना यांच्या पत्नी होत्या.

मृत्यू

1900 मध्ये जर्मनीच्या व्यावसायिक दौऱ्यावर असताना टाटा गंभीर आजारी पडले. 19 मे 1904 रोजी बॅड नौहेम येथे त्यांचे निधन झाले आणि इंग्लंडमधील वोकिंग येथील ब्रूकवुड स्मशानभूमीतील पारशी दफनभूमीत त्यांचे दफन करण्यात आले.

वारसा

झारखंडमधील साकची गावात टाटांचा लोखंड आणि पोलाद प्रकल्प उभारण्यात आला. गावाचे शहर झाले आणि तेथील रेल्वे स्टेशनचे नाव टाटानगर झाले. आता, हे झारखंडमधील जमशेदपूर म्हणून ओळखले जाणारे एक गजबजलेले महानगर आहे, ज्याचे नाव त्याच्या सन्मानार्थ ठेवले गेले आहे. साकची (आता शहरीकरण झालेले) हे जुने गाव आता जमशेदपूर शहरामध्ये अस्तित्वात आहे. टाटा हे टाटा कुटुंबाचे संस्थापक सदस्य झाले.

जमशेदजी टाटा यांच्यावरील स्मरणार्थ टपाल तिकीट 7 जानेवारी 1965 रोजी इंडिया पोस्टने जारी केले.

"त्याचे समर्थन करण्याची ताकद नसलेले स्वातंत्र्य आणि आवश्यक असल्यास, त्याचे रक्षण करणे, हा एक क्रूर भ्रम असेल.

"मुक्त उपक्रमात, समुदाय हा केवळ व्यवसायातील दुसरा भागधारक नसतो, परंतु, खरं तर, त्याच्या अस्तित्वाचा उद्देश असतो."

"आमच्यात एक प्रकारचा दानधर्म पुरेसा आहे... तो म्हणजे गोधडी परोपकार जी चिंध्याग्रस्तांना कपडे घालते, गरिबांना खायला घालते आणि आजारी लोकांना बरे करते. मी गरीब किंवा दुःखी माणसाला मदत करू पाहणाऱ्या उदात्त भावनेचा निषेध करण्यापासून दूर आहे. असणं... तथापि एखाद्या राष्ट्राची किंवा समाजाची प्रगती ही त्याच्या सर्वात कमकुवत आणि असहाय्य सदस्यांना मदत करण्याइतकी नाही तर सर्वोत्तम आणि सर्वात प्रतिभावान व्यक्तींना उंचावणे, जेणेकरून त्यांना देशाची सर्वात मोठी सेवा करता येईल. ."

"झटपट वाढणारी विविध प्रकारची सावली असलेली झाडे लावलेले रुंद रस्ते निश्चित करा. लॉन आणि बागांसाठी भरपूर जागा आहे याची खात्री करा. फुटबॉल, हॉकी आणि उद्यानांसाठी मोठी जागा राखून ठेवा. हिंदू मंदिरांसाठी जागा निश्चित करा, मोहम्मद मशिदी आणि ख्रिश्चन चर्च." -टाटा यांनी मुलगा दोराबला लिहिलेल्या पत्रात त्यांच्या टाउनशिपबद्दलच्या त्यांच्या दृष्टीबद्दल सांगितले जे कालांतराने जमशेदपूर होईल.

"तो लोकांच्या नजरेत डोकावणारा माणूस नव्हता. त्याला सार्वजनिक मेळावे आवडत नव्हते, भाषणे करायची त्याची पर्वा नव्हती, त्याच्या बळकट चारित्र्याने कितीही महान असले तरी कोणाच्याही अंगावर काटा येऊ नये, कारण तो स्वतः त्याच्या बाबतीत महान होता. स्वतः च्या मार्गाने, बहुतेक लोकांपेक्षा मोठे. त्याने कोणताही सन्मान मागितला नाही आणि त्याने कोणत्याही विशेषाधिकाराचा दावा केला नाही, परंतु भारताची आणि तिच्या असंख्य लोकांची प्रगती ही त्याच्याबरोबर कायमची उत्कट इच्छा होती." टाटा यांच्या निधनाबद्दल टाइम्स ऑफ इंडिया

"जरी इतर अनेकांनी गुलामगिरीच्या साखळ्या सोडवण्यावर आणि स्वातंत्र्याच्या पहाटेच्या दिशेने वाटचाल झपाट्याने करण्याचे काम केले, तर टाटांनी स्वप्ने पाहिली आणि ती मुक्तीनंतर जशी घडवायची होती त्याप्रमाणे जीवनासाठी काम केले. इतर बहुतेकांनी गुलामगिरीच्या वाईट जीवनातून मुक्तीसाठी काम केले. ; टाटांनी आर्थिक स्वातंत्र्याचे चांगले जीवन जगण्यासाठी स्वातंत्र्यासाठी काम केले." -डॉ झाकीर हुसेन, भारताचे माजी राष्ट्रपती

"तो नशिबाचा माणूस होता हे स्पष्ट आहे. खरंच, जणू काही त्याच्या जन्माची वेळ, त्याचे जीवन, त्याची प्रतिभा, त्याची कृती, त्याने ज्या घटना घडवल्या किंवा प्रभावित केल्या त्या घटनांची साखळी आणि त्याने केलेल्या सेवा. आपल्या देशाला आणि त्याच्या लोकांसाठी प्रदान केलेले, हे सर्व भारताच्या महान नशिबाचा भाग म्हणून पूर्वनियत होते." - जेआरडी टाटा

"आजच्या पिढीतील कोणत्याही भारतीयाने भारताच्या वाणिज्य आणि उद्योगासाठी यापेक्षा जास्त काम केले नव्हते." —लॉर्ड कर्झन, टाटा यांच्या निधनानंतर भारताचे व्हाइसरॉय

2

रतन टाटा

रतन टाटा

Top Richest People

Scan for Story Videos - www.itibook.com

रतन नवल टाटा (रतन? ए, जन्म 28 डिसेंबर 1937) एक भारतीय उद्योगपती, परोपकारी आणि टाटा सन्सचे माजी अध्यक्ष आहेत. ते टाटा समूहाचे 1990 ते 2012 या काळात अध्यक्ष होते आणि पुन्हा हंगामी अध्यक्ष म्हणून ऑक्टोबर 2016 ते फेब्रुवारी 2017 या कालावधीत त्यांच्या चॉरिटेबल ट्रस्टचे अध्यक्ष होते. ते भारताचे दोन नागरी पुरस्कार प्राप्तकर्ते आहेत, पद्म विभूषण (2008), दुसरा सर्वोच्च नागरी सन्मान, आणि पद्मभूषण (2000), तिसरा सर्वोच्च नागरी सन्मान.

1937 मध्ये जन्मलेले, ते टाटा कुटुंबाचे वारस आहेत, आणि नवल टाटा यांचे पुत्र आहेत ज्यांना नंतर टाटा समूहाचे संस्थापक जमशेटजी टाटा यांचे पुत्र रतनजी टाटा यांनी दत्तक घेतले होते. ते कॉर्नेल युनिव्हर्सिटी कॉलेज ऑफ आर्किटेक्चर आणि हार्वर्ड बिझनेस स्कूलचे प्रगत व्यवस्थापन कार्यक्रमाचे माजी विद्यार्थी आहेत जे त्यांनी 1975 मध्ये पूर्ण केले. 1961 मध्ये ते टाटा स्टीलच्या शॉप फ्लोअरवर काम करत

असताना ते त्यांच्या कंपनीत रुजू झाले आणि 1991 मध्ये जेआरडी टाटा यांच्या निवृत्तीनंतर ते त्यांचे स्पष्ट उत्तराधिकारी होते. त्यांनी टेटली, टाटा मोटर्सला जग्वार लँड रोव्हर विकत घेण्यासाठी टाटा टी मिळवले. आणि टाटा स्टीलने कोरसचे अधिग्रहण करण्यासाठी, मोठ्या प्रमाणावर भारत-केंद्री गटातून टाटाला जागतिक व्यवसायात रुपांतरित करण्याच्या प्रयत्नात. त्याच्या नफ्यातील सुमारे 60-65% देणगी धर्मादाय करण्यासाठी देण्यात येते ज्यामुळे तो जगातील सर्वात महत्त्वपूर्ण परोपकारी बनला आहे.

रतन टाटा यांचा जन्म बॉम्बे, आता मुंबई येथे ब्रिटिश राजवटीत २८ डिसेंबर १९३७ रोजी झाला होता, आणि ते नवल टाटा (सूरत येथे जन्मलेले) यांचे पुत्र आहेत. त्यांची जैविक आजी हिराबाई टाटा यांच्या बहिणी होत्या, समूह संस्थापक जमशेदजी टाटा यांच्या पत्नी होत्या. त्यांचे जैविक आजोबा होर्मुसजी टाटा हे टाटा कुटुंबातील होते; त्यामुळे रतन हे जन्मतः टाटा होते. रतन 10 वर्षांचा असताना 1948 मध्ये नवल आणि सोनूचे पालक वेगळे झाले आणि त्यानंतर त्यांचे पालनपोषण सर रतनजी टाटा यांच्या विधवा, त्यांची आजी, नवजबाई टाटा यांनी केले, ज्यांनी त्यांना औपचारिकपणे जेएन पेटिट पारसी अनाथाश्रमातून दत्तक घेतले. त्याला एक सावत्र भाऊ नोएल टाटा (नवल टाटा यांचे सिमोन टाटासोबतचे दुसरे लग्न) आहे, ज्यांच्यासोबत तो वाढला होता. त्याची पहिली भाषा गुजराती आहे.

त्यांनी कॅम्पियन स्कूल, मुंबई येथे 8 व्या वर्गापर्यंत शिक्षण घेतले, त्यानंतर कॅथेड्रल आणि जॉन कॉनन स्कूल, मुंबई आणि शिमला येथील बिशप कॉटन स्कूलमध्ये, आणि 1955 मध्ये, न्यूयॉर्क शहरातील रिव्हरडेल कंट्री स्कूलमधून पदवी प्राप्त केली. 1959 मध्ये, त्यानंतर त्यांनी कॉर्नेल विद्यापीठातून आर्किटेक्चरमध्ये पदवी प्राप्त केली आणि 1975 मध्ये, हार्वर्ड बिझनेस स्कूलच्या सात आठवड्यांच्या प्रगत व्यवस्थापन कार्यक्रमात भाग घेतला - ही एक संस्था जी त्यांनी तेव्हापासून संपन्न केली आहे.

1970 च्या दशकात व्यवस्थापनात पदोन्नती मिळालेल्या, रतनने समूह कंपनी नॅशनल रेडिओ अँड इलेक्ट्रॉनिक्स (NELCO) कडे वळून सुरुवातीचे यश मिळवले, केवळ आर्थिक मंदीच्या काळात ते कोसळले. 1991 मध्ये, जेआरडी टाटा यांनी टाटा सन्सचे अध्यक्षपद सोडले आणि त्यांना त्यांचे उत्तराधिकारी म्हणून नियुक्त केले. जेव्हा ते नवीन भूमिकेत स्थायिक झाले, तेव्हा त्यांना अनेक कंपन्यांच्या प्रमुखांकडून तीव्र प्रतिकाराचा सामना करावा लागला, त्यापैकी काहींनी त्यांच्या संबंधित कंपन्यांमध्ये दशके घालवली होती आणि जेआरडी टाटा यांच्या अंतर्गत काम करण्याच्या स्वातंत्र्यामुळे ते खूप शक्तिशाली आणि प्रभावशाली बनले. त्यांनी सेवानिवृत्तीचे वय ठरवून त्यांची जागा घेण्यास सुरुवात केली आणि नंतर वैयक्तिक कंपन्यांनी समूह कार्यालयात कार्यान्वित अहवाल दिला आणि प्रत्येकाने त्यांच्या नफ्यातील काही हिस्सा टाटा समूहाचा ब्रँड तयार करण्यासाठी आणि वापरण्यासाठी दिला. नवोन्मेषाला प्राधान्य देण्यात आले आणि तरुण प्रतिभांचा अंतर्भाव करण्यात आला आणि त्यांना जबाबदाऱ्या देण्यात आल्या. त्याच्या कारभारीखाली, ग्रूप कंपन्यांमधील ओव्हरलॅपिंग ऑपरेशन्स एकत्रितपणे सुव्यवस्थित करण्यात आल्या, १७ सॉल्ट-टू-सॉफ्टवेअर ग्रुपने जागतिकीकरण स्वीकारण्यासाठी असंबंधित व्यवसाय सोडले.

21 वर्षात त्यांनी टाटा समूहाचे नेतृत्व केले, महसूल 40 पटीने वाढला आणि नफा 50 पटीने वाढला. जेव्हा त्याने पदभार स्वीकारला तेव्हा संपूर्ण समूहाची विक्री मोठ्या प्रमाणावर कमोडिटीजमधून आली होती, जेव्हा तो बाहेर पडला तेव्हा बहुतांश विक्री ब्रँडस्कडून झाली होती. त्यांनी धैर्याने टाटा टीला टेटली, टाटा मोटर्सला जग्वार लँड रोव्हर आणि टाटा स्टीलचे अधिग्रहण करण्यासाठी कॉरस मिळवले. या सर्वांमुळे टाटा मोठ्या प्रमाणावर भारत-केंद्रित समूहातून जागतिक व्यवसायात बदलला, 65% पेक्षा जास्त महसूल 100 पेक्षा जास्त देशांमधील ऑपरेशन्स आणि विक्रीतून आला. त्यांनी टाटा नॅनो कारची संकल्पना मांडली. 2015 मध्ये, त्यांनी हार्वर्ड बिझनेस स्कूलच्या क्रिएटिंग इमर्जिंग मार्केट्स प्रकल्पासाठी दिलेल्या मुलाखतीत स्पष्ट केले की, टाटा नॅनोचा विकास महत्त्वपूर्ण होता कारण त्याने कारची किंमत सरासरी भारतीय ग्राहकांच्या आवाक्यात ठेवण्यास मदत केली.

रतन टाटा यांनी 28 डिसेंबर 2012 रोजी 75 वर्षांचे झाल्यावर टाटा समूहातील त्यांच्या कार्यकारी अधिकारांचा राजीनामा दिला आणि संचालक मंडळ आणि कायदेशीर विभागाने सायरस मिस्त्री यांची शापूरजी पालोनजी ग्रुपच्या पालोनजी मिस्त्री यांच्या 44 वर्षीय मुलाचा उत्तराधिकारी म्हणून नियुक्ती करण्यास नकार दिला. समूहाचा सर्वात मोठा वैयक्तिक भागधारक आणि विवाहाशी संबंधित. ऑक्टोबर 2016 रोजी सायरस मिस्त्री यांना टाटा सन्सच्या अध्यक्षपदावरून हटवण्यात आले आणि रतन टाटा यांना अंतरिम अध्यक्ष बनवण्यात आले. हा निर्णय तीव्र माध्यमांच्या छाननीतून गेला ज्याने अनेकांना अचानक काढून टाकण्याच्या मूळ कारणांची आणि परिणामी संकटाची छाननी केली. उत्तराधिकारी शोधण्यासाठी निवड समिती स्थापन करण्यात आली. निवड समितीमध्ये श्री टाटा, टीव्हीएस समूहाचे प्रमुख वेणू श्रीनिवासन, बेन कॅपिटलचे अमित चंद्रा, माजी मुत्सद्दी रोनेन सेन आणि लॉर्ड कुमार भट्टाचार्य यांचा समावेश होता. ते सर्व, श्री भट्टाचार्य वगळता, टाटा सन्सच्या संचालक मंडळावर होते. 12 जानेवारी 2017 रोजी, नटराजन चंद्रशेखरन यांना टाटा सन्सचे अध्यक्ष म्हणून नाव देण्यात आले, ही भूमिका त्यांनी फेब्रुवारी 2017 मध्ये स्वीकारली होती.

टाटाने स्नॅपडीलमध्ये वैयक्तिक बचत गुंतवली – भारतातील अग्रगण्य ई-कॉमर्स वेबसाइट्सपैकी एक – आणि जानेवारी 2016 मध्ये, Teabox, एक ऑनलाइन प्रीमियम भारतीय चहा विक्रेता, आणि CashKaro.com, एक डिस्काउंट कूपन आणि कॅश-बॅक वेबसाइट. त्यांनी भारतातील सुरुवातीच्या आणि शेवटच्या टप्प्यातील दोन्ही कंपन्यांमध्ये छोटी गुंतवणूक केली आहे, जसे की ओला कॅबमध्ये INR 0.95 कोटी. एप्रिल 2015 मध्ये, टाटाने चीनी स्मार्टफोन स्टार्टअप Xiaomi मधील भागभांडवल विकत घेतल्याचे नोंदवले गेले. 2016 मध्ये, त्याने

बॅचलरसाठी पूर्णतः सुसज्ज फ्लॅट्स शोधण्यासाठी नेस्टावे या ऑनलाइन पोर्टलमध्ये गुंतवणूक केली ज्याने नंतर फॅमिली रेंटल सेगमेंट आणि ऑनलाइन पाळीव प्राणी काळजी पोर्टल, डॉगस्पॉट सुरू करण्यासाठी Zenify विकत घेतले. टाटा मोटर्सने गुजरातमधील सानंद प्लांटमधून टिगोर इलेक्ट्रिक वाहनांची पहिली तुकडी आणली, ज्याबद्दल रतन टाटा म्हणाले, "टिगोर भारताचे इलेक्ट्रिक स्वप्न जलद-अग्रेषित करण्याची इच्छा दर्शवते. सरकारने केवळ इलेक्ट्रिक कारचे महत्त्वाकांक्षी लक्ष्य ठेवले आहे. 2030." 34 आंतरपिढी मैत्रीला प्रोत्साहन देण्यासाठी रतन टाटा यांनी ज्येष्ठ नागरिकांसाठी, गुडफेलोजसाठी भारताचा सहचर स्टार्टअप सुरू केला."

टाटा सन्स विरुद्ध सायरस मिस्त्री

अलीकडच्या काळातील सर्वात नाट्यमय घडामोडींपैकी एक, 24 ऑक्टोबर 2016 रोजी टाटा समूहाच्या संचालक मंडळाने त्याचे अध्यक्ष सायरस मिस्त्री यांना तत्काळ प्रभावाने हटवण्याच्या बाजूने मतदान केले आणि रतन टाटा यांना अंतरिम अध्यक्ष बनवले आणि फेब्रुवारी 2017 मध्ये मिस्त्री यांना टाटा सन्सचे संचालक म्हणून काढून टाकले. राष्ट्रीय कंपनी कायदा अपीलीय न्यायाधिकरण (एनसीएलएटी) ने डिसेंबर 2019 मध्ये निर्णय घेतला होता की टाटा सन्सचे अध्यक्ष म्हणून सायरस मिस्त्री यांची हकालपट्टी बेकायदेशीर होती आणि त्यांना पुन्हा नियुक्त केले जावे. भारताच्या सुप्रीम कोर्टाने NCLAT चे आदेश रद्द करण्यासाठी $111-अब्ज समुहाने केलेल्या अपीलवर सुनावणी झाली ज्याने टाटा समूहाला अध्यक्षपदावरून काढून टाकलेल्या व्यक्तीला पुन्हा नियुक्त करण्याचे निर्देश दिले होते. रतन टाटा वैयक्तिकरित्या या खटल्यातील आरोपाचे नेतृत्व करत आहेत आणि त्यांनी सर्वोच्च न्यायालयात या निर्णयाला आव्हान देणारी स्वतंत्र याचिका दाखल केली आहे. सर्वोच्च न्यायालयाने सायरस मिस्त्री यांना जानेवारी 2020 मध्ये टाटा सन्सचे चेअरमन म्हणून बहाल करण्याची परवानगी देणाऱ्या NCLAT आदेशाला स्थगिती दिली आहे. तथापि सर्वोच्च न्यायालयाने सायरस मिस्त्री यांची बडतर्फी कायम ठेवली.

परोपकार

टाटा हे शिक्षण, वैद्यक आणि ग्रामीण विकासाचे समर्थक आहेत आणि ते भारतातील एक प्रमुख परोपकारी मानले जातात. टाटा यांनी न्यू साउथ वेल्स युनिव्हर्सिटी ऑफ इंजिनिअरिंग फॅकल्टी ऑफ कॅपेसिटिव डीआयनायझेशन विकसित करण्यासाठी आव्हानित क्षेत्रांना सुधारित पाणी पुरवण्यासाठी पाठिंबा दिला.

कॅलिफोर्निया विद्यापीठ, सॅन दिएगो (UC सॅन डिएगो) येथे टाटा हॉल ४४ नोव्हेंबर २०१८ मध्ये उघडण्यात आले, ज्यामध्ये जैविक आणि भौतिक विज्ञानांसाठी सुविधा आहेत आणि हे टाटा इन्स्टिट्यूट फॉर जेनेटिक्स अँड सोसायटीचे घर आहे. टाटा इन्स्टिट्यूट फॉर जेनेटिक्स अँड सोसायटी ही द्वि-राष्ट्रीय संस्था आहे जी UC सॅन दिएगो आणि भारतातील संशोधन कार्यांमध्ये वेक्टर-जनित रोगांशी लढा देण्याच्या क्षेत्रात सामाजिक आणि पायाभूत सुविधांच्या विकासात मदत करण्यासाठी समन्वय साधते. टाटा ट्रस्टकडून $70 दशलक्ष उदार भेट म्हणून टाटा हॉलचे नाव देण्यात आले आहे. उद्धरण आवश्यक

टाटा एज्युकेशन अँड डेव्हलपमेंट ट्रस्ट, टाटा समूहाचा एक परोपकारी सहयोगी, $28 दशलक्ष टाटा शिष्यवृत्ती निधी प्रदान केला आहे जो कॉर्नेल विद्यापीठाला भारतातील पदवीपूर्व विद्यार्थ्यांना आर्थिक मदत प्रदान करण्यास अनुमती देईल. शिष्यवृत्ती निधी कोणत्याही वेळी अंदाजे 20 विद्वानांना मदत करेल आणि सर्वोत्कृष्ट भारतीय विद्यार्थ्यांना त्यांच्या आर्थिक परिस्थितीकडे दुर्लक्ष करून कॉर्नेलमध्ये प्रवेश मिळेल याची खात्री करेल. शिष्यवृत्ती दरवर्षी दिली जाईल; प्राप्तकर्त्यांना कॉर्नेल येथे त्यांच्या पदवीपूर्व अभ्यासाच्या कालावधीसाठी शिष्यवृत्ती मिळेल.

2010 मध्ये, टाटा समूहाच्या कंपन्या आणि टाटा धर्मादाय संस्थांनी हार्वर्ड बिझनेस स्कूल (HBS) येथे कार्यकारी केंद्राच्या बांधकामासाठी $50 दशलक्ष देणगी दिली. टाटा सन्सचे चेअरमन एमेरिटस रतन टाटा (AMP '75) यांच्या नावावरून कार्यकारी केंद्राला टाटा हॉल असे नाव देण्यात आले आहे. एकूण बांधकाम खर्च $100 दशलक्ष असा अंदाज आहे. टाटा हॉल एचबीएस कॅम्पसच्या ईशान्य कोपऱ्यात स्थित आहे, आणि हार्वर्ड बिझनेस स्कूलच्या मध्य-करिअर एक्झिक्युटिव्ह एज्युकेशन प्रोग्रामला समर्पित आहे. ते सात मजली उंच आणि सुमारे 155,000 एकूण चौरस फूट आहे. यात शैक्षणिक आणि बहुउद्देशीय जागांव्यतिरिक्त अंदाजे 180 शयनकक्ष आहेत.

टाटा कन्सल्टन्सी सर्व्हिसेस (TCS) ने कॉग्निटिव्ह सिस्टम आणि स्वायत्त वाहनांच्या संशोधनासाठी एका कंपनीने कार्नेगी मेलॉन युनिव्हर्सिटी (CMU) ला आतापर्यंतची सर्वात मोठी देणगी दिली आहे. TCS ने या भव्य 48,000 चौरस फुट इमारतीसाठी $35 दशलक्ष देणगी दिली ज्याला TCS हॉल म्हणतात.

2014 मध्ये, टाटा समूहाने इंडियन इन्स्टिट्यूट ऑफ टेक्नॉलॉजी, बॉम्बेला मान्यता दिली आणि मर्यादित संसाधनांसह लोक आणि समुदायांच्या गरजा पूर्ण करण्यासाठी डिझाईन आणि अभियांत्रिकी तत्त्वे विकसित करण्यासाठी टाटा सेंटर फॉर टेक्नॉलॉजी अँड डिझाईन (TCTD) ची स्थापना केली. त्यांनी संस्थेला £950 दशलक्ष दिले जी संस्थेच्या इतिहासात मिळालेली सर्वात मोठी देणगी होती.

रतन टाटा यांच्या अध्यक्षतेखालील टाटा ट्रस्टने अल्झायमर रोगाच्या कारणास्तव अंतर्निहित यंत्रणांचा अभ्यास करण्यासाठी आणि त्याचे लवकर निदान आणि उपचार करण्यासाठी पद्धती विकसित करण्यासाठी सेंटर फॉर न्यूरोसायन्स, इंडियन इन्स्टिट्यूट ऑफ सायन्स यांना £750 दशलक्ष अनुदान दिले. हे अनुदान 2014 पासून 5 वर्षांमध्ये पसरवले जाणार होते.

टाटा समूहाने रतन टाटा यांच्या नेतृत्वाखाली मॅसॅच्युसेटस इन्स्टिट्यूट ऑफ टेक्नॉलॉजी (एमआयटी) येथे एमआयटी टाटा सेंटर ऑफ टेक्नॉलॉजी अँड डिझाईनची स्थापना केली आणि भारतावर प्राथमिक लक्ष केंद्रित करून संसाधन-अवरोधित समुदायांच्या आव्हानांना तोंड देण्याच्या उद्देशाने.

बोर्ड सदस्यत्व आणि संलग्नता

ते टाटा सन्सचे अंतरिम अध्यक्ष होते. ते मुख्य दोन टाटा ट्रस्ट सर दोराबजी टाटा आणि अलाईड ट्रस्ट आणि सर रतन टाटा ट्रस्ट आणि त्यांच्या संलग्न ट्रस्टचे प्रमुख आहेत, टाटा सन्स, टाटा समूहाच्या होल्डिंग कंपनीमध्ये 66% च्या एकत्रित हिस्सेदारीसह.

त्यांनी भारत आणि विदेशातील संस्थांमध्ये विविध पदांवर काम केले आहे. ते पंतप्रधानांच्या 'व्यापार आणि उद्योग परिषद' आणि 'राष्ट्रीय उत्पादन स्पर्धात्मकता परिषद' चे सदस्य आहेत. तो प्रित्झकर आर्किटेक्चर प्राइज ५५ च्या ज्युरी पॅनेलवर आहे - जो जगातील प्रमुख आर्किटेक्चर पुरस्कारांपैकी एक मानला जातो.

ते अल्कोआ इंक., मॉडेलेझ इंटरनॅशनल ५६ आणि पूर्व-पश्चिम केंद्राच्या बोर्ड ऑफ गव्हर्नर्सचे संचालक आहेत. ते युनिव्हर्सिटी ऑफ सदर्न कॅलिफोर्निया, हार्वर्ड बिझनेस स्कूल बोर्ड ऑफ डीन अॅडव्हायझर्स, एक्स प्राइज ५७ आणि कॉर्नेल युनिव्हर्सिटीच्या विश्वस्त मंडळाचे सदस्य आहेत. ते बोकोनी विद्यापीठातील आंतरराष्ट्रीय सल्लागार मंडळाचे सदस्य आहेत

ते 2006 पासून हार्वर्ड बिझनेस स्कूल इंडिया अॅडव्हायझरी बोर्ड (IAB) चे सदस्य आहेत आणि यापूर्वी हार्वर्ड बिझनेस स्कूल एशिया-पॅसिफिक अॅडव्हायझरी बोर्ड (APAB) 2001-2006 चे सदस्य आहेत. उद्धरण आवश्यक

2013 मध्ये, कार्नेगी एंडोमेंट फॉर इंटरनॅशनल पीसच्या विश्वस्त मंडळावर त्यांची नियुक्ती झाली.

फेब्रुवारी 2015 मध्ये, रतनने वाणी कोलाने स्थापन केलेल्या कलारी कॅपिटल या उद्यम भांडवल फर्ममध्ये सल्लागाराची भूमिका घेतली.

ऑक्टोबर 2016 मध्ये, टाटा सन्सने सायरस मिस्त्री यांना अध्यक्षपदावरून काढून टाकले, सुमारे 4 वर्षांनी त्यांनी $100 अब्जाहून अधिक समुहाची सूत्रे हाती घेतल्यानंतर, रतन टाटा यांनी 4 महिन्यांसाठी कंपनीचे अंतरिम बॉस हाती घेत पुनरागमन केले. 12 जानेवारी 2017 रोजी, नटराजन चंद्रशेखरन यांना टाटा सन्सचे अध्यक्ष म्हणून नाव देण्यात आले, ही भूमिका त्यांनी फेब्रुवारी 2017 मध्ये स्वीकारली होती.

सन्मान आणि पुरस्कार

रतन टाटा यांना 2000 मध्ये पद्मभूषण आणि 2008 मध्ये पद्मविभूषण, भारत सरकारने दिलेला तिसरा आणि दुसरा सर्वोच्च नागरी सन्मान प्राप्त झाला. 2021 मध्ये त्यांना आसाममधील कॅन्सरची काळजी घेण्याच्या दिशेने त्यांच्या अपवादात्मक योगदानाबद्दल आसामचा सर्वोच्च नागरी पुरस्कार 'आसाम वैभव' प्राप्त झाला.

इतर पुरस्कारांमध्ये हे समाविष्ट आहे:

वर्षाचे नाव पुरस्कार देणारी संस्था रेफ.

2001 ओहायो स्टेट युनिव्हर्सिटी ऑफ बिझनेस अॅडमिनिस्ट्रेशनचे मानद डॉक्टर

2004 उरुग्वेच्या ओरिएंटल रिपब्लिक ऑफ उरुग्वे सरकारचे पदक

2004 मानद डॉक्टर ऑफ टेक्नॉलॉजीएशियन इन्स्टिट्यूट ऑफ टेक्नॉलॉजी.

2005 इंटरनॅशनल डिस्टिंग्विश्ड अचिव्हमेंट अवॉर्ड ब्नाई बरिथ इंटरनॅशनल

2005 मानद डॉक्टर ऑफ सायन्स युनिव्हर्सिटी ऑफ वॉर्विक.

2006 सायन्स इंडियन इन्स्टिट्यूट ऑफ टेक्नॉलॉजी मद्रासचे मानद डॉक्टर

2006 रिस्पॉन्सिबल कॅपिटलिझम अवॉर्ड फॉर इन्स्पिरेशन अँड रिकग्निशन ऑफ सायन्स अँड टेक्नॉलॉजी (FIRST)

2007 ऑनररी फेलोशिप लंडन स्कूल ऑफ इकॉनॉमिक्स अँड पॉलिटिकल सायन्स

2007 कार्नेगी मेडल ऑफ फिलान्थ्रोपी कार्नेगी एंडोमेंट फॉर इंटरनॅशनल पीस

2008 केंब्रिज विद्यापीठाचे मानद डॉक्टर

2008 मानद डॉक्टर ऑफ सायन्स इंडियन इन्स्टिट्यूट ऑफ टेक्नॉलॉजी बॉम्बे

2008 खरगपूर इंडियन इन्स्टिट्यूट ऑफ सायन्सचे मानद डॉक्टर

2008 सिंगापूर सरकारचा मानद नागरिक पुरस्कार

2008 ऑनररी फेलोशिप द इन्स्टिट्यूट ऑफ इंजिनीअरिंग अँड टेक्नॉलॉजी

2008 इन्स्पायर्ड लीडरशिप अवॉर्ड द परफॉर्मन्स थिएटर

2009 ऑनररी नाइट कमांडर ऑफ द ऑर्डर ऑफ द ब्रिटिश एम्पायर (KBE)क्वीन एलिझाबेथ II

2009 लाइफ टाइम कंट्रिब्युशन अवॉर्ड इन इंजिनियरिंग

2009 ग्रँड ऑफिसर ऑफ द ऑर्डर ऑफ मेरिट ऑफ द इटालियन रिपब्लिक गव्हर्नमेंट ऑफ इटली

2010 केंब्रिज विद्यापीठाच्या लॉ युनिव्हर्सिटीचे मानद डॉक्टर

2010 हेड्रियन अवॉर्ड वर्ल्ड मोन्युमेंट्स फंड

2010 ओस्लो बिझनेस फॉर पीस अवॉर्ड बिझनेस फॉर पीस फाउंडेशन

2010 लीजेंड इन लीडरशिप अवॉर्डयेल युनिव्हर्सिटी

2010 लॉपेपरडाइन विद्यापीठाचे मानद डॉक्टर

2010 पीस अवॉर्ड बिझनेस फॉर पीस फाउंडेशन

2010 बिझनेस लीडर ऑफ द इयर द एशियन अवॉर्ड्स.

2012 ऑनररी फेलो 4 द रॉयल अॅकॅडमी ऑफ इंजिनियरिंग

2012 डॉक्टर ऑफ बिझनेस सन्मानित कारण युनिव्हर्सिटी ऑफ न्यू साउथ वेल्स

2012 ग्रँड कॉर्डन ऑफ द ऑर्डर ऑफ द रायझिंग सन गव्हर्नमेंट ऑफ जपान

2013 फॉरेन असोसिएट नॅशनल अॅकॅडमी ऑफ इंजिनियरिंग

2013 दशकातील परिवर्तनवादी नेतेभारतीय घडामोडी भारत लीडरशिप कॉन्क्लेव्ह 2013

2013 अन्स्ट आणि यंग एंटरप्रेन्योर ऑफ द इयर - लाइफटाइम अचिव्हमेंट अन्स्ट आणि यंग

2013 मानद डॉक्टर ऑफ बिझनेस प्रॅक्टिस कार्नेगी मेलॉन युनिव्हर्सिटी

2014 व्यवसाय सिंगापूर व्यवस्थापन विद्यापीठाचे मानद डॉक्टर

2014 सयाजी रत्न पुरस्कार बडोदा व्यवस्थापन संघ

2014 ऑनररी नाइट ग्रँड क्रॉस ऑफ द ऑर्डर ऑफ द ब्रिटिश एम्पायर (GBE)क्वीन एलिझाबेथ II

2014 लॉयॉर्क युनिव्हर्सिटी, कॅनडाचे मानद डॉक्टर

2015 ऑटोमोटिव्ह इंजिनियरिंग क्लेमसन विद्यापीठाचे मानद डॉक्टर

2015 सयाजी रत्न पुरस्कार बडोदा मॅनेजमेंट असोसिएशन, ऑनरिस कॉसा, एचईसी पॅरिस

2016 कमांडर ऑफ द लीजन ऑफ ऑनर गव्हर्नमेंट ऑफ फ्रान्स

2018 मानद डॉक्टरेट स्वानसी विद्यापीठ

2022 HSNC विद्यापीठाची मानद डॉक्टरेट

वैयक्तिक जीवन

2011 मध्ये, रतन टाटा म्हणाले, "मी चार वेळा लग्न करण्याच्या जवळ आलो आणि प्रत्येक वेळी मी भीतीने किंवा एका कारणाने मागे हटलो." रतन टाटा यांनी अलीकडेच सांगितले की, लॉस एंजेलिसमध्ये काम करत असताना त्यांचे एका मुलीवर प्रेम होते. त्याच्या कुटुंबातील सदस्य आजारी असल्याने त्याला भारतात परतावे लागले पण मुलीच्या पालकांनी तिला टाटासोबत भारतात येऊ दिले नाही. त्यामुळे टाटा त्यांच्या वचनबद्धतेवर ठाम राहिले आणि त्यांनी कधीही लग्न केले नाही.

लोकप्रिय संस्कृतीत

मेगा आयकॉन्स (2018-2020), नॅशनल जिओग्राफिक वरील प्रमुख भारतीय व्यक्तींबद्दलची भारतीय माहितीपट टेलिव्हिजन मालिका, रतन टाटा यांच्या योगदानासाठी एक भाग समर्पित करते. भारतीय अभिनेत्री सिमी गरेवालने होस्ट केलेला अनौपचारिक चॅट शो सिमी गरेवालसोबत तो रेन्डेवोझमध्येही दिसला आहे.

3

जेफ बेझोस

जेफ बेझोस

Top Richest People

जेफ्री प्रेस्टन बेझोस जन्म 12 जानेवारी 1964 एक अमेरिकन उद्योजक, मीडिया प्रोप्रायटर, गुंतवणूकदार, संगणक अभियंता आणि व्यावसायिक अंतराळवीर आहे. ते Amazon चे संस्थापक, कार्यकारी अध्यक्ष आणि माजी अध्यक्ष आणि CEO आहेत. ऑगस्ट 2022 पर्यंत US$159 बिलियनच्या निव्वळ संपत्तीसह, बेझोस जगातील दुसऱ्या क्रमांकाची सर्वात श्रीमंत व्यक्ती आहे आणि ब्लूमबर्गच्या अब्जाधीश निर्देशांक आणि फोर्ब्स या दोन्हीनुसार ते 2017 ते 2021 पर्यंत सर्वात श्रीमंत होते.

अल्बुकर्कमध्ये जन्मलेले आणि ह्यूस्टन आणि मियामीमध्ये वाढलेले, बेझोस यांनी 1986 मध्ये प्रिन्सटन विद्यापीठातून पदवी प्राप्त केली. त्यांनी इलेक्ट्रिकल अभियांत्रिकी आणि संगणक शास्त्रात पदवी प्राप्त केली आहे. 1986 ते 1994 च्या सुरुवातीपर्यंत त्यांनी वॉल स्ट्रीटवर विविध संबंधित क्षेत्रात काम केले. बेझोस यांनी 1994 च्या उत्तरार्धात न्यूयॉर्क शहर ते सिएटल या रस्त्यावरील प्रवासात Amazon ची स्थापना केली. कंपनीची सुरुवात ऑनलाइन बुकस्टोअर म्हणून झाली आणि त्यानंतर व्हिडीओ आणि ऑडिओ स्ट्रीमिंग, क्लाउड

कॉम्प्युटिंग आणि आर्टिफिशियल इंटेलिजन्ससह इतर विविध ई-कॉमर्स उत्पादने आणि सेवांमध्ये विस्तार झाला. ही सध्या जगातील सर्वात मोठी ऑनलाइन विक्री कंपनी आहे, कमाईनुसार सर्वात मोठी इंटरनेट कंपनी आहे आणि तिच्या Amazon वेब सेवा शाखेद्वारे आभासी सहाय्यक आणि क्लाउड इन्फ्रास्ट्रक्चर सेवा देणारी सर्वात मोठी कंपनी आहे.

बेझोस यांनी 2000 मध्ये एरोस्पेस निर्माता आणि सब-ऑर्बिटल स्पेसफ्लाइट सेवा कंपनी ब्लू ओरिजिनची स्थापना केली. ब्लू ओरिजिनचे न्यू शेपर्ड वाहन 2015 मध्ये अंतराळात पोहोचले आणि नंतर यशस्वीरित्या पृथ्वीवर परत आले. त्यांनी 2013 मध्ये वॉशिंग्टन पोस्ट हे प्रमुख अमेरिकन वृत्तपत्र 250 दशलक्ष डॉलर्समध्ये खरेदी केले आणि त्यांच्या उद्यम भांडवल फर्म, बेझोस एक्स्पिडिशन्सद्वारे इतर अनेक गुंतवणूक व्यवस्थापित केली. सप्टेंबर 2021 मध्ये, बेझोस यांनी Mail.ru चे संस्थापक युरी मिलनर यांच्यासोबत जैवतंत्रज्ञान कंपनी अल्टोस लॅब्सची सह-स्थापना केली.

फोर्ब्स संपत्ती निर्देशांकावरील पहिले शतकपती, बेझोस यांना "आधुनिक इतिहासातील सर्वात श्रीमंत व्यक्ती" असे नाव देण्यात आले कारण त्यांची एकूण संपत्ती जुलै 2018 मध्ये $150 अब्ज झाली. ऑगस्ट 2020 मध्ये, फोर्ब्सच्या मते, त्यांची एकूण संपत्ती $200 अब्जांपेक्षा जास्त होती. 2020 मध्ये कोविड-19 साथीच्या आजारादरम्यान, त्यांची संपत्ती अंदाजे $24 अब्जने वाढली. जुलै 2021 रोजी, बेझोस यांनी Amazon चे CEO आणि अध्यक्षपद सोडले आणि कार्यकारी अध्यक्षाच्या भूमिकेत बदल केले; अॅमेझॉनच्या क्लाउड कंप्युटिंग विभागाचे प्रमुख अॅंडी जॅसी, यांनी बेझोसची जागा Amazon चे CEO आणि अध्यक्ष म्हणून घेतली. 20 जुलै 2021 रोजी, त्याने त्याचा सावत्र भाऊ, मार्कसह अवकाशात उड्डाण केले. 66.5 मैल (107.0 किमी) च्या सर्वोच्च उंचीवर पोहोचून सबऑर्बिटल फ्लाइट 10 मिनिटांपेक्षा जास्त काळ चालली.

जेफ्री प्रेस्टन जॉर्गनसेन यांचा जन्म 12 जानेवारी 1964 रोजी अल्बुकर्क, न्यू मेक्सिको येथे झाला, तो जॅकलिन (née Gise) आणि थिओडोर जॉर्गनसेन यांचा मुलगा. जेफच्या जन्माच्या वेळी, त्याची आई 17 वर्षांची हायस्कूलची विद्यार्थिनी होती आणि त्याचे वडील 19 वर्षांचे होते. जॉर्गनसेनचा वंश डेन्मार्कचा होता आणि त्यांचा जन्म शिकागो येथे बाप्टिस्ट कुटुंबात झाला होता. आव्हानात्मक परिस्थिती असूनही हायस्कूल पूर्ण केल्यानंतर, जॅकलिनने जेफला लहानपणी सोबत आणताना रात्रीच्या शाळेत प्रवेश घेतला. जेफ दोन वर्षांचा असताना अल्बुकर्क, न्यू मेक्सिको येथील मॉन्टेसरी शाळेत शिकला. त्याच्या पालकांनी घटस्फोट घेतल्यानंतर, त्याच्या आईने एप्रिल 1968 मध्ये क्युबन स्थलांतरित मिग्युएल "माइक" बेझोसशी लग्न केले. लग्नानंतर लवकरच, माईकने चार वर्षांच्या जेफला दत्तक घेतले, ज्याचे आडनाव नंतर कायदेशीररित्या जॉर्गनसेनवरुन बेझोस असे बदलण्यात आले.

माईकने न्यू मेक्सिको विद्यापीठातून पदवी प्राप्त केल्यानंतर, कुटुंब ह्यूस्टन, टेक्सास येथे स्थलांतरित झाले, जेणेकरून तो एक्सॉनसाठी अभियंता म्हणून काम करू शकेल. जेफने ह्यूस्टनमधील रिव्हर ओक्स प्राथमिक शाळेत चौथी ते सहावी इयत्तेपर्यंत शिक्षण घेतले. जेफचे आजोबा लॉरेन्स प्रेस्टन गिसे हे अल्बुकर्क येथील यूएस अणुऊर्जा आयोगाचे (AEC) प्रादेशिक संचालक होते. लॉरेन्स लवकर निवृत्त झाला त्याच्या कुटुंबाच्या कुटूला, टेक्सास जवळच्या शेतात, जिथे जेफ त्याच्या तारुण्यात बरेच उन्हाळे घालवायचे. जेफ नंतर हे शेत विकत घेईल आणि 25,000 एकर (10,117 हेक्टर) वरून 300,000 एकर (121,406 हेक्टर) पर्यंत वाढवेल. जेफने वैज्ञानिक स्वारस्य आणि तांत्रिक प्रवीणता प्रदर्शित केली आणि एकदा त्याच्या लहान भावंडांना त्याच्या खोलीतून बाहेर ठेवण्यासाठी इलेक्ट्रिक अलार्म लावला. हे कुटुंब मियामी, फ्लोरिडा येथे गेले जेथे जेफने मियामी पाल्मेटो हायस्कूलमध्ये शिक्षण घेतले. जेफ हायस्कूलमध्ये असताना, त्याने मॅकडोनाल्डमध्ये ब्रेकफास्ट शिफ्ट दरम्यान शॉर्ट-ऑर्डर लाइन कुक म्हणून काम केले.

बेझोस फ्लोरिडा विद्यापीठातील विद्यार्थी विज्ञान प्रशिक्षण कार्यक्रमात सहभागी झाले होते. ते हायस्कूल व्हॅलेडिक्टोरियन, राष्ट्रीय गुणवत्ता विद्वान, आणि 1982 मध्ये सिल्व्हर नाइट पुरस्कार विजेते होते. आपल्या पदवीदान भाषणात, बेझोस यांनी श्रोत्यांना सांगितले की त्यांनी त्या दिवसाचे स्वप्न पाहिले जेव्हा मानवजाती अवकाशात वसाहत करेल. एका स्थानिक वृत्तपत्राने "पृथ्वीवरील सर्व लोकांना बाहेर काढणे आणि ते एका मोठ्या राष्ट्रीय उद्यानात बदललेले पाहण्याचा" हेतू उद्धृत केला. 1986 मध्ये, त्यांनी प्रिन्स्टन विद्यापीठातून 4.2 GPA आणि इलेक्ट्रिकल इंजिनिअरिंग आणि कॉम्प्युटर सायन्समध्ये बॅचलर ऑफ सायन्स इन इंजिनिअरिंग पदवी (BSE) सह सुमा कम लॉड पदवी प्राप्त केली; ते फी बीटा कप्पाचे सदस्य देखील होते. प्रिन्स्टनमध्ये असताना, बेझोस क्वाड्रँगल क्लबचे सदस्य होते, प्रिन्स्टनच्या खाण्याच्या क्लबपैकी एक होता. याव्यतिरिक्त, ते ताऊ बीटा पाईसाठी निवडून आले आणि स्टुडंट्स फॉर द एक्सप्लोरेशन अँड डेव्हलपमेंट ऑफ स्पेस (SEDS) च्या प्रिन्स्टन चॅप्टरचे अध्यक्ष होते.

व्यवसाय करिअर

करिअरची सुरुवात

बेझोस यांनी 1986 मध्ये महाविद्यालयातून पदवी प्राप्त केल्यानंतर, त्यांना इंटेल, बेल लॅब्स आणि अँडरसन कन्सल्टिंगमध्ये नोकरीची ऑफर देण्यात आली. त्यांनी प्रथम फिटेल या फिनटेक टेलिकम्युनिकेशन स्टार्ट-अपमध्ये काम केले, जिथे त्यांना आंतरराष्ट्रीय व्यापारासाठी नेटवर्क तयार करण्याचे काम देण्यात आले होते. त्यानंतर बेझोस यांना विकास प्रमुख आणि ग्राहक सेवा संचालक म्हणून पदोन्नती देण्यात आली. 1988 ते 1990 या कालावधीत बँकर्स ट्रस्टमध्ये उत्पादन व्यवस्थापक असताना त्यांनी बँकिंग उद्योगात प्रवेश केला. त्यानंतर 1990

मध्ये गणितीय मॉडेलिंगवर जोरदार भर देणाऱ्या DE शॉ अँड कंपनी या नव्याने स्थापन झालेल्या हेज फंडात सामील झाले आणि 1994 पर्यंत तेथे काम केले. बेझोस बनले. डीई शॉ हे वयाच्या ३० व्या वर्षी चौथे वरिष्ठ उपाध्यक्ष होते.

ॲमेझॉन

1993 च्या उत्तरार्धात, बेझोसने वाचले की इंटरनेट दरवर्षी 2300% दराने वाढत आहे आणि त्यांनी ऑनलाइन पुस्तकांचे दुकान स्थापन करण्याचा निर्णय घेतला. त्याने आणि त्याची तत्कालीन पत्नी मॅकेन्झी यांनी DE शॉ येथील नोकरी सोडली आणि 5 जुलै 1994 रोजी वॉशिंग्टनच्या बेलेव्ह्यू येथे भाड्याच्या गॅरेजमध्ये ॲमेझॉनची स्थापना केली आणि न्यूयॉर्क शहर ते सिएटल या क्रॉस-कंट्री ड्राईव्हवर व्यवसाय योजना लिहिल्यानंतर. बेझोस यांच्या नेतृत्वाखाली आणि स्कॉटने त्याच्या ऑपरेशनमध्ये अविभाज्य भूमिका घेतल्याने-चेक लिहिणे, पुस्तकांचा मागोवा ठेवणे आणि कंपनीच्या पहिल्या मालवाहतुकीच्या करारावर वाटाघाटी करणे- या गॅरेज चालवलेल्या ऑपरेशनचा पाया घातला गेला ज्यामुळे वेगाने वाढ झाली. सिएटलला स्थायिक होण्यापूर्वी, बेझोसने कर भरू नये म्हणून सॅन फ्रान्सिस्कोजवळील भारतीय आरक्षणात आपली कंपनी स्थापन करण्याची चौकशी केली होती. 50 बेझोसने सुरुवातीला आपल्या नवीन कंपनीचे नाव कॅडाब्रा ठेवले परंतु नंतर दक्षिण अमेरिकेतील ॲमेझॉन नदीच्या नावावरून त्याचे नाव बदलून ॲमेझॉन असे ठेवले, कारण नावाची सुरुवात अक्षर A ने होते, जे अक्षराच्या सुरुवातीला आहे. त्या वेळी, वेबसाइट सूची वर्णमालानुसार होती, त्यामुळे जेव्हा ग्राहक ऑनलाइन शोध घेतात तेव्हा "A" ने सुरू होणारे नाव लवकर दिसून येते. याशिवाय, त्यांनी "ॲमेझॉन" हे जगातील सर्वात मोठ्या नदीचे नाव मानले आणि ते जगातील सर्वात मोठे ऑनलाइन पुस्तकांचे दुकान बनेल अशी त्यांची अपेक्षा होती. त्याने त्याच्या पालकांकडून अंदाजे $300,000 स्वीकारले आणि Amazon मध्ये गुंतवणूक केली. त्यांनी अनेक सुरुवातीच्या गुंतवणूकदारांना चेतावणी दिली की ॲमेझॉन अयशस्वी होण्याची किंवा दिवाळखोरी होण्याची 70% शक्यता आहे. ॲमेझॉन हे मूळतः ऑनलाइन पुस्तकांचे दुकान असले तरी, बेझोसने नेहमीच इतर उत्पादनांमध्ये विस्तार करण्याची योजना आखली होती. बेझोसने ॲमेझॉनची स्थापना केल्यानंतर तीन वर्षांनी, त्यांनी प्रारंभिक सार्वजनिक ऑफर (IPO) सह सार्वजनिक केले. फॉर्च्यून आणि बॅरन्सच्या गंभीर अहवालांना प्रतिसाद म्हणून, बेझोस यांनी असे सांगितले की इंटरनेटची वाढ बॉर्डर्स आणि बार्न्स अँड नोबल सारख्या मोठ्या पुस्तक विक्रेत्यांकडील स्पर्धेला मागे टाकेल.

1998 मध्ये, बेझोसने संगीत आणि व्हिडिओच्या ऑनलाइन विक्रीमध्ये विविधता आणली आणि वर्षाच्या अखेरीस त्यांनी कंपनीच्या उत्पादनांचा विस्तार करून विविध प्रकारच्या ग्राहकोपयोगी वस्तूंचा समावेश केला. बेझोसने कंपनीच्या 1997 च्या इक्विटी ऑफर दरम्यान उभारलेल्या $54 दशलक्षाचा वापर लहान स्पर्धकांच्या आक्रमक अधिग्रहणासाठी वितपुरवठा करण्यासाठी केला. 2000 मध्ये, बेझोसने बँकांकडून $2 अब्ज कर्ज घेतले, कारण त्यांची रोकड शिल्लक फक्त $350 दशलक्ष झाली. 2002 मध्ये, बेझोस यांनी ॲमेझॉन वेब सर्व्हिसेस लाँच करण्यासाठी ॲमेझॉनचे नेतृत्व केले, ज्याने हवामान चॅनेल आणि वेबसाइट ट्रॅफिकमधून डेटा संकलित केला. 2002 च्या उत्तरार्धात, ॲमेझॉनकडून वेगाने होणारा खर्च, जेव्हा महसूल ठप्प झाला तेव्हा आर्थिक संकट निर्माण झाले. कंपनी जवळजवळ दिवाळखोर झाल्यानंतर, त्याने वितरण केंद्रे बंद केली आणि Amazon मधील 14% कर्मचारी कामावरून काढून टाकले. 57 2003 मध्ये, ॲमेझॉनने आर्थिक अस्थिरतेतून पुन्हा उभारी घेतली आणि $400 दशलक्ष नफा कमावला. पडताळणी अयशस्वी नोव्हेंबर 2007 मध्ये, बेझोसने Amazon Kindle लाँच केले. 2008 च्या टाईम प्रोफाईलनुसार, बेझोस हे असे उपकरण तयार करू इच्छित होते जे व्हिडिओ गेमच्या अनुभवाप्रमाणेच वाचनात "फ्लो स्टेट" देते. 2013 मध्ये, बेझोसने Amazon Web Services च्या वतीने सेंट्रल इंटेलिजेंस एजन्सी (CIA) सोबत $600 दशलक्ष करार केला. त्या वर्षाच्या ऑक्टोबरमध्ये, Amazon ला जगातील सर्वात मोठे ऑनलाइन शॉपिंग रिटेलर म्हणून ओळखले गेले.

2010 मध्ये बेझोस

मे 2016 मध्ये, बेझोसने कंपनीतील त्याच्या 10 लाख पेक्षा जास्त शेअर्स $671 दशलक्ष मध्ये विकले, जे त्याने त्याच्या काही Amazon स्टॉकची विक्री करून उभारलेली सर्वात मोठी रक्कम आहे. 4 ऑगस्ट 2016 रोजी, बेझोसने त्यांचे आणखी दशलक्ष शेअर $756.7 दशलक्षला विकले. एका वर्षानंतर, बेझोसने 130,000 नवीन कर्मचारी घेतले जेव्हा त्यांनी कंपनीच्या वितरण केंद्रांवर भरती वाढवली. 19 जानेवारी 2018 पर्यंत, त्याच्या Amazon स्टॉक होल्डिंग्सने $109 अब्ज डॉलर्सपेक्षा किंचित वाढ केली होती; काही महिन्यांनंतर त्याने इतर उद्योगांसाठी, विशेषतः, ब्लू ओरिजिनसाठी रोख रक्कम जमा करण्यासाठी स्टॉक विकण्यास सुरुवात केली. 29 जानेवारी 2018 रोजी, तो ॲमेझॉनच्या सुपर बाउल कमर्शियलमध्ये प्रदर्शित झाला. 1 फेब्रुवारी 2018 रोजी, Amazon ने $2 अब्जच्या तिमाही कमाईसह आतापर्यंतचा सर्वाधिक नफा नोंदवला. चीनमधील अलिबाबाच्या वाढीमुळे, बेझोसने अनेकदा ॲमेझॉनचा भारतात विस्तार करण्यात स्वारस्य व्यक्त केले आहे. 27 जुलै, 2017 रोजी, बेझोस क्षणार्धात मायक्रोसॉफ्टचे सह-संस्थापक बिल गेट्स यांच्यापेक्षा जगातील सर्वात श्रीमंत व्यक्ती बनले जेव्हा त्यांची अंदाजे निव्वळ संपत्ती $90 अब्ज पेक्षा जास्त झाली. त्याची संपत्ती 24 नोव्हेंबर 2017 रोजी प्रथमच $100 अब्जच्या पुढे गेली आणि 6 मार्च 2018 रोजी फोर्ब्सने $112 अब्ज डॉलर्सच्या संपत्तीसह त्याला औपचारिकपणे जगातील सर्वात श्रीमंत व्यक्ती म्हणून नियुक्त केले.

बेझोस यांना 14 जून 2016 रोजी जेम्स स्मिथसन द्विशताब्दी पदक ॲमेझॉनसोबत काम केल्याबद्दल मिळाले.

मार्च 2018 मध्ये, बेझोसने Amazon चे जागतिक वरिष्ठ उपाध्यक्ष अमित अग्रवाल यांना कंपनीच्या संपूर्ण पुरवठा साखळी मार्गावर स्थानिकीकरण करण्यासाठी $5.5 अब्ज देऊन भारतात पाठवले. महिन्याच्या उत्तरार्धात, अमेरिकेचे राष्ट्राध्यक्ष डोनाल्ड ट्रम्प यांनी ॲमेझॉन

आणि बेझोस यांच्यावर विशेषतः विक्री कर टाळणे, पोस्टल मार्गांचा गैरवापर आणि स्पर्धाविरोधी व्यवसाय पद्धतींचा आरोप केला. अध्यक्षांच्या नकारात्मक टिप्पण्यांना प्रतिसाद म्हणून ॲमेझॉनच्या शेअरची किंमत 9% कमी झाली; यामुळे बेझोसची वैयक्तिक संपत्ती $10.7 बिलियनने कमी झाली. काही आठवड्यांनंतर, स्टॅनफोर्ड युनिव्हर्सिटीच्या शैक्षणिक अहवालांनी असे सूचित केले की बेझोसने त्यांचे नुकसान भरून काढले जेव्हा ट्रम्प कोणत्याही अर्थपूर्ण मार्गाने Amazon चे नियमन करण्यासाठी फारसे काही करू शकत नाहीत. जुलै 2018 दरम्यान, यूएस काँग्रेसच्या अनेक सदस्यांनी बेझोस यांना ॲमेझॉनच्या फेस रेकग्निशन सॉफ्टवेअर, रेकग्निशनच्या ॲप्लिकेशन्सची तपशीलवार माहिती मागवली.

बेझोस यांनी 25 ऑक्टोबर 2017 रोजी लॉस एंजेलिस हवाई दलाच्या तळाला भेट दिली.

ॲमेझॉनच्या व्यवसाय पद्धतींवर टीका सप्टेंबर 2018 मध्ये चालू राहिली जेव्हा सिनेटचा सदस्य बर्नी सँडर्स यांनी झिरोइंग आउट सब्सिडीज (स्टॉप बेझोस) कायद्याद्वारे स्टॉप बॅड एम्प्लॉयर्सची ओळख करून दिली आणि ॲमेझॉनवर कॉर्पोरेट कल्याणाचा आरोप केला. यानंतर नॉन-प्रॉफिट ग्रुप न्यू फूड इकॉनॉमीने खुलासा केला ज्यामध्ये असे आढळून आले की ॲरिझोनामधील एक तृतीयांश ॲमेझॉन कामगार आणि पेनसिल्व्हेनिया आणि ओहायोमधील एक दशांश ॲमेझॉन कामगार फूड स्टॅम्पवर अवलंबून आहेत. विधेयक सादर करण्याच्या तयारीत असताना, सँडर्सने मत मांडले: "मंगळावर जाण्याचा किंवा चंद्रावर जाण्याचा प्रयत्न करण्याऐवजी, जेफ बेझोस आपल्या कामगारांना उदरनिर्वाहाचे वेतन कसे देतात?" त्यांनी नंतर म्हटले: "बेझोस सखोल भूमिका बजावू शकतात. जर त्याने आज सांगितले की, ॲमेझॉनमध्ये काम करणाऱ्या कोणालाही राहत्या वेतनापेक्षा कमी वेतन मिळणार नाही, तर तो अमेरिकेतील प्रत्येक कॉर्पोरेशनला संदेश देईल." सँडर्सच्या प्रयत्नांना ॲमेझॉनकडून प्रतिसाद मिळाला ज्याने त्यात निर्माण केलेल्या 130,000 नोकऱ्यांकडे लक्ष वेधले. 2017 आणि त्याच्या सरासरी पगारासाठी $28,446 च्या आकड्याला "भ्रामक" म्हटले कारण त्यात अर्धवेळ कामगारांचा समावेश होता. तथापि, सँडर्सने असा प्रतिवाद केला की त्यांच्या प्रस्तावाद्वारे लक्षित कंपन्यांनी लाभ दायित्वांपासून दूर राहण्यासाठी अर्धवेळ कामगारांवर अधिक लक्ष केंद्रित केले आहे. 2 ऑक्टोबर 2018 रोजी, बेझोस यांनी कंपनी-व्यापी वेतन वाढीची घोषणा केली, ज्याचे सँडर्सने कौतुक केले. ज्या अमेरिकन कामगारांना किमान वेतन दिले जात होते त्यांना ते प्रति तास $15 इतके वाढले होते, हा निर्णय $15 च्या लढ्याला पाठिंबा म्हणून अर्थ लावला होता.

फेब्रुवारी 2021 मध्ये, बेझोस यांनी घोषणा केली की 2021 च्या तिसऱ्या तिमाहीत ते Amazon चे CEO म्हणून आपल्या भूमिकेतून बाहेर पडून Amazon बोर्डाचे कार्यकारी अध्यक्ष बनतील. त्याच्या जागी सीईओ म्हणून अँडी जॅसी नियुक्त करतील. 2 फेब्रुवारी 2021 रोजी, बेझोसने सर्व Amazon कर्मचाऱ्यांना एक ईमेल पाठवला आणि त्यांना सांगितले की संक्रमणामुळे त्यांना "दिवस 1 निधी, बेझोस अर्थ फंडावर लक्ष केंद्रित करण्यासाठी त्याला आवश्यक असलेला वेळ आणि ऊर्जा मिळेल, ब्लू ओरिजिन, द वॉशिंग्टन पोस्ट, आणि त्याची इतर आवड."

अमेरिकेचे संरक्षण सचिव ॲश कार्टर यांनी बेझोस यांची 2016 मध्ये पेंटागॉन येथे भेट घेतली

सप्टेंबर 2000 मध्ये, बेझोस यांनी ब्लू ओरिजिन या मानवी स्पेसफ्लाइट स्टार्टअपची स्थापना केली. बेझोस यांनी दीर्घकाळ अंतराळ प्रवास आणि सूर्यमालेतील मानवी जीवनाच्या विकासामध्ये रस व्यक्त केला आहे. त्यांच्या 1982 च्या हायस्कूल व्हॅलेडिक्टोरियन वरिष्ठ पदवी भाषणाचा पाठपुरावा मियामी हेराल्डच्या मुलाखतीसह करण्यात आला ज्यामध्ये त्यांनी कक्षेत असलेल्या मानवांसाठी हॉटेल्स, मनोरंजन पार्क आणि वसाहती तयार आणि विकसित करण्यास स्वारस्य व्यक्त केले. 18 वर्षीय बेझोस यांनी सांगितले की त्यांना संसाधनांच्या क्षीणतेच्या माध्यमातून पृथ्वीला अतिवापरापासून वाचवायचे आहे. रॉब मेयरसन यांनी 2003 ते 2017 पर्यंत ब्लू ओरिजिनचे नेतृत्व केले आणि त्याचे पहिले अध्यक्ष म्हणून काम केले.

त्याच्या स्थापनेनंतर, ब्लू ओरिजिनने 2006 पर्यंत कमी प्रोफाइल राखले जेव्हा त्याने लॉन्च आणि चाचणी सुविधेसाठी वेस्ट टेक्सासमध्ये मोठ्या प्रमाणात जमीन खरेदी केली. 2000 च्या दशकाच्या उत्तरार्धात कंपनीने लोकांचे लक्ष वेधून घेतल्यानंतर, बेझोसने मानवांसाठी अंतराळ प्रवासाची किंमत कमी करण्यासोबतच पृथ्वीबाहेरील प्रवासाची सुरक्षितता वाढवण्यामध्येही रस दाखवला. सप्टेंबर 2011 मध्ये, कंपनीच्या मानवरहित प्रोटोटाइप वाहनांपैकी एक शॉर्ट-हॉप चाचणी उड्डाण दरम्यान क्रॅश झाला. जरी अपघात हा एक धक्का म्हणून पाहिला गेला असला तरी, वृत्त आउटलेट्सने स्पेसफ्लाइटच्या प्रगतीमध्ये कंपनी आपल्या स्थापनेपासून आजपर्यंत किती दूर गेली हे नमूद केले आहे. अपघातानंतर, बेझोस अंधश्रद्धेने त्याचे "भाग्यवान" टेक्सास काउबॉय बूट सर्व रॉकेट प्रक्षेपणासाठी परिधान करत आहेत. मे 2013 मध्ये, बेझोस यांनी व्हर्जिन गॅलेक्टिकचे अध्यक्ष रिचर्ड ब्रॅनसन यांच्याशी व्यावसायिक अवकाश उड्डाणाच्या संधी आणि धोरणांवर चर्चा करण्यासाठी भेट घेतली. 98 त्यांची तुलना ब्रॅनसन आणि इलॉन मस्क यांच्याशी केली जाते कारण तिघेही अब्जाधीश आहेत जे त्यांच्या व्यावसायिक हितसंबंधांमध्ये स्पेसफ्लाइटला प्राधान्य देतात.

2015 मध्ये, बेझोसने घोषणा केली की एक नवीन ऑर्बिटल प्रक्षेपण वाहन विकसित होत आहे आणि ते 2010 च्या उत्तरार्धात पहिले उड्डाण करेल. नंतर नोव्हेंबरमध्ये, ब्लू ओरिजिनचे न्यू शेपर्ड स्पेस व्हेइकल यशस्वीरित्या अंतराळात झेपावले आणि पश्चिम टेक्सासमधील प्रक्षेपण साइटवर उभ्या लँडिंगच्या अंमलबजावणीपूर्वी 329,839 फूट (100.5 किलोमीटर) नियोजित चाचणी उंचीवर पोहोचले. 2016 मध्ये, बेझोस यांनी निवडक पत्रकारांना त्यांच्या सुविधेला भेट देण्याची, फेरफटका मारण्याची आणि फोटो काढण्याची परवानगी दिली. व्यवसाय-संबंधित प्रदूषणाशी संबंधित नकारात्मक खर्च कमी करण्यासाठी त्यांनी आंतर-अंतराळ ऊर्जा आणि औद्योगिक उत्पादन वाढविण्याचे

वारंवार आवाहन केले आहे.

डिसेंबर 2017 मध्ये, न्यू शेपर्डने यशस्वीपणे उड्डाण केले आणि डमी प्रवाशांना उतरवले, त्याच्या मानवी अंतराळ प्रवासाच्या प्रारंभ तारखेत सुधारणा करून 2018 च्या उत्तरार्धात ढकलले. हा कार्यक्रम अंमलात आणण्यासाठी, ब्लू ओरिजिनने चाचणी आणि ऑपरेशन्सच्या सर्व टप्प्यांना समर्थन देण्यासाठी सहा वाहने तयार केली: प्रवासी नसलेली चाचणी उड्डाणे, चाचणी प्रवाशांसह उड्डाणे आणि व्यावसायिक-पॅसेंजर साप्ताहिक ऑपरेशन. 2016 पासून, बेझोसने सौरमालेची वसाहत करण्याच्या त्यांच्या आशांबद्दल अधिक मोकळेपणाने बोलले आहे आणि या प्रयत्नांना पाठिंबा देण्यासाठी ब्लू ओरिजिनचे भांडवल करण्यासाठी दरवर्षी Amazon स्टॉकमध्ये US$1 अब्ज विकले जात आहेत. मे 2018 मध्ये, बेझोस यांनी असे सांगितले की ब्लू ओरिजिनचे प्राथमिक उद्दिष्ट मानवी प्रजातीना बहु-ग्रह बनवून पृथ्वीवरील नैसर्गिक संसाधनांचे जतन करणे आहे. त्यांनी घोषणा केली की न्यू शेपर्ड नोव्हेंबर 2018 पर्यंत मानवांना उप-कक्षीय अवकाशात नेण्यास सुरुवात करेल. जुलै 2018 मध्ये, बेझोसने व्यावसायिक अंतराळ उड्डाण तिकिटांची किंमत प्रति व्यक्ती $200,000 ते $300,000 अशी जाहीर केली होती.

20 जुलै 2021 रोजी, त्याने त्याचा सावत्र भाऊ मार्क बेझोस, वॅली फंक आणि ऑलिव्हर डेमेन यांच्यासोबत NS-16 मिशन सुरू केले. रिचर्ड ब्रॅन्सनने ऑनबोर्ड द व्हर्जिन गॅलेक्टिक युनिटी 22 मिशन लॉंच केल्यानंतर नऊ दिवसांनी त्यांनी लॉंच केले.

वॉशिंग्टन पोस्ट

5 ऑगस्ट 2013 रोजी, बेझोसने त्याचा मित्र डॉन ग्रॅहमच्या सूचनेनुसार वॉशिंग्टन पोस्ट $250 दशलक्ष रोख मध्ये खरेदी करण्याची घोषणा केली. विक्री कार्यान्वित करण्यासाठी, त्यांनी मर्यादित दायित्व कंपनी नॅश होल्डिंग्सची स्थापना केली आणि एक होल्डिंग कंपनी म्हणून काम केले ज्याद्वारे ते वर्तमानपत्राचे मालक असतील. 1 ऑक्टोबर 2013 रोजी विक्री बंद झाली आणि नॅश होल्डिंग्सने नियंत्रण मिळवले. मार्च 2014 मध्ये, बेझोसने द वॉशिंग्टन पोस्ट येथे पहिला महत्त्वपूर्ण बदल केला आणि टेक्सास, हवाई आणि मिनेसोटा येथील अनेक यूएस स्थानिक वृत्तपत्रांच्या सदस्यांसाठी ऑनलाइन पेवॉल उठवला. जानेवारी 2016 मध्ये, बेझोस यांनी वृत्तपत्राचा डिजिटल मीडिया, मोबाइल प्लॅटफॉर्म आणि विश्लेषण सॉफ्टवेअरची पुनर्रचना करून मीडिया आणि तंत्रज्ञान कंपनी म्हणून नव्याने शोध लावला. मालकीच्या सुरुवातीच्या काळात, बेझोस यांच्यावर पेपरमध्ये हितसंबंधांचा संभाव्य संघर्ष असल्याचा आरोप ठेवण्यात आला होता. बेझोस आणि वृत्तपत्राच्या संपादकीय मंडळाने आरोप फेटाळून लावले की त्यांनी पेपरच्या सामग्रीवर अन्यायकारकपणे नियंत्रण ठेवले आणि बेझोसने पेपरचे स्वातंत्र्य राखले. 2016 मध्ये ऑनलाइन वाचकसंख्या वाढल्यानंतर, 2013 मध्ये बेझोसने खरेदी केल्यानंतर पेपर प्रथमच फायदेशीर ठरला.

बेझोस मोहिमा

बेझोस त्याच्या व्हेंचर कॅपिटल वाहन, बेझोस एक्स्पिडिशन्सद्वारे वैयक्तिक गुंतवणूक करतात. 1998 मध्ये जेव्हा त्यांनी $250,000 ची गुंतवणूक केली तेव्हा ते Google मधील पहिल्या भागधारकांपैकी एक होते. त्या $250,000 गुंतवणुकीमुळे 2017 मध्ये सुमारे $3.1 अब्ज किमतीचे Google स्टॉकचे 3.3 दशलक्ष शेअर झाले. त्यांनी युनिटी बायोटेक्नॉलॉजीमध्येही गुंतवणूक केली, जी वृद्धत्वाची प्रक्रिया मंद किंवा थांबवण्याच्या आशेने जीवन-विस्तार संशोधन संस्था आहे. बेझोस हे हेल्थकेअर क्षेत्रात गुंतलेले आहेत, ज्यात युनिटी बायोटेक्नॉलॉजी, ग्रेल, जुनो थेरप्युटिक्स आणि झोकडोकमधील गुंतवणूक समाविष्ट आहे. जानेवारी 2018 मध्ये, एका नवीन, अनामित हेल्थकेअर कंपनीमध्ये बेझोसच्या भूमिकेबद्दल एक घोषणा करण्यात आली. हा उपक्रम, ज्याला नंतर हेवन असे नाव देण्यात आले, ते Amazon, JPMorgan आणि Berkshire Hathaway मधील भागीदारी असण्याची अपेक्षा आहे.

बेझोस थेट देणग्या आणि बेझोस एक्स्पिडिशन्स द्वारे अनुदानित ना-नफा प्रकल्पांद्वारे परोपकारी प्रयत्नांना देखील समर्थन देतात. सिएटल म्युझियम ऑफ हिस्ट्री अँड इंडस्ट्री येथील इनोव्हेशन सेंटर आणि प्रिन्स्टन न्यूरोसायन्स इन्स्टिट्यूटमधील बेझोस सेंटर फॉर न्यूरल सर्किट डायनॉमिक्ससह अनेक परोपकारी प्रकल्पांना निधी देण्यासाठी बेझोसने बेझोस एक्स्पिडिशन्सचा वापर केला. 2013 मध्ये, बेझोस एक्स्पिडिशन्सने अटलांटिक महासागराच्या तळावरून दोन Saturn V पहिल्या टप्प्यातील रॉकेटडीन F-1 इंजिनच्या पुनर्प्राप्तीसाठी निधी दिला. ते जुलै 1969 पासून अपोलो 11 मिशनच्या S-1C स्टेजशी संबंधित असल्याचे सकारात्मकरित्या ओळखले गेले. इंजिन सध्या सिएटल म्युझियम ऑफ फ्लाइट येथे प्रदर्शनात आहेत.

अल्टोस लॅब

सप्टेंबर 2021 मध्ये, बेझोस यांनी Mail.ru चे संस्थापक युरी मिलनर यांच्यासोबत Altos Labs ची सह-स्थापना केली. अल्टोस लॅब्स ही दीर्घायुषी उपचारपद्धती विकसित करण्यासाठी सेल्युलर रीप्रोग्रामिंगचा उपयोग करण्यासाठी समर्पित उदारपणे निधी प्राप्त बायोटेक्नॉलॉजी कंपनी आहे. कंपनीने जुआन कार्लोस इझ्पिसुआ बेलमॉन्टे (पुनर्प्रोग्रामिंगद्वारे कायाकल्प कार्यासाठी ओळखले जाणारे), स्टीव्ह हॉर्वथ (एपिजेनेटिक वृद्धत्वाच्या घड्याळांमध्ये काम करण्यासाठी ओळखले जाणारे) आणि शिन्या यामानाका (सस्तन पेशींमध्ये सेल्युलर रीप्रोग्रामिंगचे नोबेल पारितोषिक विजेते शोधक) यांसारख्या प्रमुख शास्त्रज्ञांची नियुक्ती केली आहे.).

कंपनीने स्टेल्थ मोड सोडला आणि 19 जानेवारी 2022 रोजी लॉंच केला, ज्याचे प्रारंभिक भांडवल $3 अब्ज होते आणि हॅल बॅरॉन यांच्या नेतृत्वाखालील कार्यकारी टीम.

सार्वजनिक प्रतिमा

द न्यूयॉर्क टाइम्सच्या पत्रकार नेली बाउल्स यांनी बेझोसच्या सार्वजनिक व्यक्तिमत्त्वाचे आणि व्यक्तिमत्त्वाचे वर्णन "तेजस्वी परंतु रहस्यमय आणि थंड रक्ताचा कॉर्पोरेट टायटन" असे केले आहे. 134 1990 च्या दशकात, बेझोस यांनी अथकपणे ॲमेझॉनला पुढे ढकलण्यासाठी, अनेकदा सार्वजनिक धर्मादाय आणि सामाजिक कल्याणाच्या खर्चावर नावलौकिक मिळवला. पत्रकार मार्क ओ'कोनेल यांनी संपूर्ण मानवतेवर परिणाम करण्याच्या दृष्टीने बेझोसचे अथक ग्राहक लक्ष "अत्यंत लहान" असल्याची टीका केली, एक भावना तंत्रज्ञ टिम ओ'रेली यांनी सहमती दर्शविली. त्याच्या व्यवसाय पद्धतींनी त्याच्या स्वतःच्या संपत्तीसह आणि ॲमेझॉनची विवेकबुद्धी आणि पारदर्शकता यांची सार्वजनिक प्रतिमा प्रक्षेपित केली. बेझोस एक अब्जाधीश होते ज्यांनी 1996 ची होंडा एकॉर्ड चालवली होती. संपूर्ण 2000 च्या दशकाच्या सुरुवातीपर्यंत, तो गीकी किंवा मूर्ख असल्याचे समजले जात होते.

बेझोस यांना काहींनी अनावश्यकपणे परिमाणात्मक आणि डेटा-चालित म्हणून पाहिले होते. ही धारणा ॲलन ड्युशमन यांनी तपशीलवार मांडली होती, ज्यांनी त्याचे वर्णन "यादयांमध्ये बोलणे" आणि "त्याने घेतलेल्या प्रत्येक निर्णयासाठी, महत्त्वाच्या क्रमाने निकष गणना करणे " असे वर्णन केले आहे. सार्वजनिक लक्ष. विशेष म्हणजे, पत्रकार ब्रॅड स्टोनने एक पुस्तक लिहिले ज्यामध्ये बेझोस हे मागणी करणारा बॉस तसेच अति-स्पर्धात्मक म्हणून वर्णन केले होते, आणि बेझोस कदाचित इतर कोणापेक्षा "इंटरनेटवर सर्वात मोठा पैज लावतात" असे मत व्यक्त केले होते. बेझोस हे एक कुख्यात संधीसाधू सीईओ म्हणून ओळखले गेले आहेत जे अडथळे आणि बाह्य गोष्टींबद्दल फारशी काळजी न घेता कार्य करतात.

2010 च्या दशकाच्या सुरुवातीच्या काळात, बेझोसने आक्रमक व्यवसाय पद्धतींसाठी त्यांची प्रतिष्ठा मजबूत केली आणि त्यांची सार्वजनिक प्रतिमा बदलू लागली. बेझोस यांनी तयार केलेले कपडे घालण्यास सुरुवात केली; त्याने वजन प्रशिक्षित केले, नियमित आहाराचा पाठपुरावा केला आणि आपले पैसे मुक्तपणे खर्च करण्यास सुरुवात केली. त्याच्या भौतिक परिवर्तनाची तुलना ॲमेझॉनच्या परिवर्तनाशी केली गेली आहे; त्याला अनेकदा कंपनीचे उपनाम म्हणून संबोधले जाते. त्याच्या शारीरिक दिसण्याने व्यवसायात आणि लोकप्रिय संस्कृतीत प्रतीकात्मकदृष्ट्या प्रबळ व्यक्तिमत्व म्हणून त्याच्याबद्दल लोकांची समज वाढली, ज्यामध्ये त्याला एक उद्यमशील सुपरव्हिलन म्हणून विडंबन केले गेले आहे. 2017 पासून, त्याला काइल मूनी आणि स्टीव्ह कॅरेल यांनी सॅटर्डे नाईट लाइव्हमध्ये चित्रित केले आहे, सामान्यतः एक अधोरेखित, दबंग व्यक्तिमत्व म्हणून. उत्तम स्रोत आवश्यक मे 2014 मध्ये, आंतरराष्ट्रीय ट्रेड युनियन कॉन्फेडरेशनने बेझोस यांना "जगातील सर्वात वाईट बॉस" म्हणून घोषित केले. ", त्याचे सरचिटणीस शरण बुरो म्हणाले: "जेफ बेझोस उत्तर अमेरिकन कॉर्पोरेट मॉडेलचा प्रचार करणाऱ्या नियोक्त्यांच्या अमानुषतेचे प्रतिनिधित्व करतात", तर 2019 मध्ये, हार्वर्ड बिझनेस रिव्ह्यू, ज्याने बेझोसला 4 वर्षांसाठी सर्वोत्तम कामगिरी करणाऱ्या सीईओचा मान दिला. 2014 पासून सलग, Amazon च्या "तुलनेने कमी ESG (पर्यावरण, सामाजिक आणि प्रशासन) स्कोअर" चा हवाला देऊन त्याला शीर्ष 100 मध्ये देखील स्थान दिले नाही जे "कार्य परिस्थिती आणि रोजगार धोरणे, डेटा सुरक्षा आणि अविश्वास समस्यांमुळे निर्माण झालेल्या जोखमीचे प्रतिबिंबित करते. "

2010 च्या दशकाच्या उत्तरार्धात, बेझोस यांनी गैर-व्यवसाय-संबंधित खर्चावर पैसे खर्च करण्यास नाखूष असल्याबद्दल त्यांची प्रतिष्ठा उलटवली. इतर अब्जाधीशांच्या तुलनेत त्याच्या सापेक्ष परोपकाराच्या अभावामुळे 2016 पासून लोकांकडून नकारात्मक प्रतिसाद मिळाला आहे. 2015 मध्ये त्यांनी न्यूयॉर्क टाइम्सच्या एका भागाची निंदा करणाऱ्या कर्मचाऱ्यांना मेमो पाठवताना उदाहरण दिल्याप्रमाणे बेझोस गंभीर लेखांमध्ये केलेल्या दाव्यांची सार्वजनिकपणे स्पर्धा करण्यासाठी ओळखले जातात. 158

बेझोस यांनी त्यांच्या वाढीच्या मानसिकतेचे वर्णन करण्यासाठी "हा नेहमीच पहिला दिवस असतो" असे म्हटले आहे.

बेझोसने डीई शॉ येथे काम करताना आणि पुन्हा Amazon च्या सुरुवातीच्या काळात "रिग्रेट-मिनिमायझेशन फ्रेमवर्क" म्हणून ओळखले जाणारे वापरले. त्यांनी या जीवन तत्त्वज्ञानाचे असे वर्णन करून वर्णन केले: "जेव्हा मी 80 वर्षांचा असतो, तेव्हा मला वॉल स्ट्रीट सोडल्याचा पश्चाताप होईल का? नाही. मला इंटरनेटची सुरुवात गमावल्याबद्दल खेद वाटेल का? होय." , कंपनी चालवण्याच्या सर्व पैलूंचे प्रमाण ठरवण्याचा प्रयत्न करत, अनेकदा स्प्रेडशीटवर कर्मचाऱ्यांना सूचीबद्ध करणे आणि डेटावर कार्यकारी निर्णयांचा आधार घेणे असे त्याचे वैशिष्ट्य होते. ॲमेझॉनला पुढे ढकलण्यासाठी, बेझोसने "गेट बिग फास्ट" हा मंत्र विकसित केला, ज्यामुळे कंपनीला बाजारपेठेतील वर्चस्व निर्माण करण्यासाठी आपल्या ऑपरेशन्सचे प्रमाण वाढवण्याची गरज होती. त्यांनी लाभांशाच्या रूपात भागधारकांमध्ये वाटप करण्याऐवजी ॲमेझॉनचा नफा परत कंपनीकडे वळवण्यास अनुकूलता दर्शविली.

बेझोस अधिक मानक "कार्य-जीवन समतोल" ऐवजी "कार्य-जीवन समरसता" हा शब्द वापरतात कारण त्यांचा असा विश्वास आहे की समतोल म्हणजे तुमच्याकडे फक्त एक असू शकतो आणि दुसरा नाही. त्याचा असा विश्वास आहे की काम आणि घरगुती जीवन एकमेकांशी जोडलेले आहेत, एकमेकांना माहिती देतात आणि कॅलिब्रेट करतात. पत्रकार वॉल्ट मॉसबर्ग यांनी या कल्पनेला डब केले की जो कोणी टीका किंवा टीका सहन करू शकत नाही त्याने नवीन किंवा मनोरंजक काहीही करू नये "द बेझोस प्रिन्सिपल". बेझोस सकाळच्या बैठका शेड्यूल करत नाहीत आणि दोन-पिझ्झा नियम लागू करतात - बोर्ड रूममधील प्रत्येकाला दोन पिझ्झा खाऊ घालण्यासाठी मीटिंग्स इतक्या लहान असतात. ॲमेझॉनवर नोकरीसाठी उमेदवारांची मुलाखत घेताना त्याने सांगितले की तो तीन प्रश्नांचा विचार करतो: तो त्या व्यक्तीची प्रशंसा

करू शकतो का, ती व्यक्ती सामान्य दर्जा वाढवू शकते का आणि कोणत्या परिस्थितीत ती व्यक्ती अनुकरणीय होऊ शकते.

तो ॲमेझॉन गुंतवणूकदारांना वर्षातून केवळ सहा तास भेटतो. प्रेझेंटेशन स्लाइड्स वापरण्याऐवजी, बेझोसला उच्च-स्तरीय कर्मचाऱ्यांना सहा पृष्ठांच्या कथांसह माहिती सादर करण्याची आवश्यकता आहे. 1998 पासून, बेझोस ॲमेझॉन भागधारकांसाठी एक वार्षिक पत्र प्रकाशित करतात ज्यात ते वारंवार पाच तत्त्वांचा संदर्भ देतात: ग्राहकांवर लक्ष केंद्रित करणे, प्रतिस्पर्धी नसून बाजार नेतृत्वासाठी जोखीम घेणे, कर्मचाऱ्यांचे मनोबल वाढवणे, कंपनीची संस्कृती निर्माण करणे आणि लोकांना सक्षम करणे.बेझोसने jeff@amazon.com हा ईमेल पत्ता ग्राहकांना त्याच्याशी आणि कंपनीपर्यंत पोहोचण्यासाठी आउटलेट म्हणून सांभाळला आहे. जरी तो ईमेलला प्रतिसाद देत नसला तरी, तो त्यातील काही विषयांच्या ओळीत प्रश्नचिन्हासह समस्या सोडवण्याचा प्रयत्न करणाऱ्या कार्यकारी अधिकाऱ्यांकडे पाठवतो. बेझोस यांनी जेफ इम्मेट (न्यू एंटरप्राइझ असोसिएट्सचे), वॉरन बफे (बर्कशायर हॅथवेचे), जेमी डिमन (जेपी मॉर्गन चेसचे), आणि बॉब इगर (वॉल्ट डिस्नेचे) यांचा त्यांच्या नेतृत्व शैलीवर मोठा प्रभाव म्हणून उल्लेख केला आहे.

बेझोस ॲमेझॉनवर विरोधी वातावरण निर्माण करण्यासाठी तसेच त्यांच्या कर्मचाऱ्यांचा अपमान आणि शाब्दिक शिवीगाळ करण्यासाठी ओळखले जातात. पत्रकार ब्रॅड स्टोनने त्याच्या द एव्हरीथिंग स्टोअर या पुस्तकात खुलासा केल्याप्रमाणे, बेझोसने आपल्या कर्मचाऱ्यांना "मला माफ करा, मी आज माझ्या मूर्ख गोळ्या घेतल्या का?", "तुम्ही आळशी आहात की फक्त अक्षम आहात?" आणि "का आहेत" अशा प्रतिक्रिया दिल्या. तू माझे आयुष्य उध्वस्त करत आहेस?". याव्यतिरिक्त, बेझोसने ॲमेझॉन संघांना एकमेकांच्या विरोधात उभे केले आणि एकदा ॲमेझॉन कर्मचाऱ्यांना कार्यालय सोडण्यापासून परावृत्त करण्यासाठी त्यांना सिटी बस पास देण्यास नकार दिला.

ओळख

1999 मध्ये, बेझोस यांना त्यांचा पहिला मोठा पुरस्कार मिळाला जेव्हा टाइमने त्यांना वर्षातील व्यक्ती म्हणून घोषित केले.

2008 मध्ये, US News & World Report ने अमेरिकेतील सर्वोत्तम नेत्यांपैकी एक म्हणून त्यांची निवड केली होती.

बेझोस यांना 2008 मध्ये कार्नेगी मेलॉन विद्यापीठाकडून विज्ञान आणि तंत्रज्ञानात मानद डॉक्टरेट प्रदान करण्यात आली.

2011 मध्ये, द इकॉनॉमिस्टने बेझोस आणि ग्रेग झेहर यांना ॲमेझॉन किंडलसाठी इनोव्हेशन अवॉर्ड दिला.

2012 मध्ये, बेझोस यांना फॉर्च्यूनने वर्षातील सर्वोत्कृष्ट व्यावसायिक म्हणून घोषित केले.

ते बिल्डरबर्ग गुपचे सदस्य देखील आहेत आणि 2011 च्या सेंट मॉरिट्झ, स्वित्झर्लंड येथील बिल्डरबर्ग परिषदेत, आणि वॅटफोर्ड, हर्टफोर्डशायर, इंग्लंड येथे 2013 च्या परिषदेत सहभागी झाले होते. ते 2011 आणि 2012 साठी व्यवसाय परिषदेच्या कार्यकारी समितीचे सदस्य होते.

2014-2018, त्यांना हार्वर्ड बिझनेस रिव्ह्यू द्वारे जगातील सर्वोत्कृष्ट कामगिरी करणारे सीईओ म्हणून स्थान देण्यात आले.

2015 मध्ये त्यांनी फॉर्च्युनच्या जगातील 50 महान नेत्यांच्या यादीत सलग तीन वर्षे स्थान मिळवले आहे.

सप्टेंबर 2016 मध्ये, बेझोसला स्पेस कमर्शियलायझेशनमधील प्रगतीसाठी हेनलिन पारितोषिक जिंकल्याबद्दल $250,000 बक्षीस मिळाले, जे त्यांनी स्पेसच्या अन्वेषण आणि विकासासाठी विद्यार्थ्यांना दान केले. अधिक चांगल्या स्रोताची आवश्यकता

फेब्रुवारी 2018 मध्ये, बेझोस यांची "अंतराळ शोध, स्वायत्त प्रणाली आणि मानवी अंतराळ उड्डाणासाठी व्यावसायिक मार्ग तयार करण्यासाठी नेतृत्व आणि नावीन्य" यासाठी राष्ट्रीय अभियांत्रिकी अकादमीसाठी निवडण्यात आले.

मार्च 2018 मध्ये, एक्सप्लोरर्स क्लबच्या वार्षिक डिनरमध्ये, ब्लू ओरिजिनसह त्यांच्या कामाची दखल घेऊन त्यांना बझ अल्ड्रिन स्पेस एक्सप्लोरेशन अवॉर्डने सन्मानित करण्यात आले.

त्यांना व्यवसाय नवकल्पना आणि सामाजिक जबाबदारीसाठी जर्मनीचा 2018 चा एक्सेल स्प्रिंगर पुरस्कार मिळाला. टाइम मासिकाने 2008 आणि 2018 दरम्यान पाच वेगवेगळ्या प्रसंगी त्यांना जगातील 100 सर्वात प्रभावशाली व्यक्तींपैकी एक म्हणून नाव दिले.

ॲमेझॉनच्या प्रारंभिक सार्वजनिक ऑफरद्वारे (IPO) $54 दशलक्ष जमा केल्यानंतर बेझोस 1997 मध्ये प्रथम लक्षाधीश झाले. $10.1 अब्ज नोंदणीकृत निव्वळ संपत्तीसह 1999 मध्ये फोर्बसच्या जागतिक अब्जाधीशांच्या यादीत त्यांचा प्रथम समावेश करण्यात आला. एका वर्षानंतर त्यांची एकूण संपत्ती $6.1 अब्ज इतकी कमी झाली, 40.5% घसरली. पुढील वर्षी त्याची संपत्ती आणखीनच घसरली, 66.6% घसरून $2.0 अब्ज झाली. पुढील वर्षी त्याने $500 दशलक्ष गमावले, ज्यामुळे त्याची निव्वळ संपत्ती $1.5 अब्ज झाली. पुढील वर्षी, त्यांची एकूण संपत्ती 66.66% ने वाढून $2.5 अब्ज झाली. 2005 ते 2007 पर्यंत, त्यांनी त्यांची एकूण संपत्ती चौपट वाढवून $8.7 बिलियन झाली. आर्थिक संकट आणि त्यानंतरच्या आर्थिक मंदीनंतर, त्याची निव्वळ संपत्ती $6.8 अब्ज इतकी कमी होईल—एक 17.7% घसरण. 2010 मध्ये त्याच्या संपत्तीत 85.2% वाढ झाली आणि त्याच्याकडे $12.6 अब्ज होते. या टक्केवारीच्या वाढीमुळे ते ६८व्या क्रमांकावरून ४३व्या स्थानावर पोहोचले.

ॲमेझॉन स्मार्टफोन विकसित करत असल्याची अफवा पसरल्यानंतर, 2014 मध्ये बेझोसची एकूण संपत्ती $30.5 अब्ज झाली. एका वर्षानंतर, बेझोसने त्यांची एकूण संपत्ती $५०.३ अब्ज इतकी वाढवून पहिल्या दहामध्ये प्रवेश केला. बाजार बंद होण्याच्या काही तास आधी बेझोस जगातील 5 व्या सर्वात श्रीमंत व्यक्ती बनले; एका तासात त्याने $7 अब्ज कमावले. मार्च 2016 मध्ये फोर्बसच्या यादीची गणना

होईपर्यंत त्यांची एकूण संपत्ती $45.2 अब्ज इतकी नोंदवली गेली होती. तथापि, काही महिन्यांनंतर ऑक्टोबर 2016 मध्ये, त्यांची संपत्ती $16.2 अब्ज डॉलरसने वाढून $66.5 अब्ज झाली, अनौपचारिकरित्या ते वॉरन बफेच्या मागे जगातील तिसरे सर्वात श्रीमंत व्यक्ती बनले. ॲमेझॉनच्या शेअरच्या किमतीत तुरळक उडी मारल्यानंतर, जुलै 2017 मध्ये त्याने मायक्रोसॉफ्टचे सहसंस्थापक बिल गेट्स यांना जगातील सर्वात श्रीमंत व्यक्ती म्हणून थोडक्यात हटवले.

1999 ते 2018 पर्यंत जेफ बेझोसची निव्वळ संपत्ती फोर्ब्स मासिकाच्या अंदाजानुसार, नाममात्र यूएस डॉलरमध्ये. त्याची निव्वळ संपत्ती प्रत्येक वर्षी मार्चपर्यंत अब्जावधींमध्ये मोजली जाते.

ॲमेझॉनच्या शेअरच्या किमतीत चढ-उतार झाल्यानंतर ऑक्टोबर 2017 मध्ये बेझोस गेट्सला तुरळकपणे मागे टाकत राहतील. 202 ॲमेझॉनच्या शेअर्सच्या किमतीत 2.5% पेक्षा जास्त वाढ झाल्यानंतर 24 नोव्हेंबर 2017 रोजी त्याची एकूण संपत्ती प्रथमच $100 अब्जच्या पुढे गेली. जेव्हा 2017 ची यादी जारी करण्यात आली, तेव्हा बेझोसची एकूण संपत्ती $72.8 अब्ज इतकी नोंदवली गेली होती, जी मागील वर्षाच्या तुलनेत $27.6 अब्ज जोडून होती. बेझोस यांना 2016 मधील 5व्या स्थानावरून अधिकृतपणे जगातील तिसरे श्रीमंत व्यक्ती म्हणून स्थान देण्यात आले. 2016 ते 2017 या कालावधीत त्याच्या संपत्तीच्या जलद वाढीमुळे बेझोसने नियंत्रित, कमी वेळेत किती पैसे कमावले याबद्दल विविध प्रकारचे मूल्यांकन केले . 10 ऑक्टोबर 2017 रोजी, त्याने 5 मिनिटांत अंदाजे $6.24 अब्ज कमावले, जे किर्गिझस्तानच्या वार्षिक सकल देशांतर्गत उत्पादनापेक्षा किंचित कमी आहे.

6 मार्च 2018 रोजी, बेझोस यांना $112 अब्ज नोंदणीकृत निव्वळ संपत्तीसह जगातील सर्वात श्रीमंत व्यक्ती म्हणून नियुक्त करण्यात आले. त्यांनी बिल गेट्स ($90 अब्ज) यांना पराभूत केले जे वॉरन बफे ($84 बिलियन) च्या पुढे $6 अब्ज होते, तिसऱ्या क्रमांकावर होते. तो पहिला नोंदणीकृत सेंटी-अब्जपती (महागाईसाठी समायोजित केलेला नाही) मानला जातो.

2017-18 मध्ये त्यांची संपत्ती 2.7 दशलक्ष अमेरिकन लोकांच्या बरोबरीची होती. जानेवारी 2017 ते जानेवारी 2018 या कालावधीत बेझोसची एकूण संपत्ती $33.6 अब्जने वाढली. ही वाढ जगभरातील 96 पेक्षा जास्त देशांच्या आर्थिक विकासाला (जीडीपीच्या दृष्टीने) मागे टाकते. 9 मार्च दरम्यान, बेझोसने प्रत्येक 60 सेकंदाला $230,000 कमावले. द मोटली फूलचा अंदाज होता की जर बेझोसने 1997 मध्ये त्याच्या मूळ सार्वजनिक ऑफरमधून त्याचे कोणतेही शेअर्स विकले नसतील तर 2018 मध्ये त्यांची एकूण संपत्ती $181 अब्ज इतकी असेल. क्वार्टर्जच्या मते, जुलै 2018 मध्ये त्याची $150 बिलियनची निव्वळ संपत्ती नायजेरिया, हंगेरी, इजिप्त, लक्झेंबर्ग आणि इराणचे संपूर्ण शेअर बाजार खरेदी करण्यासाठी पुरेशी होती. क्वार्टर्जच्या अहवालानंतर, पोलंड, (जर्मनी) आणि स्पेनमधील ॲमेझॉन कामगारांनी त्यांच्या वाढत्या संपत्तीकडे आणि भरपाईची कमतरता, कामगार हक्क आणि निवडक ॲमेझॉन कामगारांच्या समाधानकारक कामाच्या परिस्थितीकडे लक्ष वेधण्यासाठी निदर्शने आणि कामगार संपात भाग घेतला. 17 जुलै 2018 रोजी, ब्लूमबर्ग बिलियनेअर्स इंडेक्स, फॉर्च्यून, 221 मार्केटवॉच, द वॉल स्ट्रीट जर्नल, आणि फोर्ब्स द्वारे त्यांना "आधुनिक इतिहासातील सर्वात श्रीमंत व्यक्ती" म्हणून नियुक्त केले गेले.

2019 मध्ये, बेझोस यांची पत्नी मॅकेन्झी बेझोस यांच्यापासून घटस्फोट घेतल्याने त्यांची संपत्ती कमी झाली. फोर्ब्सच्या म्हणण्यानुसार, वॉशिंग्टन राज्याचा समान कायदा त्यांच्या घटस्फोटासाठी विवाहपूर्व करारशिवाय लागू केला असता, तर बेझोसची संपत्ती त्याच्या माजी पत्नीसह समान रीतीने विभागली जाऊ शकली असती; तथापि, अखेरीस तिला बेझोसच्या ॲमेझॉन समभागांपैकी 25% मिळाले, अंदाजे $36 अब्ज मूल्य आहे, ज्यामुळे ती जगातील तिसरी सर्वात श्रीमंत महिला बनली आहे. बेझोस यांनी द वॉशिंग्टन पोस्ट आणि ब्लू ओरिजिनमध्ये त्यांची स्वारस्य कायम ठेवली, तसेच त्यांच्या माजी पत्नीकडून मिळालेल्या शेअर्सवर मतदान नियंत्रण होते.

जून 2019 मध्ये, बेझोसने मॅनहॅटनमधील मॅडिसन स्क्वेअर पार्ककडे दिसणारे तीन लगतचे अपार्टमेंट, पेन्टहाऊससह, एकूण US$80 दशलक्षमध्ये खरेदी केले, ज्यामुळे 2019 मधील न्यूयॉर्क शहरातील रिअल इस्टेटमधील ही सर्वात महागडी खरेदी बनली. बेझोस यांनी 1999 मध्ये मॅनहॅटनमधील 25 सेंट्रल पार्क वेस्ट येथे 7.65 दशलक्ष डॉलर्समध्ये तीन लगतचे अपार्टमेंट देखील खरेदी केले होते; त्यांनी 2012 मध्ये त्या इमारतीतील चौथे युनिट $5.3 दशलक्षमध्ये विकत घेतले होते.

फेब्रुवारी 2020 मध्ये, बेझोसने डेव्हिड गेफेनकडून वॉर्नर इस्टेट $165 दशलक्ष मध्ये खरेदी केली, लॉस एंजेलिस परिसरातील निवासस्थानासाठी दिलेली विक्रमी किंमत. चार्टवेल मॅन्शनसाठी लाचलान मर्डोक यांनी $150 दशलक्षची मागील विक्रमी उच्च किंमत दिली होती. कोविड-19 महामारीच्या काळात, ॲमेझॉनवरील लॉकडाउन शॉपिंगवर घरांच्या मागणीत वाढ झाल्यामुळे बेझोसच्या संपत्तीत $24 अब्जची वाढ झाल्याचे नोंदवले गेले. 11 त्याने फेब्रुवारी 2022 मध्ये त्याच्या निवासी होल्डिंगचा आणखी विस्तार केला, फ्लॅटिरॉन शेजारच्या मॅडिसन स्क्वेअर पार्कच्या पलीकडे असलेल्या 24 मजली बुटीक कॉन्डोमिनियममध्ये $16.13 दशलक्ष डॉलरचे अपार्टमेंट खरेदी केले, जिथे त्याच्याकडे आधीच वरच्या मजल्यावरील सर्व युनिट्स आहेत.

बेझोस हे Y721 चे मालक आहेत, लक्झरी सुपरयाटची किंमत $500,000,000 पेक्षा जास्त आहे. ही जगातील सर्वात मोठी नौका आहे.

वैयक्तिक जीवन

1992 मध्ये, बेझोस मॅनहॅटनमध्ये डीई शॉसाठी काम करत होते तेव्हा त्यांची भेट कादंबरीकार मॅकेन्झी टटल यांच्याशी झाली, जे फर्ममध्ये संशोधन सहकारी होते; एका वर्षानंतर या जोडप्याने लग्न केले. 1994 मध्ये, ते देशभरातून सिएटल, वॉशिंग्टन येथे गेले, जेथे

बेझोसने ॲमेझॉनची स्थापना केली. बेझोस आणि त्यांची आताची माजी पत्नी मॅकेन्झी हे चार मुलांचे पालक आहेत: तीन मुलगे आणि एक मुलगी चीनमधून दत्तक घेतली होती. बेझोस आणि मॅकेन्झी यांनी त्यांची धार्मिक स्थिती उघड केलेली नाही. सार्वजनिक नोंदी, कौटुंबिक इतिहास आणि चरित्रात्मक तपशील असे सूचित करतात की दोघेही ख्रिस्ती धर्माच्या कोणत्या ना कोणत्या स्वरुपात वाढले होते.

मार्च 2003 मध्ये, बेझोस हेलिकॉप्टरमधील प्रवासी होते जे ब्लू ओरिजिनसाठी खरेदी करण्यासाठी जमिनीचे सर्वेक्षण करत असताना पश्चिम टेक्सासमध्ये क्रॅश झाले; हेलिकॉप्टरमधील इतर 3 प्रवासी पायलट चार्ल्स "चीटर" बेला, ॲमेझॉन वकील एलिझाबेथ कोरेल आणि स्थानिक पशुपालक टाय हॉलंड होते. सर्व वाचले; बेझोस यांना फक्त किरकोळ दुखापत झाली आणि त्याच दिवशी त्यांना स्थानिक रुग्णालयातून सोडण्यात आले.

बेझोसने 2016 च्या स्टार ट्रेक बियॉन्ड या चित्रपटात स्टारफ्लीट अधिकाऱ्याची भूमिका साकारली आणि सॅन दिएगो कॉमिक-कॉन स्क्रीनिंगमध्ये कलाकार आणि क्रूमध्ये सामील झाले. त्याने अलेक्साच्या भूमिकेसाठी आणि उच्चार ओळखण्यात वैयक्तिक/व्यावसायिक स्वारस्य यासाठी पॅरामाउंटकडे लॉबिंग केले होते. त्याच्या एका ओळीत संकटात असलेल्या परक्याला दिलेला प्रतिसाद होता: "सामान्यपणे बोला." 2011 मध्ये त्यांचे तांत्रिक सल्लागार ग्रेग हार्ट यांच्यासमवेत अलेक्सा बनलेल्या प्रकल्पाच्या सुरुवातीच्या चर्चेत, बेझोसने त्यांना सांगितले की "स्टार ट्रेक संगणक" तयार करणे हे उद्दिष्ट आहे. स्टार ट्रेकमधील पात्र.

9 जानेवारी, 2019 रोजी, बेझोस आणि मॅकेन्झी यांनी "दीर्घ कालावधी" विभक्त राहिल्यानंतर घटस्फोट घेण्याचा त्यांचा हेतू ट्विटरवर जाहीर केला. नॉन-प्राथमिक स्रोत आवश्यक आहे 4 एप्रिल 2019 रोजी घटस्फोट झाला. बेझोसने जोडप्याच्या ॲमेझॉन स्टॉकपैकी 75% आणि मॅकेन्झीला उर्वरित 25% ($35.6 अब्ज) ॲमेझॉन स्टॉकमध्ये मिळवून दिले. तथापि, बेझोस या जोडप्याचे सर्व मतदान हक्क राखतील.

बेझोसने 7 फेब्रुवारी 2019 रोजी एक ऑनलाइन निबंध प्रकाशित केला, ज्यामध्ये त्यांनी अमेरिकन मीडिया, इंक.चे मालक डेव्हिड पेकर यांच्यावर बेझोस आणि सध्याची मैत्रीण लॉरेन सांचेझ 250 यांचे जिव्हाळ्याचे फोटो प्रकाशित करण्याची धमकी दिल्याबद्दल "खंडणी आणि ब्लॅकमेल" केल्याचा आरोप केला. त्याचे मजकूर संदेश आणि इतर फोटो नॅशनल एन्क्वायररला कसे लीक केले गेले याचा तपास.

राजकारण

सार्वजनिक मोहिमेच्या वित्तविषयक नोंदीनुसार, बेझोस यांनी वॉशिंगटनमधील दोन डेमोक्रॅटिक यूएस सिनेटर्स पॅटी मरे आणि मारिया कॅंटवेल यांच्या निवडणूक मोहिमांना पाठिंबा दिला. त्यांनी डेमोक्रॅट्सचे यूएस प्रतिनिधी जॉन कोनियर्स, तसेच पॅट्रिक लेही आणि रिपब्लिकन स्पेन्सर अब्राहम, इंटरनेट-संबंधित समस्यांवर काम करणाऱ्या समित्यांवर काम करणारे यूएस सिनेटर्सचे समर्थन केले आहे. जेफ बेझोस आणि मॅकेन्झी बेझोस यांनी समलैंगिक विवाह कायदेशीर होण्यास समर्थन दिले आहे आणि 2012 मध्ये वॉशिंगटन युनायटेड फॉर मॅरेजला $2.5 दशलक्ष योगदान दिले आहे, वॉशिंगटन सार्वमत 74 वर होय मताचे समर्थन करणारा गट, ज्याने राज्यात लागू केलेल्या समलिंगी विवाह कायद्याची पुष्टी केली. २५४ बेझोस यांनी 2010 मध्ये वॉशिंगटन राज्याच्या आयकर विरुद्धच्या चळवळीसाठी $100,000 दान "सर्वोच्च कमाई करणाऱ्यांसाठी" केले. 2012 मध्ये, त्यांनी Amazon च्या राजकीय कृती समितीला (PAC) देणगी दिली, ज्याने डेमोक्रॅट आणि रिपब्लिकन यांना अनुक्रमे $56,000 आणि $74,500 दिले.

2016 च्या अध्यक्षीय निवडणुकीनंतर, बेझोस यांना डोनाल्ड ट्रम्पच्या डिफेन्स इनोव्हेशन ॲडव्हायझरी बोर्डमध्ये सामील होण्यासाठी आमंत्रित करण्यात आले होते, संरक्षण विभागादवारे वापरण्यात येणारे तंत्रज्ञान सुधारण्यासाठी एक सल्लागार परिषद. ट्रम्प यांनी ट्विटरच्या माध्यमातून बेझोसवर वारंवार हल्ला केला आहे, बेझोसवर कॉर्पोरेट कर टाळल्याचा, अवाजवी राजकीय प्रभाव मिळवण्याचा आणि "फेक न्यूज" पसरवून त्यांचे अध्यक्षपद कमी केल्याचा आरोप केला आहे.

2014 मध्ये, Amazon ने CIA सोबत $600 दशलक्ष किमतीच्या क्लाउड कंप्युटिंग करारासाठी बोली जिंकली. 2018, जॉइंट एंटरप्राइज डिफेन्स इन्फ्रास्ट्रक्चर (जेईडीआय) प्रकल्प म्हणून ओळखला जाणारा $10 अब्ज करार, यावेळी पेंटागॉनसोबत, कथितरित्या ॲमेझॉनला अनुकूल अशा प्रकारे लिहिला गेला. जनरल जेम्स मॅटिस यांनी बेझोसचे मुख्यालय दौऱ्याचे आमंत्रण स्वीकारले आणि यापूर्वी ॲमेझॉनसाठी काम करणाऱ्या लॉबिस्ट सॅली डोनेली यांच्यामार्फत कराराचे समन्वय साधले तेव्हा यावर वाद निर्माण झाला. नोव्हेंबर 2019 मध्ये, जेव्हा त्याऐवजी मायक्रोसॉफ्टला कंत्राट देण्यात आले, तेव्हा ॲमेझॉनने बोली प्रक्रिया पक्षपाती असल्याचा आरोप करून खटला दाखल केला. 6 जुलै 2021 रोजी पेंटागॉनने मायक्रोसॉफ्टसोबतचा JEDI करार रद्द केला, असे नमूद करून की, "विकसित गरजा, वाढत्या क्लाउड संभाषणामुळे आणि उद्योगातील प्रगतीमुळे, JEDI क्लाउड करार यापुढे त्याच्या गरजा पूर्ण करत नाही." बेझोसचे समर्थन असूनही स्थलांतरितांसाठी खुल्या सीमा धोरण, ॲमेझॉनने यूएस इमिग्रेशन आणि कस्टम्स एन्फोर्समेंट (ICE) कडे चेहऱ्यावरील ओळखीचे सॉफ्टवेअर सक्रियपणे विपणन केले आहे.

2019 मध्ये, बेझोसशी जोडलेल्या राजकीय कृती समितीने सिएटल सिटी कौन्सिल सदस्य आणि कार्यकर्त्या क्षामा सावंत यांच्या पुनर्निवडणुकीच्या बोलीला पराभूत करण्याचा अयशस्वी प्रयत्न करण्यासाठी $1 दशलक्षपेक्षा जास्त खर्च केला.

22 नोव्हेंबर 2021 रोजी, जेफ बेझोस यांनी ओबामा फाउंडेशनला $100 दशलक्ष देणगी म्हणून "उभरत्या नेत्यांपर्यंत पोहोचणाऱ्या प्रोग्रामिंगची व्याप्ती वाढविण्यात मदत" केली आणि ओबामा प्रेसिडेंशियल सेंटरच्या प्लाझाला जॉन लुईस यांचे नाव देण्याची विनंती केली.

सौदी हॅकिंगचा दावा

मार्च 2018 मध्ये, बेझोस यांनी सौदी अरेबियाचे क्राउन प्रिन्स आणि वास्तविक शासक मोहम्मद बिन सलमान यांच्याशी सिएटलमध्ये भेट घेतली आणि सौदी व्हिजन 2030 साठी गुंतवणूकीच्या संधींवर चर्चा केली. मार्च 2019 मध्ये, बेझोसच्या सुरक्षा सल्लागाराने सौदी सरकारवर बेझोसचा फोन हॅक केल्याचा आरोप केला होता. बीबीसीच्या म्हणण्यानुसार, बेझोसचे उच्च सुरक्षा कर्मचारी, गेविन डी बेकर यांनी, "इस्तंबूलमधील सौदी वाणिज्य दूतावासात सौदी लेखक जमाल खशोग्गी यांच्या हत्येच्या वॉशिंग्टन पोस्टच्या कव्हरेजशी हॅकचा संबंध जोडला आहे". खशोग्गी, एक सौदी पत्रकार आणि असंतुष्ट बेझोस यांच्या मालकीच्या वॉशिंग्टन पोस्टमध्ये लेखक म्हणून कार्यरत होते. खशोग्गी यांची 2018 च्या उत्तरार्धात, तुर्कीच्या सौदी वाणिज्य दूतावासात सौदी सरकार आणि त्यांच्या नेत्याच्या विरोधात गंभीर भूमिका आणि पत्रकारितेसाठी हत्या करण्यात आली.

जानेवारी 2020 मध्ये, द गार्डियनने अहवाल दिला की हत्येपूर्वी हॅक सुरू करण्यात आला होता परंतु खशोग्गीने वॉशिंग्टन पोस्टमध्ये क्राउन प्रिन्सबद्दल टीकात्मक लिहिल्यानंतर. एफटीआय कन्सल्टिंग या सल्लागार कंपनीने केलेल्या बेझोसच्या मोबाईल फोनच्या फॉरेन्सिक विश्लेषणातून असे निष्कर्ष काढण्यात आले की, 1 मे रोजी युवराजाच्या वैयक्तिक खात्यातून बेझोस यांना व्हॉट्सअॅप संदेशात पाठवलेल्या व्हिडिओमध्ये लपविलेल्या दुर्भावनापूर्ण फाइलचा वापर करून हॅक केले गेले होते. , 2018. सौदी अरेबियाने हा दावा नाकारला आहे.

परोपकार

बेझोसने 2015 मध्ये अटलांटिक महासागराच्या तळातून हे F-1 इंजिनचे भाग पुनर्प्राप्त करण्यासाठी निधी दिला, अखेरीस ते सिएटल म्युझियम ऑफ फ्लाइटला दान केले. ते अपोलो 16 (वरील) आणि अपोलो 12 (खाली) मधील आहेत.

बेझोस यांनी 2009 ते 2017 दरम्यान फ्रेड हचिन्सन कॅन्सर रिसर्च सेंटरला अनेक वेळा देणगी दिली. 276 2013 मध्ये, त्याने वर्ल्डरीडरला $500,000 देण्याचे वचन दिले होते, एक ना-नफा अमेझॉनच्या एका माजी कर्मचाऱ्याने स्थापन केला होता.

सप्टेंबर 2018 मध्ये, बिझनेस इनसाइडरने अहवाल दिला की, बेझोस हे जगातील अव्वल पाच अब्जाधीशांपैकी एकमेव होते ज्यांनी गिव्हिंग प्लेजवर स्वाक्षरी केली नाही, हा उपक्रम बिल गेट्स आणि वॉरेन बफेट यांनी तयार केला आहे जो श्रीमंत लोकांना त्यांच्या संपत्तीचा मोठा हिस्सा देण्यास प्रोत्साहित करतो. त्याच महिन्यात, फाउंडेशन सेंटरमधील पारदर्शकता उपक्रमांच्या संचालक जेनेट कॅमरेना यांना CNBC द्वारे उद्धृत केले होते की त्यांनी बेझोसच्या नवीन § दिवस 1 फंडाविषयी प्रश्न आहेत, ज्यात निधीची रचना आणि निधी नेमका कसा दिला जाईल.

मे 2017 मध्ये, बेझोस यांनी पत्रकारांच्या स्वातंत्र्यासाठी पत्रकार समितीला $1 दशलक्ष दिले, जे अमेरिकन पत्रकारांसाठी योग्य कायदेशीर सेवा प्रदान करते. 15 जून, 2017 रोजी, त्यांनी ट्विटरवर परोपकारासाठी कल्पना विचारणारा एक संदेश पोस्ट केला: "मी परोपकाराच्या धोरणाचा विचार करत आहे जो मी माझा वेळ कसा घालवतो याच्या विरुद्ध आहे—दीर्घकालीन काम करणे". पोस्टच्या वेळी, धर्मादाय कारणांसाठी बेझोसचा आजीवन खर्च $100 दशलक्ष असण्याचा अंदाज होता. अनेक अभिप्राय स्तंभलेखकांनी बेझोस यांना अॅमेझॉन वेअरहाउस कामगारांना जास्त वेतन देण्यास सांगून प्रतिसाद दिला. एक वर्षानंतर जूनमध्ये, त्यांनी ट्विट केले की ते 2018 च्या उन्हाळ्याच्या अखेरीस दोन परोपकारी संस्थांची घोषणा करतील. बेझोस यांनी सप्टेंबर 2018 मध्ये घोषणा केली की ते अमेरिकन बेघरांना सामोरे जाण्यासाठी आणि कमी उत्पन्न असलेल्या समुदायांसाठी ना-नफा प्रीस्कूलचे नेटवर्क स्थापन करण्यासाठी सुमारे $2 अब्ज निधीचे वचन देतील. या घोषणेचा एक भाग म्हणून, त्यांनी "बेघर कुटुंबांसाठी रात्र निवारा आणि डे केअर सेंटर्स" आणि बालपणीच्या सुरुवातीच्या शिक्षणासाठी "दिवस 1 अकादमी निधी" यासाठी वित्तपुरवठा करण्यासाठी "दिवस 1 फॅमिली फंड" स्थापन करण्यास वचनबद्ध केले.

जानेवारी 2018 मध्ये, बेझोसने TheDream.US ला $33 दशलक्ष देणगी दिली, जो युनायटेड स्टेट्समध्ये अल्पवयीन म्हणून आणलेल्या कागदपत्र नसलेल्या स्थलांतरितांसाठी कॉलेज शिष्यवृत्ती निधी आहे. उत्तम स्त्रोत आवश्यक जून 2018 मध्ये, बेझोसने ब्रेकथ्रू एनर्जी व्हेंचर्सला देणगी दिली. बिल गेट्स यांनी स्थापन केलेल्या खाजगी परोपकारी निधीचा उद्देश उत्सर्जन-मुक्त ऊर्जेला चालना देण्याच्या उद्देशाने आहे. 288 सप्टेंबर 2018 मध्ये, बेझोस यांनी विथ ऑनर, राजकीय कार्यालयातील दिग्गजांची संख्या वाढवण्याचे काम करणारी एक पक्षपाती संस्था नसलेल्या संस्थेला $10 दशलक्ष देणगी दिली.

फेब्रुवारी 2020 मध्ये, बेझोसने बेझोस अर्थ फंडाद्वारे हवामान बदलाचा सामना करण्यासाठी $10 अब्ज देण्याचे वचन दिले. त्या वर्षाच्या उत्तरार्धात, नोव्हेंबरमध्ये, बेझोसने प्रस्थापित, सुप्रसिद्ध गटांना $791M देणगी जाहीर केली, प्रत्येकी $100M पर्यावरण संरक्षण निधी, नैसर्गिक संसाधन संरक्षण परिषद, निसर्ग संवर्धन, जागतिक संसाधन संस्था आणि जागतिक वन्यजीव निधी आणि उर्वरित इतर गटांमध्ये जातील. एप्रिल 2020 मध्ये, कोविड-19 महामारीच्या सुरुवातीच्या काळात, बेझोसने फीडिंग अमेरिकाच्या माध्यमातून फूड बँकांना $100 दशलक्ष देणगी दिली. नोव्हेंबर 2021 मध्ये, बेझोस यांनी 2021 च्या संयुक्त राष्ट्रांच्या हवामान बदल परिषदेत अन्न प्रणाली आणि निसर्ग

संवर्धनासाठी $2 अब्ज देणगी देण्याचे वचन दिले.

बेझोस अकादमी हा कमी उत्पन्न असलेल्या कुटुंबातील विद्यार्थ्यांसाठी शिकवण्या-मुक्त प्रीस्कूलचा एक गट आहे, जो बेझोसने तयार केला होता आणि जो मॉन्टेसरी पद्धतीप्रमाणेच चालतो.

4

एलोन मस्क

एलोन मस्क

Scan for Story Videos - www.itibook.com

एलोन रीव्ह मस्क एफआरएस जन्म 28 जून 1971हा एक व्यावसायिक आणि गुंतवणूकदार आहे. ते SpaceX चे संस्थापक, मुख्य कार्यकारी अधिकारी आणि मुख्य अभियंता आहेत; देवदूत गुंतवणूकदार, मुख्य कार्यकारी अधिकारी आणि टेस्ला, इंक.चे उत्पादन आर्किटेक्ट; बोरिंग कंपनीचे संस्थापक; आणि Neuralink आणि OpenAI चे सह-संस्थापक. 17 ऑगस्ट 2022 पर्यंत अंदाजे US$266 अब्ज डॉलरच्या निव्वळ संपत्तीसह, ब्लूमबर्ग अब्जाधीश निर्देशांक आणि फोर्ब्सच्या रिअल-टाइम अब्जाधीशांच्या यादीनुसार मस्क ही जगातील सर्वात श्रीमंत

व्यक्ती आहे.

मस्कचा जन्म प्रिटोरिया, दक्षिण आफ्रिकेत झाला, जिथे तो मोठा झाला. वयाच्या 17 व्या वर्षी कॅनडात जाण्यापूर्वी त्यांनी प्रिटोरिया विद्यापीठात थोडक्यात शिक्षण घेतले आणि कॅनडात जन्मलेल्या आईद्वारे नागरिकत्व मिळवले. दोन वर्षांनंतर, त्यांनी क्वीन्स विद्यापीठात मॅट्रिक केले आणि पेनसिल्व्हेनिया विद्यापीठात बदली केली, जिथे त्यांनी अर्थशास्त्र आणि भौतिकशास्त्रात पदवी प्राप्त केली. स्टॅनफोर्ड युनिव्हर्सिटीमध्ये जाण्यासाठी ते 1995 मध्ये कॅलिफोर्नियाला गेले परंतु त्यांनी त्यांचा भाऊ किंबल यांच्यासोबत वेब सॉफ्टवेअर कंपनी Zip2 सह-संस्थापक बनून व्यवसाय करिअर करण्याचा निर्णय घेतला. स्टार्टअप 1999 मध्ये 307 दशलक्ष डॉलर्समध्ये कॉम्पॅकने विकत घेतले. त्याच वर्षी, मस्कने ऑनलाइन बँक X.com सह-स्थापना केली, जी 2000 मध्ये कॉन्फिनिटीमध्ये विलीन होऊन PayPal तयार केली. eBay ने 2002 मध्ये $1.5 बिलियन मध्ये PayPal विकत घेतले.

2002 मध्ये, मस्कने SpaceX, एक एरोस्पेस निर्माता आणि अंतराळ वाहतूक सेवा कंपनीची स्थापना केली, ज्यापैकी ते CEO आणि मुख्य अभियंता म्हणून काम करतात. 2004 मध्ये, ते इलेक्ट्रिक वाहन उत्पादक Tesla Motors, Inc. (आता Tesla, Inc.) मध्ये सुरुवातीचे गुंतवणूकदार होते. 2008 मध्ये ते त्याचे अध्यक्ष आणि उत्पादन वास्तुविशारद झाले. 2006 मध्ये त्यांनी सोलारसिटी ही सौर ऊर्जा कंपनी तयार करण्यात मदत केली जी नंतर टेस्लाने विकत घेतली आणि टेस्ला एनर्जी बनली. 2015 मध्ये, त्यांनी ओपनएआय, अनुकूल कृत्रिम बुद्धिमत्ता (AI) ला प्रोत्साहन देणारी नानफा संशोधन कंपनी सह-स्थापना केली. 2016 मध्ये, त्यांनी मेंदू-संगणक इंटरफेस विकसित करण्यावर लक्ष केंद्रित करणारी न्यूरोटेक्नॉलॉजी कंपनी न्यूरालिंकची सह-स्थापना केली आणि बोरिंग कंपनी, एक बोगदा बांधकाम कंपनी स्थापन केली. त्याने 2022 मध्ये प्रमुख अमेरिकन सोशल नेटवर्किंग सेवा Twitter 44 अब्ज डॉलर्समध्ये विकत घेण्याचे मान्य केले, परंतु नंतर तो करार संपुष्टात आणत असल्याचे सांगितले; तो सध्या ट्विटरशी कायदेशीर लढाईत गुंतला आहे जो व्यवहार पूर्ण करण्याचा इरादा आहे. मस्कने हायपरलूप हाय-स्पीड व्हॅक्ट्रेन ट्रान्सपोर्टेशन सिस्टीमचा प्रस्ताव दिला आहे आणि ते मस्क फाऊंडेशनचे अध्यक्ष आहेत, जे वैज्ञानिक संशोधन आणि शिक्षणासाठी देणगी देतात.

अवैज्ञानिक आणि वादग्रस्त विधाने केल्याबद्दल मस्कवर टीका करण्यात आली आहे, जसे की COVID-19 साथीच्या रोगाबद्दल चुकीची माहिती पसरवणे. 2018 मध्ये, यूएस सिक्युरिटीज अँड एक्सचेंज कमिशनने (एसईसी) मस्कवर खोटे ट्विट केल्याबद्दल खटला भरला की त्याने टेस्लाच्या खाजगी अधिग्रहणासाठी निधी मिळवला होता; तो SEC सह सेटल झाला परंतु त्याने अपराध कबूल केला नाही आणि त्याने टेस्ला अध्यक्षपदावरून तात्पुरते पायउतार झाला. 2019 मध्ये, थाम लुआंग गुहेच्या बचावासाठी सल्ला देणाऱ्या ब्रिटीश गुहाने त्याच्याविरुद्ध आणलेला मानहानीचा खटला त्याने जिंकला.

एलोन रीव्ह मस्क यांचा जन्म 28 जून 1971 रोजी प्रिटोरिया, दक्षिण आफ्रिकेतील राजधानी शहरांपैकी एक, येथे झाला होता आणि एंग्लिकन चर्चमध्ये त्यांचा बाप्तिस्मा झाला होता. मस्क ब्रिटिश आणि पेनसिल्व्हेनिया डच वंश आहे. त्याची आई माये मस्क (née Haldeman) आहे, एक मॉडेल आणि आहारतज्ज्ञ सास्काचेवान, कॅनडात जन्मलेली आणि दक्षिण आफ्रिकेत वाढलेली. त्याचे वडील एरॉल मस्क हे दक्षिण आफ्रिकेचे इलेक्ट्रोमेकॅनिकल इंजिनीअर, पायलट, खलाशी, सल्लागार आणि मालमत्ता विकासक आहेत जे टांगानिका सरोवराजवळील झांबियन पन्ना खाणीचे अर्ध मालक होते. मस्कला एक धाकटा भाऊ किंबल (जन्म १९७२) आणि एक धाकटी बहीण टोस्का (जन्म १९७४) आहे.

मस्क कुटुंब त्यांच्या तारुण्यात श्रीमंत होते. त्यांचे वडील वर्णभेद विरोधी प्रोग्रेसिव्ह पार्टीचे प्रतिनिधी म्हणून प्रिटोरिया सिटी कौन्सिलमध्ये निवडून आले होते, त्यांच्या मुलांनी त्यांच्या वडिलांना वर्णभेदाची नापसंती दर्शवली होती. त्याचे आजोबा, जोशुआ हॅल्डमन, अमेरिकेत जन्मलेले एक साहसी कॅनेडियन होते ज्यांनी आपल्या कुटुंबाला सिंगल-इंजिन बेलान्का विमानात आफ्रिका आणि ऑस्ट्रेलियाला विक्रमी प्रवासात नेले.1980 मध्ये त्याच्या पालकांचा घटस्फोट झाल्यानंतर, मस्क बहुतेक त्याच्या वडिलांसोबत राहत होता. मस्कला नंतर त्याच्या निर्णयाबद्दल पश्चाताप झाला कारण तो त्याच्या वडिलांपासून दुरावला आहे. त्याला एक सावत्र बहीण आणि सावत्र भाऊ आहे.

त्याच्या चरित्रात, अॅश्ली व्हॅन्सने मस्कचे वर्णन एक विचित्र आणि अंतर्मुख बालक म्हणून केले आहे. 24 मस्क 10 वर्षांचा असताना, त्याला संगणकीय आणि व्हिडिओ गेममध्ये रस निर्माण झाला, म्हणून त्याने कमोडोर VIC-20 25 आणले आणि स्वतःला वापरकर्ता मॅन्युअलमधून प्रोग्रामिंग शिकवले. वयाच्या 12 व्या वर्षी, त्याने त्याचा BASIC-आधारित गेम Blastar पीसी आणि ऑफिस टेक्नॉलॉजी मासिकाला अंदाजे $500 मध्ये विकला. 26 27

शिक्षण

शाळेची एक सुशोभित इमारत

मस्कने दक्षिण आफ्रिकेतील प्रिटोरिया बॉईज हायस्कूलमधून पदवी प्राप्त केली.

त्यांनी वॉटरक्लूफ हाउस प्रिपरेटरी स्कूल, ब्रायनस्टन हायस्कूलमध्ये शिक्षण घेतले आणि प्रिटोरिया बॉईज हायस्कूलमधून पदवी प्राप्त केली. 28 अशा प्रकारे युनायटेड स्टेट्समध्ये स्थलांतरित करणे सोपे होईल हे जाणून मस्कने कॅनेडियन-जन्मलेल्या आई 29 30 मार्फत कॅनेडियन पासपोर्टसाठी अर्ज केला. 31 कागदपत्रांच्या प्रतीक्षेत असताना, त्याने प्रिटोरिया विद्यापीठात पाच महिने शिक्षण घेतले; यामुळे

त्याला दक्षिण आफ्रिकन संरक्षण दलात अनिवार्य सेवा टाळता आली. 32

मस्क जून 1989 मध्ये कॅनडामध्ये आला आणि सस्कॅचेवानमध्ये दुसऱ्या चुलत भावासोबत एक वर्ष राहिला, 33 शेत आणि लाकूड-चक्की येथे विचित्र नोकऱ्या करत. 34 1990 मध्ये त्यांनी किंग्स्टन, ऑटारियो येथील क्वीन्स विद्यापीठात प्रवेश घेतला. 35 36 दोन वर्षांनंतर, त्यांनी पेनसिल्व्हेनिया विद्यापीठात बदली केली, जिथे त्यांनी 1995 मध्ये व्हार्टन स्कूलमधून भौतिकशास्त्रातील बॅचलर ऑफ आर्ट्स पदवी आणि अर्थशास्त्रातील बॅचलर ऑफ सायन्स पदवीसाठी अभ्यास पूर्ण केला. 37 38 स्पष्टीकरण आवश्यक

1994 मध्ये, मस्कने सिलिकॉन व्हॅलीमध्ये दोन इंटरनशिप घेतल्या: एक ऊर्जा स्टोरेज स्टार्टअप पिनॅकल रिसर्च इन्स्टिट्यूटमध्ये आहे, ज्याने ऊर्जा स्टोरेजसाठी इलेक्ट्रोलाइटिक अल्ट्राकॅपॅसिटरची तपासणी केली आणि दुसरी पालो अल्टो-आधारित स्टार्टअप रॉकेट सायन्स गेम्समध्ये आहे. 39 1995 मध्ये, त्यांना स्टॅनफोर्ड युनिव्हर्सिटीच्या मटेरियल सायन्समधील डॉक्टर ऑफ फिलॉसॉफी (पीएच.डी.) कार्यक्रमासाठी स्वीकारण्यात आले. 40 तथापि, मस्कने त्याऐवजी इंटरनेट बूममध्ये सामील होण्याचा निर्णय घेतला 41 आणि नेटस्केपमध्ये नोकरीसाठी अर्ज केला, त्याला कधीही प्रतिसाद मिळाला नाही. 29

व्यवसाय करिअर

झिप2

मुख्य लेख: Zip2

बाह्य व्हिडिओ

व्हिडिओ आयकॉन मस्क युट्यूबवर यूएससी मधील 2014 च्या सुरुवातीच्या भाषणादरम्यान त्याच्या सुरुवातीच्या व्यवसायाच्या अनुभवाबद्दल बोलतो

नंतर 1995 मध्ये, मस्क, त्याचा भाऊ किंबल आणि ग्रेग कौरी यांनी मस्कच्या वडिलांकडून निधी उधार घेतला आणि Zip2 ची स्थापना केली. 22 कंपनीने नकाशे, दिशानिर्देश, पिवळ्या पृष्ठांसह इंटरनेट शहर मार्गदर्शक विकसित केले आणि वर्तमानपत्रांमध्ये त्याचे विपणन केले. 42 त्यांनी पालो अल्टो येथील एका छोट्या भाड्याने घेतलेल्या कार्यालयात काम केले, 43 मस्क दररोज रात्री वेबसाइट कोड करत होते. 43 अखेरीस, Zip2 ने न्यू यॉर्क टाईम्स आणि शिकागो ट्रिब्यून यांच्याशी करार केला. 44 अविश्वसनीय स्रोत? बंधूंनी संचालक मंडळाला सिटीसर्चमध्ये विलीनीकरण सोडून देण्यास राजी केले, 45 तथापि, मस्कचे स्वतः सीईओ बनण्याचे प्रयत्न हाणून पाडले गेले. ४६ कॉर्पकने फेब्रुवारी 1999 मध्ये $307 दशलक्ष रोख स्वरूपात Zip2 विकत घेतले, 47 48 आणि मस्कला त्याच्या 7-टक्के शेअरसाठी $22 दशलक्ष मिळाले. 49

X.com आणि PayPal

मुख्य लेख: X.com, PayPal आणि PayPal Mafia

नंतर 1999 मध्ये, मस्कने X.com या ऑनलाइन वित्तीय सेवा आणि ई-मेल पेमेंट कंपनीची सह-स्थापना केली. 50 X.com ही प्रथम फेडरली विमा उतरवलेल्या ऑनलाइन बँकांपैकी एक होती आणि 200,000 पेक्षा जास्त ग्राहक तिच्या ऑपरेशनच्या सुरुवातीच्या महिन्यांनंतर सामील झाले. 51 मस्कने कंपनीची स्थापना केली असली तरी, गुंतवणूकदारांनी त्याला अननुभवी मानले आणि वर्षाच्या अखेरीस इंट्युटचे मुख्य कार्यकारी अधिकारी बिल हॅरिस यांच्या जागी नियुक्त केले. 52

2000 मध्ये, स्पर्धा टाळण्यासाठी X.com ने ऑनलाइन बँक कॉन्फिनिटीमध्ये विलीन केले 43 52 53 कारण कॉन्फिनिटीची मनी ट्रान्सफर सेवा पेपल X.com च्या सेवेपेक्षा अधिक लोकप्रिय होती. 54 त्यानंतर मस्क विलीन झालेल्या कंपनीचे सीईओ म्हणून परत आले. युनिक्स-आधारित सॉफ्टवेअरपेक्षा त्याच्या मायक्रोसॉफ्टला प्राधान्य दिल्याने कंपनीच्या कर्मचाऱ्यांमध्ये मतभेद निर्माण झाले आणि कॉन्फिनिटीचे संस्थापक पीटर थिएल यांनी राजीनामा दिला. 55 तांत्रिक समस्या आणि एकसंध व्यवसाय मॉडेलचा अभाव या व्यतिरिक्त, बोर्डाने मस्कची हकालपट्टी केली आणि सप्टेंबर 2000 मध्ये त्यांच्या जागी थिएलची नियुक्ती केली. 2001. 58 59

पुढच्या वर्षी, PayPal ला eBay द्वारे $1.5 बिलियन स्टॉकमध्ये विकत घेतले गेले, ज्यापैकी मस्क-11.72% शेअर्स असलेले सर्वात मोठे शेअरहोल्डर-$175.8 दशलक्ष प्राप्त झाले. 60 61 दीड दशकांहून अधिक काळानंतर, मस्कने त्याच्या वैयक्तिक भावनिक मूल्यामुळे 2017 मध्ये PayPal कडून X.com डोमेन खरेदी केले. 62 63

SpaceX

मुख्य लेख: SpaceX

मस्क स्पेसएक्स ड्रॅगन कॅप्सूलच्या आधी नासा प्रशासक चार्ल्स बोल्डनशी हस्तांदोलन करत आहे

2012 च्या यशस्वी मोहिमेनंतर NASA प्रशासक चार्ल्स बोल्डन यांनी SpaceX ड्रॅगनसमोर मस्कचे अभिनंदन केले

2001 च्या सुरुवातीस, मस्क नानफा मार्स सोसायटीमध्ये सामील झाले आणि मंगळावर वनस्पतींसाठी ग्रोथ-चेंबर ठेवण्यासाठी निधी देण्याच्या योजनांवर चर्चा केली. 64 त्याच वर्षी ऑक्टोबरमध्ये, त्यांनी जिम कॅन्ट्रेल आणि एडीओ रेसी यांच्यासोबत मॉस्कोला नूतनीकृत इंटरकॉन्टिनेन्टल बॅलिस्टिक क्षेपणास्त्रे (ICBMs) खरेदी करण्यासाठी प्रवास केला जे ग्रीनहाऊस पेलोइस अंतराळात पाठवू शकतात. त्यांनी

एनपीओ लावोचकिन आणि कोस्मोट्रास या कंपन्यांशी भेट घेतली; तथापि, मस्कला नवशिक्या म्हणून पाहिले गेले 65 आणि हा गट रिकाम्या हाताने युनायटेड स्टेट्सला परतला. फेब्रुवारी 2002 मध्ये, तीन ICBM शोधण्यासाठी गट माईक ग्रिफिन (इन-क्यू-टेलचे अध्यक्ष) सोबत रशियाला परतला. त्यांची कॉस्मोट्रासशी आणखी एक बैठक झाली आणि त्यांना 8 दशलक्ष डॉलर्ससाठी एक रॉकेट ऑफर करण्यात आले, जे मस्कने नाकारले. त्याऐवजी त्यांनी स्वस्त रॉकेट तयार करू शकणारी कंपनी सुरू करण्याचा निर्णय घेतला. 65 त्याच्या सुरुवातीच्या $100 दशलक्ष संपत्तीसह, 66 मस्कने मे 2002 मध्ये SpaceX ची स्थापना केली आणि कंपनीचे CEO आणि मुख्य अभियंता बनले. 67 68

SpaceX ने 2006 मध्ये फाल्कन 1 रॉकेटचे पहिले प्रक्षेपण करण्याचा प्रयत्न केला. 69 जरी रॉकेट पृथ्वीच्या कक्षेत पोहोचण्यात अयशस्वी ठरला, तरी त्याला त्या वर्षाच्या उत्तरार्धात नासा प्रशासक (आणि स्पेसएक्सचे माजी सल्लागार 70) माईक ग्रिफिन यांच्याकडून कमर्शियल ऑर्बिटल ट्रान्सपोर्टेशन सर्व्हिसेस प्रोग्राम करार देण्यात आला. 71 72 आणखी दोन अयशस्वी प्रयत्नांनंतर, ज्यामुळे मस्क आणि त्याच्या कंपन्या जवळजवळ दिवाळखोर झाल्या, 69 SpaceX 2008 मध्ये फाल्कन 1 कक्षेत प्रक्षेपित करण्यात यशस्वी झाले. 73 त्या वर्षाच्या उत्तरार्धात, SpaceX ला NASA कडून त्याच्या Falcon 9 रॉकेट आणि ड्रॅगन स्पेसक्राफ्टच्या 12 उड्डाणांसाठी 2011 च्या निवृत्तीनंतर स्पेस शटलची जागा घेऊन आंतरराष्ट्रीय अंतराळ स्थानकासाठी $1.6 बिलियन व्यावसायिक पुनर्पुरवठा सेवा कार्यक्रम करार प्राप्त झाला. 74 2012 मध्ये, ड्रॅगन वाहन ISS सोबत आले, जे खाजगी उद्योगासाठी पहिले होते. 75 मस्कने नासा पुरस्काराचे श्रेय दिले, कंपनी वाचवल्याबद्दल माईक ग्रिफिनने नासा प्रशासक म्हणून केलेल्या शेवटच्या कृतींपैकी एक आहे. 76

सूट परिधान केलेल्या कस्तुरीकडे स्टारशिपचे मेटल मॉडेल आहे

2019 मध्ये NORAD आणि AFSPC सह स्टारशिपवर चर्चा करताना मस्क

पुन्हा वापरता येण्याजोग्या रॉकेटच्या उद्दिष्टाच्या दिशेने काम करताना, 2015 मध्ये SpaceX ने फाल्कन 9 चा पहिला टप्पा अंतर्देशीय प्लॅटफॉर्मवर यशस्वीरित्या उतरवला. 77 नंतर लँडिंग स्वायत्त स्पेसपोर्ट ड्रोन जहाजांवर केले गेले, एक महासागर-आधारित पुनर्प्राप्ती मंच. 78 2018 मध्ये, SpaceX ने Falcon Heavy लाँच केले; उद्घाटन मिशनमध्ये मस्कचे वैयक्तिक टेस्ला रोडस्टर डमी पेलोड म्हणून होते. 79 80 2019 पासून, 81 SpaceX स्टारशिप विकसित करत आहे, एक पूर्ण-पुन्हा वापरता येण्याजोगा, सुपर-हेवी-लिफ्ट लॉन्च व्हेईकल ज्याचा हेतू फाल्कन 9 आणि हेवीची जागा घेण्याचा आहे. 82 2020 मध्ये, SpaceX ने आपले पहिले क्रू फ्लाइट, डेमो-2 लाँच केले, जे अंतराळवीरांना कक्षेत ठेवणारी आणि ISS सोबत क्रूड स्पेसक्राफ्ट डॉक करणारी पहिली खाजगी कंपनी बनली. 83

SpaceX ने 2015 मध्ये उपग्रह इंटरनेट ऍक्सेस प्रदान करण्यासाठी स्टार्लिंक नक्षत्राचा विकास सुरू केला, जे फेब्रुवारी 2018 मध्ये पहिले दोन प्रोटोटाइप उपग्रह प्रक्षेपित केले गेले. नक्षत्र मे 2019 मध्ये घडले, जेव्हा पहिले 60 कार्यरत उपग्रह प्रक्षेपित केले गेले. 85 नक्षत्राची रचना, बांधणी आणि उपयोजित करण्यासाठी दशकभर चाललेल्या प्रकल्पाची एकूण किंमत SpaceX द्वारे अंदाजे $10 अब्ज इतकी आहे. 86 c आंतरराष्ट्रीय खगोलशास्त्रीय संघासह काही समीक्षकांनी आरोप केला आहे की स्टारलिंक हे दृश्य अवरोधित करते. आकाशात आणि अंतराळयानाला टक्कर होण्याचा धोका निर्माण होतो. 89 90 91 युक्रेनवर 2022 च्या रशियन आक्रमणादरम्यान, मस्कने इंटरनेट प्रवेश आणि संप्रेषण प्रदान करण्यासाठी युक्रेनमध्ये स्टारलिंक प्रणाली पाठवली, 92 युक्रेनचे अध्यक्ष वोलोडिमिर झेलेन्स्की यांनी केलेल्या कृतीची प्रशंसा केली. 93 94 तथापि, त्याने स्वतःला "एक मुक्त भाषण निरंकुशतावादी" घोषित करून रशियन राज्य माध्यमांना स्टारलिंकवर ब्लॉक करण्यास नकार दिला. 95 96

टेस्ला

मुख्य लेख: Tesla, Inc.

टेस्ला मॉडेल एस समोर कस्तुरी उभी आहे, हात ओलांडत आहे आणि हसत आहे

टेस्ला मॉडेल एस, 2011 च्या पुढे कस्तुरी

टेस्ला, इंक.-मूळतः टेस्ला मोटर्स-ची स्थापना मार्टिन एबरहार्ड आणि मार्क टार्पेनिंग यांनी 2003 मध्ये केली होती, ज्यांनी सीरिज A फेरीपर्यंत कंपनीला वित्तपुरवठा केला होता. 97 मस्कच्या सहभागापूर्वी या दोन्ही व्यक्तींनी कंपनीच्या सुरुवातीच्या विकासात सक्रिय भूमिका बजावली होती. 98 मस्क यांनी फेब्रुवारी 2004 मध्ये सीरिज अ फेरीचे नेतृत्व केले; त्याने $6.5 दशलक्ष गुंतवले, बहुसंख्य भागधारक बनले आणि टेस्लाच्या संचालक मंडळात अध्यक्ष म्हणून सामील झाले. 99 100 मस्कने कंपनीमध्ये सक्रिय भूमिका घेतली आणि रोडस्टर उत्पादनाच्या डिझाइनचे निरीक्षण केले परंतु दैनंदिन व्यवसायात ते फारसे गुंतले नाहीत. 101

2007 आणि 2008 च्या आर्थिक संकटात वाढलेल्या संघर्षाच्या मालिकेनंतर, एबरहार्डला फर्ममधून काढून टाकण्यात आले. 102 103 मस्क यांनी 2008 मध्ये सीईओ आणि उत्पादन आर्किटेक्ट म्हणून कंपनीचे नेतृत्व स्वीकारले. 104 2009 मध्ये एबरहार्ड सोबतच्या खटल्याच्या निकालात मस्क यांना टेस्ला सह-संस्थापक, टार्पेनिंग आणि इतर दोघांसह नियुक्त केले गेले. 105 106 2019 पर्यंत, मस्क हे जागतिक स्तरावर कोणत्याही ऑटोमोटिव्ह निर्मात्याचे सर्वात जास्त काळ सीईओ होते. 107 2021 मध्ये मस्कने सीईओ म्हणून आपले पद कायम ठेवत नाममात्र त्याचे शीर्षक "टेक्नोकिंग" असे बदलले. 108

टेस्लाने 2008 मध्ये प्रथम इलेक्ट्रिक स्पोर्ट्स कार, रोडस्टर तयार केली. सुमारे 2,500 वाहनांच्या विक्रीसह, लिथियम-आयन बॅटरी सेल्सचा वापर करणारी ही पहिली मालिका उत्पादन सर्व-इलेक्ट्रिक कार होती. 109 टेस्लाने 2012 मध्ये चार-दरवाजा मॉडेल एस सेडानची डिलिव्हरी सुरू केली. 110 एक क्रॉस-ओव्हर, मॉडेल X 2015 मध्ये लाँच करण्यात आले. 111 112 मास मार्केट सेडान, मॉडेल 3, 2017 मध्ये रिलीज झाली. 113 114 मॉडेल 3 ही जगभरात सर्वाधिक विक्री होणारी प्लग-इन इलेक्ट्रिक कार आहे आणि जून 2021 मध्ये ती जागतिक स्तरावर 1 दशलक्ष युनिट्सची विक्री करणारी पहिली इलेक्ट्रिक कार बनली. 115 116 पाचवे वाहन, मॉडेल Y क्रॉसओव्हर, २०२० मध्ये लाँच करण्यात आले. 117 सायबरट्रक-एक सर्व-इलेक्ट्रिक पिकअप ट्रक-चे 2019 मध्ये अनावरण करण्यात आले. 118 मस्कच्या नेतृत्वाखाली, टेस्लाने नेवाडामधील गिगाफॅक्टरी 1, न्यूयॉर्कमधील गिगाफॅक्टरी 2, 120 चीनमधील गिगाफॅक्टरी 3, 121 जर्मनीमध्ये गिगाफॅक्टरी 4, 122 आणि टेक्सासमधील गिगाफॅक्टरी 5. 123

मस्क मायक्रोफोनसह बोलत आहे, त्याच्या मागे टेस्लाची प्रक्षेपित प्रतिमा आहे

2014 टेस्ला वार्षिक भागधारक बैठकीत मस्क. त्याच्या मागे एक मॉडेल एक्स प्रक्षेपित आहे.

2010 मध्ये प्रारंभिक सार्वजनिक ऑफर केल्यापासून, 124 टेस्ला स्टॉकमध्ये लक्षणीय वाढ झाली आहे; 2020 च्या उन्हाळ्यात ती सर्वात मौल्यवान कार निर्माता बनली, 125 126 आणि त्या वर्षाच्या शेवटी तिने S&P 500 मध्ये प्रवेश केला. 127 128 ऑक्टोबर 2021 मध्ये तिने $1 ट्रिलियनचे बाजार भांडवल गाठले, यूएस इतिहासात असे करणारी सहावी कंपनी. 129 6 नोव्हेंबर 2021 रोजी, मस्कने ट्विटरवर त्याच्या टेस्ला स्टॉकपैकी 10% विक्री करण्याचा प्रस्ताव ठेवला, कारण "अलीकडे कर टाळण्याचे साधन म्हणून अवास्तव नफा मिळून बरेच काही केले जात आहे". 130 3.5 दशलक्षाहून अधिक ट्विटर खात्यांनी या विक्रीला पाठिंबा दिल्यानंतर, मस्कने 12 नोव्हेंबर 130 रोजी संपलेल्या आठवड्यात टेस्लाचा $6.9 अब्ज डॉलरचा स्टॉक विकला आणि वर्षअखेरीस एकूण $16.4 अब्ज विकले, 10% लक्ष्य गाठले. 131 फेब्रुवारी 2022 मध्ये, द वॉल स्ट्रीट जर्नलने अहवाल दिला की एलोन आणि किंबल मस्क या दोघांची विक्रीशी संबंधित संभाव्य इनसाइडर ट्रेडिंगसाठी एसईसीकडून चौकशी सुरू होती. 132

एसईसी खटला

2018 मध्ये, टेस्ला खाजगी घेण्याकरिता निधी सुरक्षित केल्याचा दावा करणाऱ्या ट्विटसाठी SEC द्वारे मस्कवर खटला दाखल केला होता. 133 134 d खटल्यात ट्विट खोटे, दिशाभूल करणारे आणि गुंतवणूकदारांचे नुकसान करणारे म्हणून वैशिष्ट्यीकृत करण्यात आले होते आणि त्यासाठी प्रयत्न केले गेले. मस्क यांना सार्वजनिक व्यापार करणाऱ्या कंपन्यांचे सीईओ म्हणून काम करण्यापासून रोखले. 134 138 139 दोन दिवसांनंतर, मस्कने SEC चे आरोप मान्य किंवा नाकारल्याशिवाय SEC बरोबर सेटलमेंट केले. परिणामी, मस्क आणि टेस्ला यांना प्रत्येकी 20 दशलक्ष डॉलर्सचा दंड ठोठावण्यात आला आणि मस्क यांना टेस्लाचे अध्यक्ष म्हणून तीन वर्षांसाठी पायउतार होण्यास भाग पाडले गेले परंतु ते सीईओ म्हणून राहू शकले. 140 141

मस्क यांनी मुलाखतींमध्ये असे सांगितले आहे की त्यांना एसईसी तपासाला चालना देणारे ट्विट पोस्ट केल्याबद्दल खेद वाटत नाही. 142 143 2019 मध्ये, मस्कने एका ट्विटमध्ये सांगितले की टेस्ला त्या वर्षी अर्धा दशलक्ष कार तयार करेल. 144 एसईसीने कोर्टात दाखल करून मस्कच्या ट्विटवर प्रतिक्रिया दिली आणि अशा ट्विटसह समझोता कराराच्या अटींचे उल्लंघन केल्याबद्दल कोर्टाला त्याला अवमानासाठी धरण्यास सांगितले, ज्यावर मस्कने विवाद केला होता. अखेरीस मस्क आणि एसईसी यांच्यातील संयुक्त करारादवारे मागील कराराचे तपशील स्पष्ट करून यावर तोडगा काढण्यात आला. 145 करारामध्ये मस्कला ट्विट करण्यापूर्वी पूर्व मंजुरी आवश्यक असलेल्या विषयांची यादी समाविष्ट होती. 146 2020 मध्ये, एका न्यायमूर्तीने टेस्ला स्टॉकच्या किमती ("खूप जास्त इमो") कराराचे उल्लंघन केल्याबद्दल मस्कने केलेल्या ट्विटचा दावा करणाऱ्या खटल्याला पुढे जाण्यापासून रोखले. 147 148 FOIA ने रेकॉर्ड जारी केले हे दर्शविते की SEC ने स्वतः मस्कने नंतर "टेस्लाच्या सौर छताचे उत्पादन खंड आणि त्याची स्टॉक किंमत" या संदर्भात ट्विट करून कराराचे दोनदा उल्लंघन केले आहे. 149

सोलरसिटी आणि टेस्ला एनर्जी

मुख्य लेख: SolarCity आणि Tesla Energy

SolarCity लोगो असलेल्या दोन हिरव्या व्हॅन

2009 मध्ये सोलारसिटी सोलर-पॅनल इन्स्टॉलेशन व्हॅन

मस्कने सोलरसिटीसाठी प्रारंभिक संकल्पना आणि आर्थिक भांडवल प्रदान केले, ज्याची स्थापना त्याचे चुलत भाऊ लिंडन आणि पीटर रिव्ह यांनी 2006 मध्ये केली. 150 2013 पर्यंत, सोलारसिटी युनायटेड स्टेट्समधील सौर ऊर्जा प्रणालीचा दुसरा सर्वात मोठा प्रदाता होता. 151 2014 मध्ये मस्कने बफेलो, न्यूयॉर्क येथे सोलारसिटीची प्रगत उत्पादन सुविधा उभारण्याच्या कल्पनेला चालना दिली, जो युनायटेड स्टेट्समधील सर्वात मोठ्या सौर प्रकल्पाच्या तिप्पट आहे. 152 कारखान्याचे बांधकाम 2014 मध्ये सुरू झाले आणि ते 2017 मध्ये पूर्ण झाले. ते 2020 च्या सुरुवातीपर्यंत Panasonic सह संयुक्त उपक्रम म्हणून कार्यरत होते. 153 154

टेस्लाने 2016 मध्ये सोलारसिटी $2 बिलियन पेक्षा जास्त किमतीत विकत घेतली आणि टेस्ला एनर्जी तयार करण्यासाठी ते त्याच्या बॅटरी युनिटमध्ये विलीन केले. कराराच्या घोषणेमुळे टेस्लाच्या स्टॉकच्या किमतीत 10% पेक्षा जास्त घसरण झाली. त्यावेळी, सोलारसिटीला तरलतेच्या समस्यांचा सामना करावा लागत होता. 155 मस्क आणि टेस्लाच्या संचालकांविरुद्ध अनेक समभागधारक गटांनी दावा दाखल केला की, सोलारसिटीची खरेदी केवळ मस्कच्या फायद्यासाठी केली गेली आणि टेस्ला आणि त्याच्या भागधारकांच्या खर्चावर आली. 156 157 टेस्ला संचालकांनी जानेवारी 2020 मध्ये खटला निकाली काढला, मस्क हा एकमेव उर्वरित प्रतिवादी सोडला. 158 159 दोन वर्षांनंतर, न्यायालयाने मस्कच्या बाजूने निर्णय दिला. 160

न्यूरालिंक

मुख्य लेख: Neuralink

स्टेजवर अवजड वैद्यकीय उपकरणांच्या शेजारी उभा असलेला कस्तुरी

2020 मध्ये थेट प्रात्यक्षिक दरम्यान न्यूरालिंक उपकरणावर चर्चा करताना मस्क

2016 मध्ये, मस्कने $100 दशलक्ष गुंतवणुकीसह न्यूरालिंक या न्यूरोटेक्नॉलॉजी स्टार्टअप कंपनीची सह-स्थापना केली. 161 162 मानवी मेंदूला कृत्रिम बुद्धिमत्ता (AI) सह समाकलित करण्याचे न्यूरालिंकचे उद्दिष्ट आहे जे मेंदूमध्ये एम्बेड केलेले उपकरणे तयार करून ते मशीनमध्ये विलीन करणे सुलभ करते. असे तंत्रज्ञान मेमरी वाढवू शकते किंवा उपकरणांना सॉफ्टवेअरशी संवाद साधू शकते. 162 163 अल्झायमर रोग, स्मृतिभ्रंश आणि पाठीच्या कण्यातील दुखापतींसारख्या न्यूरोलॉजिकल स्थितींवर उपचार करणारी उपकरणे विकसित करण्याची कंपनीची अपेक्षा आहे. 164

2019 मध्ये, मस्कने शिलाई मशीन सारख्या उपकरणावर काम करण्याची घोषणा केली जी मानवी मेंदूमध्ये धागे एम्बेड करू शकते. 161 2020 च्या थेट प्रात्यक्षिकात, मस्कने त्यांच्या सुरुवातीच्या उपकरणांपैकी एक "तुमच्या कवटीत एक फिटबिट" असे वर्णन केले जे लवकरच पक्षाघात, बहिरेपणा, अंधत्व आणि इतर अपंगत्व बरे करू शकते. अनेक न्यूरोसायंटिस्ट आणि प्रकाशनांनी या दाव्यांवर टीका केली, 165 166 167 MIT टेक्नॉलॉजी रिव्ह्यूने त्यांचे वर्णन "अत्यंत सट्टा" आणि "न्यूरोसायन्स थिएटर" म्हणून केले. 165 प्रात्यक्षिक दरम्यान, मस्कने न्यूरालिंक इम्प्लांटसह डुक्कर उघड केले जे वासाशी संबंधित न्यूरल क्रियाकलाप ट्रॅक करते. 164

न्यूरालिंकने कॅलिफोर्निया युनिव्हर्सिटी, डेव्हिस प्राइमेट रिसर्च सेंटर येथे मॅकाक माकडांवर पुढील प्राण्यांची चाचणी केली आहे. 2021 मध्ये, कंपनीने एक व्हिडिओ जारी केला ज्यामध्ये मॅकाकने न्यूरालिंक इम्प्लांटद्वारे पॉंग हा व्हिडिओ गेम खेळला. कंपनीच्या प्राण्यांच्या चाचण्या-ज्यामुळे काही माकडांचा मृत्यू झाला आहे-प्राण्यांच्या क्रूरतेचे दावे झाले आहेत. फिजिशियन्स कमिटी फॉर रिस्पॉन्सिबल मेडिसिनने आरोप केला आहे की न्यूरालिंकच्या प्राण्यांच्या चाचण्यांनी प्राणी कल्याण कायद्याचे उल्लंघन केले आहे. 168 2022 मध्ये, Neuralink ने घोषणा केली की वर्षाच्या अखेरीस क्लिनिकल चाचण्या सुरू होतील. 169 न्यूरालिंकच्या काही संशोधनांचा तपशील देणाऱ्या ऑक्टोबर 2019 च्या पेपरचा एकमात्र लेखक म्हणून मस्क सूचीबद्ध आहे, 170 जरी तो एकमेव लेखक असल्याने न्यूरालिंक संघाच्या संशोधकांना स्थान मिळाले. 171

बोरिंग कंपनी

मुख्य लेख: बोरिंग कंपनी

कस्तुरी पत्रकारांच्या गर्दीशी बोलतात. त्याच्या मागे एक प्रकाशमय बोगदा आहे.

हॉथॉर्न, कॅलिफोर्निया येथील बोरिंग टेस्ट टनेलच्या 2018 च्या उद्घाटनादरम्यान कस्तुरी

2017 मध्ये, मस्कने बोगदे बांधण्यासाठी द बोरिंग कंपनीची स्थापना केली. 172 कस्तुरीने मोठ्या शहरांमधील जमिनीवरील वाहतुकीला अडथळा आणून ताशी 150 मैल वेगाने प्रवास करू शकणाऱ्या विशेष उच्च वहिवाटीच्या वाहनांची योजना उघड केली. 173 2017 च्या सुरुवातीला, कंपनीने नियामक संस्थांशी चर्चा सुरू केली आणि आवारात 30-फूट (9.1 मीटर) रुंद, 50-फूट (15 मीटर) लांब आणि 15-फूट (4.6 मीटर) खोल "टेस्ट ट्रेंच" बांधण्यास सुरुवात केली. SpaceX च्या कार्यालयांमध्ये कारण त्यासाठी कोणत्याही परवानग्या आवश्यक नाहीत. 174 लॉस एंजेलिस बोगदा, दोन मैलांपेक्षा कमी लांबीचा, पत्रकारांसाठी 2018 मध्ये डेब्यू झाला. त्यात टेस्ला मॉडेल एक्सचा वापर केला गेला आणि तो एक खडबडीत राइड होता आणि कमी वेगाने प्रवास केला गेला. 175

शिकागो आणि वेस्ट लॉस एंजेलिसमध्ये 2018 मध्ये घोषित केलेले दोन बोगदे प्रकल्प रद्द करण्यात आले आहेत. 176 177 तथापि, लास वेगास कन्व्हेंशन सेंटरच्या खाली एक बोगदा 2021 च्या सुरुवातीला पूर्ण झाला. 178 स्थानिक अधिकाऱ्यांनी बोगदा प्रणालीच्या पुढील विस्तारास मान्यता दिली आहे. 179 2021 मध्ये, फोर्ट लॉडरडेल, फ्लोरिडासाठी बोगद्याच्या बांधकामाला मंजुरी देण्यात आली. 180

नेतृत्व शैली

मस्क अंतराळवीर आणि नासा प्रशासकाशी बोलत आहेत

अंतराळवीर व्हिक्टर जे. ग्लोव्हर, डग हर्ले, बॉब बेहनकेन, नासाचे माजी प्रशासक जिम ब्राइडनस्टाइन आणि मायकेल एस. हॉपकिन्स यांच्यासह मस्क

कस्तुरीचे अनेकदा सूक्ष्म व्यवस्थापक म्हणून वर्णन केले जाते आणि त्यांनी स्वतःला "नॉनो-व्यवस्थापक" असे संबोधले आहे. 181 182 कस्तुरी औपचारिक व्यवसाय योजना बनवत नाही; 183 त्याएेवजी, तो अभियांत्रिकी समस्यांकडे पुनरावृती डिझाइन पद्धती आणि अपयशांसह उदारतेने संपर्क साधण्यास प्राधान्य देतो. 184 मस्कने कर्मचाऱ्यांना कंपन्यांच्या स्वतःच्या शब्दाचा अवलंब करण्यास भाग पाडले आणि टेस्ला ऑटोपायलटकडून फ्रंट-फेसिंग रडार काढून टाकण्यासारखे महत्त्वाकांक्षी, खर्चिक आणि धोकादायक प्रकल्प आपल्या सल्लागारांच्या शिफारशींविरुद्ध सुरू केले. 181 उभ्या एकात्मतेच्या कस्तुरीच्या आग्रहामुळे त्याच्या कंपन्यांनी बहुतेक उत्पादन इन-हाउस हलवले. यामुळे SpaceX च्या रॉकेटच्या खर्चात बचत झाली, 185 वर्टिकल इंटिग्रेशनमुळे टेस्लाच्या सॉफ्टवेअरसाठी अनेक उपयोगिता समस्या निर्माण झाल्या आहेत. 181

मस्कच्या कर्मचाऱ्यांची हाताळणी — ज्यांच्याशी तो मोठ्या प्रमाणावर ईमेलद्वारे थेट संवाद साधतो — त्याला "गाजर आणि काठी" म्हणून ओळखले गेले आहे, जे रचनात्मक टीका करतात त्यांना बक्षीस देतात आणि त्यांच्या कर्मचाऱ्यांना धमकावतात, शपथ देतात आणि कामावरून काढून टाकतात. 186 187 १८८ मस्कची अपेक्षा आहे की त्याच्या कर्मचाऱ्यांनी जास्त तास काम करावे, काहीवेळा दर आठवड्याला 80 तास काम करावे, 189 जे बहुतेक कर्मचारी जागरूक असतात आणि मागण्या पूर्ण करण्यास इच्छुक असतात, तर काही ते काम सोडून देतात. 190 2018 मध्ये मॉडेल 3 "प्रॉडक्शन हेल" च्या वेळी तो अनेकदा कर्मचाऱ्यांना कामावरून काढून टाकतो, जेव्हा मस्क देखील कामगारांसाठी एक उदाहरण ठेवण्यासाठी कारखान्याच्या मजल्यावर झोपला होता. 191 192 2022 मध्ये, मस्कने टेस्लाच्या अर्थव्यवस्थेच्या चिंतेमुळे 10 टक्के कर्मचारी काढून टाकण्याची योजना उघड केली. 193 त्याच महिन्यात, त्याने SpaceX आणि Tesla मधील रिमोट काम निलंबित केले आणि कार्यालयात दर आठवड्याला 40 तास काम न करणाऱ्या कर्मचाऱ्यांना काढून टाकण्याची धमकी दिली. 194

मस्कच्या नेतृत्वाची काहींनी प्रशंसा केली आहे, जे टेस्ला आणि त्याच्या इतर प्रयत्नांच्या यशाचे श्रेय देतात, 181 आणि इतरांनी कठोर आणि मागणी करणारा म्हणून टीका केली आहे. 188 195 2021 च्या पॉवर प्ले या पुस्तकात कस्तुरी कर्मचाऱ्यांना त्रास देणाऱ्या किस्से आहेत. 196 वॉल स्ट्रीट जर्नलने वृत्त दिले की, मस्कने आपल्या वाहनांना "स्वयं-ड्रायव्हिंग" म्हणून ब्रँडिंग करण्याचा आग्रह धरल्यानंतर, ग्राहकांच्या जीवाला धोका निर्माण केल्याबद्दल त्याच्या अभियंत्यांच्या टीकेला सामोरे जावे लागले, काहींनी प्रतिसाद म्हणून राजीनामा दिला. 197 न्यू यॉर्क टाइम्सने मस्कचा दृष्टिकोन निरंकुशता म्हणून दर्शविला. 183

इतर उपक्रम

ट्विटर

पुढील माहिती: इलॉन मस्क यांनी ट्विटरचे प्रस्तावित संपादन

स्टारशिप रॉकेटसमोर उभा असलेला कस्तुरी, त्याच्या फोनने प्रतिमा कॅप्चर करत आहे

मस्क त्याचा आयफोन वापरून स्टारशिप प्रोटोटाइपची छायाचित्रे घेत आहे

2009 मध्ये सोशल मीडिया प्लॅटफॉर्मवर सामील झाल्यापासून, 198 मस्क ट्विटरचा सक्रिय वापरकर्ता आहे, जिथे जून 2022 पर्यंत त्याचे 100 दशलक्ष फॉलोअर्स आहेत. 199 तो मीम्स पोस्ट करतो, व्यावसायिक हितसंबंधांना प्रोत्साहन देतो आणि समकालीन राजकीय आणि सांस्कृतिक विषयांवर टिप्पण्या देतो. 200

2017 च्या सुरुवातीला, मस्कने ट्विटर विकत घेण्यात स्वारस्य व्यक्त केले. 201 जानेवारी 2022 मध्ये, मस्कने ट्विटरचे शेअर्स खरेदी करण्यास सुरुवात केली आणि मार्चमध्ये कंपनीमध्ये 5% हिस्सा गाठला. 202 एप्रिलपर्यंत, मस्ककडे 9% हिस्सा होता, ज्यामुळे तो सर्वात मोठा भागधारक बनला. 203 मस्कने 10 दिवसांच्या आत आवश्यक SEC कागदपत्रे 5% उत्तीर्ण केल्यावर दाखल केली नाहीत, हे यूएस सिक्युरिटीज कायद्याचे उल्लंघन आहे. 203 204 जेव्हा मस्कने 4 एप्रिल रोजी SEC 13G फायलिंगमध्ये केलेल्या गुंतवणुकीचा सार्वजनिकपणे खुलासा केला, तेव्हा कंपनीच्या 2013 IPO नंतर ट्विटरच्या शेअर्सने सर्वात मोठी इंट्राडे वाढ अनुभवली. 205 मस्कने ट्विटरमध्ये महत्त्वपूर्ण भागीदारी विकत घेतल्याचा खुलासा मस्कच्या मार्चच्या ट्विटनंतर झाला ज्यामध्ये त्याने ट्विटरच्या भाषण स्वातंत्र्याच्या वचनबद्धतेवर प्रश्नचिन्ह उपस्थित केले आणि एक प्रतिस्पर्धी सोशल मीडिया साइट तयार केली, 206 207 208 तरीही टिप्पण्या त्याच्या नंतर केल्या गेल्या. 7.5% मिळवले होते. 202 209

4 एप्रिल रोजी, मस्कने एका करारास सहमती दर्शवली ज्यामुळे त्याला Twitter च्या संचालक मंडळावर नियुक्त केले जाईल आणि कंपनीच्या 14.9% पेक्षा जास्त भाग घेण्यास प्रतिबंध केला जाईल. 210 211 तथापि, 13 एप्रिल रोजी, मस्कने ट्विटर विकत घेण्यासाठी $43 अब्जची ऑफर दिली, ट्विटरचा 100% स्टॉक $54.20 प्रति शेअर या दराने विकत घेण्यासाठी टेकओव्हर बोली सुरू केली. 212 213 214 प्रतिसादात, ट्विटरच्या बोर्डने शेअरहोल्डर हक्क योजना स्वीकारली जेणेकरून कोणत्याही एकल गुंतवणूकदाराला बोर्डच्या मंजुरीशिवाय कंपनीच्या 15% पेक्षा जास्त मालकी मिळणे अधिक महाग होईल. 215 एका आठवड्यानंतर, मस्कने $46.5 अब्ज 216 किमतीचा निधी मिळवला, ज्यात त्याच्या टेस्ला स्टॉकच्या विरुद्ध $12.5 अब्ज कर्ज आणि $21 अब्ज इक्विटी फायनान्सिंगचा समावेश होता. 217 218 त्या दिवशी नंतर, मस्कने अंदाजे $44 अब्जची बोली यशस्वीपणे पूर्ण केली. 219

कराराच्या प्रतिक्रियेत टेस्लाचे शेअर बाजार मूल्य $125 अब्ज डॉलर्सपेक्षा जास्त घसरले, ज्यामुळे मस्कला त्याच्या एकूण संपत्तीपैकी सुमारे $30 अब्ज गमवावे लागले. 220 221 त्यानंतर त्यांनी ट्विटरच्या कार्यकारी विजया गड्डे यांच्या धोरणांवर त्यांच्या 86 दशलक्ष फॉलोअर्सवर टीका केली, ज्यामुळे त्यांच्यापैकी काहींनी तिच्याविरुद्ध लैंगिकतावादी आणि वर्णद्वेषी छळ केला. 222 टेकओव्हरची घोषणा केल्यानंतर अगदी एक महिन्यानंतर, मस्कने सांगितले की, ट्विटरच्या दैनंदिन सक्रिय वापरकर्त्यांपैकी 5 टक्के स्पॅम खाती होती, 223 या अहवालानंतर करार "होल्डवर" होता, ज्यामुळे ट्विटरचे शेअर्स 10 टक्क्यांहून अधिक घसरले. 224 जरी सुरुवातीला त्याने स्पष्ट केले की तो संपादनासाठी वचनबद्ध आहे, 225 त्याने जुलैमध्ये त्याच्या कराराच्या समाप्तीची सूचना पाठवली; Twitter च्या संचालक मंडळाने प्रतिसाद दिला की ते त्याला व्यवहारात ठेवण्यास वचनबद्ध आहेत. 226 12 जुलै 2022 रोजी, ट्विटरने ट्विटरच्या खरेदीसाठी कायदेशीर बंधनकारक कराराचा भंग केल्याबद्दल डेलावेअरच्या चॅन्सरी कोर्टात औपचारिकपणे मस्कवर दावा दाखल केला. 227

हायपरलूप

मुख्य लेख: हायपरलूप आणि हायपरलूप पॉड स्पर्धा

सुमारे 10 फूट व्यासाची एक लांब पांढरी नळी

SpaceX द्वारे प्रायोजित 2017 हायपरलूप पॉड स्पर्धेचा ट्यूब भाग

2013 मध्ये, मस्कने व्हॅक्ट्रेन - व्हॅक्यूम ट्यूब ट्रेन -च्या आवृत्तीची योजना जाहीर केली आणि संकल्पनात्मक पाया स्थापित करण्यासाठी आणि प्रारंभिक डिझाइन तयार करण्यासाठी SpaceX आणि Tesla मधील डझनभर अभियंत्यांना नियुक्त केले. 228 त्याच वर्षा नंतर, मस्कने या संकल्पनेचे अनावरण केले, ज्याला त्यांनी हायपरलूप असे नाव दिले. 229 प्रणालीसाठी अल्फा डिझाइन टेस्ला आणि स्पेसएक्स ब्लॉग्सवर पोस्ट केलेल्या श्वेतपत्रात प्रकाशित करण्यात आले होते. 230 दस्तऐवजाने तंत्रज्ञानाचा विस्तार केला आणि ग्रेटर लॉस एंजेलिस एरिया आणि सॅन फ्रान्सिस्को बे एरिया दरम्यान अंदाजे $6 अब्ज खर्च करून अशा प्रकारची वाहतूक व्यवस्था तयार केली जाऊ शकते अशा काल्पनिक मार्गाची रूपरेषा दर्शविली. 231 हा प्रस्ताव, त्याने उद्धृत केलेल्या खर्चात तांत्रिकदृष्ट्या व्यवहार्य असल्यास, हायपरलूप प्रवास अशा लांब पल्ल्याच्या वाहतुकीच्या इतर कोणत्याही पद्धतीपेक्षा स्वस्त होईल. 232 त्यानंतर, मस्कचे चरित्रकार अॅशली व्हॅन्स यांनी दावा केला आहे की मस्कच्या हायपरलूप प्रस्तावाचा मूळ उद्देश "कॅलिफोर्नियातील हाय-स्पीड रेल्वे प्रकल्पाला निसटणे" हा होता. 233 234

2015 मध्ये, मस्कने 2015-2017 हायपरलूप पॉड स्पर्धेत स्पेसएक्स-प्रायोजित मैल-लाँग ट्रॅकवर ऑपरेट करण्यासाठी हायपरलूप पॉड्स तयार करण्यासाठी विद्यार्थी आणि इतरांसाठी डिझाइन स्पर्धेची घोषणा केली. हा ट्रॅक जानेवारी 2017 मध्ये वापरण्यात आला आणि मस्कने असेही जाहीर केले की कंपनीने हॉथॉर्न विमानतळासह एक बोगदा प्रकल्प सुरू केला आहे. 235 जुलै 2017 मध्ये, मस्कने दावा केला की त्यांना न्यूयॉर्क शहर ते वॉशिंग्टन, डीसी, फिलाडेल्फिया आणि बाल्टिमोर या दोन्ही ठिकाणी थांबून हायपरलूप तयार करण्यासाठी "मौखिक सरकारी मान्यता" मिळाली आहे. 236 DC ते बाल्टिमोर भागासाठीच्या प्रकल्पाचा उल्लेख 2021 मध्ये बोरिंग कंपनीच्या वेबसाइटवरून काढून टाकण्यात आला. 237

OpenAI

मुख्य लेख: OpenAI

2015 मध्ये, मस्कने ओपनएआयची स्थापना केली, एक गैर-नफा AI संशोधन कंपनी ज्याचा उद्देश कृत्रिम सामान्य बुद्धिमत्ता विकसित करण्याचा उद्देश आहे ज्याचा उद्देश मानवतेसाठी सुरक्षित आणि फायदेशीर आहे. 238 कंपनीचा एक विशेष फोकस "मोठ्या कॉर्पोरेशन्स आणि सरकारांचा प्रतिकार करणे आहे जे सुपर-इंटेलिजन्स सिस्टम्सच्या मालकीने जास्त शक्ती मिळवू शकतात". 22 239 2018 मध्ये, टेस्ला ऑटोपायलटच्या माध्यमातून कंपनी AI मध्ये अधिकाधिक गुंतल्याने टेस्लाच्या सीईओच्या भूमिकेशी संभाव्य संघर्ष टाळण्यासाठी मस्कने ओपनएआय बोर्ड सोडला. 240 तेव्हापासून, संस्थेने मशीन लर्निंगमध्ये लक्षणीय प्रगती केली आहे, जीपीटी-3 (मानवासारखा मजकूर तयार करणे) 241 आणि DALL-E (नैसर्गिक भाषेतील वर्णनांमधून डिजिटल प्रतिमा तयार करणे) सारख्या तंत्रिका नेटवर्कची निर्मिती केली आहे. 242

थाम लुआंग गुहा बचाव आणि मानहानीचा खटला

अधिक माहिती: थाम लुआंग गुहा बचाव

थाम लुआंग गुहा बचाव दरम्यान उपकरणे

थाम लुआंग गुहेच्या बचावादरम्यान (चित्रात), मस्कने मुलांना बाहेर काढण्यासाठी मिनी-पाणबुडीचा प्रस्ताव दिला. ती फेटाळण्यात आली.

जुलै 2018 मध्ये, थायलंडमधील पूरग्रस्त गुहेत अडकलेल्या मुलांची सुटका करण्यासाठी मस्कने आपल्या कर्मचाऱ्यांसाठी मिनी-पाणबुडी तयार करण्याची व्यवस्था केली. 243 आंतरराष्ट्रीय रेस्क्यू डायव्हिंग टीमचे नेते रिचर्ड स्टॅन्टन यांनी मस्क यांना पूरस्थिती आणखीनच खराब झाल्यास वाहनाच्या उभारणीला मदत करण्याचे आवाहन केले. 244 स्पेसएक्स आणि द बोरिंग कंपनीच्या अभियंत्यांनी फाल्कन 9 लिक्विड ऑक्सिजन ट्रान्सफर ट्यूबमधून मिनी-पाणबुडी आठ तासांत तयार केली आणि वैयक्तिकरित्या ती थायलंडला दिली. 245 246

मात्र, यावेळेपर्यंत, 12 पैकी आठ मुलांची पूर्ण फेस मास्क आणि ॲनेस्थेसियाखाली ऑक्सिजन वापरून आधीच सुटका करण्यात आली होती; त्यामुळे थाई अधिकाऱ्यांनी पाणबुडी वापरण्यास नकार दिला. 243 मस्क नंतर मार्च 2019 मध्ये थायलंडच्या राजाने बचाव कार्यात सहभाग घेतल्याबद्दल विविध सन्मान प्राप्त केलेल्या 187 लोकांपैकी एक होता, उदा. ऑर्डर ऑफ द डायरेक्गुनाभॉर्न. 247 248

बचावानंतर लगेचच, व्हर्नन अनसवर्थ, एक ब्रिटिश मनोरंजक गुहा, जो मागील सहा वर्षांपासून गुहेचा शोध घेत होता आणि ऑपरेशनमध्ये महत्त्वाची सल्लागार भूमिका बजावत होता, सीएनएनवरील पाणबुडीवर जनसंपर्क प्रयत्नांशिवाय काहीही नाही अशी टीका केली. यशाची शक्यता, आणि मस्कला "गुहेचा रस्ता कसा आहे याची कल्पना नव्हती" आणि "त्याची पाणबुडी जिथे दुखते तिथे चिकटवू शकते". मस्क यांनी ट्विटरवर ठामपणे सांगितले की हे उपकरण काम केले असते आणि अनस्वर्थला "पेडो गाय" म्हणून संबोधले जाते. 249 त्याने ट्विट हटवले, 249 आणि माफी मागितली, 250 251 चेर स्कारलेट या सॉफ्टवेअर अभियंत्याच्या गंभीर ट्विटच्या प्रतिसादांसह, ज्यामुळे त्याच्या अनुयायांनी तिला त्रास दिला होता. 252 BuzzFeed News ला पाठवलेल्या ईमेलमध्ये, मस्कने नंतर अनस्वर्थला "बाल बलात्कारी" म्हटले आणि सांगितले की त्याने एका मुलाशी लग्न केले आहे. 253 254

सप्टेंबरमध्ये अनस्वर्थने लॉस एंजेलिस फेडरल कोर्टात मानहानीचा दावा दाखल केला. 255 256 त्याच्या बचावात, मस्कने असा युक्तिवाद केला की "'पेडो गाय' हा दक्षिण आफ्रिकेत मी मोठा होत असताना वापरला जाणारा एक सामान्य अपमान होता... 'भितीदायक म्हातारा' असा समानार्थी शब्द आहे आणि एखाद्या व्यक्तीचे स्वरूप आणि वागणूक यांचा अपमान करण्यासाठी वापरला जातो". 28 बदनामीचा खटला डिसेंबर 2019 मध्ये सुरू झाला, अनसवर्थने $190 दशलक्ष नुकसान भरपाई मागितली. 257 चाचणी दरम्यान मस्कने ट्विटसाठी अनस्वर्थची पुन्हा माफी मागितली. 6 डिसेंबर रोजी, ज्युरीने मस्कच्या बाजूने निकाल दिला आणि तो जबाबदार नाही असे ठरवले. 258 259

2018 जो रोगन पॉडकास्ट देखावा

2018 मध्ये, मस्क जो रोगन एक्सपीरियन्स पॉडकास्टवर दिसला आणि दोन तासांहून अधिक काळ विविध विषयांवर चर्चा केली. मुलाखतीदरम्यान, मस्कने सिगारच्या पफचा नमुना घेतला होता, जो रोगनने दावा केला होता की, तंबाखूमध्ये भांग आहे. टेस्लाचा स्टॉक या घटनेनंतर घसरला, जो त्यादिवशी टेस्लाच्या जागतिक वित्त विभागाच्या उपाध्यक्षांच्या निर्गमनाच्या पुष्टीशी जुळला. 260 261 युनायटेड स्टेट्स एअर फोर्ससोबत स्पेसएक्स करारामध्ये गांजाच्या वापरामुळे परिणाम होऊ शकतो का, याबद्दल फॉर्च्युनला आश्चर्य वाटले, तरीही वायुसेनेच्या प्रवक्त्याने द व्हर्जला सांगितले की कोणतीही चौकशी झाली नाही आणि हवाई दल अजूनही परिस्थितीवर प्रक्रिया करत आहे. 262 263 60 मिनिटांच्या मुलाखतीत, मस्कने या घटनेबद्दल सांगितले: "मी भांडे धुम्रपान करत नाही. ते पॉडकास्ट पाहणारे कोणीही सांगू शकतील की, मला भांडे कसे धुवावे याची कल्पना नाही." 264 265 2022 मध्ये, मस्कने सांगितले की त्याची आणि SpaceX कर्मचाऱ्यांची घटनेनंतर एक वर्ष यादृच्छिकपणे औषध-चाचणी करण्यात आली. 266

संगीत उपक्रम

2019 मध्ये, मस्कने इमो जी रेकॉर्ड्स म्हणून साउंडक्लाउडवर "RIP Harambe" हा रॅप ट्रॅक रिलीज केला. हारांबे गोरिल्लाच्या हत्येचा आणि त्यानंतरच्या इंटरनेट सनसनाटीचा संदर्भ देणारा ट्रॅक, युंग जेक आणि कॅरोलिन पोलाचेक यांनी लिहिलेला आणि ब्लडपॉपने निर्मित केला होता. 267 268 पुढच्या वर्षी, मस्कने "डॉंट डाउट उर वाइब" हा EDM ट्रॅक रिलीज केला, ज्यात त्याचे स्वतःचे बोल आणि गायन होते. 269 गार्डियन समीक्षक अलेक्सी पेट्रीडिस यांनी "साउंडक्लाउडवर इतरत्र पोस्ट केलेल्या बेडरूम इलेक्ट्रॉनिकाच्या असंख्य सक्षम परंतु रोमांचकारी बिट्समधून अविभाज्य..." असे वर्णन करताना, 270 TechCrunch म्हणाले की हे "शैलीचे वाईट प्रतिनिधित्व नाही". 269

संपत्ती

2012 ते 2021 पर्यंत मस्कच्या निव्वळ संपत्तीचा आलेख, अंदाजे घातांकीय कल प्रदर्शित करतो

फोर्ब्स मासिकाच्या अंदाजानुसार २०१२ ते २०२१ पर्यंत मस्कची एकूण संपत्ती

2002 मध्ये जेव्हा PayPal eBay ला विकण्यात आले तेव्हा मस्कने $175.8 दशलक्ष कमावले. 271 2012 मध्ये फोर्ब्सच्या अब्जाधीशांच्या यादीत त्यांची प्रथम नोंद झाली, त्यांची एकूण संपत्ती $2 अब्ज होती. 272

2020 च्या सुरुवातीला, मस्कची एकूण संपत्ती $27 अब्ज होती. 273 वर्षाच्या अखेरीस त्याची निव्वळ संपत्ती $150 बिलियनने वाढली होती, जे मुख्यत्वे टेस्ला स्टॉकच्या सुमारे 20% मालकीमुळे होते. 274 या दरम्यान, मस्कची एकूण संपत्ती अनेकदा अस्थिर होती. उदाहरणार्थ, सप्टेंबरमध्ये ते $16.3 अब्ज घसरले, ब्लूमबर्ग बिलियनेअर्स इंडेक्सच्या इतिहासातील सर्वात मोठी एक दिवसीय उडी. 275 त्या वर्षाच्या नोव्हेंबरमध्ये, मस्कने फेसबुकचे सह-संस्थापक मार्क झुकेरबर्गला मागे टाकून जगातील तिसरी-श्रीमंत व्यक्ती बनली; एका आठवड्यानंतर त्यांनी मायक्रोसॉफ्टचे सह-संस्थापक बिल गेट्स यांना मागे टाकून दुसरे सर्वात श्रीमंत बनले. 276 जानेवारी 2021 मध्ये, मस्क, $185 अब्ज संपत्तीसह, Amazon चे संस्थापक जेफ बेझोस यांना मागे टाकून जगातील सर्वात श्रीमंत व्यक्ती बनले. 277 पुढील महिन्यात बेझोसने पुन्हा अव्वल स्थान पटकावले. 278 27 सप्टेंबर 2021 रोजी, फोर्ब्सने जाहीर केले की टेस्ला स्टॉकमध्ये वाढ झाल्यानंतर मस्कची संपत्ती $200 बिलियन पेक्षा जास्त आहे आणि ते जगातील सर्वात श्रीमंत व्यक्ती आहेत. 279 नोव्हेंबर 2021 मध्ये, मस्क $300

अब्ज पेक्षा जास्त संपत्ती असलेले पहिले व्यक्ती बनले. 280

मस्कच्या संपत्तीपैकी तीन चतुर्थांश संपत्ती टेस्लामधून प्राप्त होते. 276 मस्कला टेस्लाकडून पगार मिळत नाही; त्याने 2018 मध्ये बोर्डासोबतच्या भरपाई योजनेला सहमती दर्शवली जी त्याची वैयक्तिक कमाई टेस्लाच्या मूल्यांकन आणि महसूलाशी जोडते. 274 करारामध्ये असे नमूद करण्यात आले होते की टेस्ला विशिष्ट बाजार मूल्यांपर्यंत पोहोचल्यासच मस्कला भरपाई मिळेल. 281 सीईओ आणि बोर्ड यांच्यात झालेला हा आतापर्यंतचा सर्वात मोठा करार होता. 282 मे 2020 मध्ये देण्यात आलेल्या पहिल्या पुरस्कारामध्ये, ते 1.69 दशलक्ष TSLA समभाग (कंपनीचे सुमारे 1%) बाजारभावापेक्षा कमी किमतीत खरेदी करण्यास पात्र होते, ज्याची किंमत सुमारे $800 दशलक्ष होती. 282 281

मस्कने 2014 आणि 2018 दरम्यान $1.52 अब्ज उत्पन्नावर $455 दशलक्ष कर भरले. 283 ProPublica च्या मते, मस्कने 2018 मध्ये कोणताही फेडरल आयकर भरला नाही. 284 टेस्ला स्टॉकच्या $14 अब्ज किमतीच्या विक्रीच्या आधारे त्याचे 2021 चे कर बिल $12 अब्ज इतके असल्याचा दावा त्यांनी केला. 283

2003 मध्ये, मस्कने सांगितले की त्याचे आवडते विमान L-39 अल्बट्रोस आहे. 285 286 तो SpaceX च्या मालकीचे खाजगी जेट वापरतो आणि ऑगस्ट 2020 मध्ये दुसरे जेट विकत घेतले. 287 288 289 जेटने जीवाश्म इंधनाचा प्रचंड वापर केल्याने—त्याने 2018 मध्ये 150,000 मैलांवर उड्डाण केले होते—त्याची टीका झाली आहे. 287 290

मस्कने स्वतःचे वारंवार "कॅश गरीब" असे वर्णन केले आहे, 291 292 आणि "संपत्तीच्या भौतिक फसवणुकीत फारसा रस नसल्याचा दावा केला आहे". 291 मे 2020 मध्ये, त्याने जवळजवळ सर्व भौतिक संपत्ती विकण्याचे वचन दिले. 293 292 2021 मध्ये, मस्कने आपल्या संपत्तीचे रक्षण केले आणि सांगितले की तो मानवतेच्या अंतराळात बाह्य विस्तारासाठी संसाधने जमा करत आहे. 294

परोपकार

मस्क हे मस्क फाउंडेशनचे अध्यक्ष आहेत, 295 ज्यांचा उद्देश आहे: आपत्तीग्रस्त भागात सौर-ऊर्जा ऊर्जा प्रणाली प्रदान करणे; संशोधन, विकास आणि समर्थन (मानवी अंतराळ संशोधन, बालरोग, अक्षय ऊर्जा आणि "सुरक्षित कृत्रिम बुद्धिमत्ता" यासह स्वारस्यांसाठी); आणि विज्ञान आणि अभियांत्रिकी शैक्षणिक प्रयत्नांना समर्थन देते. 296 2002 ते 2018 पर्यंत, त्याने $25 दशलक्ष थेट गैर-नफा संस्थांना दिले, त्यापैकी जवळपास निम्मे मस्कच्या ओपनएआयला गेले, 297 जी त्यावेळी एक ना-नफा संस्था होती. 298

2002 पासून, फाउंडेशनने 350 हून अधिक देणग्या दिल्या आहेत. सुमारे निम्मे वैज्ञानिक संशोधन किंवा शिक्षण नानफा संस्थांसाठी होते. उल्लेखनीय लाभार्थ्यांमध्ये विकिमीडिया फाउंडेशन, पेनसिल्व्हेनिया विद्यापीठातील त्याचे अल्मा माटर आणि त्याचा भाऊ किंबलचा बिग ग्रीन यांचा समावेश आहे. 299 2012 मध्ये, मस्कने गिव्हिंग प्लेज घेतला, ज्यायोगे त्याच्या हयातीत किंवा त्याच्या इच्छेनुसार त्याची बहुतांश संपत्ती धर्मादाय कारणांसाठी देण्याचे वचन दिले. 300 त्यांनी एक्स प्राइझ फाउंडेशनमध्ये बक्षिसे दिली आहेत, ज्यात सुधारित कार्बन कॅप्चर तंत्रज्ञान बक्षीस म्हणून $100 दशलक्ष आहे. 301 302 303

वोक्सने फाउंडेशनचे वर्णन "त्याच्या साधेपणामध्ये जवळजवळ मनोरंजक आणि तरीही आश्चर्यकारकपणे अपारदर्शक आहे" असे नमूद केले, की त्याची वेबसाइट साध्या मजकुरात फक्त 33 शब्द आहे. 297 फाउंडेशनवर तुलनेने कमी प्रमाणात दान केलेल्या संपत्तीबद्दल टीका करण्यात आली आहे. 304 2020 मध्ये, फोर्ब्सने मस्कला 1 चा परोपकारी स्कोअर दिला, कारण त्याने त्याच्या एकूण संपत्तीच्या 1% पेक्षा कमी रक्कम दिली होती. 299 नोव्हेंबर 2021 मध्ये, मस्कने टेस्लाचे $5.7 अब्ज शेअर्स चॅरिटीसाठी दान केले; 305 तथापि, फॉर्च्युन मासिकाने नमूद केले की, त्यानंतर कोणत्याही ना-नफा संस्थांनी मस्ककडून कोणतेही पैसे मिळण्याची घोषणा केली नाही, त्याच्या नोव्हेंबर 2021 च्या नियामक फाइलिंगचा हवाला देऊन 5.7 अब्ज डॉलर्सचे शेअर्स चॅरिटीसाठी राखून ठेवले आहेत. ३०६

दृश्ये

मुख्य लेख: इलॉन मस्कचे दृश्य

अस्तित्वातील धोके

कस्तुरी 2006 मार्स सोसायटी कॉन्फरन्समध्ये बोलत असलेल्या लाकडी व्यासपीठावर उभा आहे

२००६ च्या मार्स सोसायटी कॉन्फरन्समध्ये फाल्कन ९ आणि ड्रॅगन स्पेसक्राफ्टबद्दल माहिती देताना मस्क

मस्क यांनी असे म्हटले आहे की कृत्रिम बुद्धिमत्ता हा मानवतेला सर्वात मोठा धोका आहे. 307 308 त्यांनी "टर्मिनेटर-समान" एआय सर्वनाशाचा इशारा दिला आहे आणि सरकारने त्याच्या सुरक्षित विकासाचे नियमन करावे असे सुचवले आहे. 309 310 311 2015 मध्ये, मस्क स्टीफन हॉकिंग आणि इतर शेकडो लोकांसोबत आर्टिफिशियल इंटेलिजेंसच्या ओपन लेटरवर कॉसिग्नेटरी होते, ज्याने स्वायत्त शस्त्रांवर बंदी घालण्याची मागणी केली होती. 312 कॉम्प्युटर शास्त्रज्ञ यान लेकुन किंवा उद्योग नेते मार्क झुकरबर्ग, 313 314 315 यांसारख्या समीक्षकांनी मस्कच्या AI भूमिकेला चिंताजनक आणि इनसनाटी म्हटले आहे आणि थिंक टँक इन्फॉर्मेशन टेक्नॉलॉजी अँड इनोव्हेशन फाउंडेशनचे नेतृत्व करून मस्कला 2016 मध्ये वार्षिक लुडाइट पुरस्कार प्रदान केला आहे. ३१६

मस्क यांनी AI नंतर मानवतेसाठी सर्वात मोठा धोका म्हणून हवामान बदलाचे वर्णन केले आहे, 317 आणि कार्बन कर लावण्याची वकिली केली आहे. 318 मस्क हे राष्ट्राध्यक्ष डोनाल्ड ट्रम्प यांच्या हवामान बदलाबाबतच्या त्यांच्या भूमिकेचे टीकाकार होते, 319 320 आणि ट्रम्प यांच्या 2017 च्या पॅरिस करारातून युनायटेड स्टेट्स काढून घेण्याच्या निर्णयानंतर त्यांनी दोन अध्यक्षीय व्यवसाय सल्लागार परिषदांचा राजीनामा दिला. 321

मस्कने मंगळाच्या वसाहतीकरणाला दीर्घकाळ प्रोत्साहन दिले आहे आणि मानवतेने "बहुग्रहीय प्रजाती" बनली पाहिजे असा युक्तिवाद केला आहे. 322 त्याने मंगळावर टेराफॉर्म करण्यासाठी अण्वस्त्रांचा वापर सुचविला आहे. 323 324 त्यांनी मंगळावर थेट लोकशाही प्रस्थापित करण्याची कल्पना केली ज्यामध्ये कायदे काढण्यापेक्षा कायदे तयार करण्यासाठी अधिक मतांची आवश्यकता असेल. 325 मस्क यांनी मानवी लोकसंख्येच्या घसरणीबद्दल चिंता व्यक्त केली आहे, 326 327 असे म्हटले आहे की, "मंगळावर मानवी लोकसंख्या शून्य आहे. आम्हाला बहुग्रह सभ्यता बनण्यासाठी खूप लोकांची गरज आहे." 328 वॉल स्ट्रीट जर्नल्सच्या सीईओ कौन्सिलच्या सत्रात बोलताना 2021 मध्ये, मस्क यांनी सांगितले की घटता जन्मदर आणि लोकसंख्या हा मानवी सभ्यतेसाठी सर्वात मोठा धोका आहे. 329

राजकारण

लाल टेस्लाच्या शेजारी मस्क यूएस सिनेटर डायन फेनस्टाईनशी संभाषण करत आहे

मस्क यांनी अमेरिकेचे उपराष्ट्रपती माइक पेन्स, द्वितीय महिला आणि इतर अधिकाऱ्यांशी संवाद साधला

टेस्ला फ्रेमॉंट फॅक्टरी (2010) च्या उद्घाटनावेळी सिनेटर डियान फेनस्टाईनसोबत मस्क आणि SpaceX च्या क्रू ड्रॅगन डेमो-2 लाँच (2020) आधी केनेडी स्पेस सेंटरमध्ये उपाध्यक्ष माइक पेन्ससोबत

जरी अनेकदा उदारमतवादी म्हणून वर्णन केले असले तरी, मस्कने स्वतःला "राजकीयदृष्ट्या मध्यम" म्हटले आहे आणि ते कॅलिफोर्नियामध्ये राहत असताना नोंदणीकृत स्वतंत्र होते. न्यूयॉर्क टाइम्सने नमूद केले की मस्क " अमेरिकन बायनरी, डाव्या-उजव्या राजकीय चौकटीत सुबकपणे बसत नसलेली मते व्यक्त करतात." 330 ऐतिहासिकदृष्ट्या, मस्कने डेमोक्रॅट आणि रिपब्लिकन या दोघांनाही देणगी दिली आहे, 331 त्यापैकी अनेकांनी ज्या राज्यांमध्ये त्याचा निहित स्वार्थ आहे. ३३० मस्क यांनी चीनची प्रशंसा केली आहे आणि चीन सरकारला आकर्षित करण्यासाठी आणि टेस्लाच्या बाजारपेठेत प्रवेश करण्यासाठी "मोहक आक्षेपार्ह" असल्याचे वर्णन केले आहे. 332 2022 मध्ये, मस्कने चीन सायबरस्पेससाठी एक लेख लिहिला, 333 चीनमधील सायबरस्पेस प्रशासनाचे अधिकृत प्रकाशन जे चीनमध्ये इंटरनेट सेन्सॉरशिप लागू करते. त्यांनी लिहिलेल्या लेखाचे वर्णन त्यांच्या "भाषण स्वातंत्र्याच्या स्पष्ट वकिली"शी विरोधाभासी असल्याचे वर्णन करण्यात आले आहे. 334 335 336 337

मस्क यांनी 2016 च्या यूएस अध्यक्षपदाच्या निवडणुकीत हिलरी क्लिंटन यांना मतदान केले. 338 2020 डेमोक्रॅटिक अध्यक्षीय प्राइमरीमध्ये, मस्कने उमेदवार अँड्र्यू यांगला समर्थन दिले आणि त्यांच्या प्रस्तावित सार्वत्रिक मूलभूत उत्पन्नासाठी पाठिंबा व्यक्त केला. 339 2020 च्या सार्वत्रिक निवडणुकीत त्यांनी कान्ये वेस्टच्या स्वतंत्र मोहिमेचे समर्थन देखील केले, 340 परंतु शेवटी 2020 मध्ये जो बिडेन यांना मतदान केले. 338 2022 मध्ये, मस्क म्हणाले की ते डेमोक्रॅट्सचे "यापुढे समर्थन" करू शकत नाहीत कारण ते "विभाजन आणि द्वेषाचे पक्ष" आहेत, 341 342 343 आणि 2024 च्या यूएस अध्यक्षीय निवडणुकीत रिपब्लिकन रॉन डीसँटिस यांना पाठिंबा देण्याकडे झुकले तर ते उमेदवार होते. 344 345 346 मस्क "अब्जपती कर" ला विरोध करतात, 347 आणि बर्नी सँडर्स, 348 349 350 अलेक्झांड्रिया ओकासिओ-कॉर्टेझ, 351 आणि एलिझाबेथ वॉरेन सारख्या अधिक प्रगतीशील लोकशाही राजकारण्यांशी वाद घालतात. 352

मस्कच्या विधानांनी अनेकदा वाद निर्माण केला आहे, जसे की पसंतीच्या लिंग सर्वनामांची थट्टा करणे, ३५३ ३५४ कॅनडाचे पंतप्रधान जस्टिन ड्रूडो यांची २०२२ च्या कॅनडाच्या काफिल्याच्या निषेधाच्या समर्थनार्थ अॅडॉल्फ हिटलरशी तुलना करणे, ३५५ ३५६ असे म्हटले आहे की यू.एस. "आम्हाला पाहिजे तो सत्तापालट" करू शकतो. 357

COVID-19

फेस मास्क घातलेला कस्तुरी

कस्तुरी COVID-19 साथीच्या (२०२१) दरम्यान फेस मास्क म्हणून बंडाना घालते

कोविड-19 साथीच्या आजाराशी संबंधित सार्वजनिक टिप्पण्या आणि आचरणासाठी मस्कवर टीका झाली. 358 359 त्याने विषाणूबद्दल चुकीची माहिती पसरवली, ज्यात क्लोरोक्विनच्या फायद्यांवर मोठ्या प्रमाणावर बदनाम झालेल्या पेपरचा प्रचार करणे आणि COVID-19 मृत्यूची आकडेवारी फुगल्याचा दावा करणे समाविष्ट आहे. 360

मार्च 2020 मध्ये, मस्कने सांगितले की, "कोरोनाव्हायरसची दहशत मूक आहे." 361 362 टेस्ला कर्मचाऱ्यांना ईमेलमध्ये, मस्क यांनी COVID-19 चा "सामान्य सर्दीचा विशिष्ट प्रकार" म्हणून उल्लेख केला आणि भविष्यवाणी केली की कोविड- 19 प्रकरणे यूएस लोकसंख्येच्या 0.1% पेक्षा जास्त नसतील. 363 358 19 मार्च 2020 रोजी, मस्क यांनी भाकीत केले की "एप्रिलच्या अखेरीस यूएस मध्ये शून्याच्या जवळपास नवीन प्रकरणे असतील". 359 364 पॉलिटिकोने या विधानाला " 2020 च्या सर्वात धाडसी, आत्मविश्वासपूर्ण आणि नेत्रदीपक चुकीच्या अंदाजांपैकी एक" असे लेबल केले. 365 मस्क यांनी खोटा दावा देखील केला की मुले कोविड-19 साठी "मूलतः

रोगप्रतिकारक" असतात. 366 367

मस्क यांनी कोविड-19 लॉकडाउनचा निषेध केला आणि सुरुवातीला स्थानिक निवारा-इन-प्लेस ऑर्डरला झुगारून मार्च 2020 मध्ये टेस्ला फ्रेमॉंट कारखाना बंद करण्यास नकार दिला. 358 368 369 मे 2020 मध्ये, त्यांनी टेस्ला कारखाना पुन्हा उघडला, स्थानिक स्टे-अट-होम ऑर्डर, 370 371 नाकारून कामगारांना चेतावणी दिली की त्यांना पगार दिला जाईल आणि त्यांनी कामावर तक्रार न केल्यास त्यांचे बेरोजगारीचे फायदे धोक्यात येऊ शकतात. 370 371 . ३७१

मार्च 2020 मध्ये, मस्कने वचन दिले की टेस्ला कमतरता असल्यास कोविड-19 रूग्णांसाठी व्हेंटिलेटर बनवेल. 372 न्यू यॉर्क शहराचे महापौर बिल डी ब्लासिओ सारख्या व्यक्तींनी मस्कच्या ऑफरला प्रतिसाद दिल्यानंतर, 373 मस्कने व्हेंटिलेटर दान करण्याची ऑफर दिली जे टेस्ला तयार करेल किंवा तृतीय पक्षाकडून विकत घेईल. 372 तथापि, मस्कने अधिक महागड्या आणि शोधलेल्या आक्रमक मेकॅनिकल व्हेंटिलेटर (IMV) मशिन्सऐवजी BiPAP आणि CPAP मशीन्स खरेदी करून दान करणे बंद केले. 374 375 376

सप्टेंबर 2020 मध्ये, मस्कने सांगितले की त्यांना COVID-19 ची लस मिळणार नाही, कारण त्यांना आणि त्यांच्या मुलांना "कोविडचा धोका नाही". 377 378 379 दोन महिन्यांनंतर, मस्कने कोविड-19 ची लागण केली आणि त्याच्या कोविड-19 जलद प्रतिजन चाचणीचे परिणाम संशयास्पद असल्याचे सुचविले, त्यानंतर मस्कच्या संदर्भात "स्पेस कारेन" हा वाक्यांश ट्विटरवर ट्रेंड झाला. 380 381 तथापि, डिसेंबर 2021 मध्ये, मस्कने उघड केले की त्याला आणि त्याच्या पात्र मुलांना ही लस मिळाली आहे. 382

वित्त

अमेरिकन सरकारने कंपन्यांना सबसिडी द्यावी, असा त्यांचा विश्वास नाही, असे मस्क यांनी नमूद केले आहे; त्याऐवजी त्यांनी खराब वर्तनाला परावृत्त करण्यासाठी कार्बन कर वापरावा. 383 384 मस्क म्हणतात की मुक्त बाजार सर्वोत्तम उपाय साध्य करेल आणि पर्यावरणास अनुकूल नसलेली वाहने तयार केल्याने त्याचे स्वतःचे परिणाम भोगावे लागतील. 385 टेस्लाला अब्जावधी डॉलर्स सबसिडी मिळाल्याने त्याच्या भूमिकेला दांभिक म्हटले गेले. 386 याव्यतिरिक्त, टेस्लाने कॅलिफोर्निया आणि युनायटेड स्टेट्स फेडरल स्तरावर ऑफर केलेल्या शून्य उत्सर्जन क्रेडिट्सच्या सरकारने सुरू केलेल्या प्रणालींमधून मोठ्या रकमेची कमाई केली, ज्यामुळे टेस्ला वाहनांचा प्रारंभिक ग्राहक अवलंब करणे शक्य झाले, कारण सरकारांनी दिलेल्या कर क्रेडिट्समुळे टेस्लाची बॅटरी इलेक्ट्रिक वाहने सक्षम झाली. सध्याच्या कमी किमतीच्या अंतर्गत ज्वलन इंजिन वाहनांच्या तुलनेत किंमत-स्पर्धात्मक. 387 विशेष म्हणजे, युरोपियन युनियन उत्सर्जन व्यापार प्रणाली आणि चीनी राष्ट्रीय कार्बन व्यापार योजना या दोन्हींद्वारे कंपनीला दिलेल्या कार्बन क्रेडिट्सच्या विक्रीतून टेस्ला आपला बराचसा महसूल मिळवते. 388 389 390 391

शॉर्ट-सेलिंगचा दीर्घकाळ विरोधक असलेल्या मस्कने या प्रथेवर वारंवार टीका केली आहे आणि ती बेकायदेशीर असावी असा युक्तिवाद केला आहे. 392 393 शॉर्ट-सेलिंगला मस्कचा विरोध हा त्याच्या कंपन्यांबद्दलच्या विरोधी संशोधनांना शॉर्ट-सेलर कसे लक्ष्य करतात आणि प्रकाशित करतात यावरून अनुमान काढले जाते. 394 2021 च्या सुरुवातीस, त्याने गेमस्टॉप शॉर्ट स्क्वीझला प्रोत्साहन दिले. 395 396

तंत्रज्ञान

मस्कने क्रिप्टोकरन्सीला प्रोत्साहन दिले आहे आणि पारंपारिक सरकारने जारी केलेल्या फिएट चलनांवर त्यांचे समर्थन केले आहे. 397 क्रिप्टोकरन्सी मार्केट्सवर मस्कच्या ट्विटचा प्रभाव पाहता, ३९८ क्रिप्टोकरन्सीबद्दलची त्यांची विधाने अर्थतज्ज नूरिएल रुबिनी सारख्या काहींनी बाजारातील फेरफार म्हणून पाहिली आहेत. 399 Bitcoin आणि Dogecoin ची प्रशंसा करणाऱ्या मस्कच्या सोशल मीडियाला त्यांच्या किमती वाढवण्याचे श्रेय देण्यात आले. परिणामी, टेस्लाने 2021 मध्ये $1.5 बिलियन किमतीचे बिटकॉइन विकत घेतल्याच्या घोषणेने मस्कच्या सोशल मीडिया वर्तनाच्या पार्श्वभूमीवर प्रश्न उपस्थित केले. 400 क्रिप्टोकरन्सी खाणकामाच्या पर्यावरणीय प्रभावामुळे ते बिटकॉइन पेमेंटसाठी स्वीकारतील या टेस्लाच्या घोषणेवर पर्यावरणवादी आणि गुंतवणूकदारांनी टीका केली होती; 2021 मध्ये, Bitcoin खाणकामाचा ऊर्जेचा वापर, ज्यामध्ये अंगभूत ऊर्जा अकार्यक्षमता आहे, अर्जेंटिना पेक्षा जास्त आहे. काही महिन्यांनंतर, टीकेला उत्तर म्हणून, मस्कने ट्विटरवर जाहीर केले की टेस्ला यापुढे बिटकॉइन स्वीकारणार नाही आणि पर्यावरणीय समस्यांचे निराकरण होईपर्यंत कोणत्याही बिटकॉइन व्यवहारात गुंतणार नाही. 401 402

मास ट्रान्झिट इन्फ्रास्ट्रक्चर तयार करण्यात बोरिंग कंपनीचा सहभाग असूनही, मस्कने सार्वजनिक वाहतुकीवर टीका केली आहे आणि वैयक्तिक वाहतूक (खाजगी वाहने) ला प्रोत्साहन दिले आहे. 403 404 405 त्यांच्या टिप्पण्यांना "अभिजातवादी" म्हटले गेले आहे आणि वाहतूक आणि शहरी नियोजन तज्ज दोघांकडून व्यापक टीका झाली आहे, ज्यांनी दाट शहरी भागात सार्वजनिक वाहतूक अधिक किफायतशीर, अधिक ऊर्जा कार्यक्षम आहे आणि खाजगी कारच्या तुलनेत खूपच कमी जागा आवश्यक असल्याचे निदर्शनास आणले आहे. ४०४ ४०६ ४०५

वैयक्तिक जीवन

2000 च्या दशकाच्या सुरुवातीपासून ते 2020 च्या उत्तरार्धापर्यंत, मस्क कॅलिफोर्नियामध्ये वास्तव्यास होते जेथे टेस्ला आणि स्पेसएक्स दोन्हीची स्थापना झाली होती. 407 2020 मध्ये, ते टेक्सासला गेले, त्यांनी सांगितले की कॅलिफोर्निया आर्थिक यशाने "संतुष्ट" झाला आहे. 407 408 मे 2021 मध्ये सॅटर्डे नाईट लाइव्ह होस्ट करताना, मस्कने सांगितले की त्याला एस्परजर सिंड्रोम आहे. 409

विवाह, डेटिंग जीवन आणि मुले

ऑटारियो, कॅनडातील क्वीन्स युनिव्हर्सिटीमध्ये शिकत असताना मस्क त्याची पहिली पत्नी कॅनेडियन जस्टिन विल्सन यांना भेटले आणि त्यांनी 2000 मध्ये लग्न केले. 410 2002 मध्ये, त्यांच्या पहिल्या मुलाचा 10 आठवडे वयाच्या सडन इन्फंट डेथ सिंड्रोममुळे मृत्यू झाला. 411 त्याच्या मृत्यूनंतर, जोडप्याने त्यांचे कुटुंब सुरू ठेवण्यासाठी IVF चा वापर करण्याचा निर्णय घेतला. 412 त्यांना 2004 मध्ये जुळी मुले झाली आणि त्यानंतर 2006 मध्ये तिप्पट झाली. 412 या जोडप्याने 2008 मध्ये घटस्फोट घेतला आणि त्यांच्या मुलांचा ताबा सामायिक केला. 410 413 414 2022 मध्ये, जुळ्या मुलांपैकी एकाने तिची लिंग ओळख प्रतिबिंबित करण्यासाठी अधिकृतपणे तिचे नाव बदलले आणि विल्सनचा आडनाव म्हणून वापर केला कारण ती यापुढे मस्कशी संबंधित राहू इच्छित नाही. 415

2008 मध्ये, मस्कने इंग्लिश अभिनेत्री तालुलाह रिलेशी डेटिंग करण्यास सुरुवात केली. 416 त्यांनी दोन वर्षांनंतर स्कॉटलंडमधील डॉर्नोच कॅथेड्रल येथे लग्न केले. 417 418 2012 मध्ये, पुढील वर्षी पुन्हा लग्न करण्यापूर्वी या जोडप्याने घटस्फोट घेतला. 419 2014 मध्ये घटस्फोटासाठी थोडक्यात दाखल केल्यानंतर, 419 मस्कने 2016 मध्ये रिलेपासून दुसरा घटस्फोट घेतला. 420 421 त्यानंतर मस्कने 2017 मध्ये एम्बर हर्डला अनेक महिने डेट केले; 422 423 तो 2012 पासून तिचा पाठलाग करत होता. 423 मस्कवर नंतर जॉनी डेपने डेपशी विवाहित असताना हर्डशी प्रेमसंबंध ठेवल्याचा आरोप लावला. 424 425 426 मस्क आणि हर्ड या दोघांनीही अफेअर नाकारले. 424

2018 मध्ये, मस्क आणि कॅनेडियन संगीतकार ग्रिम्स यांनी उघड केले की ते डेटिंग करत होते. 427 428 ग्रिम्स यांनी मे 2020 मध्ये त्यांच्या मुलाला जन्म दिला. 429 430 मस्क आणि ग्रिम्सच्या मते, त्याचे नाव "X Æ A-12" होते; तथापि, नावाने कॅलिफोर्नियाच्या नियमांचे उल्लंघन केले असते कारण त्यात आधुनिक इंग्रजी वर्णमाला नसलेली अक्षरे होती, 431 432 आणि नंतर ते "X Æ A-Xii" असे बदलले गेले. यामुळे अधिक गोंधळ निर्माण झाला, कारण आधुनिक इंग्रजी वर्णमालेतील Æ हे अक्षर नाही. 433 शेवटी मुलाचे नाव "X AE A-XII" कस्तुरी ठेवण्यात आले, पहिल्या नावाने "X", मधले नाव "AE A-XII" आणि आडनाव "मस्क" असे ठेवण्यात आले. 434 डिसेंबर 2021 मध्ये, ग्रिम्स आणि मस्क यांना दुसरे मूल झाले, एक्सा डार्क सिडेरल मस्क ("Y" टोपणनाव) नावाची मुलगी, सरोगसीद्वारे जन्माला आला. 1 ग्रिम्सने व्हॅनिटी फेअरला दिलेल्या मुलाखतीत मार्च 2022 मध्ये गर्भधारणा आणि जन्माचा खुलासा केला. 1 गर्भधारणा असूनही, मस्कने सप्टेंबर 2021 मध्ये जोडपे "अर्ध-विभक्त" झाल्याच्या वृत्ताची पुष्टी केली; डिसेंबर 2021 मध्ये टाईमला दिलेल्या मुलाखतीत त्यांनी सांगितले की तो अविवाहित आहे. 435 436 मार्च 2022 मध्ये, ग्रिम्सने मस्कसोबतच्या तिच्या नातेसंबंधाबद्दल सांगितले: "मी कदाचित त्याला माझा प्रियकर म्हणून संबोधले असेल, परंतु आम्ही खूप तरल आहोत." 1 त्या महिन्याच्या शेवटी, ग्रिम्सने ट्विट केले की तिचे आणि मस्कचे पुन्हा ब्रेकअप झाले आहे परंतु ते कायम राहिले. चांगल्या अटींवर. 437

जुलै 2022 मध्ये, इनसाइडरने नोव्हेंबर 2021 मध्ये न्यूरालिंक येथील ऑपरेशन्स आणि विशेष प्रकल्पांचे संचालक शिवॉन झिलिस यांच्याशी मस्कची जुळी मुले असल्याचे उघड करणारे न्यायालयीन दस्तऐवज प्रकाशित केले. 3 438 मस्क आणि ग्रिम्स यांना डिसेंबरमध्ये सरोगेटद्वारे त्यांचे दुसरे मूल होण्याच्या काही आठवड्यांपूर्वी त्यांचा जन्म झाला होता. झिलिस हा मस्कचा थेट अहवाल आहे हे लक्षात घेऊन बातमी "कामाच्या ठिकाणी नैतिकतेबद्दल प्रश्न निर्माण करते". 439 440 तसेच जुलै 2022 मध्ये, द वॉल स्ट्रीट जर्नलने अहवाल दिला की मस्कचे 2021 मध्ये गुगलचे सह-संस्थापक सर्गे ब्रिन यांच्या पत्नीशी कथित प्रेमसंबंध होते, ज्यामुळे पुढील वर्षी त्यांचा घटस्फोट झाला. 441 मस्कने अहवाल नाकारला. 442

लैंगिक गैरवर्तनाचा आरोप

हे देखील पहा: SpaceX § लैंगिक छळ

मे 2022 मध्ये, एका इनसाइडर लेखात मस्कने 2016 मध्ये एका खाजगी जेटमध्ये SpaceX फ्लाइट अटेंडंटसोबत लैंगिक गैरवर्तन केल्याचा आरोप केला होता. लेखानुसार, फ्लाइट अटेंडंटच्या अज्ञात मित्राचा हवाला देऊन, नोव्हेंबर 2018 मध्ये मस्क, SpaceX आणि माजी फ्लाइट अटेंडंटने दाव्यांवर खटला न भरण्याच्या प्रतिज्ञाच्या बदल्यात परिचराला $250,000 पेमेंट देऊन विच्छेदन करार केला. 443 मस्कने प्रतिक्रिया दिली, "जर मी लैंगिक छळात गुंतले असेल, तर माझ्या संपूर्ण 30 वर्षांच्या कारकिर्दीत हे पहिल्यांदाच उघडकीस येण्याची शक्यता नाही". त्यांनी बिझनेस इनसाइडरच्या लेखावर "राजकीयदृष्ट्या प्रेरित हिट पीस" असल्याचा आरोप केला. 444 445 बिझनेस इनसाइडर लेख प्रकाशित झाल्यानंतर, टेस्लाचा स्टॉक 6% पेक्षा जास्त घसरला, 446 मस्कची एकूण संपत्ती $10 बिलियनने कमी झाली. 447 बॅरॉन्सने लिहिले "...काही गुंतवणूकदारांनी की-मॅन जोखीम मानली - एखाद्या व्यक्तीच्या नुकसानीमुळे कंपनीला मोठ्या प्रमाणात दुखापत होण्याचा धोका." 448

ओळख

मुख्य लेख: एलोन मस्क फिल्मोग्राफी आणि एलोन मस्क यांना मिळालेल्या पुरस्कार आणि सन्मानांची यादी

पदक परिधान कस्तुरी

2022 मध्ये ब्राझिलियन सशस्त्र दलांकडून ऑर्डर ऑफ डिफेन्स मेरिट प्राप्त करताना कस्तुरी 449

मस्कने आयर्न मॅन 2 (2010), 450 मॅचेट किल्स (2013), 451 व्हाय हिम? (2016), 452 आणि मेन इन ब्लॅक: इंटरनॅशनल (2019). 453 ज्या टेलिव्हिजन मालिकांवर तो दिसला त्यात द सिम्पसन ("द मस्क हू फेल टू अर्थ", 2015), 454 द बिग बँग थिअरी ("द प्लेटोनिक परम्युटेशन", 2015), 455 साउथ पार्क ("केवळ सदस्य") यांचा समावेश आहे. , 2016), 456 457 रिक आणि मॉर्टी ("वन क्रू ओव्हर द क्रूकूज मॉर्टी", 2019), 458 459 यंग शेल्डन ("ए पॅच, ए मॉडेम, अँड ए झांटॅक®", 2017) 460 आणि शनिवार रात्री लाइव्ह (2021). 461 त्यांनी रेसिंग एक्सटींक्शन (2015) आणि वर्नर हर्झॉग-दिग्दर्शित लो अँड बेहोल्ड (2016) या माहितीपटांसाठी मुलाखतींचे योगदान दिले. 462 463

मस्क 2018 मध्ये रॉयल सोसायटी (FRS) चे फेलो म्हणून निवडून आले. 464 2015 मध्ये, त्यांना येल विद्यापीठाकडून अभियांत्रिकी आणि तंत्रज्ञानामध्ये मानद डॉक्टरेट आणि IEEE मानद सदस्यत्व प्राप्त झाले. 465 466 फाल्कन रॉकेटच्या विकासातील योगदानाबद्दल पुरस्कारांमध्ये 2008 मध्ये अमेरिकन इन्स्टिट्यूट ऑफ एरोनॉटिक्स अँड ॲस्ट्रोनॉटिक्स जॉर्ज लो ट्रान्सपोर्टेशन अवॉर्ड, 467 फेडरेशन एरोनॉटिक इंटरनॅशनल गोल्ड स्पेस मेडल 2010, 468 आणि रॉयल एरोनॉटिकल सोसायटी मधील गोल्ड मेडल यांचा समावेश आहे. 2012. 469 2010, 470 2013, 471 2018, 472 आणि 2021 मध्ये टाइम मासिकाच्या 100 सर्वात प्रभावशाली व्यक्तींमध्ये त्यांची यादी करण्यात आली. 473 मस्कची २०२१ साठी टाईमच्या "पर्सन ऑफ द इयर" म्हणून निवड करण्यात आली. टाइम एडिटर-इन-चीफ एडवर्ड फेलसेन्थल यांनी लिहिले की "पर्सन ऑफ द इयर हा प्रभाव दर्शवणारा आहे, आणि पृथ्वीवरील जीवनावर मस्कपेक्षा काही व्यक्तींचा प्रभाव जास्त आहे, आणि संभाव्यतः पृथ्वीवरील जीवसृष्टी देखील". 474 475 2022 मध्ये, मस्कची राष्ट्रीय अभियांत्रिकी अकादमीमध्ये सदस्य म्हणून निवड झाली.

5
बर्नार्ड अर्नॉल्ट

बर्नार्ड अर्नॉल्ट

Top Richest People

Scan for Story Videos - www.itibook.com

बर्नार्ड जीन एटिएन अर्नॉल्ट फ्रेंच जन्म 5 मार्च 1949) हा एक फ्रेंच व्यावसायिक, गुंतवणूकदार आणि कला संग्राहक आहे. ते LVMH Moët Hennessy – Louis Vuitton SE चे सह-संस्थापक, अध्यक्ष आणि मुख्य कार्यकारी आहेत, ही जगातील सर्वात मोठी लक्झरी वस्तू कंपनी आहे. 2022 च्या फोर्ब्सच्या अहवालानुसार अरनॉल्ट हा जगातील सर्वात श्रीमंत पुरुषांपैकी एक आहे.

बर्नार्ड जीन एटिएन अर्नॉल्ट यांचा जन्म 5 मार्च 1949 रोजी रुबेक्स, फ्रान्स येथे झाला. त्याची आई, मेरी-जोसेफ सॅव्हिनेल, एटिएन सॅव्हिनेलची मुलगी, हिला "डिओरबद्दल आकर्षण" होते. त्याचे वडील, निर्माता जीन लिओन अर्नॉल्ट, इकोले सेंट्रल पॅरिसचे पदवीधर, फेरेट-सॅव्हिनेल या सिव्हिल इंजिनिअरिंग कंपनीचे मालक होते.

अर्नॉल्टचे शिक्षण रूबेक्समधील लाइसी मॅक्सेन्स व्हॅन डेर मीर्श आणि लिले येथील लाइसी फेदर्ब येथे झाले. 1971 मध्ये, त्यांनी फ्रान्सच्या अग्रगण्य अभियांत्रिकी शाळा, इकोले पॉलिटेक्निकमधून पदवी प्राप्त केली आणि वडिलांच्या कंपनीसाठी काम करण्यास सुरुवात केली. तीन वर्षांनंतर, त्याने आपल्या वडिलांना कंपनीचे लक्ष स्थावर मालमत्तेकडे वळवण्यास पटवून दिल्यानंतर, फेरेट-सव्हिनेलने औद्योगिक बांधकाम विभाग विकला आणि त्याचे नाव फेरिनेल ठेवण्यात आले. टेक्सटाईल कंपनीचे अधिग्रहण आणि त्यांचे मुख्यालय बदलल्यानंतर, कंपनीने रिअल इस्टेट शाखेचे नाव जॉर्ज व्ही ग्रुप असे ठेवले. रिअल इस्टेट मालमत्ता नंतर Compagnie Générale des Eaux (CGE) ला विकण्यात आली, अखेरीस Nexity बनली.

करिअर

अर्नॉल्टने आपल्या कारकिर्दीची सुरुवात 1971 मध्ये फेरेट-सव्हिनेल येथे केली आणि 1978 ते 1984 पर्यंत ते अध्यक्ष होते. 1984 मध्ये, अर्नॉल्ट, एक तरुण रिअल इस्टेट डेव्हलपर, यांनी ऐकले की फ्रेंच सरकार ख्रिश्चन डायरच्या मालकीचे कापड आणि किरकोळ समूह, बौसॅक सेंट-फ्रेस साम्राज्य ताब्यात घेण्यासाठी कोणाची तरी निवड करणार आहे.

अॅटोइन बर्नहेम, लाझार्ड फ्रेरेसचे वरिष्ठ भागीदार यांच्या मदतीने, अर्नॉल्टने फायनान्सियर अगाशे ही लक्झरी वस्तूंची कंपनी विकत घेतली. तो Financière Agache चे CEO बनले आणि त्यानंतर Boussac Saint-Frères साठी बोली युद्ध जिंकले, समूह एक फ्रॅंक समारंभासाठी विकत घेतला आणि प्रभावीपणे Boussac Saint-Frères चे नियंत्रण केले. ख्रिश्चन डायर सोबत, बौसॅकच्या मालमत्तेमध्ये डिपार्टमेंट स्टोअर ले बॉन मार्चे, किरकोळ दुकान कॉन्फोरामा आणि डायपर उत्पादक प्यूडॉस यांचा समावेश होता. उद्धरण आवश्यक

अर्नॉल्टने बुसॅक विकत घेतल्यानंतर, त्याने दोन वर्षात 9,000 कामगारांना कामावरून काढून टाकले, त्यानंतर त्याला "द टर्मिनेटर" हे टोपणनाव मिळाले. त्यानंतर त्याने कंपनीची जवळपास सर्व मालमत्ता विकली, फक्त ख्रिश्चन डायर ब्रँड आणि ले बॉन मार्चे डिपार्टमेंटल स्टोअर ठेवले.

1980 च्या दशकात, अर्नॉल्टला लक्झरी ब्रँडसचा एक समूह तयार करण्याची कल्पना होती. 1987 मध्ये LVMH ची स्थापना करण्यासाठी त्यांनी Moët Hennessy चे CEO Alain Chevalier आणि Louis Vuitton चे अध्यक्ष हेन्री Racamier यांच्यासोबत काम केले.

जुलै 1988 मध्ये, अर्नॉल्टने गिनीजसोबत एक होल्डिंग कंपनी तयार करण्यासाठी $1.5 अब्ज प्रदान केले ज्यात LVMH चे 24% शेअर्स होते. लुई व्हिटॉन समूह "अवरोधित अल्पसंख्याक" बनवण्यासाठी LVMH चा स्टॉक विकत घेत असल्याच्या अफवांना प्रतिसाद म्हणून, अर्नॉल्टने LVMH चे 13.5% अधिक विकत घेण्यासाठी $600 दशलक्ष खर्च केले, ज्यामुळे तो LVMH चा सर्वात मोठा भागधारक बनला. LVMH ची निर्मिती या आधारावर करण्यात आली होती की समूह एकल शत्रु आक्रमणासाठी खूप मोठा असेल. तथापि, अंतर्गत ताब्यात घेण्याच्या प्रयत्नांना गृहीत धरण्यात परिसर अयशस्वी झाला. लुई व्हिटॉनचे अध्यक्ष हेन्री रॅकामियर यांच्यापेक्षा अर्नॉल्टची धोरणात्मक दृष्टी वेगळी असताना हा दोष दुर्लक्षित करण्यासारखा मोठा झाला. जानेवारी 1989 मध्ये, त्याने LVMH च्या एकूण 43.5% समभागांवर

आणि त्याच्या 35% मतदान अधिकारांवर नियंत्रण मिळविण्यासाठी आणखी $500 दशलक्ष खर्च केले, अशा प्रकारे LVMH गटाचे विघटन थांबवण्यासाठी आवश्यक असलेल्या "अवरोधित अल्पसंख्याक" पर्यंत पोहोचले. त्यानंतर त्याने रॉकामियर चालू केले, त्याची सत्ता काढून घेतली आणि संचालक मंडळातून त्याची हकालपट्टी केली. 13 जानेवारी 1989 रोजी त्यांची कार्यकारी व्यवस्थापन मंडळाच्या अध्यक्षपदी एकमताने निवड झाली.

नेतृत्व स्वीकारल्यानंतर, अरनॉल्टने एका महत्त्वाकांक्षी विकास योजनेद्वारे कंपनीचे नेतृत्व केले, स्विस लक्झरी दिग्गज रिचेमॉन्ट आणि फ्रेंच-आधारित केरिंग यांच्यासमवेत ते जगातील सर्वात मोठया लक्झरी गटांपैकी एक बनले. अकरा वर्षात, वार्षिक विक्री आणि नफा 5 च्या घटकाने वाढला, आणि LVMH चे बाजार मूल्य च्या घटकाने वाढले. जुले 1988 मध्ये, अरनॉल्टने सेलिनचे अधिग्रहण केले. त्याच वर्षी, त्यांनी कंपनीच्या लक्झरी कपड्यांच्या श्रेणीची जाहिरात करण्यासाठी फ्रेंच फॅशन डिझायनर ख्रिश्चन लॅक्रोइक्स प्रायोजित केले. LVMH ने 1993 मध्ये बर्लुटी आणि केन्झो विकत घेतले, त्याच वर्षी अरनॉल्टने फ्रेंच आर्थिक वृत्तपत्र ला ट्रिब्यून विकत घेतले. कंपनीने 150 दशलक्ष युरो गुंतवणुकीनंतरही अपेक्षित यश मिळवले नाही आणि त्याने नोव्हेंबर 2007 मध्ये लेस इकोस हे वेगळे फ्रेंच आर्थिक वृत्तपत्र 240 दशलक्ष युरोमध्ये विकत घेण्यासाठी विकले. 1994 मध्ये, LVMH ने परफ्यूम फर्म गुर्लेन विकत घेतले. 1996 मध्ये, अरनॉल्टने लोवेला विकत घेतले, त्यानंतर मार्क जेकब्स आणि सेफोरा यांनी 1997 मध्ये. या गटात आणखी पाच ब्रँड्स सुद्धा समाकलित केले गेले: 1999 मध्ये थॉमस पिंक, 2000 मध्ये एमिलियो पुच्ची आणि 2001 मध्ये फेंडी, डीकेएनवाय आणि ला समरितेन. 1990 मध्ये, अरनॉल्टने युनायटेड स्टेट्समध्ये LVMH ची उपस्थिती व्यवस्थापित करण्यासाठी न्यूयॉर्कमध्ये केंद्र विकसित करण्याचा निर्णय घेतला. . या प्रकल्पाच्या देखरेखीसाठी त्यांनी ख्रिश्चन डी पोर्झमपार्कची निवड केली. याचा परिणाम म्हणजे डिसेंबर 1999 मध्ये उघडलेला LVMH टॉवर. त्याच वर्षा, अरनॉल्टने आपली नजर गुच्ची या इटालियन चामड्यांच्या वस्तूंच्या कंपनीकडे वळवली, जी टॉम फोर्ड आणि डोमेनिको डी सोले चालवत होती. त्याने समजूतदारपणे कंपनीमध्ये 5 टक्के भागभांडवल शोधून काढले. गुच्चीने प्रतिकूलपणे प्रतिसाद दिला आणि त्याला "रेंगाळणारे अधिग्रहण" म्हटले. निदर्शनास आल्यानंतर, अरनॉल्टने आपला समभाग 34.4 टक्क्यांपर्यंत वाढवला आणि त्याला एक समर्थनीय आणि निःसंशय भागधारक व्हायचे आहे. डी सोले यांनी प्रस्तावित केले की मंडळाच्या प्रतिनिधीत्वाच्या बदल्यात, अरनॉल्ट गुच्चीमधील आपला हिस्सा वाढवणे थांबवेल. तथापि, अरनॉल्टने या अटी स्वीकारण्यास नकार दिला. डी सोलेने एक पळवाट शोधून काढली ज्यामुळे त्याला फक्त बोर्डाच्या मंजुरीने शेअर्स जारी करण्याची परवानगी मिळाली आणि एलव्हीएमएचने खरेदी केलेल्या प्रत्येक शेअरसाठी त्याने अरनॉल्टचा हिस्सा कमी करून आपल्या कर्मचाऱ्यांसाठी आणखी काही निर्माण केले. सप्टेंबर 2001 मध्ये सेटलमेंट होईपर्यंत लढा खेचला गेला. कायदेशीर निर्णयानंतर, LVMH ने त्याचे शेअर्स विकले आणि $700 दशलक्ष नफा घेऊन निघून गेली.

यश आणि नफा वाढवणे

7 मार्च 2011 रोजी, अरनॉल्टने इटालियन ज्वेलर्स बुल्गारीच्या कौटुंबिक मालकीच्या 50.4% शेअर्सच्या संपादनाची घोषणा केली, बाकीच्या सार्वजनिक मालकीच्या शेअर्ससाठी निविदा ऑफर करण्याच्या उद्देशाने. हा व्यवहार $5.2 अब्ज किमतीचा होता. 2011 मध्ये, अरनॉल्टने LCapitalAsia ची स्थापना करण्यासाठी $641 दशलक्ष गुंतवणूक केली. 7 मार्च 2013 रोजी, नॅशनल बिझनेस डेलीने वृत्त दिले की मध्यम-किंमतीचा कपड्यांचा ब्रँड QDA बीजिंगमधील अरनॉल्टच्या खाजगी इक्विटी फर्म LCapitalAsia आणि चीनी पोशाख कंपनी Xin Hee Co., Ltd. यांच्या मदतीने स्टोअर उघडेल. फेब्रुवारी 2014 मध्ये, अरनॉल्टने इटालियन फॅशन ब्रँड मार्को डी व्हिन्सेंझोसोबत संयुक्त उपक्रमात प्रवेश केला आणि फर्ममध्ये अल्पसंख्याक 45% हिस्सा घेतला. 2016 मध्ये, LVMH ने DKNY G-III परिधान समूहाला विकले. एप्रिल 2017 मध्ये, अरनॉल्टने ख्रिश्चन डायर हाउट कॉउचर, लेदर, पुरुष आणि स्त्रियांसाठी तयार कपडे आणि फुटवेअर लाइन्सच्या संपादनाची घोषणा केली, ज्याने LVMH मध्ये संपूर्ण ख्रिश्चन डायर ब्रँड एकत्रित केला.

जानेवारी 2018 पर्यंत, अरनॉल्टने कंपनीला 2017 मध्ये 42.6 अब्ज युरोची विक्रमी विक्री केली होती, जी मागील वर्षाच्या तुलनेत 13% जास्त होती, कारण सर्व विभागांनी जोरदार कामगिरी केली. त्याच वर्षी, निव्वळ नफ्यात 29% वाढ झाली. 32 नोव्हेंबर 2019 मध्ये, अरनॉल्टने अंदाजे US $16.2 बिलियनमध्ये Tiffany & Co. विकत घेण्याची योजना आखली. हा करार जून 2020 पर्यंत बंद होणे अपेक्षित होते. LVMH नंतर सप्टेंबर 2020 मध्ये एक निवेदन जारी करून सूचित केले की टेकओव्हर पुढे जाणार नाही आणि कोविड-19 महामारी दरम्यान टिफनीने व्यवसाय हाताळल्यामुळे हा करार "अवैध" होता. त्यानंतर, टिफनीने LVMH विरुद्ध खटला दाखल केला, कोर्टाला खरेदी करण्यास भाग पाडण्यास किंवा प्रतिवादी विरुद्ध नुकसानीचे मूल्यांकन करण्यास सांगितले; गैरव्यवस्थापनामुळे खरेदी करार अवैध ठरल्याचा आरोप करत LVMH ने खटला भरण्याची योजना आखली. सप्टेंबर 2020 च्या मध्यभागी, एका विश्वासार्ह स्त्रोताने फोर्ब्स (मासिक) ला सांगितले की टिफनी खरेदी रद्द करण्याचा अरनॉल्टच्या निर्णयाचे कारण पूर्णपणे आर्थिक होते: महामारीच्या काळात US$32 दशलक्षचे आर्थिक नुकसान होऊनही टिफनी भागधारकांना लाखो लाभांश देत होती. आर्थिक नोंदी तपासल्यावर, अरनॉल्टला असे आढळून आले की काही US$70 दशलक्ष टिफनीने आधीच दिले आहेत, अतिरिक्त US$70 दशलक्ष नोव्हेंबर 2020 मध्ये भरायचे आहे. टिफनीने सुरू केलेल्या न्यायालयीन कारवाईविरुद्ध LVMH ने प्रतिदावा दाखल केला; LMVH ने जारी केलेल्या निवेदनात साथीच्या आजारादरम्यान टिफनीच्या गैरव्यवस्थापनाला जबाबदार धरण्यात आले आणि दावा केला की ते "रोख जाळत आहे आणि नुकसान नोंदवत आहे". ऑक्टोबर 2020

च्या उत्तरार्धात, Tiffany आणि LVMH ने मूळ टेकओव्हर योजनेला सहमती दर्शवली, जरी जवळजवळ $16 बिलियनच्या किंचित कमी किमतीत, वर नमूद केलेल्या करारातून 2.6% ची किरकोळ घट. नवीन करारामुळे LVMH द्वारे प्रति समभाग देय रक्कम $135 च्या मूळ किमतीवरून $131.50 पर्यंत कमी केली. LVMH ने टिफनीची खरेदी जानेवारी 2021 मध्ये पूर्ण केली.

अर्नॉल्टच्या नेतृत्वाखाली, LVMH मे २०२१ पर्यंत ३१३ अब्ज युरो ($३८२ अब्ज) च्या विक्रमासह, युरो झोन ४० मध्ये बाजार भांडवलानुसार सर्वात मोठी कंपनी बनली आहे. अर्नॉल्टने व्यवसाय धोरण म्हणून समूहाच्या ब्रँडचे विकेंद्रीकरण करण्याच्या निर्णयांना प्रोत्साहन दिले आहे. या उपायांचा परिणाम म्हणून, Tiffany सारख्या LVMH छत्राखालील ब्रँडसना अजूनही त्यांच्या स्वतःच्या इतिहासासह स्वतंत्र फर्म म्हणून पाहिले जाते. 24 मे 2021 रोजी अगदी अल्प कालावधीसाठी, अर्नॉल्ट तात्पुरते 187.3 अब्ज डॉलर्सच्या संपत्तीसह जेफ बेझोसला मागे टाकून जगातील सर्वात श्रीमंत व्यक्ती बनले. तथापि, काही तासांनंतर, ॲमेझॉनच्या स्टॉकमध्ये वाढ झाली आणि जेफ बेझोसने जागेवर पुन्हा दावा केला.

इतर गुंतवणूक

1998 मध्ये, उद्योजक अल्बर्ट फ्रेरे यांच्यासोबत त्यांनी वैयक्तिक क्षमतेने चॅटो चेवल ब्लँक खरेदी केले. LVMH ने 2009 मध्ये अर्नॉल्टचा हिस्सा विकत घेतला ज्यामुळे ग्रुपच्या इतर वाइन मालमत्तेमध्ये Château d'Yquem समाविष्ट होते.

1998 ते 2001 पर्यंत, अर्नॉल्टने त्याच्या युरोपॅटवेब द्वारे Boo.com, Libertysurf आणि Zebank सारख्या विविध वेब कंपन्यांमध्ये गुंतवणूक केली. ग्रुप अर्नॉल्टने 1999 मध्ये नेटफ्लिक्समध्येही गुंतवणूक केली.

2007 मध्ये, ब्लू कॅपिटलने घोषित केले की अर्नॉल्टची कॅलिफोर्नियातील मालमत्ता फर्म कॉलनी कॅपिटल सोबत फ्रान्सच्या सर्वात मोठ्या सुपरमार्केट किरकोळ विक्रेत्याच्या 10.69% आणि जगातील दुसऱ्या क्रमांकाची अन्न वितरक कॅरेफोर यांच्या मालकीची आहे.

2008 मध्ये, त्याने नौका व्यवसायात प्रवेश केला आणि 253 दशलक्ष युरोमध्ये प्रिन्सेस यॉट्स विकत घेतल्या. त्यानंतर त्याने रॉयल व्हॅन लेंटचा ताबा जवळपास सारख्याच रकमेवर घेतला.

कला संग्रह

अर्नॉल्टच्या संग्रहात पिकासो, यवेस क्लेन, हेन्री मूर आणि अँडी वॉरहोल यांच्या कामाचा समावेश आहे. LVMH ला फ्रान्समधील कलेचे प्रमुख संरक्षक म्हणून स्थापित करण्यातही त्यांचा मोलाचा वाटा होता. LVMH यंग फॅशन डिझायनरची निर्मिती ललित-कला शाळांमधील विद्यार्थ्यांसाठी खुली असलेली आंतरराष्ट्रीय स्पर्धा म्हणून करण्यात आली होती. दरवर्षी, विजेत्याला डिझायनरचे स्वतःचे लेबल तयार करण्यासाठी आणि एक वर्षाचे मार्गदर्शन करण्यासाठी अनुदान दिले जाते. 1999 ते 2003 पर्यंत, त्यांनी फिलिप्स डी प्युरी अँड कंपनी या आर्ट ऑक्शन हाऊसचे मालक होते आणि प्रथम फ्रेंच लिलावकर्ता, ताजान यांना विकत घेतले. 2006 मध्ये, अर्नॉल्टने लुई व्हिटॉन फाऊंडेशनचा बिल्डिंग प्रकल्प सुरू केला. निर्मिती आणि समकालीन कलेसाठी समर्पित, वास्तुविशारद फ्रँक गेहरी यांनी या इमारतीची रचना केली होती. 20 ऑक्टोबर 2014 रोजी जार्डिन डी'ऑक्लिमेटेशन पॅरिस येथे फाऊंडेशनचे भव्य उद्घाटन झाले.

वैयक्तिक जीवन

कुटुंब

1973 मध्ये, त्याने ॲन डेवावरिनशी लग्न केले, त्यांना दोन मुले, डेल्फीन आणि अँटोइन आहेत. 1990 मध्ये ते वेगळे झाले. 1991 मध्ये, त्याने हेलेन मर्सियर, कॅनेडियन मैफिली पियानोवादक यांच्याशी लग्न केले, त्यांना अलेक्झांड्रे, फ्रेडरिक आणि जीन ही तीन मुले झाली. अर्नॉल्ट आणि मर्सियर पॅरिसमध्ये राहतात. सर्व पाच मुले - डेल्फीन, अँटोइन, अलेक्झांड्रे, फ्रेडरिक आणि जीन - यांची भाची स्टेफनी वॉटिन अर्नॉल्टसह अर्नॉल्टद्वारे नियंत्रित ब्रँडसमध्ये अधिकृत भूमिका आहेत. अलेक्झांड्रे हे टिफनी अँड कंपनीचे ईव्हीपी आहेत, फ्रेडरिक हे TAG ह्यूअरचे सीईओ आहेत आणि जीन लुई व्हिटॉन येथे विपणन आणि विकास संचालक आहेत. 2010 पासून, अर्नॉल्टची मुलगी डेल्फीन झेवियर निएलची भागीदार आहे, जो दूरसंचार आणि तंत्रज्ञान उद्योगात सक्रिय असलेला फ्रेंच अब्जाधीश व्यापारी आहे.

संपत्ती

एप्रिल 1999 मध्ये, तो झाराच्या अमानसिओ ओर्टेगाला मागे टाकत फॅशनमधील सर्वात श्रीमंत व्यक्ती बनला. 2016 मध्ये, अर्नॉल्टला LVMH समूहाचे CEO म्हणून €7.8 दशलक्ष पगार देण्यात आला. जुलै 2019 मध्ये, अर्नॉल्ट $103 अब्ज निव्वळ संपत्तीसह जगातील दुसरा सर्वात श्रीमंत माणूस बनला. अर्नॉल्टने डिसेंबर 2019 मध्ये जेफ बेझोसला मागे टाकले, आणि जानेवारी 2020 मध्ये पुन्हा थोड्या काळासाठी ते जगातील सर्वात श्रीमंत व्यक्ती बनले. कोविड-19 महामारीच्या काळात, अर्नॉल्टने लक्झरी वस्तूंच्या विक्रीत घट झाल्यामुळे त्यांची संपत्ती $30 अब्जने कमी झाल्याचे पाहिले. 5 ऑगस्ट 2021 रोजी, त्यांची एकूण संपत्ती $198.4 अब्ज पर्यंत वाढून, त्याने जगातील सर्वात श्रीमंत व्यक्तीचा दर्जा परत मिळवला. चीन आणि आशियातील इतर भागांमध्ये LVMH च्या लक्झरी वस्तूंची विक्री वाढल्याने हे घडले. फोर्ब्सच्या अब्जाधीशांच्या यादीत त्यांची "बर्नार्ड अर्नॉल्ट आणि फॅमिली" म्हणून नोंद आहे. फोर्ब्सने 2022 मध्ये बर्नार्ड अर्नॉल्ट आणि कौटुंबिक संपत्ती $158 अब्ज होईल असा अंदाज व्यक्त केला आहे, ज्यामुळे ते बिल गेट्सच्या पुढे आहेत.

अर्नॉल्टच्या मालकीचे 70 मीटर (230 फूट) रूपांतरित संशोधन जहाज अमाडियस होते, जे 2015 च्या उत्तरार्धात विकले गेले. त्याची सध्याची 101.5 मीटर (333 फूट) नौका सिम्फनी नेदरलँडमध्ये फेडशिपने बांधली होती.

बेल्जियन राष्ट्रीयत्वासाठी विनंती

2013 मध्ये, हे उघड झाले की अर्नॉल्टने बेल्जियमच्या नागरिकत्वासाठी अर्ज करण्याची योजना आखली होती आणि बेल्जियमला जाण्याचा विचार करत होता. एप्रिल 2013 मध्ये, अर्नॉल्टने सांगितले की त्याला चुकीचे उद्धृत केले गेले होते आणि फ्रान्स सोडण्याचा त्यांचा कधीही हेतू नव्हता: "मी वारंवार सांगितले की मी फ्रान्समध्ये रहिवासी म्हणून राहीन आणि मी माझा कर भरत राहीन.... आज, मी निर्णय घेतला कोणतीही संदिग्धता दूर करण्यासाठी. मी माझी बेल्जियन राष्ट्रीयत्वाची विनंती मागे घेत आहे. बेल्जियन राष्ट्रीयत्वाची विनंती करणे हे मी नाहीसे झाल्यास LVMH समूहाची सातत्य आणि अखंडता सुनिश्चित करण्याच्या एकमेव उद्देशाने तयार केलेल्या पायाचे अधिक चांगले संरक्षण करणे होते." वर 10 एप्रिल 2013, अर्नॉल्टने जाहीर केले की त्यांनी बेल्जियमच्या नागरिकत्वासाठी अर्ज सोडण्याचा निर्णय घेतला आहे, कारण फ्रान्स आर्थिक आणि सामाजिक आव्हानांना सामोरे जात असताना करचुकवेगिरीचे उपाय म्हणून या निर्णयाचा चुकीचा अर्थ लावला जावा असे मला वाटत नाही. अर्नॉल्टने असेही सांगितले की अनेक कर्मचाऱ्यांनी कर उद्देशांसाठी फ्रान्स सोडण्याची विनंती केली परंतु त्यांनी त्यांच्या विनंत्या नाकारल्या, "75% कर जास्त महसूल वाढवणार नाही परंतु कमी विभाजनकारी ठरला पाहिजे, कारण आता तो लोकांऐवजी कंपन्यांवर आकारला जाणार आहे. , आणि फक्त दोन वर्षे जागेवर राहण्यामुळे."

राजकारण

2017 च्या फ्रेंच अध्यक्षीय निवडणुकीच्या दुसऱ्या फेरीत, अर्नॉल्टने इमॅन्युएल मॅक्रॉन यांना पाठिंबा दिला. ब्रिजिट मॅक्रॉन ही अर्नॉल्टची मुले फ्रेडरिक आणि जीन यांची फ्रेंच शिक्षिका होती जेव्हा ते लाइसी सेंट-लुई-डी-गोंझाग येथे विद्यार्थी होते.

पुरस्कार

कमांडर डी ला लेजियन डी'होन्युर (10 फेब्रुवारी 2007)

ग्रँड ऑफिसर डी ला लेजियन डी'होन्युर (१४ जुलै २०११) 80

जागतिक कॉर्पोरेट नागरिकत्वासाठी वुड्रो विल्सन पुरस्कार (2011) 81

ऑनररी नाइट कमांडर ऑफ द मोस्ट एक्सलंट ऑर्डर ऑफ द ब्रिटीश एम्पायर (2012) 82

द म्युझियम ऑफ मॉडर्न आर्टचा डेव्हिड रॉकफेलर पुरस्कार (मार्च 2014)

6

बिल गेट्स

बिल गेट्स

Top Richest People

Scan for Story Videos - www.itibook.com

विल्यम हेन्री गेट्स तिसरा जन्म 28 ऑक्टोबर 1955) हा एक अमेरिकन व्यवसायिक, सॉफ्टवेअर डेव्हलपर, गुंतवणूकदार, लेखक आणि परोपकारी आहे. तो त्याचा बालपणीचा मित्र पॉल अॅलन यांच्यासह मायक्रोसॉफ्टचा सह-संस्थापक आहे . मायक्रोसॉफ्टमधील त्यांच्या कारकिर्दीत, गेट्स यांनी अध्यक्ष, मुख्य कार्यकारी अधिकारी (सीईओ), अध्यक्ष आणि मुख्य सॉफ्टवेअर वास्तुविशारद ही पदे भूषवली, तसेच

मे 2014 पर्यंत ते सर्वांत मोठे वैयक्तिक भागधारक होते. ते 1970 आणि 1980 च्या दशकातील मायक्रो कॉम्प्युटर क्रांतीचे प्रमुख उद्योजक होते.

गेट्सचा जन्म आणि वाढ सिएटल, वॉशिंग्टन येथे झाला. 1975 मध्ये, त्याने आणि ॲलनने अल्बुकर्क, न्यू मेक्सिको येथे मायक्रोसॉफ्टची स्थापना केली. ही जगातील सर्वांत मोठी वैयक्तिक संगणक सॉफ्टवेअर कंपनी बनली. सॉफ्टवेअर आर्किटेक्ट. 1990 च्या दशकाच्या उत्तरार्धात, त्यांच्या व्यावसायिक डावपेचांसाठी त्यांच्यावर टीका झाली, ज्यांना स्पर्धाविरोधी मानले गेले. हे मत अनेक न्यायालयीन निर्णयांनी मान्य केले आहे. 9जून 2008 मध्ये, गेट्स यांनी मायक्रोसॉफ्टमध्ये अर्धवेळ भूमिका स्वीकारली आणि बिल अँड मेलिंडा गेट्स फाउंडेशनमध्ये पूर्णवेळ काम केले, ते आणि त्यांची तत्कालीन पत्नी मेलिंडा गेट्स यांनी 2000 मध्ये स्थापन केलेली खाजगी धर्मादाय संस्था. त्यांनी फेब्रुवारी 2014 मध्ये मायक्रोसॉफ्टच्या बोर्डाचे अध्यक्षपद सोडले आणि नवनियुक्त सीईओ सत्या नडेला यांना पाठिंबा देण्यासाठी तंत्रज्ञान सल्लागार म्हणून नवीन पद स्वीकारले. मार्च 2020 मध्ये, गेट्सने हवामान बदल, जागतिक आरोग्य आणि विकास आणि शिक्षण यावरील त्यांच्या परोपकारी प्रयत्नांवर लक्ष केंद्रित करण्यासाठी मायक्रोसॉफ्ट आणि बर्कशायर हॅथवे येथील बोर्डाची पदे सोडली.

1987 पासून, फोर्ब्सच्या जगातील सर्वांत श्रीमंत व्यक्तींच्या यादीत गेट्स यांचा समावेश करण्यात आला आहे. 1995 ते 2017 पर्यंत, त्यांनी 2010 ते 2013 वगळता दरवर्षी जगातील सर्वांत श्रीमंत व्यक्तीची फोर्ब्स पदवी घेतली. 15 ऑक्टोबर 2017 मध्ये, त्याला Amazon चे संस्थापक आणि CEO जेफ बेझोस यांनी मागे टाकले होते, ज्यांची अंदाजे निव्वळ संपत्ती US$90.6 बिलियन होती, त्यावेळेस गेट्सची एकूण संपत्ती US$89.9 अब्ज होती. 16 ऑगस्ट 2022 पर्यंत, गेट्सची अंदाजे एकूण संपत्ती US$117 अब्ज होती, ज्यामुळे ते जगातील पाचव्या क्रमांकाचे श्रीमंत व्यक्ती बनले.

नंतर त्यांच्या कारकिर्दीत आणि 2008 मध्ये मायक्रोसॉफ्टमध्ये दैनंदिन कामकाज सोडल्यापासून, गेट्स यांनी अनेक व्यवसाय आणि परोपकारी प्रयत्न केले आहेत. ते BEN, Cascade Investment, bgC3 आणि TerraPower यासह अनेक कंपन्यांचे संस्थापक आणि अध्यक्ष आहेत. त्यांनी बिल अँड मेलिंडा गेट्स फाउंडेशनच्या माध्यमातून विविध धर्मादाय संस्थांना आणि वैज्ञानिक संशोधन कार्यक्रमांना मोठ्या प्रमाणात पैसे दिले आहेत, ही जगातील सर्वांत मोठी खाजगी धर्मादाय संस्था असल्याचे नोंदवले गेले आहे. फाउंडेशनच्या माध्यमातून, त्यांनी 21 व्या शतकाच्या सुरुवातीच्या लसीकरण मोहिमेचे नेतृत्व केले ज्याने आफ्रिकेतील जंगली पोलिओव्हायरसच्या निर्मूलनासाठी महत्त्वपूर्ण योगदान दिले. 2010 मध्ये, गेट्स आणि वॉरन बफेट यांनी द गिव्हिंग प्लेजची स्थापना केली, ज्याद्वारे ते आणि इतर अब्जाधीशांनी त्यांच्या संपत्तीपैकी किमान अर्धा भाग परोपकारासाठी देण्याचे वचन दिले.

बिल गेट्स यांचा जन्म 28 ऑक्टोबर 1955 रोजी सिएटल, वॉशिंग्टन येथे झाला. 3 तो विल्यम एच. गेट्स सीनियर बी (1925-2020) आणि मेरी मॅक्सवेल गेट्स (1929-1994) यांचा मुलगा आहे. त्याच्या वंशामध्ये इंग्रजी, जर्मन आणि आयरिश/स्कॉट्स-आयरिश यांचा समावेश होतो. त्यांचे वडील एक प्रख्यात वकील होते आणि आईने फर्स्ट इंटरस्टेट बँकसिस्टम आणि युनायटेड वे ऑफ अमेरिका यांच्या संचालक मंडळावर काम केले. गेट्स यांचे आजोबा जेडब्ल्यू मॅक्सवेल हे राष्ट्रीय बँकेचे अध्यक्ष होते. गेट्सची मोठी बहीण क्रिस्टी (क्रिस्टिअन) आणि एक धाकटी बहीण लिबी आहे. तो त्याच्या कुटुंबातील चौथा नाव आहे परंतु त्याला विल्यम गेट्स तिसरा किंवा "ट्रे" (म्हणजे तीन) म्हणून ओळखले जाते कारण त्याच्या वडिलांना "II" प्रत्यय होता. गेट्स सात वर्षांचे असताना दुर्मिळ चक्रीवादळामुळे नुकसान झालेल्या घरामध्ये हे कुटुंब सिएटलच्या सँड पॉइंट परिसरात राहत होते.

त्याच्या आयुष्याच्या सुरुवातीच्या काळात, गेट्सने निरीक्षण केले की त्याच्या पालकांची इच्छा आहे की त्याने कायद्यात करिअर करावे. जेव्हा तो तरुण होता, तेव्हा त्याचे कुटुंब नियमितपणे कॉन्ग्रेगेशनल ख्रिश्चन चर्चच्या चर्चमध्ये जात असे, एक प्रोटेस्टंट सुधारित संप्रदाय. गेट्स त्याच्या वयासाठी लहान होते आणि लहानपणी त्यांना त्रास देण्यात आला होता. कुटुंबाने स्पर्धेला प्रोत्साहन दिले; एका पाहुण्याने नोंदवले की "हर्ट्स असो की पिकलबॉल असो किंवा डॉकवर पोहणे असो, काही फरक पडत नाही; जिंकण्यासाठी नेहमीच बक्षीस असते आणि हरण्यासाठी नेहमीच दंड असतो".

13 व्या वर्षी, त्याने खाजगी लेकसाइड प्रीप स्कूलमध्ये प्रवेश घेतला, जिथे त्याने आपला पहिला सॉफ्टवेअर प्रोग्राम लिहिला. जेव्हा तो आठव्या इयत्तेत होता, तेव्हा शाळेतील मदर्स क्लबने लेकसाइड स्कूलच्या रॅमेज विक्रीतून मिळालेल्या पैशाचा वापर टेलीटाइप मॉडेल एएसआर टर्मिनल आणि विद्यार्थ्यांसाठी जनरल इलेक्ट्रिक (जीई) कॉम्प्युटरवर संगणक वेळेचा ब्लॉक खरेदी करण्यासाठी केला. गेट्सला बेसिकमध्ये जीई सिस्टीमचे प्रोग्रामिंग करण्यात रस होता आणि त्याची आवड जोपासण्यासाठी त्याला गणिताच्या वर्गातून माफ करण्यात आले. त्याने आपला पहिला संगणक प्रोग्राम या मशीनवर लिहिला, टिक-टॅक-टोची अंमलबजावणी ज्यामुळे वापरकर्त्यांना संगणकाविरुद्ध गेम खेळता आले. गेट्स हे मशीन आणि ते नेहमी सॉफ्टवेअर कोड कसे उत्तम प्रकारे कार्यान्वित करेल याबद्दल आकर्षित झाले होते. मदर्स क्लबची देणगी संपल्यानंतर, गेट्स आणि इतर विद्यार्थ्यांनी DEC PDP मिनी कॉम्प्युटरसह सिस्टमवर वेळ मागितला. यापैकी एक प्रणाली संगणक केंद्र कॉर्पोरेशन (CCC) च्या मालकीची PDP-10 होती ज्याने गेट्स, पॉल ॲलन, रिक वेलँड आणि गेट्सचा सर्वांत चांगला मित्र आणि पहिला व्यवसाय भागीदार केंट इव्हान्स यांना उन्हाळ्यात बंदी घातली होती, कारण त्यांनी ऑपरेशनमध्ये बगसचे शोषण करताना पकडले होते. मोफत संगणक वेळ प्राप्त करण्यासाठी प्रणाली.

चार विद्यार्थ्यांनी पैसे कमावण्यासाठी लेकसाइड प्रोग्रामर क्लबची स्थापना केली. 25 बंदीच्या शेवटी, त्यांनी अतिरिक्त संगणक वेळेच्या बदल्यात CCC च्या सॉफ्टवेअरमध्ये बग शोधण्याची ऑफर दिली. टेलिटाइप द्वारे प्रणाली दूरस्थपणे वापरण्याऐवजी, गेट्स यांनी CCC च्या कार्यालयात जाऊन फोर्ट्रान, लिस्प आणि मशीन भाषेसह सिस्टमवर चालणाऱ्या विविध प्रोग्राम्ससाठी स्रोत कोडचा अभ्यास केला. CCC सोबतची व्यवस्था 1970 पर्यंत चालू होती जेव्हा कंपनी व्यवसायातून बाहेर पडली.

पुढच्या वर्षी, एका लेकसाइड शिक्षकाने शाळेच्या वर्ग-शेड्युलिंग सिस्टमला स्वयंचलित करण्यासाठी गेट्स आणि इव्हान्सची नोंदणी केली, त्या बदल्यात त्यांना संगणक वेळ आणि रॉयल्टी प्रदान केली. त्यांच्या ज्येष्ठ वर्षासाठी कार्यक्रम तयार करण्यासाठी दोघांनी परिश्रमपूर्वक काम केले. त्यांच्या कनिष्ठ वर्षाच्या शेवटी, इव्हान्सचा डोंगर चढताना अपघातात मृत्यू झाला, ज्याचे वर्णन गेट्सने त्यांच्या आयुष्यातील सर्वात दुःखद दिवसांपैकी एक म्हणून केले आहे. त्यानंतर गेट्स ॲलनकडे वळले ज्याने त्याला लेकसाइडची व्यवस्था पूर्ण करण्यास मदत केली.

17 व्या वर्षी, गेट्सने ॲलन सोबत ट्रॉफ-ओ-डेटा नावाचा उपक्रम इंटेल 8008 प्रोसेसरवर आधारित ट्रॅफिक काउंटर बनवण्यासाठी स्थापन केला. 1972 मध्ये, त्यांनी हाऊस ऑफ रिप्रेझेंटेटिव्हमध्ये काँग्रेसचे पृष्ठ म्हणून काम केले. 1973 मध्ये लेकसाइड स्कूलमधून पदवी प्राप्त केली तेव्हा ते राष्ट्रीय गुणवत्ता विद्वान होते. त्याने स्कॉलॅस्टिक ऑप्टिट्यूड टेस्ट (SAT) मध्ये 1600 पैकी 1590 गुण मिळवले आणि 1973 च्या शरद ऋतूमध्ये हार्वर्ड कॉलेजमध्ये प्रवेश घेतला. त्यांनी प्री-लॉ मेजर निवडले परंतु गणित आणि पदवी स्तरावरील संगणक विज्ञान अभ्यासक्रम घेतला. हार्वर्डमध्ये असताना, तो सहकारी विद्यार्थी स्टीव्ह बाल्मरला भेटला. दोन वर्षांनंतर गेट्सने हार्वर्ड सोडले तर बाल्मर राहिले आणि मॅग्ना कम लॉड पदवी प्राप्त केली. काही वर्षांनंतर, बाल्मर यांनी गेट्स यांच्यानंतर मायक्रोसॉफ्टचे सीईओ म्हणून पदभार स्वीकारला आणि 2000 पासून ते 2014 मध्ये राजीनामा देईपर्यंत ते पद कायम ठेवले.

प्रोफेसर हॅरी लुईस यांनी संयोजनशास्त्र वर्गात सादर केलेल्या अनसुलझे समस्या पैकी एकावर उपाय म्हणून गेट्सने पॅनकेक वर्गीकरणासाठी अल्गोरिदम तयार केला. त्याच्या सोल्यूशनने 30 वर्षाहून अधिक काळ सर्वात वेगवान आवृत्ती म्हणून विक्रम केला आणि त्याचा उत्तराधिकारी केवळ 2% वेगवान आहे. त्याचे समाधान हार्वर्ड संगणक शास्त्रज्ञ क्रिस्टोस पापादिमित्रीउ यांच्या सहकार्याने औपचारिक आणि प्रकाशित करण्यात आले.

गेट्स पॉल ॲलनच्या संपर्कात राहिले आणि 1974 च्या उन्हाळ्यात हनीवेल येथे त्यांच्याशी जोडले गेले. 1975 मध्ये, इंटेल 8080 सीपीयूवर आधारित एमआयटीएस अल्टेअर 8800 रिलीझ करण्यात आले आणि गेट्स आणि ॲलन यांना त्यांची स्वतःची संगणक सॉफ्टवेअर कंपनी सुरू करण्याची संधी मिळाली. त्याच वर्षी गेट्स हार्वर्डमधून बाहेर पडले. त्याला स्वतःची कंपनी सुरू करायची किती इच्छा होती हे पाहून त्यांच्या पालकांनी त्याला पाठिंबा दिला. त्यांनी हार्वर्ड सोडण्याच्या निर्णयाचे स्पष्टीकरण दिले: "जर काही घडले नसते, तर मी नेहमी शाळेत परत जाऊ शकलो असतो. मी अधिकृतपणे सुट्टीवर होतो."

मायक्रोसॉफ्ट

गेट्स यांनी जानेवारी 1975 चा पॉप्युलर इलेक्ट्रॉनिक्सचा अंक वाचला ज्याने अल्टेअर 8800 चे प्रात्यक्षिक दाखवले आणि त्यांनी मायक्रो इंस्ट्रुमेंटेशन अँड टेलीमेट्री सिस्टीम्स (MITS) शी संपर्क साधला आणि त्यांना कळवले की ते आणि इतर प्लॅटफॉर्मसाठी बेसिक इंटरप्रिटरवर काम करत आहेत. प्रत्यक्षात, गेट्स आणि ॲलन यांच्याकडे अल्टेअर नव्हते आणि त्यांनी त्यासाठी कोड लिहिलेला नव्हता; त्यांना फक्त एमआयटीएसचे स्वारस्य मोजायचे होते. एमआयटीएसचे अध्यक्ष एड रॉबर्ट्स यांनी त्यांना प्रात्यक्षिकासाठी भेटण्यास सहमती दर्शवली आणि काही आठवड्यांत त्यांनी लघुसंगणकावर चालणारे अल्टेअर एमुलेटर आणि नंतर बेसिक इंटरप्रिटर विकसित केले. हे प्रात्यक्षिक अल्बुकर्क, न्यू मेक्सिको येथील एमआयटीएसच्या कार्यालयात आयोजित करण्यात आले होते; हे यशस्वी ठरले आणि अल्टेअर बेसिक म्हणून दुभाष्याचे वितरण करण्यासाठी एमआयटीएसशी करार झाला. एमआयटीएसने ॲलनला कामावर घेतले, आणि नोव्हेंबर १९७५ मध्ये गेट्सने त्यांच्यासोबत एमआयटीएसमध्ये काम करण्यासाठी हार्वर्डमधून अनुपस्थितीची रजा घेतली. ॲलनने त्यांच्या भागीदारीला "मायक्रो-सॉफ्ट" असे नाव दिले, "मायक्रो कॉम्प्युटर" आणि "सॉफ्टवेअर" यांचे संयोजन आणि त्यांचा पहिला ऑफिस अल्बुकर्कमध्ये होते. गेट्स आणि ॲलन यांनी पहिले कर्मचारी नियुक्त केले ते त्यांचे हायस्कूल सहयोगी रिक वेलँड होते.त्यांनी एका वर्षाच्या आत हायफन टाकला आणि 26 नोव्हेंबर 1976 रोजी अधिकृतपणे "मायक्रोसॉफ्ट" हे ट्रेड नाव स्टेट ऑफ न्यू मेक्सिको यांच्याकडे नोंदणीकृत केले. गेट्स आपले शिक्षण पूर्ण करण्यासाठी हार्वर्डला परतले नाहीत.

मायक्रोसॉफ्टचे अल्टेअर बेसिक हे संगणकाच्या शौकीन लोकांमध्ये लोकप्रिय होते, परंतु गेट्सने शोधून काढले की प्री-मार्केट कॉपी बाहेर आली आहे आणि ती मोठ्या प्रमाणावर कॉपी आणि वितरित केली जात आहे. फेब्रुवारी 1976 मध्ये, त्यांनी एमआयटीएस वृत्तपत्रात शौकांसाठी एक खुले पत्र लिहिले ज्यामध्ये त्यांनी असे प्रतिपादन केले की मायक्रोसॉफ्ट अल्टेअर बेसिकच्या 90% पेक्षा जास्त वापरकर्त्यांनी मायक्रोसॉफ्टला त्यासाठी पैसे दिले नाहीत आणि अल्टेअर "हॉबी मार्केट" नष्ट होण्याच्या धोक्यात आहे. कोणत्याही व्यावसायिक विकसकांना उच्च-गुणवत्तेच्या सॉफ्टवेअरचे उत्पादन, वितरण आणि देखरेख करण्यासाठी प्रोत्साहन. हे पत्र अनेक संगणक शौकीनांना लोकप्रिय नव्हते, परंतु सॉफ्टवेअर डेव्हलपर पेमेंटची मागणी करू शकतात यावर गेट्सचा विश्वास कायम होता. 1976 च्या उत्तरार्धात

मायक्रोसॉफ्ट एमआयटीएसपासून स्वतंत्र झाले आणि त्यांनी विविध प्रणालींसाठी प्रोग्रामिंग भाषा सॉफ्टवेअर विकसित करणे सुरू ठेवले. कंपनी 1 जानेवारी 1979 रोजी अल्बुकर्क येथून बेल्लेव्ह्यू, वॉशिंग्टन येथे गेली.

गेट्स म्हणाले की, कंपनीने पहिल्या पाच वर्षात तयार केलेल्या कोडच्या प्रत्येक ओळीचे त्यांनी वैयक्तिकरित्या पुनरावलोकन केले आणि अनेकदा ते पुन्हा लिहिले. जसजशी कंपनी वाढू लागली, तसतसे तो व्यवस्थापकाच्या भूमिकेत बदलला, नंतर कार्यकारी झाला.

DONKEY.BAS, हा 1981 मध्ये लिहिलेला संगणक गेम आहे आणि मूळ IBM PC सह वितरित केलेल्या PC DOS ऑपरेटिंग सिस्टमच्या सुरुवातीच्या आवृत्यांसह समाविष्ट आहे. हा एक ड्रायव्हिंग गेम आहे ज्यामध्ये खेळाडूने गाढवांना मारणे टाळले पाहिजे. गेम गेट्स आणि नील कोन्झेन यांनी लिहिला होता.

IBM भागीदारी

IBM, त्यावेळच्या व्यावसायिक उपक्रमांना संगणक उपकरणांचा पुरवठा करणारा अग्रगण्य पुरवठादार, बिल गेट्सची आई मेरी मॅक्सवेल गेट्स यांनी मायक्रोसॉफ्टचा जॉन ओपल यांच्याशी उल्लेख केल्यानंतर, जुलै 1980 मध्ये त्याच्या आगामी वैयक्तिक संगणक, IBM PC, साठी सॉफ्टवेअरसाठी मायक्रोसॉफ्टशी संपर्क साधला. IBM चे CEO. 61 IBM ने प्रथम Microsoft ला BASIC दुभाषी लिहिण्याचा प्रस्ताव दिला. IBM च्या प्रतिनिधींनी असेही नमूद केले की त्यांना ऑपरेटिंग सिस्टमची आवश्यकता आहे आणि गेट्सने त्यांना डिजिटल रिसर्च (DRI) कडे पाठवले, जे मोठ्या प्रमाणावर वापरल्या जाणाऱ्या CP/M ऑपरेटिंग सिस्टमचे निर्माते आहेत. डिजिटल रिसर्चसह IBM ची चर्चा खराब झाली, तथापि, ते परवाना करारावर पोहोचले नाहीत. IBM चे प्रतिनिधी जॅक सॅम्स यांनी गेट्ससोबतच्या नंतरच्या भेटीत परवाना अडचणींचा उल्लेख केला आणि विचारले की मायक्रोसॉफ्ट ऑपरेटिंग सिस्टम देऊ शकते का. काही आठवड्यांनंतर, गेट्स आणि अॅलन यांनी 86-DOS, CP/M सारखी ऑपरेटिंग सिस्टीम वापरण्याचा प्रस्ताव दिला, जो सिएटल कॉम्प्युटर प्रॉडक्ट्स (SCP) च्या टिम पॅटरसनने PC सारख्या हार्डवेअरसाठी बनवला होता. मायक्रोसॉफ्टने 86-DOS चे अनन्य परवाना एजंट आणि नंतर पूर्ण मालक होण्यासाठी SCP सोबत करार केला. मायक्रोसॉफ्टने पीसी साठी ऑपरेटिंग सिस्टीमचे रुपांतर करण्यासाठी पॅटरसनला नियुक्त केले आणि $50,000 च्या एका वेळच्या शुल्कासाठी पीसी डॉस म्हणून ते IBM ला दिले.

करारानेच मायक्रोसॉफ्टला तुलनेने कमी फी मिळविली. आयबीएमने त्यांच्या ऑपरेटिंग सिस्टीमचा अवलंब केल्यामुळे मायक्रोसॉफ्टला मिळालेली प्रतिष्ठा हीच मायक्रोसॉफ्टच्या छोट्या व्यवसायातून जगातील आघाडीच्या सॉफ्टवेअर कंपनीत बदलण्याचे मूळ असेल. गेट्सने ऑपरेटिंग सिस्टमवरील कॉपीराइट IBM कडे हस्तांतरित करण्याची ऑफर दिली नव्हती कारण त्यांचा विश्वास होता की इतर वैयक्तिक संगणक निर्माते IBM च्या PC हार्डवेअरचे क्लोन करतील. त्यांनी केले, IBM-सुसंगत पीसी बनवून, DOS चालवत, एक वास्तविक मानक. MS-DOS च्या विक्रीने (DOS ची आवृत्ती IBM व्यतिरिक्त इतर ग्राहकांना विकली) मायक्रोसॉफ्टला उद्योगातील एक प्रमुख खेळाडू बनवले. प्रेसने मायक्रोसॉफ्टला IBM PC वर खूप प्रभावशाली म्हणून ओळखले. पीसी मॅगझिनने विचारले की गेट्स "मशीनमागील माणूस?".

गेट्स यांनी 25 जून 1981 रोजी मायक्रोसॉफ्टच्या कंपनीच्या पुनर्रचनेवर देखरेख केली, ज्याने वॉशिंग्टन राज्यात कंपनीचा पुन्हा समावेश केला आणि गेट्स यांना अध्यक्ष आणि मंडळाचे अध्यक्ष बनवले, पॉल अॅलन उपाध्यक्ष आणि उपाध्यक्ष म्हणून नियुक्त केले. 1983 च्या सुरुवातीस, अॅलनने हॉजकिन लिम्फोमाचे निदान झाल्यानंतर कंपनी सोडली, गेट्स आणि अॅलन यांच्यातील औपचारिक व्यावसायिक भागीदारी प्रभावीपणे संपुष्टात आणली, जी काही महिन्यांपूर्वी मायक्रोसॉफ्ट इक्विटीवरील वादग्रस्त वादामुळे तणावग्रस्त झाली होती. दशकाच्या उत्तरार्धात, गेट्सने अॅलनसोबतचे त्यांचे नाते दुरुस्त केले आणि दोघांनी मिळून त्यांच्या बालपणीच्या शाळेला लेकसाइडला लाखो देणग्या दिल्या. 25 ऑक्टोबर 2018 मध्ये अॅलनच्या मृत्यूपर्यंत ते मित्र राहिले.

Windows

मायक्रोसॉफ्ट आणि गेट्सने 20 नोव्हेंबर 1985 रोजी मायक्रोसॉफ्ट विंडोजची त्यांची पहिली किरकोळ आवृत्ती लॉन्च केली, अॅपलच्या मॅकिंटॉश GUI ची स्पर्धा रोखण्याच्या प्रयत्नात, ज्याने ग्राहकांना त्याच्या साधेपणाने आणि सुलभतेने मोहित केले होते. पुढील वर्षाच्या ऑगस्टमध्ये, कंपनीने OS/2 नावाची स्वतंत्र ऑपरेटिंग सिस्टम विकसित करण्यासाठी IBM सोबत करार केला. जरी दोन कंपन्यांनी नवीन प्रणालीची पहिली आवृत्ती यशस्वीरित्या विकसित केली असली तरी, वाढत्या सर्जनशील फरकांमुळे भागीदारी बिघडली. ऑपरेटिंग सिस्टीम एका दशकात ऑर्गेनिक पद्धतीने DOS मधून बाहेर पडली, जोपर्यंत Windows 95 सह DOS मजकूर स्क्रीन कोठडीत सोडण्यात आली नाही. गेट्सने मायक्रोसॉफ्ट सीईओ पदावरून पायउतार झाल्यानंतर एक वर्षानंतर विंडोज एक्सपी जारी केला, कथितरित्या डॉसवर आधारित नसलेले पहिले होते. 5 फेब्रुवारी 2014 रोजी गेट्सने फर्मचे अध्यक्ष जॉन डब्ल्यू. थॉम्पसन यांच्याकडे सोडण्यापूर्वी विंडोज 8.1 ही ओएसची शेवटची आवृत्ती होती.

व्यवस्थापन शैली

1975 पासून ते 2006 पर्यंत कंपनीच्या स्थापनेपासून ते 2006 पर्यंत मायक्रोसॉफ्टच्या उत्पादन धोरणाची प्राथमिक जबाबदारी गेट्स यांच्याकडे होती. इतरांपासून दूर राहण्यासाठी त्यांनी नावलौकिक मिळवला; एका उद्योग कार्यकारिणीने 1981 मध्ये तक्रार केली होती की "गेट्स फोनद्वारे संपर्क साधण्यायोग्य नसल्यामुळे आणि फोन कॉल परत न करण्यासाठी कुप्रसिद्ध आहेत." एका अटारी एक्झिक्युटिव्हने

आठवण करून दिली की त्यांनी गेट्सला एक गेम दाखवला आणि 37 पैकी 35 वेळा त्यांचा पराभव केला. एका महिन्यानंतर जेव्हा ते पुन्हा भेटले तेव्हा गेट्सने "प्रत्येक गेम जिंकला किंवा बरोबरी केली. तो सोडवण्यापर्यंत त्याने खेळाचा अभ्यास केला होता. तो एक प्रतिस्पर्धी आहे".

1980 च्या दशकाच्या सुरुवातीस, व्यवसाय भागीदार पॉल ऍलन कर्करोगावर उपचार घेत असताना, गेट्स - ऍलनच्या म्हणण्यानुसार - स्वत: स्टॉक पर्याय जारी करून ऍलनचा मायक्रोसॉफ्टमधील हिस्सा कमी करण्याचा कट रचला. त्याच्या आत्मचरित्रात, ऍलन नंतर आठवेल की गेट्स "मला फायरून टाकण्याचा कट रचत होते. हा भाडोत्री संधिसाधूपणा साधा आणि साधा होता". गेट्स म्हणतात की तो भाग वेगळ्या पद्धतीने आठवतो. ऍलनला हे देखील आठवेल की गेट्स मोठ्याने ओरडत होते.

गेट्स मायक्रोसॉफ्टच्या वरिष्ठ व्यवस्थापक आणि प्रोग्राम व्यवस्थापकांशी नियमितपणे भेटत होते आणि व्यवस्थापकांनी त्यांचे वर्णन शाब्दिकपणे लढाऊ असल्याचे सांगितले. त्यांनी त्यांच्या व्यावसायिक धोरणांमध्ये किंवा कंपनीच्या दीर्घकालीन हितसंबंधांना धोक्यात आणणाऱ्या प्रस्तावांबद्दल त्यांना फटकारले. "मी आतापर्यंत ऐकलेली ही सर्वात मूर्ख गोष्ट आहे" आणि "तुम्ही तुमचे पर्याय सोडून पीस कॉर्प्समध्ये सामील का होत नाही?" अशा टिप्पण्यांसह त्यांनी सादरीकरणांमध्ये व्यत्यय आणला. गेट्सची पूर्ण खात्री होईपर्यंत प्रस्तावाचा तपशीलवार बचाव करावा लागेल. जेव्हा अधीनस्थ विलंबित असल्याचे दिसले, तेव्हा तो व्यंग्यात्मक टिप्पणी करण्यासाठी ओळखला जात असे, "मी हे आठवड्याच्या शेवटी करेन." गेट्स यांच्यावर मायक्रोसॉफ्ट कर्मचाऱ्यांना गुंडगिरी केल्याचा आरोप आहे.

मायक्रोसॉफ्टच्या सुरुवातीच्या काळात, गेट्स हे एक सक्रिय सॉफ्टवेअर डेव्हलपर होते, विशेषत: कंपनीच्या प्रोग्रामिंग भाषेतील उत्पादनांमध्ये, परंतु कंपनीच्या इतिहासातील त्यांची प्राथमिक भूमिका व्यवस्थापक आणि कार्यकारी म्हणून होती. TRS-80 मॉडेल वर काम केल्यापासून ते अधिकृतपणे डेव्हलपमेंट टीममध्ये नव्हते, 86 परंतु त्यांनी कोड लिहिला जो 1989 पर्यंत कंपनीच्या उत्पादनांसह पाठवला गेला. जेरी पोर्नेलने 1985 मध्ये जेव्हा गेट्सने मायक्रोसॉफ्ट एक्सेलची घोषणा केली तेव्हा लिहिले: "बिल गेट्सला हा प्रोग्राम आवडतो, कारण तो त्याला खूप पैसे कमावणार आहे म्हणून नाही (जरी मला खात्री आहे की ते तसे करेल), परंतु कारण तो एक व्यवस्थित हॅक आहे."

15 जून 2006 रोजी, गेट्स यांनी घोषणा केली की ते परोपकारासाठी अधिक वेळ समर्पित करण्यासाठी मायक्रोसॉफ्टमधील त्यांच्या भूमिकेतून बाहेर पडतील. रे ओझी यांना व्यवस्थापनाचा प्रभारी आणि क्रेग मुंडी यांना दीर्घकालीन उत्पादन धोरणाचा प्रभारी म्हणून त्यांनी हळूहळू दोन उत्तराधिकाऱ्यांमध्ये त्यांच्या जबाबदाऱ्या वाटून घेतल्या. 88 ओझी आणि मुंडी यांना त्यांची कर्तव्ये पूर्णपणे हस्तांतरित करण्यासाठी या प्रक्रियेला दोन वर्षे लागली आणि ती 27 जून 2008 रोजी पूर्ण झाली.

अविश्वास खटला

गेट्सने अनेक निर्णयांना मान्यता दिली ज्यामुळे मायक्रोसॉफ्टच्या व्यवसाय पद्धतींवर अविश्वास खटला सुरू झाला. 1998 युनायटेड स्टेट्स विरुद्ध मायक्रोसॉफ्ट प्रकरणात, गेट्स यांनी साक्ष दिली की अनेक पत्रकारांनी टाळाटाळ केली. त्यांनी परीक्षक डेव्हिड बॉईज यांच्याशी "स्पर्धा", "संबंधित" आणि "आम्ही" या शब्दांच्या संदर्भित अर्थावर वाद घातला. वर्षाच्या उत्तरार्धात, जेव्हा व्हिडीओ टेप केलेल्या साक्षीचे काही भाग कोर्टात पुन्हा वाजवले गेले तेव्हा न्यायाधीश हसताना आणि डोके हलवताना दिसले.

त्याच्या साक्षीच्या सुरुवातीच्या फेऱ्यांमध्ये तो अस्पष्ट उत्तरे देताना आणि "मला आठवत नाही" असे अनेकवेळा म्हटल्याचे दिसून येते की अध्यक्षीय न्यायाधीशांनाही हसावे लागले. याहून वाईट म्हणजे, तंत्रज्ञान प्रमुखांचे अनेक नकार आणि अज्ञानाची याचिका अभियोजकांनी थेट ई-मेलच्या स्निपेट्ससह नाकारली जी गेट्सने पाठवली आणि प्राप्त केली.

गेट्स यांनी नंतर सांगितले की त्यांनी बोईजने त्यांचे शब्द आणि कृती चुकीचे दाखविण्याच्या प्रयत्नांना प्रतिकार केला. "मी Boies सह कुंपण केले का? ... मी दोषी ठरविले ... Boies ला प्रथम श्रेणीत असभ्यता." गेट्सच्या नकारानंतरही, न्यायाधीशांनी निर्णय दिला की मायक्रोसॉफ्टने मक्तेदारी, टायिंग आणि ब्लॉकिंग स्पर्धेचे उल्लंघन केले आहे. शर्मन अँटिट्रस्ट कायदा.

पोस्ट-मायक्रोसॉफ्ट

ब्लूमबर्ग अब्जाधीशांच्या निर्देशांकानुसार, गेट्स हे 2013 मध्ये जगातील सर्वाधिक कमाई करणारे अब्जाधीश होते, कारण त्यांची एकूण संपत्ती US$15.8 बिलियनने वाढून US$78.5 बिलियन झाली आहे. जानेवारी 2014 पर्यंत, गेट्सची बहुतेक मालमत्ता कॅस्केड इन्व्हेस्टमेंट एलएलसीमध्ये ठेवली गेली आहे, एक संस्था ज्याद्वारे ते फोर सीझन्स हॉटेल्स आणि रिसॉर्ट्स आणि कॉर्बिस कॉर्पसह असंख्य व्यवसायांमध्ये स्टेक आहेत. 4 फेब्रुवारी 2014 रोजी, सीईओ सत्या नडेला यांच्यासमवेत गेट्स यांनी मायक्रोसॉफ्टचे अध्यक्षपद सोडले आणि फर्मचे "तंत्रज्ञान सल्लागार" बनले.

गेट्स यांनी रोलिंग स्टोन मासिकाच्या 27 मार्च 2014 च्या अंकात प्रसिद्ध झालेल्या एका भरीव मुलाखतीत विविध मुद्द्यांवर त्यांचा दृष्टीकोन प्रदान केला. मुलाखतीत, गेट्स यांनी हवामान बदल, त्यांचे धर्मादाय उपक्रम, विविध तंत्रज्ञान कंपन्या आणि त्यांच्याशी निगडित लोक आणि अमेरिकेचे राज्य याबद्दल त्यांचा दृष्टीकोन प्रदान केला. 50 वर्षे भविष्यात दिसत असताना त्याच्या सर्वात मोठ्या भीतीबद्दल विचारलेल्या प्रश्नाला उत्तर देताना, गेट्स म्हणाले: "पुढील 50 किंवा 100 वर्षांमध्ये काही खरोखर वाईट गोष्टी घडतील, परंतु आशा आहे की त्यापैकी एकही नाही. एक दशलक्ष लोक ज्यांची तुम्हाला महामारी, किंवा आण्विक किंवा जैव दहशतवादामुळे मरण्याची अपेक्षा नव्हती. गेट्स यांनी नवकल्पना "प्रगतीचा वास्तविक चालक" म्हणून ओळखली आणि "अमेरिकेचा मार्ग आज पूर्वीपेक्षा चांगला आहे" असे उच्चारले.

गेट्स यांनी सुपरइंटेलिजन्सच्या संभाव्य हानीबद्दल चिंता व्यक्त केली आहे; Reddit मध्ये "मला काहीही विचारा", त्याने सांगितले की प्रथम मशीन आपल्यासाठी खूप नोकऱ्या करतील आणि अति बुद्धिमान नसतील. जर आपण त्याचे चांगले व्यवस्थापन केले तर ते सकारात्मक असावे. त्यानंतर काही दशके बुद्धिमत्ता इतकी मजबूत असली तरी चिंतेची बाब आहे. मी एलोन मस्क आणि इतर काही लोकांशी यावर सहमत आहे आणि काही लोक का काळजी करत नाहीत हे समजत नाही.

Baidu चे CEO, रॉबिन ली यांच्यासोबत मार्च 2015 मध्ये TED कॉन्फरन्समध्ये झालेल्या एका मुलाखतीत गेट्स म्हणाले की, ते निक बोस्ट्रॉमच्या अलीकडील काम, सुपरइंटेलिजन्स: पाथ्स, डेंजर्स, स्ट्रॅटेजीजची "अत्यंत शिफारस" करतील. परिषदेदरम्यान, गेट्स यांनी चेतावणी दिली की जग पुढील साथीच्या रोगासाठी तयार नाही, अशी परिस्थिती 2019 च्या उत्तरार्धात जेव्हा कोविड-19 (साथीचा रोग) साथीचा रोग सुरू झाला तेव्हा निर्माण होईल. मार्च 2018 मध्ये, गेट्स यांनी सऊदी व्हिजन 2030 साठी गुंतवणुकीच्या संधींवर चर्चा करण्यासाठी सुधारवादी युवराज आणि सौदी अरेबियाचे वास्तविक शासक मोहम्मद बिन सलमान यांच्याशी सिएटल येथील त्यांच्या घरी भेट घेतली. जून 2019 मध्ये, गेट्सने कबूल केले की Android वर मोबाइल ऑपरेटिंग सिस्टमची शर्यत गमावणे ही त्यांची सर्वात मोठी चूक होती. त्यांनी सांगितले की ते प्रबळ खेळाडू होण्याच्या त्यांच्या कौशल्यात होते, परंतु त्या काळात अविश्वास खटल्याला अंशतः दोष देतात. त्याच वर्षी, गेट्स ब्लूमबर्ग न्यू इकॉनॉमी फोरमचे सल्लागार मंडळ सदस्य बनले.

13 मार्च, 2020 रोजी, मायक्रोसॉफ्टने घोषणा केली की गेट्स बर्कशायर हॅथवे आणि मायक्रोसॉफ्ट मधील त्यांचे बोर्ड पोझिशन्स सोडतील आणि हवामान बदल, जागतिक आरोग्य आणि विकास आणि शिक्षण यासारख्या परोपकारी प्रयत्नांमध्ये त्यांचे प्रयत्न समर्पित करतील.

कोविड-19 महामारीच्या काळात, गेट्स सार्वजनिक अधिकारी नसताना किंवा कोणतेही पूर्वीचे वैद्यकीय प्रशिक्षण नसतानाही, प्रसारमाध्यमांनी या विषयावरील तज्ञ म्हणून त्यांच्याकडे व्यापकपणे पाहिले आहे. तथापि, त्याच्या फाउंडेशनने, 2020 मध्ये COVID-19 उपचारात्मक प्रवेगक स्थापन केले जेणेकरून कोविड-19 च्या रूग्णांवर उपचार करण्यासाठी नवीन आणि पुनर्प्रकल्पित औषधे आणि जीवशास्त्राचा विकास आणि मूल्यांकन जलद व्हावे, आणि फेब्रुवारी 2021 पर्यंत, गेट्स यांनी व्यक्त केली की आणि अँथनी फौसी वारंवार साथीच्या रोगाशी लढण्यासाठी लस आणि इतर वैद्यकीय नवकल्पनांसह इतर बाबींवर बोलतात आणि सहयोग करतात.

व्यवसाय उपक्रम आणि गुंतवणूक

गेट्स यांच्याकडे विविध क्षेत्रांमधील भागीदारीसह अब्जावधी डॉलर्सचा गुंतवणूक पोर्टफोलिओ आहे आणि त्यांनी मायक्रोसॉफ्टच्या पलीकडे अनेक उद्योजकीय उपक्रमांमध्ये भाग घेतला आहे, ज्यामध्ये हे समाविष्ट आहे

ऑटोनेशन, ऑटोमोटिव्ह किरकोळ विक्रेता ज्यात गेट्सचा NYSE वर व्यापारात 16% हिस्सा आहे. उद्धरण आवश्यक

bgC3 LLC, गेट्स यांनी स्थापन केलेली थिंक-टँक आणि संशोधन कंपनी.

कॅनेडियन नॅशनल रेल्वे (CN), कॅनेडियन वर्ग I मालवाहतूक रेल्वे. 2019 पर्यंत, गेट्स हे CN स्टॉकचे सर्वात मोठे एकल भागधारक आहेत.

कॅस्केड इन्व्हेस्टमेंट एलएलसी, युनायटेड स्टेट्समध्ये समाविष्ट केलेली खाजगी गुंतवणूक आणि होल्डिंग कंपनी, गेट्स यांनी स्थापित आणि नियंत्रित केली आणि मुख्यालय किर्कलँड, वॉशिंग्टन येथे आहे. उद्धरण आवश्यक

गेट्स हे युनायटेड स्टेट्समधील शेतजमिनीचे सर्वोच्च खाजगी मालक आहेत ज्यात कॅस्केड इन्व्हेस्टमेंट द्वारे 19 राज्यांमध्ये एकूण 242,000 एकर जमीन मालकीची आहे. तो यूएस मधील जमिनीचा 49वा सर्वात मोठा खाजगी मालक आहे.

कार्बन अभियांत्रिकी, डेव्हिड कीथने स्थापन केलेला नफा-लाभाचा उपक्रम, ज्याला गेट्सने निधीसाठी मदत केली. हे शेवरॉन कॉर्पोरेशन आणि ऑक्सीडेंटल पेट्रोलियम द्वारे देखील समर्थित आहे.

SCoPEx, कीथचा "सन-डिमिंग" जिओइंजिनियरिंगमधील शैक्षणिक उपक्रम, ज्यासाठी गेट्सने $12 दशलक्षैपैकी सर्वाधिक रक्कम दिली.

कॉर्बिस (मूळचे नाव इंटरएक्टिव्ह होम सिस्टीम्स आणि आता ब्रँडेड एंटरटेनमेंट नेटवर्क म्हणून ओळखले जाते), एक डिजिटल इमेज लायसन्सिंग आणि राइट्स सर्व्हिसेस कंपनी जी गेट्स यांच्या अध्यक्षतेखाली स्थापन करण्यात आली आहे.

EarthNow, सिएटल-आधारित स्टार्टअप कंपनी थेट उपग्रह व्हिडिओ कव्हरेजसह पृथ्वीला ब्लँकेट करण्याचे उद्दिष्ट ठेवते. गेट्स हे मोठे आर्थिक पाठबळ आहेत.

Eclipse Aviation, अतिशय हलक्या जेटची निकामी झालेली निर्माता. प्रकल्पाच्या सुरुवातीच्या काळात गेट्स हे प्रमुख भागधारक होते. उद्धरण आवश्यक

इम्पॉसिबल फूड्स, एक कंपनी जी मांस उत्पादनांसाठी वनस्पती-आधारित पर्याय विकसित करते. पॅट्रिक ओ. ब्राउनने त्याच्या व्यवसायासाठी जमा केलेल्या $396 दशलक्षांपैकी काही गेट्स कडून 2014 ते 2017 च्या आसपास आले.

Ecolab, अन्न, ऊर्जा, आरोग्यसेवा, औद्योगिक आणि आदरातिथ्य बाजारपेठांसाठी पाणी, स्वच्छता आणि ऊर्जा तंत्रज्ञान आणि सेवांचे जागतिक प्रदाता. फाउंडेशनच्या मालकीच्या शेअर्ससह, गेट्स कंपनीच्या 11.6% मालकीचे आहेत. 2012 मध्ये झालेल्या शेअरहोल्डर

करारामुळे त्याला कंपनीच्या 25% पर्यंत मालकी मिळू दिली, परंतु हा करार काढून टाकण्यात आला.

रिसर्चगेट, शास्त्रज्ञांसाठी एक सोशल नेटवर्किंग साइट. गेट्स यांनी इतर गुंतवणूकदारांसह $35 दशलक्ष वित्तपुरवठ्यात भाग घेतला.

टेरापॉवर, गेट्स यांच्या सह-स्थापना आणि अध्यक्षतेखालील अणुभट्टी डिझाइन कंपनी, जी हवामान बदलाचा सामना करण्याच्या प्रयत्नात पुढील पिढीतील प्रवासी-लहरी अणुभट्टी अणुऊर्जा प्रकल्प विकसित करत आहे.

ब्रेकथ्रू एनर्जी व्हेंचर्स, 20 वर्षांच्या क्षितिजावर ROI शोधणाऱ्या श्रीमंत व्यक्तींसाठी एक बंद निधी (पुढील विभाग पहा), जो "ग्रीन स्टार्ट-अप आणि इतर कमी-कार्बन उद्योजक प्रकल्पांना निधी देत आहे, ज्यात प्रगत अणु तंत्रज्ञानातील सर्व गोष्टींचा समावेश आहे. कृत्रिम आईच्या दुधासाठी." त्याची स्थापना गेट्स यांनी 2015 मध्ये केली होती.

जिन्कगो बायोवर्क्स, एक बायोटेक स्टार्टअप ज्याला गेट्सच्या गुंतवणूक फर्म कॅस्केड इन्व्हेस्टमेंटकडून 2019 मध्ये $350 दशलक्ष उपक्रम निधी प्राप्त झाला.

ल्युमिनस कॉम्प्युटिंग, एक कंपनी जी एआय प्रवेगासाठी न्यूरोमॉर्फिक फोटोनिक इंटिग्रेटेड सर्किट्स विकसित करते.

मोलॉजिक, ब्रिटीश डायग्नोस्टिक टेक्नॉलॉजी कंपनी जी गेट्सने सोरोस इकॉनॉमिक डेव्हलपमेंट फंडसह खरेदी केली, "ज्याने 10-मिनिटांच्या कोविड लॅटरल फ्लो चाचण्या विकसित केल्या आहेत ज्याचे उद्दिष्ट $1 इतके कमी आहे."

हवामान बदल आणि ऊर्जा

गेट्स हवामान बदल आणि ऊर्जेचा जागतिक प्रवेश या गंभीर, परस्परसंबंधित समस्या मानतात. स्वच्छ, विश्वासार्ह ऊर्जा स्वस्त करण्यासाठी त्यांनी सरकार आणि खाजगी क्षेत्राला संशोधन आणि विकासामध्ये गुंतवणूक करण्याचे आवाहन केले आहे. गेट्सची कल्पना आहे की शाश्वत ऊर्जा तंत्रज्ञानातील एक यशस्वी नवकल्पना हरितगृह वायू उत्सर्जन आणि गरिबी दोन्ही कमी करू शकते आणि ऊर्जेच्या किमती स्थिर करून आर्थिक लाभ मिळवू शकते. 2011 मध्ये, ते म्हणाले: "तुम्ही मला पुढील 10 अध्यक्ष निवडणे किंवा ऊर्जा पर्यावरणास अनुकूल आणि एक चतुर्थांश खर्चिक आहे याची खात्री दिल्यास, मी ऊर्जा वस्तू निवडू शकेन."

2015 मध्ये, त्यांनी जगाची ऊर्जा प्रणाली मुख्यतः जीवाश्म इंधनावर आधारित शाश्वत ऊर्जा स्त्रोतांवर आधारित एकामध्ये बदलण्याच्या आव्हानाबद्दल लिहिले. जागतिक ऊर्जा संक्रमणाला ऐतिहासिकदृष्ट्या अनेक दशके लागली आहेत. त्यांनी लिहिले, "माझा विश्वास आहे की आपण हे संक्रमण अधिक जलद करू शकतो, दोन्ही कारण नवनिर्मितीचा वेग वाढतो आहे, आणि ऊर्जेच्या एका स्त्रोताकडून दुसऱ्याकडे जाण्याचे इतके तातडीचे कारण आमच्याकडे कधीच नव्हते." हे जलद संक्रमण, गेट्सच्या म्हणण्यानुसार, अणुऊर्जा, सौर आणि पवन ऊर्जेचा अधिकाधिक वापर सुलभ करण्यासाठी ग्रीड ऊर्जा संचयन आणि सौर इंधन यासारख्या विविध क्षेत्रांमध्ये नावीन्य आणण्यासाठी मूलभूत संशोधन आणि आर्थिकदृष्ट्या धोकादायक खाजगी-क्षेत्रातील गुंतवणुकीसाठी वाढीव सरकारी निधीवर अवलंबून असेल.

गेट्स यांनी पॅरिसमधील 2015 च्या संयुक्त राष्ट्रांच्या हवामान बदल परिषदेत जाहीर केलेल्या दोन उपक्रमांचे नेतृत्व केले. त्यापैकी एक म्हणजे मिशन इनोव्हेशन, ज्यामध्ये 20 राष्ट्रीय सरकारांनी पाच वर्षांच्या कालावधीत कार्बन मुक्त ऊर्जेसाठी संशोधन आणि विकासावर त्यांचा खर्च दुप्पट करण्याचे वचन दिले. आणखी एक उपक्रम म्हणजे ब्रेकथ्रू एनर्जी, गुंतवणूकदारांचा एक गट ज्याने स्वच्छ ऊर्जा तंत्रज्ञानामध्ये उच्च-जोखीम असलेल्या स्टार्टअप्सना निधी देण्याचे मान्य केले. नाविन्यपूर्ण ऊर्जा स्टार्टअप्समध्ये स्वतःचे $1 अब्ज पैसे आधीच गुंतवणाऱ्या गेट्सने ब्रेकथ्रू एनर्जीसाठी आणखी $1 अब्ज देण्याचे वचन दिले. डिसेंबर 2020 मध्ये, त्यांनी यूएस फेडरल सरकारला नॅशनल इन्स्टिट्यूट ऑफ हेल्थ प्रमाणे स्वच्छ ऊर्जा संशोधनासाठी संस्था तयार करण्याचे आवाहन केले. गेट्स यांनी श्रीमंत राष्ट्रांना अन्न उत्पादनातून हरितगृह वायू उत्सर्जन कमी करण्यासाठी 100% कृत्रिम गोमांस उद्योगांकडे वळण्याचे आवाहन केले आहे.

गेट्स यांच्यावर सिग्नेचर एव्हिएशन, उत्सर्जन-केंद्रित खाजगी जेट विमानांची सेवा देणाऱ्या कंपनीमध्ये मोठा हिस्सा ठेवल्याबद्दल टीका करण्यात आली आहे. 2019 मध्ये, त्याने जीवाश्म इंधनापासून दूर जाण्यास सुरुवात केली. तो स्वत: विनिवेशाचा फारसा व्यावहारिक परिणाम होईल अशी अपेक्षा करत नाही, परंतु असे म्हणतो की जर पर्याय उपलब्ध करून देण्याचे त्यांचे प्रयत्न अयशस्वी झाले, तर जीवाश्म इंधनाच्या साठ्याच्या किमतीत वाढ झाल्यामुळे तो वैयक्तिकरित्या फायदा घेऊ इच्छित नाही. त्यांनी हवामान आपत्ती टाळण्याचे त्यांचे पुस्तक प्रकाशित केल्यानंतर, हवामान कार्यकर्त्या समुदायाच्या काही भागांनी गेट्च्या दृष्टिकोनावर तांत्रिक समाधानवाद म्हणून टीका केली.

जून 2021 मध्ये, गेट्सची कंपनी टेरापॉवर आणि वॉरेन बफेट्च्या पॅसिफीकॉर्पने वायोमिंगमध्ये पहिल्या सोडियम अणुभट्टीची घोषणा केली. वायोमिंगचे गव्हर्नर माईक गॉर्डन यांनी कार्बन-नकारात्मक अणुऊर्जेच्या दिशेने एक पाऊल म्हणून या प्रकल्पाचे स्वागत केले. वायोमिंगचे सिनेटर जॉन बॅरासो यांनी असेही म्हटले की ते राज्याच्या एकेकाळी सक्रिय युरेनियम खाण उद्योगाला चालना देऊ शकते.

राजकीय पदे.

1998 मध्ये, युनायटेड स्टेट्स सिनेटसमोर साक्ष देताना गेट्स यांनी सॉफ्टवेअर उद्योगाच्या नियमनाची गरज नाकारली. 145 1990 च्या दशकात मायक्रोसॉफ्टच्या फेडरल ट्रेड कमिशनच्या (FTC) तपासादरम्यान, गेट्स कमिशनर डेनिस याओ यांच्यावर "मायक्रोसॉफ्टच्या वाढत्या मक्तेदारी शक्तीवर संभाव्य अंकुश सुचवणाऱ्या काल्पनिक प्रश्नांची ओळ फ्लोट इंग केल्याबद्दल नाराज झाले होते. एका स्रोतानुसार:

गेट्स वैतागले होते. "त्याने याओच्या कल्पनांना समाजवादी म्हणवून सुरुवात केली," 15 जुलैच्या सभेशी परिचित असलेला एक स्रोत आठवतो, "आणि जसजसा तो अधिकच संतप्त होत गेला आणि मोठ्याने आणि मोठ्याने, तो त्यांना साम्यवादी म्हणू लागला.

18 फेब्रुवारी 2021 रोजी, फेसबुक आणि ट्विटरने 2020 च्या युनायटेड स्टेट्सच्या अध्यक्षीय निवडणुकीचा परिणाम म्हणून डोनाल्ड ट्रम्प यांना त्यांच्या प्लॅटफॉर्मवर बंदी घातल्यानंतर, 2021 च्या युनायटेड स्टेट्स कॅपिटल हल्ल्याला कारणीभूत ठरल्यानंतर, गेट्स म्हणाले की ट्रम्पवर कायमची बंदी "लाजिरवाणी असेल" आणि एक "अत्यंत उपाय" असेल. त्यांनी चेतावणी दिली की भिन्न राजकीय विचार असलेले वापरकर्ते विविध सोशल नेटवर्क्समध्ये विभागले गेल्यास यामुळे "ध्रुवीकरण" होईल आणि ते म्हणाले: " ज्याला खरोखरच (राष्ट्रपतीपदाच्या निवडणुकीत) योग्य प्रमाणात मते मिळाली अशा एखाद्यावर बंदी घालणे मला वाटत नाही - तसेच बहुमतापेक्षा कमी - परंतु मला वाटत नाही की त्याला कायमचे काढून टाकणे इतके चांगले होईल."

COVID-19 लसींसाठी पेटंट

एप्रिल 2021 मध्ये, कोविड-19 साथीच्या आजारादरम्यान, फार्मास्युटिकल कंपन्यांनी कोविड-19 लसींचे पेटंट घ्यावे, असे सुचविल्याबद्दल गेट्स यांच्यावर टीका करण्यात आली. गरीब राष्ट्रांना पुरेशा लसी मिळण्यापासून रोखण्याच्या शक्यतेमुळे ही टीका झाली. एसेक्स युनिव्हर्सिटीच्या तारा व्हॅन हो म्हणाल्या, "गेट्स असे बोलतात की जणू भारतात सर्व जीव गमावले जाणे अपरिहार्य आहे, परंतु प्रत्यक्षात अमेरिका आणि यूके नकार देऊन विकसनशील राज्यांच्या मानगुटीवर पाय ठेवतील तेव्हा पश्चिमेला मदत होईल. बौद्धिक संपदा अधिकार संरक्षण तोडणे. हे घृणास्पद आहे."

बिल गेट्स यांचा TRIPS माफीला विरोध आहे. ब्लूमबर्ग न्यूजने त्यांना असे सांगितले की त्यांनी असा युक्तिवाद केला की ऑक्सफर्ड युनिव्हर्सिटीने घोषित केल्याप्रमाणे त्यांच्या कोविड-19 माहितीचे अधिकार देऊ नयेत, तर त्याऐवजी ते एका उद्योग भागीदाराला विकावे, जसे त्यांनी केले. वैद्यकातील कायदेशीर मक्तेदारीच्या मूल्यावरील त्यांची मते सॉफ्टवेअरमधील कायदेशीर मक्तेदारीवरील त्यांच्या मतांशी जोडलेली आहेत.

क्रिप्टोकरन्सी

बिल गेट्स बिटकॉइन सारख्या क्रिप्टोकरन्सीवर टीका करतात. गेट्सच्या म्हणण्यानुसार, क्रिप्टोकरन्सी कोणतेही "मौल्यवान आउटपुट" देत नाहीत, समाजासाठी काहीही योगदान देत नाहीत आणि विशेषत: लहान गुंतवणूकदारांसाठी धोका निर्माण करतात जे संभाव्य उच्च नुकसान सहन करू शकत नाहीत. गेट्स यांच्याकडे स्वत: कोणत्याही क्रिप्टोकरन्सी नाहीत.

परोपकार

बिल आणि मेलिंडा गेट्स फाउंडेशन

वर्ल्ड इकॉनॉमिक फोरम 2008 च्या वार्षिक बैठकीमध्ये बोनोसोबत गेट्स, जॉर्डनची राणी रानिया, ब्रिटनचे माजी पंतप्रधान गॉर्डन ब्राउन, नायजेरियाचे अध्यक्ष उमरू यारआडुआ आणि इतर. गेट्स यांनी अँड्रयू कार्नेगी आणि जॉन डी. रॉकफेलर यांच्या कार्याचा अभ्यास केला आणि "विलियम एच. गेट्स फाउंडेशन" तयार करण्यासाठी 1994 मध्ये मायक्रोसॉफ्टचा काही स्टॉक दान केला. 2000 मध्ये, गेट्स आणि त्यांच्या पत्नीने तीन कौटुंबिक फाउंडेशन एकत्र केले आणि गेट्स यांनी चॅरिटेबल बिल आणि मेलिंडा गेट्स फाउंडेशन तयार करण्यासाठी $5 अब्ज मूल्याचा स्टॉक दान केला, ज्याची 2013 मध्ये एनजीओ कंपनीच्या फंडाने ओळख करून दिली, जगातील सर्वात श्रीमंत धर्मादाय संस्था, मालमत्तांसह. कथितरित्या $34.6 बिलियन पेक्षा जास्त मूल्य आहे. फाउंडेशन वेलकम ट्रस्ट सारख्या इतर मोठ्या धर्मादाय संस्थांच्या विपरीत, त्याचा पैसा कसा खर्च केला जात आहे हे दर्शविणारी माहिती उपलब्ध करून देण्याची परवानगी देते. गेट्सने त्यांच्या फाउंडेशनद्वारे कार्नेगी मेलॉन विद्यापीठाला 2009 मध्ये उघडलेल्या गेट्स सेंटर फॉर कॉम्प्युटर सायन्स नावाच्या नवीन इमारतीसाठी $20 दशलक्ष देणगी देखील दिली .

गेट्स यांनी डेव्हिड रॉकफेलरच्या औदार्य आणि व्यापक परोपकाराला मोठा प्रभाव म्हणून श्रेय दिले आहे. गेट्स आणि त्यांचे वडील रॉकफेलरला अनेक वेळा भेटले आणि त्यांचे धर्मादाय कार्य अर्धवट रॉकफेलर कुटुंबाच्या परोपकारी फोकसवर आधारित आहे, ज्याद्वारे त्यांना सरकार आणि इतर संस्थांद्वारे दुर्लक्षित केलेल्या जागतिक समस्यांना सामोरे जाण्यात रस आहे. 2007 पर्यंत, बिल आणि मेलिंडा गेट्स हे अमेरिकेतील दुस-या क्रमांकाचे उदार परोपकारी होते, त्यांनी $28 अब्ज पेक्षा जास्त धर्मादाय दान केले होते; या जोडप्याने शेवटी त्यांच्या संपत्तीपैकी 95% धर्मादाय दान करण्याची योजना आखली होती.

फाउंडेशन पाच कार्यक्रम क्षेत्रांमध्ये आयोजित केले आहे: ग्लोबल डेव्हलपमेंट डिव्हिजन, ग्लोबल हेल्थ डिव्हिजन, युनायटेड स्टेट्स डिव्हिजन आणि ग्लोबल पॉलिसी आणि अॅडव्होकेसी डिव्हिजन. इतरांपैकी, हे सार्वजनिक आरोग्य प्रकल्पांच्या विस्तृत श्रेणीचे समर्थन करते, एड्स, क्षयरोग आणि मलेरिया, तसेच पोलिओ निर्मूलनासाठी व्यापक लस कार्यक्रमांना प्रसारित करण्यायोग्य रोगांशी लढण्यासाठी मदत देते. हे शिक्षण संस्था आणि ग्रंथालयांना निधी देते आणि विद्यापीठांमध्ये शिष्यवृत्तीचे समर्थन करते. गरीब देशांमध्ये शाश्वत स्वच्छता सेवा प्रदान करण्यासाठी फाउंडेशनने पाणी, स्वच्छता आणि स्वच्छता कार्यक्रम स्थापन केला. त्याचा कृषी विभाग गोल्डन राइस विकसित करण्यासाठी आंतरराष्ट्रीय तांदूळ संशोधन संस्थेला मदत करतो, जे व्हिटॅमिन ए च्या कमतरतेचा सामना करण्यासाठी वापरला जाणारा

आनुवंशिकदृष्ट्या सुधारित तांदूळ प्रकार आहे. स्वैच्छिक कुटुंब नियोजनासाठी सार्वत्रिक प्रवेशाच्या दीर्घकालीन उद्दिष्टासह, सर्वात गरीब देशांतील 120 दशलक्ष महिला आणि मुलींना उच्च दर्जाची गर्भनिरोधक माहिती आणि सेवा प्रदान करणे हे फाउंडेशनचे उद्दिष्ट आहे. 2007 मध्ये, लॉस एंजेलिस टाईम्सने फाउंडेशनच्या मालमत्तेमध्ये गरीबी, प्रदूषण आणि विकसनशील देशांना विकत नसलेल्या फार्मास्युटिकल फर्म्सवर आरोप केले गेले आहेत. फाउंडेशनने सामाजिक जबाबदारीचे मूल्यांकन करण्यासाठी आपल्या गुंतवणुकीचा आढावा जाहीर केला असला तरी, 166 नंतर कंपनीच्या पद्धतींवर प्रभाव टाकण्यासाठी मतदानाच्या अधिकारांचा वापर करून जास्तीत जास्त परताव्याच्या गुंतवणुकीचे धोरण रद्द केले आणि कायम ठेवले.

8 डिसेंबर 2020 रोजी सिंगापूर फिनटेक फेस्टिव्हलमध्ये पत्रकार आणि न्यूज अँकर शेरीन भान यांनी आयोजित केलेल्या फायरसाइड चॅटमध्ये गेट्स यांनी आपले विचार मांडले, "लवचिकतेसाठी पायाभूत सुविधा निर्माण करणे: कोविड-19 प्रतिसाद आम्हाला कसे शिकवू शकतात या विषयावर. स्केल आर्थिक समावेशन".

घडणाऱ्या वाईट गोष्टींचा विचार करण्यासाठी सरकारे आहेत. (कोविड-19) महामारीच्या बाबतीत, पुरेसे केले गेले नाही. आम्ही हे विसरू शकत नाही की दुसरी महामारी येईल आणि त्यासाठी तयार राहण्यासाठी आम्हाला गुंतवणूक करावी लागेल, ... आम्ही तयार नव्हतो आणि आम्हाला गुंतवणूक करावी लागणार आहे हे विसरू नका - जसे अग्निशमन विभाग असणे - बुद्धिमान मार्गाने काही पैसे आणि प्रत्यक्षात काय घडू शकते याचे अनुकरण करा आणि आम्ही त्यासाठी तयार आहोत याची खात्री करा.

गेट्स कोविड-19 मास्कचे सामान्यीकरण करण्यास अनुकूल आहेत. नोव्हेंबर 2020 च्या एका मुलाखतीत, तो म्हणाला: "हे, न्युडिस्ट्ससारखे काय आहेत? म्हणजे, तुम्हाला माहीत आहे, आम्ही तुम्हाला पँट घालायला सांगतो, आणि कोणीही अमेरिकन म्हणत नाही, किंवा फार थोडे अमेरिकन म्हणतात की, ही काही भयंकर गोष्ट आहे. "

वैयक्तिक देणग्या

मेलिंडा गेट्स यांनी सुचवले की लोकांनी साल्वेन कुटुंबाच्या परोपकारी प्रयत्नांचे अनुकरण केले पाहिजे, ज्यांनी त्यांचे घर विकले आणि त्यातील अर्धी किंमत दिली, त्यांच्या पुस्तकात, द पॉवर ऑफ हाफमध्ये तपशीलवार वर्णन केले आहे. 170 गेट्स आणि त्यांच्या पत्नीने जोन साल्वेन यांना कुटुंबाने काय केले याबद्दल बोलण्यासाठी सिएटल येथे आमंत्रित केले आणि 9 डिसेंबर 2010 रोजी, बिल आणि मेलिंडा गेट्स आणि गुंतवणूकदार वॉरेन बफेट यांनी प्रत्येकाने "गिव्हिंग प्लेज" नावाच्या वचनबद्धतेवर स्वाक्षरी केली, जी एक वचनबद्धता आहे. तिघांनीही त्यांच्या संपत्तीपैकी किमान निम्मी संपत्ती कालांतराने धर्मादाय कार्यासाठी दान करावी.

गेट्स यांनी शैक्षणिक संस्थांना वैयक्तिक देणग्याही दिल्या आहेत. 1999 मध्ये, गेट्स यांनी "विलियम एच. गेट्स बिल्डिंग" नावाच्या संगणक प्रयोगशाळेच्या बांधकामासाठी मॅसेच्युसेट्स इन्स्टिट्यूट ऑफ टेक्नॉलॉजीला $20 दशलक्ष देणगी दिली जी वास्तुविशारद फ्रँक गेहरी यांनी तयार केली होती. मायक्रोसॉफ्टने यापूर्वी संस्थेला आर्थिक सहाय्य दिले होते, परंतु गेट्सकडून मिळालेली ही पहिली वैयक्तिक देणगी होती.

हार्वर्ड जॉन ए. पॉलसन स्कूल ऑफ इंजिनीअरिंग अँड अप्लाइड सायन्सेसच्या मॅक्सवेल इर्विकन प्रयोगशाळेचे नाव गेट्स आणि मायक्रोसॉफ्टचे अध्यक्ष स्टीव्हन ए. बाल्मर या दोघांच्याही मातांच्या नावावर ठेवण्यात आले आहे, जे दोघेही विद्यार्थी होते (बाल्मर 1977 च्या शाळेच्या पदवीधर वर्गाचे सदस्य होते. , तर गेट्सने मायक्रोसॉफ्टसाठी अभ्यास सोडला) आणि प्रयोगशाळेच्या बांधकामासाठी निधी दिला. स्टॅनफोर्ड युनिव्हर्सिटीच्या कॅम्पसमध्ये जानेवारी 1996 मध्ये पूर्ण झालेल्या गेट्स कॉम्प्युटर सायन्स बिल्डिंगच्या बांधकामासाठी गेट्सने $6 दशलक्ष देणगी देखील दिली. इमारतीमध्ये संगणक विज्ञान विभाग आणि स्टॅनफोर्डच्या अभियांत्रिकी विभागाची संगणक प्रणाली प्रयोगशाळा (CSL) आहे.

2005 पासून, गेट्स आणि त्यांच्या फाउंडेशनने जागतिक स्वच्छता समस्या सोडवण्यात रस घेतला आहे. उदाहरणार्थ, त्यांनी "रिइन्व्हेंट द टॉयलेट चॅलेंज" ची घोषणा केली, ज्याला मीडियामध्ये मोठ्या प्रमाणात रस मिळाला. स्वच्छता आणि संभाव्य उपाय या विषयासाठी जागरूकता निर्माण करण्यासाठी, गेट्स यांनी 2014 मध्ये "मानवी विष्ठेपासून तयार केलेले" पाणी प्यायले - ते ओम्नी प्रोसेसर नावाच्या सांडपाणी गाळ प्रक्रिया प्रक्रियेतून तयार केले गेले. 2015 च्या सुरुवातीस, तो द टुनाइट शोमध्ये जिमी फॅलनसोबत दिसला आणि त्याला हे पुन्हा हक्काचे पाणी किंवा बाटलीबंद पाणी यातील फरक चाखता येईल का हे पाहण्याचे आव्हान दिले.

नोव्हेंबर 2017 मध्ये, गेट्स यांनी सांगितले की ते डिमेंशिया डिस्कव्हरी फंडला $50 दशलक्ष देतील, एक उद्यम भांडवल निधी जो अल्झायमर रोगावर उपचार शोधतो. अल्झायमरच्या संशोधनात काम करणाऱ्या स्टार्ट-अप उपक्रमांसाठी त्यांनी अतिरिक्त $50 दशलक्ष देण्याचे वचनही दिले. बिल आणि मेलिंडा गेट्स यांनी सांगितले की ते त्यांच्या तीन मुलांना प्रत्येकी 10 दशलक्ष डॉलर्स त्यांच्या वारसा म्हणून सोडू इच्छित आहेत. कुटुंबात केवळ $30 दशलक्ष ठेवल्याने, त्यांनी त्यांच्या संपत्तीपैकी सुमारे 99.96% देणे अपेक्षित आहे. 25 ऑगस्ट 2018 रोजी, गेट्स यांनी त्यांच्या फाउंडेशनद्वारे UNICEF मार्फत $600,000 वितरित केले जे केरळ, भारतातील पूरग्रस्तांना मदत करत आहे.

जून 2018 मध्ये, बिल गेट्सने यूएस महाविद्यालये आणि विद्यापीठांच्या सर्व नवीन पदवीधरांना मोफत ई-पुस्तके देऊ केली, आणि 2021 मध्ये, जगभरातील सर्व महाविद्यालयीन आणि विद्यापीठातील विद्यार्थ्यांना मोफत ई-पुस्तके देऊ केली. बिल आणि मेलिंडा गेट्स

फाउंडेशन अंशतः ओपनस्टॅक्सला निधी देते, जे विनामूल्य डिजिटल पाठ्यपुस्तके तयार करते आणि प्रदान करते.

धर्मादाय क्रीडा कार्यक्रम

29 एप्रिल 2017 रोजी, गेट्सने स्विस टेनिस दिग्गज रॉजर फेडरर सोबत आफ्रिका 4 साठी मॅच खेळण्यासाठी भागीदारी केली, सिएटलमधील विकल्या गेलेल्या की एरिना येथे एक गैर-प्रतिस्पर्धी टेनिस सामना. हा कार्यक्रम रॉजर फेडरर फाउंडेशनच्या आफ्रिकेतील धर्मादाय प्रयत्नांना पाठिंबा देण्यासाठी होता. फेडरर आणि गेट्स हे या दशकातील बहुतेक अव्वल क्रमांकाचे अमेरिकन खेळाडू जॉन इस्नर आणि पर्ल जॅमचे प्रमुख गिटार वादक माईक मॅक्रेडी यांच्याविरुद्ध खेळले. या जोडीने 6 गेम 4 ते 4 जिंकले. एकूणच, त्यांनी आफ्रिकेतील मुलांसाठी $2 दशलक्ष उभे केले. पुढील वर्षी, गेट्स आणि फेडरर 5 मार्च 2018 रोजी सॅन जोसच्या SAP सेंटरमध्ये आफ्रिका 5 साठीच्या सामन्यात खेळण्यासाठी परतले. त्यांचे प्रतिस्पर्धी जॅक सॉक होते, जो शीर्ष अमेरिकन खेळाडूंपैकी एक होता आणि दुहेरी ग्रँड स्लॅम विजेता होता आणि सवाना गुथरी, एनबीसीच्या टुडे शोची सह-अँकर होती. गेट्स आणि फेडरर यांनी त्यांचा दुसरा सामना 6-3 च्या स्कोअरने एकत्रितपणे नोंदवला आणि या स्पर्धेने $2.5 दशलक्ष पेक्षा जास्त जमा केले.

पुस्तके

गेट्सने चार पुस्तके लिहिली:

द रोड अहेड, मायक्रोसॉफ्टचे एक्झिक्युटिव्ह नॅथन मायरवॉल्ड आणि पत्रकार पीटर राइनर्सन यांच्यासोबत लिहिलेले, नोव्हेंबर 1995 मध्ये प्रकाशित झाले. त्यात वैयक्तिक संगणकीय क्रांतीचे परिणाम सारांशित केले गेले आणि जागतिक माहिती सुपरहायवेच्या आगमनाने भविष्यात खोलवर बदल झाल्याचे वर्णन केले.

बिझनेस @ द स्पीड ऑफ थॉट 1999 मध्ये प्रकाशित झाले होते, आणि व्यवसाय आणि तंत्रज्ञान कसे एकत्रित केले जातात यावर चर्चा करते आणि डिजिटल पायाभूत सुविधा आणि माहिती नेटवर्क स्पर्धेमध्ये धार मिळविण्यासाठी कशी मदत करू शकतात हे दर्शविते.

हवामान आपत्ती कशी टाळायची (फेब्रुवारी 2021) हवामान बदलाचा अभ्यास करून आणि हवामानाच्या समस्या सोडवण्यासाठी नवकल्पनांमध्ये गुंतवणूक करताना गेट्स यांनी दशकभरात काय शिकले ते सादर करते.

पुढील महामारी कशी रोखायची (एप्रिल 2022) COVID-19 साथीच्या रोगाचा तपशील देते आणि WHO च्या संरक्षणाखाली $1 अब्ज च्या वार्षिक निधीसह "ग्लोबल एपिडेमिक रिस्पॉन्स अँड मोबिलायझेशन" (GERM) टीम प्रस्तावित करते.

वैयक्तिक जीवन

गेट्स हे एक उत्सुक वाचक आहेत, आणि त्यांच्या मोठ्या गृह लायब्ररीच्या छतावर द ग्रेट गॅट्सबीचे कोटेशन कोरलेले आहे. त्याला ब्रिज, टेनिस आणि गोल्फचाही आनंद आहे. अमेरिकन राष्ट्राध्यक्षांच्या वेळापत्रकाप्रमाणेच त्याचे दिवस त्याच्यासाठी मिनिटा-मिनिटाच्या आधारावर नियोजित केले जातात. त्यांची संपत्ती आणि व्यापक व्यावसायिक प्रवास असूनही, गेट्स यांनी 1997 पर्यंत व्यावसायिक विमानात कोच (इकॉनॉमी क्लास) उड्डाण केले, जेव्हा त्यांनी खाजगी जेट विकत घेतले.

गेट्सने 1994 मध्ये लिओनार्डो दा विंचीच्या वैज्ञानिक लेखनाचा संग्रह असलेला कोडेक्स लीसेस्टर US$30.8 दशलक्षला एका लिलावात विकत घेतला. 1998 मध्ये, त्याने मूळ 1885 सागरी पेंटिंग लॉस्ट ऑन द ग्रँड बँक्ससाठी $30 दशलक्ष दिले, त्या वेळी एका अमेरिकन पेंटिंगची विक्रमी किंमत होती.

लग्न आणि घटस्फोट

गेट्स आणि मेलिंडा, 2009

गेट्स यांनी 1 जानेवारी 1994 रोजी लानाईच्या हवाई बेटावर मेलिंडा फ्रेंचशी विवाह केला. मेलिंडा मायक्रोसॉफ्टमध्ये काम करू लागल्यावर 1987 मध्ये त्यांची भेट झाली. त्यांच्या लग्नाच्या वेळी, गेट्स यांना मेलिंडाने त्यांची माजी मैत्रीण, उद्योगपती अॅन विनब्लॅड यांच्यासोबत मर्यादित वेळ घालवण्याची परवानगी दिली होती. बिल आणि मेलिंडा यांना तीन मुले आहेत: जेनिफर, रोरी आणि फोबी. कुटुंबाचे निवासस्थान हे वॉशिंग्टनमधील मदिना येथील लेक वॉशिंग्टनच्या कडेला असलेल्या टेकडीच्या बाजूला एक पृथ्वी-आश्रयस्थान आहे. 2009 मध्ये, हवेलीवरील मालमत्ता कर US$1.063 दशलक्ष, US$147.5 दशलक्षच्या एकूण मूल्यमापन मूल्यावर नोंदवले गेले. 208 66,000-चौरस-फूट (6,100 m2) इस्टेटमध्ये पाण्याखालील संगीत प्रणालीसह 60-foot (18 m) स्विमिंग पूल, तसेच 2,500-square-foot (230 m2) जिम आणि 1,000-square-foot (93 m2) जेवणाची खोली. 3 मे 2021 रोजी, गेट्सने जाहीर केले की त्यांनी लग्नाच्या 27 वर्षानंतर आणि 34 वर्ष जोडप्यानंतर घटस्फोट घेण्याचा निर्णय घेतला. त्यांनी सांगितले की ते सेवाभावी प्रयत्नांवर एकत्र काम करत राहतील. वॉल स्ट्रीट जर्नलने अहवाल दिला की मेलिंडा 2019 पासून घटस्फोटाच्या वकिलांना भेटत होती, ज्या मुलाखतीचा हवाला देत जेफ्री एपस्टाईन यांच्याशी बिलचे संबंध हे तिच्या चिंतेपैकी एक होते. 2 ऑगस्ट 2021 रोजी घटस्फोट निश्चित करण्यात आला.

सार्वजनिक प्रतिमा

गेल्या काही वर्षात गेट्सची सार्वजनिक प्रतिमा बदलली आहे. सुरुवातीला तो एक हुशार पण निर्दयी "लुटारू जहागीरदार", "विक्षिप्त-टाइकून" म्हणून ओळखला जात होता. 2000 मध्ये बिल आणि मेलिंडा गेट्स फाउंडेशनच्या स्थापनेपासून आणि विशेषतः मायक्रोसॉफ्टच्या

प्रमुखपदावरून पायउतार झाल्यानंतर, त्यांनी आरोग्य, गरिबी आणि शिक्षण यासारख्या कारणांवर $50 अब्ज डॉलर्सपेक्षा जास्त खर्च करून परोपकाराकडे लक्ष दिले. त्यांची प्रतिमा "जुल्मी टेक्नोक्रॅट ते संत रक्षणकर्ता" ते "आलिंगनयोग्य अब्जाधीश टेक्नो-परोपकारी" अशी बदलली, मासिक मुखपृष्ठांवर साजरी केली गेली आणि प्रमुख इजवर त्यांची मते शोधली गेली.

जगातील अब्जाधीशांची यादी आणि 1995 ते 1996, 1998 ते 2007, 2009 या कालावधीत ते सर्वात श्रीमंत व्यक्ती होते आणि जेफ बेझोसने मागे टाकण्यापूर्वी ते 2018 पर्यंत या स्थानावर होते. 15 1993 ते 2007, 2009 आणि 2014 ते 2017 पर्यंत फोर्ब्स 400 च्या यादीत गेट्स पहिल्या क्रमांकावर होते.

ओळख

बिल आणि मेलिंडा गेट्स यांना 2016 मध्ये राष्ट्राध्यक्ष बराक ओबामा यांच्या हस्ते प्रेसिडेंशियल मेडल ऑफ फ्रीडम प्रदान करण्यात आले.

टाइम मासिकाने गेट्स यांना 20 व्या शतकात सर्वाधिक प्रभाव पाडणाऱ्या 100 लोकांपैकी एक तसेच 2004, 2005 आणि 2006 मधील 100 सर्वात प्रभावशाली व्यक्तींपैकी एक म्हणून नाव दिले.

टाइमने एकत्रितपणे गेट्स, त्यांची पत्नी मेलिंडा आणि U2 चे प्रमुख गायक बोनो यांना त्यांच्या मानवतावादी प्रयत्नांसाठी 2005 पर्सन ऑफ द इयर म्हणून घोषित केले. 2006 मध्ये, "आमच्या काळातील नायक" या यादीत त्यांना आठव्या क्रमांकावर मतदान करण्यात आले.

1999 मध्ये लंडन संडे टाईम्सच्या पॉवर लिस्टमध्ये गेट्सची नोंद झाली, 1994 मध्ये मुख्य कार्यकारी अधिकारी मासिकाने त्यांना वर्षातील CEO म्हणून घोषित केले, 1998 मध्ये टाइमच्या "टॉप 50 सायबर एलिट" मध्ये प्रथम क्रमांकावर, अपसाइड एलिट 100 मध्ये क्रमांक दोनवर 1999 मध्ये, आणि 2001 मध्ये "माध्यमातील शीर्ष 100 प्रभावशाली व्यक्ती" म्हणून द गार्डियनमध्ये समाविष्ट करण्यात आले.

1996 मध्ये "वैयक्तिक संगणनाची स्थापना आणि विकासासाठी योगदान दिल्याबद्दल" गेट्स यांची यूएस नॅशनल अकादमी ऑफ इंजिनियरिंगचे सदस्य म्हणून निवड झाली.

1998 मध्ये त्यांना अमेरिकन लायब्ररी असोसिएशनचे मानद सदस्य म्हणून नियुक्त करण्यात आले.

ते 2017 मध्ये चीनी अभियांत्रिकी अकादमीचे परदेशी सदस्य म्हणून निवडले गेले.

फोर्ब्सच्या मते, गेट्स यांना 2012 मध्ये जगातील चौथ्या क्रमांकाची शक्तीशाली व्यक्ती म्हणून स्थान देण्यात आले, 246 2011 मध्ये ते पाचव्या स्थानावर होते.

1994 मध्ये, त्यांना ब्रिटिश कॉम्प्युटर सोसायटी (DFBCS) चे 20 वे प्रतिष्ठित फेलो म्हणून गौरविण्यात आले. 1999 मध्ये, गेट्स यांना न्यूयॉर्क इन्स्टिट्यूट ऑफ टेक्नॉलॉजीचे अध्यक्ष पदक मिळाले.

गेट्स यांना न्यानरोड बिझनेस युनिव्हर्सिटी (1996), केटीएच रॉयल इन्स्टिट्यूट ऑफ टेक्नॉलॉजी (2002), वासेडा युनिव्हर्सिटी (2005), सिंघुआ युनिव्हर्सिटी (2007), हार्वर्ड युनिव्हर्सिटी (2007) कडून मानद डॉक्टरेट प्राप्त झाली आहे.), कॅरोलिंस्का इन्स्टिट्यूट (2007), आणि कँब्रिज विद्यापीठ (2009).

2007 मध्ये त्यांना पेकिंग विद्यापीठाचे मानद विश्वस्त देखील बनवण्यात आले.

2005 मध्ये राणी एलिझाबेथ II ने गेट्स यांना ऑनररी नाइट कमांडर ऑफ द ऑर्डर ऑफ द ब्रिटिश एम्पायर (KBE) बनवले होते.

जानेवारी 2006 मध्ये, पोर्तुगालचे अध्यक्ष जॉर्ज सॅम्पायओ यांनी त्यांना ग्रँड क्रॉस ऑफ द ऑर्डर ऑफ प्रिन्स हेन्री प्रदान केले.

नोव्हेंबर 2006 मध्ये, त्यांना त्यांच्या पत्नी मेलिंडा यांच्यासमवेत प्लॅकार्ड ऑफ द ऑर्डर ऑफ द ऑर्डर ऑफ एझ्टेक ईगल प्रदान करण्यात आला, ज्यांना त्याच ऑर्डरचा बोधचिन्ह प्रदान करण्यात आला, दोघांनीही आरोग्य आणि शिक्षण क्षेत्रात, विशेषत: जगभरात त्यांच्या परोपकारी कार्यासाठी मेक्सिको, आणि विशेषत: "Un país de lectores" कार्यक्रमात.

गेट्स यांना मायक्रोसॉफ्टमधील त्यांच्या कामगिरीबद्दल आणि त्यांच्या परोपकारी कार्यासाठी फ्रँकलिन इन्स्टिट्यूटकडून 2010 चा बिझनेस लीडरशिपसाठी बॉवर पुरस्कार मिळाला.

तसेच 2010 मध्ये, त्यांना बॉय स्काउट्स ऑफ अमेरिका द्वारे सिल्व्हर बफेलो पुरस्काराने सन्मानित करण्यात आले, जो प्रौढांसाठीचा सर्वोच्च पुरस्कार आहे, त्यांच्या तरुणांसाठी केलेल्या सेवेबद्दल.

2002 मध्ये, बिल आणि मेलिंडा गेट्स यांना वंचितांना लाभ देणाऱ्या महान सार्वजनिक सेवेसाठी जेफरसन पुरस्कार मिळाला.

त्यांना 2006 जेम्स सी. मॉर्गन ग्लोबल मानवतावादी पुरस्कार टेक अवॉर्ड्सकडून देण्यात आला.

2015 मध्ये, गेट्स आणि त्यांची पत्नी मेलिंडा यांना त्यांच्या देशातील सामाजिक कार्यासाठी पद्मभूषण, भारताचा तिसरा-सर्वोच्च नागरी पुरस्कार मिळाला.

2016 मध्ये, बराक ओबामा यांनी बिल आणि मेलिंडा गेट्स यांना त्यांच्या परोपकारी प्रयत्नांसाठी प्रेसिडेंशियल मेडल ऑफ फ्रीडम देऊन सन्मानित केले.

2017 मध्ये, फ्रँकोइस ओलांद यांनी बिल आणि मेलिंडा गेट्स यांना त्यांच्या धर्मादाय प्रयत्नांसाठी फ्रान्सच्या सर्वोच्च राष्ट्रीय ऑर्डर, कमांडर ऑफ द लीजन ऑफ ऑनरने सन्मानित केले.

कीटकशास्त्रज्ञांनी 1997 मध्ये बिल गेट्सच्या फ्लॉवर फ्लाय, एरिस्टॅलिस गेटसीचे नाव दिले.

2020 मध्ये, बिल गेट्स यांना ग्रँड कॉर्डन ऑफ द ऑर्डर ऑफ द रायझिंग सन हे जपान आणि जगामध्ये जागतिक आरोग्याच्या प्रगती आणि तांत्रिक परिवर्तनाच्या संदर्भात त्यांच्या योगदानाबद्दल मिळाले.

2021 मध्ये, बिल गेट्स यांना त्यांच्या वैयक्तिक YouTube चॅनेलसाठी क्रॉसओवरसाठी 11 व्या वार्षिक स्ट्रीमी पुरस्कारांमध्ये नामांकन देण्यात आले.

2022 मध्ये, बिल गेट्स यांना त्यांच्या देशातील सामाजिक कार्यासाठी हिलाल-ए-पाकिस्तान दुसरा-सर्वोच्च नागरी पुरस्कार मिळाला.

7
मार्क झुकरबर्ग

मार्क झुकरबर्ग

Top Richest People

Scan for Story Videos - www.itibook.com

मार्क इलियट झुकरबर्ग जन्म 14 मे 1984) हा एक अमेरिकन मीडिया मॅग्नेट, इंटरनेट उद्योजक आणि परोपकारी आहे. सोशल मीडिया वेबसाइट Facebook आणि तिची मूळ कंपनी मेटा प्लॅटफॉर्म (पूर्वीचे Facebook, Inc.) चे सह-संस्थापक म्हणून ते ओळखले जातात, ज्याचे ते अध्यक्ष, मुख्य कार्यकारी अधिकारी आणि शेअरहोल्डर नियंत्रित करतात.

झुकरबर्गने हार्वर्ड विद्यापीठात शिक्षण घेतले, जिथे त्याने फेब्रुवारी 2004 मध्ये त्याचे रूममेट्स एडुआर्ड सेव्हरिन, अँड्र्यू मॅककोलम, डस्टिन मॉस्कोविट्झ आणि ख्रिस ह्यूजेस यांच्यासोबत फेसबुक सुरू केले. मूलतः कॉलेज कॅम्पस निवडण्यासाठी लाँच केले गेले, साइट वेगाने विस्तारली आणि अखेरीस महाविद्यालयांच्या पलीकडे गेली, 2012 पर्यंत एक अब्ज वापरकर्त्यांपर्यंत पोहोचली. झुकरबर्गने मे 2012 मध्ये

कंपनीला बहुसंख्य शेअर्ससह सार्वजनिक केले. 2007 मध्ये, वयाच्या 23 व्या वर्षी, तो जगातील सर्वात तरुण स्वयं-निर्मित अब्जाधीश बनला. 18 ऑगस्ट 2022 पर्यंत, फोर्ब्सच्या रिअल टाइम अब्जाधीशांच्या मते झुकेरबर्गची एकूण संपत्ती $62.7 अब्ज होती.

2008 पासून, टाईम मासिकाने जगातील 100 प्रभावशाली व्यक्तींमध्ये झुकेरबर्गला वर्षातील सर्वोत्तम व्यक्ती पुरस्काराचा एक भाग म्हणून नाव दिले आहे, ज्याची त्याला 2010 मध्ये मान्यता मिळाली होती. डिसेंबर 2016 मध्ये, फोर्ब्सच्या जगातील सर्वात शक्तिशाली लोकांच्या यादीत झुकेरबर्ग दहाव्या क्रमांकावर होता.

मार्क इलियट झुकेरबर्गचा जन्म 14 मे 1984 रोजी न्यू यॉर्कमधील व्हाईट प्लेन्स येथे झाला, तो मानसोपचार तज्ञ करेन (née केम्पनर) आणि दंतचिकित्सक एडवर्ड झुकेरबर्ग यांचा मुलगा. तो आणि त्याच्या तीन बहिणी (एरिएल, व्यावसायिक महिला रँडी आणि लेखिका डोना) यांचे पालन-पोषण डॉब्स फेरी, न्यूयॉर्क येथील रिफॉर्म ज्यू घराण्यात झाले त्याचे पणजोबा ऑस्ट्रिया, जर्मनी आणि पोलंडमधील ज्यू स्थलांतरित होते. फिलिप्स एक्सेटर अकादमीमध्ये बदली करण्यापूर्वी त्याने आर्डस्ले हायस्कूलमध्ये हायस्कूलमध्ये शिक्षण घेतले. तो तलवारबाजी संघाचा कर्णधार होता.

सॉफ्टवेअर विकास

सुरुवातीची वर्षे

झुकेरबर्गने मिडल स्कूलमध्ये संगणक आणि लेखन सॉफ्टवेअर वापरण्यास सुरुवात केली. हायस्कूलमध्ये, त्याने एक प्रोग्राम तयार केला ज्यामुळे त्याचे घर आणि त्याच्या वडिलांच्या दंत कार्यालयातील सर्व संगणक एकमेकांशी संवाद साधू शकले. झुकेरबर्गच्या हायस्कूलच्या काळात, त्याने सिनॅप्स मीडिया प्लेयर नावाचा संगीत प्लेअर तयार करण्याचे काम केले. डिव्हाइसने वापरकर्त्याच्या ऐकण्याच्या सवयी जाणून घेण्यासाठी मशीन लर्निंगचा वापर केला, जो स्लॅशडॉट वर पोस्ट केला गेला आणि पीसी मॅगझिनकडून 5 पैकी 3 रेटिंग प्राप्त झाली. एका न्यू यॉर्कर प्रोफाइलमध्ये झुकेरबर्गबद्दल असे म्हटले आहे: "काही मुले संगणक गेम खेळतात. मार्कने ते तयार केले."

महाविद्यालयीन वर्षे

न्यू यॉर्करने नमूद केले की 2002 मध्ये जेव्हा झुकेरबर्गने हार्वर्डमध्ये क्लासेस सुरू केले तेव्हा त्याने आधीच "प्रोग्रामिंग प्रॉडिजी म्हणून प्रतिष्ठा" प्राप्त केली होती. त्याने मानसशास्त्र आणि संगणक शास्त्राचा अभ्यास केला आणि तो अल्फा एप्सिलॉन पाई आणि किर्कलँड हाऊसचा होता. त्याच्या सोफोमोअर वर्षात, त्याने कोर्समॅच नावाचा एक प्रोग्राम लिहिला, ज्याने वापरकर्त्यांना इतर विद्यार्थ्यांच्या निवडीवर आधारित वर्ग निवडीचे निर्णय घेण्याची परवानगी दिली आणि त्यांना अभ्यास गट तयार करण्यात मदत केली. थोड्या वेळाने, त्याने एक वेगळा प्रोग्राम तयार केला ज्याला त्याने सुरुवातीला फेसमॅश म्हटले जे विद्यार्थ्यांना फोटोंच्या निवडीमधून सर्वोत्तम दिसणारी व्यक्ती निवडू देते. झुकेरबर्गची त्यावेळची रूममेट एरी हसिट यांनी स्पष्ट केले:

आमच्याकडे फेस बुक्स नावाची पुस्तके होती, ज्यात विद्यार्थ्यांच्या वसतिगृहात राहणाऱ्या प्रत्येकाची नावे आणि चित्रे होती. सुरुवातीला, त्याने एक साइट तयार केली आणि दोन चित्रे किंवा दोन नर आणि दोन स्त्रियांची चित्रे ठेवली. साइटच्या अभ्यागतांना "अधिक गरम" कोण आहे हे निवडायचे होते आणि मतांनुसार रँकिंग असेल.

ही साइट एका आठवड्याच्या शेवटी वाढली, परंतु सोमवारी सकाळपर्यंत, महाविद्यालयाने ती बंद केली, कारण तिची लोकप्रियता हार्वर्डच्या नेटवर्क स्विचेसपैकी एकावर पडली आणि विद्यार्थ्यांना इंटरनेटवर प्रवेश करण्यापासून प्रतिबंधित केले. याशिवाय अनेक विद्यार्थ्यांनी परवानगी न घेता त्यांचे फोटो वापरले जात असल्याची तक्रार केली. झुकेरबर्गने जाहीरपणे माफी मागितली आणि विद्यार्थ्यांच्या पेपरने त्याची साइट "पूर्णपणे अयोग्य" असल्याचे सांगणारे लेख चालवले.

करिअर

पुढील सत्रात, जानेवारी 2004 मध्ये, झुकेरबर्गने नवीन वेबसाइटसाठी कोड लिहायला सुरुवात केली. 4 फेब्रुवारी 2004 रोजी, झुकेरबर्गने "Thefacebook" लाँच केले, जो मूलतः thefacebook.com वर स्थित आहे, त्याचे रूममेट एडुआर्ड सेव्हरिन, अँड्र्यू मॅककोलम, डस्टिन मॉस्कोविट्झ आणि क्रिस ह्यूजेस यांच्या भागीदारीत. फेसबुकसाठी पूर्वीची प्रेरणा कदाचित फिलिप्स एक्सेटर अकादमीकडून आली असावी, ती प्रीप स्कूल जिथून झुकेरबर्ग 2002 मध्ये पदवीधर झाले. त्यांनी स्वतःची विद्यार्थी निर्देशिका "द फोटो अॅड्रेस बुक" प्रकाशित केली, ज्याचा विद्यार्थ्यांनी "द फेसबुक" म्हणून उल्लेख केला. अशा फोटो डिरेक्टरी अनेक खाजगी शाळांमधील विद्यार्थ्यांच्या सामाजिक अनुभवाचा एक महत्त्वाचा भाग होत्या. त्यांच्यासह, विद्यार्थी त्यांचे वर्ग वर्ष, त्यांचे मित्र आणि त्यांचे दूरध्वनी क्रमांक यासारख्या गुणधर्मांची यादी करण्यास सक्षम होते.

साइट लॉन्च झाल्यानंतर सहा दिवसांनी, तीन हार्वर्ड वरिष्ठांनी, कॅमेरॉन विंकलेव्हॉस, टायलर विंकलेव्हॉस आणि दिव्या नरेंद्र यांनी झुकेरबर्गवर जाणीवपूर्वक त्यांना HarvardConnection.com नावाचे सोशल नेटवर्क तयार करण्यात मदत करेल असा विश्वास देऊन त्यांची दिशाभूल केल्याचा आरोप केला, तर तो त्यांच्या कल्पनांचा वापर करत होता. प्रतिस्पर्धी उत्पादन तयार करा. तिघांनी हार्वर्ड क्रिमसनकडे तक्रार केली आणि वृत्तपत्राने प्रतिसाद म्हणून चौकशी सुरू केली. झुकेरबर्गने संपादकांना कथा न चालवण्यास पटवून देण्याचा प्रयत्न केला, 28 झुकेरबर्गने संपादकांच्या दोन ईमेल खात्यांमध्ये तोडफोड केली. त्यांनी हे TheFacebook वरील संपादकांच्या खाजगी

लॉगिन डेटा लॉगच्या आधारे केले.

फेसबुक सोशल मीडिया प्लॅटफॉर्मच्या अधिकृत प्रक्षेपणानंतर, तिघांनी झुकेरबर्ग विरुद्ध खटला दाखल केला ज्यामुळे तोडगा निघाला. मान्य सेटलमेंट 1.2 दशलक्ष फेसबुक शेअर्स आणि $20 दशलक्ष रोख रकमेसाठी होते.

झुकेरबर्गच्या फेसबुकची सुरुवात फक्त एक "हार्वर्ड गोष्ट" म्हणून सुरू झाली जोपर्यंत झुकेरबर्गने रूममेट डस्टिन मॉस्कोविट्झची मदत घेत इतर शाळांमध्ये त्याचा प्रसार करण्याचा निर्णय घेतला. त्यांची सुरुवात कोलंबिया, न्यूयॉर्क विद्यापीठ, स्टॅनफोर्ड, डार्टमाउथ, कॉर्नेल, पेनसिल्व्हेनिया विद्यापीठ, ब्राउन आणि येल येथे झाली.

हा प्रकल्प पूर्ण करण्यासाठी झुकेरबर्गने त्याच्या सोफोमोर वर्षात हार्वर्ड सोडला. झुकेरबर्ग, मॉस्कोविट्झ आणि इतर सह-संस्थापक कॅलिफोर्नियाच्या पालो अल्टो येथे गेले, जिथे त्यांनी एक लहान घर भाड्याने घेतले जे कार्यालय म्हणून काम करते. उन्हाळ्यात, झुकेरबर्ग कंपनीत गुंतवणूक करणाऱ्या पीटर थीलला भेटला. त्यांना त्यांचे पहिले कार्यालय 2004 च्या मध्यात मिळाले. झुकेरबर्गच्या म्हणण्यानुसार, गटाने हार्वर्डला परत जाण्याची योजना आखली, परंतु अखेरीस त्यांनी कॅलिफोर्नियामध्येच राहण्याचा निर्णय घेतला, जेथे झुकेरबर्गने कॅलिफोर्नियामधील संगणक तंत्रज्ञानाचे केंद्र असलेल्या सिलिकॉन व्हॅलीच्या "पौराणिक ठिकाणाचे" कौतुक केले. त्यांनी कंपनी विकत घेण्यासाठी मोठ्या कॉर्पोरेशनच्या ऑफर आधीच नाकारल्या होत्या. 2007 मध्ये एका मुलाखतीत, झुकेरबर्गने त्याचे कारण स्पष्ट केले: "हे पैशाच्या रकमेमुळे नाही. माझ्यासाठी आणि माझ्या सहकाऱ्यांसाठी, सर्वात महत्त्वाची गोष्ट म्हणजे आम्ही लोकांसाठी खुला माहिती प्रवाह तयार करतो. समूहांच्या मालकीचे मीडिया कॉर्पोरेशन असणे फक्त आहे. ही माझ्यासाठी आकर्षक कल्पना नाही." त्याच वर्षी, स्टॅनफोर्ड विद्यापीठातील वाय कॉम्बिनेटरच्या स्टार्टअप स्कूल कोर्समध्ये बोलताना, झुकेरबर्गने एक वादग्रस्त प्रतिपादन केले की "तरुण लोक फक्त हुशार आहेत" आणि इतर उद्योजकांनी तरुणांना कामावर घेण्याबाबत पक्षपात केला पाहिजे.

2010 मध्ये त्यांनी वायर्ड मॅगझिनला ही उद्दिष्टे पुन्हा सांगितली: "मला ज्या गोष्टीची खरोखर काळजी आहे ती म्हणजे मिशन, जग खुले करणे." फेसबुक. 21 जुलै 2010 रोजी झुकेरबर्गने अहवाल दिला की कंपनीने 500 दशलक्ष वापरकर्त्यांचा आकडा गाठला आहे. फेसबुकला त्याच्या अभूतपूर्व वाढीमुळे जाहिरातींमधून अधिक उत्पन्न मिळू शकते का असे विचारले असता, त्याने स्पष्ट केले:

मला वाटते की आम्ही करू शकू... सरासरी शोध क्वेरीच्या तुलनेत आमचे पृष्ठ किती जाहिरातींनी घेतले आहे हे तुम्ही पाहिले तर. आमच्यासाठी सरासरी पृष्ठांच्या 10 टक्क्यांपेक्षा थोडी कमी आहे आणि जाहिरातींनी घेतलेल्या शोधासाठी सरासरी 20 टक्के आहे... हीच सर्वात सोपी गोष्ट आहे जी आम्ही करू शकतो. पण आम्ही तसे नाही. आम्ही पुरेसे पैसे कमवतो. बरोबर, म्हणजे, आपण गोष्टी चालू ठेवत आहोत; आम्हाला पाहिजे त्या गतीने आम्ही वाढत आहोत.

2010 मध्ये, स्टीव्हन लेव्ही, ज्यांनी 1984 चे Hackers: Heroes of the Computer Revolution हे पुस्तक लिहिले होते, त्यांनी लिहिले की झुकेरबर्ग "स्वतःला एक हॅकर म्हणून स्पष्टपणे समजतो". झुकेरबर्ग म्हणाले की "गोष्टी तोडणे ठीक आहे" "त्या चांगल्या बनवण्यासाठी". फेसबुकने दर सहा ते आठ आठवड्यांनी आयोजित "हॅकॅथॉन्स" ची स्थापना केली ज्यामध्ये सहभागींना एक रात्र गर्भधारणेसाठी आणि प्रकल्प पूर्ण करण्यासाठी असेल. कंपनीने हॅकाथॉनमध्ये संगीत, अन्न आणि बिअर पुरवले आणि झुकेरबर्गसह फेसबुकचे अनेक कर्मचारी नियमितपणे उपस्थित राहिले. "कल्पना अशी आहे की तुम्ही एका रात्रीत काहीतरी चांगले बनवू शकता", झुकेरबर्ग लेव्हीला सांगितले. "आणि ते आता Facebook च्या व्यक्तिमत्वाचा एक भाग आहे... हे माझ्या व्यक्तिमत्वासाठी नक्कीच खूप गाभा आहे."

2007 मध्ये, झुकेरबर्गला MIT टेक्नॉलॉजी रिव्ह्यूच्या TR35 यादीत 35 वर्षाखालील जगातील शीर्ष 35 नवोदितांपैकी एक म्हणून समाविष्ट करण्यात आले. व्हॅनिटी फेअर मासिकाने 2010 मध्ये झुकेरबर्गला "माहिती युगातील सर्वात प्रभावशाली व्यक्ती" च्या शीर्ष 100 यादीत प्रथम क्रमांकावर नाव दिले. 2009 मध्ये व्हॅनिटी फेअर 100 यादीत झुकेरबर्ग 23 व्या क्रमांकावर होता. 2010 मध्ये, जगातील 50 प्रभावशाली व्यक्तींच्या न्यू स्टेट्समनच्या वार्षिक सर्वेक्षणात झुकेरबर्गला 16 व्या क्रमांकावर निवडण्यात आले.

स्टीव्ह जॉब्सच्या मृत्यूनंतर लगेचच PBS ला 2011 मध्ये दिलेल्या मुलाखतीत झुकेरबर्ग म्हणाले की, जॉब्सने त्यांना Facebook वर व्यवस्थापन संघ कसा तयार करायचा याबद्दल सल्ला दिला होता जो "तुमच्या प्रमाणेच उच्च दर्जाच्या आणि चांगल्या गोष्टी निर्माण करण्यावर केंद्रित आहे".

1 ऑक्टोबर, 2012 रोजी, झुकेरबर्गने रशियातील सोशल मीडिया नवकल्पनांना चालना देण्यासाठी आणि रशियन बाजारपेठेत फेसबुकचे स्थान वाढवण्यासाठी रशियन पंतप्रधान दिमित्री मेदवेदेव यांना मॉस्को येथे भेट दिली. रशियाच्या संप्रेषण मंत्र्यांनी ट्विट केले की पंतप्रधान दिमित्री मेदवेदेव यांनी सोशल मीडिया जायंटच्या संस्थापकांना रशियन प्रोग्रामरना आकर्षित करण्याच्या योजना सोडून देण्याचे आवाहन केले आणि त्याऐवजी मॉस्कोमध्ये संशोधन केंद्र उघडण्याचा विचार केला. 2012 मध्ये, Facebook चे रशियामध्ये अंदाजे 9 दशलक्ष वापरकर्ते होते, तर घरगुती क्लोन VK चे सुमारे 34 दशलक्ष होते. फेसबुकच्या ग्राहक विपणन प्रमुख रेबेका व्हॅन डायक यांनी सांगितले की, 6 एप्रिल 2013 रोजी 85 दशलक्ष अमेरिकन फेसबुक वापरकर्ते होम प्रमोशनल मोहिमेच्या पहिल्या दिवशी उघड झाले होते.

19 ऑगस्ट 2013 रोजी द वॉशिंग्टन पोस्टने अहवाल दिला की झुकेरबर्गचे फेसबुक प्रोफाईल एका बेरोजगार वेब डेव्हलपरने हॅक केले होते.

2013 च्या टेकक्रंच डिसप्ट कॉन्फरन्समध्ये, सप्टेंबरमध्ये झालेल्या, झुकरबर्गने सांगितले की फेसबुकवरील कॉन्फरन्सपर्यंत इंटरनेटशी कनेक्ट न झालेल्या 5 अब्ज लोकांची नोंदणी करण्याच्या दिशेने ते काम करत आहेत. त्यानंतर झुकरबर्गने स्पष्ट केले की हे Internet.org प्रकल्पाच्या उद्दिष्टाशी जोडलेले आहे, ज्याद्वारे Facebook, इतर तंत्रज्ञान कंपन्यांच्या मदतीने, इंटरनेटशी जोडलेल्या लोकांची संख्या वाढवण्याचा प्रयत्न करते.

मार्च 2014 मध्ये बार्सिलोना, स्पेन येथे झालेल्या 2014 मोबाईल वर्ल्ड काँग्रेस (MWC) मध्ये झुकरबर्ग हे प्रमुख वक्ते होते, ज्यात 75,000 प्रतिनिधी उपस्थित होते. मोबाइल तंत्रज्ञानावर फेसबुकचा फोकस आणि झुकरबर्गचे भाषण यांच्यातील संबंध विविध माध्यमांच्या स्रोतांनी ठळकपणे मांडले, की मोबाइल कंपनीचे भविष्य दर्शवितो. झुकरबर्गचे भाषण सप्टेंबर 2013 मध्ये टेकक्रंच परिषदेत त्यांनी मांडलेल्या उद्दिष्टावर विस्तारित होते, ज्याद्वारे ते विकसनशील देशांमध्ये इंटरनेट कव्हरेजचा विस्तार करण्याच्या दिशेने काम करत आहेत.

जेफ बेझोस आणि टिम कुक सारख्या इतर अमेरिकन तंत्रज्ञान व्यक्तींसोबत, झुकरबर्गने 8 डिसेंबर 2014 रोजी फेसबुकच्या मुख्यालयात, चीनच्या ऑनलाइन धोरणाच्या अंमलबजावणीसाठी "इंटरनेट जार" म्हणून ओळखले जाणारे चीनी राजकारणी लू वेई यांना भेट दिली. ही बैठक झाली. 23 ऑक्टोबर 2014 रोजी चीनमधील बीजिंग येथील सिंघुआ विद्यापीठातील प्रश्नोत्तर सत्रात झुकरबर्गने भाग घेतल्यावर, जिथे त्याने मंदारिन चीनी भाषेत संभाषण करण्याचा प्रयत्न केला; जरी चीनमध्ये Facebook वर बंदी घातली गेली असली तरी, झुकरबर्ग लोकांमध्ये अत्यंत आदरणीय आहे आणि देशाच्या वाढत्या उद्योजक क्षेत्राला चालना देण्यासाठी ते विद्यापीठात होते.

11 डिसेंबर 2014 रोजी मेनलो पार्क येथील कंपनीच्या मुख्यालयात थेट प्रश्नोत्तर सत्रादरम्यान झुकरबर्गने प्रश्न उपस्थित केले. संस्थापक आणि सीईओ यांनी स्पष्ट केले की Facebook हा वेळेचा अपव्यय आहे यावर त्यांचा विश्वास नाही, कारण ते सामाजिक सहभाग आणि सार्वजनिक सत्रात सहभागी होण्यास मदत करते. जेणेकरून त्याला "समुदायाची चांगली सेवा कशी करावी हे शिकता येईल".

फेसबुकचे सीईओ म्हणून झुकरबर्गला एक डॉलर पगार मिळतो. जून 2016 मध्ये, बिझनेस इनसाइडरने झुकरबर्गला इलॉन मस्क आणि सल खान यांच्यासह "जगातील टॉप 10 बिझनेस व्हिजनरी क्रिएटिंग व्हॅल्यू फॉर द वर्ल्ड" पैकी एक म्हणून नाव दिले, कारण त्यांनी आणि त्यांच्या पत्नीने "त्यांच्या संपत्तीपैकी 99% देण्याचे वचन दिले होते- ज्याचा अंदाज $55.0 अब्ज आहे."

25 मे 2017 रोजी, हार्वर्डच्या 366 व्या प्रारंभ दिनी, झुकरबर्गने प्रारंभी भाषण दिल्यानंतर, हार्वर्डकडून मानद पदवी प्राप्त केली.

जानेवारी 2019 मध्ये, झुकरबर्गने फेसबुक, इंस्टाग्राम आणि व्हॉट्सऑपसह तीन प्रमुख सोशल मीडिया प्लॅटफॉर्मसाठी एंड-टू-एंड एनक्रिप्टेड सिस्टम समाकलित करण्याची योजना आखली. 14 ऑगस्ट 2020 रोजी, Facebook ने iOS आणि Android दोन्ही डिव्हाइसेसवर Instagram आणि Messenger साठी चॅट सिस्टम एकत्रित केले. अपडेटने इंस्टाग्राम आणि फेसबुक वापरकर्त्यांमधील परस्परसंवादाला प्रोत्साहन दिले.

इतर प्रकल्प

विसाव्या वर्षातील माणसाचे कंबर उंच पोर्ट्रेट, कॅमेराकडे पाहत आणि दोन्ही हातांनी हातवारे करत, "द नॉर्थ फेस" असे लिहिलेला काळा पुलओव्हर शर्ट आणि गळ्यात लटकलेल्या पांढऱ्या पट्टीवर ओळख घातली.

दावोस, स्वित्झर्लंड येथील जागतिक आर्थिक मंचावर झुकरबर्ग (जानेवारी 2009).

फेब्रुवारी 2004 मध्ये झुकरबर्गने Facebook लाँच केल्यानंतर एक महिन्यानंतर, i2hub, वेन चँगने तयार केलेली, आणखी एक कॅम्पस-ओन्ली सेवा सुरू केली. i2hub पीअर-टू-पीअर फाइल शेअरिंगवर लक्ष केंद्रित करते. त्या वेळी, i2hub आणि Facebook दोन्ही प्रेसचे लक्ष वेधून घेत होते आणि वापरकर्ते आणि प्रसिद्धीत झपाट्याने वाढत होते. ऑगस्ट 2004 मध्ये, झुकरबर्ग, अँड्रयू मॅककोलम, अॅडम डी'अँजेलो आणि शॉन पार्कर यांनी वायरहॉग नावाची स्पर्धात्मक पीअर-टू-पीअर फाइल शेअरिंग सेवा सुरू केली, जी फेसबुक प्लॅटफॉर्म अॅप्लिकेशन्सची पूर्ववर्ती होती, जी 2007 मध्ये सुरू झाली.

2013 मध्ये, झुकरबर्गने Internet.org लाँच केले, ज्याचे वर्णन त्यांनी लॉन्च तारखेपर्यंत पाच अब्ज लोकांना इंटरनेटचा प्रवेश प्रदान करण्याचा उपक्रम म्हणून केला. या प्रकल्पाला भारतात लक्षणीय विरोध झाला, जिथे कार्यकर्त्यांनी सांगितले की त्याचे मर्यादित इंटरनेट नेट न्यूट्रॅलिटीच्या तत्त्वाच्या विरुद्ध आहे; झुकरबर्गने प्रतिक्रिया दिली की इंटरनेट नसण्यापेक्षा मर्यादित इंटरनेट चांगले आहे. Internet.org फेब्रुवारी 2016 मध्ये भारतात बंद करण्यात आला होता, जरी झुकरबर्ग नंतर पुढील शक्यतांवर चर्चा करण्यासाठी नरेंद्र मोदींशी भेटला.

झुकरबर्ग हे सोलर सेल स्पेसक्राफ्ट डेव्हलपमेंट प्रोजेक्ट ब्रेकथ्रू स्टारशॉटचे बोर्ड सदस्य आहेत, ज्याची त्यांनी 2016 मध्ये सह-स्थापना केली होती.

वाद आणि खटले

हार्वर्डचे विद्यार्थी कॅमेरॉन विंकलेव्हॉस, टायलर विंकलेव्हॉस आणि दिव्या नरेंद्र यांनी झुकरबर्गवर जाणीवपूर्वक विश्वास ठेवल्याचा आरोप केला की तो त्यांना HarvardConnection.com (नंतर ConnectU) नावाचे सोशल नेटवर्क तयार करण्यात मदत करेल. त्यांनी 2004 मध्ये खटला दाखल केला; 28 मार्च 2007 रोजी तांत्रिकतेच्या आधारे ते डिसमिस करण्यात आले. त्यानंतर लवकरच बोस्टन येथील फेडरल कोर्टात ते पुन्हा भरण्यात आले. ConnectU आणि i2hub मधील कथित भागीदारी, द विंकलेव्हॉस चँग ग्रुपने मांडलेला प्रकल्प, सोशल

बटरफ्लायच्या संदर्भात Facebook ने विरोध केला. 25 जून 2008 रोजी, प्रकरण निकाली निघाले आणि फेसबुकने 1.2 दशलक्ष पेक्षा जास्त सामायिक समभाग हस्तांतरित करण्यास आणि $20 दशलक्ष रोख रक्कम देण्याचे मान्य केले.

नोव्हेंबर 2007 मध्ये, 02138 च्या वेबसाईटवर गोपनीय न्यायालयाची कागदपत्रे पोस्ट करण्यात आली होती, हे मासिक हार्वर्डच्या माजी विद्यार्थ्यांसाठी आहे. त्यात झुकेरबर्गचा सोशल सिक्युरिटी नंबर, त्याच्या पालकांच्या घराचा पत्ता आणि त्याच्या मैत्रिणीचा पत्ता समाविष्ट होता. कागदपत्रे काढण्यासाठी फेसबुकने अर्ज दाखल केला; न्यायाधीशांनी 02138 च्या बाजूने निर्णय दिला.

एडुआर्डो सेव्हरिन

2005 मध्ये फेसबुकचे सह-संस्थापक एडुआर्डो सेव्हरिन यांनी झुकेरबर्ग आणि फेसबुक विरुद्ध खटला दाखल केला आणि आरोप लावला की झुकरबर्गने सेव्हरिनचे पैसे बेकायदेशीरपणे वैयक्तिक खर्चासाठी खर्च केले. खटला न्यायालयाबाहेर निकाली काढण्यात आला, जरी समझोत्याच्या अटींवर शिक्कामोर्तब केले गेले, तरी कंपनीने फेसबुकचे सह-संस्थापक म्हणून सेव्हरिनच्या पदवीची पुष्टी केली आणि सेव्हरिनने प्रेसशी बोलणे थांबवण्याचे मान्य केले.

पाकिस्तान गुन्हेगारी तपास

जून 2010 मध्ये, पाकिस्तानी डेप्युटी अॅटर्नी जनरल मुहम्मद अझहर सिद्दिकी यांनी फेसबुकवर "ड्रॉ मुहम्मद" स्पर्धा आयोजित केल्यानंतर झुकेरबर्ग आणि Facebook सह-संस्थापक डस्टिन मॉस्कोविट्झ आणि ख्रिस ह्यूजेस यांच्यावर फौजदारी चौकशी सुरू केली. तपासणीत ही स्पर्धा तयार करणाऱ्या अज्ञात जर्मन महिलेचे नाव देण्यात आले. सिद्दिकीने देशाच्या पोलिसांना झुकेरबर्ग आणि इतर तिघांना ईशनिंदा केल्याबद्दल अटक करण्यासाठी इंटरपोलशी संपर्क साधण्यास सांगितले. 19 मे 2010 रोजी, Facebook ची वेबसाईट तात्पुरती पाकिस्तानमध्ये ब्लॉक करण्यात आली होती जोपर्यंत Facebook ने मे महिन्याच्या अखेरीस आपल्या वेबसाइटवरून स्पर्धा काढून टाकली नाही. सिद्दिकी यांनी संयुक्त राष्ट्रसंघाच्या प्रतिनिधीला हा मुद्दा संयुक्त राष्ट्रांच्या आमसभेसमोर मांडण्यास सांगितले.

पॉल सेग्लिया

जून 2010 मध्ये, पॉल सेग्लिया, अॅलेगनी काउंटी, न्यू यॉर्कमधील वुड पेलेट इंधन कंपनीचे मालक, यांनी झुकेरबर्ग विरुद्ध दावा दाखल केला, फेसबुकच्या 84 टक्के मालकीचा दावा केला आणि आर्थिक नुकसानीची मागणी केली. सेग्लियाच्या म्हणण्यानुसार, त्याने आणि झुकरबर्गने 28 एप्रिल 2003 रोजी एका करारावर स्वाक्षरी केली, ज्यामध्ये सेग्लियाला वेबसाईटच्या कमाईच्या 50% प्रमाणे $1,000 ची प्रारंभिक फी, तसेच 1 जानेवारी 2004 नंतर व्यवसायात दररोज अतिरिक्त 1% व्याज दिले जाईल. , वेबसाइट पूर्ण होईपर्यंत. झुकेरबर्ग त्यावेळी इतर प्रकल्प विकसित करत होता, त्यापैकी फेसमॅश, फेसबुकचा पूर्ववर्ती होता, परंतु 1 जानेवारी 2004 पर्यंत त्यांनी thefacebook.com डोमेन नावाची नोंदणी केली नाही. फेसबुक व्यवस्थापनाने हा खटला "पूर्णपणे फालतू" म्हणून फेटाळून लावला. फेसबुकचे प्रवक्ते बॅरी स्निट यांनी एका पत्रकाराला सांगितले की सेग्लियाच्या वकिलाने न्यायालयाबाहेर तोडगा काढण्याचा प्रयत्न केला नाही.

26 ऑक्टोबर 2012 रोजी, फेडरल अधिकाऱ्यांनी सेग्लियाला अटक केली, त्याच्यावर मेल आणि वायर फसवणूक आणि "फेसबुकच्या संस्थापकाची अब्जावधी डॉलर्सची फसवणूक करण्याच्या योजनेत छेडछाड करणे, नष्ट करणे आणि पुरावे तयार करणे" असे आरोप केले. सेग्लियावर आरोप आहे की त्यांनी आणि झुकरबर्गने फेसबुकच्या सुरुवातीच्या आवृत्तीबद्दल तपशीलवार चर्चा केली, असे दिसण्यासाठी ईमेल बनवल्याचा आरोप आहे, जरी त्यांच्या ईमेलची तपासणी केल्यानंतर, तपासकर्त्यांना आढळले की त्यात फेसबुकचा कोणताही उल्लेख नाही. काही कायदेशीर संस्थांनी केस सुरू होण्यापूर्वी आणि काहींनी सेग्लियाच्या अटकेनंतर माघार घेतली.

हवाईयन जमीन मालकी

जानेवारी 2017 मध्ये, झुकेरबर्गने त्यांच्या मालकीच्या जमिनीच्या छोट्या भूभागावर दावा करण्यासाठी शेकडो मूळ हवाईयनांविरुद्ध आठ "शांत शीर्षक आणि विभाजन" खटले दाखल केले. ही जमीन कौईच्या हवाई बेटावरील 700 एकर जमिनीच्या आत आहे जी झुकरबर्गने 2014 मध्ये खरेदी केली होती. हवाई विद्यापीठातील कायद्याचे प्राध्यापक कापुआ स्प्रॉट यांनी सांगितले की झुकरबर्गचे खटले "नव वसाहतवादाचा चेहरा" होते. झुकेरबर्गने फेसबुक पोस्टमधील टीकेला प्रत्युत्तर देताना सांगितले की, जमिनीच्या आंशिक मालकांना त्यांचा "वाजवी वाटा" देण्यासाठी खटले हा सद्भावनेचा प्रयत्न होता. जेव्हा त्याला कळले की हवाईयन जमीन मालकी कायदा इतर 49 राज्यांपेक्षा वेगळा आहे, तेव्हा त्याने खटले सोडले. झुकेरबर्गने पुढे जाण्यापूर्वी प्रक्रिया आणि त्याचा इतिहास समजून घेण्यासाठी वेळ न दिल्याचे खेद व्यक्त केला.

यूएस काँग्रेससमोर साक्ष

10 आणि 11 एप्रिल 2018 रोजी, फेसबुक-केंब्रिज अॅनालिटिका डेटा भंगाच्या संदर्भात फेसबुकद्वारे वैयक्तिक डेटाच्या वापराबाबत झुकेरबर्गने युनायटेड स्टेट्स सिनेट कमिटी ऑन कॉमर्स, सायन्स आणि ट्रान्सपोर्टेशनसमोर साक्ष देण्यास सुरुवात केली. त्यांनी या संपूर्ण प्रकरणाला अलेक्झांडर कोगन, केंब्रिज अॅनालिटिका आणि फेसबुक यांच्यातील विश्वासाचा भंग असल्याचे म्हटले आहे. युनायटेड किंगडममधील संसदीय समितीला या प्रकरणाचा पुरावा देण्यासाठी उपस्थित राहण्याच्या विनंत्या झुकरबर्गने नाकारल्या आहेत.

1 ऑक्टोबर 2020 रोजी, यूएस सिनेट वाणिज्य समितीने झुकेरबर्ग, गुगलचे सुंदर पिचाई आणि ट्विटरचे जॅक डोर्सी यांच्यासह तीन शीर्ष टेक कंपन्यांच्या सीईओंना सबपोना जारी करण्यासाठी एकमताने मतदान केले. 1934 च्या कम्युनिकेशन्स कायद्याच्या कलम 230 अंतर्गत टेक प्लॅटफॉर्मला कायद्याने प्रदान केलेल्या कायदेशीर प्रतिकारशक्तीबद्दल सीईओंना साक्ष देण्यास भाग पाडणे हे सबपोनाचे उद्दिष्ट होते. यूएस रिपब्लिकनांनी असा युक्तिवाद केला की कायद्याने अँटी-कंझर्व्हेटिव्ह सेन्सॉरशिपच्या आरोपांपासून सोशल मीडिया कंपन्यांना अवाजवी संरक्षण दिले आहे.

मार्च 2021 मध्ये, अशी घोषणा करण्यात आली की 26 मार्च रोजी झुकेरबर्ग पुन्हा काँग्रेससमोर साक्ष देतील, जेव्हा 6 जानेवारी 2021 रोजी यूएस कॅपिटल बिल्डिंगवर झालेल्या हल्ल्यात फेसबुकने बजावलेल्या भूमिकेबद्दल त्याला विचारले जाईल.

माध्यमातील चित्रण

सामाजिक नेटवर्क

जेसी आयझेनबर्ग (चित्र) यांनी सोशल नेटवर्कमध्ये झुकरबर्गची भूमिका केली

झुकेरबर्ग आणि फेसबुकच्या स्थापनेच्या वर्षांवर आधारित एक चित्रपट, द सोशल नेटवर्क 1 ऑक्टोबर 2010 रोजी प्रदर्शित झाला, ज्यामध्ये झुकरबर्गच्या भूमिकेत जेसी आयझेनबर्ग होते. झुकेरबर्गला चित्रपटाबद्दल सांगितल्यानंतर, त्याने प्रतिक्रिया दिली, "मी जिवंत असताना कोणीही माझ्यावर चित्रपट बनवू नये अशी माझी इच्छा होती." तसेच, चित्रपटाची स्क्रिप्ट इंटरनेटवर लीक झाल्यानंतर आणि हे उघड झाले की चित्रपट झुकेरबर्गला पूर्णपणे सकारात्मक प्रकाशात चित्रित करणार नाही, त्याने सांगितले की त्याला स्वतःला "चांगला माणूस" म्हणून स्थापित करायचे आहे. हा चित्रपट बेन मेझरिचच्या द ॲक्सिडेंटल बिलियनेअर्स या पुस्तकावर आधारित आहे, ज्याचे वर्णन पुस्तकाच्या प्रचारकाने "रिपोर्टेज" ऐवजी "मोठी रसाळ मजा" असे केले आहे. चित्रपटाचे पटकथा लेखक आरोन सॉर्किन यांनी न्यूयॉर्क मॅगझिनला सांगितले, "माझी निष्ठा सत्य असावी असे मला वाटत नाही; मला ते कथाकथन असावे असे वाटते", ते पुढे म्हणाले, "शुद्धतेसाठी अचूकतेबद्दल काय मोठे आहे, आणि आम्ही करू शकत नाही का? खरा तो चांगल्याचा शत्रू आहे का?"

16 जानेवारी 2011 रोजी सर्वोत्कृष्ट चित्रासाठी गोल्डन ग्लोब पुरस्कार जिंकल्यानंतर, निर्माता स्कॉट रुडिन यांनी फेसबुक आणि झुकेरबर्गचे आभार मानले "आपल्याला त्यांचे जीवन आणि कार्य एक रूपक म्हणून वापरण्याची परवानगी देण्याच्या त्यांच्या इच्छेबद्दल ज्याद्वारे संप्रेषण आणि आमच्या मार्गाबद्दल कथा सांगता येईल. एकमेकांशी संबंध ठेवा." सर्वोत्कृष्ट पटकथेसाठी जिंकलेल्या सॉर्किनने त्याच्या स्क्रिप्टमध्ये दिलेली काही छाप मागे घेतली:

मला आज रात्री मार्क झुकेरबर्गला सांगायचे होते, जर तुम्ही पाहत असाल तर, रुनी माराचे पात्र चित्रपटाच्या सुरुवातीला एक भविष्यवाणी करते. तिची चूक होती. तुम्ही एक उत्तम उद्योजक, द्रष्टा आणि अविश्वसनीय परोपकारी ठरलात.

29 जानेवारी 2011 रोजी, जेसी आयझेनबर्गने होस्ट केलेल्या सॅटरडे नाईट लाइव्हवर झुकेरबर्गने सरप्राईज पाहुणे म्हणून हजेरी लावली. त्या दोघांनी सांगितले की ते पहिल्यांदाच भेटले होते. आयझेनबर्गने झुकेरबर्गला विचारले, ज्यांनी चित्रपटाद्वारे आपल्या चित्रणावर टीका केली होती, चित्रपटाबद्दल त्याचे काय मत आहे. झुकेरबर्गने उत्तर दिले, "हे मनोरंजक होते." 100 त्यांच्या भेटीबद्दल नंतरच्या एका मुलाखतीत, आयझेनबर्गने स्पष्ट केले की "त्याला भेटण्यासाठी तो घाबरला होता, कारण मी आता दीड वर्ष त्याच्याबद्दल विचार करण्यात घालवले होते..." तो पुढे म्हणाला, "मार्कने खरोखरच खूप अस्वस्थ असलेल्या गोष्टीबद्दल खूप दयाळूपणा दाखवला आहे... तो SNL करेल आणि परिस्थितीची खिल्ली उडवेल ही वस्तुस्थिती खूप गोड आणि उदार आहे. माझ्या मते, काहीतरी हाताळण्याचा हा सर्वोत्तम मार्ग आहे, अन्यथा खूप अस्वस्थ होऊ शकते."

विवादित अचूकता

डेव्हिड किर्कपॅट्रिक, फॉर्च्युन मासिकाचे माजी तंत्रज्ञान संपादक आणि फेसबुक इफेक्ट: द इनसाइड स्टोरी ऑफ द कंपनी दॅट इज कनेक्टिंग द वर्ल्ड, (२०११) चे लेखक यांच्या मते, "चित्रपट फक्त "४०% सत्य आहे ... तो चित्रपटात ज्या प्रकारे झुकरबर्गची भूमिका साकारली आहे, ती क्रूरपणे आणि व्यंग्यात्मक नाही." तो म्हणतो की "बऱ्याच तथ्यात्मक घटना अचूक आहेत, परंतु बऱ्याच विकृत आहेत आणि एकंदर छाप खोटी आहे", आणि निष्कर्ष काढला की मुख्यतः " इंटरनेटवर माहितीची देवाणघेवाण करण्याचा एक नवीन मार्ग शोधून काढणे ही त्यांची प्रेरणा होती".

हार्वर्डमधील कोणत्याही उच्चभ्रू अंतिम क्लबमध्ये प्रवेश न मिळाल्याने झुकेरबर्गने फेसबुकच्या निर्मितीचे चित्रण केले असले तरी झुकेरबर्गने सांगितले की त्याला क्लबमध्ये सामील होण्यात रस नाही. 11 कर्कपॅट्रिकने सहमती दर्शवली की चित्रपटाने दिलेली छाप "खोटी" आहे. Facebook मधील माजी वरिष्ठ अभियंता, कारेल बालौन यांनी नोंदवले की "झुकरबर्गची सामाजिकदृष्ट्या अयोग्य मूर्ख म्हणून प्रतिमा अतिरंजित आहे... ती काल्पनिक आहे..." त्याने त्याचप्रमाणे चित्रपटाचे म्हणणे फेटाळून लावले की तो "जाणूनबुजून मित्राचा विश्वासघात करेल."

इतर चित्रण

3 ऑक्टोबर 2010 रोजी प्रथम प्रसारित झालेल्या "लोन-ए लिसा" शीर्षकाच्या द सिम्पसन्सच्या एका एपिसोडमध्ये झुकेरबर्गने स्वतःला आवाज दिला. या भागात, लिसा सिम्पसन आणि तिचा मित्र नेल्सन एका उद्योजकांच्या संमेलनात झुकेरबर्गला भेटतात. बिल गेट्स आणि रिचर्ड ब्रॅन्सन यांचा उदाहरणे म्हणून उल्लेख करून झुकेरबर्ग लिसाला सांगतो की तिला अत्यंत यशस्वी होण्यासाठी महाविद्यालयातून पदवीधर होण्याची गरज नाही.

9 ऑक्टोबर 2010 रोजी, सॅटरडे नाईट लाइव्हने झुकेरबर्ग आणि फेसबुकला धूळ चारली. अँडी सॅमबर्गने झुकेरबर्गची भूमिका केली होती. खरा झुकेरबर्ग आनंदात असल्याचे नोंदवले गेले: "मला वाटले की हे मजेदार आहे."

स्टीफन कोलबर्टने 30 ऑक्टोबर 2010 रोजी सॅनिटी आणि/किंवा भीती पुनर्संचयित करण्यासाठी रॅलीमध्ये झुकेरबर्गला "भयीचे पदक" प्रदान केले, "कारण तो तुमच्या गोपनीयतेपेक्षा त्याच्या गोपनीयतेला जास्त महत्त्व देतो".

अटी आणि नियम लागू होऊ शकतात या माहितीपटाच्या क्लायमॅक्समध्ये झुकेरबर्ग दिसतो.

साउथ पार्क एपिसोड "फ्रॅंचायझ प्रिक्वेल" मध्ये झुकेरबर्गचे विडंबन करण्यात आले होते.

7 डिसेंबर 2018 रोजी, एपिक रॅप बॅटल्स ऑफ हिस्ट्री ने झुकेरबर्ग आणि एलोन मस्क यांच्यातील रॅप युद्धाचा व्हिडिओ जारी केला.

परोपकार आणि चॅन झुकेरबर्ग पुढाकार

झुकेरबर्गने स्टार्ट-अप: एज्युकेशन फाउंडेशनची स्थापना केली. 22 सप्टेंबर 2010 रोजी, असे नोंदवले गेले की झुकेरबर्गने नेवार्क पब्लिक स्कूल्स, नेवार्क, न्यू जर्सी येथील सार्वजनिक शाळा प्रणालीला $100 दशलक्ष देणगी दिली होती. समीक्षकांनी देणगीची वेळ द सोशल नेटवर्कच्या प्रकाशनाच्या अगदी जवळ असल्याचे नमूद केले, ज्याने झुकेरबर्गचे काहीसे नकारात्मक चित्र काढले होते. या टीकेला झुकेरबर्गने उत्तर देताना सांगितले की, "चित्रपटाच्या वेळेबाबत मी सर्वात जास्त संवेदनशील होतो, ती म्हणजे, सोशल नेटवर्क चित्रपटाविषयी प्रेस नेवार्क प्रकल्पाशी जुळवून घेऊ नये असे मला वाटत होते. मी हे निनावीपणे करण्याचा विचार करत होतो. जेणेकरून दोन गोष्टी वेगळ्या ठेवता येतील." नेवार्कचे महापौर कॉरी बुकर यांनी सांगितले की त्यांना आणि न्यू जर्सीचे गव्हर्नर ख्रिस क्रिस्टी यांना झुकेरबर्गच्या टीमला अनामिकपणे देणगी देऊ नये असे पटवून द्यावे लागले. पत्रकार डेल रुसाकॉफ यांच्या मते हा पैसा मोठ्या प्रमाणात वाया गेला.

2010 मध्ये, झुकेरबर्ग, बिल गेट्स आणि गुंतवणूकदार वॉरन बफेट यांनी "द गिव्हिंग प्लेज" वर स्वाक्षरी केली, ज्यामध्ये त्यांनी सांगितले की ते त्यांच्या संपत्तीपैकी किमान अर्धी संपत्ती धर्मादाय करण्यासाठी देतील आणि श्रीमंतांमधील इतरांना 50 टक्के देणगी देण्यास आमंत्रित केले. किंवा त्यांची अधिक संपत्ती धर्मादाय करण्यासाठी. डिसेंबर 2012 मध्ये, झुकेरबर्ग आणि त्यांची पत्नी प्रिसिला चॅन यांनी सांगितले की त्यांच्या आयुष्यादरम्यान ते त्यांच्या संपत्तीचा बहुसंख्य भाग द गिव्हिंग प्लेजच्या भावनेने "मानवी क्षमता वाढवण्यासाठी आणि समानतेला प्रोत्साहन देण्यासाठी" देतील.

19 डिसेंबर 2013 रोजी, झुकेरबर्गने सिलिकॉन व्हॅली कम्युनिटी फाउंडेशनला 18 दशलक्ष Facebook शेअर्स देणगी देण्याची घोषणा केली, जे महिन्याच्या अखेरीस कार्यान्वित केले जातील—फेसबुकच्या मूल्यमापनावर आधारित, शेअर्सचे एकूण मूल्य $990 दशलक्ष होते. 31 डिसेंबर 2013 रोजी, देणगी 2013 साठी सार्वजनिक रेकॉर्डवरील सर्वात मोठी धर्मादाय भेट म्हणून ओळखली गेली. द क्रॉनिकल ऑफ फिलान्थ्रॉपीने 2013 साठी मासिकाच्या 50 सर्वात उदार अमेरिकनांच्या वार्षिक यादीत झुकेरबर्ग आणि त्यांच्या पत्नीला शीर्षस्थानी ठेवले, ज्यांनी सुमारे $1 अब्ज धर्मादाय दान केले.

ऑक्टोबर 2014 मध्ये, झुकेरबर्ग आणि चॅन यांनी इबोला विषाणू रोग, विशेषतः पश्चिम आफ्रिकन इबोला विषाणू महामारीचा सामना करण्यासाठी US$25 दशलक्ष देणगी दिली.

1 डिसेंबर 2015 रोजी, झुकेरबर्ग आणि चॅन यांनी त्यांच्या Facebook समभागांपैकी 99% शेअर्स चॅन झुकेरबर्ग इनिशिएटिव्हला हस्तांतरित करण्याचे वचन दिले, ज्याची किंमत US$45 अब्ज होती. निधी ताबडतोब हस्तांतरित केला जाणार नाही, परंतु त्यांच्या आयुष्याच्या कालावधीत. बिल गेट्स, वॉरन बफेट, लॅरी पेज, सर्जे ब्रिन आणि इतर अब्जाधीशांना शेअरचे मूल्य दान करण्यासाठी धर्मादाय कॉर्पोरेशन तयार करण्याऐवजी, झुकेरबर्ग आणि चॅन यांनी मर्यादित दायित्व कंपनी (LLC) ची रचना वापरणे निवडले. काही पत्रकार आणि शिक्षणतज्ज्ञांनी असे म्हटले आहे की चॅन झुकेरबर्ग पुढाकार परोपकारी भांडवलशाही आयोजित करतो.

2016 मध्ये, चॅन झुकेरबर्ग इनिशिएटिव्हने करमुक्त धर्मादाय संस्था चॅन झुकेरबर्ग बायोहब, कॅलिफोर्निया विद्यापीठ, सॅन फ्रान्सिस्कोजवळील सॅन फ्रान्सिस्कोच्या मिशन बे डिस्ट्रिक्टमधील सहयोगी संशोधन जागा तयार करण्यासाठी $600 दशलक्ष दिले, शास्त्रज्ञांमधील परस्परसंवाद आणि सहयोग वाढवण्याच्या उद्देशाने. UCSF, कॅलिफोर्निया विद्यापीठ, बर्कले आणि स्टॅनफोर्ड विद्यापीठ येथे. व्युत्पन्न केलेल्या बौद्धिक संपत्तीची संयुक्त मालकी बायोहब आणि शोधकर्त्याच्या गृहसंस्थेची असेल. बिल आणि मेलिंडा गेट्स फाउंडेशन सारख्या फाउंडेशनच्या विपरीत ज्याने सर्व संशोधनासाठी निधी उपलब्ध करून दिला आहे ते लोकांद्वारे अनिर्बंध प्रवेशासाठी आणि पुनर्वापरासाठी खुले केले आहे, बायोहबने कोणत्याही संशोधनाचे व्यावसायिकीकरण करण्याचा अधिकार राखून ठेवला आहे. बायोहबच्या परवानगीने शोधकर्त्यांकडे त्यांचे शोध मुक्त स्रोत बनवण्याचा पर्याय असेल. वैज्ञानिक संशोधनात प्रवेश वाढवण्यासाठी आणि मुक्त विज्ञानाला चालना देण्यासाठी, CZ Biohub ला त्यांच्या अन्वेषक आणि कर्मचारी वैज्ञानिकांनी बायोआरक्सिव सारख्या प्रीप्रिंट

सर्व्हरवर सादर केलेली हस्तलिखिते आणि संबंधित डेटा प्रकाशित करणे आवश्यक आहे.

कोविड-19 साथीच्या आजारादरम्यान, झुकरबर्गने बिल आणि मेलिंडा गेट्स फाउंडेशन-समर्थित प्रवेगक या रोगावर उपचार शोधत असलेल्या $25 दशलक्ष दान केले. महामारीमुळे प्रभावित झालेल्या स्थानिक पत्रकारितेला समर्थन देण्यासाठी त्यांनी $25 दशलक्ष अनुदान आणि Facebook, Inc. द्वारे स्थानिक वृत्तपत्रांमध्ये जाहिरात खरेदीसाठी $75 दशलक्ष अनुदान जाहीर केले, जेथे Facebook स्वतःचे मार्केटिंग करेल.

राजकारण

फेब्रुवारी 2011 मध्ये ओबामा आणि तंत्रज्ञान व्यावसायिक नेत्यांमधील खाजगी बैठकीपूर्वी अध्यक्ष बराक ओबामा यांच्यासोबत झुकरबर्ग

2002 मध्ये, झुकरबर्गने वेस्टचेस्टर काउंटी, न्यू यॉर्क येथे मतदान करण्यासाठी नोंदणी केली, जिथे तो मोठा झाला, परंतु नोव्हेंबर 2008 पर्यंत मतदान केले नाही. सांता क्लारा काउंटी रजिस्ट्रार ऑफ व्होटर्स स्पोक्सवुमन, एल्मा रोसास यांनी ब्लूमबर्गला सांगितले की झुकरबर्गला "कोणतेही प्राधान्य नाही" म्हणून सूचीबद्ध केले आहे. "मतदार यादीवर, आणि त्यांनी 2008 आणि 2012 मध्ये, मागील तीन सार्वत्रिक निवडणुकांपैकी किमान दोनमध्ये मतदान केले.

झुकरबर्गने कधीही स्वतःचा राजकीय संबंध किंवा मतदानाचा इतिहास उघड केलेला नाही: काही वृत्तपत्रे त्याला पुराणमतवादी मानतात, तर काही त्याला उदारमतवादी मानतात.

13 फेब्रुवारी 2013 रोजी, झुकरबर्गने न्यू जर्सीचे गव्हर्नर ख्रिस क्रिस्टी यांच्यासाठी निधी उभारणीचा पहिला कार्यक्रम आयोजित केला होता. या प्रसंगी झुकरबर्गची विशेष आवड म्हणजे शिक्षण सुधारणा, आणि क्रिस्टीचे शिक्षण सुधारणेचे काम शिक्षक संघटना आणि सनदी शाळांच्या विस्तारावर केंद्रित होते. त्या वर्षाच्या उत्तरार्धात, झुकरबर्गने नेवार्कच्या महापौर कॉरी बुकर यांच्यासाठी प्रचार निधी उभारणीचे आयोजन केले होते, जे 2013 च्या न्यू जर्सीच्या विशेष सिनेट निवडणुकीत उभे होते. सप्टेंबर 2010 मध्ये, गव्हर्नर ख्रिस क्रिस्टी यांच्या पाठिंब्याने, बुकरने नेवार्क पब्लिक स्कूलला झुकरबर्गकडून US$100 दशलक्ष प्रतिज्ञा प्राप्त केली. डिसेंबर 2012 मध्ये, झुकरबर्गने सिलिकॉन व्हॅली कम्युनिटी फाउंडेशनला 18 दशलक्ष शेअर्स दान केले, ही एक सामुदायिक संस्था आहे जी त्याच्या अनुदान निर्मिती क्षेत्रांच्या यादीमध्ये शिक्षणाचा समावेश करते.

11 एप्रिल 2013 रोजी, झुकरबर्गने FWD.us नावाच्या 501(c)(4) लॉबिंग गटाचे नेतृत्व केले. समूहाचे संस्थापक आणि योगदानकर्ते प्रामुख्याने सिलिकॉन व्हॅलीचे उद्योजक आणि गुंतवणूकदार होते आणि त्याचे अध्यक्ष जो ग्रीन हे झुकरबर्गचे जवळचे मित्र होते. या समूहाच्या उद्दिष्टांमध्ये इमिग्रेशन सुधारणा, युनायटेड स्टेट्समधील शिक्षणाची स्थिती सुधारणे आणि लोकांना फायद्यासाठी अधिक तांत्रिक प्रगती सक्षम करणे यांचा समावेश आहे, तरीही विविध प्रकारच्या तेल आणि तेलाचे समर्थन करणाऱ्या जाहिरातींना वित्तपुरवठा केल्याबद्दल टीका केली गेली आहे. आर्क्टिक नॅशनल वाइल्डलाइफ रिफ्यूज आणि कीस्टोन एक्सएल पाइपलाइनमध्ये ड्रिलिंगसह गॅस विकास उपक्रम. 2013 मध्ये, द लीग ऑफ कॉन्झर्व्हेशन व्होटर्स, MoveOn.org, सिएरा क्लब, डेमोक्रेसी फॉर अमेरिका, CREDO, डेली कोस, 350.org आणि प्रेझेंटे आणि प्रोग्रेसिव्ह युनायटेड यांच्यासारखे असंख्य उदारमतवादी आणि पुरोगामी गट एकतर त्यांची फेसबुक जाहिरात काढण्यास सहमत झाले. तेल ड्रिलिंग आणि कीस्टोन XL पाइपलाइनच्या समर्थनार्थ असलेल्या FWD.us द्वारे निधी दिलेल्या झुकरबर्ग जाहिरातींच्या निषेधार्थ आणि इमिग्रेशन सुधारणांना पाठिंबा देणाऱ्या रिपब्लिकन युनायटेड स्टेट्स सिनेटर्समध्ये Obamacare च्या विरोधात, किमान दोन आठवडे Facebook जाहिराती खरेदी करा किंवा न खरेदी करा. स्पष्टीकरण आवश्यक आहे.

20 जून 2013 रोजीच्या एका मीडिया रिपोर्टमध्ये असे दिसून आले आहे की FWD.us व्हिडिओच्या ऑनलाइन प्रकाशनानंतर झुकरबर्ग त्याच्या स्वतःच्या प्रोफाइल पेजवर फेसबुक वापरकर्त्यांसोबत सक्रियपणे गुंतला होता. FWD.us ही संस्था "फक्त तंत्रज्ञानाला अधिक लोकांना कामावर ठेवू इच्छित आहे" या दाव्याला प्रतिसाद म्हणून, इंटरनेट उद्योजकाने उत्तर दिले: "आम्ही ज्या मोठ्या समस्येचे निराकरण करण्याचा प्रयत्न करीत आहोत ती म्हणजे या देशात राहणाऱ्या 11 दशलक्ष कागदपत्र नसलेल्या लोकांची खात्री करणे. आणि भविष्यात तत्सम लोकांना योग्य वागणूक दिली जाईल."

जून 2013 मध्ये, वार्षिक सॅन फ्रान्सिस्को लेस्बियन, गे, बायसेक्शुअल आणि ट्रान्सजेंडर प्राइड सेलिब्रेशनचा भाग म्हणून झुकरबर्ग कंपनीच्या फ्लोटमध्ये Facebook कर्मचाऱ्यांना सामील झाला. कंपनीने प्रथम 2011 मध्ये 70 कर्मचाऱ्यांसह या कार्यक्रमात भाग घेतला आणि 2013 च्या मार्चमध्ये ही संख्या 700 पर्यंत वाढली. 2013 चा गौरव उत्सव विशेषतः महत्त्वपूर्ण होता, कारण तो विवाह संरक्षण कायदा (DOMA) असंवैधानिक मानणाऱ्या यूएस सर्वोच्च न्यायालयाच्या निर्णयाचे पालन करत होता.

सप्टेंबर 2013 मध्ये TechCrunch Disrupt कॉन्फरन्समध्ये 2013 च्या मध्यात झालेल्या PRISM घोटाळ्याबद्दल प्रश्न विचारला असता, झुकरबर्गने सांगितले की यूएस सरकारने "त्याला उडवले". त्यांनी पुढे स्पष्ट केले की सरकारने आपल्या नागरिकांच्या, अर्थव्यवस्था आणि कंपन्यांच्या स्वातंत्र्याच्या संरक्षणाच्या बाबतीत खराब कामगिरी केली.

झुकरबर्गने 9 डिसेंबर 2015 रोजी त्याच्या फेसबुक वॉलवर एक विधान ठेवले होते, ज्यात म्हटले होते की नोव्हेंबर 2015 च्या पॅरिस हल्ल्यानंतर आणि 2015 ला झालेल्या हल्ल्यांना प्रतिसाद म्हणून "आपल्या समुदायातील आणि जगभरातील मुस्लिमांच्या समर्थनार्थ माझा

आवाज जोडायचा आहे". सॅन बर्नार्डिनो हल्ला. निवेदनात असेही म्हटले आहे की फेसबुकवर मुस्लिमांचे "नेहमी स्वागत आहे" आणि त्याचे स्थान या वस्तुस्थितीचा परिणाम आहे की "एक ज्यू म्हणून, माझ्या पालकांनी मला शिकवले की आपण सर्व समुदायांवरील हल्ल्यांविरुद्ध उभे राहिले पाहिजे."

24 फेब्रुवारी 2016 रोजी, झुकरबर्गने कंपनीच्या भिंतींवर हस्तलिखीत "ब्लॅक लाइव्हस मॅटर" वाक्ये ओलांडलेल्या आणि त्यांच्या जागी "ऑल लाइव्हस मॅटर" लिहिलेल्या कर्मचाऱ्यांना औपचारिकपणे फटकारणाऱ्या कर्मचाऱ्यांना कंपनी-व्यापी अंतर्गत मेमो पाठवला. Facebook कर्मचाऱ्यांना कंपनीच्या भिंतींवर विचार आणि वाक्ये मुक्तपणे लिहिण्याची परवानगी देते. त्यानंतर हा मेमो अनेक कर्मचाऱ्यांनी लीक केला होता. झुकरबर्गने याआधी कंपनीच्या मागील बैठकीत या प्रथेचा निषेध केला होता आणि फेसबुकवरील इतर नेत्यांनी तत्सम विनंत्या जारी केल्या होत्या, झुकरबर्गने मेमोमध्ये लिहिले आहे की तो आता या ओव्हररायटिंग प्रथेचा केवळ अनादरच नाही तर "दुर्भावनापूर्ण" देखील विचार करेल. झुकरबर्गच्या मेमोनुसार, "ब्लॅक लाइव्हस मॅटरचा अर्थ असा नाही की इतर जीवने करू शकत नाहीत - ते फक्त कृष्णवर्णीय समुदायाला देखील त्यांना योग्य न्याय मिळवून देण्याची मागणी करत आहे." मेमोमध्ये असेही नमूद केले आहे की काहीतरी स्वतःहून ओलांडण्याची कृती, "म्हणजे भाषण शांत करणे किंवा एका व्यक्तीचे बोलणे दुसऱ्याच्या बोलण्यापेक्षा महत्त्वाचे आहे." झुकरबर्गने मेमोमध्ये असेही म्हटले आहे की तो घटनांचा तपास सुरू करणार आहे. न्यूयॉर्कच्या डेली न्यूजने फेसबुकच्या कर्मचाऱ्यांची मुलाखत घेतली ज्यांनी अज्ञातपणे टिप्पणी केली की, "झुकरबर्गला या घटनेबद्दल खरोखरच राग आला होता आणि यामुळे कर्मचाऱ्यांना खरोखर प्रोत्साहन मिळाले की झुकरबर्गने 'ब्लॅक लाइव्हस मॅटर' हा वाक्यांश का अस्तित्वात असला पाहिजे, तसेच त्यादवारे लिहिणे का आवश्यक आहे याची स्पष्ट समज दर्शविली. हा एक प्रकारचा छळ आणि पुसून टाकणारा आहे."

जानेवारी 2017 मध्ये, झुकरबर्गने काही देशांतील स्थलांतरित आणि निर्वासितांना कठोरपणे मर्यादित करण्याच्या डोनाल्ड ट्रम्पच्या कार्यकारी आदेशावर टीका केली.

झुकरबर्गने 2020 च्या सार्वत्रिक निवडणुकीसाठी राज्यस्तरीय मतपत्रिकेच्या पुढाकारासाठी निधी दिला होता जो कॅलिफोर्नियाच्या प्रस्ताव 13 मध्ये बदल करून कर वाढवेल ज्यामुळे राज्यातील व्यावसायिक आणि औद्योगिक मालमत्तेचे कर मूल्यांकन बाजार दराने करणे आवश्यक आहे.

वैयक्तिक जीवन

झुकरबर्ग त्याची भावी पत्नी, सहकारी हार्वर्डची विद्यार्थिनी प्रिसिला चॅन हिला त्याच्या सोफोमोर वर्षात एका फ्रेट पार्टीत भेटला. त्यांनी 2003 मध्ये डेटिंग करण्यास सुरुवात केली. सप्टेंबर 2010 मध्ये, कॅलिफोर्निया विद्यापीठ, सॅन फ्रान्सिस्को येथे वैद्यकीय विद्यार्थी असलेले चॅन, पालो अल्टो, कॅलिफोर्निया येथे झुकरबर्गच्या भाड्याच्या घरात राहायला गेले. मे 19, 2012 रोजी, त्यांनी त्याच्या हवेलीच्या मैदानात एका कार्यक्रमात लग्न केले ज्यामध्ये तिचे वैद्यकीय शाळेतून पदवी प्राप्त झाल्याचा आनंदही साजरा झाला. 31 जुलै 2015 रोजी झुकरबर्गने उघड केले की ते एका मुलीची अपेक्षा करत आहेत आणि चॅनला यापूर्वी तीन गर्भपात झाले होते. त्यांची मुलगी, मॅक्सिमा चॅन झुकरबर्ग हिचा जन्म 1 डिसेंबर 2015 रोजी झाला. त्यांनी चिनी नववर्षाच्या व्हिडिओमध्ये घोषणा केली की त्यांच्या मुलीचे चिनी नाव चेन मिंग्यू (चीनी:???) आहे. त्यांची दुसरी मुलगी, ऑगस्ट, ऑगस्ट 2017 मध्ये जन्मली. या जोडप्याकडे बीस्ट नावाचा पुली कुत्रा देखील आहे, ज्याचे फेसबुकवर 20 लाखांहून अधिक फॉलोअर्स आहेत. 2017 मध्ये, झुकरबर्ग आणि त्यांच्या पत्नीने "युनियनमधील प्रत्येक राज्याला भेट देण्यासाठी आणि नियमितपणे सोशल नेटवर्क वापरणाऱ्या सुमारे दोन अब्ज लोकांबद्दल अधिक जाणून घेण्यासाठी" देशव्यापी दौरा सुरू केला. तो शेतकरी, व्यवसाय मालकांना भेटला आणि मदर इमॅन्युएल येथे सुद्धा बोलला जिथे 2015 चे शूटिंग झाले होते.

रिफॉर्म ज्यू म्हणून वाढलेला, झुकरबर्ग नंतर नास्तिक म्हणून ओळखला गेला, परंतु 2016 मध्ये म्हणाला, "मी ज्यू म्हणून वाढलो आणि नंतर मी अशा काळात गेलो जिथे मी गोष्टींवर प्रश्नचिन्ह लावले, पण आता माझा विश्वास आहे की धर्म खूप महत्त्वाचा आहे."

8

स्टीव्ह जॉब्स

स्टीव्ह जॉब्स

Top Richest People

Scan for Story Videos - www.itibook.com

स्टीव्हन पॉल जॉब्स (फेब्रुवारी 24, 1955 - ऑक्टोबर 5, 2011) हे एक अमेरिकन उद्योजक, औद्योगिक डिझायनर, व्यावसायिक मॅग्नेट, मीडिया प्रोप्रायटर आणि गुंतवणूकदार होते. ते ॲपलचे सह-संस्थापक, अध्यक्ष आणि मुख्य कार्यकारी अधिकारी होते; Pixar चे अध्यक्ष आणि बहुसंख्य भागधारक; द वॉल्ट डिस्ने कंपनीच्या पिक्सारच्या संपादनानंतरच्या संचालक मंडळाचे सदस्य; आणि NeXT चे संस्थापक, अध्यक्ष आणि CEO. 1970 आणि 1980 च्या दशकातील वैयक्तिक संगणक क्रांतीचे प्रणेते म्हणून त्यांची ओळख आहे, त्यांचे सुरुवातीचे व्यावसायिक भागीदार आणि सहकारी Apple सह-संस्थापक स्टीव्ह वोझ्नियाक यांच्यासमवेत.

जॉब्सचा जन्म सॅन फ्रान्सिस्को येथे सीरियन वडील आणि जर्मन-अमेरिकन आईच्या पोटी झाला. त्याच्या जन्मानंतर लगेचच त्याला दत्तक घेण्यात आले. त्याच वर्षी माघार घेण्यापूर्वी जॉब्सने 1972 मध्ये रीड कॉलेजमध्ये शिक्षण घेतले. 1974 मध्ये, त्यांनी प्रबोधनासाठी आणि झेन बौद्ध धर्माचा अभ्यास करण्यासाठी भारतातून प्रवास केला. वोझ्नियाकचा Apple I वैयक्तिक संगणक विकण्यासाठी त्याने आणि वोझ्नियाकने 1976 मध्ये ऍपलची सह-स्थापना केली. एका वर्षानंतर, या जोडीने ऍपल II चे उत्पादन आणि विक्री करून प्रसिद्धी आणि संपत्ती मिळवली, जे प्रथम अत्यंत यशस्वी मोठ्या प्रमाणात उत्पादित मायक्रोकॉम्प्युटरपैकी एक आहे. जॉब्सने 1979 मध्ये झेरॉक्स अल्टोची व्यावसायिक क्षमता पाहिली, जी माउस-चालित होती आणि ग्राफिकल यूजर इंटरफेस (GUI) होती. यामुळे 1983 मध्ये अयशस्वी ऍपल लिसाचा विकास झाला, त्यानंतर 1984 मध्ये मॅकिंटॉशने यश मिळवले, GUI सह प्रथम मोठ्या प्रमाणावर उत्पादित संगणक. मॅकिंटॉशने 1985 मध्ये ऍपल लेसररायटर, व्हेक्टर ग्राफिक्स वैशिष्ट्यीकृत करणारे पहिले लेसर प्रिंटर जोडून डेस्कटॉप प्रकाशन उद्योग सुरू केला.

1985 मध्ये, कंपनीचे बोर्ड आणि तत्कालीन सीईओ जॉन स्कली यांच्याशी दीर्घकाळ संघर्ष केल्यानंतर जॉब्सला ऍपलमधून बाहेर काढण्यात आले. त्याच वर्षा, जॉब्सने काही Apple कर्मचाऱ्यांना आपल्यासोबत नेक्स्ट ही संगणक प्लॅटफॉर्म डेव्हलपमेंट कंपनी शोधून काढली जी उच्च-शिक्षण आणि व्यावसायिक बाजारपेठेसाठी संगणकांमध्ये विशेष आहे. याशिवाय, 1986 मध्ये जॉर्ज लुकासच्या लुकासफिल्मच्या संगणक ग्राफिक्स विभागाला निधी दिला तेव्हा त्यांनी व्हिज्युअल इफेक्ट उद्योग विकसित करण्यास मदत केली. नवीन कंपनी पिक्सार होती, ज्याने पहिला 3D संगणक-ऑनिमेटेड फीचर फिल्म टॉय स्टोरी (1995) तयार केला आणि पुढे गेला. एक प्रमुख ऑनिमेशन स्टुडिओ बनला, तेव्हापासून 25 हून अधिक चित्रपटांची निर्मिती केली.

1997 मध्ये, कंपनीने NeXT चे अधिग्रहण केल्यानंतर जॉब्स Apple मध्ये CEO म्हणून परत आले. दिवाळखोरीच्या उंबरठ्यावर असलेल्या ऍपलला पुनरुज्जीवित करण्यासाठी तो मुख्यत्वे जबाबदार होता. "विविध विचार करा" जाहिरात मोहिमेपासून सुरुवात करून आणि Apple Store, App Store, iMac, iPad, iPod, iPhone, iTunes आणि मोठ्या सांस्कृतिक प्रभाव असलेल्या उत्पादनांची एक ओळ विकसित करण्यासाठी त्यांनी इंग्रजी डिझायनर जोनी इव्ह यांच्याशी जवळून काम केले. iTunes स्टोअर. 2001 मध्ये, नेक्स्टच्या नेक्स्टस्टेप प्लॅटफॉर्मवर आधारित, मूळ मॅक ओएस पूर्णपणे नवीन मॅक ओएस एक्स (आता मॅकओएस म्हणून ओळखले जाते) ने बदलण्यात आले, ज्यामुळे ऑपरेटिंग सिस्टमला प्रथमच आधुनिक युनिक्स-आधारित पाया मिळाला. 2003 मध्ये, जॉब्सला स्वादुपिंडाचा न्यूरोएंडोक्राइन ट्यूमर असल्याचे निदान झाले. 5 ऑक्टोबर 2011 रोजी वयाच्या 56 व्या वर्षी ट्यूमरशी संबंधित श्वसनक्रिया बंद पडल्याने त्यांचे निधन झाले.

कुटुंब

स्टीव्हन पॉल जॉब्स यांचा जन्म सॅन फ्रान्सिस्को, कॅलिफोर्निया येथे 24 फेब्रुवारी 1955 रोजी जोआन कॅरोल शिबल आणि अब्दुलफताह जंदाली (अरबी:) येथे झाला. 2 त्याचा चुलत भाऊ, बस्मा अल जंदाली, त्याचे जन्माचे नाव अब्दुल लतीफ जंदाली असल्याचे सांगतो. त्याला क्लारा (née Hagopian) आणि पॉल रेनहोल्ड जॉब्स यांनी दत्तक घेतले होते.

अब्दुलफताह "जॉन" जंदालीचा जन्म आणि सीरियातील होम्स येथे एका अरब मुस्लिम कुटुंबात झाला. लेबनॉनमधील अमेरिकन युनिव्हर्सिटी ऑफ बेरूतमध्ये पदवीधर म्हणून, तो एक विद्यार्थी कार्यकर्ता होता आणि त्याच्या राजकीय क्रियाकलापांसाठी त्याला तुरुंगात टाकण्यात आले होते. त्यांनी विस्कॉन्सिन विद्यापीठात पीएचडी केली, जिथे त्यांची भेट जर्मन आणि स्विस वंशाची अमेरिकन कॅथलिक जोआन शिबल यांच्याशी झाली. दोघेही एकाच वयाचे, जंदाली हे डॉक्टरेट उमेदवार होते आणि Schieble घेत असलेल्या कोर्ससाठी अध्यापन सहाय्यक होते. कादंबरीकार मोना सिम्पसन, जॉब्सची जैविक बहीण, यांनी नोंदवले की शिबलचे कॅथलिक पालक त्यांची मुलगी मुस्लिमासोबत असल्याने दुःखी होते. जॉब्सचे चरित्रकार वॉल्टर आयझॅकसन म्हणतात की शिबलच्या मृत्यूच्या वडिलांनी "तिने अब्दुलफताहशी लग्न केल्यास तिला नाकारण्याची धमकी दिली", त्यामुळे ते अविवाहित जोडपे राहिले.

पॉल जॉब्स हा कोस्ट गार्ड मेकॅनिक होता. कोस्ट गार्ड सोडल्यानंतर, त्याने 1946 मध्ये अर्मेनियन वंशाची अमेरिकन क्लारा हॅगोपियनशी विवाह केला. एक्टोपिक गर्भधारणेमुळे त्यांनी 1955 मध्ये दत्तक घेण्याचा विचार केला. हॅगोपियनचे पालक आर्मेनियन नरसंहारातून वाचलेले होते.

प्रारंभिक जीवन

मानवाच्या सर्व आविष्कारांपैकी, इतिहास जसजसा उलगडतो तसतसा संगणक जवळ किंवा वरच्या स्थानावर जात आहे आणि आपण मागे वळून पाहतो. आम्ही आतापर्यंत शोधलेले हे सर्वात छान साधन आहे. सिलिकॉन व्हॅलीमध्ये अगदी योग्य ठिकाणी, अगदी योग्य वेळी, ऐतिहासिकदृष्ट्या, जिथे हा शोध लागला आहे, त्याबद्दल मी आश्चर्यकारकपणे भाग्यवान समजतो.

—स्टीव्ह जॉब्स, 1995 12

1954 मध्ये शिबल जॉब्सपासून गरोदर राहिली, जेव्हा तिने आणि जंदालीने उन्हाळा त्याच्या कुटुंबासह होम्समध्ये घालवला. जंदालीच्या म्हणण्यानुसार, शिबलने त्याला जाणूनबुजून या प्रक्रियेत सामील केले नाही: "मला न सांगता, जोआन वाढला आणि माझ्यासह कोणालाही

नकळत बाळाला जन्म देण्यासाठी सॅन फ्रान्सिस्कोला निघून गेला."

Schieble यांनी 24 फेब्रुवारी 1955 रोजी सॅन फ्रान्सिस्को येथे जॉब्सला जन्म दिला आणि त्यांच्यासाठी "कॅथोलिक, सुशिक्षित आणि श्रीमंत" असे दत्तक जोडपे निवडले, परंतु नंतर या जोडप्याने त्यांचे मत बदलले. त्यानंतर त्याला पॉल आणि क्लारा जॉब्स सोबत ठेवण्यात आले, ज्यांच्याकडे संपत्ती आणि महाविद्यालयीन शिक्षणाचा अभाव होता आणि शिबलने दत्तक कागदपत्रांवर स्वाक्षरी करण्यास नकार दिला. तिने न्यायालयाला एक वेगळे कुटुंब शोधण्यास सांगितले, परंतु पॉल आणि क्लारा यांनी त्याच्या महाविद्यालयीन शिक्षणासाठी निधी देण्याचे वचन दिल्यावर त्यांनी संमती दिली.

त्याच्या तारुण्यात, त्याचे पालक त्याला लुथेरन चर्चमध्ये घेऊन गेले. जेव्हा तो हायस्कूलमध्ये होता, तेव्हा क्लाराने त्याच्या मैत्रिणी क्रिसन ब्रेननला कबूल केले की ती " स्टीव्ह त्याच्या आयुष्यातील पहिले सहा महिने प्रेम करण्यास खूप घाबरली होती... मला भीती वाटत होती की ते त्याला माझ्यापासून दूर नेतील. आम्ही केस जिंकल्यानंतरही, स्टीव्ह इतका कठीण मुलगा होता की तो दोन वर्षांचा असताना मला वाटले की आपण चूक केली आहे. मला त्याला परत करायचे होते. क्रिसनने ही टिप्पणी स्टीव्हसोबत शेअर केल्यावर, त्याने सांगितले की त्याला आधीच माहिती होती, आणि नंतर सांगितले की पॉल आणि क्लारा यांनी त्याचे मनापासून प्रेम केले आणि त्याचे लाड केले. बऱ्याच वर्षांनंतर, जॉब्सच्या पत्नी लॉरेनने असेही नमूद केले की "त्या दोघांना पालक म्हणून मिळाल्याने त्यांना खरोखरच आशीर्वाद मिळाल्याचे त्यांना वाटले." पृष्ठ आवश्यक जेव्हा पॉल आणि क्लारा यांना "त्याचे" म्हणून संबोधले जाते तेव्हा जॉब्स "खोलते" दत्तक पालक", आणि त्याने त्यांना त्याचे पालक "1,000%" मानले. जॉब्सने त्याच्या जैविक पालकांना "माझे शुक्राणू आणि अंडी बँक म्हणून संबोधले. ते कठोर नाही, ते जसे होते तसे आहे, एक शुक्राणू बँक आहे, आणखी काही नाही."

बालपण

मी लहानपणी स्वतःला एक मानवतावादी व्यक्ती म्हणून समजत असे, पण मला इलेक्ट्रॉनिक्स आवडले... मग मी असे काहीतरी वाचले जे माझ्या एका नायक, एडविन लँड ऑफ पोलरॉइडने मानवता आणि विज्ञानाच्या छेदनबिंदूवर उभे राहू शकणाऱ्या लोकांच्या महत्त्वाबद्दल सांगितले होते, आणि मी ठरवले की मला तेच करायचे आहे.

-स्टीव्ह जॉब्स 20

पॉल जॉब्सने अनेक नोकऱ्यांमध्ये काम केले ज्यात एक मशीनिस्ट म्हणून प्रयत्न करणे, इतर अनेक नोकऱ्या, आणि नंतर "मशिनिस्ट म्हणून काम करणे" यांचा समावेश होता.

पॉल आणि क्लारा यांनी 1957 मध्ये जॉब्सची बहीण पॅट्रिशिया दत्तक घेतली आणि 1959 पर्यंत हे कुटुंब माउंटन व्ह्यू, कॅलिफोर्निया येथील मॉन्टा लोमा परिसरात राहायला गेले. पॉलने आपल्या मुलासाठी त्याच्या गॅरेजमध्ये वर्कबेंच बनवले जेणेकरून "त्याचे मेकॅनिक्सचे प्रेम पुढे जावे". दरम्यान, जॉब्सने त्याच्या वडिलांच्या कारागिरीचे कौतुक केले "कारण त्यांना काहीही कसे बनवायचे हे माहित होते. जर आम्हाला कॅबिनेटची आवश्यकता असेल तर ते ते तयार करतील. त्यांनी आमचे कुंपण बांधले तेव्हा त्यांनी मला एक हातोडा दिला जेणेकरून मी त्यांच्याबरोबर काम करू शकेन... ते कार फिक्सिंगमध्ये नाही ... पण मी माझ्या वडिलांसोबत हँग आउट करण्यास उत्सुक होतो." तो दहा वर्षांचा असताना, जॉब्स इलेक्ट्रॉनिक्समध्ये खोलवर गुंतले होते आणि शेजारी राहणाऱ्या अनेक अभियंत्यांशी मैत्री केली होती. त्याला त्याच्या वयाच्या मुलांशी मैत्री करण्यात अडचण येत होती, तथापि, त्याच्या वर्गमित्रांनी त्याला "एकटे" म्हणून पाहिले. पृष्ठ आवश्यक

पॉल आणि क्लारा जॉब्सचे घर, लॉस अल्टोस, कॅलिफोर्नियामधील क्रिस्ट ड्राइव्हवर

लॉस अल्टोस, कॅलिफोर्नियामधील क्रिस्ट ड्राइव्हवर स्टीव्ह जॉब्सचे बालपण कुटुंब आणि Apple संगणकाची मूळ साइट. 2013 मध्ये हे घर ऐतिहासिक लॉस अल्टोस स्थळांच्या यादीत जोडले गेले.

जॉब्सना पारंपारिक वर्गात काम करण्यात अडचण येत होती, अधिकाऱ्यांच्या आकड्यांना विरोध करण्याची प्रवृत्ती होती, वारंवार गैरवर्तन केले गेले आणि काही वेळा त्यांना निलंबित करण्यात आले. क्लाराने त्याला लहानपणी वाचायला शिकवले होते आणि जॉब्सने सांगितले की तो "शाळेत खूप कंटाळला होता आणि थोडासा दहशतीमध्ये बदलला होता... तुम्ही आम्हाला तिसऱ्या इयत्तेत पाहिले असावे, आम्ही मुळात शिक्षकाचा नाश केला." तो माउंटन व्ह्यू येथील मॉन्टा लोमा प्राथमिक शाळेत इतरांवर वारंवार खोड्या खेळत असे. तथापि, त्याचे वडील पॉल (ज्याला लहानपणी गैरवर्तन केले गेले होते) यांनी कधीही त्याला फटकारले नाही आणि त्याऐवजी आपल्या हुशार मुलाला आव्हान न दिल्याबद्दल शाळेला दोष दिला.

जॉब्स नंतर त्याच्या चौथ्या श्रेणीतील शिक्षक, इमोजीन "टेडी" हिल यांना वळण देण्याचे श्रेय देईल: "तिने चौथ्या इयत्तेतील प्रगत वर्गाला शिकवले आणि माझ्या परिस्थितीशी जुळवून घेण्यासाठी तिला सुमारे एक महिना लागला. तिने मला शिकण्यासाठी लाच दिली. म्हणा, 'तुम्ही हे वर्कबुक पूर्ण करावे अशी माझी इच्छा आहे. तुम्ही पूर्ण केल्यास मी तुम्हाला पाच रुपये देईन.' यामुळे माझ्यामध्ये गोष्टी शिकण्याची आवड निर्माण झाली! मला वाटते त्या वर्षी मी शाळेत इतर कोणत्याही वर्षी शिकलो त्यापेक्षा जास्त शिकलो. त्यांची इच्छा होती की मी पुढील दोन वर्षे इयत्ता शाळा वगळून परदेशी शिकण्यासाठी थेट ज्युनियर हायला जावे भाषा पण माझे आईवडील अतिशय हुशारीने ते होऊ देणार नाहीत." जॉब्सने 5 वी इयत्ता वगळली आणि माउंटन व्ह्यू येथील क्रिटेंडेन मिडल स्कूलमध्ये 6 व्या इयत्तेत बदली केली पृष्ठ आवश्यक जिथे

तो "सामाजिकदृष्ट्या विचित्र एकटा" बनला. क्रिटेंडेन मिडलमध्ये जॉब्सला अनेकदा "धमकी" दिली गेली आणि 7 व्या वर्गाच्या मध्यभागी, त्याने त्याच्या पालकांना अल्टिमेटम दिला: त्यांना एकतर त्याला क्रिटेंडेनमधून बाहेर काढावे लागेल किंवा तो शाळा सोडेल.

जरी जॉब्स कुटुंब श्रीमंत नव्हते आणि 1967 मध्ये सर्व बचत नवीन घर खरेदी करण्यासाठी वापरली, जॉब्सला शाळा बदलण्याची परवानगी दिली. नवीन घर (लॉस अल्टोस, कॅलिफोर्नियामधील क्रिस्ट ड्राइव्हवर तीन बेडरूमचे घर) क्यूपर्टिनो स्कूल डिस्ट्रिक्ट, क्यूपर्टिनो, कॅलिफोर्निया, मध्ये होते आणि माउंटन व्ह्यू क्षेत्रापेक्षा अभियांत्रिकी कुटुंबांनी जास्त लोकसंख्या असलेल्या वातावरणात अंतर्भूत केले होते. घराला ऐतिहासिक स्थळ म्हणून घोषित करण्यात आले. 2013, ॲपल संगणकाची पहिली साइट म्हणून. 2013 पर्यंत, जॉब्सची बहीण पॅटी हिच्या मालकीची होती आणि त्याची सावत्र आई मर्लिनने ती ताब्यात घेतली होती.

1968 मध्ये जेव्हा ते 13 वर्षांचे होते, तेव्हा जॉब्सने त्याला एका इलेक्ट्रॉनिक्स प्रकल्पासाठी भाग मागण्यासाठी कॉल केल्यावर बिल हेवलेट (हेवलेट-पॅकार्डचे) यांनी त्यांना उन्हाळी नोकरी दिली होती. पृष्ठ आवश्यक

लॉस अल्टोसच्या घराच्या स्थानाचा अर्थ असा होता की जॉब्स जवळच्या होमस्टेड हायस्कूलमध्ये शिकू शकतील, ज्याचे सिलिकॉन व्हॅलीशी मजबूत संबंध आहेत. त्याने 1968 च्या उत्तरार्धात बिल फर्नांडीझ सोबत स्टीव्ह वोझ्नियाक यांच्याशी जॉब्सची ओळख करून दिली आणि ते ॲपलचे पहिले कर्मचारी बनले. जॉब्स किंवा फर्नांडीझ (ज्यांचे वडील वकील होते) दोघेही अभियांत्रिकी घरातून आले नाहीत आणि अशा प्रकारे जॉन मॅककोलमच्या इलेक्ट्रॉनिक्स 1 वर्गात प्रवेश घेण्याचा निर्णय घेतला. जॉब्सने त्याचे केस लांब वाढवले आणि वाढत्या प्रतिसंस्कृतीमध्ये सामील झाले. बंडखोर तरुण शेवटी मॅककोलमशी भिडले आणि वर्गातील रस गमावला.

1970 च्या मध्यात त्याच्यात बदल झाला: "मला पहिल्यांदा दगड मारला गेला; मला शेक्सपियर, डिलन थॉमस आणि त्या सर्व उत्कृष्ट गोष्टी सापडल्या. मी मोबी डिक वाचले आणि सर्जनशील लेखनाचे वर्ग घेणारा कनिष्ठ म्हणून परत गेलो." जॉब्सने नंतर त्यांच्या अधिकृत चरित्रकाराला नमूद केले की "मी खूप संगीत ऐकू लागलो, आणि मी फक्त विज्ञान आणि तंत्रज्ञान - शेक्सपियर, प्लेटोच्या बाहेर बरेच काही वाचू लागलो. मला किंग लिअर आवडते ... जेव्हा मी होतो. माझ्याकडे हा अभूतपूर्व एपी इंग्लिश वर्ग होता. शिक्षक हा अर्नेस्ट हेमिंग्वेसारखा दिसणारा माणूस होता. त्याने योसेमाइटमध्ये स्नोशूइंग आमच्यापैकी एक गट घेतला." होमस्टेड हाय येथे गेल्या दोन वर्षांमध्ये, जॉब्सने दोन वेगवेगळ्या आवडी निर्माण केल्या: इलेक्ट्रॉनिक्स आणि साहित्य. या दुहेरी आवडी विशेषतः जॉब्सच्या वरिष्ठ वर्षात दिसून आल्या कारण त्याचे सर्वात चांगले मित्र वोझ्नियाक आणि त्याची पहिली मैत्रीण, कलात्मक होमस्टेड ज्युनियर क्रिसन ब्रेनन होते.

1971 मध्ये, वोझ्नियाकने कॅलिफोर्निया विद्यापीठ, बर्कले येथे शिक्षण घेण्यास सुरुवात केल्यानंतर, जॉब्स त्यांना आठवड्यातून काही वेळा तेथे भेट देत असत. या अनुभवामुळे तो जवळच्या स्टॅनफोर्ड विद्यापीठाच्या विद्यार्थी संघटनेत शिकला. इलेक्ट्रॉनिक्स क्लबमध्ये सामील होण्याऐवजी, जॉब्सने होमस्टेडच्या अवंत-गार्ड जॅझ कार्यक्रमासाठी मित्रासोबत लाइट शो केले. होमस्टेडच्या एका वर्गमित्राने त्याचे वर्णन "एक प्रकारचा मेंदू आणि एक प्रकारचा हिप्पी असे केले होते ... परंतु तो कधीही कोणत्याही गटात बसला नाही. तो मूर्ख बनण्याइतका हुशार होता, परंतु मूर्ख नव्हता. आणि तो खूप बौद्धिक होता हिप्पी, ज्यांना फक्त सर्व वेळ वाया घालवायचा होता. तो एक प्रकारचा बाहेरचा माणूस होता. हायस्कूलमध्ये सर्व काही तुम्ही कोणत्या गटात आहात याभोवती फिरत होते आणि जर तुम्ही काळजीपूर्वक परिभाषित केलेल्या गटात नसाल तर तुम्ही कोणीही नव्हते. तो एक व्यक्ती होता, अशा जगात जिथे व्यक्तिमत्त्व संशयास्पद होते." 1971 च्या उत्तरार्धात त्याच्या ज्येष्ठ वर्षापर्यंत, तो स्टॅनफोर्ड येथे नवीन इंग्रजीचा वर्ग घेत होता आणि क्रिसन ब्रेननसोबत होमस्टेड भूमिगत चित्रपट प्रकल्पावर काम करत होता.

त्याच सुमारास, वोझ्नियाकने दूरध्वनी नेटवर्कमध्ये फेरफार करण्यासाठी आवश्यक टोन तयार करण्यासाठी कमी किमतीच्या डिजिटल "ब्लू बॉक्स" ची रचना केली, ज्यामुळे विनामूल्य लांब-अंतर कॉल्स करता येतील. एस्क्वायरच्या ऑक्टोबर 1971 च्या अंकातील "सिक्रेट्स ऑफ द लिटिल ब्लू बॉक्स" या शीर्षकाच्या लेखाने त्यांना प्रेरणा मिळाली. त्यानंतर जॉब्सने त्यांना विकण्याचा आणि नफा वोझ्नियाकमध्ये विभाजित करण्याचा निर्णय घेतला. बेकायदेशीर निळ्या बॉक्सची गुप्त विक्री चांगली झाली आणि कदाचित जॉब्सच्या मनात हे बीज रोवले की इलेक्ट्रॉनिक्स मजा आणि फायदेशीर दोन्ही असू शकते. 38 1994 च्या एका मुलाखतीत त्यांनी आठवण करून दिली की त्यांना आणि वोझ्नियाक यांना निळ्या बॉक्सची रचना करण्यासाठी सहा महिने लागले होते. 39 जॉब्सने नंतर प्रतिबिंबित केले की वोझ्नियाकचे निळे बॉक्स नसते तर "ॲपल नसता". ते म्हणतात की ते मोठ्या कंपन्यांवर विजय मिळवू शकतात आणि त्यांना पराभूत करू शकतात हे त्यांना दिसून आले.

हायस्कूलच्या वरिष्ठ वर्षापर्यंत, जॉब्सने LSD वापरण्यास सुरुवात केली. त्याला नंतर आठवले की एका प्रसंगी त्याने सनीवेलच्या बाहेर गव्हाच्या शेतात ते सेवन केले आणि "त्या क्षणापर्यंतच्या माझ्या आयुष्यातील सर्वात आश्चर्यकारक अनुभूती" अनुभवली. 1972 च्या मध्यात, पदवीनंतर आणि रीड कॉलेजला जाण्यापूर्वी, जॉब्स आणि ब्रेनन यांनी त्यांच्या इतर रूममेट, अल यांच्याकडून एक घर भाड्याने घेतले.

रीड कॉलेज

मला पौर्वात्य गूढवादात रस होता जो तेव्हा किनाऱ्यावर आदळला होता. रीडमध्ये तिमोथी लीरी आणि रिचर्ड आल्पर्टपासून गॅरी स्नायडरपर्यंत लोकांचा सतत प्रवाह होता. जीवनाच्या सत्याबद्दल बौद्धिक प्रश्नांचा प्रवाह सतत चालू होता. तो काळ होता जेव्हा देशातील प्रत्येक महाविद्यालयीन विद्यार्थ्याने बी हिअर नाऊ आणि डाएट फॉर अ स्मॉल प्लॅनेट वाचले होते.

—स्टीव्ह जॉब्स

सप्टेंबर 1972 मध्ये, जॉब्सने पोर्टलँड, ओरेगॉन येथील रीड कॉलेजमध्ये प्रवेश घेतला. पॉल आणि क्लारा यांना परवडणारी महागडी शाळा असली तरी त्यांनी फक्त रीडलाच अर्ज करण्याचा आग्रह धरला. जॉब्सने लवकरच रॉबर्ट फ्रीडलँड, यांच्याशी मैत्री केली, जे त्यावेळी रीडचे विद्यार्थी संघटनेचे अध्यक्ष होते. ब्रेनन रीडमध्ये असताना जॉब्सशी निगडीत राहिले. नंतर त्याने तिला रीड कॅम्पसजवळ भाड्याने घेतलेल्या घरात येऊन त्याच्यासोबत राहण्यास सांगितले, परंतु तिने नकार दिला. उद्धरण आवश्यक

फक्त एका सेमिस्टरनंतर, जॉब्सने आपल्या पालकांना न सांगता रीड कॉलेज सोडले. जॉब्सने नंतर हे स्पष्ट केले कारण त्याला त्याच्या पालकांचे पैसे त्याला निरर्थक वाटणाऱ्या शिक्षणावर खर्च करायचे नव्हते. रॉबर्ट पॅलाडिनो यांनी शिकवलेल्या कॅलिग्राफीच्या अभ्यासक्रमासह, त्याच्या वर्गांचे ऑडिट करून ते उपस्थित राहिले. स्टॅनफोर्ड विद्यापीठातील 2005 च्या सुरुवातीच्या भाषणात, जॉब्सने सांगितले की या काळात, तो मित्रांच्या वसतिगृहात जमिनीवर झोपला, जेवणाच्या पैशासाठी कोकच्या बाटल्या परत केल्या आणि स्थानिक हरे कृष्ण मंदिरात साप्ताहिक मोफत जेवण मिळवले. त्याच भाषणात, जॉब्स म्हणाले: "जर मी कॉलेजमध्ये एकच कॅलिग्राफी कोर्स सोडला नसता, तर मॅकमध्ये एकापेक्षा जास्त टाइपफेस किंवा प्रमाणानुसार अंतर असलेले फॉन्ट कधीच नसतात."

1972-1985

जेव्हा हा एक अतिशय तरुण आणि आदर्श उद्योग होता तेव्हा संगणकात प्रवेश करणे मी भाग्यवान होतो. कॉम्प्युटर सायन्समध्ये फारशा डिग्र्या दिल्या जात नव्हत्या, त्यामुळे कॉम्प्युटरमधील लोक गणित, भौतिकशास्त्र, संगीत, प्राणीशास्त्र, जे काही असो त्यात हुशार लोक होते. त्यांना ते आवडले, आणि पैशासाठी कोणीही त्यात खरोखर नव्हते ... येथे आजूबाजूला असे लोक आहेत जे फक्त पैसे कमावण्यासाठी कंपन्या सुरू करतात, परंतु महान कंपन्या, बरं, ते त्याबद्दल नाही.

-स्टीव्ह जॉब्स

प्री-ऍपल

फेब्रुवारी 1974 मध्ये, जॉब्स लॉस अल्टोस येथे आपल्या पालकांच्या घरी परतले आणि नोकरी शोधू लागले. त्याला लवकरच लॉस गॅटोस, कॅलिफोर्निया येथील अटारी, इंक. ने तंत्रज्ञ म्हणून नियुक्त केले. 1973 मध्ये, स्टीव्ह वोझ्नियाकने क्लासिक व्हिडिओ गेम पॉंगची स्वतःची आवृत्ती डिझाइन केली आणि जॉब्सला त्याचे इलेक्ट्रॉनिक्स बोर्ड दिले. वोझ्नियाकच्या म्हणण्यानुसार, अटारीने फक्त जॉब्सला कामावर घेतले कारण त्यांनी बोर्ड कंपनीकडे नेला आणि त्यांना असे वाटले की त्यांनी ते स्वतः तयार केले आहे. अटारीचे सहसंस्थापक नोलन बुशनेल यांनी नंतर त्याचे वर्णन "कठीण परंतु मौल्यवान" असे केले, "तो बहुतेकदा खोलीतील सर्वात हुशार माणूस होता, आणि तो लोकांना ते कळवत असे."

या काळात, जॉब्स आणि ब्रेनन इतर लोकांना भेटत असताना एकमेकांमध्ये गुंतलेले राहिले. 1974 च्या सुरुवातीस, जॉब्स लॉस गॅटोसच्या केबिनमध्ये "साधे जीवन" म्हणून ब्रेननचे वर्णन केलेले जीवन जगत होते, अटारी येथे काम करत होते आणि भारताच्या येऊ घातलेल्या सहलीसाठी पैसे वाचवत होते. उद्धरण आवश्यक

जॉब्सने 1974 च्या मध्यात अध्यात्मिक ज्ञानाच्या शोधात आपल्या रीड मित्र (आणि शेवटी ऍपलचे कर्मचारी) डॅनियल कोटके यांच्यासमवेत नीम करोली बाबा येथे त्यांच्या कैंची आश्रमात भेट देण्यासाठी भारतात प्रवास केला. जेव्हा ते नीम करोली आश्रमात पोहोचले तेव्हा ते जवळजवळ ओसाड पडले होते कारण सप्टेंबर 1973 मध्ये नीम करोली बाबा मरण पावले होते. त्यानंतर त्यांनी कोरइया नदीच्या पात्रात हैदखान बाबाजींच्या आश्रमापर्यंत लांबचा प्रवास केला.

सात महिन्यांनंतर, जॉब्सने भारत सोडला आणि डॅनियल कोटकेच्या पुढे यूएसला परतले. जॉब्सने त्याचे स्वरूप बदलले होते; त्याचे डोके मुंडन करण्यात आले होते आणि त्याने पारंपारिक भारतीय कपडे घातले होते. या काळात, जॉब्सने सायकेडेलिक्सवर प्रयोग केले, नंतर त्याच्या एलएसडी अनुभवांना " त्याच्या आयुष्यात केलेल्या दोन किंवा तीन सर्वात महत्त्वाच्या गोष्टींपैकी एक" असे म्हटले. त्याने ऑल वन फार्म येथे काही काळ घालवला, ओरेगॉनमधील एक कम्यून जो रॉबर्ट फ्रीडलँडच्या मालकीचा होता. ब्रेनन काही कालावधीसाठी तेथे त्याच्याशी सामील झाला. उद्धरण आवश्यक

या कालावधीत, जॉब्स आणि ब्रेनन दोघेही झेन मास्टर कोबुन चिनो ओटोगावा यांच्याद्वारे झेन बौद्ध धर्माचे अभ्यासक बनले. जॉब्स त्याच्या पालकांच्या घरामागील अंगणात राहात होते, ज्याचे त्याने बेडरूममध्ये रूपांतर केले होते. त्यांनी जपानमधील इहेई-जी येथे मठवासी निवास करण्याचा विचार केला आणि झेनचे आयुष्यभर कौतुक केले.

1975 च्या मध्यात, अटारीला परतल्यानंतर, जॉब्सना आर्केड व्हिडिओ गेम ब्रेकआउटसाठी सर्किट बोर्ड तयार करण्यासाठी नियुक्त करण्यात आले. बुशनेलच्या मते, अटारीने मशीनमध्ये काढून टाकलेल्या प्रत्येक TTL चिपसाठी $100 (2021 मध्ये सुमारे $500 च्या

समतुल्य) ऑफर केले. जॉब्सना सर्किट बोर्ड डिझाइनचे थोडेसे विशेष ज्ञान होते आणि वोझ्नियाक चिप्सची संख्या कमी करू शकत असल्यास फी त्यांच्यामध्ये समान रीतीने विभाजित करण्यासाठी वोझ्नियाकशी करार केला. अटारी अभियंते आश्चर्यचकित झाले, वोझ्नियाकने TTL संख्या 46 पर्यंत कमी केली, एक रचना इतकी घट्ट होती की असेंबली लाईनवर पुनरुत्पादन करणे अशक्य होते. वोझ्नियाकच्या म्हणण्यानुसार, जॉब्सने त्यांना सांगितले की अटारीने त्यांना फक्त $700 (वास्तविक $5,000 ऐवजी) दिले आणि त्यामुळे वोझ्नियाकचा हिस्सा $350 होता. दहा वर्षांनंतर वोझ्नियाकला प्रत्यक्ष बोनसबद्दल माहिती मिळाली नाही, परंतु जॉब्सने त्याला त्याबद्दल सांगितले असते आणि त्याला पैशांची गरज असल्याचे स्पष्ट केले असते, तर वोझ्नियाकने ते त्याला दिले असते.

जॉब्स आणि वोझ्नियाक यांनी 1975 मध्ये होमब्रू कॉम्प्युटर क्लबच्या मीटिंगला हजेरी लावली, जी पहिल्या ऍपल कॉम्प्युटरच्या विकास आणि मार्केटिंगसाठी एक पायरी होती.

Apple (1976-1985)

मुळात स्टीव्ह वोझ्नियाक आणि मी ऍपलचा शोध लावला कारण आम्हाला वैयक्तिक संगणक हवा होता. बाजारात जे संगणक होते तेच आम्हाला परवडत नव्हते, तर ते संगणक वापरणे आमच्यासाठी अव्यवहार्य होते. आम्हाला फोक्सवॅगनची गरज होती. फोक्सवॅगन प्रवासाच्या इतर मार्गांप्रमाणे वेगवान किंवा आरामदायक नाही, परंतु VW मालक त्यांना पाहिजे तेथे, त्यांना पाहिजे तेव्हा आणि त्यांच्याबरोबर जाऊ शकतात. VW मालकांकडे त्यांच्या कारचे वैयक्तिक नियंत्रण असते.

—स्टीव्ह जॉब्स

मार्च 1976 पर्यंत, वोझ्नियाकने ऍपल I कॉम्प्युटरचे मूलभूत डिझाइन पूर्ण केले आणि ते जॉब्सना दाखवले, त्यांनी ते विकण्याचे सुचवले; वोझ्नियाक सुरुवातीला या कल्पनेबद्दल साशंक होते पण नंतर ते सहमत होते. त्याच वर्षी एप्रिलमध्ये, जॉब्स, वोझ्नियाक आणि प्रशासकीय पर्यवेक्षक रोनाल्ड वेन यांनी 1 एप्रिल 1976 रोजी जॉब्सच्या पालकांच्या क्रिस्ट ड्राईव्हच्या घरी व्यवसाय भागीदारी म्हणून ऍपल कॉम्प्युटर कंपनी (आता ऍपल इंक म्हणतात) ची स्थापना केली. ऑपरेशनची सुरुवात जॉब्सच्या वडिलांच्या घरामध्ये झाली. बेडरूम आणि नंतर गॅरेजमध्ये हलविले. जॉब्स आणि वोझ्नियाक यांना कंपनीचे सक्रिय प्राथमिक सहसंस्थापक म्हणून सोडून वेन काही काळ थांबले. ओरेगॉनमधील ऑल वन फार्म कम्यूनमधून जॉब्स परत आल्यानंतर आणि वोझ्नियाक यांना शेतातील सफरचंदाच्या बागेतील वेळ सांगितल्यानंतर दोघांनी "ऍपल" नावाचा निर्णय घेतला. जॉब्सने मूलतः Apple I चे बेअर प्रिंटेड सर्किट बोर्ड तयार करण्याची आणि त्यांना प्रत्येकी $50 (2021 मध्ये सुमारे $240 च्या समतुल्य) मध्ये संगणक शौकीनांना विकण्याची योजना आखली होती. पहिल्या बॅचला निधी देण्यासाठी वोझ्नियाकने त्याचे एचपी सायंटिफिक कॅल्क्युलेटर विकले आणि जॉब्सने त्याची फोक्सवॅगन व्हॅन विकली. त्या वर्षाच्या उत्तरार्धात, संगणक किरकोळ विक्रेता पॉल टेरेलने प्रत्येकी $500 मध्ये 50 पूर्णपणे असेम्बल केलेले Apple I युनिट्स खरेदी केले. अखेरीस एकूण सुमारे 200 Apple I संगणक तयार केले गेले.

बाह्य प्रतिमा

क्रिस्ट ड्राईव्हवरील एका शेजाऱ्याने जॉब्सला एक विचित्र व्यक्ती म्हणून परत बोलावले जे त्याच्या क्लायंटला "त्याच्या अंडरवेअरसह, अनवाणी आणि हिप्पी सारखे लटकत" अभिवादन करतील. आणखी एक शेजारी, लॅरी वॉटरलँड, ज्याने नुकतेच स्टॅनफोर्ड येथे रासायनिक अभियांत्रिकीमध्ये पीएचडी मिळवली होती, त्यांनी पंचकार्डच्या मोठ्या डेकसह विशाल मेनफ्रेम संगणकांच्या प्रस्थापित उद्योगाच्या तुलनेत जॉब्सचा नवोदित व्यवसाय नाकारल्याची आठवण करून दिली: "स्टीव्हने मला गॅरेजमध्ये नेले. त्यावर एक चिप असलेला सर्किट बोर्ड, ड्युमॉन्ट टीव्ही सेट, पॅनासोनिक कॅसेट टेप डेक आणि एक कीबोर्ड. तो म्हणाला, 'हा ऍपल संगणक आहे.' मी म्हणालो, 'तुला मस्करी करायला हवी आहे.' मी संपूर्ण कल्पना फेटाळून लावली." रीड कॉलेज आणि भारतातील जॉब्सचे मित्र डॅनियल कोटके यांनी आठवण करून दिली की ऍपलचे सुरुवातीचे कर्मचारी म्हणून, तो "गॅरेजमध्ये काम करणारा एकमेव व्यक्ती होता... वोझ आठवड्यातून एकदा त्याच्या नवीनतम कोडसह दिसायचा. स्टीव्ह जॉब्सने असे केले नाही. त्या अर्थाने त्याचे हात घाण करा." कोटके यांनी असेही सांगितले की, सुरुवातीचे बरेच काम जॉब्सच्या स्वयंपाकघरात झाले होते, जिथे ते कंपनीसाठी गुंतवणूकदार शोधण्यासाठी फोनवर तासनतास घालवायचे.

त्यांना तत्कालीन अर्ध-निवृत्त इंटेल उत्पादन विपणन व्यवस्थापक आणि अभियंता माईक मार्कुला यांच्याकडून निधी मिळाला. 80 स्कॉट मॅकनेली, सन मायक्रोसिस्टम्सच्या सहसंस्थापकांपैकी एक, म्हणाले की जॉब्सने सिलिकॉन व्हॅलीमध्ये "ग्लास एज सीलिंग" तोडली कारण त्यांनी तरुण वयात एक अतिशय यशस्वी कंपनी तयार केली होती. मार्कुलाने ऍपलला ऑर्थर रॉकच्या नजरेत आणले, ज्याने होम ब्रू कॉम्प्युटर शोमध्ये ऍपल बूथची गर्दी पाहिल्यानंतर, $60,000 गुंतवणुकीने सुरुवात केली आणि ऍपल बोर्डवर गेला. मार्कुलाने फेब्रुवारी 1977 मध्ये माईक स्कॉटला नॅशनल सेमीकंडक्टरमधून ऍपलचे पहिले अध्यक्ष आणि मुख्य कार्यकारी अधिकारी म्हणून नियुक्त केले तेव्हा जॉब्सला आनंद झाला नाही.

ऍपलचे वैशिष्ट्य म्हणजे त्याचे वैज्ञानिक कर्मचारी नेहमीच कलाकारांप्रमाणे वागले आणि परफॉर्म केले - ते राहत असलेल्या तर्कसंगत आणि बायनरी जगामुळे मर्यादित असलेल्या कोरड्या व्यक्तिमत्त्वांनी भरलेल्या क्षेत्रात, Apple च्या अभियांत्रिकी संघांना उत्कटता होती. त्यांचा नेहमी असा विश्वास होता की ते जे करत आहेत ते महत्त्वाचे आणि सर्वात मजेदार आहे. ऍपलमध्ये काम करणे ही केवळ नोकरी

नव्हती; हे देखील एक धर्मयुद्ध, एक मिशन होते, लोकांपर्यंत उत्तम संगणक शक्ती आणणे. त्याच्या मुळाशी ही वृत्ती स्टीव्ह जॉब्सकडून आली. हे "पॉवर टू द पीपल" होते, साठच्या दशकातील नारा, ऐंशीच्या दशकात तंत्रज्ञानात पुन्हा लिहिले गेले आणि मॅकिंटॉश म्हटले गेले.

—जेफ्री एस. यंग, 1987

ब्रेनन तिच्या स्वतःच्या प्रवासातून भारतात परतल्यानंतर, ती आणि जॉब्स पुन्हा प्रेमात पडली, कारण ब्रेननने त्याच्यामध्ये झालेल्या बदलांची नोंद केली की ती कोबन (ज्याला ती अजूनही फॉलो करत होती) याचे श्रेय देते. याच वेळी जॉब्सने ब्रेनन आणि त्याच्या पालकांसाठी त्यांच्या लिव्हिंग रूममध्ये ऍपल I संगणकाचा प्रोटोटाइप प्रदर्शित केला. ब्रेनन यांनी या कालावधीत एक बदल नोंदवला, जिथे जॉब्सवरील दोन मुख्य प्रभाव Apple Inc. आणि Kobun होते. 1977 च्या सुरुवातीस, ती आणि जॉब्स लॉस अल्टोसमधील डुवेनेक रँच येथे तिच्या घरी एकत्र वेळ घालवायचे, जे वसतिगृह आणि पर्यावरण शिक्षण केंद्र म्हणून काम करत होते. उद्धरण आवश्यक

एप्रिल 1977 मध्ये, जॉब्स आणि वोझ्नियाक यांनी वेस्ट कोस्ट कॉम्प्युटर फेअरमध्ये ऍपल II सादर केला. Apple Computer द्वारे विकले जाणारे हे पहिले ग्राहक उत्पादन आहे. वोझ्नियाकने प्रामुख्याने डिझाइन केलेले, जॉब्सने त्याच्या असामान्य केसच्या विकासाचे निरीक्षण केले आणि रॉड होल्टने अद्वितीय वीज पुरवठा विकसित केला. डिझाइन स्टेज दरम्यान, जॉब्सने असा युक्तिवाद केला की Apple II मध्ये दोन विस्तार स्लॉट असावेत, तर वोझ्नियाकला आठ हवे होते. जोरदार वादानंतर, वोझ्नियाकने धमकी दिली की जॉब्सने "स्वतःहून दुसरा संगणक घ्यावा". त्यांनी नंतर आठ स्थानांवर एकमत केले. ऍपल II हे जगातील पहिले अत्यंत यशस्वी मोठ्या प्रमाणात उत्पादित मायक्रो कॉम्प्युटर उत्पादनांपैकी एक बनले आहे.

जॉब्स त्याच्या नवीन कंपनीमध्ये अधिक यशस्वी होत असताना, त्याचे ब्रेननसोबतचे नाते अधिक गुंतागुंतीचे होत गेले. 1977 मध्ये, ऍपलचे यश आता त्यांच्या नातेसंबंधाचा एक भाग होता, आणि ब्रेनन, डॅनियल कोटके आणि जॉब्स क्यूपर्टिनो येथील ऍपल कार्यालयाजवळील एका घरात राहायला गेले. ब्रेननचे जॉब्ससोबतचे नाते बिघडले कारण ऍपलमधील त्याचे स्थान वाढत गेले आणि तिने हे नाते संपवण्याचा विचार करायला सुरुवात केली. ऑक्टोबर 1977 मध्ये, रॉड होल्टने ब्रेननशी संपर्क साधला, ज्याने तिला "ऍपलसाठी सशुल्क अप्रेंटिसशिप डिझाइनिंग ब्लूप्रिंट्स" घेण्यास सांगितले. . होल्ट विशेषतः ती पोझिशन घेण्यास उत्सुक होती आणि तिच्याबद्दलच्या दिवधा मनस्थितीमुळे ती हैराण झाली होती. ब्रेननच्या निर्णयावर मात्र, ती गरोदर असल्याची जाणीव झाल्यामुळे आणि जॉब्स हे वडील असल्याच्या कारणावरून झाकोळून गेले. ब्रेननच्या म्हणण्यानुसार, जॉब्सला सांगण्यासाठी तिला काही दिवस लागले, ज्याचा चेहरा बातमीवर "कुरूप झाला". त्याच वेळी, ब्रेननच्या म्हणण्यानुसार, तिच्या तिसऱ्या तिमाहीच्या सुरुवातीला, जॉब्स तिला म्हणाले: "तुला गर्भपात करा असे मला कधीच विचारायचे नव्हते. मला ते करायचे नव्हते." उद्धरण आवश्यक तो तिच्याशी गरोदरपणाबद्दल चर्चा करण्यासही नकार दिला. ब्रेननने इंटर्नशिप नाकारली आणि Appleपल सोडण्याचा निर्णय घेतला. तिने सांगितले की जॉब्सने तिला सांगितले की "जर तुम्ही हे बाळ दत्तक घेण्यासाठी सोडले तर तुम्हाला माफ होईल" आणि "मी तुम्हाला कधीही मदत करणार नाही." उद्धरण आवश्यक ब्रेननच्या म्हणण्यानुसार, जॉब्स "लोकांना या कल्पनेने बीज देण्यास सुरुवात केली. मी आजूबाजूला झोपलो आणि तो वांझ होता, याचा अर्थ असा होतो की हे त्याचे मूल असू शकत नाही." तिला जन्म देण्याच्या काही आठवड्यांपूर्वी, ब्रेननला ऑल वन फार्ममध्ये तिच्या बाळाला जन्म देण्यासाठी आमंत्रित केले गेले. तिने ही ऑफर स्वीकारली. रॉबर्ट फ्रीडलँड, त्यांचे परस्पर मित्र आणि शेत मालक यांच्याशी संपर्क साधल्यानंतर जॉब्स जन्मासाठी तेथे गेला. दूर असताना, जॉब्सने तिच्यासोबत बाळाच्या नावावर काम केले, ज्याची त्यांनी शेतात घोंगडीवर बसून चर्चा केली. ब्रेननने "लिसा" हे नाव सुचविले जे जॉब्सनाही आवडले आणि जॉब्स "लिसा" या नावाशी खूप जोडलेले होते आणि "तो सार्वजनिकपणे पितृत्व नाकारत होता" असे नमूद केले. तिला नंतर कळेल की या काळात, जॉब्स एका नवीन प्रकारच्या संगणकाचे अनावरण करण्याच्या तयारीत होते ज्याला त्याला स्त्रीचे नाव द्यायचे होते (सेंट क्लेअर नंतर त्याची पहिली पसंती "क्लेअर" होती). तिने सांगितले की तिने त्याला कधीही संगणकासाठी बाळाचे नाव वापरण्याची परवानगी दिली नाही आणि त्याने ही योजना तिच्यापासून लपवून ठेवली. ऍपल लिसासाठी पर्यायी स्पष्टीकरण म्हणून "लोकल इंटिग्रेटेड सॉफ्टवेअर आर्किटेक्चर" हा वाक्यांश शोधण्यासाठी जॉब्सने त्यांच्या टीमसोबत काम केले. अनेक दशकांनंतर, तथापि, जॉब्सने त्यांचे चरित्रकार वॉल्टर आयझॅकसन यांच्याकडे कबूल केले की "स्पष्टपणे, हे नाव माझ्या मुलीसाठी ठेवण्यात आले होते".

जेव्हा जॉब्सने पितृत्व नाकारले, तेव्हा डीएनए चाचणीने त्याला लिसाचे वडील म्हणून स्थापित केले. स्पष्टीकरण आवश्यक आहे यासाठी त्याला ब्रेननला मिळालेले कल्याण पैसे परत करण्याव्यतिरिक्त मासिक $385 (2021 मध्ये सुमारे $1,000 च्या समतुल्य) देणे आवश्यक होते. Apple ने सार्वजनिक केले आणि त्याला लक्षाधीश बनवले तेव्हा जॉब्सने तिला मासिक $500 (2021 मध्ये सुमारे $1,400 च्या समतुल्य) दिले. नंतर, ब्रेननने 3 जानेवारी 1983 रोजी प्रसिद्ध झालेल्या टाइम पर्सन ऑफ द इयर स्पेशलसाठी टाइम मासिकासाठी मायकेल मॉरिट्झची मुलाखत घेण्यास सहमती दर्शवली, ज्यामध्ये तिने जॉब्ससोबतच्या नातेसंबंधावर चर्चा केली. जॉब्स द पर्सन ऑफ द इयर असे नाव देण्याऐवजी, मासिकाने जेनेरिक वैयक्तिक संगणकाला "मशीन ऑफ द इयर" असे नाव दिले. अंकात, जॉब्सने पितृत्व चाचणीच्या विश्वासार्हतेवर प्रश्नचिन्ह उपस्थित केले होते, ज्यात असे म्हटले होते की "नोकरी, स्टीव्हन... साठी पितृत्वाची संभाव्यता 94.1% आहे". त्यांनी असा युक्तिवाद करून प्रतिसाद दिला की "युनायटेड स्टेट्ससच्या पुरुष लोकसंख्येपैकी 28% वडील असू शकतात". टाईमने असेही नमूद केले की "बाळ मुलगी आणि ज्या मशीनवर ऍपलने भविष्यासाठी खूप आशा ठेवल्या आहेत त्यांचे नाव समान आहे: लिसा".

1978 मध्ये, वयाच्या 23 व्या वर्षी, नोकऱ्यांची किंमत $1 दशलक्ष (2021 मध्ये $4.15 दशलक्ष समतुल्य) होती. वयाच्या 25 व्या वर्षी, त्यांची एकूण संपत्ती अंदाजे $250 दशलक्ष (2021 मध्ये $745 दशलक्ष समतुल्य) इतकी वाढली. 95 ते "फोर्ब्सने देशातील सर्वात श्रीमंत लोकांची यादी बनवणाऱ्या सर्वात तरुण व्यक्तींपैकी एक होते- आणि वारशाने मिळालेल्या संपत्तीशिवाय ते स्वतः केले आहे अशा मोजक्या लोकांपैकी एक".

1982 मध्ये, जॉब्सने राजकीयदृष्ट्या प्रगतीशील प्रतिष्ठा असलेल्या मॅनहॅटन इमारतीच्या सॅन रेमोच्या वरच्या दोन मजल्यांवर एक अपार्टमेंट विकत घेतले. जरी तो तेथे कधीच राहिला नसला तरी, त्याने IM Pei च्या मदतीने त्याचे नूतनीकरण करण्यात वर्षे घालवली. 2003 मध्ये, त्याने ते U2 गायक बोनोला विकले. उद्धरण आवश्यक

1983 मध्ये, जॉब्सने जॉन स्कलीला ऍपलचे सीईओ म्हणून काम करण्यासाठी पेप्सी-कोलापासून दूर नेले आणि विचारले, "तुम्हाला तुमचे उर्वरित आयुष्य साखरेचे पाणी विकण्यात घालवायचे आहे का, की तुम्हाला जग बदलण्याची संधी हवी आहे?"

1984 मध्ये, जॉब्सने जॅकलिंग हाऊस आणि इस्टेट विकत घेतली आणि तेथे एक दशकभर वास्तव्य केले. त्यानंतर, त्याने ते 2000 पर्यंत अनेक वर्षांसाठी भाड्याने दिले, जेव्हा त्याने घराची देखभाल करणे बंद केले, ज्यामुळे हवामान खराब होऊ दिले. 2004 मध्ये, जॉब्सला वुडसाइड शहरातून एक लहान समकालीन शैलीचे घर बांधण्यासाठी घर पाडण्याची परवानगी मिळाली. काही वर्षे न्यायालयात गेल्यानंतर, 2011 मध्ये, त्याच्या मृत्यूच्या काही महिन्यांपूर्वी, शेवटी घर पाडण्यात आले.

मॅक प्रोटोटाइप

जॉब्सने 1981 मध्ये मॅकिंटॉशच्या विकासाची सूत्रे हाती घेतली, ऍपलचे सुरुवातीचे कर्मचारी जेफ रस्किन यांच्याकडून, ज्याने या प्रकल्पाची संकल्पना केली होती. वोझ्नियाक आणि रस्किन यांनी सुरुवातीच्या कार्यक्रमावर खूप प्रभाव पाडला होता, आणि वोझ्नियाक त्या वर्षाच्या सुरुवातीला विमान अपघातामुळे रजेवर होते. 22 जानेवारी 1984 रोजी, ऍपलने "1984" नावाची एक सुपर बाऊल टेलिव्हिजन जाहिरात प्रसारित केली, ज्याचा शेवट या शब्दांनी झाला: "24 जानेवारी रोजी ऍपल कॉम्प्युटर मॅकिंटॉश सादर करेल. आणि 1984 सारखे का नाही हे तुम्हाला दिसेल." 24 जानेवारी, 1984 रोजी, डी अँझा कॉलेजच्या फ्लिंट सभागृहात आयोजित ऍपलच्या वार्षिक भागधारकांच्या बैठकीत एका भावनिक जॉब्सने मॅकिंटॉशची अत्यंत उत्साही प्रेक्षकांसमोर ओळख करून दिली. मॅकिंटॉश अभियंता अँडी हर्झफेल्ड यांनी दृश्याचे वर्णन "पांडेमोनियम" असे केले. मॅकिंटॉश लिसा (झेरॉक्स PARC च्या माऊस-चालित ग्राफिकल यूजर इंटरफेसद्वारे प्रेरित) द्वारे प्रेरित होते, आणि जोरदार सुरुवातीच्या विक्रीसह प्रसारमाध्यमांद्वारे त्याची मोठ्या प्रमाणावर प्रशंसा झाली. तथापि, त्याची कमी कार्यक्षमता आणि उपलब्ध सॉफ्टवेअरच्या मर्यादित श्रेणीमुळे 1984 च्या उत्तरार्धात विक्रीत झपाट्याने घट झाली.

बाह्य व्हिडिओ

व्हिडिओ आयकॉन मशीन ज्याने जग बदलले, पेपरबॅक संगणक; स्टीव्ह जॉब्सची मुलाखत, 1990, 50:08, 14 मे 1990, WGBH मीडिया लायब्ररी आणि संग्रह

स्कली आणि जॉब्सचे कंपनीबद्दलचे दृष्टिकोन खूप वेगळे होते. स्कलीने Apple II सारख्या खुल्या आर्किटेक्चर संगणकांना पसंती दिली, ज्यात शिक्षण, लघु व्यवसाय आणि IBM साठी कमी असुरक्षित असलेल्या गृह बाजारपेठांना लक्ष्य केले. कंपनीने IBM PC चा व्यवसाय पर्याय म्हणून बंद केलेल्या आर्किटेक्चर मॅकिंटॉशवर लक्ष केंद्रित करावे अशी जॉब्सची इच्छा होती. अध्यक्ष आणि मुख्य कार्यकारी अधिकारी स्कली यांचे बोर्ड जॉब्सच्या मॅकिंटॉश विभागाच्या अध्यक्षांवर थोडे नियंत्रण होते; ते आणि ऍपल II विभाग स्वतंत्र कंपन्या, डुप्लिकेट सेवांप्रमाणे कार्यरत होते. जरी 1985 च्या सुरुवातीस त्याच्या उत्पादनांनी ऍपलच्या विक्रीपैकी 85% प्रदान केले असले तरी, कंपनीच्या जानेवारी 1985 च्या वार्षिक बैठकीत Apple II विभाग किंवा कर्मचाऱ्यांचा उल्लेख नाही. वोझ्नियाकसह अनेकजण निघून गेले, ज्यांनी सांगितले की कंपनी "गेल्या पाच वर्षांपासून चुकीच्या दिशेने जात आहे" आणि त्यांचा बहुतेक स्टॉक विकला. मॅकिंटॉशच्या बाजूने ऍपल II ची कंपनी आणि जॉब्सने डिसमिस केल्याने निराश झाले असले तरी, वोझ्नियाकने सौहार्दपूर्णपणे सोडले आणि जॉब्सशी आयुष्यभर मैत्री राखून ऍपलचे मानद कर्मचारी राहिले.

1984 मध्ये सॉफ्टवेअर डेव्हलपर वेंडेल ब्राउनसोबत नोकरी

1985 च्या सुरुवातीस, IBM PC ला पराभूत करण्यात मॅकिंटॉशचे अपयश स्पष्ट झाले, आणि यामुळे स्कलीचे कंपनीतील स्थान मजबूत झाले. मे 1985 मध्ये, आर्थर रॉकने प्रोत्साहित केलेल्या स्कलीने ऍपलची पुनर्रचना करण्याचा निर्णय घेतला आणि बोर्डाला एक योजना प्रस्तावित केली जी जॉब्सला मॅकिंटॉश समूहातून काढून टाकेल आणि त्यांना "नवीन उत्पादन विकास" ची जबाबदारी देईल. या हालचालीमुळे ऍपलमध्ये नोकऱ्या प्रभावीपणे शक्तीहीन होतील. प्रतिसादात, जॉब्सने नंतर स्कलीची सुटका करून ऍपल ताब्यात घेण्याची योजना विकसित केली. तथापि, योजना लीक झाल्यानंतर जॉब्सचा सामना करावा लागला आणि त्याने आपण ऍपल सोडणार असल्याचे सांगितले. बोर्डाने त्यांचा राजीनामा नाकारला आणि त्यांना पुनर्विचार करण्यास सांगितले. स्कलीने जॉब्सला असेही सांगितले की पुनर्रचनेसाठी आवश्यक असलेली सर्व मते त्यांच्याकडे आहेत. काही महिन्यांनंतर, 17 सप्टेंबर 1985 रोजी, जॉब्सने ऍपल बोर्डाकडे राजीनामा पत्र सादर केले. Appleपलच्या पाच अतिरिक्त कर्मचाऱ्यांनीही राजीनामा दिला आणि जॉब्स त्यांच्या नवीन उपक्रम, NeXT मध्ये सामील झाले.

जॉबसने Apple सोडल्यानंतर मॅकिंटॉशचा संघर्ष सुरूच होता. जरी मार्केटिंग आणि धूमधडाक्यात प्राप्त झाले असले तरी, महाग मॅकिंटॉश विकणे कठीण होते.1985 मध्ये, बिल गेट्सची तत्कालीन विकसनशील कंपनी, मायक्रोसॉफ्टने "मॅक ऑपरेटिंग सिस्टम सॉफ्टवेअरसाठी परवाना दिल्याशिवाय मॅक ॲप्लिकेशन्स विकसित करणे थांबवण्याची धमकी दिली. मायक्रोसॉफ्ट त्याचा ग्राफिकल यूजर इंटरफेस विकसित करत आहे ... DOS साठी, ज्याला ते विंडोज म्हणत होते. आणि ॲपलने Windows GUI आणि Mac इंटरफेसमधील समानतेबद्दल खटला भरावा असे वाटले नाही." स्कलीने मायक्रोसॉफ्टला परवाना दिला ज्यामुळे नंतर ॲपलसाठी समस्या निर्माण झाल्या. याव्यतिरिक्त, मायक्रोसॉफ्ट सॉफ्टवेअर चालवणारे आणि ग्राफिकल यूजर इंटरफेस असलेले स्वस्त IBM पीसी क्लोन दिसू लागले. जरी मॅकिंटॉश क्लोनच्या आधीचे असले तरी ते अधिक महाग होते, त्यामुळे "1980 च्या दशकाच्या उत्तरार्धात, विंडोज वापरकर्ता इंटरफेस अधिक चांगला होत होता आणि त्यामुळे ॲपलकडून अधिकाधिक हिस्सा घेत होता". विंडोज-आधारित IBM-PC क्लोनमुळे अतिरिक्त GUI जसे की IBM's TopView किंवा Digital Research's GEM, आणि अशा प्रकारे "ग्राफिकल यूजर इंटरफेसला गृहीत धरले जाऊ लागले होते, ज्यामुळे मॅकचा सर्वात स्पष्ट फायदा कमी झाला होता... 1980 च्या दशकात हे स्पष्ट दिसत होते की ॲपल संपूर्ण IBM-क्लोन मार्केट विरुद्ध अनिश्चित काळासाठी एकटे जाऊ शकत नाही. ."

1985-1997

पुढील संगणक

1985 मध्ये ॲपलमधून राजीनामा दिल्यानंतर, जॉबसने NeXT Inc ची स्थापना केली. $7 दशलक्ष सह. एका वर्षानंतर त्याच्याकडे पैसे संपले आणि त्याने क्षितिजावर कोणतेही उत्पादन नसताना उद्यम भांडवल शोधले. अखेरीस, जॉबसने अब्जाधीश रॉस पेरोट यांचे लक्ष वेधून घेतले, ज्यांनी कंपनीत मोठी गुंतवणूक केली. नेक्स्ट कॉम्प्युटर जगाला दाखवण्यात आला ज्याला जॉबसचा पुनरागमन कार्यक्रम मानला गेला, एक भव्य आमंत्रण-केवळ गाला लाँच इव्हेंट ज्याचे वर्णन मल्टीमीडिया एक्स्ट्राव्हॅगान्झा म्हणून केले गेले. लुईस एम. डेव्हिस सिम्फनी हॉल, सॅन फ्रान्सिस्को, कॅलिफोर्निया येथे बुधवारी, 12 ऑक्टोबर 1988 रोजी हा उत्सव आयोजित करण्यात आला होता. स्टीव्ह वोझ्नियाक यांनी 2013 च्या मुलाखतीत सांगितले की जॉबस नेक्स्टमध्ये असताना ते "खरोखर आपले डोके एकत्र करत होते".

नेक्स्ट वर्कस्टेशन्स पहिल्यांदा 1990 मध्ये रिलीझ करण्यात आली आणि त्याची किंमत $9,999 (2021 मध्ये सुमारे $21,000 च्या समतुल्य) होती. ॲपल लिसा प्रमाणे, नेक्स्ट वर्कस्टेशन हे तांत्रिकदृष्ट्या प्रगत होते आणि शिक्षण क्षेत्रासाठी डिझाइन केलेले होते, परंतु मोठ्या प्रमाणावर खर्च-प्रतिबंधात्मक म्हणून नाकारण्यात आले होते. नेक्स्ट वर्कस्टेशन त्याच्या तांत्रिक सामर्थ्यासाठी ओळखले जात होते, त्यापैकी प्रमुख ऑब्जेक्ट-ओरिएंटेड सॉफ्टवेअर डेव्हलपमेंट सिस्टम. जॉबसने आर्थिक, वैज्ञानिक आणि शैक्षणिक समुदायासमोर NeXT उत्पादनांची विक्री केली, ज्यामध्ये मॅच कर्नल, डिजिटल सिग्नल प्रोसेसर चिप आणि बिल्ट-इन इथरनेट पोर्ट यासारख्या नाविन्यपूर्ण, प्रायोगिक नवीन तंत्रज्ञानावर प्रकाश टाकला. नेक्स्ट संगणकाचा वापर करून, इंग्लिश संगणक शास्त्रज्ञ टिम बर्नर्स-ली यांनी 1990 मध्ये स्वित्झर्लंडमधील CERN येथे वर्ल्ड वाइड वेबचा शोध लावला.

सुधारित, दुसरी पिढी NeXTcube 1990 मध्ये रिलीझ करण्यात आली. जॉबसने वैयक्तिक संगणकाची जागा घेणारा पहिला "इंटरपर्सनल" कॉम्प्युटर असल्याचे सांगितले. त्याच्या नाविन्यपूर्ण NeXTMail मल्टीमीडिया ईमेल प्रणालीसह, NeXTcube प्रथमच ईमेलमध्ये आवाज, प्रतिमा, ग्राफिक्स आणि व्हिडिओ सामायिक करू शकत. "इंटरपर्सनल कंप्युटिंग मानवी संप्रेषण आणि समूहकार्यात क्रांती घडवून आणणार आहे", जॉबस यांनी पत्रकारांना सांगितले. जॉबस नेक्स्टक्यूबच्या मॅग्नेशियम केसच्या विकासामुळे आणि त्याकडे लक्ष दिल्याचा पुरावा म्हणून, सौंदर्याच्या परिपूर्णतेच्या ध्यासाने नेक्स्ट धावले. यामुळे नेक्स्टच्या हार्डवेअर विभागावर मोठा ताण पडला आणि 1993 मध्ये, फक्त 50,000 मशीन्स विकल्यानंतर, नेक्स्ट ने नेक्स्टस्टेप/इंटेलच्या रिलीझसह संपूर्णपणे सॉफ्टवेअर डेव्हलपमेंटमध्ये संक्रमण केले. 1994 मध्ये कंपनीने पहिला वार्षिक नफा $1.03 दशलक्ष नोंदविला. 1996 मध्ये, NeXT Software, Inc ने WebObjects, वेब ॲप्लिकेशन डेव्हलपमेंटसाठी फ्रेमवर्क जारी केले. 1997 मध्ये Apple Inc. ने NeXT चे अधिग्रहण केल्यानंतर, Apple Store, MobileMe सेवा आणि iTunes Store तयार करण्यासाठी आणि चालवण्यासाठी WebObjects चा वापर करण्यात आला.

पिक्सार आणि डिस्ने

1986 मध्ये, जॉबसने लुकासफिल्मच्या कॉम्प्युटर ग्राफिक्स विभागाकडून ग्राफिक्स ग्रुपच्या स्पिनआउटसाठी (नंतर पिक्सारचे नाव बदलले) $10 दशलक्ष किमतीसाठी निधी दिला, त्यापैकी $5 दशलक्ष कंपनीला भांडवल म्हणून दिले गेले आणि 5 दशलक्ष डॉलर लुकासफिल्मला तंत्रज्ञानासाठी दिले गेले. अधिकार.

पिक्सरने त्याच्या डिस्ने भागीदारीसह, टॉय स्टोरी (1995) द्वारे निर्मित केलेला पहिला चित्रपट, जॉबसला कार्यकारी निर्माता म्हणून श्रेय देण्यात आले, उद्धरण आवश्यक जेव्हा तो रिलीज झाला तेव्हा स्टुडिओला आर्थिक यश आणि समीक्षकांची प्रशंसा मिळाली. जॉबसच्या आयुष्यादरम्यान, पिक्सरचे क्रिएटिव्ह चीफ जॉन लॅसेटर यांच्या नेतृत्वाखाली, कंपनीने बॉक्स ऑफिस हिट्स ए बग्स लाइफ (1998); टॉय स्टोरी 2 (1999); Monsters, Inc. (2001); शोधणे निमो (2003); द इनक्रेडिबल्स (2004); कार (2006); Ratatouille (2007); WALL-E (2008); अप (2009); टॉय स्टोरी 3 (2010); आणि कार 2 (2011). ब्रेव्ह (२०१२), जॉबसच्या मृत्यूनंतर निर्माण झालेला

पिक्सारचा पहिला चित्रपट, स्टुडिओमधील त्यांच्या योगदानाबद्दल त्यांना श्रद्धांजली देऊन सन्मानित करण्यात आले. Finding Nemo, The Incredibles, Ratatouille, WALL-E, Up, Toy Story 3 आणि Brave यांना प्रत्येकी 2001 मध्ये सादर करण्यात आलेला सर्वोत्कृष्ट ॲनिमेटेड वैशिष्ट्याचा अकादमी पुरस्कार मिळाला.

2003 आणि 2004 मध्ये, पिक्सरचा डिस्नेसोबतचा करार संपुष्टात येत असताना, जॉब्स आणि डिस्नेचे मुख्य कार्यकारी मायकेल इस्नर यांनी प्रयत्न केले परंतु नवीन भागीदारीची वाटाघाटी करण्यात अयशस्वी ठरले, आणि जानेवारी 2004 मध्ये, जॉब्सने जाहीर केले की तो डिस्नेशी पुन्हा कधीही व्यवहार करणार नाही. Pixar त्याच्या कराराची मुदत संपल्यानंतर त्याच्या चित्रपटांचे वितरण करण्यासाठी नवीन भागीदार शोधणार आहे.

ऑक्टोबर 2005 मध्ये, बॉब इगरने डिस्नेमध्ये इस्नरची जागा घेतली आणि इगरने त्वरित जॉब्स आणि पिक्सारशी संबंध सुधारण्यासाठी काम केले. 24 जानेवारी 2006 रोजी, जॉब्स आणि इगर यांनी घोषित केले की डिस्नेने $7.4 अब्ज किमतीच्या सर्व-स्टॉक व्यवहारात पिक्सार खरेदी करण्यास सहमती दर्शविली आहे. जेव्हा करार बंद झाला, तेव्हा जॉब्स कंपनीच्या अंदाजे सात टक्के स्टॉकसह वॉल्ट डिस्ने कंपनीचा सर्वात मोठा एकल भागधारक बनला. डिस्नेमध्ये जॉब्सच्या होल्डिंग्स 1.7% आणि डिस्ने कुटुंबातील रॉय ई. डिस्नेच्या ज्याच्याकडे आहे, त्याच्या 2009 मध्ये कंपनीचा 1% शेअर होता आणि ज्याच्या टीकेमुळे आयसनर यांच्यावर-विशेषत: डिस्नेच्या नातेसंबंधात खळबळ उडाली होती. पिक्सरसह—आयसनरच्या हकालपट्टीला वेग आला. विलीनीकरण पूर्ण झाल्यावर, जॉब्सना डिस्नेचे 7% शेअर्स मिळाले आणि ते सर्वात मोठे वैयक्तिक शेअरहोल्डर म्हणून संचालक मंडळात सामील झाले. जॉब्सच्या मृत्यूनंतर त्याचे डिस्नेमधील शेअर्स लॉरेन जॉब्सच्या नेतृत्वाखालील स्टीव्हन पी. जॉब्स ट्रस्टकडे हस्तांतरित करण्यात आले.

जॉब्सच्या मृत्यूनंतर इगरने 2019 मध्ये आठवण करून दिली की अनेकांनी त्याला जॉब्सबद्दल चेतावणी दिली, "तो मला आणि इतर सर्वांना धमकावेल". इगरने लिहिले, "कंपनी कशी चालवली जाते यावर स्टीव्ह जॉब्सचा प्रभाव असावा असे कोणाला वाटत नाही?", आणि एक सक्रिय डिस्ने बोर्ड सदस्य म्हणून "त्याने माझ्यासाठी क्वचितच अडचणी निर्माण केल्या. कधी नव्हे तर क्वचितच". त्यांनी असा अंदाज लावला की त्यांनी डिस्ने आणि ॲपलचे विलीनीकरण करण्याचा गंभीरपणे विचार केला असता जॉब्स हयात असते. पिक्सारचे फ्लॉइड नॉर्मन यांनी जॉब्सचे वर्णन "प्रौढ, मधुर व्यक्ती" असे केले ज्याने चित्रपट निर्मात्यांच्या सर्जनशील प्रक्रियेत कधीही हस्तक्षेप केला नाही. जून २०१४ च्या सुरुवातीस, पिक्सारचे सहसंस्थापक आणि वॉल्ट डिस्ने ॲनिमेशन स्टुडिओचे अध्यक्ष एड कॅटमुल यांनी उघड केले की जॉब्सने त्यांना एकदा "त्यांना समजेपर्यंत समजावून सांगा" असा सल्ला दिला होता. कॅटमुलने 2014 मध्ये क्रिएटिव्हिटी, इंक. हे पुस्तक प्रसिद्ध केले, ज्यामध्ये त्याने जॉब्ससोबत काम करतानाचे असंख्य अनुभव सांगितले. जॉब्सशी वागण्याच्या त्याच्या स्वतःच्या पद्धतीबद्दल, कॅटमुल लिहितात: 140 पान आवश्यक

स्टीव्हसोबतच्या 26 वर्षांत, स्टीव्ह आणि मी यापैकी एकही जोरदार शाब्दिक वाद घातला नाही आणि तसे करणे हा माझा स्वभाव नाही. ... परंतु आम्ही गोष्टींबद्दल बऱ्याचदा असहमत होतो. ... मी त्याला काहीतरी बोलेन आणि तो लगेचच तो खाली पाडेल कारण तो माझ्यापेक्षा वेगाने विचार करू शकतो. ... मग मी एक आठवडा थांबेन ... मी त्याला कॉल करेन आणि त्याने जे काही सांगितले त्याबद्दल मी माझा काउंटर युक्तिवाद दिला आणि त्याने लगेच ते खाली पाडले. त्यामुळे मला आणखी एक आठवडा वाट पहावी लागली आणि काहीवेळा हे अनेक महिने चालले. पण शेवटी तीनपैकी एक गोष्ट घडली. सुमारे एक तृतीयांश वेळा तो म्हणाला, "अरे, मला समजले, तू बरोबर आहेस." आणि त्यातच त्याचा शेवट झाला. आणि ती आणखी एक तृतीयांश वेळ होती ज्यामध्ये मी म्हणालो, "खरं तर मला वाटते की तो बरोबर आहे." दुसरा तिसरा वेळ, जिथे आमची सहमती झाली नाही, त्याने मला माझ्या पद्धतीने करू दिले, त्याबद्दल अधिक काहीही सांगितले नाही.

1996 मध्ये, Apple ने घोषणा केली की ते $427 दशलक्ष मध्ये NeXT खरेदी करेल. हा करार फेब्रुवारी १९९७ मध्ये निश्चित करण्यात आला, जॉब्सला त्यांनी सहस्थापित केलेल्या कंपनीत परत आणले. जुलै 1997 मध्ये तत्कालीन सीईओ गिल अमेलियो यांची हकालपट्टी झाल्यानंतर जॉब्स डी फॅक्टो चीफ बनले. 16 सप्टेंबर रोजी त्यांना औपचारिकपणे अंतरिम मुख्य कार्यकारी म्हणून नियुक्त करण्यात आले. मार्च 1998 मध्ये, ॲपलच्या नफ्यावर परतण्याच्या प्रयत्नांवर लक्ष केंद्रित करण्यासाठी, जॉब्सने न्यूटन, सायबरडॉग आणि ओपनडॉक सारखे अनेक प्रकल्प बंद केले. येत्या काही महिन्यांत, बऱ्याच कर्मचाऱ्यांना लिफ्टमध्ये चालवताना नोकऱ्यांचा सामना करण्याची भीती निर्माण झाली, "दार उघडल्यावर त्यांना नोकरी नसावी अशी भीती वाटते. वास्तविकता अशी होती की जॉब्सची सारांश अंमलबजावणी दुर्मिळ होती, परंतु काही मूठभर बळी पुरेसे होते. संपूर्ण कंपनीला दहशत माजवण्यासाठी." जॉब्सने मॅकिंटॉश क्लोनसाठी परवाना कार्यक्रम बदलला, ज्यामुळे निर्मात्यांना मशीन बनवणे सुरू ठेवणे खूप महाग झाले.

NeXT च्या खरेदीसह, कंपनीचे बरेचसे तंत्रज्ञान ॲपल उत्पादनांमध्ये प्रवेश करू शकले, विशेषत: NeXTSTEP, जे Mac OS X मध्ये विकसित झाले. जॉब्सच्या मार्गदर्शनाखाली, कंपनीने iMac आणि इतर नवीन उत्पादने सादर केल्यामुळे विक्रीत लक्षणीय वाढ झाली; तेव्हापासून, आकर्षक डिझाईन्स आणि शक्तिशाली ब्रँडिंगने Apple साठी चांगले काम केले आहे. 2000 मॅकवर्ल्ड एक्स्पोमध्ये, जॉब्सने अधिकृतपणे "अंतरिम" सुधारक त्यांच्या ॲपलमधील शीर्षकातून वगळले आणि ते कायमचे मुख्य कार्यकारी अधिकारी बनले. जॉब्सने त्या वेळी उपरोधिकपणे सांगितले की ते "iCEO" ही पदवी वापरणार आहेत.

त्यानंतर कंपनीने इतर डिजिटल उपकरणे सादर केली आणि त्यात सुधारणा केली. आयपॉड पोर्टेबल म्युझिक प्लेअर, आयट्यून्स डिजिटल म्युझिक सॉफ्टवेअर आणि आयट्यून्स स्टोअरच्या परिचयासह, कंपनीने ग्राहक इलेक्ट्रॉनिक्स आणि संगीत वितरणामध्ये प्रवेश केला. 29 जून 2007 रोजी, ऍपलने आयफोन, मल्टी-टच डिस्प्ले सेल फोन सादर करून सेल्युलर फोन व्यवसायात प्रवेश केला, ज्यामध्ये iPod ची वैशिष्ट्ये देखील समाविष्ट आहेत आणि स्वतःच्या मोबाइल ब्राउझरसह, मोबाइल ब्राउझिंग दृश्यात क्रांती घडवून आणली. ओपन-एंडेड इनोव्हेशनचे पालनपोषण करताना, जॉब्सने त्यांच्या कर्मचाऱ्यांना "वास्तविक कलाकार पाठवतात" याची आठवण करून दिली.

1987 मध्ये डेल कॉम्प्युटरचे मुख्य कार्यकारी अधिकारी मायकेल डेल यांच्याशी जॉब्सचे जाहीर शब्दयुद्ध सुरू झाले, जेव्हा जॉब्सने पहिल्यांदा डेलवर "अन-इनोव्हेटिव्ह बेज बॉक्स" बनविल्याबद्दल टीका केली. 6 ऑक्टोबर 1997 रोजी, एका गार्टनर सिम्पोजियममध्ये, जेव्हा डेलला विचारण्यात आले की त्याने त्यावेळची ऍपल कॉम्प्युटर कंपनी चालवली तर तो काय करेल, तेव्हा तो म्हणाला: "मी ती बंद करीन आणि भागधारकांना पैसे परत देईन." त्यानंतर, २००६ मध्ये, ऍपलचे बाजार भांडवल डेलच्या वर गेल्यावर जॉब्सने सर्व कर्मचाऱ्यांना ईमेल पाठवला. त्यात असे लिहिले आहे:

टीम, असे दिसून आले की मायकेल डेल भविष्याचा अंदाज लावण्यात परिपूर्ण नव्हता. आजच्या स्टॉक मार्केट क्लोजच्या आधारावर, ऍपलची किंमत डेलपेक्षा जास्त आहे. स्टॉक्स वर आणि खाली जातात, आणि उद्या गोष्टी वेगळ्या असू शकतात, परंतु मला वाटले की आज एक क्षण चिंतन करणे योग्य आहे. स्टीव्ह.

जॉब्सचे मन वळवण्याच्या आणि सेल्समॅनशिपमधील त्यांच्या परिपूर्ण कौशल्यासाठी प्रशंसा आणि टीका केली गेली, ज्याला "वास्तविक विकृती फील्ड" म्हणून संबोधले गेले आहे आणि मॅकवर्ल्ड एक्सपोज आणि ऍपल वर्ल्डवाइड डेव्हलपर्स कॉन्फरन्समध्ये त्यांच्या मुख्य भाषणांमध्ये (बोलक्या भाषेत "स्टीव्हनोट्स" म्हणून ओळखले जाते) हे विशेषतः स्पष्ट होते.

जॉब्स सहसा इस्सी मियाके, लेव्हीची 501 ब्लू जीन्स आणि न्यू बॅलन्स 991 स्नीकर्सने बनवलेला काळा लांब बाही असलेला मॉक टर्टलनेक घालून कामावर जायचे. जॉब्सने त्यांचे चरित्रकार वॉल्टर आयझॅकसन यांना सांगितले की "...त्याला स्वतःसाठी गणवेश ठेवण्याची कल्पना आवडली, दैनंदिन सोयीमुळे (त्याने दावा केलेला तर्क) आणि स्वाक्षरी शैली व्यक्त करण्याची क्षमता या दोन्हीमुळे."

जॉब्स 1999 ते 2002 पर्यंत गॅप इंक. मध्ये बोर्ड सदस्य होते.

2001 मध्ये, जॉब्सला ऍपलच्या 7.5 दशलक्ष शेअर्सच्या रकमेमध्ये $18.30 च्या व्यायाम किंमतीसह स्टॉक पर्याय मंजूर करण्यात आला. असा आरोप करण्यात आला की पर्यायांना बॅकडेट केले गेले होते आणि व्यायामाची किंमत $21.10 असायला हवी होती. पुढे असा आरोप करण्यात आला की जॉब्सने त्याद्वारे $20,000,000 चे करपात्र उत्पन्न घेतले होते ज्याचा त्यांनी अहवाल दिला नाही आणि ऍपलने त्याच रकमेने आपल्या कमाईचा अतिरेक केला. परिणामी, नोकऱ्यांना अनेक गुन्हेगारी आरोप आणि दिवाणी दंडांचा सामना करावा लागला. हा खटला सक्रिय गुन्हेगारी आणि नागरी सरकारी तपासांचा विषय होता, १५५ 29 डिसेंबर 2006 रोजी ऍपलच्या स्वतंत्र अंतर्गत तपासात असे आढळून आले की जॉब्स या समस्यांबद्दल अनभिज्ञ होते आणि त्यांना दिलेले पर्याय वापरल्याशिवाय परत केले गेले. 2003.

2005 मध्ये, जॉब्सने एप्रिलमध्ये क्युपर्टिनो येथे ऍपलच्या वार्षिक सभेत पर्यावरण आणि इतर वकिलांना फटकारून यूएस मधील ई-कचऱ्यासाठी ऍपलच्या खराब पुनर्वापर कार्यक्रमांच्या टीकेला उत्तर दिले. काही आठवड्यांनंतर, ऍपलने जाहीर केले की ते त्यांच्या किरकोळ स्टोअरमध्ये iPods विनामूल्य परत घेईल. कॉम्प्युटर टेकबॅक मोहिमेने स्टॅनफोर्ड युनिव्हर्सिटी ग्रॅज्युएशनवर विमानातून बॅनर उडवून प्रतिसाद दिला ज्यामध्ये जॉब्स प्रारंभ वक्ता होते. बॅनरवर "स्टीव्ह, मिनी-प्लेअर बनू नका—सर्व ई-कचरा रीसायकल करा" असे लिहिले होते.

2006 मध्ये, त्याने नवीन मॅक विकत घेणाऱ्या कोणत्याही यूएस ग्राहकासाठी ऍपलच्या पुनर्वापर कार्यक्रमांचा विस्तार केला. या कार्यक्रमात त्यांच्या जुन्या प्रणालींचा शिपिंग आणि "पर्यावरणपूरक विल्हेवाट" समाविष्ट आहे. ऍपलच्या अनन्य उत्पादनांच्या आणि सेवांच्या यशामुळे अनेक वर्षांचे स्थिर आर्थिक उत्पन्न मिळाले, ज्यामुळे ऍपल 2011 मध्ये जगातील सर्वात मौल्यवान सार्वजनिकरित्या व्यापार करणारी कंपनी बनली.

जॉब्सला एक मागणी करणारा परफेक्शनिस्ट म्हणून ओळखले जात असे ज्यांनी नावीन्यपूर्ण आणि शैलीतील ट्रेंडचे पूर्वनिश्चित करून आणि सेट करून त्यांचे व्यवसाय आणि त्यांची उत्पादने माहिती तंत्रज्ञान उद्योगात आघाडीवर ठेवण्याची नेहमीच आकांक्षा बाळगली. जानेवारी 2007 मध्ये मॅकवर्ल्ड कॉन्फरन्स आणि एक्स्पोमधील मुख्य भाषणाच्या शेवटी, आइस हॉकीपटू वेन ग्रेट्स्कीचा हवाला देऊन त्यांनी या आत्म-संकल्पनाचा सारांश दिला:

एक जुना वेन ग्रेट्स्कीचा कोट आहे जो मला खूप आवडतो. "मी पक कोठे जाणार आहे ते स्केटिंग करतो, कुठे नाही." आणि आम्ही ऍपलमध्ये नेहमीच ते करण्याचा प्रयत्न केला आहे. अगदी सुरुवातीपासूनच. आणि आम्ही नेहमी करू.

23 जून 2010 रोजी रशियन राष्ट्राध्यक्ष दिमित्री मेदवेदेव यांना आयफोन 4 चे प्रात्यक्षिक दाखवणाऱ्या नोकऱ्या

1 जुलै 2008 रोजी, कथित सिक्युरिटीज फसवणुकीमुळे महसूल गमावल्याबद्दल ऍपल संचालक मंडळाच्या अनेक सदस्यांविरुद्ध $7 अब्जांचा क्लास अॅक्शन खटला दाखल करण्यात आला.

2011 मध्ये चरित्रकार वॉल्टर आयझॅकसन यांच्या मुलाखतीत, जॉब्सने उघड केले की त्यांनी अमेरिकेचे राष्ट्राध्यक्ष बराक ओबामा यांची भेट घेतली होती, देशात सॉफ्टवेअर अभियंत्यांच्या कमतरतेबद्दल तक्रार केली होती आणि ओबामा यांना सांगितले की ते "एक-टर्म अध्यक्षपदासाठी जात आहेत". यूएस विद्यापीठात अभियांत्रिकी पदवी घेतलेल्या कोणत्याही परदेशी विद्यार्थ्याला आपोआप ग्रीन कार्ड दिले जावे, असा जॉब्सचा प्रस्ताव होता. बैठकीनंतर, जॉब्स यांनी टिप्पणी केली, "अध्यक्ष खूप हुशार आहेत, परंतु त्यांनी आम्हाला गोष्टी का पूर्ण होऊ शकत नाहीत याची कारणे सांगितली ... ते मला चिडवते."

आरोग्याच्या समस्या

ऑक्टोबर 2003 मध्ये, जॉब्स यांना कर्करोगाचे निदान झाले. 2004 च्या मध्यात, त्याने आपल्या कर्मचाऱ्यांना घोषणा केली की त्याच्या स्वादुपिंडात कर्करोगाची गाठ आहे. स्वादुपिंडाच्या कर्करोगाचे रोगनिदान सामान्यतः फारच खराब असते; जॉब्सने सांगितले की त्याला एक दुर्मिळ, खूपच कमी आक्रमक प्रकार होता, ज्याला आयलेट सेल न्यूरोएंडोक्राइन ट्यूमर म्हणून ओळखले जाते.

जॉब्सने नऊ महिने वैद्यकीय हस्तक्षेपासाठी डॉक्टरांच्या शिफारशींचा प्रतिकार केला, वैकल्पिक औषधाच्या बाजूने. हार्वर्डचे संशोधक रामझी अमरी यांच्या मते, यामुळे "अनावश्यकपणे लवकर मृत्यू झाला". इतर डॉक्टर सहमत आहेत की जॉब्सचा आहार त्याच्या आजारावर उपचार करण्यासाठी अपुरा होता. तथापि, कर्करोगाचे संशोधक आणि पर्यायी औषध समीक्षक डेव्हिड गोर्स्की यांनी लिहिले आहे की "त्याने वू सोबत केलेल्या फ्लर्टींगमुळे त्याच्या कर्करोगापासून वाचण्याची शक्यता कमी झाली आहे की नाही हे जाणून घेणे अशक्य आहे. माझा सर्वोत्तम अंदाज असा होता की जॉब्सने त्याच्या शक्यता कमी केल्या आहेत. जगण्याची, जर ती असेल तर." मेमोरियल स्लोन केटरिंग कॅन्सर सेंटरच्या एकात्मिक औषध विभागाचे प्रमुख, बॅरी आर. कॅसिलेथ, दुसरीकडे, म्हणाले, "जॉब्सचा पर्यायी औषधावरील विश्वास कदाचित त्यांना महाग पडला. जीवन ... त्याला स्वादुपिंडाचा कर्करोगाचा एकमेव प्रकार होता जो उपचार करण्यायोग्य आणि बरा होऊ शकतो ... त्याने मूलतः आत्महत्या केली." १७१ चरित्रकार वॉल्टर आयझॅकसन यांच्या मते, "नऊ महिने त्याने त्याच्या स्वादुपिंडाच्या कर्करोगासाठी शस्त्रक्रिया करण्यास नकार दिला - a या निर्णयामुळे त्यांची तब्येत खालावली म्हणून त्यांना नंतर पश्चाताप झाला". "त्याऐवजी, त्याने शाकाहारी आहार, अॅक्युपंक्चर, हर्बल उपचार आणि इतर उपचारांचा प्रयत्न केला आणि त्याला ऑनलाइन आढळले आणि एका मानसिक तज्ञाचा सल्ला देखील घेतला. ज्यूस उपवास, आतड्याची साफसफाई आणि इतर अप्रमाणित पद्धतींचा सल्ला देणारे दवाखाना चालवणाऱ्या डॉक्टरांचाही त्याच्यावर प्रभाव पडला. अखेरीस जुलै 2004 मध्ये शस्त्रक्रिया होण्यापूर्वी." त्याने स्वादुपिंडाची इयुओडेनेक्टॉमी (किंवा "व्हिपल प्रक्रिया") केली ज्यामध्ये ट्यूमर यशस्वीरित्या काढल्याचे दिसून आले. नोकऱ्यांना केमोथेरपी किंवा रेडिएशन थेरपी मिळाली नाही. जॉब्सच्या अनुपस्थितीत, ऍपलच्या जगभरातील विक्री आणि ऑपरेशन्सचे प्रमुख टिम कुक यांनी कंपनी चालवली.

जानेवारी 2006 पर्यंत, फक्त जॉब्सची पत्नी, त्याचे डॉक्टर आणि इगर आणि त्याच्या पत्नीला माहित होते की त्याचा कर्करोग परत आला आहे. जॉब्सने इगरला खाजगीत सांगितले की 2010 मध्ये त्याचा मुलगा रीडचे हायस्कूल ग्रॅज्युएशन पाहण्यासाठी त्याला जगण्याची आशा आहे. ऑगस्ट 2006 च्या सुरुवातीला, जॉब्सने ऍपलच्या वार्षिक वर्ल्डवाइड डेव्हलपर्स कॉन्फरन्ससाठी मुख्य भाषण दिले. त्याचे "पातळ, जवळजवळ भपकेदार" स्वरूप आणि असामान्यपणे "सूचीहीन" डिलिव्हरी, १७७ १७८ त्याच्या मुख्य भाषणातील महत्त्वपूर्ण भाग इतर सादरकर्त्यांना सोपविण्याच्या त्याच्या निवडीमुळे, त्याच्या आरोग्याच्या स्थितीबद्दल मीडिया आणि इंटरनेटच्या अनुमानांना एक खळबळ उडाली. याउलट, आर्स टेक्निका जर्नलच्या अहवालानुसार, वर्ल्डवाइड डेव्हलपर्स कॉन्फरन्स (WWDC) उपस्थित ज्यांनी जॉब्सला प्रत्यक्ष पाहिले त्यांनी सांगितले की तो "चांगला दिसत आहे". मुख्य भाषणानंतर, ऍपलच्या प्रवक्त्याने सांगितले की "स्टीव्हचे आरोग्य मजबूत आहे."

दोन वर्षांनंतर, जॉब्सच्या 2008 डब्ल्यूडब्ल्यूडीसी मुख्य भाषणानंतर अशीच चिंता निर्माण झाली. ऍपल अधिकाऱ्यांनी सांगितले की जॉब्स "सामान्य बग" ला बळी पडले होते आणि ते प्रतिजैविक घेत होते, तर इतरांनी व्हिपल प्रक्रियेमुळे त्याचे कॅकेक्टिक स्वरूप असल्याचे मानले होते. ऍपलच्या कमाईवर चर्चा करणाऱ्या जुलै कॉन्फरन्स कॉल दरम्यान, सहभागींनी जॉब्सच्या आरोग्याविषयी वारंवार प्रश्नांना उत्तरे दिली आणि ती "खाजगी बाब" आहे. इतरांनी सांगितले की, जॉब्सने आपली कंपनी चालवण्याच्या दृष्टिकोनातून भागधारकांना अधिक जाणून घेण्याचा अधिकार आहे. जॉब्ससोबतच्या ऑफ-द-रेकॉर्ड फोन संभाषणावर आधारित, द न्यूयॉर्क टाईम्सने अहवाल दिला, "त्याच्या आरोग्याच्या समस्या 'सामान्य बग' पेक्षा अधिक चांगल्या होत्या, परंतु ते जीवघेणे नव्हते आणि त्याला नाही. कर्करोगाची पुनरावृत्ती."

28 ऑगस्ट 2008 रोजी, ब्लूमबर्गने चुकून त्यांच्या कॉर्पोरेट न्यूज सेवेमध्ये जॉब्सचा 2500 शब्दांचा मृत्युलेख प्रकाशित केला, ज्यामध्ये त्यांचे वय आणि मृत्यूचे कारण यासाठी रिक्त जागा होत्या. एखाद्या सुप्रसिद्ध व्यक्तीचा मृत्यू झाल्यास बातम्यांचे वितरण सुलभ करण्यासाठी बातम्या वाहक नेहमीच अद्ययावत मृत्यूपत्रे साठवतात. त्रुटी तबडतोब दुरुस्त करण्यात आली असली तरी, बऱ्याच बातम्या वाहकांनी आणि ब्लॉग्सनी त्यावर अहवाल दिला, जॉब्सच्या आरोग्यासंबंधीच्या अफवा तीव्र झाल्या. 188 जॉब्सने Apple च्या सप्टेंबर 2008 च्या लेट्स रॉक कीनोटला मार्क ट्वेनचे स्पष्टीकरण देऊन प्रतिसाद दिला: "माझ्या मृत्यूचे अहवाल अतिशयोक्तीपूर्ण आहेत." त्यानंतरच्या एका मीडिया कार्यक्रमात, जॉब्सने "110/70" या स्लाइड वाचनाने त्यांचे सादरीकरण समाप्त केले. त्याच्या ब्लड प्रेशरचा संदर्भ देत, तो त्याच्या आरोग्याविषयी पुढील प्रश्न सोडवणार नाही असे सांगत.

16 डिसेंबर 2008 रोजी ॲपलने जाहीर केले की मार्केटिंग उपाध्यक्ष फिल शिलर मॅकवर्ल्ड कॉन्फरन्स आणि एक्स्पो 2009 मध्ये कंपनीचे अंतिम मुख्य भाषण देतील, ज्यामुळे जॉब्सच्या आरोग्याविषयी पुन्हा प्रश्न उठतील. 5 जानेवारी 2009 रोजी Apple.com वर दिलेल्या निवेदनात, जॉब्स म्हणाले की ते अनेक महिन्यांपासून "हार्मोन असंतुलन" मुळे त्रस्त होते.

14 जानेवारी 2009 रोजी, जॉब्सने ॲपलच्या अंतर्गत मेमोमध्ये लिहिले की मागील आठवड्यात "माझ्या आरोग्याशी संबंधित समस्या मला वाटल्यापेक्षा अधिक जटिल आहेत हे शिकले होते". त्याच्या तब्येतीवर अधिक चांगले लक्ष केंद्रित करण्यासाठी त्याने जून 2009 च्या अखेरीपर्यंत सहा महिन्यांची अनुपस्थिती रजा जाहीर केली. यापूर्वी जॉब्सच्या 2004 च्या अनुपस्थितीत सीईओ म्हणून काम केलेले टिम कुक ॲपलचे कार्यवाहक सीईओ बनले होते, जॉब्स अजूनही "मुख्य धोरणात्मक निर्णय" मध्ये गुंतले होते.

2009 मध्ये, टिम कूकने आपल्या यकृताचा एक भाग जॉब्सला देऊ केला, कारण दोघांचा रक्तगट दुर्मिळ आहे आणि अशा ऑपरेशननंतर दात्याचे यकृत ऊतक पुन्हा निर्माण करू शकते. जॉब्स ओरडले, "मी तुला ते कधीच करू देणार नाही. मी ते कधीच करणार नाही."

एप्रिल 2009 मध्ये, जॉब्सचे मेम्फिस, टेनेसी येथील मेथोडिस्ट युनिव्हर्सिटी हॉस्पिटल ट्रान्सप्लांट इन्स्टिट्यूटमध्ये यकृत प्रत्यारोपण करण्यात आले. जॉब्सचे रोगनिदान "उत्कृष्ट" असे वर्णन केले गेले.

राजीनामा

17 जानेवारी 2011 रोजी, यकृत प्रत्यारोपणानंतर जॉब्स कामावर परतल्यानंतर दीड वर्षांनी, ॲपलने जाहीर केले की त्यांना अनुपस्थितीची वैद्यकीय रजा मंजूर करण्यात आली आहे. जॉब्सने कर्मचाऱ्यांना लिहिलेल्या पत्रात त्यांची रजा जाहीर केली, "त्यामुळे तो त्याच्या आरोग्यावर लक्ष केंद्रित करू शकेल" असा निर्णय घेण्यात आला आहे. 2009 च्या वैद्यकीय रजेच्या वेळी जसे केले होते, ॲपलने घोषणा केली की टिम कुक दैनंदिन कामकाज चालवतील आणि जॉब्स कंपनीच्या प्रमुख धोरणात्मक निर्णयांमध्ये गुंतलेले राहतील. रजेवर असताना, जॉब्स 2 मार्च रोजी आयपॅड 2 लाँच इव्हेंटमध्ये, 6 जून रोजी आयक्लॉडची ओळख करून देणारे WWDC मुख्य भाषण आणि 7 जून रोजी क्युपर्टिनो सिटी कौन्सिलसमोर हजर झाले.

24 ऑगस्ट, 2011 रोजी, जॉब्सने ॲपलच्या सीईओ पदाचा राजीनामा जाहीर केला आणि बोर्डाला लिहिले, "मी नेहमी असे म्हटले आहे की जर असा दिवस आला की जेव्हा मी ॲपलचे सीईओ म्हणून माझी कर्तव्ये आणि अपेक्षा पूर्ण करू शकलो नाही, तर मी प्रथम असेन. तुम्हाला कळवतो. दुर्दैवाने, तो दिवस आला आहे." जॉब्स बोर्डाचे अध्यक्ष बनले आणि सीईओ म्हणून टीम कुकचे उत्तराधिकारी म्हणून नाव दिले. सहा आठवड्यांनंतर मृत्यूच्या आदल्या दिवसापर्यंत जॉब्स ॲपलसाठी काम करत राहिले.

मृत्यू

जॉब्सचा त्याच्या पालो अल्टो, कॅलिफोर्निया येथे 5 ऑक्टोबर 2011 रोजी दुपारी 3 च्या सुमारास (पीडीटी) घरी मृत्यू झाला, त्याच्या पूर्वी उपचार केलेल्या आयलेट-सेल पॅनक्रियाटिक न्यूरोएंडोक्राइन ट्यूमरच्या पुनरावृत्तीमुळे झालेल्या गुंतागुंतींमुळे, 15 परिणामी श्वासोच्छ्वासाच्या अटकेत. आदल्या दिवशी तो भान हरपला होता आणि त्याची पत्नी, मुले आणि बहिणींसोबत त्याचा मृत्यू झाला होता. त्याची बहीण, मोना सिम्पसन, हिने त्याच्या मृत्यूचे वर्णन असे केले: "स्टीव्हचे अंतिम शब्द, काही तासांपूर्वी, मोनोसिलेबल्स होते, तीन वेळा पुनरावृत्ती होते. सुरुवात करण्यापूर्वी, त्याने आपल्या बहिणीकडे, नंतर त्याच्या मुलांकडे, नंतर त्याच्याकडे बराच वेळ पाहिले. जीवनाची जोडीदार, लॉरेन, आणि नंतर त्यांच्या खांद्यावरून पुढे गेली. स्टीव्हचे अंतिम शब्द होते: 'ओह व्वा. ओह व्वा. ओह व्वा.'" नंतर तो भान गमावला आणि काही तासांनंतर त्याचा मृत्यू झाला. 7 ऑक्टोबर 2011 रोजी एक लहान खाजगी अंत्यसंस्कार करण्यात आले, ज्याचा तपशील, जॉब्सच्या कुटुंबाच्या सन्मानार्थ, सार्वजनिक केला गेला नाही.

ॲपल आणि पिक्सार यांनी प्रत्येकाने त्याच्या मृत्यूची घोषणा जारी केली. ॲपलने त्याच दिवशी जाहीर केले की सार्वजनिक सेवेसाठी त्यांची कोणतीही योजना नाही, परंतु "हितचिंतकांना" असे संदेश प्राप्त करण्यासाठी तयार केलेल्या ईमेल पत्त्यावर त्यांचे स्मरण संदेश पाठविण्यास प्रोत्साहित करत आहेत. ॲपल आणि मायक्रोसॉफ्ट या दोघांनी आपापल्या मुख्यालयात आणि कॅम्पसमध्ये अर्ध्या कर्मचाऱ्यांवर झेंडे फडकवले.

बॉब इगर यांनी वॉल्ट डिस्ने वर्ल्ड आणि डिस्नेलँडसह सर्व डिस्ने मालमत्तांना 6 ते 12 ऑक्टोबर 2011 या कालावधीत त्यांचे झेंडे अर्ध्यावर फडकवण्याचे आदेश दिले. त्याच्या मृत्यूनंतर दोन आठवड्यांपर्यंत, ॲपलने आपल्या कॉर्पोरेट वेब साइटवर एक साधे पृष्ठ प्रदर्शित केले ज्यामध्ये जॉब्सचे नाव आणि त्याच्या ग्रेस्केल पोर्ट्रेटच्या पुढे त्याचे आयुष्य दर्शवले होते. 19 ऑक्टोबर 2011 रोजी ॲपल कर्मचाऱ्यांनी क्युपर्टिनो येथील ॲपल कॅम्पसमध्ये नोकरीसाठी खाजगी स्मारक सेवा आयोजित केली होती. यात जॉब्सची विधवा, लॉरेन आणि टिम कुक, बिल कॅम्पबेल, नोरा जोन्स, अल गोर आणि कोल्डप्ले उपस्थित होते. Apple चे काही किरकोळ स्टोअर्स थोडक्यात बंद झाले जेणेकरून कर्मचारी स्मारकाला उपस्थित राहू शकतील. सेवेचा व्हिडिओ ॲपलच्या वेबसाइटवर अपलोड करण्यात आला होता.

कॅलिफोर्नियाचे गव्हर्नर जेरी ब्राउन यांनी रविवार, 16 ऑक्टोबर 2011 हा दिवस "स्टीव्ह जॉब्स डे" म्हणून घोषित केला. त्या दिवशी, स्टॅनफोर्ड विद्यापीठात केवळ निमंत्रण-स्मारक आयोजित करण्यात आले होते. उपस्थित असलेल्यांमध्ये Apple आणि इतर टेक कंपनीचे अधिकारी, मीडियाचे सदस्य, सेलिब्रिटी, राजकारणी आणि जॉब्सचे कुटुंब आणि जवळचे मित्र यांचा समावेश होता. बोनो, यो-यो मा आणि

जोन बेझ यांनी एका तासापेक्षा जास्त काळ चाललेल्या सेवेत सादरीकरण केले. विद्यापीठाच्या सर्व गेट्सवर रक्षक आणि एरिया न्यूज स्टेशनवरून हेलिकॉप्टर ओव्हरहेडसह सेवा अत्यंत सुरक्षित होती. प्रत्येक उपस्थितांना जॉब्सकडून "विदाई भेट" म्हणून एक लहान तपकिरी बॉक्स देण्यात आला, ज्यामध्ये परमहंस योगानंद यांच्या योगींच्या आत्मचरित्राची प्रत होती.

बालपणीचा मित्र आणि सहकारी अॅपलचे सह-संस्थापक स्टीव्ह वोझ्नियाक, पिक्सारचे माजी मालक, जॉर्ज लुकास, माजी प्रतिस्पर्धी, मायक्रोसॉफ्टचे सह-संस्थापक बिल गेट्स, आणि अध्यक्ष बराक ओबामा या सर्वांनी ऑफर केली. त्याच्या मृत्यूला प्रतिसाद म्हणून विधाने.

त्याच्या विनंतीनुसार, जॉब्स यांना अल्टा मेसा मेमोरियल पार्क येथे एका अनाकलनीय कबरीत पुरण्यात आले, पालो अल्टोमधील एकमेव गैर-सांप्रदायिक स्मशानभूमी.

7 ऑक्टोबर 2021 रोजी अॅपलने जॉब्सच्या निधनाच्या दहाव्या वर्धापनदिनानिमित्त एक स्मरणार्थ YouTube व्हिडिओ जारी केला.

नवकल्पना आणि डिझाइन

जॉब्सची रचना सौंदर्यशास्त्र झेन आणि बौद्ध धर्माच्या तत्त्वज्ञानाने प्रभावित होती. भारतात, त्यांच्या सात महिन्यांच्या अध्यात्मिक प्रवासात त्यांनी बौद्ध धर्माचा अनुभव घेतला, आणि ज्यांच्याशी त्यांनी अभ्यास केला त्या आध्यात्मिक लोकांवर त्यांच्या अंतर्ज्ञानाचा प्रभाव पडला. जोसेफ आयचलरची आधुनिकतावादी स्थापत्य शैली, उद्धरण आवश्यक आणि रिचर्ड सॅपर आणि डायटर रॉम्स यांच्या औद्योगिक रचनांसारख्या अनेक संदर्भ आणि स्त्रोतांकडूनही तो शिकला. उद्धरण आवश्यक

अॅपलचे सह-संस्थापक स्टीव्ह वोझ्नियाक यांच्या मते, "स्टीव्हने कधीही कोडिंग केले नाही. तो अभियंता नव्हता आणि त्याने कोणतीही मूळ रचना केली नाही..." डॅनियल कोटके, अॅपलच्या सुरुवातीच्या कर्मचाऱ्यांपैकी एक आणि जॉब्सच्या एका महाविद्यालयीन मित्राने सांगितले: "वोझ आणि जॉब्स दरम्यान, वोझ हे नवोदित, शोधक होते. स्टीव्ह जॉब्स हे मार्केटिंग व्यक्ती होते."

तो युनायटेड स्टेट्स पेटंट्स किंवा वास्तविक संगणक आणि पोर्टेबल उपकरणांपासून ते वापरकर्ता इंटरफेस (टच-आधारित), स्पीकर, कीबोर्ड, पॉवर अॅडॉप्टर, पायऱ्यांपर्यंतच्या तंत्रज्ञानाच्या श्रेणीशी संबंधित पेटंट अनुप्रयोगांमध्ये एकतर प्राथमिक शोधक किंवा सह-शोधक म्हणून सूचीबद्ध आहे. clasps, sleeves, डोरी, आणि संकुल. त्याच्या बहुतेक पेटंटमध्ये त्याचे योगदान "उत्पादनाचे स्वरूप आणि अनुभव" होते. त्याचे आणि त्याचे औद्योगिक डिझाइन प्रमुख जोनाथन इव्ह यांचे नाव 200 पेटंटसाठी आहे. युटिलिटी पेटंट किंवा आविष्कारांच्या विरोधात यापैकी बहुतेक डिझाइन पेटंट आहेत; ते विशिष्ट उत्पादन डिझाइन आहेत जसे की मूळ आणि दिवा-शैली iMacs, आणि PowerBook G4|PowerBook G4 Titanium . त्याच्याकडे शोधांवर 43 जारी केलेले यूएस पेटंट आहे. मॅक ओएस एक्स डॉक युजर इंटरफेसवर "विवर्धक" वैशिष्ट्यासह पेटंट त्याच्या मृत्यूच्या आदल्या दिवशी जारी करण्यात आले होते. जरी जॉब्सचा मूळ अॅपल संगणकांच्या अभियांत्रिकी आणि तांत्रिक बाजूंमध्ये थोडासा सहभाग होता, जॉब्सने नंतर सीईओ पदाचा वापर करून थेट उत्पादन डिझाइनमध्ये स्वतःचा सहभाग घेतला.

त्यांच्या संपूर्ण कारकिर्दीत अनेक प्रकल्पांमध्ये गुंतलेली त्यांची दीर्घकाळ मार्केटिंग एक्झिक्युटिव्ह आणि विश्वासू जोआना हॉफमन, अॅपल आणि नेक्स्ट मधील काही कर्मचाऱ्यांपैकी एक म्हणून ओळखली जाते जी त्यांच्यासोबत गुंतून राहूनही जॉबला यशस्वीपणे उभे करू शकली.

रूग्णालयात आजारी असतानाही, जॉब्सने नवीन उपकरणांचे रेखाटन केले जे हॉस्पिटलच्या बेडवर iPad ठेवतील. त्याने आपल्या बोटावरील ऑक्सिजन मॉनिटरला तुच्छ लेखले आणि साधेपणासाठी डिझाइनमध्ये सुधारणा करण्याचे मार्ग सुचवले.

त्याच्या मृत्यूपासून, त्याने 141 पेटंट जिंकले आहेत, जे त्यांच्या आयुष्यात बहुतेक शोधकांपेक्षा जास्त आहेत. त्याच्याकडे एकूण 450 पेटंट आहेत.

ऍपल आय

जरी संपूर्णपणे स्टीव्ह वोझ्नियाकने डिझाइन केले असले तरी, जॉब्सना डेस्कटॉप संगणक विकण्याची कल्पना होती, ज्यामुळे 1976 मध्ये अॅपल कॉम्प्युटरची निर्मिती झाली. जॉब्स आणि वोझ्नियाक दोघांनीही त्यांच्या काही वस्तू विकून निधी प्राप्त करून अनेक Apple I प्रोटोटाइप हाताने तयार केले. अखेरीस, 200 युनिट्सचे उत्पादन झाले.

ऍपल II

ऍपल II हा 8-बिट होम कॉम्प्युटर आहे, जो जगातील पहिल्या अत्यंत यशस्वी मास-उत्पादित मायक्रोकॉम्प्युटर उत्पादनांपैकी एक आहे, 87 ज्याची रचना प्रामुख्याने वोझ्नियाकने केली आहे आणि जॉब्सने ऍपल II च्या असामान्य केसच्या विकासावर देखरेख केली आहे आणि रॉड होल्ट विकसित झाले. अद्वितीय वीज पुरवठा. हे ऍपल द्वारे विकले जाणारे पहिले ग्राहक उत्पादन म्हणून जॉब्स आणि वोझ्नियाक यांनी 1977 मध्ये वेस्ट कोस्ट कॉम्प्युटर फेअरमध्ये सादर केले होते.

ऍपल लिसा

लिसा हा एक वैयक्तिक संगणक आहे जो Apple ने 1978 पासून विकसित केला होता आणि 1980 च्या दशकाच्या सुरुवातीला विकला गेला होता. व्यावसायिक वापरकर्त्यांसाठी ग्राफिकल यूजर इंटरफेस असलेला हा पहिला वैयक्तिक संगणक आहे. लिसा 100,000 युनिट्सवर

खराब विकली गेली.

1982 मध्ये, जॉब्सला लिसा प्रकल्पातून बाहेर काढल्यानंतर, त्यांनी लिसाकडून प्रेरणा घेऊन मॅकिंटॉश प्रकल्प हाती घेतला. अंतिम लिसा 2/10 सुधारित करण्यात आला आणि मॅकिंटॉश XL म्हणून विकला गेला.

मॅकिंटॉश

एकदा तो मॅकिंटॉश संघात सामील झाला, वोझ्नियाकला विमान अपघाताचा धक्का बसल्यानंतर आणि कंपनी तात्पुरती सोडल्यानंतर जॉब्सने प्रकल्प हाती घेतला. जॉब्सने 24 जानेवारी 1984 रोजी मॅकिंटॉश लाँच केला तो पहिला मास-मार्केट पर्सनल कॉम्प्युटर ज्यामध्ये इंटिग्रल ग्राफिकल यूजर इंटरफेस आणि माउस आहे. या पहिल्या मॉडेलचे नंतर विपुल मालिकेतील मॅकिंटॉश 128k असे नामकरण करण्यात आले. 1998 पासून, ऍपलने "मॅक" च्या बाजूने मॅकिंटॉश नाव टप्प्याटप्प्याने काढून टाकले आहे, जरी उत्पादन कुटुंबाला सुरुवातीपासून "मॅक" किंवा "द मॅक" असे टोपणनाव देण्यात आले आहे. मॅकिंटॉशची ओळख US$1.5 दशलक्ष रिडले स्कॉट टेलिव्हिजन जाहिरात, "1984" द्वारे करण्यात आली. ते 22 जानेवारी 1984 रोजी सुपर बाउल XVIII च्या तिसऱ्या तिमाहीत प्रसारित झाले, "वॉटरशेड इव्हेंट" आणि "उत्कृष्ट नमुना" म्हणून प्राप्त झाले. रेजिस मॅकेन्ना यांनी या जाहिरातीला "मॅकपेक्षा अधिक यशस्वी" म्हटले. संगणक उद्योगावरील IBM च्या वर्चस्वाच्या अनुरुपतेपासून मानवतेला वाचवण्यासाठी मॅकिंटॉश (तिच्या पांढऱ्या टँक टॉपवरील कॉम्प्युटरच्या पिकासो-शैलीतील चित्राद्वारे दर्शविलेले) दर्शविण्यासाठी ती एका अनामित नायिकेचा वापर करते . ही जाहिरात जॉर्ज ऑर्वेलच्या नाइनटीन एटी-फोर या कादंबरीला सूचित करते, ज्यात दूरदर्शनवर प्रसारित "बिग ब्रदर" द्वारे शासित डिस्टोपियन भविष्याचे वर्णन केले आहे.

मॅकिंटॉश, तथापि, महाग होता, ज्यामुळे ग्राहकांसाठी कमोडोर 64, आणि IBM पर्सनल कॉम्प्युटर आणि व्यवसायांसाठी त्याच्या सोबत असलेल्या क्लोन मार्केटचे वर्चस्व असलेल्या बाजारपेठेत स्पर्धात्मक होण्याच्या क्षमतेत अडथळा निर्माण झाला. Macintosh प्रणालींना अजूनही शिक्षण आणि डेस्कटॉप प्रकाशनात यश मिळाले आणि पुढच्या दशकात Appleला दुसऱ्या-सर्वात मोठे पीसी निर्माता म्हणून ठेवले.

पुढील संगणक

1985 मध्ये जॉब्सला ऍपलमधून बाहेर पडल्यानंतर त्यांनी नेक्स्ट ही वर्कस्टेशन संगणक कंपनी सुरू केली. नेक्स्ट कॉम्प्युटर 1988 मध्ये एका भव्य लॉन्च कार्यक्रमात सादर करण्यात आला. नेक्स्ट कॉम्प्युटरचा वापर करून, टिम बर्नर्स-ली यांनी जगातील पहिला वेब ब्राउझर, वर्ल्डवाइडवेब तयार केला. NeXT Computer ची ऑपरेटिंग सिस्टीम, NeXTSTEP नावाची, डार्विनचा जन्म झाला, जो आता ऍपलच्या बहुतेक उत्पादनांचा पाया आहे जसे की Macintosh च्या macOS आणि iPhone च्या iOS.

iMac

मूळ iMac, 1998 मध्ये सादर केले गेले, हे जॉब्सच्या रिटर्न अंतर्गत पदार्पण करणारे पहिले ग्राहकासमोरील Apple उत्पादन होते.

ऍपल iMac G3 1998 मध्ये सादर करण्यात आले होते आणि त्याचे नाविन्यपूर्ण डिझाइन थेट ऍपलमध्ये जॉब्सच्या परतीचे परिणाम होते. Apple ने बढाई मारली "आमच्या संगणकाचा मागील भाग इतर कोणाच्याही समोरच्या पेक्षा चांगला दिसतो." "कार्टूनलाइक" म्हणून वर्णन केलेले, बॉडी ब्लू प्लॅस्टिकने घातलेले पहिले iMac, पूर्वी आलेल्या कोणत्याही वैयक्तिक संगणकापेक्षा वेगळे होते. 1999 मध्ये, ऍपलने ग्रेफाइट ग्रे ऍपल iMac सादर केले आणि तेव्हापासून सर्व-इन-वन डिझाइनची देखभाल करताना आकार, रंग आणि आकारात लक्षणीय बदल केला आहे. डिझाईन कल्पनांचा हेतू वापरकर्त्याशी कनेक्शन तयार करणे जसे की हँडल आणि जेव्हा संगणक स्लीप झाला तेव्हा "श्वास घेणारा" प्रकाश प्रभाव होता. Apple iMac त्यावेळी $1,299 ला विकले गेले. iMac मध्ये फॉरवर्ड-थिंकिंग बदल देखील वैशिष्ट्यीकृत आहेत, जसे की फ्लॉपी डिस्क ड्राइव्हला टाळणे आणि पेरिफेरल्स कनेक्ट करण्यासाठी केवळ USB वर हलवणे. या नंतरच्या बदलाचा परिणाम, iMac च्या यशामुळे, इंटरफेस तृतीय-पक्ष पेरिफेरल निर्मात्यांमध्ये लोकप्रिय झाला-जसे की अनेक प्रारंभिक USB परिधीय अर्धपारदर्शक प्लास्टिकचे बनलेले होते (iMac डिझाइनशी जुळण्यासाठी) या वस्तुस्थितीवरून दिसून येते.

iTunes

iTunes हे Apple ने विकसित केलेले मीडिया प्लेअर, मीडिया लायब्ररी, ऑनलाइन रेडिओ ब्रॉडकास्टर आणि मोबाइल डिव्हाइस व्यवस्थापन अनुप्रयोग आहे. हे macOS आणि Microsoft Windows ऑपरेटिंग सिस्टीम चालवणाऱ्या वैयक्तिक संगणकांवर डिजिटल ऑडिओ आणि व्हिडिओ (तसेच iTunes Store वर उपलब्ध असलेले इतर प्रकारचे मीडिया) प्ले, डाउनलोड आणि व्यवस्थापित करण्यासाठी वापरले जाते. आयट्यून्स स्टोअर iPod Touch, iPhone आणि iPad वर देखील उपलब्ध आहे.

आयट्यून्स स्टोअरद्वारे, वापरकर्ते संगीत, संगीत व्हिडिओ, टेलिव्हिजन शो, ऑडिओबुक, पॉडकास्ट, चित्रपट आणि चित्रपट भाड्याने काही देशांमध्ये खरेदी आणि डाउनलोड करू शकतात आणि iPhone आणि iPod Touch वर उपलब्ध असलेल्या रिंगटोन (पुढे चौथी पिढी). iPhone, iPad आणि iPod Touch साठी ऍप्लिकेशन सॉफ्टवेअर App Store वरून डाउनलोड केले जाऊ शकते.

iPod

iPod ची पहिली पिढी 23 ऑक्टोबर 2001 रोजी रिलीझ झाली. iPod चे प्रमुख नाविन्य म्हणजे 1.8" हार्ड ड्राईव्हचा वापर करून त्यावेळच्या खेळाडूंमध्ये सामान्य असलेल्या 2.5" ड्राईव्हच्या तुलनेत त्याचा लहान आकार होता. पहिल्या पिढीच्या iPod ची क्षमता 5 GB

ते 10 GB पर्यंत होती. iPod US$399 मध्ये विकले गेले आणि 2001 च्या समाप्तीपूर्वी 100,000 पेक्षा जास्त iPod विकले गेले. iPod च्या परिचयामुळे Apple संगीत उद्योगातील एक प्रमुख खेळाडू बनले. तसेच, iPod च्या यशाने iTunes म्युझिक स्टोअर आणि iPhone साठी मार्ग तयार केला. iPod च्या पहिल्या काही पिढ्यांनंतर, Apple ने टचस्क्रीन iPod Touch, कमी आकाराचे iPod Mini आणि iPod Nano आणि त्यानंतरच्या काही वर्षांत स्क्रीनलेस iPod शफल जारी केले.

आयफोन

ऍपलने 2005 मध्ये पहिल्या आयफोनवर काम सुरू केले आणि पहिला आयफोन 29 जून 2007 रोजी रिलीज झाला. आयफोनने अशी खळबळ उडवून दिली की एका सर्वेक्षणात असे दिसून आले आहे की दहापैकी सहा अमेरिकन लोकांना त्याच्या रिलीजबद्दल माहिती होती. टाईमने 2007 साठी "इन्व्हेन्शन ऑफ द इयर" म्हणून घोषित केले आणि 2010 मधील ऑल-टाइम 100 गॅझेट्सच्या यादीत, कम्युनिकेशनच्या श्रेणीमध्ये त्याचा समावेश केला. पूर्ण झालेल्या आयफोनमध्ये मल्टीमीडिया क्षमता होती आणि ते क्वाड-बँड टच स्क्रीन स्मार्टफोन म्हणून कार्य करते. एक वर्षानंतर, iPhone 3G जुलै 2008 मध्ये तीन प्रमुख वैशिष्ट्यांसह रिलीज झाला: GPS, 3G डेटा आणि ट्राय-बँड UMTS/HSDPA साठी समर्थन. जून 2009 मध्ये, iPhone 3GS, ज्याच्या सुधारणांमध्ये व्हॉइस कंट्रोल, एक चांगला कॅमेरा आणि एक वेगवान प्रोसेसर यांचा समावेश होता, फिल शिलरने सादर केला होता. आयफोन 4 मागील मॉडेल्सपेक्षा पातळ होता, 720p HD मध्ये व्हिडिओ रेकॉर्ड करण्यास सक्षम असलेला पाच मेगापिक्सेल कॅमेरा होता आणि व्हिडिओ कॉल्ससाठी दुय्यम फ्रंट-फेसिंग कॅमेरा जोडला होता. ऑक्टोबर 2011 मध्ये सादर करण्यात आलेल्या iPhone 4S चे प्रमुख वैशिष्ट्य म्हणजे सिरी, आवाज ओळखण्यास सक्षम असलेला आभासी सहाय्यक.

आयपॅड

iPad ही टॅबलेट संगणकांची iOS-आधारित ओळ आहे जी Apple द्वारे डिझाइन केलेली आणि विपणन केली जाते. पहिला iPad 3 एप्रिल 2010 रोजी रिलीझ करण्यात आला. वापरकर्ता इंटरफेस व्हर्च्युअल कीबोर्डसह डिव्हाइसच्या मल्टी-टच स्क्रीनभोवती तयार केला गेला आहे. iPad मध्ये अंगभूत वाय-फाय आणि निवडक मॉडेल्सवर सेल्युलर कनेक्टिव्हिटी समाविष्ट आहे. एप्रिल 2015 पर्यंत, 250 दशलक्ष पेक्षा जास्त आयपॅड विकले गेले आहेत.

वैयक्तिक जीवन

लग्न

1989 मध्ये, जॉब्स पहिल्यांदा त्यांची भावी पत्नी, लॉरेन पॉवेल यांना भेटले, जेव्हा त्यांनी स्टॅनफोर्ड ग्रॅज्युएट स्कूल ऑफ बिझनेसमध्ये व्याख्यान दिले, जिथे ती विद्यार्थिनी होती. कार्यक्रमानंतर लगेचच, त्याने सांगितले की लॉरेन "व्याख्यान हॉलमध्ये समोरच्या रांगेत होती, आणि मी तिच्यापासून माझी नजर हटवू शकलो नाही ... माझ्या विचारांची रेलचेल गमावत राहिलो आणि मला थोडे चक्कर येऊ लागले. " व्याख्यानानंतर, तो तिला पार्किंगमध्ये भेटला आणि तिला जेवणासाठी आमंत्रित केले. त्या क्षणापासून ते आयुष्यभर काही किरकोळ अपवादांसह एकत्र होते.

1990 च्या नवीन वर्षाच्या दिवशी "एक मुठीभर ताज्या पिकलेल्या रानफुलांसह" नोकरीचा प्रस्ताव ठेवला. त्यांनी 18 मार्च 1991 रोजी योसेमाइट नॅशनल पार्कमधील अहवाहनी हॉटेलमध्ये बौद्ध समारंभात लग्न केले. जॉब्सचे वडील पॉल आणि त्यांची बहीण मोना यांच्यासह पन्नास लोक उपस्थित होते. जॉब्सचे गुरू कोबुन चिनो ओटोगावा यांनी हा सोहळा आयोजित केला होता. व्हेगन वेडिंग केक योसेमाइटच्या हाफ डोमच्या आकारात होता आणि लग्नाचा शेवट हाईक आणि लॉरेनच्या भावांच्या स्नोबॉलच्या लढाईने झाला. जॉब्सने कथितरित्या मोनाला म्हटले: "तुम्ही बघा, मोना ... , लॉरेन जो नामथच्या वंशज आहेत आणि आम्ही जॉन मुइरचे वंशज आहोत."

जॉब्स आणि पॉवेल यांच्या पहिल्या मुलाचा, रीडचा जन्म सप्टेंबर 1991 मध्ये झाला. जॉब्सचे वडील, पॉल, दीड वर्षांनंतर, 5 मार्च 1993 रोजी मरण पावले. जॉब्सचे बालपणीचे घर पर्यटकांचे आकर्षण आहे आणि सध्या त्याची सावत्र आई (पॉलची दुसरी पत्नी), मर्लिन जॉब्स यांच्या मालकीची आहे.

जॉब्स आणि पॉवेल यांना आणखी दोन मुले होती, एरिन, त्यांचा जन्म ऑगस्ट 1995 मध्ये झाला आणि इव्ह, मे 1998 मध्ये जन्माला आला. हे कुटुंब पालो अल्टो, कॅलिफोर्निया येथे राहत होते. स्थानिक पातळीवर वाढलेल्या एका पत्रकाराने "पालो अल्टो मधील सर्वात भयानक हॅलोवीन सजावटीसह घराचे मालक असल्याचे लक्षात ठेवले ... मला त्याला पाहिल्याचे आठवत नाही. मी घाबरण्यात व्यस्त होतो."

एक अब्जाधीश असला तरी, जॉब्सने हे ओळखले की, बिल गेट्स प्रमाणेच, त्याने अट घातली होती की त्याचे बहुतेक आर्थिक संपत्ती त्याच्या मुलांसाठी सोडले जाणार नाही. दोन्ही पुरुषांनी त्यांच्या मुलांचा प्रवेश, वयानुसार, सोशल मीडिया, कॉम्प्युटर गेम्स आणि इंटरनेटपर्यंत मर्यादित ठेवला होता.

कुटुंब

क्रिसन ब्रेननने नमूद केले आहे की जॉब्सला ऍपलमधून बाहेर काढल्यानंतर, तिच्या आणि लिसाबद्दल "त्याच्या वागणुकीबद्दल त्याने अनेकदा माफी मागितली". ती म्हणाली की जॉब्स "म्हटले की त्याने कधीच जबाबदारी घेतली नाही, आणि त्याला खेद वाटला". तोपर्यंत

जॉब्सचे लिसासोबत घट्ट नाते निर्माण झाले होते आणि ती नऊ वर्षांची असताना जॉब्सने तिच्या जन्म प्रमाणपत्रावर तिचे नाव "लिसा ब्रेनन" वरून "लिसा ब्रेनन-जॉब्स" असे बदलले होते. जॉब्स आणि ब्रेनन. सह-पालक लिसा यांच्याशी कार्यरत नातेसंबंध विकसित केले, ज्याचे श्रेय ब्रेनन त्याच्या नव्याने सापडलेल्या जैविक बहीण, मोना सिम्पसनच्या प्रभावाला देते, ज्याने लिसा आणि जॉब्समधील नातेसंबंध दुरुस्त करण्यासाठी काम केले. जॉब्सला मोना सापडली. ऍपल सोडल्यानंतर लगेचच त्याची जन्मदात्री, जोआन शिबल सिम्पसन यांना प्रथम शोधून काढल्यानंतर.

तथापि, जॉब्सने त्याची दत्तक आई क्लाराच्या हयातीत त्याच्या जन्मदात्या कुटुंबाशी संपर्क साधला नाही. तो नंतर त्याचे अधिकृत चरित्रकार वॉल्टर आयझॅकसन सांगेल: "मला पॉल आणि क्लारा असे वाटावे असे मला कधीच वाटले नाही की मी त्यांना माझे पालक मानत नाही, कारण ते पूर्णपणे माझे पालक होते ... मी त्यांच्यावर इतके प्रेम केले की मी कधीच नाही. त्यांना माझ्या शोधाची माहिती मिळावी अशी माझी इच्छा होती, आणि जेव्हा त्यांच्यापैकी कोणालाही कळले तेव्हा मी पत्रकारांना गप्प बसायला सांगितले होते." तथापि, 1986 मध्ये, जॉब्स 31 वर्षांचे असताना, क्लाराला फुफ्फुसाचा कर्करोग झाल्याचे निदान झाले. त्याने तिच्यासोबत बराच वेळ घालवायला सुरुवात केली आणि तिची पार्श्वभूमी आणि दत्तक घेण्याबद्दल अधिक तपशील जाणून घेतला, ज्या माहितीने त्याला त्याची जैविक आई शोधण्यास प्रवृत्त केले. जॉब्सला त्याच्या जन्म प्रमाणपत्रावर सॅन फ्रान्सिस्कोच्या डॉक्टरचे नाव सापडले ज्यांच्याकडे ती गरोदर असताना शिबल वळली होती. जॉब्स जिवंत असताना डॉक्टरांनी मदत केली नसली तरी, जॉब्सच्या मृत्यूनंतर उघडण्यासाठी त्यांनी एक पत्र सोडले. त्यानंतर लगेचच त्याचा मृत्यू झाल्यामुळे जॉब्सला एक पत्र देण्यात आले ज्यामध्ये असे लिहिले होते की "त्याची आई विस्कॉन्सिनमधील जोआन शिबल नावाची अविवाहित पदवीधर विद्यार्थिनी होती."

क्लारा 1986 च्या सुरुवातीला मरण पावल्यानंतर आणि त्याचे वडील पॉल यांच्याकडून परवानगी मिळाल्यानंतर जॉब्सने शिबलशी संपर्क साधला. याव्यतिरिक्त, पॉलबद्दल आदर म्हणून, त्याने मीडियाला त्याच्या शोधाची बातमी न देण्यास सांगितले. जॉब्सने सांगितले की कुतूहल आणि गरज या दोन्ही गोष्टींमुळे "ती बरी आहे की नाही हे पाहण्यासाठी आणि तिचे आभार मानण्यासाठी त्याला त्याची जन्मदात्री शोधण्यासाठी प्रेरणा मिळाली, कारण मला आनंद आहे की मी गर्भपात केला नाही. ती तेवीस वर्षांची होती. आणि तिने मला मिळवण्यासाठी खूप प्रयत्न केले." शिबल त्यांच्या पहिल्या भेटीत भावूक झाली होती (जरी ती ऍपलचा इतिहास किंवा त्यात जॉब्सच्या भूमिकेशी परिचित नव्हती) आणि तिला सांगितले की तिच्यावर स्वाक्षरी करण्यासाठी दबाव टाकण्यात आला होता. दत्तक कागदपत्रे. ती म्हणाली की तिला सोडून दिल्याबद्दल तिला पश्चाताप झाला आणि त्यासाठी वारंवार त्याची माफी मागितली. जॉब्स आणि शिबल त्यांच्या उर्वरित आयुष्यभर मैत्रीपूर्ण संबंध निर्माण करतील आणि ख्रिसमस एकत्र घालवतील.

या पहिल्या भेटीदरम्यान, शिबलने जॉब्सला सांगितले की त्याला मोना नावाची एक बहीण आहे, तिला भाऊ असल्याची माहिती नव्हती. त्यानंतर Schieble ने त्यांना न्यूयॉर्कमध्ये भेटण्याची व्यवस्था केली जिथे मोना काम करत होती. जॉब्सबद्दल तिची पहिली छाप अशी होती की "तो पूर्णपणे सरळ आणि सुंदर होता, फक्त एक सामान्य आणि गोड माणूस होता." सिम्पसन आणि जॉब्स नंतर एकमेकांना जाणून घेण्यासाठी लांब फिरायला गेले. 289 जॉब्सने नंतर त्यांच्या चरित्रकाराला सांगितले की, "मोनाला तिच्या आयुष्यात मला मिळाल्याबद्दल आणि तिची आई माझ्याबद्दल इतकी भावनिक प्रेमळ असल्यामुळे ती सुरुवातीला पूर्णपणे रोमांचित झाली नव्हती... जसजसे आम्ही एकमेकांना ओळखत गेलो, तसतसे आम्ही खरोखर चांगले मित्र बनलो आणि ती माझी आहे. कुटुंब. मला माहित नाही की मी तिच्याशिवाय काय करू. मी एका चांगल्या बहिणीची कल्पना करू शकत नाही. माझी दत्तक बहीण, पॅटी आणि मी कधीही जवळ नव्हतो."

मी एकुलता एक मुलगा म्हणून वाढलो, एकाच आईसोबत. कारण आम्ही गरीब होतो आणि मला माहित होते की माझे वडील सीरियातून स्थलांतरित झाले आहेत, मी कल्पना केली की ते ओमर शरीफसारखे दिसत होते. मला आशा होती की तो श्रीमंत आणि दयाळू असेल आणि आमच्या आयुष्यात येईल (आणि आमचे अद्याप सुसज्ज अपार्टमेंट नाही) आणि आम्हाला मदत करेल. नंतर, मी माझ्या वडिलांना भेटल्यानंतर, मी विश्वास ठेवण्याचा प्रयत्न केला की त्यांनी त्यांचा नंबर बदलला आहे आणि फॉरवर्डिंग पत्ता सोडला नाही कारण ते एक आदर्शवादी क्रांतिकारक होते, अरब लोकांसाठी नवीन जगाची योजना आखत होते. एक स्त्रीवादी म्हणूनही, माझे संपूर्ण आयुष्य मी अशा एका माणसाच्या प्रेमाची वाट पाहत होते, जो माझ्यावर प्रेम करू शकेल. अनेक दशकांपासून मला वाटलं होतं की माणूस माझा बाप असेल. जेव्हा मी 25 वर्षांचा होतो, तेव्हा मी त्या माणसाला भेटलो, आणि तो माझा भाऊ होता.

-मोना सिम्पसन

त्यानंतर जॉब्सने त्याचा कौटुंबिक इतिहास जाणून घेतला. त्याला दत्तक घेण्यास सोडल्यानंतर सहा महिन्यांनी, शिबलचे वडील मरण पावले, तिने जांदालीशी लग्न केले आणि त्यांना मोना नावाची मुलगी झाली. जांदाली सांगतात की पीएचडी पूर्ण केल्यानंतर तो काम करण्यासाठी सीरियाला परतला आणि मग शिबल त्याला सोडून गेला. 1962 मध्ये त्यांचा घटस्फोट झाला आणि त्याने सांगितले की नंतर काही काळासाठी त्याचा मोनाशी संपर्क तुटला:

माझी मुलगी चार वर्षांची असताना तिच्यापासून दूर राहण्याची जबाबदारीही मी उचलतो, कारण मी सीरियाला गेल्यावर तिच्या आईने मला घटस्फोट दिला होता, पण 10 वर्षांनंतर आमचा पुन्हा संपर्क झाला. जेव्हा तिची आई गेली तेव्हा आमचा पुन्हा संपर्क तुटला आणि ती

कुठे होती हे मला माहीत नव्हते, पण 10 वर्षांपूर्वीपासून आम्ही सतत संपर्कात होतो आणि मी तिला वर्षातून तीन वेळा पाहतो. मी गेल्या वर्षी तिच्यासाठी सीरिया आणि लेबनॉनला भेट देण्यासाठी ट्रिप आयोजित केली होती आणि ती फ्लोरिडा येथील एका नातेवाईकासोबत गेली होती.

काही वर्षांनंतर, शिबलने बर्फ स्केटिंग शिक्षक जॉर्ज सिम्पसनशी लग्न केले. मोना जंदालीने तिच्या सावत्र वडिलांचे आडनाव मोना सिम्पसन असे घेतले. 1970 मध्ये, तिच्या दुसऱ्या पतीशी घटस्फोट घेतल्यानंतर, शिबल मोनाला लॉस एंजेलिस येथे घेऊन गेली आणि तिला एकटीने वाढवले.

जेव्हा सिम्पसनला कळले की त्यांचे वडील, अब्दुलफत्ताह जंदाली, सॅक्रामेंटो, कॅलिफोर्निया येथे राहत होते, तेव्हा जॉब्सना त्यांना भेटण्यात रस नव्हता कारण त्यांचा असा विश्वास होता की जंदाली आपल्या मुलांशी चांगली वागणूक देत नाही आणि कथितरित्या जंदालीच्या त्याग करण्याबद्दल सिएटल टाइम्सचा लेख सापडल्यामुळे 1974 मध्ये इजिप्तच्या सहलीवर गेलेले त्यांचे विद्यार्थी. 5 सिम्पसन एकटाच सॅक्रामेंटोला गेला आणि एका छोट्या रेस्टॉरंटमध्ये काम करणाऱ्या जंदालीला भेटला. ते बरेच तास बोलले आणि त्याने तिला सांगितले की त्याने रेस्टॉरंट व्यवसायासाठी शिकवणे सोडले आहे. तो म्हणाला की त्याने आणि शिबलने दुसरे मूल दत्तक घेण्यासाठी दिले होते पण "आम्ही ते बाळ पुन्हा कधीच दिसणार नाही. ते बाळ गेले आहे." तो म्हणाला की त्याने एकदा सॅन जोसजवळ एक भूमध्यसागरीय रेस्टॉरंट व्यवस्थापित केले होते आणि "सर्व यशस्वी तंत्रज्ञानाचे लोक तिथे यायचे. अगदी स्टीव्ह जॉब्स... अरे हो, तो आत यायचा, आणि तो एक गोड माणूस आणि मोठा टिपर होता. ." जॉब्सच्या विनंतीनुसार, सिम्पसनने जांदालीला सांगितले नाही की ती त्याच्या मुलाला भेटली आहे.

भेटीबद्दल ऐकल्यानंतर, जॉब्सने आठवले की "हे आश्चर्यकारक होते ... मी त्या रेस्टॉरंटमध्ये काही वेळा गेलो होतो, आणि मला आठवते की मालकाला भेटलो होतो. तो सीरियन होता. बाल्डिंग. आम्ही हस्तांदोलन केले." तथापि, जॉब्सला अजूनही जांदालीला भेटायचे नव्हते कारण "मी तोपर्यंत एक श्रीमंत माणूस होतो, आणि मला ब्लॅकमेल करण्याचा किंवा प्रेसमध्ये न जाण्याचा त्याच्यावर विश्वास नव्हता... मी मोनाला त्याला न सांगण्यास सांगितले. माझ्याबद्दल." जंदालीने नंतर एका ऑनलाइन ब्लॉगद्वारे जॉब्सशी त्यांचे नाते शोधले. त्यानंतर त्याने सिम्पसनशी संपर्क साधला आणि "स्टीव्ह जॉब्सबद्दल ही गोष्ट काय आहे?" सिम्पसनने त्याला सांगितले की ते खरे आहे आणि नंतर टिप्पणी केली, "माझे वडील विचारशील आणि सुंदर कथाकार आहेत, परंतु ते खूप, अतिशय निष्क्रिय आहेत ... त्यांनी स्टीव्हशी कधीही संपर्क साधला नाही." कारण सिम्पसनने स्वतः तिच्या सीरियन मुळांवर संशोधन केले आणि कुटुंबाला भेटायला सुरुवात केली, तिने गृहीत धरले की जॉब्स अखेरीस त्यांच्या वडिलांना भेटू इच्छितात, परंतु त्यांनी कधीही केले नाही. जॉब्सने देखील त्याच्या सीरियन वारसा किंवा मध्य पूर्वमध्ये कधीही स्वारस्य दाखवले नाही. सिम्पसनने तिच्या 1992 मधील द लॉस्ट फादर या कादंबरीत त्यांच्या वडिलांचा शोध काल्पनिक केला आहे. मलेक जंदाली हा त्यांचा चुलत भाऊ आहे.

परोपकार

परोपकार आणि धर्मादाय विषयी जॉब्सची मते आणि कृती हे सार्वजनिक रहस्य आहे. त्याच्या अधूनमधून सार्वजनिकरित्या ज्ञात असलेल्या अशा काही कृतींबद्दल त्याने गोपनीयता राखली. श्रीमंत आणि शक्तिशाली लोकांच्या सामाजिक दायित्वांबद्दल सार्वजनिक चर्चांमध्ये ते प्रमुख व्यक्तिमत्व होते. त्याच्या कारकिर्दीद्वारे, मीडियाने त्याची आणि ॲपलची तपासणी केली आणि टीका केली की ते शक्तिशाली नेते आणि विशेषतः अब्जाधीशांमध्ये असामान्य आणि अनाकलनीयपणे अनाकलनीय किंवा अनुपस्थित आहेत. त्याचे नाव सर्व मोठ्या जागतिक परोपकाराच्या दशलक्ष डॉलरच्या यादीत अनुपस्थित आहे. 295 काहींनी मोठ्या अनामिक देणग्यांमध्ये त्याच्या संभाव्य गुप्त भूमिकेबद्दल अनुमान काढले आहे.

जोन बेझ, ॲपल आणि जॉब्सचे माजी धर्मादाय नेते मार्क व्हर्मिलिओन यांनी, जॉब्सच्या आजीवन थेट दान कमी करण्याचे श्रेय त्याच्या परिपूर्णता आणि मर्यादित वेळेला दिले. जॉब्स, व्हर्मिलियन आणि समर्थकांनी गेल्या काही वर्षांत सांगितले की कॉर्पोरेट उत्पादने जॉब्सचे संस्कृती आणि समाजासाठी थेट दान करण्याऐवजी उत्कृष्ट योगदान होते. 1985 मध्ये, जॉब्स म्हणाले, "तुम्हाला माहिती आहे की, या पैशाच्या गोष्टीबद्दल माझी मुख्य प्रतिक्रिया ही आहे की ती विनोदी आहे, त्याकडे सर्वांचे लक्ष आहे, कारण माझ्या बाबतीत घडलेली ही सर्वात अभ्यासपूर्ण किंवा मौल्यवान गोष्ट नाही."

Apple सोडल्यानंतर लवकरच, त्यांनी स्टीव्हन पी. जॉब्स फाउंडेशनची स्थापना केली, ज्याचे नेतृत्व मार्क वर्मिलियनने केले, Apple च्या समुदायाच्या नेतृत्वापासून दूर. जॉब्सला पोषण आणि शाकाहारावर लक्ष केंद्रित करायचे होते पण वर्मिलियनला सामाजिक उद्योजकता हवी होती. त्या वर्षी, जॉब्सने लवकरच NeXT लाँच केले आणि कोणताही परिणाम न होता फाउंडेशन बंद केले. 1997 मध्ये ॲपलमध्ये परतल्यावर, जॉब्सने अयशस्वी झालेल्या कंपनीला सर्व परोपकारी कार्यक्रम काढून टाकणे, कधीही पुनर्संचयित न करणे यासारख्या मुख्य भागासाठी अनुकूल केले. 2007 मध्ये, स्टॅनफोर्ड सोशल इनोव्हेशन रिव्ह्यू मासिकाने ॲपलला "अमेरिकेतील सर्वात कमी परोपकारी कंपन्यांमध्ये" सूचीबद्ध केले. दुस-या निरागस बातम्यांनंतर काही महिन्यांनी, ॲपलने कर्मचाऱ्यांच्या धर्मादाय भेटवस्तूंची जुळवाजुळव करण्यासाठी एक कार्यक्रम सुरू केला. 2010 मध्ये वॉरन बफेट आणि बिल गेट्स यांनी सहकारी अब्जाधीशांसाठी सुरू केलेल्या द गिव्हिंग प्लेजवर स्वाक्षरी करण्यास जॉब्सने नकार दिला आहे. 295 294 त्यांनी स्टॅनफोर्ड हॉस्पिटलला $50 दशलक्ष देणगी दिली आणि एड्स बरा करण्याच्या प्रयत्नांना हातभार लावला. 296 बोनो यांनी आफ्रिकेतील एड्स आणि एचआयव्ही मदत कार्यक्रमांना जॉब्स सीईओ असताना

ऍपलने "दशलक्ष डॉलर्स" दिल्याची नोंद केली, ज्यामुळे इतर कंपन्यांना सामील होण्यासाठी प्रेरणा मिळाली.

सन्मान आणि पुरस्कार

ग्राफिसॉफ्ट पार्क, बुडापेस्ट येथे नोकरीचा पुतळा

1985: नॅशनल मेडल ऑफ टेक्नॉलॉजी (स्टीव्ह वोझ्निनयाकसह), अमेरिकेचे अध्यक्ष रोनाल्ड रीगन यांनी प्रदान केले

1987: सार्वजनिक सेवेसाठी जेफरसन पुरस्कार

1989: इंक द्वारा दशकातील उद्योजक.

1991: रीड कॉलेजकडून हॉवर्ड व्होलम पुरस्कार

2004-2010: पाच वेगवेगळ्या प्रसंगी जगातील 100 सर्वात प्रभावशाली व्यक्तींची यादी केली. उद्धरण आवश्यक

2007: फॉर्च्यून मासिकाने व्यवसायातील सर्वात शक्तिशाली व्यक्ती म्हणून नाव दिले

2007: कॅलिफोर्निया म्युझियम फॉर हिस्ट्री, वुमेन अँड द आर्ट्स येथे असलेल्या कॅलिफोर्निया हॉल ऑफ फेममध्ये समावेश

2012: ग्रॅमी ट्रस्टीज अवॉर्ड, ज्यांनी संगीत उद्योगावर परफॉर्मन्सशी संबंधित नसलेल्या क्षेत्रात प्रभाव टाकला त्यांच्यासाठी हा पुरस्कार

2012: त्यांच्या संपूर्ण कारकिर्दीत नाविन्यपूर्णतेच्या वचनबद्धतेबद्दल त्यांना मरणोत्तर एडिसन अचिव्हमेंट पुरस्काराने सन्मानित करण्यात आले.

2013: डिस्ने लीजेंड म्हणून मरणोत्तर समावेश

2017: ऍपल पार्क येथे स्टीव्ह जॉब्स थिएटर उघडले

2022: अमेरिकेचे अध्यक्ष जो बिडेन यांच्या हस्ते मरणोत्तर स्वातंत्र्य पदक प्रदान करण्यात आले.

९
वॉरन बफेट

वॉरन बफेट

Top Richest People

Scan for Story Videos - www.itibook.com

वॉरेन एडवर्ड बफे; जन्म ऑगस्ट 30, 1930) एक अमेरिकन व्यावसायिक, गुंतवणूकदार आणि परोपकारी आहे. ते सध्या बर्कशायर हॅथवेचे अध्यक्ष आणि सीईओ आहेत. तो जगातील सर्वात यशस्वी गुंतवणूकदारांपैकी एक आहे आणि ऑगस्ट 2022 पर्यंत त्याची एकूण संपत्ती $103 अब्जाहून अधिक आहे, ज्यामुळे तो जगातील सातव्या-श्रीमंत व्यक्ती बनला आहे.

बफेट यांचा जन्म ओमाहा, नेब्रास्का येथे झाला. त्याने तरुणपणात व्यवसायात आणि गुंतवणुकीत रस निर्माण केला, अखेरीस १९४७ मध्ये पेनसिल्व्हेनिया विद्यापीठाच्या व्हार्टन स्कूलमध्ये प्रवेश केला आणि १९ व्या वर्षी नेब्रास्का विद्यापीठातून पदवी प्राप्त केली. पुढे तो कोलंबिया बिझनेस स्कूलमधून पदवीधर झाला, जिथे त्याने मोल्डिंग केले. बेंजामिन ग्रॅहम यांनी सुरू केलेल्या मूल्य गुंतवणुकीच्या संकल्पनेभोवती त्यांचे गुंतवणूक तत्त्वज्ञान. त्याच्या अर्थशास्त्राच्या पार्श्वभूमीवर लक्ष केंद्रित करण्यासाठी त्यांनी न्यूयॉर्क इन्स्टिट्यूट ऑफ फायनान्समध्ये प्रवेश घेतला आणि लवकरच ग्रॅहमसह विविध व्यवसाय भागीदारी सुरू केल्या. त्यांनी 1956 मध्ये Buffett Partnership, Ltd ची स्थापना केली आणि त्यांच्या फर्मने अखेरीस बर्कशायर हॅथवे नावाची कापड उत्पादन कंपनी विकत घेतली, ज्याचे नाव एक वैविध्यपूर्ण होल्डिंग कंपनी तयार करण्यासाठी गृहीत धरले. 1978 मध्ये, चार्ली मुंगेर बफेट उपाध्यक्ष म्हणून सामील झाले.

बफे हे 1970 पासून बर्कशायर हॅथवेचे अध्यक्ष आणि सर्वात मोठे भागधारक आहेत. जागतिक प्रसारमाध्यमांद्वारे त्याला "ओराकल" किंवा ओमाहाचे "सेज" म्हणून संबोधले जाते. तो किमतीच्या गुंतवणुकीचे पालन करण्यासाठी आणि त्याच्याकडे प्रचंड संपत्ती असूनही त्याच्या वैयक्तिक काटकसरीसाठी प्रख्यात आहे.

बफे हे एक परोपकारी आहेत, त्यांनी त्यांच्या संपत्तीपैकी ९९ टक्के परोपकारी कारणांसाठी, प्रामुख्याने बिल आणि मेलिंडा गेट्स फाउंडेशनच्या माध्यमातून देण्याचे वचन दिले आहे. त्यांनी बिल गेट्ससोबत 2010 मध्ये द गिव्हिंग प्लेजची स्थापना केली, ज्याद्वारे अब्जाधीश त्यांच्या संपत्तीपैकी किमान अर्धा भाग देण्याचे वचन देतात.

बफेट यांचा जन्म 1930 मध्ये ओमाहा, नेब्रास्का येथे झाला, तीन मुलांपैकी दुसरा आणि लीला (née Stahl) आणि काँग्रेसमॅन हॉवर्ड बफेट यांचा एकुलता एक मुलगा. रोझ हिल एलिमेंटरी स्कूलमध्ये त्यांचे शिक्षण सुरू झाले. 1942 मध्ये, त्याचे वडील युनायटेड स्टेट्स काँग्रेसमध्ये चारपैकी पहिल्या टर्मसाठी निवडून आले आणि आपल्या कुटुंबासह वॉशिंग्टन, डीसी येथे गेल्यानंतर, वॉरेनने प्राथमिक शाळा पूर्ण केली, ॲलिस डील ज्युनियर हायस्कूलमध्ये शिक्षण घेतले आणि वुड्रो विल्सन हायस्कूलमधून पदवी प्राप्त केली. 1947 मधील शाळा, जिथे त्यांचे ज्येष्ठ वर्षपुस्तक चित्र असे: "गणित आवडते; भविष्यातील स्टॉक ब्रोकर." हायस्कूल पूर्ण केल्यानंतर आणि त्याच्या बाजूच्या उद्योजकीय आणि गुंतवणूक उपक्रमांमध्ये यश मिळवल्यानंतर, बफेटला कॉलेज सोडून थेट व्यवसायात जाण्याची इच्छा होती परंतु त्याच्या वडिलांनी खोडून काढले.

बफे यांनी तरुण वयातच व्यवसाय आणि गुंतवणुकीत रस दाखवला. वयाच्या सातव्या वर्षी ओमाहा पब्लिक लायब्ररीतून घेतलेल्या एका पुस्तकातून त्याला प्रेरणा मिळाली, वन हजार वेज टू कमाई $1000. बफेच्या सुरुवातीच्या बालपणातील बरीच वर्षे उद्योजकीय उपक्रमांनी सजीव झाली. त्याच्या पहिल्या व्यावसायिक उपक्रमांपैकी एकामध्ये, बफेने च्युइंगम, कोका-कोलाच्या बाटल्या आणि साप्ताहिक मासिके घरोघरी विकली. तो आजोबांच्या किराणा दुकानात कामाला होता. हायस्कूलमध्ये असतानाच, त्याने वर्तमानपत्रे वितरित करणे, गोल्फ बॉल आणि स्टॅम्प विकणे आणि कारचे तपशील, इतर मार्गांसोबत पैसे कमवले. 1944 मध्ये त्यांच्या पहिल्या आयकर रिटर्नवर, बफेने त्यांच्या सायकल आणि घड्याळाच्या वापरासाठी त्यांच्या कागदी मार्गावर $35 वजावट घेतली. 1945 मध्ये, हायस्कूल सोफोमोर म्हणून, बफे आणि मित्राने वापरलेले पिनबॉल मशीन खरेदी करण्यासाठी $25 खर्च केले, जे त्यांनी स्थानिक न्हाव्याच्या दुकानात ठेवले. काही महिन्यांतच, ओमाहामधील तीन वेगवेगळ्या नाईच्या दुकानांमध्ये त्यांच्याकडे अनेक मशीन्स होत्या. त्यांनी वर्षाच्या उत्तरार्धात हा व्यवसाय $1,200 ला

एका युद्धातील अनुभवी व्यक्तीला विकला.

गुंतवणूकदार बेंजामिन ग्रॅहम यांनी तरुण बफेवर प्रभाव टाकला

बफेची शेअर बाजारातील स्वारस्य आणि गुंतवणुकीचे शाळकरी दिवस त्यांनी त्यांच्या वडिलांच्या स्वतःच्या ब्रोकरेज कार्यालयाजवळ असलेल्या प्रादेशिक स्टॉक ब्रोकरेजच्या ग्राहकांच्या विश्रामगृहात घालवले. वयाच्या दहाव्या वर्षी न्यू यॉर्क शहराच्या सहलीवर, त्याने न्यूयॉर्क स्टॉक एक्सचेंजला भेट देण्याचे ठरवले. 11 व्या वर्षी, त्याने स्वतःसाठी सिटी सर्व्हिस प्रीफर्ड चे तीन शेअर्स विकत घेतले आणि तीन त्याची बहीण डोरिस बफेट (जी एक परोपकारी देखील बनली) साठी विकत घेतली. 15 व्या वर्षी, वॉरनने वॉशिंग्टन पोस्ट वृत्तपत्रे वितरित करण्यासाठी $175 पेक्षा जास्त मासिक कमावले. हायस्कूलमध्ये, त्याने आपल्या वडिलांच्या मालकीच्या व्यवसायात गुंतवणूक केली आणि एका भाडेकरू शेतकऱ्याने 40 एकर शेत विकत घेतले. त्याने 14 वर्षांचा असताना त्याच्या बचतीपैकी $1,200 ने जमीन खरेदी केली. कॉलेज संपेपर्यंत, बफेने $9,800 बचत जमा केली होती (आज सुमारे $112,000).

1947 मध्ये, बफेने पेनसिल्व्हेनिया विद्यापीठाच्या व्हार्टन स्कूलमध्ये प्रवेश केला. त्याने त्याच्या व्यवसायावर लक्ष केंद्रित करणे पसंत केले असते, परंतु त्याच्या वडिलांनी त्याच्यावर नोंदणी करण्यासाठी दबाव आणला. वॉरनने तेथे दोन वर्षे शिक्षण घेतले आणि अल्फा सिग्मा फी बंधुत्वात सामील झाले. त्यानंतर त्यांनी नेब्रास्का विद्यापीठात बदली केली जेथे 19 व्या वर्षी त्यांनी व्यवसाय प्रशासनात विज्ञान पदवी प्राप्त केली. हार्वर्ड बिझनेस स्कूलने नाकारल्यानंतर, बेंजामिन ग्रॅहम तेथे शिकवतात हे कळल्यावर बफेने कोलंबिया विद्यापीठाच्या कोलंबिया बिझनेस स्कूलमध्ये प्रवेश घेतला. त्यांनी 1951 मध्ये कोलंबियामधून अर्थशास्त्रात विज्ञान विषयात पदव्युत्तर पदवी मिळवली. पदवीधर झाल्यानंतर, बफेट यांनी न्यूयॉर्क इन्स्टिट्यूट ऑफ फायनान्समध्ये प्रवेश घेतला.

गुंतवणुकीच्या मूळ कल्पना म्हणजे शेअर्सकडे व्यवसाय म्हणून पाहणे, बाजारातील चढउतार तुमच्या फायद्यासाठी वापरणे आणि सुरक्षिततेचा मार्जिन मिळवणे. बेन ग्रॅहमने आम्हाला तेच शिकवले. आजपासून शंभर वर्षांनी ते अजूनही गुंतवणुकीचे आधारस्तंभ असतील.

व्यवसाय करिअर

सुरुवातीच्या व्यावसायिक कारकीर्द

बफेट यांनी 1951 ते 1954 पर्यंत बफेट-फॉक अँड कंपनी येथे गुंतवणूक सेल्समन म्हणून काम केले; 1954 ते 1956 पर्यंत ग्रॅहम-न्यूमन कॉर्प. येथे सिक्युरिटीज विश्लेषक म्हणून; 1956 ते 1969 पर्यंत बफेट पार्टनरशिप, लिमिटेड येथे सामान्य भागीदार म्हणून; आणि 1970 पासून Berkshire Hathaway Inc चे अध्यक्ष आणि CEO म्हणून.

1951 मध्ये, 30 बफे यांनी शोधून काढले की ग्रॅहम GEICO विमा मंडळावर आहेत. एका शनिवारी वॉशिंग्टन, डीसीला ट्रेन घेऊन, एका रखवालदाराने त्याला दाखल करेपर्यंत त्याने GEICO च्या मुख्यालयाचा दरवाजा ठोठावला. तेथे त्यांनी GEICO चे उपाध्यक्ष लोरीमर डेव्हिडसन यांची भेट घेतली आणि दोघांनी विमा व्यवसायावर तासन्तास चर्चा केली. डेव्हिडसन अखेरीस बफेटचा आजीवन मित्र आणि कायमचा प्रभाव बनला, आणि नंतर त्याला आठवेल की त्याला बफेट केवळ पंधरा मिनिटांनंतर एक "असामान्य माणूस" असल्याचे आढळले. बफेट यांना वॉल स्ट्रीटवर काम करायचे होते परंतु त्यांचे वडील आणि बेन ग्रॅहम या दोघांनीही त्यांना न करण्याची विनंती केली. त्याने ग्रॅहमसाठी विनामूल्य काम करण्याची ऑफर दिली, परंतु ग्रॅहमने नकार दिला.

बफेट ओमाहाला परतले आणि डेल कार्नेगी पब्लिक स्पीकिंग कोर्स घेत असताना स्टॉक ब्रोकर म्हणून काम केले. त्याने जे शिकले त्याचा वापर करून, त्याला नेब्रास्का-ओमाहा विद्यापीठात "गुंतवणूक तत्त्वे" नाईट क्लास शिकवण्यासाठी पुरेसा आत्मविश्वास वाटला. त्याच्या विद्यार्थ्यांचे सरासरी वय त्याच्या स्वतःच्या दुप्पट होते. या काळात त्यांनी बाजूची गुंतवणूक म्हणून सिंक्लेअर गॅस स्टेशन देखील खरेदी केले परंतु ते अयशस्वी ठरले.

1952 मध्ये, बफेने डंडी प्रेस्बिटेरियन चर्चमध्ये सुसान थॉम्पसनशी लग्न केले. पुढच्या वर्षी त्यांना पहिले मूल सुसान ॲलिस झाले. 1954 मध्ये, बफेट यांनी बेंजामिन ग्रॅहमच्या भागीदारीत नोकरी स्वीकारली. त्याचा सुरुवातीचा पगार वर्षाला $12,000 (आज सुमारे $121,000) होता. तेथे त्यांनी वॉल्टर श्लॉससोबत जवळून काम केले. ग्रॅहम एक कठोर बॉस होता. तो ठाम होता की स्टॉक त्यांच्या किंमती आणि त्यांचे अंतर्गत मूल्य यांच्यातील ट्रेड-ऑफचे वजन केल्यानंतर मोठ्या प्रमाणात सुरक्षितता प्रदान करतात. त्याच वर्षी बफेट्सना त्यांचे दुसरे अपत्य, हॉवर्ड ग्रॅहम झाले. 1956 मध्ये, बेंजामिन ग्रॅहम निवृत्त झाले आणि त्यांची भागीदारी बंद केली. यावेळी बफेची वैयक्तिक बचत $174,000 (आज सुमारे $1.73 दशलक्ष) पेक्षा जास्त होती आणि त्यांनी बफेट पार्टनरशिप लिमिटेड सुरू केली.

ओमाहा, नेब्रास्का येथे बफेचे घर आहे

1957 मध्ये, बफेने तीन भागीदारी चालवल्या. त्याने ओमाहा येथे पाच बेडरूमचे स्टुको घर विकत घेतले, जिथे तो अजूनही राहतो, $31,500 मध्ये. 1958 मध्ये बफेट्सचे तिसरे अपत्य पीटर अँड्रयू यांचा जन्म झाला. बफेने त्या वर्षी पाच भागीदारी चालवल्या. 1959 मध्ये, कंपनी सहा भागीदारीपर्यंत वाढली आणि बफेट भावी भागीदार चार्ली मुंगेरला भेटले. 1960 पर्यंत, बफेने सात भागीदारी चालवल्या. त्याने त्याच्या भागीदारांपैकी एका डॉक्टरला त्याच्या भागीदारीत प्रत्येकी 10,000 डॉलर्सची गुंतवणूक करण्यास इच्छुक असलेले दहा डॉक्टर शोधण्यास सांगितले. अखेरीस, अकरा जणांनी सहमती दर्शवली आणि बफेट यांनी त्यांच्या स्वतःच्या मूळ गुंतवणुकीसह त्यांचे पैसे केवळ

$100 मध्ये जमा केले.

1961 मध्ये, बफेने उघड केले की भागीदारीतील 35% मालमत्ता सॅनबॉर्न मॅप कंपनीमध्ये गुंतवली गेली. त्यांनी स्पष्ट केले की सॅनबॉर्न स्टॉक 1958 मध्ये केवळ $45 प्रति शेअरला विकला गेला, परंतु कंपनीचा गुंतवणूक पोर्टफोलिओ प्रति शेअर $65 इतका होता. याचा अर्थ असा होतो की सॅनबॉर्नच्या नकाशा व्यवसायाचे मूल्य "उणे $20" असे होते. बफेटने अखेरीस एक सक्रिय गुंतवणूकदार म्हणून कंपनीचे 23% थकबाकीदार समभाग खरेदी केले, संचालक मंडळावर स्वत:साठी जागा मिळवली आणि 44% समभागांवर नियंत्रण ठेवण्यासाठी इतर असमाधानी भागधारकांशी सहयोग केला. प्रॉक्सी भांडण टाळण्यासाठी, बोर्डाने त्याच्या गुंतवणूक पोर्टफोलिओच्या काही भागासह पैसे देऊन वाजवी मूल्यावर शेअर्सची पुनर्खरेदी करण्याची ऑफर दिली. थकबाकीदार समभागांपैकी 77% वाटप करण्यात आले. बफेट यांनी केवळ दोन वर्षांत गुंतवणुकीवर 50% परतावा मिळवला होता.

बर्कशायर गृहीत धरून

1962 मध्ये, बफे त्याच्या भागीदारीमुळे लक्षाधीश बनले, ज्यात जानेवारी 1962 मध्ये $7,178,500 पेक्षा जास्त होते, ज्यापैकी $1,025,000 पेक्षा जास्त बफेचे होते. त्याने या भागीदारी एकात विलीन केल्या. बफेट यांनी गुंतवले आणि अखेरीस बर्कशायर हॅथवे या कापड उत्पादक कंपनीचे नियंत्रण घेतले. त्याने बर्कशायरमधील सीबरी स्टॅंटन या मालकाकडून शेअर्स खरेदी करण्यास सुरुवात केली, ज्याला त्याने नंतर काढून टाकले. बफेटच्या भागीदारींनी प्रति शेअर $7.60 या दराने शेअर्स खरेदी करण्यास सुरुवात केली. 1965 मध्ये, जेव्हा बफेटच्या भागीदारींनी बर्कशायरला आक्रमकपणे खरेदी करण्यास सुरुवात केली, तेव्हा त्यांनी प्रति शेअर $14.86 दिले, तर कंपनीचे खेळते भांडवल $19 प्रति शेअर होते. यामध्ये स्थिर मालमत्तेचे मूल्य (कारखाना आणि उपकरणे) समाविष्ट नव्हते. बफेट यांनी बोर्डाच्या बैठकीत बर्कशायर हॅथवेचा ताबा घेतला आणि कंपनी चालवण्यासाठी नवीन अध्यक्ष केन चेस यांना नियुक्त केले. 1966 मध्ये, बफेने नवीन पैशासाठी भागीदारी बंद केली. त्यांनी नंतर दावा केला की कापड व्यवसाय हा त्यांचा सर्वात वाईट व्यापार होता. त्यानंतर त्यांनी हा व्यवसाय विमा क्षेत्रात हलवला आणि, 1985 मध्ये, बर्कशायर हॅथवेचा मुख्य व्यवसाय असलेल्या शेवटच्या गिरण्या विकल्या गेल्या.

दुसऱ्या पत्रात, बफेटने खाजगी व्यवसायात त्यांची पहिली गुंतवणूक जाहीर केली - हॉचस्चाइल्ड, कोहन अँड को, एक खाजगी मालकीचे बाल्टिमोर डिपार्टमेंट स्टोअर. 1967 मध्ये, बर्कशायरने 10 सेंटचा पहिला आणि एकमेव लाभांश दिला. 1969 मध्ये, बफेट यांनी भागीदारी रद्द केली आणि बर्कशायर हॅथवेच्या समभागांसह त्यांची मालमत्ता त्यांच्या भागीदारांना हस्तांतरित केली. 1970 मध्ये, बफेट यांनी भागधारकांना त्यांचे आताचे प्रसिद्ध वार्षिक पत्र लिहायला सुरुवात केली. तो केवळ त्याच्या $50,000 प्रति वर्ष पगारावर आणि त्याच्या बाहेरील गुंतवणुकीच्या उत्पन्नावर जगला.

1973 मध्ये, बर्कशायरने वॉशिंग्टन पोस्ट कंपनीमध्ये स्टॉक घेण्यास सुरुवात केली. कंपनी आणि तिचे प्रमुख वृत्तपत्र नियंत्रित करणाऱ्या कॅथरिन ग्रॅहम यांच्याशी बफे यांची घनिष्ठ मैत्री झाली आणि ते त्यांच्या मंडळात सामील झाले. 1974 मध्ये, SEC ने बफेट आणि बर्कशायरच्या हितसंबंधांच्या संभाव्य संघर्षामुळे, वेस्को फायनान्शिअलच्या संपादनाची औपचारिक चौकशी सुरू केली. कोणतेही शुल्क आकारले गेले नाही. 1977 मध्ये, बर्कशायरने अप्रत्यक्षपणे बफेलो इव्हनिंग न्यूज $32.5 दशलक्षमध्ये खरेदी केली. त्याच्या प्रतिस्पर्धी, बफेलो कुरिअर-एक्सप्रेसने भडकावून अविश्वास शुल्क सुरू केले. 1982 मध्ये कुरिअर-एक्सप्रेस फोल्ड होईपर्यंत दोन्ही पेपर्सचे पैसे गमावले.

1979 मध्ये, बर्कशायरने ABC मध्ये स्टॉक घेण्यास सुरुवात केली. कॅपिटल सिटीजने 18 मार्च 1985 रोजी ABC ची $3.5 अब्ज खरेदीची घोषणा केली, ज्यामुळे मीडिया उद्योगाला आश्चर्य वाटले, कारण ABC त्यावेळी कॅपिटल सिटीजपेक्षा चारपट मोठा होता. बफेट यांनी एकत्रित कंपनीतील 25% भागभांडवलाच्या बदल्यात या करारासाठी वित्तपुरवठा करण्यास मदत केली. कॅपिटल सिटीज/एबीसी (किंवा कॅपसिटीज/एबीसी) या नावाने ओळखल्या जाणाऱ्या नव्याने विलीन झालेल्या कंपनीला फेडरल कम्युनिकेशन्स कमिशनच्या मालकी नियमांमुळे काही स्टेशन्स विकण्यास भाग पाडले गेले. दोन्ही कंपन्यांकडे एकाच मार्केटमधील अनेक रेडिओ स्टेशन्सचीही मालकी होती.

1987 मध्ये, बर्कशायर हॅथवेने सॉलोमन इंक. मधील 12% भागभांडवल खरेदी केले, ज्यामुळे ते सर्वात मोठे शेअरहोल्डर आणि बफे एक संचालक बनले. 1990 मध्ये, जॉन गुटफ्रेंड (सलोमन ब्रदर्सचे माजी सीईओ) यांचा समावेश असलेला एक घोटाळा समोर आला. एक बदमाश व्यापारी, पॉल मोझर, ट्रेझरी नियमांद्वारे परवानगी असलेल्यापेक्षा जास्त बोली सादर करत होता. ही बाब गुटफ्रेंडच्या निदर्शनास आणून दिली असता, त्यांनी त्या बदमाश व्यापाऱ्याला तत्काळ निलंबित केले नाही. गुटफ्रेंडने ऑगस्ट 1991 मध्ये कंपनी सोडली. संकट संपेपर्यंत बफेट सॉलोमनचे अध्यक्ष झाले.

1988 मध्ये, बफेटने कोका-कोला कंपनीचा स्टॉक विकत घेण्यास सुरुवात केली, शेवटी कंपनीचा 7% भाग $1.02 बिलियनमध्ये खरेदी केला. हे बर्कशायरच्या सर्वात किफायतशीर गुंतवणुकीपैकी एक ठरेल आणि ते अजूनही आहे.

29 मे 1990 रोजी बर्कशायर हॅथवेने वर्ग A चे शेअर्स विकण्यास सुरुवात केली तेव्हा बफे अब्जाधीश बनले आणि बाजार $7,175 प्रति शेअर वर बंद झाला. 1998 मध्ये त्यांनी जनरल रे (जनरल रे) एक उपकंपनी म्हणून विकत घेतले ज्यामध्ये अडचणी आल्या—रॅशनल वॉक इन्व्हेस्टमेंट वेबसाइटनुसार, "अंडररायटिंग मानके अपुरी असल्याचे सिद्ध झाले," तर "समस्याग्रस्त डेरिव्हेटिव्ह बुक" अनेक वर्षांनी सोडवले गेले आणि एक महत्त्वपूर्ण नुकसान. 50 बफेट 2002 मध्ये एआयजी येथे मॉरिस आर. ग्रीनबर्ग यांच्याशी निगडीत झाल्यानंतर जनरल रे

यांनी नंतर पुनर्विमा प्रदान केला.

AIG चा समावेश असलेल्या अकाउंटिंग फसवणूक प्रकरणाच्या 2005 च्या तपासादरम्यान, जनरल रे एक्झिक्युटिव्ह गुंतले गेले. 15 मार्च 2005 रोजी, एआयजी बोर्डाने ग्रीनबर्ग यांना त्यांच्या अध्यक्षपदाचा आणि सीईओ पदाचा राजीनामा देण्यास भाग पाडले जेव्हा न्यूयॉर्क राज्य नियामकांनी एआयजीने संशयास्पद व्यवहार आणि अयोग्य लेखाजोखा केल्याचा दावा केला. 9 फेब्रुवारी 2006 रोजी, AIG ने $1.6 अब्ज दंड भरण्याचे मान्य केले. 2010 मध्ये, यूएस सरकारने जनरल रे सोबत $92 दशलक्ष सेटलमेंटसाठी सहमती दर्शवली, ज्यामुळे बर्कशायर हॅथवेच्या उपकंपनीला AIG प्रकरणात खटला टाळण्याची परवानगी दिली. जनरल रे यांनी "कॉर्पोरेट गव्हर्नन्स सवलती" लागू करण्याची वचनबद्धता देखील दिली, ज्यासाठी बर्कशायर हॅथवेच्या मुख्य आर्थिक अधिकाऱ्याला जनरल रेच्या लेखापरीक्षण समितीच्या बैठकींना उपस्थित राहणे आवश्यक होते आणि स्वतंत्र संचालकाची नियुक्ती अनिवार्य होती.

2002 मध्ये, बफेने इतर चलनांच्या तुलनेत यूएस डॉलर वितरीत करण्यासाठी $11 अब्ज किमतीचे फॉरवर्ड कॉन्ट्रॅक्ट्समध्ये प्रवेश केला. एप्रिल 2006 पर्यंत, या करारांवर त्याचा एकूण नफा $2 बिलियन पेक्षा जास्त होता. बफेट यांनी जून 2006 मध्ये घोषणा केली की ते त्यांच्या बर्कशायर होल्डिंगपैकी 85% हळूहळू वार्षिक भेटवस्तूंमध्ये पाच फाउंडेशनला देतील, जुलै 2006 पासून ते बिल आणि मेलिंडा गेट्स फाउंडेशनला दिले जाणारे सर्वात मोठे योगदान आहे.

2007 मध्ये, भागधारकांना लिहिलेल्या पत्रात, बफेट यांनी जाहीर केले की ते त्यांचा गुंतवणूक व्यवसाय चालवण्यासाठी तरुण उत्तराधिकारी किंवा कदाचित उत्तराधिकारी शोधत आहेत.

2007-08 आर्थिक संकट

2007 आणि 2008 च्या सबप्राइम मॉर्टगेज संकटादरम्यान बफे टीकेला सामोरे गेले, 2007 मध्ये सुरू झालेल्या महामंदीचा एक भाग होता, की त्यांनी भांडवलाचे वाटप खूप लवकर केले होते परिणामी सबऑप्टिमल सौदे होते. "अमेरिकन खरेदी करा. मी आहे." 2008 मध्ये न्यू यॉर्क टाईम्समध्ये प्रकाशित झालेल्या एका ओपिनियन पीससाठी त्यांनी लिहिले. बफेट यांनी 2007 मध्ये सुरू झालेल्या आर्थिक क्षेत्रातील मंदीला "काव्यात्मक न्याय" म्हटले. बफेटच्या बर्कशायर हॅथवेला Q3 2008 दरम्यान कमाईत 77% घट झाली आणि त्याच्या नंतरच्या अनेक सौद्यांना मार्क-टू-मार्केट तोटा सहन करावा लागला.

बर्कशायर हॅथवेने गोल्डमन सॅक्सचा 10% शाश्वत पसंतीचा स्टॉक विकत घेतला. बफेचे काही पुट ऑप्शन्स (केवळ युरोपियन एक्सपायरी अॅट एक्सपायरी) त्यांनी लिहिलेले (विकलेले) 2008 च्या उत्तरार्धात जवळपास $6.73 अब्ज मार्क-टू-मार्केट तोट्यात होते. संभाव्य तोट्याच्या प्रमाणामुळे SEC ला बर्कशायरने करारांना महत्त्व देण्यासाठी वापरल्या जाणाऱ्या घटकांचा "अधिक मजबूत खुलासा" करण्याची मागणी करण्यास प्रवृत्त केले. बफेटने डाऊ केमिकलला रोहम अॅंड हासच्या $18.8 बिलियन टेकओव्हरसाठी देखील मदत केली. अशाप्रकारे ते त्यांच्या बर्कशायर हॅथवेसह मोठ्या गटातील एकल सर्वात मोठे शेअरहोल्डर बनले, ज्याने कर्ज आणि इक्विटी मार्केटमधील संकटाच्या वेळी त्यांची महत्त्वपूर्ण भूमिका अधोरेखित करून $3 अब्ज प्रदान केले.

2008 मध्ये, फोर्ब्सने $62 अब्ज आणि याहूने $58 अब्ज अंदाजित एकूण निव्वळ संपत्तीसह, फोर्ब्सच्या यादीत पहिल्या क्रमांकावर असलेल्या बिल गेट्सला मागे टाकत बफे जगातील सर्वात श्रीमंत व्यक्ती बनले. सलग 13 वर्षे. 2009 मध्ये, गेट्सने फोर्ब्सच्या यादीत पुन्हा अव्वल स्थान मिळवले, बफेट दुसऱ्या स्थानावर गेले. पुरुषांचे दोन्ही मूल्य अनुक्रमे $40 अब्ज आणि $37 बिलियनवर घसरले - फोर्ब्सच्या मते, बफे 2008/2009 दरम्यान 12 महिन्यांच्या कालावधीत $25 अब्ज गमावले.

ऑक्टोबर 2008 मध्ये, मीडियाने बातमी दिली की बफेटने जनरल इलेक्ट्रिक (GE) चा पसंतीचा स्टॉक विकत घेण्यास सहमती दर्शविली आहे. ऑपरेशनमध्ये विशेष प्रोत्साहनांचा समावेश होता: करारानंतरच्या पाच वर्षांमध्ये त्याला GE स्टॉकचे तीन अब्ज शेअर्स $22.25 मध्ये विकत घेण्याचा पर्याय मिळाला आणि बफेला 10% लाभांश (तीन वर्षांच्या आत कॉल करण्यायोग्य) देखील मिळाला. फेब्रुवारी 2009 मध्ये, बफेट यांनी त्यांच्या वैयक्तिक पोर्टफोलिओमधून काही प्रॉक्टर अॅंड गॅंबल कंपनी आणि जॉन्सन अॅंड जॉन्सनचे शेअर्स विकले.

चुकीच्या वेळेच्या सूचनांव्यतिरिक्त, बर्कशायरच्या काही प्रमुख होल्डिंग्स, द कोका-कोला कंपनीसह, जे 1998 मध्ये $86 वर पोहोचले होते, त्याच्याकडे ठेवण्याच्या शहाणपणाने प्रश्न उपस्थित केले. बफे यांनी कंपनीच्या 2004 च्या वार्षिक अहवालात कधी विक्री करावी हे जाणून घेण्याच्या अडचणींवर चर्चा केली:

जेव्हा एखादी व्यक्ती नेहमी स्वच्छ, मागील-दृश्य आरशातून पाहते तेव्हा ते करणे सोपे वाटू शकते. दुर्दैवाने, तथापि, हे विंडशील्ड आहे ज्याद्वारे गुंतवणूकदारांनी डोकावले पाहिजे, आणि ती काच नेहमीच धुके असते.

मार्च 2009 मध्ये, बफेट यांनी एका केबल टेलिव्हिजन मुलाखतीत सांगितले की अर्थव्यवस्था "कडावरुन घसरली आहे... केवळ अर्थव्यवस्था खूप मंदावली आहे असे नाही, तर लोकांनी त्यांच्या सवयी बदलल्या आहेत जसे मी पाहिले नाही". याव्यतिरिक्त, बफे यांना भीती वाटली की 1970 च्या दशकात झालेली चलनवाढीची पातळी-ज्यामुळे अनेक वर्षे वेदनादायक चलनवाढ झाली-पुन्हा उदयास येऊ शकते.

14 ऑगस्ट 2014 रोजी, बर्कशायर हॅथवेच्या समभागांची किंमत प्रथमच $200,000 प्रति समभागावर पोहोचली, ज्यामुळे कंपनीचे भांडवल $328 अब्ज झाले. बफेने यावेळेपर्यंत त्यांचा बराचसा साठा धर्मादाय संस्थांना दिला होता, तरीही त्यांच्याकडे $64.2 अब्ज किमतीचे

321,000 शेअर होते. 20 ऑगस्ट 2014 रोजी, बर्कशायर हॅथवेला 9 डिसेंबर 2013 ला अहवाल देण्यात अयशस्वी झाल्याबद्दल, USG कॉर्पोरेशनमध्ये आवश्यकतेनुसार शेअर्स खरेदी केल्याबद्दल $896,000 दंड ठोठावण्यात आला.

2009 मध्ये, बफेट यांनी स्विस री च्या मोहिमेचा भाग म्हणून इक्विटी भांडवल उभारण्यासाठी $2.6 बिलियनची गुंतवणूक केली. बर्कशायर हॅथवे कडे आधीच 3% स्टेक होता, 20% पेक्षा जास्त मालकीचे अधिकार होते. तसेच 2009 मध्ये, बफेने बर्लिंगटन नॉर्दर्न सांता फे कॉर्पोरेशन $34 अब्ज रोख आणि स्टॉकमध्ये विकत घेतले. स्नोबॉलचे लेखक ॲलिस श्रोडर यांनी सांगितले की, या खरेदीचे मुख्य कारण आर्थिक उद्योगातून बर्कशायर हॅथवेचे वैविध्य आणणे हे होते. फायनान्शिअल टाईम्स ग्लोबल 500 मधील बाजार भांडवलाने मोजले गेले, बर्कशायर हॅथवे जून 2009 पर्यंत जगातील अठराव्या क्रमांकाची सर्वात मोठी कॉर्पोरेशन होती.

2009 मध्ये, बफेट यांनी कोनोकोफिलिप्समधील त्यांची अयशस्वी गुंतवणूक काढून टाकली आणि त्यांच्या बर्कशायर गुंतवणूकदारांना सांगितले,

जेव्हा तेल आणि वायूच्या किमती शिखरावर होत्या तेव्हा मी मोठ्या प्रमाणात कोनोकोफिलिप्स स्टॉक खरेदी केला. वर्षाच्या शेवटच्या सहामाहीत ऊर्जेच्या किमतीत झालेल्या नाट्यमय घसरणीचा मला अंदाज नव्हता. मला अजूनही विश्वास आहे की भविष्यात तेल सध्याच्या $40–$50 किमतीपेक्षा खूप जास्त विकले जाण्याची शक्यता चांगली आहे. पण आतापर्यंत माझी चूक झाली आहे. जरी किमती वाढल्या पाहिजेत, शिवाय, माझ्या खरेदीच्या भयानक वेळेमुळे बर्कशायरला अनेक अब्ज डॉलर्सचा फटका बसला आहे.

बर्लिंगटन नॉर्दर्न सांता फे रेल्वे (BNSF) सह विलीनीकरण 2010 च्या Q1 मध्ये BNSF भागधारकांच्या मान्यतेवर बंद झाले. या कराराचे मूल्य अंदाजे $44 अब्ज ($10 अब्ज थकबाकी असलेल्या BNSF कर्जासह) होते आणि 22 च्या पूर्वीच्या विद्यमान स्टेकच्या वाढीचे प्रतिनिधित्व करते. % जून 2010 मध्ये, बफेट यांनी क्रेडिट-रेटिंग एजन्सींचा यूएस आर्थिक संकटात त्यांच्या भूमिकेसाठी बचाव केला, असा दावा केला:

18 मार्च 2011 रोजी, गोल्डमन सॅचला गोल्डमॅनमधील बर्कशायरचा पसंतीचा स्टॉक परत खरेदी करण्यासाठी फेडरल रिझर्व्हची मान्यता देण्यात आली. बफेट स्टॉक सोडण्यास नाखूष होते, ज्याचा दररोज सरासरी $1.4 दशलक्ष लाभांश होता,असे म्हणत:

मी भांडवलशाहीचा ओसामा बिन लादेन होणार आहे. मी आशियातील एका अज्ञात गंतव्यस्थानाकडे जात आहे जिथे मी गुहा शोधणार आहे. जर यूएस सशस्त्र सेना ओसामा बिन लादेनला 10 वर्षांत शोधू शकली नाही, तर गोल्डमन सॅक्स मला शोधण्याचा प्रयत्न करू द्या.

नोव्हेंबर 2011 मध्ये, अशी घोषणा करण्यात आली की मागील आठ महिन्यांच्या कालावधीत, बफेने सुमारे $11 अब्ज किमतीचे इंटरनॅशनल बिझनेस मशीन कॉर्प (IBM) स्टॉकचे 64 दशलक्ष शेअर्स खरेदी केले होते. या अनपेक्षित गुंतवणुकीमुळे कंपनीतील त्यांची हिस्सेदारी सुमारे 5.5 टक्क्यांपर्यंत वाढली - स्टेट स्ट्रीट ग्लोबल ॲडव्हायझर्सच्या समवेत IBM मधील सर्वात मोठा हिस्सा. बफे यांनी अनेक वेळा पूर्वी सांगितले होते की ते तंत्रज्ञानामध्ये गुंतवणूक करणार नाहीत कारण त्यांना ते पूर्णपणे समजले नाही, त्यामुळे हे पाऊल अनेक गुंतवणूकदार आणि निरीक्षकांना आश्चर्यचकित करणारे ठरले. मुलाखतीदरम्यान, ज्यात त्यांनी लोकांसमोर गुंतवणूक उघड केली, बफे यांनी सांगितले की कंपनीच्या कॉर्पोरेट ग्राहकांना टिकवून ठेवण्याच्या क्षमतेने ते प्रभावित झाले आहेत आणि म्हणाले, "मला अशा कोणत्याही मोठ्या कंपनीबद्दल माहिती नाही जी खरोखरच त्यांनी काय केली आहे. ते IBM म्हणून कसे करू इच्छितात आणि ते कसे करू इच्छितात."

मे 2012 मध्ये, दक्षिण-पूर्व यूएस मधील 63 वृत्तपत्रांचा समावेश असलेल्या मीडिया जनरलचे बफेट यांनी संपादन जाहीर केले. बफेट यांनी एका वर्षात केलेली ही कंपनी दुसरी न्यूज प्रिंट खरेदी होती.

अंतरिम प्रकाशक जेम्स डब्ल्यू. हॉपसन यांनी 18 जुलै 2013 रोजी जाहीर केले की अटलांटिक सिटी प्रेस बफेटच्या बीएच मीडिया ग्रुपला ABARTA, पिट्सबर्ग, यूएस येथे स्थित खाजगी होल्डिंग कंपनीद्वारे विकली जाईल, मे 2013 मध्ये बर्कशायर भागधारकांच्या बैठकीत, बफेने स्पष्ट केले. बर्कशायर येथे वृत्तपत्र संपादनासह "सुई हलवण्याची" अपेक्षा त्यांनी केली नव्हती, परंतु 10 टक्के वार्षिक परतावा अपेक्षित आहे. व्हर्जिनिया, यूएसचा रोआनोके टाईम्स आणि ओक्लाहोमा, यूएस मधील तुलसा वर्ल्ड यांसारख्या इतर खरेदीनंतर द प्रेस ऑफ अटलांटिक सिटी बर्कशायरचे 30 वे दैनिक वृत्तपत्र बनले

सप्टेंबर २०१३ च्या उत्तरार्धात वॉशिंग्टन, डीसी येथील जॉर्जटाउन युनिव्हर्सिटीच्या विद्यार्थ्यांसमोर सादरीकरणादरम्यान, बफेट यांनी यूएस फेडरल रिझर्व्हची तुलना हेज फंडाशी केली आणि सांगितले की बँक यूएस सरकारच्या महसुलात "$80 अब्ज किंवा $90 अब्ज प्रति वर्ष" उत्पन्न करत आहे. . बफे यांनी समाजातील संपत्ती समानतेच्या मुद्द्यावर पुढे वकिली केली:

आम्ही बऱ्याच वस्तू आणि सेवा देण्यास शिकलो आहोत, परंतु प्रत्येकाचा वाटा कसा असावा हे देखील आम्ही शिकलो नाही. आपल्यासारख्या समृद्ध समाजाचे कर्तव्य आहे की कोणीही मागे कसे राहणार नाही हे शोधणे.

आर्थिक संकटाच्या अडचणीनंतर, बफेने आपली कंपनी पुन्हा मंदीपूर्वीच्या मानकांवर आणण्यात यश मिळवले: Q2 2014 मध्ये, बर्कशायर हॅथवेने $6.4 बिलियन निव्वळ नफा कमावला, जो तीन महिन्यांच्या कालावधीत आतापर्यंतचा सर्वाधिक होता.

कोविड-19 महामारी

CNBC ला जून 2021 च्या मुलाखतीत, बुफे म्हणाले की कोविड-19 साथीच्या रोगाच्या आर्थिक परिणामामुळे आर्थिक असमानता वाढली आहे आणि शोक केला की "शेकडो किंवा लाखो" लहान व्यवसायांवर नकारात्मक परिणाम झाला आहे याची बहुतेक लोकांना माहिती नाही. त्यांनी असेही सांगितले की, बिडेन प्रशासन आणि युनायटेड स्टेट्स फेडरल रिझर्व्हची योजना असूनही, साथीच्या रोगानंतरच्या पुनर्प्राप्ती कालावधीत बाजार आणि अर्थव्यवस्था अप्रत्याशित असेल. ते म्हणाले की कोविड-19 चे अनिश्चितता आणि परिणाम आता संपलेले नाहीत.

गुंतवणूक तत्वज्ञान

वॉरन बफे यांच्या लेखनात त्यांचे वार्षिक अहवाल आणि विविध लेख यांचा समावेश होतो. बफेट यांना कम्युनिकेटर एक उत्तम कथा-कथनकार म्हणून ओळखतात, ज्याचा पुरावा त्यांनी भागधारकांना दिलेल्या वार्षिक पत्रांवरून दिला आहे. त्यांनी महागाईच्या घातक परिणामांबद्दल चेतावणी दिली आहे:

अंकगणित हे स्पष्ट करते की महागाई हा आपल्या विधिमंडळांनी लागू केलेल्या कोणत्याही करापेक्षा कितीतरी अधिक विनाशकारी कर आहे. महागाई करात फक्त भांडवल वापरण्याची विलक्षण क्षमता आहे. विधवेला 5 टक्के पासबुक खात्यात तिच्या बचतीने काही फरक पडत नाही की तिने शून्य महागाईच्या काळात तिच्या व्याज उत्पन्नावर 100 टक्के आयकर भरला किंवा 5 टक्के महागाईच्या काळात कोणताही आयकर भरला नाही.

बफेट, फॉर्च्यून (1977)

"ग्रॅहम-अँड-डॉइसविलेचे सुपरइन्व्हेस्टर्स" या त्यांच्या लेखात, बफेट यांनी शैक्षणिक कार्यक्षम-मार्केट गृहीतकांचे खंडन केले, की ग्रॅहम आणि डॉडच्या अनेक विद्यार्थ्यांनी मिळवलेल्या निकालांवर प्रकाश टाकून S&P 500 ला मारणे ही "शुद्ध संधी" होती. मूल्य गुंतवणूक शाळा. स्वतः व्यतिरिक्त, बफेट यांनी वॉल्टर जे. श्लॉस, टॉम नॅप, एड अँडरसन (ट्वीडी, ब्राउन एलएलसी), विल्यम जे. रुआने (सेक्वॉइया फंड), चार्ली मुंगेर (बफेटचे बर्कशायरमधील भागीदार), रिक गुएरिन (पॅसिफिक पार्टनर्स लि.) यांची नावे दिली. , आणि Stan Perlmeter (Perlmeter Investments). त्यांच्या नोव्हेंबर 1999 फॉर्च्यून लेखात त्यांनी गुंतवणूकदारांच्या अवास्तव अपेक्षांबद्दल चेतावणी दिली:

शेअर बाजाराबद्दल मी काय म्हणतोय ते मी सारांशित करतो: मला वाटते की पुढील 17 वर्षांमध्ये इक्विटीने मागील 17 वर्षात केलेल्या कामगिरीप्रमाणे-काहीही-काहीही कामगिरी केली असेल असे प्रेरक प्रकरण समोर आणणे फार कठीण आहे. मला कौतुक आणि लाभांश एकत्रितपणे सर्वात संभाव्य परतावा निवडायचा असेल तर, गुंतवणूकदारांना एकंदरीत—पुनरावृत्ती, एकत्रित—अचल व्याजदर, 2% महागाई आणि त्या कधीही हानिकारक घर्षण खर्चाच्या जगात कमाई होईल, ते 6 असेल. %!

बफेट, फॉर्च्यून (1999)

बफे हे अशा लोकांसाठी इंडेक्स फंडाचे समर्थक आहेत ज्यांना एकतर स्वतःचे पैसे व्यवस्थापित करण्यात रस नाही किंवा त्यांच्याकडे वेळ नाही. बफे यांना शंका आहे की सक्रिय व्यवस्थापन दीर्घकाळात बाजाराला मागे टाकू शकते, आणि त्यांनी वैयक्तिक आणि संस्थात्मक गुंतवणूकदारांना त्यांचे पैसे कमी किमतीच्या इंडेक्स फंडांमध्ये हलवण्याचा सल्ला दिला आहे जे व्यापक, वैविध्यपूर्ण स्टॉक मार्केट निर्देशांकांचा मागोवा घेतात. बफेट यांनी शेअरधारकांना लिहिलेल्या एका पत्रात म्हटले आहे की, "जेव्हा ट्रिलियन डॉलर्स वॉल स्ट्रीटसद्वारे उच्च शुल्क आकारून व्यवस्थापित केले जातात, ते सहसा व्यवस्थापकच असतील जे ग्राहकांना नव्हे तर मोठ्या प्रमाणात नफा कमावतात." 2007 मध्ये, बफेटने एक पैज लावली. असंख्य व्यवस्थापकांसोबत एक साधा S&P 500 इंडेक्स फंड हेज फंडांना मागे टाकेल जे जास्त शुल्क आकारतात. 2017 पर्यंत, इंडेक्स फंड प्रत्येक हेज फंडाला मागे टाकत होता ज्याने बफेट विरुद्ध पैज लावली होती.

गुंतवणूक बँका वापरणे

बर्कशायर हॅथवे मार्ग गुंतवणूक बँकांच्या सेवा वापरण्यास बुफेचा दीर्घकाळापासून विरोध आहे. 97 हे डायनॉमिक बॅरन्स, 98 इनसाइडर, 99 आणि सीकिंग अल्फा, 100 मध्ये देखील नोंदवले गेले.

वैयक्तिक जीवन

बफेट यांनी 1952 मध्ये सुसान बफेट (जन्म थॉम्पसन) यांच्याशी विवाह केला. त्यांना सुझी, हॉवर्ड आणि पीटर ही तीन मुले होती. हे जोडपे 1977 मध्ये वेगळे राहू लागले, जरी जुलै 2004 मध्ये सुसान बफेच्या मृत्यूपर्यंत त्यांचे लग्न राहिले. त्यांची मुलगी, सुझी, ओमाहा येथे राहते, ती गर्ल्स, इंक.ची राष्ट्रीय मंडळ सदस्य आहे आणि सुसान ए. बफेट यांच्यामार्फत धर्मादाय कार्य करते. पाया.

त्यांचा 2006 चा वार्षिक पगार सुमारे $100,000 होता, जो तुलनात्मक कंपन्यांमधील वरिष्ठ कार्यकारी वेतनाच्या तुलनेत लहान आहे. 2008 मध्ये, त्याने एकूण $175,000 ची भरपाई मिळवली, ज्यात फक्त $100,000 मूळ वेतन समाविष्ट होते. तो ओमाहाच्या मध्यवर्ती डंडी शेजारच्या त्याच घरात राहत होता जे त्याने 1958 मध्ये $31,500 मध्ये विकत घेतले होते, जे आजच्या मूल्याचा एक अंश आहे. कॅलिफोर्नियाच्या लगुना बीच येथे देखील त्याच्या मालकीचे सुट्टीचे घर होते, जे त्याने 1971 मध्ये $150,000 मध्ये खरेदी केले होते. त्याने ते 2018 मध्ये $7.5 दशलक्ष मध्ये विकले. 1989 मध्ये, बर्कशायरच्या सुमारे $6.7 दशलक्ष निधी एका खाजगी जेटवर खर्च केल्यानंतर, बफेटने त्याला "द अविवेकी" असे नाव दिले. हे कृत्य इतर मुख्य कार्यकारी अधिकाऱ्यांनी केलेल्या अवाजवी खरेदीच्या भूतकाळातील निंदा आणि अधिक सार्वजनिक वाहतूक वापरण्याच्या त्यांच्या इतिहासाला ब्रेक होता.

ब्रिज हा इतका सनसनाटी खेळ आहे की माझ्याकडे तीन सेलमेट्स असतील जे सभ्य खेळाडू असतील आणि जे चोवीस तास खेळ चालू ठेवण्यास तयार असतील तर मला तुरुंगात जाण्यास हरकत नाही.

-बफेट ऑन ब्रिज

बफे हा एक उत्साही ब्रिज खेळाडू आहे, जो तो सहकारी गेट्स सोबत खेळतो —तो खेळ खेळण्यासाठी आठवड्यातून 12 तास घालवतो असे म्हटले जाते. डेड लिंक 2006 मध्ये, त्याने बफे कपसाठी ब्रिज मॅच प्रायोजित केली. . गोल्फमधील रायडर कपवर आधारित - त्याच शहरात त्याच्या आधी आयोजित - संघ निमंत्रणानुसार निवडले जातात, प्रत्येक देशाने महिला संघ आणि पाच पुरुष संघ प्रदान केले होते.

तो नेब्रास्का फुटबॉलचा एक समर्पित, आजीवन अनुयायी आहे आणि त्याच्या शेड्यूलला परवानगी मिळेल तितक्या गेममध्ये भाग घेतो. 2007 च्या सीझननंतर त्यांनी बो पेलिनीच्या भाड्याचे समर्थन केले, "इकडे एक प्रकारची निराशा होत आहे". 2009 चा ओक्लाहोमा विरुद्धचा खेळ त्याने नेब्रास्काच्या बाजूने पाहिला, त्याला मानद सहाय्यक प्रशिक्षक म्हणून नियुक्त केले गेले.

बफेट यांनी क्रिस्टोफर वेबरसोबत "सिक्रेट मिलियनेअर्स क्लब" नावाच्या ऑनिमेटेड मालिकेवर डीआयसी एंटरटेनमेंटचे प्रमुख अँडी हेवर्ड यांच्यासोबत काम केले. या मालिकेत बफेट आणि मुंगेरची वैशिष्ट्ये आहेत आणि मुलांना निरोगी आर्थिक सवयी शिकवल्या जातात.

बफेट हे प्रेस्बिटेरियन म्हणून वाढले होते, परंतु तेव्हापासून त्यांनी स्वतःचे वर्णन अज्ञेयवादी म्हणून केले आहे. डिसेंबर 2006 मध्ये, असे नोंदवले गेले की बफेकडे मोबाईल फोन नव्हता, त्यांच्या डेस्कवर संगणक नव्हता आणि त्यांनी स्वतःची ऑटोमोबाईल, कॅडिलॅक डीटीएस चालवली. याउलट, 2018 च्या बर्कशायर हॅथवेच्या शेअरहोल्डर मीटिंगमध्ये, त्यांनी सांगितले की ते Google चा वापर त्यांच्या पसंतीचे शोध इंजिन म्हणून करतात. 2013 मध्ये त्याच्याकडे एक जुना नोकिया फ्लिप फोन होता आणि त्याने त्याच्या संपूर्ण आयुष्यात एक ईमेल पाठवला होता. फेब्रुवारी 2020 मध्ये, बफेट यांनी एका CNBC मुलाखतीत उघड केले की त्यांनी आयफोन 11 साठी त्यांच्या फ्लिप फोनमध्ये व्यापार केला होता. बफेट दररोज पाच वर्तमानपत्रे वाचतात, ज्याची सुरुवात ओमाहा वर्ल्ड हेराल्डपासून होते, जी त्यांच्या कंपनीने 2011 मध्ये विकत घेतली.

बफेटची भाषणे व्यावसायिक चर्चा विनोदात मिसळण्यासाठी ओळखली जातात. प्रत्येक वर्षी, बफेट बर्कशायर हॅथवेच्या ओमाहा, नेब्रास्का येथील क्वेस्ट सेंटरमध्ये वार्षिक भागधारकांच्या बैठकीचे अध्यक्षस्थान करतात, हा कार्यक्रम युनायटेड स्टेट्स आणि परदेशातील 20,000 हून अधिक अभ्यागतांना आकर्षित करतो आणि त्याला "भांडवलवादाचा वुडस्टॉक" असे टोपणनाव देते. बर्कशायरचे वार्षिक अहवाल आणि बफेट यांनी तयार केलेल्या भागधारकांना पत्रे, आर्थिक माध्यमांद्वारे वारंवार कव्हरेज प्राप्त होते. बफेटचे लेखन बायबल आणि मे वेस्ट सारख्या वैविध्यपूर्ण स्रोतांचे अवतरण, तसेच लोकसंगीत, मिडवेस्टर्न शैलीतील सल्ले आणि असंख्य विनोदांसाठी ओळखले जाते.

एप्रिल 2017 मध्ये, बफेट (कोका-कोला मद्यपान करणारे आणि कंपनीतील भागधारक) यांनी चीनमधील चेरी कोक उत्पादनांवर त्याची प्रतिरूपे ठेवण्यास सहमती दर्शविली. या जाहिरातीसाठी बफेट यांना भरपाई देण्यात आली नाही.

आरोग्य

11 एप्रिल 2012 रोजी, बफे यांना नियमित चाचणी दरम्यान स्टेज I प्रोस्टेट कर्करोग झाल्याचे निदान झाले. त्याने जाहीर केले की तो जुलैच्या मध्यापासून दोन महिने दैनंदिन रेडिएशन उपचार सुरू करेल. भागधारकांना लिहिलेल्या पत्रात, बफेट म्हणाले की, "मला खूप छान वाटत आहे - जणू काही मी माझ्या सामान्य आरोग्यामध्ये आहे - आणि माझी ऊर्जा पातळी 100 टक्के आहे." 15 सप्टेंबर 2012 रोजी, बफे यांनी घोषित केले की त्यांनी पूर्ण 44 पूर्ण केले आहेत. -दिवसाचे रेडिएशन उपचार चक्र, "हा दिवस माझ्यासाठी खूप चांगला आहे" आणि "तो संपला हे सांगताना मला खूप आनंद होत आहे."

संपत्ती आणि परोपकार

2008 मध्ये, अंदाजे $62 अब्ज एवढी निव्वळ संपत्ती असलेल्या फोर्ब्सने बफेट यांना जगातील सर्वात श्रीमंत व्यक्ती म्हणून स्थान दिले. 2009 मध्ये, अब्जावधी डॉलर्स चॅरिटीसाठी देणगी दिल्यानंतर, तो $37 अब्ज संपत्तीसह युनायटेड स्टेट्समधील दुसऱ्या क्रमांकाचा सर्वात श्रीमंत व्यक्ती म्हणून स्थान मिळवला होता आणि फक्त बिल गेट्स हे बफेपेक्षा वरचे होते. सप्टेंबर 2013 पर्यंत त्यांची निव्वळ संपत्ती $58.5 अब्ज झाली होती.

1999 मध्ये, पीटर लिंच आणि जॉन टेम्पलटन यांच्या पुढे, कार्सन ग्रुपने केलेल्या सर्वेक्षणात बफेट यांना विसाव्या शतकातील अव्वल मनी मॅनेजर म्हणून नाव देण्यात आले. 2007 मध्ये, ते टाइमच्या जगातील 100 सर्वात प्रभावशाली व्यक्तींमध्ये समाविष्ट होते. 2011 मध्ये, राष्ट्राध्यक्ष बराक ओबामा यांनी त्यांना प्रेसिडेंशियल मेडल ऑफ फ्रीडमने सन्मानित केले. परराष्ट्र धोरणाच्या 2010 च्या अहवालात बिल गेट्ससह बफेट यांना सर्वात प्रभावशाली जागतिक विचारवंत म्हणून नाव देण्यात आले.

बफेट यांनी त्यांच्या विश्वासाबद्दल अनेक वेळा लिहिले आहे की, बाजाराच्या अर्थव्यवस्थेत, श्रीमंत त्यांच्या प्रतिभेसाठी मोठ्या प्रमाणात बक्षिसे मिळवतात. त्याच्या मुलांना त्याच्या संपत्तीचा महत्त्वपूर्ण भाग वारसा मिळणार नाही. त्यांनी एकदा टिप्पणी केली होती, "मला माझ्या मुलांना पुरेसे द्यायचे आहे जेणेकरून त्यांना असे वाटेल की ते काहीही करू शकतात, परंतु इतके नाही की त्यांना काहीही करू नये असे वाटेल".

बफेट यांनी त्यांचे संपत्ती धर्मादाय कार्यासाठी देण्याचा त्यांचा इरादा फार पूर्वीच सांगितला होता आणि जून 2006 मध्ये त्यांनी बिल अँड मेलिंडा गेट्स फाउंडेशन (BMGF) ला 83% देण्याची नवीन योजना जाहीर केली. त्याने बिल अँड मेलिंडा गेट्स फाउंडेशनला 10 दशलक्ष बर्कशायर हॅथवे क्लास बी शेअर्स (23 जून 2006 पर्यंत अंदाजे $30.7 अब्ज किमतीचे) देण्याचे वचन दिले, ते इतिहासातील सर्वात मोठे धर्मादाय देणगी बनले आणि बफे यापैकी एक परोपकारी भांडवलशाहीचे नेते. फाउंडेशनला प्रत्येक जुलै 2006 पासून एकूण 5% प्राप्त होईल. प्रतिज्ञा तीन आवश्यकतांवर सशर्त आहे:

बफे गेट्स फाउंडेशनच्या मंडळात सामील झाले, परंतु फाउंडेशनच्या गुंतवणुकीत सक्रियपणे सहभागी होण्याची त्यांची योजना नव्हती. बफे यांनी 23 जून 2021 रोजी गेट्स फाउंडेशनच्या विश्वस्तपदाचा राजीनामा जाहीर केला.

हे बफेटच्या मागील विधानांमध्ये लक्षणीय बदल दर्शविते, ज्यामुळे त्याचे बहुतेक भाग्य त्याच्या बफेट फाउंडेशनला जाईल. 2.6 अब्ज डॉलर्सच्या त्याच्या पत्नीच्या संपत्तीचा मोठा हिस्सा 2004 मध्ये मरण पावला तेव्हा तिथे गेला होता. त्यांनी वॉशिंग्टनमध्ये न्यूक्लियर थ्रेट इनिशिएटिव्हला $50 दशलक्ष देण्याचे वचन दिले, जिथे त्यांनी 2002 मध्ये सल्लागार म्हणून काम करण्यास सुरुवात केली.

2006 मध्ये, त्याने गर्ल्स, इंकसाठी पैसे उभारण्यासाठी त्याच्या 2001 लिंकन टाउन कारचा eBay वर लिलाव केला. 2007 मध्ये, त्याने स्वत:सोबत एका जेवणाचा लिलाव केला ज्याने ग्लाइड फाउंडेशनसाठी $650,100 ची अंतिम बोली लावली. 158 नंतरच्या लिलावाने $2.1 दशलक्ष $1.7 दशलक्ष आणि $3.5 दशलक्ष जमा केले. विजेते पारंपारिकपणे न्यूयॉर्कच्या स्मिथ आणि वोलेन्स्की स्टीक हाउसमध्ये बफेसोबत जेवतात. भोजनाचे आयोजन करण्यासाठी रेस्टॉरंट दरवर्षी किमान $10,000 ग्लाइडला देते.

2009 मध्ये, राल्फ नाडर यांनी ओन्ली द सुपर रिच कॅन सेव्ह अस हे पुस्तक लिहिले, ही कादंबरी "वॉरेन बफेट यांच्या नेतृत्वाखालील अब्जाधीशांच्या चळवळीबद्दल आहे आणि त्यात टेड टर्नर, जॉर्ज सोरोस आणि बॅरी डिलर, जे त्यांचे नशीब स्वच्छ करण्यासाठी वापरतात. अमेरिका." C-SPAN BookTV वर, नादेर म्हणाले की, पुस्तक बाहेर आल्यानंतर बफेने त्यांना नाश्त्यासाठी आमंत्रित केले आणि "पुस्तकाबद्दल खूप उत्सुकता वाटली." त्यांनी नाडर यांना "जगभरातील अब्जाधीशांनी त्यांच्या इस्टेटपैकी 50% दान धर्मादाय किंवा चांगल्या कामांसाठी दान करण्याची योजना" देखील सांगितली. ९ डिसेंबर २०१० रोजी, बफेट, बिल गेट्स आणि फेसबुकचे सीईओ मार्क झुकरबर्ग यांनी एक स्वाक्षरी केली त्यांनी "गेट्स-बफेट गिव्हिंग प्लेज" असे वचन दिले, ज्यामध्ये ते त्यांच्या संपत्तीपैकी किमान अर्धा भाग धर्मादाय करण्यासाठी दान करण्याचे वचन देतात आणि इतर श्रीमंत लोकांना त्याचे अनुसरण करण्यास आमंत्रित करतात. 2018 मध्ये, जवळजवळ $3.4 अब्ज देणग्या दिल्यानंतर, फोर्ब्सच्या अब्जाधीशांच्या 2018 च्या यादीत बफे 3 व्या स्थानावर होते.

वॉरेन बफेट यांनी त्यांच्या कुटुंबाच्या वैयक्तिक फाउंडेशनला निधी आणि समर्थन देणे सुरू ठेवले आहे ज्यात सुसान बफेटचे सुसान थॉम्पसन बफेट फाउंडेशन, सुसान ॲलिस बफेटचे शेरवुड फाउंडेशन, हॉवर्ड ग्रॅहम बफेटचे हॉवर्ड जी. बफेट फाउंडेशन आणि पीटर बफेटचे नोव्हो फाउंडेशन यांचा समावेश आहे. वॉरेन बफे हे त्यांची बहीण डॉरिस बफेट यांच्या लेटर्स फाउंडेशन आणि लर्निंग बाय गिव्हिंग फाउंडेशनलाही पाठिंबा देत होते.

गेल्या काही वर्षांतील राजकीय योगदानाव्यतिरिक्त, बफे यांनी बराक ओबामा यांच्या अध्यक्षीय मोहिमेला समर्थन दिले आणि प्रचाराचे योगदान दिले. 2 जुलै 2008 रोजी, बफे शिकागो येथे ओबामा यांच्या मोहिमेसाठी $28,500 प्रति प्लेट निधी उभारणीसाठी उपस्थित होते. बफेट यांनी सूचित केले की सामाजिक न्यायाबद्दल जॉन मॅककेनचे मत त्यांच्या स्वतःच्या विचारांपासून इतके दूर होते की मॅककेन यांना बफेट यांना त्यांचे समर्थन बदलण्यासाठी "लोबोटॉमी" ची आवश्यकता असेल. 2008 च्या दुसऱ्या यूएस अध्यक्षीय चर्चेदरम्यान, मॅककेन आणि ओबामा यांना अध्यक्षीय वादविवाद मध्यस्थ टॉम ब्रोका यांनी प्रथम विचारल्यानंतर, दोघांनीही बफेटचा भविष्यातील संभाव्य ट्रेझरी सचिव म्हणून उल्लेख केला. नंतर, तिसऱ्या आणि अंतिम अध्यक्षीय चर्चेत, ओबामा यांनी बफेट यांचा संभाव्य आर्थिक सल्लागार म्हणून उल्लेख केला. बफे 2003 च्या कॅलिफोर्निया गवर्नर निवडणुकीदरम्यान रिपब्लिकन उमेदवार अर्नोल्ड श्वार्झनेगर यांचे आर्थिक सल्लागार देखील होते.

16 डिसेंबर 2015 रोजी, बफेट यांनी डेमोक्रॅटिक पक्षाच्या उमेदवार हिलरी क्लिंटन यांना अध्यक्षपदासाठी पाठिंबा दिला. 1 ऑगस्ट, 2016 रोजी, बफेट यांनी डोनाल्ड ट्रम्प यांना त्यांचे कर रिटर्न जारी करण्याचे आव्हान दिले. 10 ऑक्टोबर 2016 रोजी, दुसऱ्या अध्यक्षीय चर्चेत त्यांचा संदर्भ दिल्यानंतर, बफेने स्वतःचे कर विवरणपत्र जारी केले. त्याने सांगितले की त्याने 2015 मध्ये $1.85 दशलक्ष फेडरल आयकर भरले होते आणि $11.6 दशलक्षच्या समायोजित एकूण उत्पन्नावर, याचा अर्थ त्याच्याकडे सुमारे 16 टक्के प्रभावी फेडरल आयकर दर होता. बफेट म्हणाले की त्यांनी गेल्या वर्षी $2.8 बिलियन पेक्षा जास्त देणग्या दिल्या आहेत. लेखापरीक्षणाधीन असल्यामुळे आपली कर माहिती जाहीर करू शकलो नाही असे ट्रम्प यांनी सांगितल्याच्या प्रत्युत्तरात बफे म्हणाले, "माझे IRS द्वारे अनेक वेळा ऑडिट केले गेले आहे आणि सध्या ऑडिट केले जात आहे. ऑडिट अंतर्गत असताना मला माझी कर माहिती जाहीर करण्यात कोणतीही अडचण नाही. . ना मिस्टर ट्रम्प - किमान त्यांना कोणतीही कायदेशीर समस्या नसेल."

बफे यांनी 2020 च्या अध्यक्षीय निवडणुकीत राष्ट्राध्यक्ष डोनाल्ड ट्रम्प यांना मत द्यायचे की नाही हे ठरवताना राष्ट्रीय सुरक्षा, आर्थिक वाढ आणि आर्थिक सहभाग यावरील त्यांच्या निकालांनुसार त्यांचा न्याय करतील असे म्हटले आहे.

आरोग्य सेवा

बफेट यांनी अध्यक्ष बराक ओबामा यांच्या नेतृत्वाखाली आरोग्य सेवा सुधारणेचे वर्णन यूएस मधील आरोग्य सेवेच्या खर्चास सामोरे जाण्यासाठी अपुरे आहे, जरी ते आरोग्य विमा संरक्षणाच्या विस्ताराच्या उद्दिष्टाचे समर्थन करतात. बफेट यांनी आरोग्य सेवा खर्चाची तुलना टेपवर्मशी केली आणि ते म्हणाले की ते उत्पादन खर्च वाढवून यूएस आर्थिक स्पर्धात्मकतेशी तडजोड करतात. बफेट यांनी 2010 मध्ये सांगितले की यूएसने आपल्या जीडीपीच्या 17% आरोग्यसेवा खर्चासाठी समर्पित करणे शाश्वत नाही, हे लक्षात घेतले की इतर अनेक राष्ट्रांनी त्यांच्या जीडीपीचा खूपच कमी भाग आरोग्यावरील खर्चावर खर्च केला, चांगले आरोग्यसेवा परिणामांसह. बफेट म्हणाले, "जर तुम्हाला सर्वोत्तम हवे असेल, तर मला असे म्हणायचे आहे की जर तुम्हाला तुमचे आयुष्य 3 महिने कोमात किंवा काहीतरी वाढवण्यासाठी दशलक्ष डॉलर्स खर्च करायचे असतील तर यूएस कदाचित सर्वोत्तम आहे", परंतु तो असेही म्हणाला की इतर देश खूप कमी खर्च करतात. आणि आरोग्य सेवा मूल्य (भेटी, हॉस्पिटल बेड, डॉक्टर आणि परिचारिका दरडोई) मध्ये बरेच काही मिळवा.

युनायटेड स्टेट्सच्या वैद्यकीय उद्योगातील प्रोत्साहनांमध्ये बफे दोष दाखवतात, की परिणामांसाठी पैसे देण्याऐवजी पैसे देणारे डॉक्टरांना प्रक्रियेसाठी (सेवेसाठी शुल्क) परतफेड करतात ज्यामुळे अनावश्यक काळजी (अतिउपयोग) होते. त्यांनी अतुल गावंडे यांच्या न्यूयॉर्कर मधील 2009 च्या लेखाचा उल्लेख यूएस आरोग्य सेवेचा एक उपयुक्त विचार म्हणून केला आहे, ज्यामध्ये मॅकअलेन, टेक्सास आणि एल पासो, टेक्सास यांच्यातील मेडिकेअर खर्चामध्ये अवास्तव फरक असल्याचे दस्तऐवजीकरण आहे. बफेट यांनी वैद्यकीय उद्योगाकडून लॉबिंगची समस्या मांडली आणि ते म्हणाले की त्यांचे उत्पन्न टिकवून ठेवण्यावर त्यांचे लक्ष केंद्रित आहे.

लोकसंख्या वाढ रोखणे

बफे यांनी अनियंत्रित लोकसंख्या वाढीबद्दल चिंता व्यक्त केली आहे. 2009 मध्ये, त्यांनी आरोग्यसेवा, शिक्षण आणि लोकसंख्येची मंदावलेली वाढ यावर चर्चा करण्यासाठी अनेक अब्जाधीशांशी भेट घेतली. एका आतील व्यक्तीने "द गुड क्लब" म्हणून संबोधले, अब्जाधीशांनी परोपकारी कारणांसाठी $45 अब्ज दिले होते आणि त्यात ओप्रा विन्फ्रे, मायकेल ब्लूमबर्ग आणि डेव्हिड रॉकफेलर, जूनियर यांचा समावेश होता. या बैठकीवर काही उजव्या विचारसरणीच्या ब्लॉगमधून टीका करण्यात आली आहे, काहींचा असा विश्वास आहे की हा गट गुप्त नसबंदी समाजाचा एक भाग आहे.

बफे हे कुटुंब नियोजनाचे दीर्घकाळ समर्थक आहेत. बफेट फाउंडेशनने नियोजित पालकत्वासाठी $427 दशलक्ष समाविष्ट करण्यासाठी गर्भपात संशोधनासाठी $1.5 अब्ज पेक्षा जास्त दिले आहेत.

कर

बफेट नियम

बफे यांनी सांगितले की त्यांनी 2006 साठी त्यांच्या उत्पन्नापैकी केवळ 19 टक्के ($48.1 दशलक्ष) एकूण फेडरल टॅक्स (त्यांच्या लाभांश आणि भांडवली नफ्याच्या स्त्रोतामुळे) भरले, तर त्यांच्या कर्मचाऱ्यांनी खूप कमी पैसे असूनही त्यांच्यापैकी 33 टक्के भरले. "हे कसे न्याय्य असू शकते?" बफे यांनी विचारले की, तो त्याच्या कर्मचाऱ्यांच्या तुलनेत किती कमी कर भरतो. "हे कसे बरोबर असू शकते?" त्यांनी असेही जोडले, "वर्गयुद्ध आहे, ठीक आहे, परंतु हा माझा वर्ग आहे, श्रीमंत वर्ग, जो युद्ध करत आहे आणि आम्ही जिंकत आहोत." डोनाल्ड ट्रम्प यांनी त्यांच्यावर "मोठ्या प्रमाणात कपात" केल्याचा आरोप केल्यानंतर बफेट म्हणाले, "माझ्याकडे माझ्या सर्व 72 रिटर्नच्या प्रती आहेत आणि कोणीही कॅरीफॉरवर्ड वापरत नाही."

बफे यांनी वारसा कराच्या बाजूने असे म्हटले आहे की तो रद्द करणे म्हणजे "2000 ऑलिम्पिकमधील सुवर्णपदक विजेत्यांचे ज्येष्ठ पुत्र निवडून 2020 ऑलिम्पिक संघ निवडणे" असे होईल. 2007 मध्ये, बफेट यांनी सिनेटसमोर साक्ष दिली आणि त्यांना इस्टेट टॅक्स टिकवून ठेवण्याची विनंती केली जेणेकरून प्लुटोक्रसी टाळता येईल. काही समीक्षकांनी असा युक्तिवाद केला की बफेट (बर्कशायर हॅथवेच्या माध्यमातून) इस्टेट टॅक्स चालू ठेवण्यामध्ये वैयक्तिक स्वारस्य आहे, कारण बर्कशायर हॅथवेला पूर्वीच्या व्यावसायिक व्यवहारांमध्ये इस्टेट कराचा फायदा झाला आणि भविष्यातील मालमत्ता कर देयकांपासून पॉलिसीधारकांचे संरक्षण करण्यासाठी त्यांनी विमा पॉलिसी विकसित आणि विपणन केली.

बफेचा असा विश्वास आहे की सरकारने जुगार खेळण्याचा व्यवसाय करू नये, किंवा कॅसिनोला कायदेशीर बनवू नये, त्याला अज्ञानावर कर असे म्हटले जाते.

डॉलर आणि सोने

व्यापार तूट 2002 मध्ये प्रथमच परकीय चलन बाजारात प्रवेश करण्यासाठी बफेला प्रेरित करते. बदलत्या व्याजदरांमुळे चलन करार धारण करण्याच्या खर्चात वाढ झाल्यामुळे त्यांनी 2005 मध्ये त्यांची हिस्सेदारी लक्षणीयरीत्या कमी केली. बफेट हे डॉलरवर मंदीचेच राहिले, असे सांगून की ते भरीव परकीय महसूल असलेल्या कंपन्या ताब्यात घेण्याचा विचार करत आहेत. बफे यांनी सोन्याची गुंतवणूक म्हणून टीका केली आहे, त्यांची टीका प्रामुख्याने त्याच्या अ-उत्पादक स्वरूपावर आधारित आहे. हार्वर्ड येथे 1998 च्या भाषणात, बफेट म्हणाले:

ते आफ्रिकेत किंवा कोठेतरी जमिनीतून खोदले जाते. मग आम्ही ते वितळवतो, आणखी एक खड्डा खणतो, ते पुन्हा गाडतो आणि लोकांना त्याच्या आसपास उभे राहण्यासाठी पैसे देतो. त्याची उपयोगिता नाही. मंगळावरून कोणीही पाहिलं तर डोकं खाजवत असेल.

1977 मध्ये, साठा, सोने, शेतजमीन आणि चलनवाढ याबद्दल त्यांनी सांगितले:

चलनवाढीच्या युगात सर्व गरीब पर्यायांपैकी स्टॉक हा कदाचित सर्वोत्तम पर्याय आहे - जर तुम्ही योग्य किमतीत खरेदी केली तर किमान ते आहेत.

चीन

बफेट यांनी पेट्रोचायना कंपनी लिमिटेडमध्ये गुंतवणूक केली आणि दुर्मिळ वाटचालीत, बर्कशायर हॅथवेच्या वेबसाइटवर एक भाष्य 201 पोस्ट केले ज्यामध्ये हार्वर्डला सुदानी गृहयुद्धाशी संबंध का काढून टाकणार नाही हे सांगते. 2008 च्या उन्हाळ्यात तेलाच्या किमतीत मोठ्या प्रमाणात घसरण होत असतानाही त्याने कंपनीला धरून ठेवले असते तर त्याचे अब्जावधी डॉलर्सचे नुकसान वाचून त्याने हा भागभांडवल विकले.

ऑक्टोबर 2008 मध्ये, बफेटने 10% बॅटरी निर्माता BYD कंपनी (SEHK: 1211) साठी $230 दशलक्ष गुंतवणूक केली, जी इलेक्ट्रिक ऑटोमोबाईल निर्माता BYD ऑटोची उपकंपनी चालवते. एका वर्षापेक्षा कमी कालावधीत, गुंतवणुकीने 500% पेक्षा जास्त परतावा मिळवला.

मे 2018 मध्ये, BYD च्या समभागांमध्ये $9 अब्जच्या एकूण निव्वळ गुंतवणुकीच्या तोट्यासह लक्षणीय घट झाली. ही बफेची चीनमधील सर्वात वाईट गुंतवणूक होती. 203

तंबाखू

1987 मध्ये आरजेआर नॅबिस्को, इंक. विरोधी ताब्यात घेण्याच्या लढाईदरम्यान, बफेट जॉन गुटफ्रेंडला सांगत होते:

मला सिगारेटचा व्यवसाय का आवडतो ते मी सांगेन. ते बनवण्यासाठी एक पैसा खर्च होतो. डॉलरला विकून टाका. हे व्यसनाधीन आहे. आणि विलक्षण ब्रँड निष्ठा आहे.

बर्कशायर हॅथवे इंक.च्या 1994 च्या वार्षिक सभेत बोलताना बफेट म्हणाले की तंबाखूमधील गुंतवणूक खालीलप्रमाणे आहे:

सामाजिक दृष्टिकोन आणि सध्याच्या प्रशासनाशी संबंधित प्रश्नांनी भरलेले. मला माझ्या निव्वळ संपत्तीची लक्षणीय टक्केवारी तंबाखूच्या व्यवसायात गुंतवायला आवडणार नाही. व्यवसायाची अर्थव्यवस्था चांगली असू शकते, परंतु याचा अर्थ असा नाही की त्याचे भविष्य उज्ज्वल आहे.

कोळसा

2007 मध्ये, बफेटच्या PacifiCorp, त्याच्या मिडअमेरिकन एनर्जी कंपनीची उपकंपनी, सहा प्रस्तावित कोळशावर आधारित ऊर्जा प्रकल्प रद्द केले. यामध्ये Utah च्या Intermountain Power Project Unit 3, Jim Bridger Unit 5 आणि PacifiCorp च्या एकात्मिक संसाधन योजनेत पूर्वी समाविष्ट केलेल्या चार प्रस्तावित संयंत्रांचा समावेश होता. नियामक आणि नागरिकांच्या गटांच्या दबावामुळे हे रद्द करण्यात आले.

अक्षय ऊर्जा

मूळ अमेरिकन जमाती आणि सॅल्मन मच्छीमारांनी बर्कशायर हॅथवे कंपनी असलेल्या पॅसिफीकॉर्पच्या मालकीच्या क्लामथ नदीतून चार जलविद्युत धरणे काढून टाकण्याच्या प्रस्तावासाठी बफेकडून पाठिंबा मिळवण्याचा प्रयत्न केला. डेव्हिड सोकोल यांनी बफेटच्या वतीने उत्तर दिले की FERC प्रश्नाचा निर्णय घेईल.

स्टॉक पर्यायांचा खर्च

कॉर्पोरेट उत्पन्न विवरणांवर स्टॉक ऑप्शन एक्स्पेन्सिंगचा तो जोरदार समर्थक आहे. 2004 च्या वार्षिक बैठकीत, त्यांनी युनायटेड स्टेट्स कॉंग्रेससमोर एका विधेयकावर टीका केली ज्यामध्ये फक्त काही कंपनी-जारी स्टॉक पर्याय नुकसानभरपाईचा खर्च म्हणून विचार केला जाईल, या बिलाची तुलना इंडियाना हाऊस ऑफ रिप्रेझेंटेटिव्हजने जवळजवळ पास केलेल्या बिलाशी केली होती. पाय 3.14159 ते 3.2 विधायी फिएटद्वारे.

जेव्हा एखादी कंपनी त्यांच्या कर्मचाऱ्यांना त्यांच्या सेवांच्या बदल्यात काही मूल्यवान वस्तू देते तेव्हा तो स्पष्टपणे नुकसानभरपाईचा खर्च असतो. आणि जर खर्च कमाईच्या विवरणात नसतील तर ते जगात कुठे आहेत?

तंत्रज्ञान

मे 2012 मध्ये, बफेट म्हणाले की त्यांनी Facebook आणि Google सारख्या नवीन सोशल मीडिया कंपन्यांमधील स्टॉक खरेदी करणे टाळले आहे कारण भविष्यातील मूल्याचा अंदाज लावणे कठीण आहे. त्यांनी असेही नमूद केले की स्टॉकची प्रारंभिक सार्वजनिक ऑफर (IPO) जवळजवळ नेहमीच खराब गुंतवणूक असते. गुंतवणूकदारांनी अशा कंपन्यांकडे लक्ष दिले पाहिजे ज्यांचे दहा वर्षांत चांगले मूल्य असेल.

बिटकॉइन आणि क्रिप्टोकरन्सी

जानेवारी 2018 मध्ये CNBC ला दिलेल्या मुलाखतीत, बफेट म्हणाले की बिटकॉइन आणि इतर क्रिप्टोकरन्सीची अलीकडील क्रेझ संपणार नाही, "ते कधी घडते किंवा कसे किंवा इतर काहीही, मला माहित नाही." परंतु तो म्हणाला की तो बिटकॉइन फ्युचर्सवर एक लहान स्थिती घेणार नाही.

बफेट बद्दल पुस्तके

ऑक्टोबर 2008 मध्ये, यूएसए टुडेने बफेटच्या नावासह किमान 47 पुस्तके छापली होती. लेखात बॉर्डर्स बुक्सचे सीईओ जॉर्ज जोन्स यांचे म्हणणे उद्धृत करण्यात आले आहे की, पुस्तकांच्या अनेक शीर्षकांमध्ये केवळ इतर जिवंत व्यक्तींचे नाव अमेरिकेचे अध्यक्ष, जागतिक राजकीय व्यक्ती आणि दलाई लामा होते. बफेट म्हणाले की, द एसेज ऑफ वॉरेन बफेट नावाचा त्यांच्या निबंधांचा संग्रह हा त्यांचा वैयक्तिक आवडता संग्रह आहे, ज्याचे वर्णन त्यांनी "माझ्या वार्षिक अहवाल पत्रांमधील कल्पनांची सुसंगत पुनर्रचना" असे केले आहे.

बफेटची पुस्तके किंवा प्रकाशने:

वॉरेन बफेचे निबंध : कॉर्पोरेट अमेरिका, वॉरेन बफेट आणि लॉरेन्स ए. कनिंगहॅम, द कनिंगहॅम ग्रुपसाठी धडे; सुधारित आवृत्ती (एप्रिल 11, 2001), ISBN 978-0-9664461-1-1

वॉरेन बफेचे निबंध: कॉर्पोरेट अमेरिकासाठी धडे, दुसरी आवृत्ती, वॉरेन ई. बफेट आणि लॉरेन्स ए. कनिंगहॅम, द कनिंगहॅम ग्रुप; दुसरी आवृत्ती (एप्रिल 14, 2008), ISBN 978-0-9664461-2-8

बफेट बद्दल काही सर्वाधिक विकली जाणारी, किंवा अन्यथा उल्लेखनीय पुस्तके:

कॅरोल जे. लुमिस, टॅप डान्सिंग टू वर्क: वॉरेन बफेट ऑन प्रॅक्टिकली एव्हरीथिंग, 1966–2012: अ फॉर्च्यून मॅगझिन बुक.

प्रेस्टन पायश, वॉरेन बफेट यांची तीन आवडती पुस्तके. (ऑनलाइन व्हिडिओसाठी बफेटच्या पुस्तकांचा संदर्भ देणारे परस्परसंवादी पुस्तक)

रॉजर लोवेन्स्टाईन, बफे, मेकिंग ऑफ अ अमेरिकन कॅपिटलिस्ट

रॉबर्ट हॅगस्ट्रॉम, द वॉरेन बफेट वे.

ऑलिस श्रोडर, द स्नोबॉल: वॉरेन बफेट अँड द बिझनेस ऑफ लाइफ. (बफेट यांच्या सहकार्याने लिहिलेले.) 219

मेरी बफेट आणि डेव्हिड क्लार्क, बफेटोलॉजी आणि त्यानंतरची चार पुस्तके. (1.5 दशलक्ष पेक्षा जास्त प्रतींची एकत्रित विक्री.)

जेनेट लोव, वॉरेन बफेट बोलतात: जगातील महान गुंतवणूकदाराकडून बुद्धी आणि बुद्धी.

जॉन ट्रेन, द मिडास टच: द स्ट्रॅटेजीज दॅट हॅव मेड वॉरेन बफेट 'अमेरिकेचे प्रमुख गुंतवणूकदार'.

अँड्र्यू किलपॅट्रिक, कायमस्वरूपी मूल्य: वॉरेन बफेटची कथा. (330 अध्याय, 1,874 पृष्ठे आणि 1,400 फोटोंसह, 10.2 पौंड वजनाचे बफेट बद्दलचे सर्वात मोठे पुस्तक.)

रॉबर्ट पी. माइल्स (2004). वॉरेन बफे वेल्थ: जगातील सर्वात महान गुंतवणूकदारादृवारे वापरलेली तत्त्वे आणि व्यावहारिक पद्धती. जॉन विली आणि सन्स. ISBN 978-0-471-46511-9.

जॉन पी. रीस, "द गुरू इन्व्हेस्टर: हाऊ टू बीट द मार्केट युजिंग हिस्ट्रीज बेस्ट इन्व्हेस्टमेंट स्ट्रॅटेजीज". 224 (बफेटच्या दृष्टिकोनावर आधारित चरण-दर-चरण स्टॉक निवडण्याच्या पद्धतीचा समावेश आहे)

Tavakoli, Janet M. (6 जानेवारी 2009). प्रिय मिस्टर बफे: वॉल स्ट्रीटपासून 1,269 मैल अंतरावर गुंतवणूकदार काय शिकतो. जॉन विली आणि सन्स. ISBN 978-0-470-44273-9.

जंजीगियां, वाहन (१ मे २००८). अगदी बफेटही परिपूर्ण नाही: तुम्ही काय करू शकता--आणि करू शकत नाही--जगातील महान गुंतवणूकदाराकडून शिकू शकता. पेंग्विन. ISBN 9781440631474.

10
धीरूभाई अंबानी

धीरूभाई अंबानी

Scan for Story Videos - www.itibook.com

धीरजलाल हिराचंद अंबानी (28 डिसेंबर 1932 - 6 जुलै 2002), धीरूभाई अंबानी म्हणून प्रसिद्ध, रिलायन्स इंडस्ट्रीजची स्थापना करणारे भारतीय उद्योगपती होते. अंबानी यांनी 1977 मध्ये रिलायन्स सार्वजनिक केले आणि 2002 मध्ये त्यांच्या मृत्यूनंतर US$ 2.9 अब्ज डॉलर्स होते. 2016 मध्ये, त्यांना मरणोत्तर पद्मविभूषण, व्यापार आणि उद्योगातील त्यांच्या योगदानासाठी भारताचा दुसरा-सर्वोच्च नागरी सन्मान देऊन सन्मानित करण्यात आले.

धीरूभाई अंबानी हे हिराचंद गोर्धनभाई अंबानी, मोद वानिया (बनिया) समाजाचे गावातील शिक्षक आणि जमनाबेन अंबानी यांच्या मुलांपैकी एक होते आणि त्यांचा जन्म 28 डिसेंबर 1932 रोजी चोरवड, मालिया तालुका, जुनागढ जिल्हा, गुजरात येथे झाला. त्यांनी बहादूर खांजी शाळेतून शिक्षण घेतले.

त्यांनी 1958 मध्ये एडन सोडले आणि कापड बाजारात भारतातील स्वतःच्या व्यवसायात हात आजमावून पाहिले.

रिलायन्स इंडस्ट्रीजची स्थापना

अंबानी भारतात परतले आणि चंपकलाल दमानी, त्यांचे दुसरे चुलत भाऊ, जे त्यांच्यासोबत येमेनमध्ये राहत होते, त्यांच्यासोबत भागीदारीत "माजीन" सुरू केले. मजिन पॉलिस्टर धाग्याची आयात आणि येमेनला मसाले निर्यात करणार होते.

रिलायन्स कमर्शिअल कॉर्पोरेशनचे पहिले कार्यालय मस्जिद बंदर येथील नरसीनाथा रस्त्यावर उभारण्यात आले. टेलिफोन, एक टेबल आणि तीन खुर्च्या असलेली ही 350 चौरस फूट (33 m2) खोली होती. सुरुवातीला त्यांना त्यांच्या व्यवसायात मदत करण्यासाठी दोन सहाय्यक होते.

या कालावधीत अंबानी आणि त्यांचे कुटुंबीय मुंबईतील भुलेश्वर येथील जय हिंद इस्टेट येथे दोन बेडरूमच्या अपार्टमेंटमध्ये राहिले. 1965 मध्ये चंपकलाल दमानी आणि धीरूभाई अंबानी यांची भागीदारी संपुष्टात आली आणि अंबानींनी स्वतःहून सुरुवात केली. असे मानले जाते की दोघांचेही स्वभाव भिन्न होते आणि व्यवसाय कसा चालवायचा याविषयी त्यांची भूमिका भिन्न होती. दमानी हे सावध व्यापारी होते आणि धाग्यांचे साठा तयार करण्यावर त्यांचा विश्वास नव्हता, तर अंबानी हा जोखीम घेणारा ज्ञात होता आणि नफा वाढवण्यासाठी इन्व्हेंटरीज तयार करण्यावर त्यांचा विश्वास होता. 1966 मध्ये त्यांनी रिलायन्स कमर्शियल कॉर्पोरेशनची स्थापना केली जी नंतर 8 मे 1973 रोजी रिलायन्स इंडस्ट्रीज बनली.

त्यांनी यावेळी विमल हा ब्रँड लॉन्च केला ज्यामध्ये साड्या, शाल, सूट आणि ड्रेससाठी पॉलिस्टर साहित्य विकले गेले.

स्टॉक एक्स्चेंजवर अंबानींचे नियंत्रण

भारताच्या आतील भागात ब्रँडच्या विस्तृत विपणनामुळे ते घराघरात प्रसिद्ध झाले. फ्रँचायझी किरकोळ दुकाने सुरू केली आणि त्यांनी "केवळ विमल" ब्रँडचे कापड विकले. 1975 मध्ये, जागतिक बँकेच्या तांत्रिक पथकाने 'रिलायन्स टेक्सटाइल्स' उत्पादन युनिटला भेट दिली.

1988 मध्ये, रिलायन्स इंडस्ट्रीजने अंशतः परिवर्तनीय डिबेंचरच्या संदर्भात हक्काच्या समस्येच्या विरोधात आवाज उठवला. अशी अफवा होती की कंपनी त्यांच्या शेअरच्या किमती एक इंचही घसरणार नाहीत याची खात्री करण्यासाठी सर्व प्रयत्न करत आहे. संधीची जाणीव करून, कलकत्त्यातील स्टॉक ब्रोकर्सच्या समूह द बेअर कार्टेलने रिलायन्सच्या शेअर्सची विक्री करण्यास सुरुवात केली. याचा मुकाबला करण्यासाठी, स्टॉक ब्रोकर्सच्या एका गटाने अलीकडे "रिलायन्सचे मित्र" म्हणून संबोधले होते, त्यांनी बॉम्बे स्टॉक एक्स्चेंजवर रिलायन्स इंडस्ट्रीजचे कमी विकले जाणारे शेअर्स खरेदी करण्यास सुरुवात केली. उद्धरण आवश्यक

बेअर कार्टेल व्यवहार पूर्ण करण्यासाठी बुल्सकडे रोख रकमेची कमतरता असेल आणि बॉम्बे स्टॉक एक्स्चेंजमधील "बदला" ट्रेडिंग सिस्टम अंतर्गत सेटलमेंटसाठी तयार असेल या विश्वासावर काम करत होते. बैल खरेदी करत राहिले आणि किंमत? सेटलमेंटच्या दिवसापर्यंत 152 प्रति शेअर राखले गेले. सेटलमेंटच्या दिवशी, जेव्हा बुल्सने शेअर्सच्या प्रत्यक्ष वितरणाची मागणी केली तेव्हा बेअर कार्टेलला धक्का बसला. व्यवहार पूर्ण करण्यासाठी, धीरूभाई अंबानी यांनी रिलायन्सचे शेअर्स विकत घेतलेल्या स्टॉक ब्रोकर्सना बरेच पैसे दिले गेले. सेटलमेंट न करण्याच्या बाबतीत, बुल्सने अनबडला किंवा दंड रकमेची मागणी केली? 35 प्रति शेअर. त्यामुळे मागणी वाढली आणि रिलायन्सचे शेअर्स वर आले? 180 मिनिटांत. सेटलमेंटमुळे बाजारात प्रचंड गोंधळ उडाला. उद्धरण आवश्यक

या परिस्थितीवर तोडगा काढण्यासाठी मुंबई शेअर बाजार तीन कामकाजी दिवसांसाठी बंद ठेवण्यात आला होता. बॉम्बे स्टॉक एक्स्चेंज (BSE) च्या अधिकाऱ्यांनी या प्रकरणात हस्तक्षेप केला आणि "अनबडला" दर खाली आणला? 2 बेअर कार्टेलला पुढील काही दिवसांत शेअर्स वितरित करावे लागतील अशा अटीसह. बेअर कार्टेलने बाजारातून रिलायन्सचे शेअर्स उच्च किमतीच्या पातळीवर विकत घेतले आणि हे देखील कळले की धीरूभाई अंबानी यांनीच ते शेअर्स बेअर कार्टेलला पुरवले आणि बेअर कार्टेलच्या साहसातून चांगला नफा मिळवला.

या घटनेनंतर त्यांचे विरोधक आणि पत्रकारांनी अनेक प्रश्न उपस्थित केले होते. काही वर्षांपूर्वीपर्यंत सूत व्यापाऱ्याला संकटाच्या काळात एवढ्या मोठ्या प्रमाणात रोकड कशी मिळवता आली हे फार लोकांना समजले नव्हते. याचे उत्तर तत्कालीन अर्थमंत्री प्रणव मुखर्जी यांनी संसदेत दिले होते. त्याने घराला माहिती दिली की अनिवासी भारतीयाने? 1982-83 दरम्यान रिलायन्समध्ये 220 दशलक्ष. ही गुंतवणूक क्रोकोडाईल, लोटा आणि फियास्कोसारख्या अनेक कंपन्यांच्या माध्यमातून करण्यात आली. या कंपन्या प्रामुख्याने आयल ऑफ मॅनमध्ये नोंदणीकृत होत्या. या कंपन्यांचे सर्व प्रवर्तक किंवा मालक यांचे एक समान आडनाव शाह होते. या घटनेच्या रिझर्व्ह बँकेने केलेल्या तपासणीत रिलायन्स किंवा तिच्या प्रवर्तकांनी केलेले कोणतेही अनैतिक किंवा बेकायदेशीर कृत्य किंवा व्यवहार आढळले नाहीत.

मृत्यू

अंबानींना मोठा झटका आल्याने 24 जून 2002 रोजी मुंबईतील ब्रीच कँडी रुग्णालयात दाखल करण्यात आले. हा त्याचा दुसरा स्ट्रोक होता, पहिला स्ट्रोक फेब्रुवारी 1986 मध्ये आला होता आणि त्याचा उजवा हात अर्धांगवायू झाला होता. ते एका आठवड्यापेक्षा जास्त काळ

कोमात होते आणि अनेक डॉक्टरांचा सल्ला घेण्यात आला होता. 6 जुलै 2002 रोजी त्यांचे निधन झाले.

उद्दिष्टाच्या भावनेने उडालेला आणि दृढनिश्चयाने चाललेला एक सामान्य भारतीय त्याच्या स्वतःच्या हयातीत काय साध्य करू शकतो, याचा ऐतिहासिक पुरावा देशाने गमावला आहे.

—?अटलबिहारी वाजपेयी, भारताचे माजी पंतप्रधान

तीन दशकांपूर्वी भारतीय उद्योग जगताच्या क्षितिजावर उगवलेला हा नवा तारा आपल्या जिद्द आणि चिकाटीच्या बळावर मोठी स्वप्ने पाहण्याच्या आणि प्रत्यक्षात उतरवण्याच्या क्षमतेच्या जोरावर शेवटपर्यंत अव्वल स्थानावर राहिला. अंबानींच्या स्मृतीला श्रद्धांजली वाहण्यात मी महाराष्ट्रातील लोकांसोबत सामील आहे आणि शोकाकुल कुटुंबाप्रती माझ्या संवेदना व्यक्त करतो. 16

- पीसी अलेक्झांडर, महाराष्ट्राचे माजी राज्यपाल

धीरूभाई अंबानी यांच्या निधनानंतर रिलायन्स इंडस्ट्रीज

1986 मध्ये त्यांच्या पहिल्या स्ट्रोकनंतर, अंबानी यांनी रिलायन्सचे नियंत्रण त्यांची मुले मुकेश आणि अनिल यांच्याकडे सोपवले. नोव्हेंबर 2004 मध्ये, मुकेशने एका मुलाखतीत अनिलसोबत मालकी मुद्द्यांवरून मतभेद असल्याचे कबूल केले. त्यांनी असेही म्हटले की फरक "खाजगी डोमेनमध्ये आहेत". धीरूभाई अंबानी यांच्या मृत्यूनंतर, समूह मुकेश यांच्या नेतृत्वाखालील रिलायन्स इंडस्ट्रीज लिमिटेड आणि अनिल यांच्या नेतृत्वाखालील रिलायन्स अनिल धीरूभाई अंबानी समूहात विभागला गेला. त्यामुळे अखेर मुकेश अंबानी यांची सीईओपदी आणि अनिल अंबानी यांची अध्यक्षपदी निवड झाली.

2017 पर्यंत, कंपनीचे 250,000 पेक्षा जास्त कर्मचारी आहेत. 2012 मध्ये, रिलायन्स इंडस्ट्रीज ही जगातील सर्वात मोठ्या कंपन्यांच्या फॉर्च्युन 500 यादीमध्ये कमाईच्या बाबतीत पहिल्या 100 मध्ये स्थान मिळविणाऱ्या दोन भारतीय कंपन्यांपैकी एक होती.

लोकप्रिय माध्यमांमध्ये

1988 मध्ये धीरूभाई अंबानी यांचे अनधिकृत चरित्र, हेमिश मॅकडोनाल्ड यांनी द पॉलिस्टर प्रिन्स या शीर्षकासह, त्यांच्या सर्व राजकीय आणि व्यावसायिक विजयांची रूपरेषा दर्शविली. हे पुस्तक भारतात प्रकाशित झाले नाही कारण अंबानींनी कायदेशीर कारवाईची धमकी दिली होती; 2010 मध्ये अंबानी अँड सन्स या शीर्षकाखाली अद्ययावत आवृत्ती विकली गेली आणि प्रकाशकाविरुद्ध आतापर्यंत कोणतीही कारवाई झालेली नाही.

धीरूभाई अंबानी यांच्या जीवनावरून प्रेरित असलेला हिंदी चित्रपट १२ जानेवारी २००७ रोजी प्रदर्शित झाला. चित्रपट निर्माते मणिरत्नम दिग्दर्शित गुरु, राजीव मेनन यांचे छायालेखन आणि ए.आर. रहमान यांचे संगीत या चित्रपटात आपला ठसा उमटवण्यासाठी धडपडणाऱ्या माणसाचा संघर्ष दाखवला आहे. काल्पनिक शक्ती ग्रुप ऑफ इंडस्ट्रीजसह भारतीय व्यावसायिक जग.

प्रशंसा

1996, 1998 आणि 2000 - एशियावीक मासिकाने "पॉवर 50-आशियातील सर्वात शक्तिशाली लोक" मध्ये वैशिष्ट्यीकृत केले.

15 जून 1998 - नेतृत्वाचे उत्कृष्ट उदाहरण मांडल्याबद्दल द व्हार्टन स्कूल, पेनसिल्व्हेनिया विद्यापीठाद्वारे डीन पदक. धीरूभाई अंबानी हे डीन पदक प्राप्त करणारे पहिले भारतीय होते

नोव्हेंबर 8, 2000, मुंबई - केमटेक फाउंडेशन आणि केमिकल इंजिनीअरिंग वर्ल्ड द्वारे भारतातील रासायनिक उद्योगाच्या वाढ आणि विकासासाठी त्यांच्या अतुलनीय योगदानासाठी "मॅन ऑफ द सेंच्युरी" पुरस्काराने सन्मानित करण्यात आले.

10 ऑगस्ट 2001, मुंबई - द इकॉनॉमिक टाइम्स अवॉर्ड्स फॉर कॉर्पोरेट एक्सलन्स फॉर लाइफटाइम अचिव्हमेंट अवॉर्ड.

फेडरेशन ऑफ इंडियन चेंबर्स ऑफ कॉमर्स अँड इंडस्ट्री FICCI द्वारे धीरूभाई अंबानी यांना "20 व्या शतकातील माणूस" म्हणून नाव देण्यात आले.

इंडिया पोस्टने 28 डिसेंबर 2002 रोजी धीरूभाई अंबानी असलेले एक पोस्टल स्टॅम्प जारी केले.

ऑक्टोबर 2011- एशियन बिझनेस लीडरशिप फोरम अवॉर्ड्समध्ये मरणोत्तर ABLF ग्लोबल एशियन अवॉर्ड प्रदान करण्यात आला.

जानेवारी 2016- मरणोत्तर पद्मविभूषण, देशाचा दुसरा-सर्वोच्च नागरी पुरस्कार प्रदान करण्यात आला.

संदर्भग्रंथ

मॅकडोनाल्ड, हमिश (1998). पॉलिस्टर प्रिन्स: धीरूभाई अंबानींचा उदय. ऍलन आणि अनविन. ISBN ९७८-१८६४४८४६८७

11

लॅरी एलिसन

लॅरी एलिसन

Top Richest People

Scan for Story Videos - www.itibook.com

लॉरेन्स जोसेफ एलिसन (जन्म 17 ऑगस्ट 1944) हा एक अमेरिकन व्यावसायिक आणि गुंतवणूकदार आहे जो अमेरिकन संगणक तंत्रज्ञान कंपनी ओरॅकल कॉर्पोरेशनचे सह-संस्थापक, कार्यकारी अध्यक्ष, मुख्य तंत्रज्ञान अधिकारी (CTO) आणि माजी मुख्य कार्यकारी अधिकारी (CEO) आहेत. २ ऑगस्ट 2022 पर्यंत, ब्लूमबर्ग बिलियनेअर्स इंडेक्स द्वारे त्यांची जगातील दहाव्या-श्रीमंत व्यक्ती म्हणून यादी करण्यात आली, ज्याची अंदाजे संपत्ती $97 अब्ज आहे. एलिसन हे हवाईयन द्वीपसमूहातील सहाव्या क्रमांकाचे सर्वात मोठे बेट असलेल्या लनाई येथील 98% मालकी भागासाठी देखील ओळखले जाते.

लॅरी एलिसन यांचा जन्म न्यूयॉर्क शहरात एका अविवाहित ज्यू आईच्या पोटी झाला. त्याचे जैविक वडील इटालियन-अमेरिकन युनायटेड स्टेट्स आर्मी एअर कॉर्प्स पायलट होते. वयाच्या नऊ महिन्यांत एलिसनला न्यूमोनिया झाल्यानंतर, त्याच्या आईने त्याला दत्तक घेण्यासाठी

"

तिच्या काकू आणि काकांकडे दिले. तो ४८ वर्षांचा होईपर्यंत त्याच्या जैविक आईला पुन्हा भेटला नाही.

एलिसन शिकागोच्या दक्षिण किनाऱ्यावर गेले, नंतर एक मध्यमवर्गीय शेजार. त्याला त्याची दत्तक आई उबदार आणि प्रेमळ म्हणून आठवते, त्याच्या कठोर, समर्थन न देणारे आणि अनेकदा दूरच्या दत्तक वडिलांच्या उलट, ज्यांनी त्याच्या युनायटेड स्टेट्स, एलिस आयलंडमध्ये प्रवेश करण्याच्या बिंदूचा सन्मान करण्यासाठी एलिसन हे नाव निवडले होते. लुई एलिसन हा एक सरकारी कर्मचारी होता ज्याने शिकागो रिअल इस्टेटमध्ये एक छोटीशी संपत्ती कमावली होती, ती केवळ महामंदीच्या काळात गमावली होती.

जरी एलिसनला त्याच्या दत्तक पालकांनी सुधारित ज्यू घरात वाढवले होते, जे नियमितपणे सभास्थानात जात होते, तरीही तो धार्मिक संशयवादी राहिला. वयाच्या तेराव्या वर्षी, एलिसनने बार मिट्झवाह उत्सव साजरा करण्यास नकार दिला. एलिसन म्हणतो: "मी एका अर्थाने धार्मिक आहे असे मला वाटत असले तरी, यहुदी धर्माचे विशिष्ट मत हे मी सदस्यत्व घेतलेले मत नाही. त्या वास्तविक आहेत यावर माझा विश्वास नाही. त्या मनोरंजक कथा आहेत. त्या मनोरंजक पौराणिक कथा आहेत आणि मी हे शब्दशः सत्य मानणाऱ्या लोकांचा नक्कीच आदर करतो, पण मला नाही. मला या गोष्टीचा कोणताही पुरावा दिसत नाही." एलिसन म्हणतो की इस्रायलबद्दलची त्याची आवड धार्मिक भावनांशी जोडलेली नाही, तर त्याच्या नाविन्यपूर्ण भावनेमुळे आहे. तंत्रज्ञान क्षेत्रातील इस्रायली.

एलिसनने शिकागो येथील साउथ शोर हायस्कूलमध्ये शिक्षण घेतले आणि नंतर अर्बाना-चॅम्पेन येथील इलिनॉय विद्यापीठात प्रवेश घेतला आणि प्रिमेड विद्यार्थी म्हणून नावनोंदणी झाली. विद्यापीठात, त्याला वर्षातील विज्ञानाचा विद्यार्थी म्हणून घोषित करण्यात आले. त्याने त्याच्या सोफोमोर वर्षानंतर अंतिम परीक्षा न घेताच माघार घेतली, कारण त्याची दत्तक आई नुकतीच मरण पावली होती. 1966 चा उन्हाळा कॅलिफोर्नियामध्ये घालवल्यानंतर, त्यांनी शिकागो विद्यापीठात एका टर्मसाठी शिक्षण घेतले, जिथे त्यांनी भौतिकशास्त्र आणि गणिताचा अभ्यास केला, आणि प्रथम संगणक डिझाइनचा सामना केला. 1966 मध्ये, वयाच्या 22 व्या वर्षी ते बर्कले, कॅलिफोर्निया येथे गेले.

प्रारंभिक कारकीर्द आणि ओरॅकल

1970 च्या दशकाच्या सुरुवातीस अँपेक्समध्ये काम करत असताना, एडगर एफ. कॉड यांच्या IBM साठी रिलेशनल डेटाबेस डिझाइनवरील संशोधनामुळे ते प्रभावित झाले. यामुळे 1977 मध्ये कंपनीची स्थापना झाली जी नंतर ओरॅकल बनली. ओरॅकल मध्यम आणि कमी-श्रेणी प्रणालींसाठी एक यशस्वी डेटाबेस विक्रेता बनले, नंतर सायबेस (1984 मध्ये तयार केले) आणि मायक्रोसॉफ्ट एसक्यूएल सर्व्हर (1989 मध्ये तयार केलेले सायबेसचे पोर्ट) यांच्याशी स्पर्धा केली ज्यामुळे एलिसनला फोर्ब्सने सर्वात श्रीमंत व्यक्तींपैकी एक म्हणून सूचीबद्ध केले. जगामध्ये.

१९७७-१९९४

1970 च्या दरम्यान, Amdahl कॉर्पोरेशनमध्ये काही काळ काम केल्यानंतर, एलिसनने अँपेक्स कॉर्पोरेशनसाठी काम करण्यास सुरुवात केली. त्याच्या प्रकल्पांमध्ये सीआयएचा डेटाबेस होता, ज्याला त्याने "ओरेकल" असे नाव दिले. एलिसनला एडगर एफ. कॉड यांनी रिलेशनल डेटाबेस सिस्टीमवर लिहिलेल्या "ए रिलेशनल मॉडेल ऑफ डेटा फॉर लार्ज शेअर्ड डेटा बँक्स" नावाच्या पेपरमधून प्रेरणा मिळाली होती. 1977 मध्ये, त्यांनी दोन भागीदारांसह आणि $2,000 च्या गुंतवणुकीसह सॉफ्टवेअर डेव्हलपमेंट लॅबोरेटरीज (SDL) ची स्थापना केली; $1,200 पैसे त्याचे होते.

1979 मध्ये, कंपनीने स्वतःचे नाव रिलेशनल सॉफ्टवेअर इंक केले. एलिसनने आयबीएम सिस्टम आर डेटाबेसबद्दल ऐकले होते, ते देखील कॉडच्या सिद्धांतांवर आधारित होते आणि ओरॅकलने त्याच्याशी सुसंगतता मिळवावी अशी त्यांची इच्छा होती, परंतु आयबीएमने सिस्टम आरचा कोड शेअर करण्यास नकार देऊन हे अशक्य केले. 1979 मध्ये ओरॅकल डेटाबेसचे प्रारंभिक प्रकाशन ओरॅकल आवृत्ती 2 असे होते; ओरॅकल आवृत्ती 1 नव्हती. 17 1983 मध्ये, कंपनी अधिकृतपणे त्याच्या प्रमुख उत्पादनानंतर ओरॅकल सिस्टम कॉर्पोरेशन बनली. 1990 मध्ये, ओरॅकलने त्याचे 10% कर्मचारी (सुमारे 400 लोक) कमी केले कारण ते पैसे गमावत होते. हे संकट, ज्याचा परिणाम जवळजवळ कंपनीच्या दिवाळखोरीत झाला, ओरॅकलच्या "अप-फ्रंट" विपणन धोरणामुळे उद्भवला, ज्यामध्ये विक्री करणाऱ्यांनी संभाव्य ग्राहकांना एकाच वेळी सर्वात मोठ्या प्रमाणात सॉफ्टवेअर खरेदी करण्याचा आग्रह केला. त्यानंतर विक्री करणाऱ्यांनी चालू तिमाहीत भविष्यातील परवाना विक्रीचे मूल्य बुक केले, ज्यामुळे त्यांचे बोनस वाढले. जेव्हा भविष्यातील विक्री पूर्ण होऊ शकली नाही तेव्हा ही समस्या बनली. अखेरीस ओरॅकलला त्याच्या कमाईची दोनदा पुनरावृत्ती करावी लागली आणि त्याच्या कमाईचा अतिरेक केल्यामुळे उद्भवलेल्या वर्ग-कृती खटल्यांचा निपटारा करावा लागला. एलिसन नंतर म्हणेल की ओरॅकलने "एक अविश्वसनीय व्यावसायिक चूक" केली होती.

जरी IBM ने त्याच्या DB2 आणि SQL/DS डेटाबेस उत्पादनांसह मेनफ्रेम रिलेशनल डेटाबेस मार्केटमध्ये वर्चस्व गाजवले असले तरी, युनिक्स आणि विंडोज ऑपरेटिंग सिस्टम्सवरील रिलेशनल डेटाबेससाठी बाजारात प्रवेश करण्यास विलंब झाला. यामुळे सायबेस, ओरॅकल, इन्फॉर्मिक्स आणि अखेरीस मायक्रोकॉम्प्युटर्ससाठी मध्यम-श्रेणी प्रणाली आणि मायक्रोकॉम्प्युटर्सवर प्रभुत्व मिळविण्याचे दरवाजे उघडले. याच सुमारास ओरॅकल सायबेसच्या मागे पडले. 1990 ते 1993 पर्यंत, सायबेस ही सर्वात वेगाने वाढणारी डेटाबेस कंपनी आणि डेटाबेस उद्योगाची प्रिय विक्रेता होती, परंतु लवकरच ती विलीनीकरणाच्या उन्मादला बळी पडली. सायबेसचे पॉवरसॉफ्टमध्ये 1996

च्या विलीनीकरणामुळे त्याच्या मूळ डेटाबेस तंत्रज्ञानावरील लक्ष कमी झाले. 1993 मध्ये, सायबेसने विंडोज ऑपरेटिंग सिस्टीम अंतर्गत चालणाऱ्या त्याच्या डेटाबेस सॉफ्टवेअरचे अधिकार मायक्रोसॉफ्ट कॉर्पोरेशनला विकले, जे आता "SQL सर्व्हर" नावाने त्याचे मार्केटिंग करते.

ऑरॅकलमध्ये त्याच्या सुरुवातीच्या काळात, एलिसनला अन्स्ट आणि यंग एंटरप्रेनर ऑफ द इयर प्रोग्रामसाठी उच्च तंत्रज्ञान श्रेणीमध्ये पुरस्कार प्राप्तकर्ता म्हणून नाव देण्यात आले.

1994-2010

1994 मध्ये, Informix ने Sybase ला मागे टाकले आणि Oracle चे सर्वात महत्वाचे प्रतिस्पर्धी बनले. इन्फॉर्मिक्सचे सीईओ फिल व्हाईट आणि एलिसन यांच्यातील तीव्र युद्ध तीन वर्षांपासून सिलिकॉन व्हॅलीच्या पहिल्या पृष्ठावरील बातम्या होत्या. एप्रिल 1997 मध्ये, Informix ने मोठ्या कमाईची कमतरता आणि कमाईची पुनरावृत्ती जाहीर केली. फिल व्हाईट अखेरीस तुरुंगात गेला आणि 2001 मध्ये IBM ने Informix आत्मसात केले. तसेच 1997 मध्ये, स्टीव्ह जॉब्स कंपनीत परतल्यानंतर एलिसनला ऍपल कॉम्प्युटरचे संचालक बनवले गेले. एलिसनने 2002 मध्ये राजीनामा दिला. Informix आणि Sybase च्या पराभवानंतर, Oracle ने 1990 च्या दशकाच्या उत्तरार्धात Microsoft SQL Server च्या उदयापर्यंत आणि 2001 मध्ये IBM ने त्यांच्या DB2 डेटाबेसला पूरक होण्यासाठी Informix सॉफ्टवेअरचे संपादन होईपर्यंत अनेक वर्षे उद्योग वर्चस्वाचा आनंद लुटला. 2013 पर्यंत UNIX, Linux, आणि Windows ऑपरेटिंग सिस्टिमवरील नवीन डेटाबेस परवान्यासाठी ऑरॅकलची मुख्य स्पर्धा IBM च्या DB2 आणि Microsoft SQL सर्व्हरकडून येते. IBM चे DB2 अजूनही मेनफ्रेम डेटाबेस मार्केटवर वर्चस्व गाजवते.

2005 मध्ये, ऑरॅकल कॉर्पोरेशनने एलिसनला $975,000 पगार, $6,500,000 बोनस आणि $955,100 ची इतर भरपाई दिली. 2007 मध्ये, एलिसनने $61,180,524 ची एकूण भरपाई मिळवली, ज्यात $1,000,000 मूळ पगार, $8,369,000 चा रोख बोनस आणि $50,087,100 चे पर्याय दिले गेले. 2008 मध्ये, त्याने $84,598,700 ची एकूण भरपाई मिळवली, ज्यात $1,000,000 मूळ पगार, $10,779,000 चा रोख बोनस, कोणतेही स्टॉक अनुदान नाही आणि $71,372,700 चे पर्याय दिले गेले. 31 मे 2009 रोजी संपलेल्या वर्षात त्याने $56.8 दशलक्ष कमावले. 2006 मध्ये, फोर्ब्सने त्याला कॅलिफोर्नियातील सर्वात श्रीमंत म्हणून स्थान दिले. एप्रिल 2009 मध्ये, IBM आणि Hewlett-Packard सोबतच्या टग-ऑफ-वॉरनंतर, ऑरॅकलने सन मायक्रोसिस्टम्स खरेदी करण्याचा आपला इरादा जाहीर केला. 2 जुलै 2009 रोजी, सलग चौथ्या वर्षी, ऑरॅकलच्या बोर्डाने एलिसनला आणखी 7 दशलक्ष स्टॉक पर्याय दिले. 22 ऑगस्ट 2009 रोजी, असे नोंदवले गेले की एलिसनला 2010 च्या आर्थिक वर्षासाठी त्याच्या मूळ पगारासाठी फक्त $1 दिले जाईल, जे त्याला 2009 च्या आर्थिक वर्षात देण्यात आलेल्या $1,000,000 पेक्षा कमी आहे.

2010-आतापर्यंत

युरोपियन युनियनने सन 21 जानेवारी 2010 रोजी ऑरॅकलच्या सन मायक्रोसिस्टम्सच्या संपादनास मान्यता दिली आणि सहमती दर्शवली की ऑरॅकलच्या सनच्या संपादनामध्ये "महत्त्वाच्या मालमत्तेचे पुनरुज्जीवन करण्याची आणि नवीन आणि नाविन्यपूर्ण उत्पादने तयार करण्याची क्षमता आहे". सन अधिग्रहणाने ऑरॅकलला लोकप्रिय MySQL ओपन सोर्स डेटाबेसचे नियंत्रण देखील दिले, जे सन 2008 मध्ये विकत घेतले होते. 9 ऑगस्ट, 2010 रोजी, एलिसनने सीईओ मार्क हर्ड यांना काढून टाकल्याबद्दल हेवलेट-पॅकार्डच्या बोर्डाची निंदा केली आणि लिहिले की "ऍपल बोर्डवरील मूर्खांनी स्टीव्ह जॉब्सला बऱ्याच वर्षांपूर्वी काढून टाकल्यानंतर एचपी बोर्डाने सर्वात वाईट कर्मचारी निर्णय घेतला." (एलिसन आणि हर्ड हे जवळचे वैयक्तिक मित्र होते.) त्यानंतर सप्टेंबर 6 रोजी ऑरॅकलने सफारा कॅट्झ यांच्यासोबत मार्क हर्ड यांना सह-अध्यक्ष म्हणून नियुक्त केले. एलिसन ऑरॅकलमध्ये त्याच्या सध्याच्या भूमिकेत राहिले.

मार्च 2010 मध्ये, फोर्ब्सच्या अब्जाधीशांच्या यादीत एलिसनला जगातील सहाव्या क्रमांकाचा श्रीमंत व्यक्ती आणि तिसरा-श्रीमंत अमेरिकन म्हणून स्थान देण्यात आले, ज्याची एकूण संपत्ती US$28 अब्ज होती. 27 जुलै 2010 रोजी, द वॉल स्ट्रीट जर्नलने अहवाल दिला की एलिसन हे गेल्या दशकात सर्वोत्कृष्ट पगाराचे अधिकारी होते, ज्याने US$1.84 अब्जची एकूण भरपाई गोळा केली. सप्टेंबर 2011 मध्ये, एलिसनची फोर्ब्सच्या अब्जाधीशांच्या यादीत जगातील पाचव्या क्रमांकाची श्रीमंत व्यक्ती म्हणून नोंद करण्यात आली होती आणि तो अजूनही तिसरा सर्वात श्रीमंत अमेरिकन होता, ज्याची एकूण संपत्ती सुमारे $36.5 अब्ज होती. सप्टेंबर 2012 मध्ये, एलिसन पुन्हा फोर्ब्सच्या अब्जाधीशांच्या यादीत $44 अब्ज संपत्तीसह बिल गेट्स आणि वॉरन बफे यांच्यानंतर तिसरा सर्वात श्रीमंत अमेरिकन नागरिक म्हणून सूचिबद्ध झाला. ऑक्टोबर 2012 मध्ये, ब्लूमबर्ग अब्जाधीश निर्देशांकानुसार, डेव्हिड हॅमिल्टन कोचच्या मागे जगातील आठव्या क्रमांकाची श्रीमंत व्यक्ती म्हणून त्यांची यादी करण्यात आली. एलिसनकडे Salesforce.com, NetSuite, Quark Biotechnology Inc. आणि Astex Pharmaceuticals मधील स्टेक आहेत. जून 2012 मध्ये, एलिसनने डेव्हिड मर्डॉकच्या कंपनी, कॅसल अँड कूककडून 98 टक्के हवाईयन बेट लानाई विकत घेण्याचे मान्य केले. किंमत $500 दशलक्ष ते $600 दशलक्ष दरम्यान नोंदवली गेली होती. 2005 मध्ये, एलिसनने ऑरॅकलच्या नावाने चॅरिटीला $100 दशलक्ष देण्याची ऑफर देऊन चार वर्षांचा इनसाइडर-ट्रेडिंग खटला निकाली काढण्यास सहमती दर्शवली.

2013 मध्ये, द वॉल स्ट्रीट जर्नलनुसार, एलिसनने $94.6 दशलक्ष कमावले. 18 सप्टेंबर 2014 रोजी, एलिसनने मार्क हर्ड यांना त्यांच्या पूर्वीच्या अध्यक्षपदावरून ऑरॅकलचे सीईओ म्हणून नियुक्त केले; Safra Catz यांना देखील CEO बनवण्यात आले होते, ती CFO म्हणून

तिच्या पूर्वीच्या भूमिकेतून पुढे जात होती. एलिसन यांनी मुख्य तंत्रज्ञान अधिकारी आणि कार्यकारी अध्यक्ष ही पदे स्वीकारली.

नोव्हेंबर 2016 मध्ये, ओरॅकलने $9.3 बिलियनमध्ये NetSuite विकत घेतला. एलिसनच्या मालकीच्या NetSuite च्या 35% च्या खरेदीच्या वेळी त्याने वैयक्तिकरित्या $3.5 अब्ज कमावले.

2017 मध्ये, फोर्ब्सचा अंदाज होता की एलिसन तंत्रज्ञानातील 4 था सर्वात श्रीमंत व्यक्ती होता.

जून 2018 मध्ये, फोर्ब्सनुसार एलिसनची एकूण संपत्ती सुमारे $54.5 अब्ज होती.

डिसेंबर 2018 मध्ये, त्या वर्षाच्या सुरुवातीला 3 दशलक्ष शेअर्स खरेदी केल्यानंतर एलिसन टेस्ला, इंक.च्या बोर्डावर संचालक बनले.

31 डिसेंबर 2019 पर्यंत, एलिसनकडे ओरॅकल कॉर्पोरेशनच्या 36.2% शेअर्स, 46 आणि टेस्लाच्या 1.7% शेअर्स आहेत.

जून 2020 पर्यंत, एलिसन हे $66.8 अब्ज निव्वळ संपत्तीसह जगातील सातव्या सर्वात श्रीमंत व्यक्ती असल्याचे म्हटले जाते.

वैयक्तिक जीवन

एलिसनने चार वेळा लग्न केले आहे आणि घटस्फोट घेतला आहे:

अइडा क्विन 1967 ते 1974 पर्यंत.

नॉन्सी व्हीलर जेनकिन्स 1977 ते 1978 पर्यंत. एलिसनने सॉफ्टवेअर डेव्हलपमेंट लॅबोरेटरीजची स्थापना करण्यापूर्वी सहा महिने आधी त्यांचे लग्न झाले. 1978 मध्ये या जोडप्याचा घटस्फोट झाला. व्हीलरने तिच्या पतीच्या कंपनीवर $500 साठी कोणताही दावा सोडला.

बार्बरा बूथ 1983 ते 1986 पर्यंत. बूथ रिलेशनल सॉफ्टवेअर इंक. (RSI) मधील माजी रिसेप्शनिस्ट होत्या. उद्धरण आवश्यक त्यांना डेव्हिड आणि मेगन नावाची दोन मुले होती, जे अनुक्रमे स्कायडान्स मीडिया आणि अन्नपूर्णा पिक्चर्स येथे चित्रपट निर्माते आहेत.

मेलानी क्राफ्ट, एक प्रणय कादंबरीकार, 2003 ते 2010 पर्यंत. त्यांनी 18 डिसेंबर 2003 रोजी त्याच्या वुडसाइड इस्टेटमध्ये लग्न केले. एलिसनचा मित्र स्टीव्ह जॉब्स, Apple Inc. चे माजी CEO आणि सह-संस्थापक, अधिकृत विवाह छायाचित्रकार होते, 50 आणि प्रतिनिधी टॉम लँटोस यांनी काम केले. 2010 मध्ये त्यांचा घटस्फोट झाला.

एलिसनने 2010 च्या आयर्न मॅन 2 चित्रपटात एक छोटीशी भूमिका साकारली. 2010 मध्ये, एलिसनने बीएनपी परिबास ओपन टेनिस स्पर्धेचा 50% हिस्सा खरेदी केला. 53 एलिसनकडे ऑडी R8 आणि मॅकलरेन F1 यासह अनेक विदेशी कार आहेत. त्याचे आवडते Acura NSX आहे, जे त्याच्या उत्पादनादरम्यान दरवर्षी भेटवस्तू म्हणून द्यायचे होते. 36 एलिसन हे लेक्सस LFA चे मालक देखील असल्याचे सांगितले जाते.

नौका

2010 च्या आर्थिक मंदीमुळे, एलिसनने रायझिंग सन या जगातील 12व्या सर्वात मोठ्या यॉटमधील आपला हिस्सा विकला आणि डेव्हिड गेफेन हा एकमेव मालक बनला. हे जहाज 453 फूट (138 मीटर) लांब आहे, 56 आणि त्याच्या बांधणीसाठी $200 दशलक्षपेक्षा जास्त खर्च आला आहे. फेडशिपने बांधलेल्या 288-फूट (88-मीटर) नौकाचा आकार त्याने कमी केला.

एलिसन ओरॅकल टीम यूएसए मार्फत नौकाविहारात स्पर्धा करतो. मॅक्सी यॉट्सच्या यशानंतर, एलिसनने 2003 लुई व्हिटॉन कपसाठी स्पर्धा करण्यासाठी बीएमडब्ल्यू ओरॅकल रेसिंगची स्थापना केली.

2002 मध्ये, एलिसनच्या ओरॅकलच्या संघाने अमेरिकेच्या कपच्या वातावरणात पतंगाची नौका आणली. न्यूझीलंडमधील चाचणी दरम्यान सुमारे 30 मिनिटे पतंग उडवण्याची क्षमता प्राप्त झाली.

BMW ओरॅकल रेसिंग हे सॅन फ्रान्सिस्कोच्या गोल्डन गेट यॉट क्लबच्या वतीने व्हॅलेन्सिया, स्पेन येथे 2007 च्या अमेरिका चषकासाठी "चॅलेंजर ऑफ रेकॉर्ड" होते, जो 2007 लुई व्हिटॉन कप चॅलेंजर-निवड मालिकेतून उपांत्य फेरीत बाहेर पडेपर्यंत. 14 फेब्रुवारी 2010 रोजी, एलिसनच्या नौका यूएसए 17 ने दोन दिवस आधी पहिली शर्यत जिंकल्यानंतर 33 व्या अमेरिका कपची दुसरी शर्यत (तीनपैकी सर्वोत्तम "डीड ऑफ गिफ्ट" मालिकेत) जिंकली. ऐतिहासिक विजय मिळवून, एलिसन आणि त्याची BMW ओरॅकल टीम "डीड ऑफ गिफ्ट" सामना जिंकणारे पहिले आव्हानवीर ठरले. 1995 नंतर प्रथमच चषक अमेरिकन किनाऱ्यावर परतला. एलिसनने दुसऱ्या शर्यतीत क्रू मेंबर म्हणून काम केले. यापूर्वी, एलिसनने अनेक कायदेशीर आव्हाने, गोल्डन गेट यॉट क्लबमार्फत, अर्नेस्टो बर्टारेली (जगातील सर्वात श्रीमंत व्यक्तींपैकी एक) यांनी 2007 मध्ये बर्टारेली संघाच्या अलिंगी विजयानंतर 33 व्या अमेरिका चषकाचे आयोजन करण्याचा प्रस्ताव मांडला होता, त्याविरुद्ध दाखल केले होते. शर्यती शेवटी फेब्रुवारी 2010 मध्ये व्हॅलेन्सिया येथे आयोजित करण्यात आल्या स्पष्टीकरण आवश्यक .

25 सप्टेंबर 2013 रोजी, एलिसनच्या ओरॅकल टीम यूएसएने एमिरेट्स टीम न्यूझीलंडचा पराभव करून सॅन फ्रान्सिस्को बे, कॅलिफोर्निया येथे 34 वा अमेरिका कप जिंकला. ओरॅकल टीम यूएसएला अमेरिकेच्या चषक विश्व मालिका सराव स्पर्धांमध्ये संघातील काही सदस्यांकडून फसवणूक केल्याबद्दल अंतिम फेरीत दोन गुणांचा दंड ठोठावण्यात आला होता. ओरॅकल संघाने 1-8 च्या कमतरतेतून 9-8 असा विजय मिळवला, ज्याला "क्रीडा इतिहासातील सर्वात मोठे पुनरागमन" म्हटले जाते.

2019 मध्ये, एलिसन, रसेल कौट्स यांच्या संयोगाने, सेलजीपी आंतरराष्ट्रीय रेसिंग मालिका सुरू केली. मालिकेत F50 फॉइलिंग कॅटामॅरन्सचा वापर केला होता, जो जगभरातील रेगटासह इतिहासातील सर्वात वेगवान बोट आहे. एलिसनने मालिका स्वावलंबी होईपर्यंत

पाच वर्षांच्या निधीसाठी वचनबद्ध केले. पहिला सीझन 1.8 बिलियन पेक्षा जास्त जागतिक प्रेक्षकांसह यशस्वी झाला.

विमानचालन

एलिसन एक परवानाधारक पायलट आहे ज्यांच्याकडे अनेक विमाने आहेत. सॅन जोस, कॅलिफोर्निया शहराने 75,000 पौंड (34,019 किलो) पेक्षा जास्त वजनाच्या विमानांनी सॅन जोस मिनेटा आंतरराष्ट्रीय विमानतळावरून रात्री उशिरा टेकऑफ आणि लँडिंगच्या मर्यादेचे उल्लंघन केल्याबद्दल त्याला उद्धृत केले होते. जानेवारी 2000 मध्ये, एलिसनने विमानतळ नियमाच्या स्पष्टीकरणावर खटला भरला आणि दावा केला की त्याचे गल्फस्ट्रीम व्ही विमान "निर्मात्याने दोन वजनाने उड्डाण करण्यासाठी प्रमाणित केले आहे: 75,000 पौंड, आणि 90,000 पौंड जास्त भार किंवा जास्त इंधन आवश्यक असलेल्या लांब उड्डाणांसाठी. पायलट फक्त सॅन जोस येथे विमान उतरवतो जेव्हा त्याचे वजन 75,000 पौंड किंवा त्याहून कमी असते आणि ते सिद्ध करण्यासाठी त्याच्याकडे नोंदी असतात." यूएस जिल्हा न्यायाधीश जेरेमी फोगेल यांनी जून 2001 मध्ये एलिसनच्या बाजूने निर्णय दिला आणि एलिसनच्या जेटसाठी माफीची मागणी केली, परंतु कर्फ्यू अवैध केला नाही.

एलिसनकडे किमान दोन लष्करी विमाने देखील आहेत: इटालियन प्रशिक्षण विमान SIAI-Marchetti S.211, आणि एक बंद केलेले सोव्हिएत लढाऊ मिग-29, जे यूएस सरकारने त्याला आयात करण्याची परवानगी नाकारली आहे.

टेनिस

2009 मध्ये, एलिसनने कॅलिफोर्नियाच्या कोचेला व्हॅलीमधील इंडियन वेल्स टेनिस गार्डन टेनिस सुविधा आणि इंडियन वेल्स मास्टर्स टूर्नामेंट $100 दशलक्षमध्ये खरेदी केली आणि त्यानंतर क्लबमध्ये आणखी $100 दशलक्ष गुंतवले.

घरे

एलिसनने त्याच्या अंदाजे $110 दशलक्ष वुडसाइड, कॅलिफोर्निया, सामंत जपानी स्थापत्यकलेची रचना केली, जे मानवनिर्मित 2.3-एकर (0.93 हेक्टर) सरोवर आणि विस्तृत भूकंपीय रेट्रोफिटसह पूर्ण होते. 2004 आणि 2005 मध्ये त्याने मालिबू, कॅलिफोर्निया येथे 12 पेक्षा जास्त मालमत्ता खरेदी केल्या, ज्याची किंमत $180 दशलक्षपेक्षा जास्त आहे. बँकर रोनाल्ड पेरेलमन यांनी त्याच वर्षाच्या शेवटी त्याचे पाम बीच, फ्लोरिडा, कंपाऊंड $70 दशलक्षमध्ये विकले नाही तोपर्यंत मालिबूच्या कार्बन बीचवर पाच संलग्न लॉटवर खर्च केलेल्या $65 दशलक्ष एलिसनने हा युनायटेड स्टेट्स इतिहासातील सर्वात महाग निवासी व्यवहार बनवला. त्याच्या पॅसिफिक हाइट्सच्या घरातील त्याच्या मनोरंजन प्रणालीची किंमत $1 दशलक्ष आहे, आणि त्यात एका निचरा झालेल्या जलतरण तलावाच्या एका टोकाला एक रॉक कॉन्सर्ट-आकाराचा व्हिडिओ प्रोजेक्टर आहे, गॅपिंग होलचा एक विशाल सबवूफर म्हणून वापर केला आहे.

2010 च्या सुरुवातीस, एलिसनने 10.5 दशलक्ष डॉलर्समध्ये न्यूपोर्ट, र्‍होड आयलंड येथे ऑस्टरचे बीचवुड मॅन्शन - पूर्वी ऑस्टर कुटुंबाचे ग्रीष्मकालीन घर - खरेदी केले.

2011 मध्ये त्याने 249 एकर पोर्क्युपिन क्रीक इस्टेट आणि कॅलिफोर्नियामधील रँचो मिराज येथील खाजगी गोल्फ कोर्स $42.9 दशलक्षला खरेदी केला. 76 ही मालमत्ता पूर्वी येलोस्टोन क्लबचे संस्थापक एड्रा आणि टिम ब्लिक्ससेथ यांचे घर होते आणि घटस्फोट आणि दिवाळखोरीनंतर कर्जदारांनी एलिसनला विकले होते.

21 जून 2012 रोजी हवाईचे गव्हर्नर नील अबरक्रॉम्बी यांनी घोषित केले की एलिसनने डेव्हिड एच. मर्डॉक यांच्या मालकीच्या कॅसल अँड कुक कंपनीकडून लानाई बेटाचा बहुतांश भाग विकत घेण्याच्या करारावर स्वाक्षरी केली आहे. या खरेदीनंतर एलिसनच्या मालकीच्या 98% लानाई, हवाईच्या सहाव्या क्रमांकाच्या बेटावर आहेत.

डिसेंबर 2020 मध्ये, तो कॅलिफोर्निया सोडला आणि लानाई येथे गेला.

2022 मध्ये, एलिसनने मनालापान, फ्लोरिडा येथे 173 दशलक्ष डॉलर्समध्ये 22 एकरची मालमत्ता खरेदी केली. त्याने ते जिम क्लार्ककडून विकत घेतले, ज्याने ते झिफ कुटुंबाकडून विकत घेतले होते. फ्लोरिडाच्या इतिहासातील ही सर्वात महाग निवासी मालमत्ता खरेदी आहे.

परोपकार

1992 मध्ये हायस्पीड सायकल अपघातात एलिसनची कोपर फुटली. कॅलिफोर्निया विद्यापीठ, डेव्हिस येथे उपचार घेतल्यानंतर, एलिसनने लॉरेन्स जे. एलिसन मस्क्युलो-स्केलेटल रिसर्च सेंटरला बीज देण्यासाठी $5 दशलक्ष दान केले. 1998 मध्ये, लॉरेन्स जे. एलिसन अँब्युलेटरी केअर सेंटर यूसी डेव्हिस मेडिकल सेंटरच्या सॅक्रामेंटो कॅम्पसमध्ये उघडले.

ओरॅकलचा जवळपास $1 अब्ज डॉलरचा स्टॉक विकल्यामुळे उद्भवलेल्या इनसाइडर ट्रेडिंग खटल्याचा निपटारा करण्यासाठी, न्यायालयाने एलिसनला चुकीची कबुली न देता त्याच्या स्वतःच्या धर्मादाय प्रतिष्ठानला $100 दशलक्ष देणगी देण्याची परवानगी दिली. कॅलिफोर्नियाच्या न्यायाधीशाने ओरॅकलला एलिसनचे $24 दशलक्ष कायदेशीर शुल्क भरण्याची परवानगी नाकारली. एलिसनच्या वकिलाने असा युक्तिवाद केला होता की जर एलिसन फी भरत असेल तर ते अपराधीपणाची कबुली म्हणून समजले जाऊ शकते. स्टनफोर्ड युनिव्हर्सिटीला त्यांनी दिलेल्या धर्मादाय देणग्यांमुळे दोन स्टनफोर्ड प्राध्यापकांच्या स्वातंत्र्याविषयी प्रश्न निर्माण झाले ज्यांनी ओरॅकलसाठी केसच्या गुणवत्तेचे मूल्यांकन केले. 2001 च्या सप्टेंबर 11 च्या दहशतवादी हल्ल्यांना प्रतिसाद म्हणून, एलिसनने फेडरल सरकारला

सॉफ्टवेअर दान करण्याची एक वादग्रस्त ऑफर दिली 83 ज्यामुळे ते राष्ट्रीय ओळख डेटाबेस तयार करणे आणि चालवणे आणि ओळखपत्र जारी करणे शक्य झाले असते.

फोर्ब्सच्या 2004 मधील सर्वात श्रीमंत 400 अमेरिकन लोकांनी केलेल्या धर्मादाय देणग्यांच्या यादीत म्हटले आहे की एलिसनने डॉलर केव्हा? दान केले होते, जे त्याच्या अंदाजे वैयक्तिक संपत्तीच्या सुमारे 1% होते. जून 2006 मध्ये, एलिसनने जाहीर केले की तो हार्वर्ड युनिव्हर्सिटीला $115 दशलक्ष देण्याच्या त्याच्या पूर्वीच्या प्रतिज्ञाचा सन्मान करणार नाही, असा दावा केला की हे माजी अध्यक्ष लॉरेन्स समर्स यांच्या जाण्यामुळे झाले आहे. ओरॅकलचे प्रवक्ते बॉब वाईन यांनी घोषणा केली, "हे खरोखर लॅरी समर्सचे विचार होते आणि एकदा लॅरी समर्स निघून जात असल्याचे दिसले की, लॅरी एलिसनने पुनर्विचार केला ... मी हे लॅरी एलिसन आणि लॅरी समर्स होते ज्यांनी सुरुवातीला ही कल्पना मांडली होती." 2007 मध्ये एलिसनने सिडरोट, इस्रायल येथील कम्युनिटी सेंटरला बळकट करण्यासाठी $500,000 देण्याचे वचन दिले, जेव्हा हे लक्षात आले की रॉकेट हल्ल्यांविरुद्ध इमारत मजबूत केलेली नाही. एलिसनच्या इतर धर्मादाय देणग्यांमध्ये 2014 मध्ये फ्रेंड्स ऑफ इस्रायल संरक्षण दलांना $10 दशलक्ष देणगी समाविष्ट आहे. 2017 मध्ये एलिसनने पुन्हा फ्रेंड्स ऑफ इस्रायल डिफेन्स फोर्सना दान केले, यावेळी $16.6 दशलक्ष. त्याच्या देणगीचा उद्देश सह-शिक्षण भरतीसाठी नवीन कॅम्पसमध्ये कल्याण सुविधांच्या बांधकामाला पाठिंबा देण्यासाठी होता.

ऑगस्ट 2010 मध्ये एका अहवालात एलिसन यांना 40 अब्जाधीशांपैकी एक म्हणून सूचीबद्ध केले होते ज्यांनी "द गिव्हिंग प्लेज" वर स्वाक्षरी केली होती.

मे 2016 मध्ये एलिसनने दक्षिण कॅलिफोर्निया विद्यापीठाला कर्करोग संशोधन केंद्र स्थापन करण्यासाठी $200 दशलक्ष देणगी दिली: लॉरेन्स जे. एलिसन इन्स्टिट्यूट फॉर ट्रान्सफॉर्मेटिव्ह मेडिसिन ऑफ यूएससी.

राजकीय सहभाग

एलिसनने NSA व्हिसल-ब्लोअर एडवर्ड स्नोडेनवर टीका केली होती की, "स्नोडेनला अद्याप NSA च्या डेटा संकलनातून 'चुकीने जखमी' झालेल्या एका व्यक्तीची ओळख पटू शकलेली नाही". त्यांनी डेमोक्रॅटिक आणि रिपब्लिकन दोन्ही राजकारण्यांना देणगी दिली आहे, आणि 2014 च्या उत्तरार्धात रिपब्लिकन सिनेटर रँड पॉल यांना त्यांच्या घरी निधी उभारणीसाठी आयोजित केले होते.

मार्को रुबियोच्या 2016 च्या अध्यक्षीय बोलीला समर्थन देणारी सुपर पीएसी, कंझर्व्हेटिव्ह सोल्युशन्स PAC मधील सर्वोच्च देणगीदारांपैकी एक एलिसन होता. फेब्रुवारी 2016 पर्यंत, एलिसनने PAC ला एकूण $4 दशलक्ष दिले होते. 2020 मध्ये, एलिसन यांनी माजी अध्यक्ष डोनाल्ड ट्रम्प यांना त्यांच्या रँचो मिराज इस्टेटमध्ये निधी उभारण्याची परवानगी दिली, परंतु एलिसन उपस्थित नव्हते. जानेवारी 2022 मध्ये, एलिसनने सेन. टिम स्कॉट (आर-एससी) शी संबंधित अपॉर्च्युनिटी मॅटर्स फंड सुपर पीएसीला $15 दशलक्ष दान केले, जे 2022 च्या निवडणूक चक्रातील सर्वात महत्त्वपूर्ण आर्थिक योगदानांपैकी एक आहे.

वॉशिंग्टन पोस्टने मे 2022 मध्ये वृत्त दिले की एलिसनने 2020 च्या अध्यक्षीय निवडणुकीच्या काही दिवसांनंतर कॉन्फरन्स कॉलमध्ये भाग घेतला ज्यामध्ये मताच्या वैधतेला आव्हान देण्यासाठी धोरणांवर लक्ष केंद्रित केले. कॉलवरील इतर सहभागींमध्ये फॉक्स न्यूजचे होस्ट सीन हॅनिटी, सिनेटर लिंडसे ग्रॅहम, ट्रम्पचे वैयक्तिक वकील जे सेकुलो आणि ड्रू द व्होटचे वकील जेम्स बोप यांचा समावेश होता. पोस्टने कोर्टाची कागदपत्रे आणि कॉलमधील सहभागीचा उल्लेख केला आहे.

ओळख

1997 मध्ये, एलिसनला अमेरिकन अॅकॅडमी ऑफ अचिव्हमेंटचा गोल्डन प्लेट पुरस्कार मिळाला.

2013 मध्ये, एलिसनला बे एरिया बिझनेस हॉल ऑफ फेममध्ये समाविष्ट करण्यात आले.

2019 मध्ये, लॉरेन्स जे. एलिसन इन्स्टिट्यूट फॉर ट्रान्सफॉर्मेटिव्ह मेडिसिन ऑफ यूएससीने एलिसनला वर्षभरात दिलेल्या उदार समर्थनाची दखल घेऊन त्यांना प्रथम रिबेल्स विथ अ कॉज पुरस्काराने सन्मानित केले.

12
लॉरी पेज

लॉरी पेज

Top Richest People

Scan for Story Videos - www.itibook.com

लॉरेन्स एडवर्ड पेज (जन्म 26 मार्च 1973) हा एक अमेरिकन व्यावसायिक, संगणक शास्त्रज्ञ आणि इंटरनेट उद्योजक आहे. ते सर्जी ब्रिन यांच्यासोबत गुगलचे सह-संस्थापक म्हणून ओळखले जातात.

पेज हे 1997 ते ऑगस्ट 2001 पर्यंत Google चे मुख्य कार्यकारी अधिकारी होते (एरिक शिमटच्या बाजूने पायउतार झाले) त्यानंतर एप्रिल 2011 ते जुलै 2015 पर्यंत जेव्हा ते अल्फाबेट इंक.चे सीईओ बनले (गुगलचे पालक म्हणून "मोठ्या प्रगती" देण्यासाठी तयार केले गेले. कंपनी), एक पद त्यांनी 4 डिसेंबर 2019 पर्यंत भूषवले. ते अल्फाबेट बोर्ड सदस्य, कर्मचारी आणि नियंत्रित भागधारक आहेत.

Google तयार केल्याने मोठ्या प्रमाणात संपत्ती निर्माण झाली. फोर्ब्सच्या रिअल टाइम अब्जाधीशांच्या यादीनुसार ऑगस्ट 2022 पर्यंत, पृष्ठाची एकूण संपत्ती $100.0 अब्ज आहे. किट्टी हॉक आणि ओपनर या फ्लाइंग कार स्टार्टअपमध्येही त्यांनी गुंतवणूक केली आहे.

पेज हा पेजरँकचा सह-निर्माता आणि नाव आहे, Google साठी शोध रँकिंग अल्गोरिदम. 2004 मध्ये त्यांना सह-लेखक ब्रिनसोबत मार्कोनी पुरस्कार मिळाला.

पेजचा जन्म २६ मार्च १९७३, लान्सिंग, मिशिगन येथे झाला. त्याची आई ज्यू आहे; त्याचे आजोबा नंतर इस्रायलमध्ये स्थलांतरित झाले, जरी पेजचे मोठे होणारे कुटुंब धर्मनिरपेक्ष होते. त्यांचे वडील, कार्ल व्हिक्टर पेज सीनियर, यांनी मिशिगन विद्यापीठातून संगणक शास्त्रात पीएचडी मिळवली. बीबीसीचे पत्रकार विल स्माले यांनी त्यांचे वर्णन "संगणक विज्ञान आणि कृत्रिम बुद्धिमत्तेतील अग्रणी" म्हणून केले. पेजचे आजी-आजोबा प्रोटेस्टंट पार्श्वभूमीतून आले होते. पेजचे वडील मिशिगन स्टेट युनिव्हर्सिटीमध्ये कॉम्प्युटर सायन्सचे प्रोफेसर होते आणि त्यांची आई ग्लोरिया त्याच संस्थेतील लायमन ब्रिग्स कॉलेजमध्ये कॉम्प्युटर प्रोग्रामिंगच्या प्रशिक्षक होत्या.

एका मुलाखतीदरम्यान, पेजने त्यांचे बालपणीचे घर "सामान्यतः गोंधळलेले होते, संगणक, विज्ञान आणि तंत्रज्ञान मासिके आणि सर्वत्र लोकप्रिय विज्ञान मासिके" अशी आठवण करून दिली, ज्या वातावरणात तो स्वतःला मग्न होता. आपल्या तरुणपणात पेज एक उत्सुक वाचक होते, त्यांनी 2013 च्या Google संस्थापकांच्या पत्रात लिहिले: "मला आठवते की पुस्तक आणि मासिके यांच्यावर sic खूप वेळ घालवला होता". लेखक निकोलस कार्लसन यांच्या मते, पेजच्या घरच्या वातावरणाचा आणि त्याच्या लक्ष देणाऱ्या पालकांच्या एकत्रित प्रभावाने "सर्जनशीलता आणि आविष्कार वाढवला". वाढताना पेजने वाद्ये वाजवली आणि संगीत रचनेचा अभ्यासही केला. त्याच्या पालकांनी त्याला संगीत उन्हाळी शिबिरात पाठवले - इंटरलोचेन, मिशिगन येथील इंटरलोचेन आर्ट्स कॅम्प आणि पेजने नमूद केले आहे की त्याच्या संगीत शिक्षणामुळे त्याची अधीरता आणि संगणनातील वेगाचा ध्यास वाढला. "काही अर्थाने, मला असे वाटते की संगीत प्रशिक्षणामुळे माझ्यासाठी Google चा उच्च-गती वारसा मिळाला". एका मुलाखतीत पेज म्हणाले की "संगीतामध्ये, तुम्ही वेळेचे खूप जाणकार आहात. वेळ ही प्राथमिक गोष्टीसारखी आहे" आणि "तुम्ही संगीताच्या दृष्टिकोनातून याचा विचार केल्यास, तुम्ही तालवादक असाल, तर तुम्ही काहीतरी मारता. , ते मिलिसेकंदात घडले पाहिजे, एका सेकंदाच्या अपूर्णांकात".

पृष्ठ सहा वर्षांचा असताना प्रथम संगणकाकडे आकर्षित झाला, कारण तो "आजूबाजूला पडलेल्या वस्तूंशी खेळू शकला" - पहिल्या पिढीतील वैयक्तिक संगणक - जे त्याच्या आई आणि वडिलांनी सोडले होते. तो "वर्ड प्रोसेसरकडून असाइनमेंट स्वीकारणारा त्याच्या प्राथमिक शाळेतील पहिला मुलगा" बनला. त्याचा मोठा भाऊ कार्ल व्हिक्टर पेज जूनियर. त्याला गोष्टी वेगळ्या करायला शिकवल्या आणि काही काळापूर्वी तो "त्याच्या घरातील प्रत्येक गोष्ट कशी चालते हे पाहण्यासाठी अलगद घेत होता". ते म्हणाले की "लहानपणापासूनच, मला हे देखील समजले की मला गोष्टींचा शोध घ्यायचा आहे. त्यामुळे मला तंत्रज्ञान आणि व्यवसायात रस निर्माण झाला. बहुधा मी १२ वर्षांचा होतो तेव्हापासून मला माहित होते की मी शेवटी एक कंपनी सुरू करणार आहे."

शिक्षण

पेजने 2 ते 7 (1975 ते 1979) वयोगटातील ओकेमोस, मिशिगन येथील ओकेमोस मॉन्टेसरी स्कूल (आता मॉन्टेसरी रॅडमूर) येथे शिक्षण घेतले. त्याने ईस्ट लॅन्सिंग हायस्कूलमध्ये शिक्षण घेतले, 1991 मध्ये पदवी प्राप्त केली. उन्हाळ्याच्या शाळेत, त्याने इंटरलोचेन सेंटर फॉर द आर्ट्समध्ये बासरी वाजवली परंतु मुख्यतः दोन उन्हाळ्यात सॅक्सोफोनमध्ये शिक्षण घेतले. पृष्ठ यांनी 1995 मध्ये, मिशिगन विद्यापीठातून संगणक अभियांत्रिकीमध्ये विज्ञान पदवी प्राप्त केली, आणि 1998 मध्ये स्टॅनफोर्ड विद्यापीठातून संगणक विज्ञान विषयात मास्टर ऑफ सायन्स प्राप्त केले. मिशिगन विद्यापीठात असताना, पेजने इंकजेट काडतुसे वापरून मोठ्या पोस्टर्स स्वस्तात मुद्रित करणे शक्य वाटल्यानंतर लेगो विटांपासून बनवलेला इंकजेट प्रिंटर (शब्दशः एक लाइन प्लॉटर) तयार केला—पेजने इंक काडतूस रिव्हर्स-इंजिनियर केले आणि तयार केले. ते चालविण्यासाठी इलेक्ट्रॉनिक्स आणि यांत्रिकी. पृष्ठ यांनी एटा कप्पा नू सन्मान सोसायटीच्या बीटा एप्सिलॉन अध्यायाचे अध्यक्ष म्हणून काम केले, आणि 1993 "मका आणि ब्लू" युनिव्हर्सिटी ऑफ मिशिगन सोलर कार टीमचे सदस्य होते. मिशिगन युनिव्हर्सिटीमध्ये अंडरग्रेजुएट म्हणून, त्यांनी प्रस्तावित केले की शाळेने आपली बस प्रणाली वैयक्तिक जलद-ट्रान्झिट सिस्टमने बदलली पाहिजे, जी मूलतः प्रत्येक प्रवाशासाठी स्वतंत्र कार असलेली ड्रायव्हरविरहित मोनोरेल आहे. त्यांनी एका कंपनीसाठी एक व्यवसाय योजना देखील विकसित केली जी या काळात संगीत सिंथेसायझर तयार करण्यासाठी सॉफ्टवेअर वापरेल.

पीएचडी अभ्यास आणि संशोधन

स्टॅनफोर्ड युनिव्हर्सिटीमध्ये कॉम्प्युटर सायन्स पीएचडी प्रोग्राममध्ये नावनोंदणी केल्यानंतर, पेज प्रबंध थीमच्या शोधात होते आणि वर्ल्ड वाइड वेबचे गणितीय गुणधर्म एक्सप्लोर करण्याचा विचार करत होते, त्याच्या लिंक स्ट्रक्चरला एक मोठा आलेख समजत होते. त्यांचे पर्यवेक्षक, टेरी विनोग्राड यांनी त्यांना या कल्पनेचा पाठपुरावा करण्यास प्रोत्साहित केले आणि पेजने 2008 मध्ये आठवण करून दिली की हा त्यांना मिळालेला सर्वोत्तम सल्ला होता. 38 यावेळी त्यांनी टेलिप्रेझन्स आणि सेल्फ-ड्रायव्हिंग कारवर संशोधन करण्याचाही विचार केला.

त्या पृष्ठासाठी मौल्यवान माहिती म्हणून अशा बॅकलिंकची संख्या आणि स्वरूप लक्षात घेऊन, दिलेल्या पृष्ठाशी कोणती वेब पृष्ठे लिंक झाली आहेत हे शोधण्याच्या समस्येवर पृष्ठ लक्ष केंद्रित करते. शैक्षणिक प्रकाशनातील उद्धरणांची भूमिका देखील संशोधनासाठी समर्पक ठरेल. सर्गे ब्रिन, स्टॅनफोर्ड पीएचडीचा सहकारी विद्यार्थी, लवकरच पेजच्या संशोधन प्रकल्पात सामील होणार आहे, ज्याचे टोपणनाव आहे "बॅकरूब." एकत्रितपणे, या जोडीने "द ॲनाटॉमी ऑफ अ लार्ज-स्केल हायपरटेक्स्टुअल वेब शोध इंजिन" नावाचा शोधनिबंध लिहिला, जो एक

बनला. त्यावेळच्या इंटरनेटच्या इतिहासातील सर्वाधिक डाउनलोड केलेल्या वैज्ञानिक दस्तऐवजांपैकी.

वायर्ड मॅगझिनचे सह-संस्थापक जॉन बॅटेल यांनी लिहिले की पेजने असे तर्क केले होते की:

... संपूर्ण वेब शिथिलपणे उद्धरणाच्या आधारावर आधारित होते—अखेर, उद्धरण व्यतिरिक्त दुवा काय आहे? जर त्याने वेबवरील प्रत्येक बॅकलिंकची मोजणी आणि पात्रता मिळवण्यासाठी एक पद्धत तयार केली तर, जसे पेजने म्हटले आहे की "वेब अधिक मौल्यवान जागा बनेल."

बॅटेलने पुढे वर्णन केले की पेज आणि ब्रिनने प्रकल्पावर एकत्र काम कसे केले:

पृष्ठाने बॅकरुबची कल्पना केली त्या वेळी, वेबमध्ये अंदाजे 10 दशलक्ष दस्तऐवजांचा समावेश होता, त्यांच्या दरम्यान असंख्य लिंक्स होत्या. अशा पशूला क्रॉल करण्यासाठी आवश्यक असलेली संगणकीय संसाधने विद्यार्थी प्रकल्पाच्या नेहमीच्या मर्यादेपलीकडे होती. तो नेमका कशात जात आहे हे माहीत नसल्यामुळे, पेजने त्याचा क्रॉलर तयार करण्यास सुरुवात केली. कल्पनेची जटिलता आणि स्केल ब्रिनला नोकरीसाठी प्रवृत्त केले. प्रबंध विषयावर स्थिरता न ठेवता एका प्रकल्पातून दुसऱ्या प्रकल्पावर उडी मारलेल्या बहुपयोगी व्यक्तीला बॅकरुबमागील परिसर आकर्षक वाटला. ब्रिन आठवते, "शाळेच्या आजूबाजूला मी अनेक संशोधन गटांशी बोललो" आणि हा सर्वात रोमांचक प्रकल्प होता, कारण मानवी ज्ञानाचे प्रतिनिधित्व करणाऱ्या वेबला हाताळले आणि मला लॅरी आवडले."

शोध इंजिन विकास

BackRub च्या वेब क्रॉलरने गोळा केलेल्या बॅकलिंक डेटाला दिलेल्या वेब पृष्ठासाठी महत्त्वाच्या मोजमापात रूपांतरित करण्यासाठी, ब्रिन आणि पेज यांनी PageRank अल्गोरिदम विकसित केला आणि लक्षात आले की ते विद्यमान असलेल्या शोध इंजिनपेक्षा कितीतरी चांगले शोध इंजिन तयार करण्यासाठी वापरले जाऊ शकते. अल्गोरिदम एका नवीन तंत्रज्ञानावर अवलंबून आहे ज्याने एका वेब पृष्ठाला दुस-या वेबपृष्ठाशी जोडलेल्या बॅकलिंक्सच्या प्रासंगिकतेचे विश्लेषण केले आहे.

त्यांच्या कल्पना एकत्र करून, या जोडीने पेजच्या शयनगृहाचा एक मशीन प्रयोगशाळा म्हणून वापर करण्यास सुरुवात केली, आणि एक उपकरण तयार करण्यासाठी स्वस्त संगणकांमधून सुटे भाग काढले जे ते स्टॅनफोर्डच्या ब्रॉडबँड कॅम्पस नेटवर्कशी आताच्या नवीन शोध इंजिनला जोडण्यासाठी वापरतात. 42 पेजची खोली उपकरणांनी भरल्यानंतर, त्यांनी ब्रिनच्या डॉर्म रूमला ऑफिस आणि प्रोग्रामिंग सेंटरमध्ये रूपांतरित केले, जिथे त्यांनी वेबवर त्यांच्या नवीन शोध इंजिन डिझाइनची चाचणी केली. त्यांच्या प्रकल्पाच्या जलद वाढीमुळे स्टॅनफोर्डच्या संगणकीय पायाभूत सुविधांमध्ये समस्या निर्माण झाल्या.

Page आणि ब्रिन यांनी वापरकर्त्यांसाठी एक साधे शोध पृष्ठ सेट करण्यासाठी पूर्वीच्या मूलभूत HTML प्रोग्रामिंग कौशल्यांचा वापर केला, कारण त्यांच्याकडे दृश्यदृष्ट्या विस्तृत काहीही तयार करण्यासाठी वेब पृष्ठ विकसक नव्हते. एकाधिक वापरकर्त्यांद्वारे शोध हाताळण्यासाठी आवश्यक संगणकीय शक्ती एकत्र करण्यासाठी त्यांना सापडलेला कोणताही संगणक भाग वापरण्यास सुरुवात केली. स्टॅनफोर्ड वापरकर्त्यांमध्ये त्यांच्या शोध इंजिनची लोकप्रियता वाढल्याने, प्रश्नांवर प्रक्रिया करण्यासाठी अतिरिक्त सर्व्हरची आवश्यकता होती. ऑगस्ट 1996 मध्ये, Google ची प्रारंभिक आवृत्ती, अजूनही स्टॅनफोर्ड विद्यापीठाच्या वेबसाइटवर, इंटरनेट वापरकर्त्यांसाठी उपलब्ध करून देण्यात आली होती.

पेजरँक अल्गोरिदम सुलभ करणारी गणितीय वेबसाइट, वर्तुळांच्या आकार-टक्केवारी सहसंबंधाने स्पष्ट केली आहे. अल्गोरिदमला स्वतः पेजचे नाव देण्यात आले.

1997 च्या सुरुवातीस, BackRub पृष्ठाने राज्याचे खालीलप्रमाणे वर्णन केले:

काही रफ स्टॅटिस्टिक्स (ऑगस्ट 29, 1996 पासून)

एकूण अनुक्रमित HTML URL: 75.2306 दशलक्ष

डाउनलोड केलेली एकूण सामग्री: 207.022 गीगाबाइट्स

BackRub Java आणि Python मध्ये लिहिलेले आहे आणि Linux चालवणाऱ्या अनेक Sun Ultras आणि Intel Pentiums वर चालते. प्राथमिक डेटाबेस सन अल्ट्रा सीरिज II वर 28GB डिस्कसह ठेवला जातो. स्कॉट हसन आणि ऍलन स्टेरेमबर्ग यांनी अत्यंत कुशल अंमलबजावणीसाठी खूप मदत केली आहे. सेर्ग ब्रिन देखील खूप गुंतले आहेत आणि ते खूप आभाराचे पात्र आहेत.

BackRub ने आधीपासून शोध इंजिनची प्राथमिक कार्य आणि वैशिष्ट्ये प्रदर्शित केली आहेत: एक क्वेरी इनपुट प्रविष्ट केला गेला आणि त्याने महत्त्वानुसार रँक केलेल्या बॅकलिंक्सची सूची प्रदान केली. पृष्ठाने आठवण करून दिली: "आम्हाला लक्षात आले की आमच्याकडे एक क्वेरी करण्याचे साधन आहे. यामुळे तुम्हाला पृष्ठांची एक चांगली क्रमवारी आणि फॉलो-अप पृष्ठांची क्रमवारी मिळाली." पृष्ठ म्हणाले की 1998 च्या मध्यात त्यांना त्यांच्या प्रकल्पाची पुढील क्षमता लक्षात आली. : "लवकरच, आम्हाला दिवसाला 10,000 शोध लागले. आणि आम्हाला वाटले, कदाचित हे खरे असेल."

Page आणि ब्रिन यांच्या दृष्टीची तुलना आधुनिक छपाईचे शोधक जोहान्स गुटेनबर्ग यांच्याशी केली गेली आहे:

1440 मध्ये, जोहान्स गुटेनबर्गने युरोपला यांत्रिक प्रिंटिंग प्रेसची ओळख करून दिली, मोठ्या प्रमाणात वापरासाठी बायबल छापली. पुस्तके आणि हस्तलिखितांना परवानगी देण्यात आलेले तंत्रज्ञान – मूळत: हाताने प्रतिकृती बनवलेले – खूप जलद गतीने मुद्रित केले जाऊ शकते, त्यामुळे ज्ञानाचा प्रसार होतो आणि युरोपियन नवनिर्मितीचा काळ सुरू करण्यात मदत होते... Google ने असेच काम केले आहे.

ही तुलना द Google Story च्या लेखकांनी देखील नोंदवली आहे: "गुटेनबर्ग पासून नाही ... कोणत्याही नवीन शोधामुळे व्यक्तींना सशक्त बनवले गेले आहे, आणि Google प्रमाणेच माहितीच्या प्रवेशामध्ये परिवर्तन झाले आहे." वेब शोधांसाठी त्यांचे नवीन इंजिन तयार केले, त्यांनी त्या वेळी वेबच्या पलीकडे असलेल्या माहितीचा विचार करण्यास सुरुवात केली" जसे की पुस्तके डिजिटायझ करणे आणि आरोग्य माहितीचा विस्तार करणे.

Google

1998-2010

स्थापना

फॅकल्टी सदस्य, कुटुंब आणि मित्रांकडून निधीची मागणी करून, ब्रिन आणि पेजने काही सर्व्हर खरेदी करण्यासाठी आणि मेनलो पार्कमधील प्रसिद्ध गॅरेज भाड्याने देण्यासाठी पुरेसे स्क्रॅप केले. ... लवकरच , सन मायक्रोसिस्टम्सचे सह-संस्थापक अँडी बेकटोलशेम यांनी "Google, Inc" ला $100,000 चा चेक लिहिला. फक्त समस्या होती, "Google, Inc." अद्याप अस्तित्वात नाही - कंपनी अद्याप समाविष्ट केली गेली नव्हती. दोन आठवड्यांपर्यंत, त्यांनी कागदपत्रे हाताळताना, तरुणांकडे पैसे जमा करण्यासाठी कोठेही नव्हते.

1998 मध्ये, ब्रिन आणि पेज यांनी Google, Inc समाविष्ट केले. "Google" च्या सुरुवातीच्या डोमेन नावासह, ज्यामध्ये एक संख्या असून त्यामागे शंभर शून्य असतात—शोध इंजिनला एक्सप्लोर करण्याच्या उद्देशाने मोठ्या प्रमाणात डेटाचे प्रतिनिधित्व करते. स्थापनेनंतर, पेज यांनी स्वतःची सीईओ म्हणून नियुक्ती केली, तर ब्रिन, गुगलचे सह-संस्थापक, Google चे अध्यक्ष म्हणून कार्यरत होते. लेखक निकोलस कार्लसन यांनी 2014 मध्ये लिहिले:

या जोडीचे ध्येय "जगातील माहितीचे आयोजन करणे आणि ती सर्वत्र सुलभ आणि उपयुक्त बनवणे" हे होते. 1999, पृष्ठाने लहान सर्व्हरसह प्रयोग केले जेणेकरून Google कंपनीने त्यांच्या सर्व्हरसाठी भाड्याने घेतलेल्या तृतीय-पक्ष गोदामांच्या प्रत्येक चौरस मीटरमध्ये अधिक बसू शकेल. यामुळे शेवटी एक शोध इंजिन आले जे त्यावेळच्या Google च्या प्रतिस्पर्ध्यांपेक्षा खूप वेगाने धावले.

जून 2000 पर्यंत, Google ने एक अब्ज इंटरनेट URL (युनिफॉर्म रिसोर्स लोकेटर) अनुक्रमित केले होते, ज्यामुळे ते त्यावेळचे वेबवरील सर्वात व्यापक शोध इंजिन बनले होते. कंपनीने 26 जूनच्या प्रेस रिलीजमध्ये NEC रिसर्च इन्स्टिट्यूट डेटाचा हवाला दिला, "आज 1 अब्जाहून अधिक वेब पृष्ठे ऑनलाइन आहेत" असे नमूद केले आहे, "Google ने 560 दशलक्ष पूर्ण-मजकूर अनुक्रमित वेब पृष्ठे आणि 500 दशलक्ष अंशतः अनुक्रमित URL मध्ये प्रवेश प्रदान केला आहे. "

प्रारंभिक व्यवस्थापन शैली

सीईओ म्हणून आपल्या पहिल्या कार्यकाळात, पेजने 2001 मध्ये Google च्या सर्व प्रकल्प व्यवस्थापकांना काढून टाकण्याचा प्रयत्न सुरू केला. पेजच्या योजनेत Google चे सर्व अभियंते अभियांत्रिकीच्या व्हीपीला अहवाल देतील, जे नंतर थेट त्यांना अहवाल देतील—पेजने स्पष्ट केले की त्यांनी त्यांच्या मर्यादित तांत्रिक ज्ञानामुळे अभियंत्यांची देखरेख करणारे गैर-अभियंते आवडत नाहीत. Page ने संदर्भ म्हणून वापरण्यासाठी त्याच्या कार्यसंघासाठी त्याच्या व्यवस्थापन सिद्धांतांचे दस्तऐवजीकरण देखील केले:

सोपवू नका: गोष्टी जलद होण्यासाठी तुम्ही स्वतः सर्वकाही करा.

आपण मूल्य जोडत नसल्यास मार्गात येऊ नका. तुम्ही दुसरे काहीतरी करायला जाता तेव्हा काम करणाऱ्या लोकांना एकमेकांशी बोलू द्या. नोकरशहा होऊ नका.

वयापेक्षा कल्पना महत्त्वाच्या असतात. कोणीतरी कनिष्ठ आहे याचा अर्थ असा नाही की ते आदर आणि सहकार्यास पात्र नाहीत.

"नाही. कालावधी" असे बोलून एखाद्याला काहीतरी करण्यापासून रोखणे ही सर्वात वाईट गोष्ट तुम्ही करू शकता. जर तुम्ही नाही म्हणाल, तर तुम्हाला ते पूर्ण करण्यासाठी एक चांगला मार्ग शोधण्यात मदत करावी लागेल.

जरी पेजचे नवीन मॉडेल टिकाऊ नसले आणि त्यामुळे प्रभावित कर्मचाऱ्यांमध्ये असंतोष निर्माण झाला, तरीही अभियांत्रिकी नसलेल्या कर्मचाऱ्यांद्वारे व्यवस्थापित केल्या जाणाऱ्या अभियंत्यांशी त्यांची समस्या वाढली. पेजचा असा विश्वास होता की Google चे शोध इंजिन जितक्या वेगाने उत्तरे देईल तितके जास्त ते वापरले जाईल. तो मिलिसेकंदांवर चिडला आणि त्याच्या अभियंत्यांना-ज्यांनी अल्गोरिदम विकसित केले ते ज्यांनी डेटा केंद्रे बनवली आहेत-लागतीच्या वेळेबद्दल विचार करायला लावले. त्यांनी गुगलचे मुखपृष्ठ त्याच्या डिझाइनमध्ये विरळ ठेवण्यावर जोर दिला कारण त्यामुळे शोध परिणाम जलद लोड होण्यास मदत होईल.

2001-2011

व्यवस्थापन आणि विस्तारात बदल

सिलिकॉन व्हॅलीचे दोन प्रमुख गुंतवणूकदार, क्लेनर पर्किन्स आणि सेक्वॉइया कॅपिटल यांनी गुगलमध्ये एकत्रित एकूण $50 दशलक्ष गुंतवणूक करण्यास सहमती देण्यापूर्वी, त्यांनी पेजवर सीईओ पदावरून पायउतार होण्यासाठी दबाव आणला जेणेकरून अधिक अनुभवी नेता "जागतिक दर्जाचे व्यवस्थापन" तयार करू शकेल. संघ." स्टीव्ह जॉब्स आणि इंटेलच्या अँड्रयू ग्रोव्हसह इतर तंत्रज्ञान सीईओंना भेटल्यानंतर पृष्ठ अखेरीस या कल्पनेला अनुकूल बनले. मार्च 2001 मध्ये Google चे अध्यक्ष म्हणून नियुक्त केलेले एरिक शिमट, त्याच वर्षी ऑगस्टमध्ये Google मध्ये समान भूमिका घेण्यासाठी नोव्हेलचे सीईओ म्हणून पूर्णवेळ पद सोडले आणि पृष्ठ उत्पादनांचे अध्यक्षपद स्वीकारण्यासाठी बाजूला गेले. भूमिका.

शिमटच्या नेतृत्वाखाली, Google ने मोठ्या वाढीचा आणि विस्ताराचा कालावधी पार केला, ज्यामध्ये 20 ऑगस्ट 2004 रोजी त्याच्या प्रारंभिक सार्वजनिक ऑफरचा (IPO) समावेश होता. जेव्हा त्यांनी एक्झिक्युटिव्हची नियुक्ती करण्यासारख्या उपक्रमांना सुरुवात केली तेव्हा त्यांनी नेहमी पेज आणि ब्रिन यांच्याशी सल्लामसलत केली. संघ आणि विक्री शक्ती व्यवस्थापन प्रणालीची निर्मिती. कर्मचाऱ्यांच्या नजरेत पेज हा Google वर बॉस राहिला, कारण त्याने सर्व नवीन कामांना अंतिम मंजुरी दिली आणि पेजनेच IPO साठी स्वाक्षरी प्रदान केली, त्यानंतर वयाच्या 30 व्या वर्षी त्याला अब्जाधीश बनवले.

Page ने 2005 मध्ये $50 दशलक्ष मध्ये Android चे संपादन केले जेणेकरून ग्राहकांच्या ताब्यात हँडहेल्ड कॉम्प्युटर ठेवण्याची आपली महत्त्वाकांक्षा पूर्ण करण्यासाठी ते Google वर कुठेही प्रवेश करू शकतील. शिमटच्या माहितीशिवाय खरेदी केली गेली होती, परंतु तुलनेने लहान संपादनामुळे सीईओला त्रास झाला नाही. पृष्ठ Android बद्दल उत्कट बनले आणि Android CEO आणि सहसंस्थापक अँडी रुबिन यांच्यासोबत बराच वेळ घालवला. सप्टेंबर 2008 पर्यंत , T-Mobile ने G1 लाँच केले, हा Android सॉफ्टवेअर वापरणारा पहिला फोन होता आणि 2010 पर्यंत, 17.2% हँडसेट मार्केटमध्ये Android विक्रीचा समावेश होता, ज्याने पहिल्यांदा Apple ला मागे टाकले. लवकरच Android ही जगातील सर्वात लोकप्रिय मोबाइल ऑपरेटिंग सिस्टीम बनली.

Google मध्ये CEO पदाची धारणा

जानेवारी 2011 च्या घोषणेनंतर, 4 एप्रिल 2011 रोजी अधिकृतपणे Google चे मुख्य कार्यकारी बनले, तर शिमट कार्यकारी अध्यक्षपदावरून पायउतार झाले. या वेळेपर्यंत, Google चे $180 अब्ज बाजार भांडवल आणि 24,000 पेक्षा जास्त कर्मचारी होते. रिपोर्टर मॅक्स निसेन यांनी Google चे सीईओ म्हणून पेजची दुसरी नियुक्ती होण्यापूर्वीच्या दशकाचे वर्णन पेजचे "हरवलेले दशक" म्हणून केले आहे की त्यांनी उत्पादन विकास आणि इतर ऑपरेशन्सद्वारे Google वर लक्षणीय प्रभाव टाकला असताना, तो अधिकाधिक डिस्कनेक्ट झाला आणि कालांतराने ते कमी प्रतिसाद देत गेले.

शिमट यांनी 20 जानेवारी 2011 रोजी सीईओ म्हणून आपला कार्यकाळ संपल्याची घोषणा केली, ट्विटरवर विनोदाने ट्विट केले: "प्रौढ-पर्यवेक्षणाची यापुढे गरज नाही."

2011-2013

Google चे नवीन CEO या नात्याने, पेजची दोन प्रमुख उद्दिष्टे सर्वात महत्त्वाच्या विभागांवर देखरेख करणाऱ्या अधिकाऱ्यांसाठी अधिक स्वायत्तता आणि संघांमधील सहकार्य, संप्रेषण आणि एकता यांचे उच्च स्तर होते. त्यानंतर पेजने मीडिया ज्याला "एल-टीम" असे संबोधले, ते वरिष्ठ उपाध्यक्षांचा एक गट देखील तयार केला ज्यांनी त्यांना थेट अहवाल दिला आणि कामकाजाच्या आठवड्याच्या काही भागासाठी त्यांच्या कार्यालयाजवळ काम केले. याव्यतिरिक्त, त्यांनी कंपनीच्या वरिष्ठ व्यवस्थापनाची पुनर्रचना केली, CEO सारख्या व्यवस्थापकाला Google च्या सर्वात महत्त्वाच्या उत्पादन विभागांमध्ये शीर्षस्थानी ठेवले, ज्यात YouTube, AdWords आणि Google शोध यांचा समावेश आहे.

अधिक एकसंध संघ वातावरणानंतर, पेजने नवीन "लढाईसाठी शून्य सहिष्णुता" धोरण घोषित केले जे Google च्या सुरुवातीच्या काळात त्याच्या दृष्टिकोनाशी विपरित होते, जेव्हा तो वरिष्ठ व्यवस्थापनासाठी एक उदाहरण म्हणून ब्रिनशी कठोर आणि तीव्र वादविवाद वापरतो. सीईओच्या भूमिकेपासून दूर असताना पेजने आपली विचारसरणी बदलली होती, कारण त्याने शेवटी असा निष्कर्ष काढला की महत्त्वाकांक्षी उद्दिष्टांसाठी एक कर्णमधुर टीम डायनॅमिक आवश्यक आहे. पेजच्या सहयोगी कायाकल्प प्रक्रियेचा एक भाग म्हणून, Google ची उत्पादने आणि अनुप्रयोग एकत्रित केले गेले आणि सौंदर्याचा फेरबदल करण्यात आला.

बदल आणि एकत्रीकरण प्रक्रिया

Google ची किमान 70 उत्पादने, वैशिष्ट्ये आणि सेवा अखेरीस मार्च 2013 पर्यंत बंद करण्यात आल्या, तर उर्वरित उत्पादनांचे स्वरूप आणि स्वरूप एकत्रित केले गेले. त्यावेळचे Google शोधचे प्रमुख डिझायनर जॉन विली, पेजच्या रीडिझाइन ओवरहॉलचे कोडनेम दिले, जे जानेवारी 2013 मध्ये महत्त्वाकांक्षी प्रकल्पांचे वर्णन करण्यासाठी पृष्ठाच्या "मूनशॉट्स" या शब्दाच्या वापरावर आधारित, 4 एप्रिल 2011 रोजी अधिकृतपणे "प्रोजेक्ट केनेडी" सुरू झाले. मुलाखत. "कन्ना" नावाच्या उपक्रमाने यापूर्वी Google च्या उत्पादनांच्या श्रेणीसाठी एकसमान डिझाइन सौंदर्यात्मक तयार करण्याचा प्रयत्न केला होता, परंतु कंपनीच्या इतिहासात एका टीमसाठी असा बदल घडवून आणणे खूप कठीण होते. "केनेडी" सुरू झाले तेव्हा अँड्रॉइड वापरकर्ता अनुभवाचे वरिष्ठ संचालक मॅटियास दुआर्ट यांनी 2013 मध्ये स्पष्ट केले

की "Google डिझाईनची उत्कटतेने काळजी घेते." Google चे "एकसंध दृष्टी" कसे दिसावे या प्रश्नाचे उत्तर शोधण्यासाठी पृष्ठाने न्यूयॉर्क शहरातील Google क्रिएटिव्ह लॅब डिझाइन टीमशी सल्लामसलत केली.

"केनेडी" चे अंतिम परिणाम जे जून 2011 ते जानेवारी 2013 पर्यंत क्रमशः आणले गेले होते, त्यांचे वर्णन द व्हर्ज टेक्नॉलॉजी प्रकाशनाने "परिष्करण, पांढरी जागा, स्वच्छता, लवचिकता, उपयुक्तता आणि सर्वात साधेपणा" यावर केंद्रित केले आहे. अंतिम उत्पादने "जलद हालचाल" करू शकतील अशा उत्पादनांच्या सुसंगत संचासाठी पेजच्या उद्दिष्टाशी संरेखित केली गेली आणि "केनेडी" ला इयुआर्ट यांनी "डिझाइन क्रांती" म्हटले. पृष्ठाची "UXA" (वापरकर्ता/ग्राफिक्स इंटरफेस) डिझाइन टीम नंतर "केनेडी" प्रकल्पातून उदयास आली, ज्याला "एक खरा UI फ्रेमवर्क डिझाइन करणे आणि विकसित करणे जे Google च्या ॲप्लिकेशन सॉफ्टवेअरला त्याच्या वापरकर्त्यांसाठी सुंदर, परिपक्व, प्रवेशयोग्य आणि सुसंगत प्लॅटफॉर्ममध्ये रूपांतरित करते. " सार्वजनिकरित्या न बोललेले, "केनेडी" एक "संस्था" बनले आहे याची खात्री करण्यासाठी लहान UXA युनिटची रचना करण्यात आली होती.

संपादन धोरण आणि नवीन उत्पादने

Google साठी उत्पादने आणि कंपन्यांचे अधिग्रहण करताना, पेजने विचारले की व्यवसाय संपादन प्रारंभिक पात्रता म्हणून टूथब्रश चाचणी उत्तीर्ण झाला आहे का, असा प्रश्न विचारला, "तुम्ही दिवसातून एकदा किंवा दोनदा वापराल का आणि यामुळे तुमचे जीवन चांगले होईल का?". हा दृष्टिकोन नफ्यापेक्षा उपयुक्तता आणि नजीकच्या आर्थिक फायद्यापेक्षा दीर्घकालीन संभाव्यतेकडे पाहत होता, जो व्यवसाय संपादन प्रक्रियेत दुर्मिळ म्हणून नोंदविला गेला आहे.

पेजच्या दुसऱ्या कार्यकाळाच्या सुरुवातीच्या काळात Facebook च्या प्रभावाचा झपाट्याने विस्तार होत असताना, त्याने शेवटी 2011 च्या मध्यात Google च्या स्वतःच्या सोशल नेटवर्क, Google+ सह तीव्र स्पर्धेला प्रतिसाद दिला. अनेक विलंबानंतर, सामाजिक नेटवर्क अत्यंत मर्यादित क्षेत्र चाचणीद्वारे सोडण्यात आले आणि त्याचे नेतृत्व विक गुंडोत्रा, Google चे तत्कालीन सामाजिक उपाध्यक्ष होते.

ऑगस्ट 2011 मध्ये, पेजने घोषणा केली की Google मोटोरोला मोबिलिटी प्राप्त करण्यासाठी $12.5 अब्ज खर्च करेल. ॲपल इंकसह कंपन्यांच्या खटल्यांपासून अँड्रॉइडचे संरक्षण करण्यासाठी पेटंट सुरक्षित करण्याच्या Google च्या गरजेमुळे ही खरेदी प्रामुख्याने प्रेरित होती. पेजने 15 ऑगस्ट 2011 रोजी Google च्या अधिकृत ब्लॉगवर लिहिले की, "Microsoft आणि Apple सह कंपन्या अँड्रॉइडवरील स्पर्धाविरोधी पेटंट हल्ल्यांमध्ये एकत्र येत आहेत. युनायटेड स्टेट्स डिपार्टमेंट ऑफ जस्टिसला नुकत्याच झालेल्या पेटंट लिलावाच्या निकालांमध्ये हस्तक्षेप करावा लागला. ओपन सोर्स सॉफ्टवेअर समुदायातील स्पर्धा आणि नवोन्मेषाचे रक्षण करा'... मोटोरोलाचे आमचे संपादन Google च्या पेटंट पोर्टफोलिओला बळकट करून स्पर्धा वाढवेल, जे आम्हाला मायक्रोसॉफ्ट, ॲपल आणि इतर कंपन्यांच्या स्पर्धाविरोधी धोक्यांपासून Android चे अधिक चांगले संरक्षण करण्यास सक्षम करेल".2014 मध्ये, पेजने मोटोरोला मोबिलिटी $2.9 बिलियन मध्ये पर्सनल कॉम्प्युटर मेकर, लेनोवोला विकली ज्याने दोन वर्षात $9.5 बिलियनचे नुकसान दर्शवले.

पेजने हार्डवेअरमध्येही पाऊल टाकले आणि Google ने मे 2012 मध्ये क्रोमबुकचे अनावरण केले. हार्डवेअर उत्पादन हा लॅपटॉप होता जो Google ऑपरेटिंग सिस्टम, Chrome OS वर चालत होता.

2013-2015

जानेवारी 2013 मध्ये, पृष्ठाने वायर्डच्या एका दुर्मिळ मुलाखतीत भाग घेतला, ज्यामध्ये लेखक स्टीव्हन लेव्हीने पृष्ठाच्या "10X" मानसिकतेबद्दल चर्चा केली—Google कर्मचाऱ्यांनी त्यांच्या प्रतिस्पर्ध्यांपेक्षा किमान 10 पट अधिक चांगली उत्पादने आणि सेवा तयार करणे अपेक्षित आहे—प्रास्ताविकात ब्लर्ब Google X चे प्रमुख, Astro Teller यांनी Levy ला समजावून सांगितले की 10X हा "तो पृष्ठ कोण आहे याचा फक्त मुख्य भाग आहे", तर पेजचे "पुढील 10X कोठून येईल यावर लक्ष केंद्रित केले आहे." 63 लेव्ही यांच्या मुलाखतीत. , पृष्ठाने YouTube आणि Android च्या यशाचा उल्लेख "वेडा" कल्पनांची उदाहरणे म्हणून केला आहे ज्यामध्ये गुंतवणूकदारांना सुरुवातीला स्वारस्य नव्हते, ते म्हणाले: "तुम्ही काही वेडेपणाच्या गोष्टी करत नसाल तर तुम्ही चुकीच्या गोष्टी करत आहात." Page ने असेही सांगितले की ते Google+ च्या स्थितीबद्दल "खूप आनंदी" आहेत आणि SOPA बिल आणि नुकत्याच सादर केलेल्या आंतरराष्ट्रीय दूरसंचार युनियन प्रस्तावाबाबत इंटरनेटवरील चिंतेवर चर्चा केली:

... मला असे वाटते की इंटरनेटवर पूर्वीपेक्षा कितीतरी जास्त आक्रमण झाले आहे. मध्यपूर्वेतील गोष्टींमुळे सरकारांना आता इंटरनेटची भीती वाटत आहे, आणि म्हणून ते लोकांच्या स्वातंत्र्यावर मर्यादा घालून पैसे कमवू इच्छित असलेल्या व्यावसायिक हितसंबंधांच्या रूपात मला जे दिसते ते ऐकण्यास ते थोडे अधिक इच्छुक आहेत. परंतु त्यांनी SOPA विरुद्धच्या प्रतिक्रियांसारखी जबरदस्त वापरकर्ता प्रतिक्रिया देखील पाहिली आहे. मला असे वाटते की सरकार वापरकर्त्यांच्या स्वातंत्र्यासाठी त्यांच्या धोक्यात लढते.

सॅन फ्रान्सिस्को येथील मे 2013 I/O डेव्हलपर कॉन्फरन्समध्ये, पेजने एक मुख्य भाषण दिले आणि म्हटले "आम्ही कदाचित शक्य असलेल्या 1% वर आहोत. जलद बदल असूनही, आमच्याकडे असलेल्या संधीच्या तुलनेत आम्ही अजूनही हळू चालत आहोत. . मला वाटते की यातील बरेच काही नकारात्मकतेमुळे आहे ... मी वाचलेली प्रत्येक कथा ही Google विरुद्ध कोणीतरी आहे. ती कंटाळवाणी आहे. आपण अस्तित्वात नसलेल्या गोष्टी तयार करण्यावर लक्ष केंद्रित केले पाहिजे" आणि ते "वेबवर दुःखी" होते ते पाहिजे तितक्या वेगाने प्रगती

करत नाही", कारण तंत्रज्ञान क्षेत्रातील काही लोकांमध्ये नकारात्मकता आणि शून्य-सम गेमवर लक्ष केंद्रित केले जाते. प्रेक्षकाच्या प्रश्नाला उत्तर देताना, पेजने एक समस्या नोंदवली जी Google Microsoft सह अनुभवत आहे, ज्याद्वारे नंतरचे आउटलुक प्रोग्रॅम Google सोबत इंटरऑपरेबल बनवले परंतु बॅकवर्ड कंपॅटिबिलिटीसाठी परवानगी दिली नाही—त्याने मायक्रोसॉफ्टच्या प्रथेचा उल्लेख "मिल्किंग ऑफ" असा केला. त्याच्या मुख्य भाषणाच्या प्रश्न-उत्तर विभागादरम्यान, पेजने बर्निंग मॅनमध्ये स्वारस्य व्यक्त केले, ज्याची ब्रिनने यापूर्वी प्रशंसा केली होती- शिमटच्या नियुक्तीच्या प्रक्रियेदरम्यान नंतरच्यासाठी हे एक प्रेरणादायी घटक होते, कारण ब्रिनला हे आवडले की शिमट आठवडाभर चालणाऱ्या वार्षिक कार्यक्रमात सहभागी झाला होता. कार्यक्रम.

सप्टेंबर २०१३ मध्ये, पेजने स्वतंत्र कॅलिको उपक्रम सुरू केला, जो जैवतंत्रज्ञान क्षेत्रात एक R&D प्रकल्प आहे. Google ने जाहीर केले की कॅलिको मानवी आरोग्याच्या क्षेत्रात नवनवीन शोध आणि सुधारणा करण्याचा प्रयत्न करत आहे आणि Apple च्या बोर्डाचे अध्यक्ष आणि Genentech चे माजी CEO, Art Levinson यांना नवीन विभागाचे CEO म्हणून नियुक्त केले. पेजचे अधिकृत विधान असे वाचले: "आजारपण आणि वृद्धत्व आपल्या सर्व कुटुंबांवर परिणाम करते. आरोग्यसेवा आणि जैवतंत्रज्ञानाविषयी काही दीर्घकालीन विचार करून, मला विश्वास आहे की आपण लाखो जीवन सुधारू शकतो."

पृष्ठाने मार्च 2014 च्या TedX परिषदेत भाग घेतला जो व्हॅंकुव्हर, ब्रिटिश कोलंबिया, कॅनडा येथे आयोजित करण्यात आला होता. पेजच्या मुख्य जनसंपर्क कार्यकारी रॅचेल व्हेटस्टोन आणि Google चे CMO लॉरेन टूहिल यांनी सादरीकरणाची स्क्रिप्ट लिहिली आणि मोठ्या स्क्रीनवर कृत्रिमरित्या बुद्धिमान संगणक प्रोग्रामचे प्रात्यक्षिक दाखवण्यात आले.

कॉर्पोरेशन्सबद्दलच्या एका प्रश्नाला पेजने उत्तर दिले की कॉर्पोरेशन्सना मोठ्या प्रमाणात "बॅड रॅप" मिळतो, जे त्यांनी सांगितले कारण ते कदाचित "50 किंवा 20 वर्षांपूर्वी" करत असलेल्या समान वाढीव गोष्टी करत होते. उच्च दराने ड्रायव्हिंग टेक्नॉलॉजी इनोव्हेशनद्वारे कॅल्सीफिकेशनचा प्रतिकार करण्याच्या Google च्या त्याच्या दृष्टीकोनासाठी त्याने अशा प्रकारच्या वाढीव दृष्टिकोनाचा उपयोग केला. पृष्ठाने एलोन मस्क आणि स्पेसएक्सचा उल्लेख केला:

त्याला मंगळावर मानवतेचा आधार घ्यायचा आहे. ते एक योग्य ध्येय आहे. आमच्याकडे Google वर बरेच कर्मचारी आहेत जे खूप श्रीमंत झाले आहेत. तुम्ही काम करत आहात कारण तुम्हाला जग बदलायचे आहे आणि ते अधिक चांगले बनवायचे आहे... आम्हाला आमच्यापेक्षा जास्त मदत करायची आहे.

PAge ने शोध आणि व्यापारीकरणाच्या संदर्भात निकोला टेस्लाचा देखील उल्लेख केला:

आविष्कार पुरेसा नाही. निकोला टेस्लाने आम्ही वापरत असलेल्या विद्युत उर्जेचा शोध लावला, परंतु तो लोकांपर्यंत पोहोचवण्यासाठी त्याने धडपड केली. तुम्हाला या दोन्ही गोष्टी एकत्र कराव्या लागतील... शोध आणि नावीन्यपूर्ण फोकस, शिवाय... एक कंपनी जी वस्तूंचे खरोखरच व्यावसायीकरण करू शकते आणि लोकांपर्यंत पोहोचवू शकते.

पेजने ऑक्टोबर 2014 मध्ये एक प्रमुख व्यवस्थापन पुनर्रचना जाहीर केली जेणेकरून त्याला यापुढे दैनंदिन उत्पादन-संबंधित निर्णय घेण्यासाठी जबाबदार राहण्याची गरज भासणार नाही. एका मेमोमध्ये, पेज म्हणाले की Google चे मुख्य व्यवसाय विशिष्ट पद्धतीने प्रगती करण्यास सक्षम असतील, तर ते पुढील पिढीच्या महत्त्वाकांक्षी प्रकल्पांवर लक्ष केंद्रित करू शकतात, ज्यात Google X उपक्रमांचा समावेश आहे; Google फायबरसह प्रवेश आणि ऊर्जा; Nest Labs द्वारे स्मार्ट-होम ऑटोमेशन; आणि कॅलिको अंतर्गत जैवतंत्रज्ञान नवकल्पना. पेज यांनी कायम ठेवले की ते अनधिकृत "मुख्य उत्पादन अधिकारी" म्हणून चालू ठेवतील. या घोषणेनंतर, Google च्या मुख्य उत्पादनांच्या प्रभारी अधिकाऱ्यांनी Google चे तत्कालीन वरिष्ठ उपाध्यक्ष सुंदर पिचाई यांना अहवाल दिला, ज्यांनी थेट पेजला अहवाल दिला.

नोव्हेंबर 2014 च्या एका मुलाखतीत, पेजने सांगितले की Google च्या उत्पादनांबद्दलचे त्यांचे "सखोल ज्ञान" आणि प्रकल्पांच्या विस्तृततेच्या देखभालीला त्यांनी प्राधान्य दिले, कारण ते कार्यसंघ सदस्यांसाठी एक प्रमुख प्रेरणादायी घटक होते. कंपनीचे मुख्य कार्यकारी अधिकारी म्हणून त्यांच्या त्यावेळच्या भूमिकेबद्दल, पेज म्हणाले: "मला वाटते सीईओ म्हणून माझे काम - मला असे वाटते की ते नेहमीच लोकांना पुढे ढकलत असते."

10 ऑगस्ट 2015 रोजी, पेजने Google च्या अधिकृत ब्लॉगवर घोषणा केली की Google ने अल्फाबेट इंक म्हणून ओळखल्या जाणाऱ्या नवीन होल्डिंग कंपनीच्या अनेक उपकंपन्यांमध्ये पुनर्गठन केले आहे आणि पेज अल्फाबेट इंकचे सीईओ बनले आहेत आणि सुंदर पिचाई यांनी Google Inc चे CEO पद स्वीकारले आहे. त्याच्या घोषणेनुसार, पेजने नियोजित होल्डिंग कंपनीचे वर्णन खालीलप्रमाणे केले:

अल्फाबेट हा बहुतेक कंपन्यांचा संग्रह आहे. त्यापैकी सर्वात मोठे अर्थातच Google आहे. हे नवीन Google थोडे कमी झाले आहे, त्याऐवजी Alphabet मध्ये समाविष्ट असलेल्या आमच्या मुख्य इंटरनेट उत्पादनांपेक्षा खूप दूर असलेल्या कंपन्या . ... मूलभूतपणे, आमचा विश्वास आहे की हे आम्हाला अधिक व्यवस्थापन स्केलची अनुमती देते, कारण आम्ही अशा गोष्टी स्वतंत्रपणे चालवू शकतो ज्या फारशी संबंधित नाहीत.

तसेच कंपनीच्या नावाचे मूळ स्पष्ट करणे:

आम्हाला अल्फाबेट हे नाव आवडले कारण त्याचा अर्थ भाषेचे प्रतिनिधित्व करणाऱ्या अक्षरांचा संग्रह आहे, मानवतेच्या सर्वात महत्वाच्या नवकल्पनांपैकी एक आहे आणि आम्ही Google शोध सह कसे अनुक्रमित करतो याचा गाभा आहे! आम्हाला हे देखील आवडते की याचा अर्थ अल्फा-बेट (अल्फा म्हणजे बेंचमार्कपेक्षा जास्त गुंतवणूक परतावा), ज्यासाठी आम्ही प्रयत्न करतो!

पेजने लिहिले की पुनर्रचनेमागील प्रेरणा ही Google "स्वच्छ आणि अधिक उत्तरदायी" बनवणे आहे. त्यांनी असेही लिहिले की "आम्ही जे करत आहोत त्याची पारदर्शकता आणि पर्यवेक्षण" सुधारण्याची आणि Google इकोसिस्टममध्ये पूर्वीच्या असंबंधित कंपन्यांवर अधिक नियंत्रण ठेवण्याची इच्छा होती.

पेज 2015 पासून कोणत्याही पत्रकार परिषदेत गेलेले नाही आणि 2013 पासून उत्पादन लॉन्च किंवा कमाई कॉलमध्ये सादर केले गेले नाही. ब्लूमबर्ग बिझनेसवीकने अल्फाबेटमध्ये पुनर्रचना करणे ही एक चतुर सेवानिवृत्ती योजना असल्याचे म्हटले आहे ज्यामुळे पेजला Google वर नियंत्रण ठेवता येते, त्याच वेळी सर्व जबाबदाऱ्यांचा त्याग केला जातो. त्यावर अल्फाबेटचे अधिकारी पृष्ठाचे वर्णन "भविष्यवादी" म्हणून करतात, जो दैनंदिन व्यावसायिक व्यवहारांपासून अत्यंत अलिप्त असतो आणि चंद्र-शॉट प्रकल्पांवर अधिक लक्ष केंद्रित करतो. अल्फाबेट कंपन्यांचे काही व्यवस्थापक पेजबद्दल तीव्रतेने गुंतलेले असताना, इतरांचे म्हणणे आहे की त्याचे दुर्मिळ ऑफिस चेक-इन हे "शाही भेटीसारखे" आहेत.

2019

3 डिसेंबर 2019 रोजी, लॅरी पेजने घोषणा केली की ते अल्फाबेट सीईओ पदावरून पायउतार होतील आणि त्यांची जागा Google सीईओ सुंदर पिचाई घेतील. पिचाई गुगलचे सीईओ म्हणूनही कायम राहणार आहेत. पेज आणि Google सह-संस्थापक आणि अल्फाबेटचे अध्यक्ष सेर्गे ब्रिन यांनी एका संयुक्त ब्लॉग पोस्टमध्ये बदलाची घोषणा केली, "अल्फाबेट आता सुस्थापित झाल्यामुळे, आणि Google आणि इतर बेट्स स्वतंत्र कंपन्या म्हणून प्रभावीपणे कार्य करत असल्याने, आमची व्यवस्थापन संरचना सुलभ करण्याची ही नैसर्गिक वेळ आहे. जेव्हा आम्हाला वाटते की कंपनी चालवण्याचा एक चांगला मार्ग आहे तेव्हा आम्ही व्यवस्थापनाच्या भूमिकेत कधीच राहिलो नाही. आणि अल्फाबेट आणि Google ला आता दोन सीईओ आणि अध्यक्षांची गरज नाही."

इतर स्वारस्ये

पेज टेस्ला मोटर्समध्ये गुंतवणूकदार आहे. त्यांनी अक्षय ऊर्जा तंत्रज्ञानामध्ये गुंतवणूक केली आहे आणि Google.org च्या मदतीने, Google चे परोपकारी शाखा, प्लग-इन हायब्रिड इलेक्ट्रिक कारचा अवलंब करण्यास प्रोत्साहन देते आणि इतर पर्यायी ऊर्जा गुंतवणूक. ते ओपनर स्टार्टअपमध्ये एक धोरणात्मक पाठीराखे आहेत जे ग्राहकांच्या प्रवासासाठी हवाई वाहने विकसित करत आहेत.

प्रगत बुद्धिमान प्रणालींचे सामाजिक-आर्थिक परिणाम आणि प्रगत डिजिटल तंत्रज्ञानाचा वापर विपुलता निर्माण करण्यासाठी (पीटर डायमँडिसच्या पुस्तकात वर्णन केल्याप्रमाणे), लोकांच्या गरजा पूर्ण करण्यासाठी, कामाचा आठवडा कमी करण्यासाठी आणि संभाव्य हानिकारक प्रभावांना कमी करण्यासाठी प्रगत डिजिटल तंत्रज्ञान कसे वापरता येईल याबद्दलही पेजला रस आहे. तांत्रिक बेरोजगारीची.

पेजने सिंग्युलॅरिटी युनिव्हर्सिटी, ट्रान्सह्युमॅनिस्ट थिंक-टँक स्थापन करण्यास देखील मदत केली. Google हे संस्थेच्या कॉर्पोरेट संस्थापकांपैकी एक आहे आणि तरीही सिंग्युलॅरिटी युनिव्हर्सिटीमध्ये शिष्यवृत्तीसाठी निधी देते.

वैयक्तिक जीवन

18 फेब्रुवारी 2005 रोजी, पेजने पालो अल्टो, कॅलिफोर्निया येथे 9,000 चौरस फूट (840 m2) स्पॅनिश वसाहती पुनरुज्जीवन आर्किटेक्चर हाऊस विकत घेतले, ज्याची रचना अमेरिकन कलात्मक पॉलिमथ पेद्रो जोसेफ डी लेमोस यांनी केली आहे, स्टॅनफोर्ड आर्ट म्युझियमचे माजी क्युरेटर आणि कारमेलचे संस्थापक. आर्ट इन्स्टिट्यूट, ऐतिहासिक वास्तू US$7.95 दशलक्ष किंमतीसह अनेक वर्षांपासून बाजारात होती. दोन मजली स्टुको आर्चवे ड्राईव्हवर पसरलेला आहे आणि घरामध्ये क्लिष्ट स्टुको काम तसेच कॅलिफोर्निया आर्ट्स अँड क्राफ्ट्स मूव्हमेंट स्टाइलमधील दगड आणि टाइल स्पेनमधील डी लेमोसच्या कुटुंबाच्या वाड्यासारखे बनवलेले आहे. पेद्रो डी लेमोस हाऊस 1931 ते 1941 दरम्यान डी लेमोस यांनी बांधले होते. हे ऐतिहासिक ठिकाणांच्या राष्ट्रीय नोंदणीवर देखील आहे.

2007 मध्ये, पेजने रिचर्ड ब्रॅन्सनच्या मालकीचे कॅरिबियन बेट नेकर बेटावर लुसिंडा साउथवर्थशी लग्न केले. साउथवर्थ ही एक संशोधन शास्त्रज्ञ आणि अभिनेत्री आणि मॉडेल कॅरी साउथवर्थची बहीण आहे. पेज आणि साउथवर्थ यांना 2009 आणि 2011 मध्ये जन्मलेली दोन मुले आहेत.

हेलसिंकीमध्ये डॉक केलेले पेजचे सुपरयाट सेन्स

2009 मध्ये, पेजने मोठ्या इकोहाऊससाठी जागा तयार करण्यासाठी मालमत्ता खरेदी करणे आणि पालो अल्टो येथील त्याच्या घराशेजारील घरे तोडण्यास सुरुवात केली. अस्तित्वात असलेल्या इमारती "डिकन्स्ट्रक्ट" केल्या गेल्या आणि पुनर्वापरासाठी दान केलेले साहित्य. इकोहाऊसची रचना "पर्यावरणावर होणारा परिणाम कमी करण्यासाठी" करण्यात आली होती. खराब आरोग्य असलेल्या काही झाडांची देखभाल करण्यासाठी कमी पाणी वापरणाऱ्या झाडांना बदलण्यासाठी पेजने आर्बोरिस्टसोबत काम केले. पानाने ग्रीन पॉइंट सर्टिफिकेशनसाठी देखील अर्ज केला आहे, ज्यामध्ये पुनर्नवीनीकरण केलेल्या आणि कमी किंवा नो-व्हीओसी (वाष्पशील सेंद्रिय संयुग)

सामग्रीच्या वापरासाठी आणि सौर पॅनेलसह छतावरील बागेसाठी गुण दिले आहेत. घराच्या बाह्य भागामध्ये झिंक क्लेडिंग आणि भरपूर खिडक्या आहेत, ज्यामध्ये मागील बाजूस सरकत्या काचेच्या दारांच्या भिंतीचा समावेश आहे. त्यामध्ये पार्किंग कोर्टात पारगम्य फरसबंदी आणि मालमत्तेवरील झाडांमधून जाणारा मार्ग यासारख्या पर्यावरणास अनुकूल घटकांचा समावेश आहे. 6,000-स्क्वेअर-फूट (560m²) घरामध्ये इतर ग्रीन होम डिझाइन वैशिष्ट्यांचे निरीक्षण केले जाते जसे की सेंद्रिय आर्किटेक्चर बांधकाम साहित्य आणि कमी अस्थिर सेंद्रिय कंपाऊंड पेंट.

2011 मध्ये, पेजने $45-दशलक्ष 193-फूट (59m) सुपरयाट सेन्सेस खरेदी केले. नंतर, पेजने मे 2013 मध्ये त्याच्या Google+ प्रोफाइलवर जाहीर केले की मागील उन्हाळ्यात त्याला झालेल्या सर्दीमुळे त्याचा उजवा स्वर कॉर्ड अर्धांगवायू झाला आहे, तर 1999 मध्ये त्याच्या डाव्या कॉर्डला अर्धांगवायू झाला होता. पेज यांनी स्पष्ट केले की ते 14 वर्षांपासून व्होकल कॉर्डच्या समस्येने त्रस्त आहेत आणि त्यांच्या मे 2013 च्या पोस्टनुसार, डॉक्टर नेमके कारण ओळखू शकले नाहीत. Google+ पोस्टने हे देखील उघड केले आहे की पृष्ठाने बोस्टनमधील व्हॉईस हेल्थ इन्स्टिट्यूटमधील व्होकल-कॉर्ड नर्व-फंक्शन संशोधन कार्यक्रमासाठी मोठी देणगी दिली आहे. एका निनावी स्त्रोताने सांगितले की देणगी $20 दशलक्षपेक्षा जास्त आहे.

ऑक्टोबर 2013 मध्ये, बिझनेस इनसाइडरने अहवाल दिला की पेजच्या अर्धांगवायू झालेल्या व्होकल कॉर्ड्स हाशिमोटोच्या थायरॉइडायटिस नावाच्या स्वयंप्रतिकार रोगामुळे होतात आणि त्याला अनिश्चित काळासाठी Google त्रैमासिक कमाई कॉन्फरन्स कॉल्स घेण्यापासून प्रतिबंधित केले.

नोव्हेंबर 2014 मध्ये, पेजच्या कौटुंबिक प्रतिष्ठान, कार्ल व्हिक्टर पेज मेमोरियल फंड, 2013 च्या शेवटी एक अब्ज डॉलर्सपेक्षा जास्त संपत्ती असलेल्या कथितरित्या, पश्चिम आफ्रिकेतील इबोला विषाणूच्या साथीच्या विरोधात प्रयत्नांना मदत करण्यासाठी $15 दशलक्ष दिले. पृष्ठाने त्याच्या Google+ पृष्ठावर लिहिले की "मी आणि माझी पत्नी नुकतेच $15 दशलक्ष देणगी दिली आहे... आमची अंतःकरणे प्रभावित प्रत्येकासाठी आहेत."

ऑगस्ट 2021 मध्ये असे उघड झाले की पेजकडे न्यूझीलंडचा रहिवासी व्हिसा आहे आणि न्यूझीलंडमध्ये त्याच्या मुलाच्या उपचारासाठी फिजीहून मेडिव्हॅक फ्लाइटने देशात प्रवास केला होता, न्यूझीलंडने गंभीर क्षणाला तोंड देत असताना बाहेरील लोकांना परवानगी न देण्याचा कायदा जाहीर केला असला तरीही साथीच्या रोगामुळे देशभरात बिघडलेली परिस्थिती. हे उड्डाण 12 जानेवारी 2021 रोजी झाले. कोविड-19 महामारीच्या काळात पेज आपल्या कुटुंबासह फिजीमध्ये राहत होते. त्याच्याकडे ग्रीक नागरिकत्व देखील आहे. उद्धरण आवश्यक

पुरस्कार आणि प्रशंसा

1998-2009

PC मॅगझिनने Google ची 100 शीर्ष वेब साइट्स आणि शोध इंजिन्स (1998) मध्ये प्रशंसा केली आहे आणि 1999 मध्ये Google ला वेब ॲप्लिकेशन डेव्हलपमेंटमधील नाविन्यपूर्ण तांत्रिक उत्कृष्टता पुरस्कार प्रदान केला आहे. 2000 मध्ये, Google ने वेबी पुरस्कार, तांत्रिक कामगिरीसाठी पीपल्स व्हॉईस पुरस्कार मिळवला. , आणि 2001 मध्ये, शोध इंजिन वॉच अवॉर्ड्समध्ये उत्कृष्ट शोध सेवा, सर्वोत्कृष्ट प्रतिमा शोध इंजिन, सर्वोत्कृष्ट डिझाइन, सर्वाधिक वेबमास्टर फ्रेंडली शोध इंजिन आणि सर्वोत्तम शोध वैशिष्ट्याने सन्मानित करण्यात आले.

2002 मध्ये, पेजला वर्ल्ड इकॉनॉमिक फोरम ग्लोबल लीडर फॉर टुमॉरो म्हणून नाव देण्यात आले उद्धरण आवश्यक आणि ब्रिनसह, मॅसेच्युसेट्स इन्स्टिट्यूट ऑफ टेक्नॉलॉजी (एमआयटी) च्या टेक्नॉलॉजी रिव्ह्यू प्रकाशनाने जगातील टॉप 100 इनोव्हेटर्सपैकी एक म्हणून नाव दिले. 35 वर्षांचे वय, त्याच्या वार्षिक TR100 सूचीचा भाग म्हणून (2005 नंतर "TR35" मध्ये बदलले).

2003 मध्ये, पेज आणि ब्रिन या दोघांनीही IE बिझनेस स्कूलमधून एमबीए पदवी प्राप्त केली, "उद्योजकतेच्या भावनेला मूर्त रूप देण्यासाठी आणि नवीन व्यवसायांच्या निर्मितीला गती देण्यासाठी."

2004 मध्ये, त्यांना मार्कोनी फाउंडेशनचे पारितोषिक मिळाले आणि कोलंबिया विद्यापीठात मार्कोनी फाउंडेशनचे फेलो म्हणून निवडले गेले. त्यांच्या निवडीची घोषणा करताना, फाउंडेशनचे अध्यक्ष जॉन जे इसेलिन यांनी या दोघांचे अभिनंदन केले "त्यांच्या शोधामुळे आज माहिती मिळवण्याच्या पद्धतीत मूलभूत बदल झाला आहे."

2004 मध्ये, पेज आणि ब्रिन यांना अमेरिकन ॲकॅडमी ऑफ अचिव्हमेंटचा गोल्डन प्लेट पुरस्कार मिळाला.

पेज आणि ब्रिन हे 2003 मध्ये EY एंटरप्रेन्योर ऑफ द इयर अवॉर्डसाठी पुरस्कार प्राप्तकर्ते आणि नॅशनल फायनलिस्ट देखील होते.

तसेच 2004 मध्ये, X PRIZE ने त्यांच्या मंडळाचे विश्वस्त म्हणून पेजची निवड केली आणि त्यांची राष्ट्रीय अभियांत्रिकी अकादमीमध्ये निवड झाली. उद्धरण आवश्यक

2005 मध्ये, ब्रिन आणि पेज अमेरिकन ॲकॅडमी ऑफ आर्ट्स अँड सायन्सेसचे फेलो म्हणून निवडले गेले.

2008 मध्ये पेजला Google च्या वतीने प्रिन्स ऑफ अस्टुरियस अवॉर्ड्समध्ये प्रिन्स फेलिपकडून कम्युनिकेशन अवॉर्ड मिळाला.

2009 – आतापर्यंत

2009 मध्ये, पेज यांना मिशिगन विद्यापीठाकडून पदवीदान प्रारंभ समारंभात मानद डॉक्टरेट प्राप्त झाली. 2011 मध्ये, तो फोर्सच्या अब्जाधीशांच्या यादीत 24 व्या क्रमांकावर होता, आणि यूएस मधील 11 व्या क्रमांकावर होता

2015 मध्ये, फोर्स साइटवरील पृष्ठाच्या "शक्तिशाली लोक" प्रोफाइलमध्ये असे म्हटले आहे की Google "डिजिटल युगातील सर्वात प्रभावशाली कंपनी" आहे.

जुलै 2014 पर्यंत, ब्लूमबर्ग अब्जाधीश इंडेक्सने पेजला $32.7 बिलियन अंदाजे निव्वळ संपत्तीसह जगातील 17 व्या सर्वात श्रीमंत व्यक्ती म्हणून सूचीबद्ध केले आहे.

2014 पूर्ण झाल्यावर, फॉर्च्यून मासिकाने पेजला "जगातील सर्वात धाडसी सीईओ" म्हणून घोषित करून "वर्षातील सर्वोत्कृष्ट व्यापारी" असे नाव दिले.

ऑक्टोबर 2015 मध्ये, पेजला फोर्सच्या "अमेरिकेचे सर्वात लोकप्रिय मुख्य कार्यकारी" यादीत प्रथम क्रमांकावर नाव देण्यात आले, जसे की Google च्या कर्मचाऱ्यांनी मतदान केले.

ऑगस्ट 2017 मध्ये, पृष्ठ यांना ऍग्रिजेंटो, इटलीचे मानद नागरिकत्व बहाल करण्यात आले.

13
सर्जी ब्रिन

सर्जी ब्रिन

Top Richest People

Scan for Story Videos - www.itibook.com

सेर्गेई मिखाइलोविच ब्रिन (रशियन जन्म 21 ऑगस्ट 1973) हा एक अमेरिकन व्यावसायिक, संगणक शास्त्रज्ञ आणि इंटरनेट उद्योजक आहे. त्यांनी लॅरी पेजसोबत गुगलची सह-स्थापना केली. ब्रिन 3 डिसेंबर 2019 रोजी या भूमिकेतून पायउतार होईपर्यंत, Google च्या मूळ कंपनी, Alphabet Inc. चे अध्यक्ष होते. ते आणि पेज अल्फाबेटमध्ये सह-संस्थापक, नियंत्रित भागधारक, मंडळ सदस्य आणि कर्मचारी म्हणून राहतात. ऑगस्ट 2022 पर्यंत, ब्रिन हे $100 अब्ज अंदाजे निव्वळ संपत्तीसह जगातील 7व्या क्रमांकाचे श्रीमंत व्यक्ती आहेत.

ब्रिन वयाच्या सहाव्या वर्षी सोव्हिएत युनियनमधून आपल्या कुटुंबासह अमेरिकेत स्थायिक झाले. गणित, तसेच संगणक शास्त्राचा अभ्यास करून वडिलांच्या आणि आजोबांच्या पावलावर पाऊल ठेवत त्यांनी मेरीलँड विद्यापीठ, कॉलेज पार्क येथे बॅचलर पदवी मिळवली. ग्रॅज्युएशननंतर त्यांनी स्टॅनफोर्ड युनिव्हर्सिटीमध्ये कॉम्प्युटर सायन्समध्ये पीएचडी करण्यासाठी प्रवेश घेतला. तिथे त्याला पेज भेटले, ज्यांच्यासोबत त्याने वेब सर्च इंजिन बनवले. हा कार्यक्रम स्टॅनफोर्ड येथे लोकप्रिय झाला आणि त्यांनी मेनलो पार्कमधील सुसान वोजिकीच्या गॅरेजमध्ये Google सुरू करण्यासाठी त्यांचे पीएचडी अभ्यास स्थगित केले.

ब्रिनचा जन्म 21 ऑगस्ट 1973 रोजी सोव्हिएत युनियनमधील मॉस्को येथे झाला, रशियन ज्यू पालक, मिखाईल आणि युजेनिया ब्रिन, दोघेही मॉस्को स्टेट युनिव्हर्सिटी (MSU) चे पदवीधर आहेत. त्याचे वडील मेरीलँड विद्यापीठातील निवृत्त गणिताचे प्राध्यापक आहेत आणि आई नासाच्या गोडार्ड स्पेस फ्लाइट सेंटरमधील संशोधक आहेत.

ब्रिन कुटुंब मध्य मॉस्कोमध्ये तीन खोल्यांच्या अपार्टमेंटमध्ये राहत होते, जे त्यांनी सेर्गेईच्या आजीसोबत देखील शेअर केले होते. 1977 मध्ये, त्याचे वडील वॉर्सा, पोलंड येथील गणित परिषदेतून परतल्यानंतर, मिखाईल ब्रिन यांनी घोषित केले की कुटुंबासाठी स्थलांतर करण्याची वेळ आली आहे. सप्टेंबर 1978 मध्ये त्यांनी औपचारिकपणे त्यांच्या एक्झिट व्हिसासाठी अर्ज केला आणि परिणामी त्यांच्या वडिलांना "तात्काळ काढून टाकण्यात आले". संबंधित कारणांमुळे, त्याच्या आईला तिची नोकरी सोडावी लागली. पुढील आठ महिने, कोणत्याही स्थिर उत्पन्नाशिवाय, त्यांना तात्पुरत्या नोकऱ्या घेण्यास भाग पाडले गेले, कारण त्यांची विनंती नाकारली जाईल या भीतीने ते वाट पाहत होते, कारण ती अनेक नकारार्थींची होती. मे 1979 मध्ये, त्यांना त्यांचा अधिकृत एक्झिट व्हिसा मंजूर करण्यात आला आणि त्यांना देश सोडण्याची परवानगी देण्यात आली.

ब्रिन कुटुंब व्हिएन्ना आणि पॅरिसमध्ये राहत होते तर मिखाईल ब्रिनने अनाटोले काटोकच्या मदतीने मेरीलँड विद्यापीठात अध्यापनाचे स्थान मिळवले. या वेळी, ब्रिन कुटुंबाला हिब्रू इमिग्रंट एड सोसायटीकडून पाठिंबा आणि मदत मिळाली. ते ऑक्टोबर 1979 रोजी युनायटेड स्टेट्समध्ये आले.

ब्रिनने अॅडेल्फी, मेरीलँड येथील पेंट ब्रांच मॉन्टेसरी स्कूलमध्ये प्राथमिक शाळेत शिक्षण घेतले, परंतु त्याने पुढील शिक्षण घरीच घेतले; त्याच्या वडिलांनी, मेरीलँड विद्यापीठातील गणित विभागातील प्राध्यापक, त्याला गणित शिकण्यासाठी प्रोत्साहित केले आणि त्याच्या कुटुंबाने त्याला रशियन भाषेचे कौशल्य टिकवून ठेवण्यास मदत केली. त्याने मेरीलँडच्या एलेनॉर रुझवेल्ट हायस्कूलमध्ये शिक्षण घेतले. सप्टेंबर 1990 मध्ये, ब्रिनने मेरीलँड विद्यापीठात प्रवेश घेतला, जिथे त्यांनी 1993 मध्ये संगणक विज्ञान विभागातून 19 व्या वर्षी संगणक विज्ञान आणि गणित विषयात पदवी प्राप्त केली. 1993 मध्ये, त्यांनी वोल्फ्राम रिसर्च, मॅथेमॅटिका विकासक येथे प्रवेश घेतला.

ब्रिनने 1995 मध्ये कॉम्प्युटर सायन्समध्ये एमएस प्राप्त करून, नॅशनल सायन्स फाउंडेशनच्या पदवीधर फेलोशिपवर स्टॅनफोर्ड विद्यापीठात संगणक शास्त्राचा पदवीधर अभ्यास सुरू केला. 2008 पर्यंत, तो स्टॅनफोर्ड येथील पीएचडी अभ्यासातून रजेवर होता.

शोध इंजिन विकास

स्टॅनफोर्ड येथे नवीन विद्यार्थ्यांच्या अभिमुखतेदरम्यान, तो लॅरी पेजला भेटला. दोन पुरुष बहुतेक विषयांवर असहमत असल्याचे दिसत होते, परंतु एकत्र वेळ घालवल्यानंतर ते "बौद्धिक सोबती आणि जवळचे मित्र बनले." ब्रिनचा फोकस डेटा मायनिंग सिस्टीम विकसित करण्यावर होता, तर पेजेस "इतर पेपर्समधील उद्धृतांवरून शोधनिबंधाचे महत्त्व सांगण्याची संकल्पना" विस्तारीत होते. दोघांनी मिळून "द ॲनाटॉमी ऑफ अ लार्ज-स्केल हायपरटेक्स्टुअल वेब सर्च इंजिन" नावाचा शोधनिबंध लिहिला.

BackRub च्या वेब क्रॉलरद्वारे एकत्रित केलेल्या बॅकलिंक डेटाला दिलेल्या वेब पृष्ठासाठी महत्त्वाच्या प्रमाणात रूपांतरित करण्यासाठी, ब्रिन आणि पृष्ठ यांनी PageRank अल्गोरिदम विकसित केला आणि लक्षात आले की ते त्यावेळेस अस्तित्वात असलेल्या शोध इंजिनपेक्षा कितीतरी श्रेष्ठ शोध इंजिन तयार करण्यासाठी वापरले जाऊ शकते. नवीन अल्गोरिदम एका नवीन प्रकारच्या तंत्रज्ञानावर अवलंबून आहे ज्याने एका वेब पृष्ठाशी दुस-या वेब पृष्ठाशी जोडलेल्या बॅकलिंकच्या प्रासंगिकतेचे विश्लेषण केले आणि पृष्ठाची श्रेणी निश्चित करण्यासाठी लिंक्सची संख्या आणि त्यांची श्रेणी निश्चित केली. त्यांच्या कल्पना एकत्र करून, त्यांनी पेजच्या शयनगृहाचा एक मशीन प्रयोगशाळा म्हणून वापर करण्यास सुरुवात केली आणि स्वस्त कॉम्प्युटरमधून स्पेअर पार्ट्स काढून एक उपकरण तयार केले ज्याचा वापर त्यांनी स्टॅनफोर्डच्या ब्रॉडबँड कॅम्पस नेटवर्कशी नवीन शोध इंजिनला जोडण्यासाठी केला.

पेजची खोली उपकरणांनी भरल्यानंतर, त्यांनी ब्रिनच्या डॉर्म रूमला ऑफिस आणि प्रोग्रामिंग सेंटरमध्ये रूपांतरित केले, जिथे त्यांनी वेबवर त्यांच्या नवीन शोध इंजिन डिझाइनची चाचणी केली. त्यांच्या प्रकल्पाच्या जलद वाढीमुळे स्टॅनफोर्डच्या संगणकीय पायाभूत सुविधांमध्ये समस्या निर्माण झाल्या.

पृष्ठ आणि ब्रिन यांनी वापरकर्त्यांसाठी एक साधे शोध पृष्ठ सेट करण्यासाठी पूर्वीच्या मूलभूत HTML प्रोग्रामिंग कौशल्यांचा वापर केला, कारण त्यांच्याकडे दृश्यदृष्ट्या विस्तृत काहीही तयार करण्यासाठी वेब पृष्ठ विकसक नव्हते. एकाधिक वापरकर्त्यांद्वारे शोध हाताळण्यासाठी आवश्यक संगणकीय शक्ती एकत्र करण्यासाठी त्यांना सापडलेला कोणताही संगणक भाग वापरण्यास सुरुवात केली. स्टॅनफोर्ड वापरकर्त्यांमध्ये त्यांच्या शोध इंजिनची लोकप्रियता वाढल्याने, प्रश्नांवर प्रक्रिया करण्यासाठी अतिरिक्त सर्व्हरची आवश्यकता होती. ऑगस्ट 1996 मध्ये, Google ची प्रारंभिक आवृत्ती स्टॅनफोर्ड वेब साइटवर उपलब्ध करून देण्यात आली.

1997 च्या सुरुवातीस, BackRub Page ने राज्याचे खालीलप्रमाणे वर्णन केले:

पेजरँक अल्गोरिदम सुलभ करणारी गणितीय वेबसाइट, वर्तुळांच्या आकार-टक्केवारी सहसंबंधाने स्पष्ट केली आहे. अल्गोरिदमला स्वतः पेजचे नाव देण्यात आले.

काही रफ स्टॅटिस्टिक्स (ऑगस्ट 29, 1996 पासून)

एकूण अनुक्रमणिका करण्यायोग्य HTML urls: 75.2306 दशलक्ष

डाउनलोड केलेली एकूण सामग्री: 207.022 गीगाबाइट्स

BackRub Java आणि Python मध्ये लिहिलेले आहे आणि Linux चालवणाऱ्या अनेक Sun Ultras आणि Intel Pentiums वर चालते. प्राथमिक डेटाबेस सन अल्ट्रा सीरिज II वर 28GB डिस्कसह ठेवला जातो. स्कॉट हसन आणि ॲलन स्टेरेमबर्ग यांनी अत्यंत कुशल अंमलबजावणीसाठी खूप मदत केली आहे. सेर्ग ब्रिन देखील खूप गुंतले आहेत आणि ते खूप आभाराचे पात्र आहेत.

- लॅरी पेज page@cs.stanford.edu

BackRub ने आधीपासून शोध इंजिनची प्राथमिक कार्य आणि वैशिष्ट्ये प्रदर्शित केली आहेत: एक क्वेरी इनपुट प्रविष्ट केला गेला आणि त्याने महत्त्वानुसार रँक केलेल्या बॅकलिंक्सची सूची प्रदान केली. पृष्ठाने आठवण करून दिली: "आम्हाला लक्षात आले की आमच्याकडे एक क्वेरी करण्याचे साधन आहे. यामुळे तुम्हाला पृष्ठांची एक चांगली क्रमवारी आणि फॉलो-अप पृष्ठांची क्रमवारी मिळाली." : "अगदी लवकरच, आमच्याकडे दिवसाला 10,000 शोध होते. आणि आम्हाला वाटले, कदाचित हे खरोखर खरे असेल."

काहींनी पेज आणि ब्रिनच्या दृष्टीची तुलना आधुनिक मुद्रणाचा शोधक जोहान्स गुटेनबर्ग यांच्या प्रभावाशी केली:

1440 मध्ये, जोहान्स गुटेनबर्गने युरोपला यांत्रिक प्रिंटिंग प्रेसची ओळख करून दिली, मोठ्या प्रमाणात वापरासाठी बायबल छापली. पुस्तके आणि हस्तलिखितांना परवानगी देणारे तंत्रज्ञान?—?मूलतः हाताने प्रतिकृती?—?अगदी जलद गतीने मुद्रित करणे, अशा प्रकारे ज्ञानाचा प्रसार करणे आणि युरोपीय पुनर्जागरणात प्रवेश करण्यास मदत करणे... Google ने असेच काम केले आहे.

ही तुलना द Google Story च्या लेखकांनी देखील नोंदवली आहे: "गुटेनबर्ग पासून नाही ... कोणत्याही नवीन शोधामुळे व्यक्तींना सशक्त बनवले गेले आहे, आणि Google प्रमाणेच माहितीच्या प्रवेशामध्ये परिवर्तन झाले आहे." वेब शोधांसाठी त्यांचे नवीन इंजिन तयार केले, त्यांनी त्यावेळेस वेबच्या पलीकडे असलेल्या माहितीबद्दल विचार करायला सुरुवात केली," जसे की पुस्तके डिजिटायझ करणे आणि आरोग्य माहितीचा विस्तार करणे.

इतर स्वारस्ये

जून 2008 मध्ये, ब्रिनने व्हर्जिनिया-आधारित अंतराळ पर्यटन कंपनी स्पेस ॲडव्हेंचर्समध्ये $4.5 दशलक्ष गुंतवणूक केली.

ब्रिन आणि पेज यांच्याकडे संयुक्तपणे सानुकूलित बोईंग 767-200 आणि डसॉल्ट/डॉर्नियर अल्फा जेट, आहेत आणि त्यांना घर देण्यासाठी वर्षाला $1.3 दशलक्ष देतात आणि मॉफेट फेडरल एअरफील्डमधील Google अधिकाऱ्यांच्या मालकीचे दोन गल्फस्ट्रीम व्ही जेट्स देतात. उड्डाणात प्रायोगिक डेटा संकलित करण्याची परवानगी देण्यासाठी विमानात वैज्ञानिक उपकरणे नासाने स्थापित केली आहेत.

वैयक्तिक जीवन

मे 2007 मध्ये, ब्रिनने बहामासमधील बायोटेक विश्लेषक आणि उद्योजक अॅन वोजिकीशी विवाह केला. त्यांना 2008 च्या उत्तरार्धात एक मुलगा आणि 2011 च्या उत्तरार्धात एक मुलगी झाली. ऑगस्ट 2013 मध्ये, ब्रिनचे Google Glass च्या मार्केटिंग डायरेक्टर अमांडा रोसेनबर्ग यांच्याशी विवाहबाह्य संबंध असल्याने ब्रिन आणि त्याची पत्नी वेगळे राहत असल्याची घोषणा करण्यात आली. जून 2015 मध्ये, ब्रिन आणि वोजिकी यांनी त्यांचा घटस्फोट निश्चित केला.

7 नोव्हेंबर, 2018 रोजी, त्याने कायदेशीर टेक संस्थापक निकोल शानाहान यांच्याशी विवाह केला. त्यांना एक मुलगी आहे, तिचा जन्म 2018 च्या उत्तरार्धात झाला आहे. 15 डिसेंबर 2021 रोजी ब्रिन आणि शानाहान वेगळे झाले आणि ब्रिनने 4 जानेवारी 2022 रोजी घटस्फोटासाठी अर्ज दाखल केला. वॉल स्ट्रीट जर्नलमधील एका अहवालानुसार, त्यांच्या ब्रेकअपचे कारण शानाहान आणि एलोन मस्क यांच्यातील अफेअर होते, हा दावा मस्क आणि शानाहान यांनी नाकारला. संबंधित?

ब्रिनची आई युजेनिया यांना पार्किन्सन्सचा आजार असल्याचे निदान झाले आहे. 2008 मध्ये, त्याने युनिव्हर्सिटी ऑफ मेरीलँड स्कूल ऑफ मेडिसिनला देणगी देण्याचा निर्णय घेतला, जिथे त्याच्या आईने उपचार घेतले होते.

ब्रिन आणि वोजिकी यांचा घटस्फोट झाला असला तरी, ब्रिन वोजिकी फाउंडेशन संयुक्तपणे चालवतात. त्यांनी मायकेल जे. फॉक्स फाउंडेशनला मोठ्या प्रमाणावर देणगी दिली आहे आणि 2009 मध्ये हिब्रू इमिग्रंट एड सोसायटीला समर्थन देण्यासाठी $1 दशलक्ष दिले आहेत.

ब्रिन हे डेमोक्रॅटिक पक्षाचे उमेदवार आणि संघटनांसाठी देणगीदार आहेत, त्यांनी बराक ओबामा यांच्या पुनर्निवडणुकीच्या मोहिमेसाठी $5,000 आणि DNC ला $30,800 दान केले आहे.

CNBC नुसार, ब्रिनला त्याच्या मुलासोबत इथेरियमची खाण करण्यासाठी गेमिंग कॉम्प्युटर तयार केल्यानंतर ब्लॉकचेन तंत्रज्ञानामध्ये रस निर्माण झाला.

पुरस्कार आणि प्रशंसा

2002-2009

2002 मध्ये, ब्रिन, लॅरी पेजसह, एमआयटी टेक्नॉलॉजी रिव्ह्यू TR100 मध्ये 35 वर्षाखालील जगातील टॉप 100 इनोव्हेटर्सपैकी एक म्हणून नाव देण्यात आले.

2003 मध्ये, ब्रिन आणि पेज दोघांनाही IE बिझनेस स्कूल कडून "उद्योजकतेच्या भावनेला मूर्त रूप देण्यासाठी आणि नवीन व्यवसायांच्या निर्मितीला गती देण्यासाठी..." मानद एमबीए प्राप्त झाले.

2003 मध्ये, ब्रिन आणि पेज हे दोघेही पुरस्कार प्राप्तकर्ते आणि EY एंटरप्रेन्योर ऑफ द इयर अवॉर्डसाठी नॅशनल फायनलिस्ट होते

2004 मध्ये, त्यांना मार्कोनी फाउंडेशन पुरस्कार, "अभियांत्रिकीतील सर्वोच्च पुरस्कार" मिळाला आणि कोलंबिया विद्यापीठात मार्कोनी फाउंडेशनचे फेलो म्हणून निवडले गेले. "त्यांच्या निवडीची घोषणा करताना, फाउंडेशनचे अध्यक्ष जॉन जे इसेलिन यांनी या दोघांचे त्यांच्या शोधाबद्दल अभिनंदन केले ज्याने आज माहिती पुनर्प्राप्त करण्याच्या पद्धतीत मूलभूतपणे बदल केला आहे."

2004 मध्ये, ब्रिनला शिकागो, इलिनॉय येथे एका समारंभात लॅरी पेजसह अमेरिकन अॅकॅडमी ऑफ अचिव्हमेंटचा गोल्डन प्लेट पुरस्कार मिळाला.

2009 – आतापर्यंत

नोव्हेंबर 2009 मध्ये, फोर्ब्सने ब्रिन आणि पेजला जगातील पाचव्या क्रमांकाचे शक्तिशाली व्यक्ती म्हणून नाव दिले.

त्याच वर्षीच्या सुरुवातीला, फेब्रुवारीमध्ये, ब्रिनचा राष्ट्रीय अभियांत्रिकी अकादमीमध्ये समावेश करण्यात आला, जो "एखाद्या अभियंत्याला प्रदान केलेल्या सर्वोच्च व्यावसायिक भेदांपैकी एक आहे... आणि अभियांत्रिकी संशोधन, सराव यामध्ये उत्कृष्ट योगदान देणाऱ्यांचा सन्मान केला जातो.. ." त्यांची निवड विशेषत: "जलद अनुक्रमणिका विकसित करण्यासाठी आणि वर्ल्ड वाइड वेबवरून संबंधित माहिती पुनर्प्राप्त करण्यासाठी नेतृत्व करण्यासाठी" करण्यात आली होती.

फेलोच्या त्यांच्या "प्रोफाइल" मध्ये, नॅशनल सायन्स फाउंडेशनने पूर्वीचे अनेक पुरस्कार समाविष्ट केले:

ते वर्ल्ड इकॉनॉमिक फोरम आणि टेक्नॉलॉजी, एंटरटेनमेंट आणि डिझाइन कॉन्फरन्समध्ये वैशिष्ट्यीकृत वक्ते होते. ... पीसी मॅगझिनने टॉप 100 वेब साइट्स आणि सर्च इंजिनमध्ये (1998) Google ची प्रशंसा केली आहे आणि 1999 मध्ये वेब अॅप्लिकेशन डेव्हलपमेंटमधील इनोव्हेशनसाठी Google ला तांत्रिक उत्कृष्टता पुरस्कार प्रदान केला आहे. 2000 मध्ये, Google ने वेबी अवॉर्ड, पीपल्स व्हॉइस अवॉर्ड मिळवला आहे. तांत्रिक कामगिरीबद्दल, आणि 2001 मध्ये, शोध इंजिन वॉच अवॉर्ड्समध्ये उत्कृष्ट शोध सेवा, सर्वोत्कृष्ट प्रतिमा शोध

इंजिन, सर्वोत्कृष्ट डिझाइन, सर्वाधिक वेबमास्टर फ्रेंडली शोध इंजिन आणि सर्वोत्कृष्ट शोध वैशिष्ट्य प्रदान करण्यात आले.

मे 2021 पर्यंत, फोर्ब्सनुसार ब्रिन हे जगातील 9व्या क्रमांकाचे सर्वात श्रीमंत व्यक्ती आहेत, त्यांची एकूण संपत्ती $95.6 अब्ज इतकी आहे.

14

मुकेश अंबानी

मुकेश अंबानी

Top Richest People

Scan for Story Videos - www.itibook.com

मुकेश धीरूभाई अंबानी (जन्म 19 एप्रिल 1957) हे भारतीय अब्जाधीश उद्योगपती आहेत. ते रिलायन्स इंडस्ट्रीज लिमिटेड (RIL), फॉर्च्युन ग्लोबल 500 कंपनी आणि बाजार मूल्यानुसार भारतातील सर्वात मौल्यवान कंपनीचे अध्यक्ष आणि व्यवस्थापकीय संचालक आहेत. Forbes आणि Bloomberg Billionaires Index नुसार, 20 ऑगस्ट 2022 पर्यंत अंबानींची एकूण संपत्ती US$92.7 अब्ज इतकी आहे, ज्यामुळे ते गौतम अदानी नंतर आशियातील दुसऱ्या क्रमांकाचे आणि जगातील 11 व्या क्रमांकाचे श्रीमंत व्यक्ती बनले आहेत.

मुकेश धीरूभाई अंबानी यांचा जन्म 19 एप्रिल 1957 रोजी एडन (सध्याचे येमेन) येथील ब्रिटिश क्राउन कॉलनी येथे धीरूभाई अंबानी आणि कोकिलाबेन अंबानी यांच्या पोटी गुजराती हिंदू कुटुंबात झाला. त्यांना एक धाकटा भाऊ अनिल अंबानी आणि दोन बहिणी, नीना भद्रश्याम कोठारी आणि दिप्ती दत्तराज साळगावकर आहेत.

अंबानी येमेनमध्ये फक्त काही काळच राहिले कारण त्यांच्या वडिलांनी 1958 मध्ये मसाले आणि कापडावर लक्ष केंद्रित करणारा व्यापार व्यवसाय सुरू करण्यासाठी भारतात परत जाण्याचा निर्णय घेतला. नंतरचे मूळ नाव "विमल" होते परंतु नंतर ते "केवळ विमल" असे बदलले. त्यांचे कुटुंब 1970 पर्यंत भुलेश्वर, मुंबई येथे दोन बेडरूमच्या माफक अपार्टमेंटमध्ये राहत होते. जेव्हा ते भारतात आले तेव्हा कुटुंबाची आर्थिक स्थिती थोडी सुधारली परंतु अंबानी अजूनही जातीय समाजात राहत होते, सार्वजनिक वाहतूक वापरत होते आणि त्यांना कधीही भत्ता मिळाला नाही. धीरूभाईंनी नंतर कुलाबा येथे 'सी विंड' नावाचा 14 मजली अपार्टमेंट ब्लॉक खरेदी केला, जिथे अलीकडेपर्यंत, अंबानी आणि त्यांचे भाऊ त्यांच्या कुटुंबियांसोबत वेगवेगळ्या मजल्यांवर राहत होते.

शिक्षण

अंबानी यांनी त्यांचा भाऊ आणि आनंद जैन यांच्यासमवेत मुंबईतील पेडर रोड येथील हिल ग्रँज हायस्कूलमध्ये शिक्षण घेतले, जे नंतर त्यांचे जवळचे सहकारी बनले. माध्यमिक शालेय शिक्षणानंतर त्यांनी सेंट झेवियर्स कॉलेज, मुंबई येथे शिक्षण घेतले. त्यानंतर इन्स्टिट्यूट ऑफ केमिकल टेक्नॉलॉजीमधून त्यांनी रासायनिक अभियांत्रिकीमध्ये बीई पदवी प्राप्त केली.

अंबानी यांनी नंतर स्टॅनफोर्ड विद्यापीठात एमबीएसाठी प्रवेश घेतला परंतु 1980 मध्ये त्यांच्या वडिलांना रिलायन्स तयार करण्यात मदत करण्यासाठी त्यांनी माघार घेतली, जो त्यावेळी अजूनही एक छोटा पण वेगाने वाढणारा उपक्रम होता. त्यांच्या वडिलांना असे वाटले की वास्तविक जीवनातील कौशल्ये अनुभवांद्वारे वापरली जातात आणि वर्गात बसून नाहीत, म्हणून त्यांनी आपल्या कंपनीतील सूत उत्पादन प्रकल्पाची कमान घेण्यासाठी आपल्या मुलाला स्टॅनफोर्डहून भारतात परत बोलावले.

अंबानी यांनी असे म्हटले आहे की ते त्यांचे शिक्षक विल्यम एफ. शार्प आणि मनमोहन शर्मा यांच्यामुळे प्रभावित झाले होते कारण ते "अशा प्रकारचे प्राध्यापक आहेत ज्यांनी तुम्हाला चौकटीबाहेर विचार करायला लावले."

करिअर

1981 मध्ये त्यांनी त्यांचे वडील धीरूभाई अंबानी यांना त्यांचा कौटुंबिक व्यवसाय, रिलायन्स इंडस्ट्रीज लिमिटेड चालवण्यास मदत करण्यास सुरुवात केली. या वेळेपर्यंत, ते आधीच इतके विस्तारले होते की ते परिष्करण आणि पेट्रोकेमिकल्समध्ये देखील काम करते. व्यवसायात किरकोळ आणि दूरसंचार उद्योगांमधील उत्पादने आणि सेवा देखील समाविष्ट आहेत. रिलायन्स रिटेल लिमिटेड, ही दुसरी उपकंपनी देखील भारतातील सर्वात मोठी किरकोळ विक्रेता आहे. 5 सप्टेंबर 2016 रोजी सार्वजनिक लॉन्च झाल्यापासून रिलायन्सच्या जिओने देशातील दूरसंचार सेवांमध्ये अव्वल पाच स्थान मिळवले आहे.

2016 पर्यंत, अंबानी 36 व्या क्रमांकावर होते आणि फोर्ब्स मासिकाच्या यादीत गेल्या दहा वर्षांपासून सातत्याने भारतातील सर्वात श्रीमंत व्यक्तीचे बिरुद धारण केले आहे. 20 फोर्ब्सच्या जगातील सर्वात शक्तिशाली व्यक्तींच्या यादीतील ते एकमेव भारतीय व्यापारी आहेत. ऑक्टोबर 2020 पर्यंत, मुकेश अंबानी यांना फोर्ब्सने जगातील 6 व्या-श्रीमंत व्यक्ती म्हणून स्थान दिले. त्याने जुलै 2018 मध्ये $44.3 अब्ज संपत्तीसह आशियातील सर्वात श्रीमंत व्यक्ती बनण्यासाठी अलीबाबा समूहाचे कार्यकारी अध्यक्ष जॅक मा यांना मागे टाकले. ते उत्तर अमेरिका आणि युरोप बाहेरील जगातील सर्वात श्रीमंत व्यक्ती देखील आहेत. 2015 पर्यंत, चीनच्या हुरुन रिसर्च इन्स्टिट्यूटनुसार, अंबानी भारतातील परोपकारी लोकांमध्ये पाचव्या क्रमांकावर आहेत. त्यांची बँक ऑफ अमेरिकाचे संचालक म्हणून नियुक्ती करण्यात आली आणि ते तिच्या संचालक मंडळावर असलेले पहिले गैर-अमेरिकन बनले.

रिलायन्सच्या माध्यमातून, त्याच्याकडे इंडियन प्रीमियर लीग फ्रेंचायझी मुंबई इंडियन्सचे मालक आहेत आणि ते इंडियन सुपर लीग, भारतातील फुटबॉल लीगचे संस्थापक आहेत. 2012 मध्ये, फोर्ब्सने त्याला जगातील सर्वात श्रीमंत क्रीडा मालकांपैकी एक म्हणून नाव दिले. तो अँटिलिया बिल्डिंग येथे राहतो, जगातील सर्वात महागड्या खाजगी निवासस्थानांपैकी एक असून त्याची किंमत $1 अब्ज इतकी आहे.

टाइमलाइन

1980-1990 चे दशक

1980 मध्ये, इंदिरा गांधींच्या नेतृत्वाखालील भारत सरकारने खाजगी क्षेत्रासाठी PFY (पॉलिएस्टर फिलामेंट यार्न) उत्पादन उघडले. धीरूभाई अंबानी यांनी पीएफवाय उत्पादन प्रकल्प उभारण्यासाठी परवान्यासाठी अर्ज केला. परवाना मिळवणे ही एक दीर्घकाळ काढलेली प्रक्रिया होती ज्यासाठी नोकरशाही व्यवस्थेत मजबूत कनेक्शन आवश्यक होते कारण सरकार त्यावेळी मोठ्या प्रमाणात उत्पादनावर निर्बंध घालत होते, ज्यामुळे कापडासाठी धाग्याची आयात अशक्य होती. टाटा, बिर्ला आणि इतर यांच्याकडून तीव्र स्पर्धा असतानाही, धीरूभाईंना परवाना देण्यात आला, ज्याला सामान्यतः परवाना राज म्हणून संबोधले जाते. पीएफवाय प्लांट तयार करण्यात मदत करण्यासाठी, धीरूभाईंनी त्यांच्या मोठ्या मुलाला स्टॅनफोर्डमधून बाहेर काढले, जिथे तो एमबीएचे शिक्षण घेत होता, त्याच्यासोबत कंपनीत काम करण्यासाठी. 1981 मध्ये कापडापासून पॉलिस्टर फायबर आणि पुढे पेट्रोकेमिकल्समध्ये, ज्यापासून धागे बनवले गेले होते, अंबानी त्यांच्या

विद्यापीठ कार्यक्रमात परतले नाहीत, रिलायन्सच्या मागासलेल्या एकात्मतेच्या नेतृत्वाखाली, जिथे कंपन्यांकडे त्यांच्या पुरवठादारांची मालकी अधिक महसूल निर्माण करण्यासाठी आणि कार्यक्षमता सुधारण्यासाठी होती. कंपनीत रुजू झाल्यानंतर, त्यांनी तत्कालीन कार्यकारी संचालक रसिकभाई मेसवानी यांना दररोज अहवाल दिला. प्रत्येकाने व्यवसायात हातभार लावावा आणि निवडक व्यक्तींवर जास्त अवलंबून न राहता या तत्त्वावर कंपनी सुरुवातीपासून तयार केली जात होती. धीरूभाईंनी त्यांना व्यावसायिक भागीदार म्हणून वागणूक दिली आणि त्यांना थोडे अनुभव असतानाही योगदान देण्याचे स्वातंत्र्य दिले. 1985 मध्ये रसिकभाईंच्या मृत्यूनंतर आणि 1986 मध्ये धीरूभाईंना पक्षाघाताचा झटका आल्याने हे तत्त्व प्रत्यक्षात आले जेव्हा सर्व जबाबदारी अंबानी आणि त्यांच्या भावावर गेली. मुकेश अंबानी यांनी रिलायन्स इन्फोकॉम लिमिटेड (आता रिलायन्स कम्युनिकेशन्स लिमिटेड) ची स्थापना केली, जी माहिती आणि संप्रेषण तंत्रज्ञान उपक्रमांवर केंद्रित होती. वयाच्या 24 व्या वर्षी, अंबानी यांना पाताळगंगा पेट्रोकेमिकल प्लांटच्या बांधकामाची जबाबदारी देण्यात आली जेव्हा कंपनी तेल शुद्धीकरण आणि पेट्रोकेमिकल्समध्ये मोठ्या प्रमाणात गुंतवणूक करत होती.

2000-सध्याचे

6 जुलै 2002 रोजी, मुकेशच्या वडिलांचा दुस-या स्ट्रोकमुळे मृत्यू झाला, ज्यामुळे 2004 मध्ये धीरूभाईंनी साम्राज्याच्या वितरणासाठी इच्छापत्र सोडले नसल्यामुळे भाऊंमधील तणाव वाढला. त्यांच्या आईने भांडण थांबवण्यासाठी हस्तक्षेप केला, कंपनीचे दोन तुकडे केले, अंबानी यांना रिलायन्स इंडस्ट्रीज लिमिटेड आणि इंडियन पेट्रोकेमिकल्स कॉर्पोरेशन लिमिटेडचे नियंत्रण मिळाले, ज्याला नंतर डिसेंबर 2005 मध्ये मुंबई उच्च न्यायालयाने मान्यता दिली.

अंबानी यांनी भारतातील जामनगर येथे जगातील सर्वात मोठ्या तळागाळातील पेट्रोलियम रिफायनरीच्या निर्मितीचे दिग्दर्शन आणि नेतृत्व केले, ज्याची क्षमता 2010 मध्ये 660,000 बॅरल प्रतिदिन (33 दशलक्ष टन प्रति वर्ष) होती, पेट्रोकेमिकल्स, वीज निर्मिती, बंदर आणि संबंधित पायाभूत सुविधांसह एकत्रित डिसेंबर 2013 मध्ये अंबानी यांनी मोहाली येथील प्रोग्रेसिव्ह पंजाब समिटमध्ये भारती एअरटेल सोबत 4G नेटवर्कसाठी डिजिटल पायाभूत सुविधा उभारण्यासाठी "सहयोगी उपक्रम" करण्याची शक्यता जाहीर केली. 18 जून 2014 रोजी, मुकेश अंबानी यांनी रिलायन्स इंडस्ट्रीजच्या 40 व्या एजीएमला संबोधित करताना सांगितले की ते पुढील तीन वर्षांत व्यवसायांमध्ये रु. 1.8 ट्रिलियन (शॉर्ट स्केल) गुंतवतील आणि 2015 मध्ये 4G ब्रॉडबँड सेवा सुरू करतील.

तेल शुद्धीकरण, पेट्रोकेमिकल उत्पादने आणि संबंधित उद्योगांमध्ये अभियांत्रिकी आणि व्यावसायिक नेतृत्वासाठी अंबानी यांची 2016 मध्ये राष्ट्रीय अभियांत्रिकी अकादमीचे सदस्य म्हणून निवड झाली. फेब्रुवारी 2016 मध्ये, अंबानीच्या नेतृत्वाखालील Jio ने LYF नावाचा स्वतःचा 4G स्मार्टफोन ब्रँड लाँच केला. जून 2016 मध्ये, हा भारतातील तिसरा-सर्वाधिक विकला जाणारा मोबाईल फोन ब्रँड होता. सप्टेंबर 2016 मध्ये रिलायन्स जिओ इन्फोकॉम लिमिटेड ही सेवा सामान्यतः जिओ म्हणून ओळखली जाणे यशस्वी ठरले आणि रिलायन्सचे शेअर्स वाढले. RIL च्या 40 व्या वार्षिक सर्वसाधारण सभेदरम्यान, त्यांनी 1:1 च्या प्रमाणात बोनस शेअर्सची घोषणा केली जी भारतातील देशातील सर्वात मोठी बोनस इश्यू आहे, आणि Jio Phone ची प्रभावी किंमत 0? ची घोषणा केली. फेब्रुवारी 2018 पर्यंत, ब्लूमबर्गच्या "रॉबिन हूड इंडेक्स" ने अंदाज लावला की अंबानींची वैयक्तिक संपत्ती 20 दिवसांसाठी भारतीय संघराज्य सरकारच्या कामकाजासाठी निधी पुरेशी होती.

फेब्रुवारी 2014 मध्ये, केजी बेसिनमधून नैसर्गिक वायूच्या किंमतीमध्ये कथित अनियमितता केल्याबद्दल मुकेश अंबानी यांच्यावर फौजदारी गुन्हे दाखल करणारा प्रथम माहिती अहवाल (एफआयआर) दाखल करण्यात आला. अरविंद केजरीवाल, ज्यांनी दिल्लीचे मुख्यमंत्री म्हणून अल्पकाळ काम केले होते आणि एफआयआरचे आदेश दिले होते, त्यांनी विविध राजकीय पक्षांवर गॅसच्या किंमतीच्या मुद्द्यावर मौन बाळगल्याचा आरोप केला आहे. केजरीवाल यांनी राहुल गांधी आणि नरेंद्र मोदी या दोघांनाही गॅसच्या किंमतीच्या मुद्द्यावर आपली भूमिका स्पष्ट करण्यास सांगितले आहे. केजरीवाल यांनी आरोप केला आहे की केंद्राने गॅसची किंमत आठ डॉलर्स प्रति युनिटपर्यंत फुगवण्याची परवानगी दिली आहे, परंतु मुकेश अंबानींची कंपनी एक युनिट उत्पादन करण्यासाठी फक्त एक डॉलर खर्च करते, म्हणजे रु. प्रतिवर्षी देशाला ५४० अब्ज रुपये.

मंडळ सदस्यत्व

बोर्ड ऑफ गव्हर्नर्स इन्स्टिट्यूट ऑफ केमिकल टेक्नॉलॉजी, मुंबईचे सदस्य

अध्यक्ष, व्यवस्थापकीय संचालक, वित्त समितीचे अध्यक्ष आणि कर्मचारी स्टॉक नुकसानभरपाई समितीचे सदस्य, रिलायन्स इंडस्ट्रीज लिमिटेड

माजी अध्यक्ष, इंडियन पेट्रोकेमिकल्स कॉर्पोरेशन लिमिटेड

रिलायन्स पेट्रोलियमचे माजी उपाध्यक्ष

बोर्डाचे अध्यक्ष, रिलायन्स पेट्रोलियम

रिलायन्स रिटेल लिमिटेड, ऑडिट समितीचे अध्यक्ष आणि अध्यक्ष

अध्यक्ष, रिलायन्स एक्सप्लोरेशन अँड प्रोडक्शन डीएमसीसी

माजी संचालक, पत समितीचे सदस्य आणि भरपाई आणि लाभ समितीचे सदस्य, बँक ऑफ अमेरिका कॉर्पोरेशन 53

अध्यक्ष, पंडित दीनदयाल पेट्रोलियम विद्यापीठ, गांधीनगर, गुजरात

पुरस्कार आणि सन्मान

उपराष्ट्रपती व्यंकय्या नायडू यांनी एका कार्यक्रमात श्री मुकेश अंबानी यांना कॉर्पोरिट उत्कृष्टतेचा इकॉनॉमिक टाइम्स पुरस्कार प्रदान केला.

पुरस्काराचे वर्ष किंवा सन्मान पुरस्काराचे नाव किंवा सन्मान देणारी संस्था

2000 अन्स्र्ट आणि यंग एंटरप्रेन्योर ऑफ द इयर अन्स्र्ट आणि यंग इंडिया

2010 ग्लोबल व्हिजन अवॉर्ड अवॉर्ड डिनर एशिया सोसायटी

2010 बिझनेस लीडर ऑफ द इयर एनडीटीव्ही इंडिया

2010 बिझनेसमन ऑफ द इयर फायनान्शियल क्रॉनिकल

2010 स्कूल ऑफ इंजिनीअरिंग आणि अप्लाइड सायन्स डीन पदक पेनसिल्व्हेनिया विद्यापीठ

2010 मध्ये 5व्या-सर्वोत्कृष्ट कामगिरी करणाऱ्या जागतिक सीईओचे स्थान हार्वर्ड बिझनेस रिव्ह्यू

2010 ग्लोबल लीडरशिप अवॉर्ड बिझनेस कौन्सिल फॉर इंटरनॅशनल अंडरस्टँडिंग

2010 मानद डॉक्टरेट (डॉक्टर ऑफ सायन्स) एमएस युनिव्हर्सिटी ऑफ बडोदा

2013 इंडियन अफेअर्स इंडिया लीडरशिप कॉन्क्लेव्ह अवॉर्ड्स 2013 मध्ये दशकातील मिलेनियम बिझनेस लीडर) इंडिया लीडरशिप कॉन्क्लेव्ह आणि इंडियन अफेयर्स बिझनेस लीडरशिप अवॉर्ड्स

2016 विदेशी सहयोगी, यूएस नॅशनल अॅकॅडमी ऑफ इंजिनियरिंग नॅशनल अॅकॅडमी ऑफ इंजिनीअरिंग

2016 ओथमेर गोल्ड मेडल केमिकल हेरिटेज फाउंडेशन

वैयक्तिक जीवन

त्यांनी 1985 मध्ये नीता अंबानीशी लग्न केले आणि त्यांना दोन मुले, आकाश आणि अनंत आणि एक मुलगी, ईशा, जी आकाशची जुळी आहे. त्यांच्या वडिलांनी नृत्य सादरीकरणात भाग घेतल्यावर त्यांची भेट झाली ज्यामध्ये नीताने भाग घेतला आणि दोघांमध्ये लग्नाची व्यवस्था करण्याचा विचार केला.

ते मुंबईतील अँटिलिया या खाजगी 27 मजली इमारतीत राहतात, ज्याची किंमत US$1 अब्ज इतकी होती आणि ती बांधली गेली त्यावेळी जगातील सर्वात महागडे खाजगी निवासस्थान होते. इमारतीच्या देखभालीसाठी 600 कर्मचाऱ्यांची आवश्यकता आहे आणि त्यात तीन हेलिपॅड, 160-कार गॅरेज, खाजगी चित्रपटगृह, स्विमिंग पूल आणि फिटनेस सेंटर यांचा समावेश आहे.

2007 मध्ये, अंबानी यांनी त्यांच्या पत्नीला तिच्या 44 व्या वाढदिवसानिमित्त $60 दशलक्ष एअरबस A319 भेट दिली. 180 प्रवाशांची क्षमता असलेल्या एअरबसमध्ये लिव्हिंग रूम, बेडरूम, सॅटेलाइट टेलिव्हिजन, वायफाय, स्काय बार, जकूझी आणि ऑफिस समाविष्ट करण्यासाठी सानुकूल-फिट केले गेले आहे.

2008 मध्ये आयपीएल क्रिकेट संघ मुंबई इंडियन्स $111.9 दशलक्षमध्ये खरेदी केल्यानंतर अंबानी यांना "जगातील सर्वात श्रीमंत क्रीडा संघाचे मालक" अशी उपाधी देण्यात आली.

मुकेश अंबानी हे कडक शाकाहारी आहेत.

31 मार्च 2012 रोजी संपलेल्या आर्थिक वर्षात, त्यांनी रिलायन्स इंडस्ट्रीज लिमिटेड (RIL) चे प्रमुख या नात्याने त्यांच्या वार्षिक वेतनातून सुमारे £240 दशलक्ष सोडण्याचा निर्णय घेतला. त्या आर्थिक वर्षात RIL च्या उच्च व्यवस्थापन कर्मचाऱ्यांना मिळणारे एकूण मोबदला पॅकेज वाढले असतानाही त्यांनी हे करण्याचे निवडले. मुकेश अंबानी यांचा कंपनीत 50.4% हिस्सा आहे. या हालचालीमुळे त्यांचा पगार सलग चौथ्या वर्षी £150 दशलक्ष इतका मर्यादित राहिला.

2019 च्या सुरुवातीस, मुंबईतील एका न्यायालयाने त्याचा धाकटा भाऊ, अनिल अंबानी याला स्वीडिश गियरमेकर एरिक्सनचे वैयक्तिकरित्या हमी दिलेले कर्ज रिलायन्स कम्युनिकेशन्सचे कर्ज न भरल्याबद्दल फौजदारी अवमाननात धरले. तुरुंगवासाच्या वेळेऐवजी न्यायालयाने अनिलला निधी आणण्यासाठी एक महिन्याची मुदत दिली. महिन्याच्या शेवटी, मुकेशने कर्ज फेडून आपल्या धाकट्या भावाला जामीन दिला. 2021 मध्ये, मुंबईतील गगनचुंबी इमारतीजवळ अंबानींच्या घराजवळ स्फोटकांनी भरलेली हिरवी महिंद्रा स्कॉर्पिओ एसयूव्ही सापडली तेव्हा तो बॉम्बच्या भीतीचा विषय बनला होता.

15
अमानसिओ ऑर्टेगा

अमानसिओ ऑर्टेगा

Top Richest People

Scan for Story Videos - www.itibook.com

(स्पॅनिश उच्चारण: ; जन्म 28 मार्च 1936) एक स्पॅनिश अब्जाधीश व्यापारी आहे. तो Inditex फॅशन ग्रुपचा संस्थापक आणि माजी अध्यक्ष आहे, जो त्याच्या Zara आणि Bershka च्या कपड्यांच्या आणि ॲक्सेसरीजच्या दुकानांसाठी प्रसिद्ध आहे. मार्च 2022 पर्यंत, ऑर्टेगाची एकूण संपत्ती $48.1 अब्ज होती, ज्यामुळे तो बर्नार्ड अर्नॉल्ट आणि फ्रँकोइस बेटेनकोर्ट मेयर्स नंतर युरोपमधील तिसरा-श्रीमंत व्यक्ती बनला आणि जगातील 27वा-श्रीमंत व्यक्ती बनला. 2015 मध्ये थोड्या काळासाठी, तो जगातील सर्वात श्रीमंत व्यक्ती होता, त्याने बिल गेट्सला मागे टाकले, जेव्हा त्याची मूळ कंपनी, इंडिटेक्सचा स्टॉक शिखरावर होता तेव्हा त्याची एकूण संपत्ती $80 अब्ज झाली होती.

तो ऑर्टेगा कुटुंबाचा प्रमुख आणि जगातील दुसरा सर्वात श्रीमंत रिटेलर आहे.

चार मुलांपैकी सर्वात धाकटा, ऑर्टेगाचा जन्म बुस्डोंगो डे अर्बास, लिओन, स्पेन येथे व्हॅलाडोलिड प्रांतातील अँटोनियो ऑर्टेगा रॉड्रिग्ज आणि जोसेफा गाओना हर्नांडेझ यांच्याकडे झाला आणि त्याचे बालपण टोलोसा, गिपुझकोआ येथे गेले.

वडिलांच्या, रेल्वे कामगाराच्या नोकरीमुळे, त्याने शाळा सोडली आणि वयाच्या १४ व्या वर्षी अ कोरुना येथे राहायला गेले. थोड्याच काळानंतर, त्याला गाला नावाच्या स्थानिक शर्टमेकरसाठी दुकानात नोकरी मिळाली, जो अजूनही अ कोरुना डाउनटाउनमध्ये त्याच कोपऱ्यावर बसतो आणि हाताने कपडे बनवायला शिकला.

करिअर

1963 मध्ये, त्यांनी रजाईयुक्त बाथरोब विकण्यासाठी Confecciones Goa ची स्थापना केली.

1975 मध्ये, त्याने त्याची पत्नी रोसालिया मेरासोबत त्याचे पहिले झारा स्टोअर उघडले.

2009 मध्ये, Zara Inditex समुहाचा भाग होता (Industrias de Diseño Textil Sociedad Anónima), ज्यापैकी Ortega ची मालकी 59.29% होती, आणि 6,000 पेक्षा जास्त स्टोअर्स व्यतिरिक्त Zara, Massimo Dutti, Oysho, Zara Home, Kiddy's Class, Temp, हे ब्रँड समाविष्ट होते. Stradivarius, पुल आणि अस्वल, Bershka आणि 92,000 पेक्षा जास्त कर्मचारी आहेत.

2000 मध्ये त्याचे सार्वजनिक स्वरूप, 2001 मध्ये त्याच्या कंपनीच्या स्टॉक मार्केटवर प्रारंभिक सार्वजनिक ऑफरच्या आधीच्या सरावाचा एक भाग म्हणून, स्पॅनिश आर्थिक प्रेसमध्ये मथळे बनले. तथापि, त्यांनी आतापर्यंत फक्त तीन पत्रकारांना मुलाखती दिल्या आहेत.

2011 मध्ये, ऑर्टेगाने Inditex, Zara चेनची मूळ कंपनी मधून निवृत्तीची घोषणा केली, असे सांगून की ते Inditex चे उपाध्यक्ष आणि CEO पाब्लो इस्ला यांना प्रमुख म्हणून त्यांची जागा घेण्यास सांगतील. 2012 मध्ये ऑर्टेगाने कॅरिटास इंटरनॅशनलिस या रोमन कॅथोलिक मदत संस्थेला सुमारे €20 दशलक्ष देणगी दिली.

त्याने माद्रिदमध्ये टोरे पिकासो ही गगनचुंबी इमारत खरेदी केली. त्याने मियामी, फ्लोरिडा येथे एपिक रेसिडेन्सेस आणि हॉटेल देखील खरेदी केले.

जुलै 2017 मध्ये, AEF पुरस्कारांच्या दुसऱ्या आवृत्तीसाठी, स्पॅनिश असोसिएशन ऑफ फाउंडेशनने 2017 फिलान्थ्रोपिक इनिशिएटिव्ह श्रेणीमध्ये अमानसिओ ऑर्टेगाला पुरस्कार दिला. संपूर्ण स्पेनमध्ये कर्करोगाशी लढण्यासाठी त्यांनी 300 दशलक्ष युरो देखील दान केले, जे रोग शोधण्यासाठी 440 मशीन खरेदी करण्यासाठी गुंतवले गेले होते. याचा परिणाम म्हणून, स्टिरिओटॅक्टिक रेडिओथेरपी मशीनने सुसज्ज असलेल्या स्पॅनिश सार्वजनिक रुग्णालयांची संख्या 20 वरून 70 पर्यंत वाढली आहे. तथापि, या निर्णयांचे एकमताने स्वागत झाले नाही आणि पोडेमोस सारख्या काही राजकीय पक्षांनी टीका केली. अलीकडे, बातम्या सूचित करतात की त्याने ट्रॉय ब्लॉक कॉम्प्लेक्स विकत घेतले आहे, ज्या इमारतींपैकी एक म्हणून लोकांना ओळखले जाते जेथे Amazon Seattle चे मुख्यालय आहे.

जुलै 2020 मध्ये हे उघड झाले की ऑर्टेगाची पॉन्टेगडिया गुंतवणूक कंपनीद्वारे मालमत्ता 17.2 अब्ज डॉलर्सची होती. ऑर्टेगा हे पॉन्टेगडियाचे कार्यकारी अध्यक्ष आहेत आणि त्यांच्या पोर्टफोलिओमधील रिअल इस्टेट मालमत्तेमध्ये मॅनहॅटनची हाउउट बिल्डिंग आणि साउथईस्ट फायनान्शियल सेंटर यांचा समावेश आहे. 2019 मध्ये, कंपनीने डाउनटाउन शिकागो हॉटेलसाठी $72.5 दशलक्ष करार पूर्ण केला, ज्याने वॉशिंग्टनच्या मध्यवर्ती व्यवसाय जिल्ह्यातील एक इमारत आणि दोन सिएटल ऑफिस इमारती खरेदी केल्या.

कोरोनाव्हायरस (साथीचा रोग) साथीच्या रोगामुळे ऑर्टेगाने $10 अब्ज गमावल्याची नोंद आहे.

वैयक्तिक जीवन

ऑर्टेगा त्याच्या वैयक्तिक आयुष्याबद्दल खूप खाजगी आहे आणि 2012 पर्यंत त्याने पत्रकारांना फक्त तीन मुलाखती दिल्या आहेत. ऑर्टेगा अतिशय एकांतप्रिय आहे आणि अतिशय कमी प्रोफाइल ठेवते. 1999 पर्यंत, ऑर्टेगाचे कोणतेही छायाचित्र प्रकाशित झाले नव्हते.

त्याला साधे कपडे घालणे आवडते, टाय घालण्यास नकार देतात आणि सामान्यत: निळा ब्लेझर, पांढरा शर्ट आणि राखाडी पॅंट असा साधा गणवेश घालणे पसंत करतात, यापैकी काहीही झारा उत्पादने नाहीत.

त्यांनी रोसालिया मेरा गोयेनेचेयाशी 1966 मध्ये लग्न केले, त्यांना मार्कोस आणि सँड्रा ऑर्टेगा मेरा नावाची दोन मुले होती, 1986 मध्ये या जोडप्याचा घटस्फोट झाला. मेरा ऑगस्ट 2013 मध्ये वयाच्या 69 व्या वर्षी मरण पावला. त्यांनी 2001 मध्ये त्यांची दुसरी पत्नी फ्लोरा पेरेझ मार्कोटशी लग्न केले, ज्यांच्याशी त्यांना 1984 मध्ये मार्टा ऑर्टेगा पेरेझ यांना एक मुलगी होती.

तो बहुतेक काळ्या मर्सिडीज-बेंझ एस-क्लास (W221) आणि काळ्या मर्सिडीज-बेंझ जीएल-क्लास (X166) मध्ये फिरताना दिसतो. त्याच्याकडे "ड्रिझल" आणि "व्हॅलोरिया बी" या दोन नौका तसेच गल्फस्ट्रीम G650 आणि बॉम्बार्डियर ग्लोबल एक्सप्रेस खाजगी जेट आहेत.

16
फ्रँकोइस बेटेनकोर्ट मेयर्स

फ्रँकोइस बेटेनकोर्ट मेयर्स

Top Richest People

Scan for Story Videos - www.itibook.com

(फ्रेंच:; जन्म 10 जुलै 1953) ही एक फ्रेंच उद्योगपती, परोपकारी, लेखिका, पियानोवादक आणि अब्जाधीश वारस आहे, ही सर्वात श्रीमंत महिला आहे. फोर्ब्सच्या मते, मार्च 2022 पर्यंत US$75.3 अब्ज डॉलरसची अंदाजे निव्वळ संपत्ती आहे. ती एकुलती एक मुलगी आहे, लिलियन बेटेनकोर्टची वारस आणि लॉरियलचे संस्थापक यूजीन शुएलर यांची नात. सप्टेंबर 2017 मध्ये तिची आई मरण पावली, त्यानंतर तिची फॅमिली होल्डिंग कंपनी, टेथिस इन्व्हेस्ट आणि स्टॉक एक्स्चेंजवर लॉरिअल शेअर्सच्या उच्च मूल्यांकनामुळे तिची गुंतवणूक तिप्पट झाली.

कठोर कॅथोलिक म्हणून वाढलेली, तिने अनेक बायबल भाष्ये लिहिली आहेत. ती लिलियन बेटेनकोर्टची एकुलती एक मुलगी आणि वारस आहे. तिने जीन-पियरे मेयर्सशी लग्न केले, ऑशविट्झ येथे खून झालेल्या रब्बीचा नातू, आणि त्यांनी त्यांची मुले जीन-व्हिक्टर आणि

निकोलस ज्यू म्हणून वाढवली. तिचे आजोबा यूजीन शुएलर यांनी नाझी सरकारशी सहकार्य केल्याच्या खटल्यामुळे तिच्या लग्नामुळे वाद निर्माण झाला; ते लॉरियलचे संस्थापक होते. बेटेनकोर्ट मेयर्स आणि तिच्या कुटुंबाकडे अजूनही कंपनीत 33% हिस्सा आहे.

2008 मध्ये, तिने तिच्या आईकडून पैसे घेतल्याबद्दल François-Marie Banier वर खटला दाखल केला, आणि तिने तिच्या आईला मानसिकदृष्ट्या अक्षम घोषित करण्यासाठी कार्यवाही सुरू केली. तिने पुराव्यासाठी वापरलेल्या गुप्त रेकॉर्डिंगमधील खुलासे वर्थ-बेटेंकोर्ट घोटाळ्याला कारणीभूत ठरले.

डिसेंबर 2010 मध्ये, बेटेंकोर्ट मेयर्सने जाहीर केले की तिने तिची आई आणि बनियर या दोघांसोबत कोर्टाबाहेर सेटलमेंट केली आहे.

तिच्या आईचे सप्टेंबर 2017 मध्ये निधन झाले जेव्हा तिची एकूण संपत्ती सुमारे $39.5 अब्ज होती, ज्यामुळे बेटेनकोर्ट मेयर्स जगातील शीर्ष 20 श्रीमंत लोकांमध्ये होते.

आगीमुळे नोट्रे-डेम डी पॅरिसचे गंभीर नुकसान झाल्यानंतर, बेटेनकोर्ट मेयर्स आणि लॉरेल यांनी कॅथेड्रलच्या दुरुस्तीसाठी $226 दशलक्ष देण्याचे वचन दिले.

ब्लूमबर्ग अब्जाधीश निर्देशांकानुसार जानेवारी 2022 पर्यंत, ती जगातील सर्वात श्रीमंत महिला होती, ज्याची अंदाजे संपत्ती $94.9 अब्ज होती.

17

झोंग शानशान

झोंग शानशान

Top Richest People

Scan for Story Videos - www.itibook.com

झोंग शानशान (चीनी: पिनयिन: झोंग शानशान, जन्म डिसेंबर १९५४) हा एक चिनी अब्जाधीश व्यापारी आहे.

ते नॉन्गफू स्प्रिंग बेव्हरेज कंपनीचे संस्थापक आणि अध्यक्ष आहेत आणि बीजिंग वांटाई बायोलॉजिकल फार्मसी एंटरप्राइझचे बहुसंख्य मालक आहेत.

2022 पर्यंत, तो $63 अब्ज संपत्तीसह सर्वात श्रीमंत चीनी नागरिक आहे. त्याच्या संपत्तीचा स्रोत मुख्यतः पेये आणि औषधनिर्माण आहे.

झोंगचा जन्म हांगझोऊ येथे 1954 मध्ये झाला होता. सांस्कृतिक क्रांती दरम्यान त्याने प्राथमिक शाळा सोडली आणि त्याला बांधकामात काम मिळाले. 1977 मध्ये, त्यांनी आता झेजियांग रेडिओ आणि टीव्ही युनिव्हर्सिटीमध्ये चीनी भाषेचा अभ्यास करण्यासाठी प्रवेश घेतला. झोंग हे 1988 मध्ये व्यवसायात उतरण्यापूर्वी झेजियांग डेलीमध्ये पत्रकार होते. 1988 मध्ये, झोंग दक्षिण चीनच्या किनाऱ्यावरील हेनान बेटावर गेले. बेटावर असताना त्याने मशरूम, कोळंबी आणि कासव विकले. त्यानंतर तो वहाहा शीतपेय कंपनीत विक्री एजंट म्हणून कामावर

गेला आणि आरोग्यसेवा पुरवणी विकली.

करिअर

1996 मध्ये, झोंगने हांगझोऊ येथे बाटलीबंद पाण्याची कंपनी स्थापन केली, जी नंतर नॉन्गफू स्प्रिंग बनली. 1999 मध्ये, नॉन्गफू स्प्रिंगने आपल्या पाण्यातून नैसर्गिक खनिजे काढून टाकणे बंद केले. ही एक जाणकार विपणन चाल होती आणि त्यांच्या लक्ष्यित प्रेक्षकांच्या संपर्कात वाढ करण्यात मोठ्या प्रमाणात मदत झाली. हे चीनमध्ये लोकप्रिय होते, जेथे त्याकाळी डिस्टिल्ड वॉटर हे सर्वसामान्य प्रमाण होते, अनेकांना त्याचे आरोग्य फायदे, किंवा त्याची कमतरता याबद्दल चिंता असूनही. झोंगच्या नेतृत्वाखाली, कंपनी चीनमधील सर्वात मोठी बाटलीबंद पाणी उत्पादक बनली, तसेच जगातील सर्वात मोठ्या पेय कंपन्यांपैकी एक बनली. कंपनीने कोका-कोला, वॉटसन आणि पेप्सी यांसारख्या उद्योगातील बेहेमथला मागे टाकून सर्वाधिक विकले जाणारे पॅकेज पेय ब्रँड बनले. नॉन्गफू स्प्रिंगचा ग्राहक आधार समजून घेण्यासाठी झोंगने नवीन तंत्रज्ञान जसे की क्लाउड कॉम्प्युटिंग आणि बिग डेटाचा फायदा घेतला. यामुळे देशभरात अतुलनीय बाजारपेठेचा विस्तार होऊ शकला आणि एकेकाळी नम्र असलेल्या या कंपनीचे महाकाव्य प्रमाणातील लेविथनमध्ये रूपांतर झाले. निल्सन संशोधन डेटा नुसार, Nongfu स्प्रिंग्स नैसर्गिक पाणी 2012 मध्ये देशातील सर्वात लोकप्रिय बाटलीबंद पाणी बनले आहे. 2012 पासून, नॉन्गफू स्प्रिंग हे चीनमध्ये पॅकेज केलेल्या शीतपेयांचे प्रथम क्रमांकाचे विक्रेते होते. सलग 8 वर्षे हे वर्चस्व राखले.

सप्टेंबर 2020 मध्ये नॉन्गफू स्प्रिंगच्या प्रारंभिक सार्वजनिक ऑफरने झोंगच्या संपत्तीमध्ये मोठ्या प्रमाणात वाढ केली. यामुळे त्याची संपत्ती १८.९ अब्ज डॉलर्सवरून ५० अब्ज डॉलर्सपर्यंत वाढली. ब्लूमबर्ग आणि फोर्ब्सच्या मते यामुळे ते चीनमधील सर्वात श्रीमंत किंवा दुसऱ्या क्रमांकाचे श्रीमंत व्यक्ती बनले. 2020 च्या शेवटी, फोर्ब्सने झोंग यांना आशियातील सर्वात श्रीमंत व्यक्ती म्हणून सूचीबद्ध केले. जानेवारी 2021 मध्ये, फोर्ब्सने नोंदवले की नॉन्गफू स्प्रिंगच्या वाढत्या शेअरच्या किमतीमुळे तो 95 अब्ज डॉलर्सच्या संपत्तीसह चीनमधील सर्वात श्रीमंत व्यक्ती आणि जगातील सहाव्या क्रमांकाचा श्रीमंत व्यक्ती बनला. तथापि, तो लवकरच सर्वात श्रीमंत आशियाई बनला होता परंतु भारताच्या मुकेश अंबानींनी त्याला मागे टाकले होते. त्याचा उदय चीनमधील संपत्तीच्या लाटेबरोबरच झाला, जिथे 2020 मध्ये 100 हून अधिक अब्जाधीशांनी एकत्रितपणे त्यांच्या संपत्तीमध्ये 0.5 ट्रिलियन डॉलर्स जोडले. तथापि, त्याने 30 अब्ज यूएस डॉलर्स गमावले आणि अंबानी आणि गौतम अदानी या दोन्ही भारतीयांच्या मागे आशियातील सर्वात श्रीमंतांमध्ये तिसरे स्थान मिळवले. 12 सप्टेंबर 2020 पर्यंत, बीजिंग वांटाई बायोलॉजिकल फार्मसीमध्ये झोंगकडे 75% हिस्सा होता. वांटाई एप्रिल 2020 मध्ये सार्वजनिक झाली, ज्यामुळे झोंगची संपत्ती वाढली आणि त्याच्या संपत्तीत भर पडली. 11 जानेवारी 2021 पर्यंत, त्यांच्याकडे नॉन्गफू स्प्रिंगच्या 84.4% मालकीचे होते आणि ते कंपनीचे अध्यक्ष होते.

वैयक्तिक जीवन

झोंग कमी सार्वजनिक प्रोफाइल राखतात, आणि चिनी माध्यमांनी त्याला "एकटा लांडगा" म्हटले आहे. त्याने Xihu जिल्हा, Hangzhou येथे एक अपार्टमेंट खरेदी केले, जिथे तो प्रामुख्याने राहतो. नॉन्गफू स्प्रिंगचे मुख्यालय देखील शिहू जिल्ह्यात आहे, जे शहराच्या निसर्गरम्य वेस्ट लेकच्या सान्निध्यासाठी ओळखले जाते. झोंगचे लग्न लू झियाओपिंगशी झाले असून त्यांना तीन मुले आहेत.

18

स्टीव्ह बाल्मर

स्टीव्ह बाल्मर

Top Richest People

Scan for Story Videos - www.itibook.com

स्टीव्हन अँथनी बाल्मर मार्च 24, 1956) हा एक अमेरिकन व्यावसायिक आणि गुंतवणूकदार आहे ज्यांनी 2000 ते 2014 पर्यंत मायक्रोसॉफ्टचे मुख्य कार्यकारी अधिकारी म्हणून काम केले आहे. तो नॅशनल बास्केटबॉल असोसिएशन (NBA) च्या लॉस एंजेलिस क्लिपर्सचा सध्याचा मालक आहे. ऑगस्ट 2022 पर्यंत, ब्लूमबर्ग अब्जाधीश निर्देशांकाने त्यांची वैयक्तिक संपत्ती सुमारे $98 अब्ज असल्याचा अंदाज व्यक्त केला आहे, ज्यामुळे तो पृथ्वीवरील नवव्या क्रमांकाचा श्रीमंत व्यक्ती बनला आहे.

बॉलमरला 1980 मध्ये मायक्रोसॉफ्टमध्ये बिल गेट्सने नियुक्त केले आणि त्यानंतर स्टॅनफोर्ड विद्यापीठातील एमबीए प्रोग्राम सोडला. अखेरीस ते 1998 मध्ये अध्यक्ष झाले आणि 13 जानेवारी 2000 रोजी गेट्सची जागा सीईओ म्हणून घेतली. फेब्रुवारी 2014 रोजी, बाल्मर सीईओ म्हणून निवृत्त झाले आणि त्यांची जागा सत्या नाडेला यांनी घेतली; बाल्मर 19 ऑगस्ट 2014 पर्यंत मायक्रोसॉफ्टच्या संचालक मंडळावर राहिले, जेव्हा ते नवीन वर्ग शिकवण्यासाठी तयार झाले.

मायक्रोसॉफ्टचे सीईओ म्हणून त्यांचा कार्यकाळ आणि वारसा याला संमिश्र प्रतिसाद मिळाला आहे, कंपनीने विक्री तिप्पट केली आणि नफा दुप्पट केला, परंतु बाजारपेठेतील वर्चस्व गमावले आणि 21व्या शतकातील तंत्रज्ञान ट्रेंड जसे की iPhone आणि Android च्या रूपात स्मार्टफोनचा उदय झाला.

बाल्मरचा जन्म डेट्रॉईट, मिशिगन येथे झाला; तो बीट्रिस इवोरकिन आणि फोर्ड मोटर कंपनीचे व्यवस्थापक फ्रेडरिक हेब्री (फ्रीट्झ हॉन्स) बाल्मर यांचा मुलगा आहे. फ्रेडरिक हे झुचविल, स्विट्झर्लंड येथील होते आणि 1948 मध्ये युनायटेड स्टेट्समध्ये आले. स्टीव्हची आई श्मुएल इवोरकिन या रशियन ज्यूची मुलगी होती जी 1914 मध्ये युनायटेड स्टेट्समध्ये पळून गेली आणि काचेच्या दुकानासाठी व्यापारी बनली. त्याच्या आईच्या माध्यमातून, बाल्मर हे अभिनेत्री आणि कॉमेडियन गिल्डा रॅडनरचे दुसरे चुलत भाऊ आहेत. बाल्मर मिशिगनच्या फार्मिंग्टन हिल्सच्या समृद्ध समुदायात वाढला. बाल्मर देखील 1964 ते 1967 या काळात ब्रुसेल्समध्ये वास्तव्यास होते, जेथे त्यांनी ब्रुसेल्सच्या इंटरनॅशनल स्कूलमध्ये शिक्षण घेतले.

1973 मध्ये, त्यांनी लॉरेन्स टेक्नॉलॉजिकल युनिव्हर्सिटीमध्ये महाविद्यालयीन तयारी आणि अभियांत्रिकी वर्गात प्रवेश घेतला. डेट्रॉईट कंट्री डे स्कूल, बेव्हरली हिल्स, मिशिगन येथील खाजगी कॉलेज प्रीपरेटरी स्कूलमधून त्यांनी व्हॅलेडिक्टोरियन म्हणून पदवी प्राप्त केली, एसएटी च्या गणित विभागात 800 गुण मिळवून ते राष्ट्रीय गुणवत्ता विद्वान होते. (ते शेवटी शाळेच्या संचालक मंडळाचे सदस्य झाले.)

बाल्मरने हार्वर्ड विद्यापीठात शिक्षण घेतले, जिथे ते हार्वर्ड क्रिमसन फुटबॉल संघाचे व्यवस्थापक आणि फॉक्स क्लबचे सदस्य होते, त्यांनी हार्वर्ड क्रिमसन वृत्तपत्र तसेच हार्वर्ड वकिलांवर काम केले आणि सहकारी बिल गेट्स यांच्याकडून हॉलमध्ये वास्तव्य केले. अमेरिकेच्या मॅथेमॅटिकल असोसिएशनने प्रायोजित केलेल्या विल्यम लॉवेल पुटनम गणितीय स्पर्धेत त्याने उच्च गुण मिळवले, बिल गेट्सपेक्षा जास्त गुण मिळवले. त्यांनी 1977 मध्ये उपयोजित गणित आणि अर्थशास्त्रात कला शाखेतून मॅग्ना कम लॉड पदवी प्राप्त केली.

बाल्मरने दोन वर्ष प्रॉक्टर अँड गॅम्बल येथे सहाय्यक उत्पादन व्यवस्थापक म्हणून काम केले, जेथे त्यांनी जेफ इम्मेट यांच्यासोबत कार्यालय शेअर केले, जे नंतर जनरल इलेक्ट्रिकचे सीईओ बनले. हॉलीवूडमध्ये पटकथा लिहिण्याचा थोडक्यात प्रयत्न केल्यानंतर, त्याने एमबीएसाठी स्टॅनफोर्ड ग्रॅज्युएट स्कूल ऑफ बिझनेसमध्ये प्रवेश घेणे सुरू केले, परंतु 1980 मध्ये ते मायक्रोसॉफ्टमध्ये सामील होण्यासाठी सोडले.

मायक्रोसॉफ्टसह इतिहास

बाल्मर 11 जून 1980 रोजी मायक्रोसॉफ्टमध्ये सामील झाले आणि ते मायक्रोसॉफ्टचे 30 वे कर्मचारी आणि गेट्सने नियुक्त केलेले पहिले व्यवसाय व्यवस्थापक बनले.

बाल्मरला $50,000 पगार तसेच कंपनीच्या 5-10% पगाराची ऑफर दिली होती. 1981 मध्ये जेव्हा मायक्रोसॉफ्टची स्थापना झाली तेव्हा बाल्मरकडे कंपनीचा 8% हिस्सा होता. 2003 मध्ये, बाल्मरने 39.3 दशलक्ष मायक्रोसॉफ्टचे शेअर्स विकले जे अंदाजे $955 दशलक्ष इतके होते, ज्यामुळे त्यांची मालकी 4% पर्यंत कमी झाली. त्याच वर्षी, त्याने मायक्रोसॉफ्टच्या कर्मचारी स्टॉक ऑप्शन प्रोग्रामची जागा घेतली.

त्याच्या नियुक्तीनंतरच्या 20 वर्षांमध्ये, बाल्मरने ऑपरेशन्स, ऑपरेटिंग सिस्टम डेव्हलपमेंट आणि विक्री आणि समर्थन यासह मायक्रोसॉफ्टच्या अनेक विभागांचे नेतृत्व केले. फेब्रुवारी 1992 पासून ते विक्री आणि समर्थनाचे कार्यकारी उपाध्यक्ष होते. बाल्मरने मायक्रोसॉफ्टच्या .NET फ्रेमवर्कच्या विकासाचे नेतृत्व केले. त्यानंतर बाल्मरला मायक्रोसॉफ्टच्या अध्यक्षपदी पदोन्नती देण्यात आली, ही पदवी त्यांनी जुलै 1998 ते फेब्रुवारी 2001 या कालावधीत धारण केली होती, ज्यामुळे ते अध्यक्ष आणि मुख्य कार्यकारी अधिकारी बिल गेट्स यांच्याकडे कंपनीत दुसऱ्या क्रमांकावर होते.

मुख्य कार्यकारी अधिकारी (2000-2014)

13 जानेवारी 2000 रोजी बाल्मर यांना अधिकृतपणे मुख्य कार्यकारी अधिकारी म्हणून नियुक्त करण्यात आले. 3 4 सीईओ म्हणून, बाल्मर कंपनीचे वित्त आणि दैनंदिन कामकाज हाताळत होते, परंतु गेट्स बोर्डचे अध्यक्ष राहिले आणि तरीही मुख्य सॉफ्टवेअर आर्किटेक्ट म्हणून "तंत्रज्ञानविषयक दृष्टी" वर नियंत्रण राखले. 2006 मध्ये मुख्य सॉफ्टवेअर वास्तुविशारद पदावरून पायउतार झाल्यावर गेट्स यांनी दैनंदिन कामकाज सोडले, चेअरमनपदावर राहून, आणि त्यामुळे बाल्मरला मायक्रोसॉफ्टमध्ये व्यवस्थापनात मोठे बदल करण्यासाठी आवश्यक असलेली स्वायत्तता मिळाली.

जेव्हा बाल्मर यांनी CEO म्हणून पदभार स्वीकारला, तेव्हा कंपनी यूएस सरकार आणि 20 राज्यांनी आणलेल्या अविश्वास खटला, तसेच प्रतिस्पर्धी कंपन्यांकडून वर्ग-कृती खटले आणि तक्रारी लढत होती. गेट्सने खटला लढणे सुरूच ठेवले असते असे म्हटले जात असताना, बाल्मरने हे म्हणणे सोडवण्यास आपले प्राधान्य दिले: "आपल्या सरकारकडून खटला, प्रभावीपणे किंवा तक्रार करणे ही एक अतिशय विचित्र,

अस्वस्थ स्थिती आहे. यात फक्त सर्व नकारात्मक बाजू आहेत. लोकांनी असे गृहीत धरले की सरकारने तक्रार आणली की खरोखरच एक समस्या आहे आणि आम्ही एक चांगले, योग्य, नैतिक स्थान आहोत हे सांगण्याची तुमची क्षमता कठीण आहे. तुम्हाला स्वतःबद्दल असे वाटत असले तरीही ते खरोखर कठीण आहे "

सीईओ झाल्यानंतर, बाल्मरला नवीन उत्पादनांना मान्यता देण्यासाठी तपशीलवार व्यावसायिक औचित्य आवश्यक होते, संभाव्यत: मनोरंजक किंवा ट्रेंडी वाटणाऱ्या शेकडो उत्पादनांना परवानगी देण्याऐवजी. 2005 मध्ये, त्यांनी वॉलमार्टमधून बी. केविन टर्नरची नियुक्ती केली, जे सॅम्स क्लबचे अध्यक्ष आणि मुख्य कार्यकारी अधिकारी होते, त्यांना मायक्रोसॉफ्टचे मुख्य कार्यकारी अधिकारी बनले. कंपनीच्या विक्री, विपणन आणि सेवा गटाचे नेतृत्व करण्यासाठी आणि कंपनीच्या ऑपरेशन्स आणि सेल्स फोर्समध्ये अधिक प्रक्रिया आणि शिस्त लावण्यासाठी टर्नरला मायक्रोसॉफ्टमध्ये नियुक्त करण्यात आले होते.

बिल गेट्सच्या निवृत्तीपासून, बाल्मरने "कंपनीच्या पीसी-फर्स्ट हेरिटेजपासून एक नाट्यमय बदल" पाहिला, "प्रतिभा-संचय क्षेत्र" मोडून काढण्यासाठी बहुतेक प्रमुख विभागप्रमुखांची बदली केली आणि बिझनेसवीकने म्हटले की कंपनी "आता वादग्रस्त आहे. त्याच्या इतिहासातील सर्वोत्तम उत्पादन लाइनअप." बॉलमरने मायक्रोसॉफ्टच्या कनेक्टेड कॉम्प्युटिंग स्ट्रॅटेजीला चालना देण्यात मोलाचा वाटा उचलला, स्काईप सारख्या अधिग्रहणांसह.

बाल्मर यांच्या सीईओच्या कार्यकाळात मायक्रोसॉफ्टच्या शेअर्सची किंमत स्थिरावली. त्यावेळी मायक्रोसॉफ्टचे आर्थिक यश असूनही कमी स्टॉक कामगिरी झाली. कंपनीचा वार्षिक महसूल $25 बिलियन वरून $70 बिलियन झाला आहे, तर तिचे निव्वळ उत्पन्न 215% वाढून $23 बिलियन झाले आहे, आणि विक्रीतील प्रत्येक डॉलरवर त्याचा 75 सेंटचा एकूण नफा Google किंवा IBM च्या दुप्पट आहे. कंपनीच्या 16.4% च्या एकूण वार्षिक नफ्यात आघाडीवर राहण्याच्या बाबतीत, बाल्मरच्या मायक्रोसॉफ्टच्या कार्यकाळाने जनरल इलेक्ट्रिकचे जॅक वेल्च (11.2%) आणि IBM चे लुई व्ही. गर्स्टनर ज्युनियर (2%) यांसारख्या प्रसिद्ध सीईओंच्या कामगिरीला मागे टाकले. हे फायदे सध्याच्या विंडोज आणि ऑफिस फ्रँचायझींकडून मिळाले आहेत, बाल्मरने त्यांची नफा कायम ठेवली आहे, लिनक्स आणि इतर ओपन-सोर्स ऑपरेटिंग सिस्टम आणि Google डॉक्स सारख्या स्पर्धकांकडून येणारे धोके टाळले आहेत. बाल्मरने अर्धा डझन नवीन व्यवसाय देखील तयार केले, जसे की डेटा सेंटर विभाग आणि Xbox मनोरंजन आणि उपकरणे विभाग ($8.9 अब्ज), 33 (ज्याने सोनी प्लेस्टेशन आणि इतर गेमिंग कन्सोलला विंडोजचे नुकसान होण्यापासून रोखले), आणि Skype च्या संपादनाचे निरीक्षण केले. बाल्मरने कंपनीच्या $20 बिलियन एंटरप्राइझ बिझनेसची निर्मिती देखील केली, ज्यामध्ये एक्सचेंज, विंडोज सर्व्हर, SQL सर्व्हर, शेअरपॉईंट, सिस्टम सेंटर आणि डायनॅमिक्स सीआरएम सारख्या नवीन उत्पादने आणि सेवांचा समावेश आहे, यापैकी प्रत्येकाला सुरुवातीला स्वीकारासाठी चढाओढीचा सामना करावा लागला परंतु ते आघाडीवर म्हणून उदयास आले. किंवा प्रत्येक श्रेणीमध्ये प्रबळ आहे. या वैविध्यपूर्ण उत्पादनांच्या मिश्रणामुळे कंपनीचा पीसी आणि मोबाइल संगणकीय उपकरणांवरचा विश्वास कमी होण्यास मदत झाली कारण कंपनीने पीसी-पीसी युगात प्रवेश केला; एप्रिल 2013 मध्ये त्रैमासिक निकाल नोंदवताना, Windows Phone 8 आणि Windows 8 त्यांचा बाजारातील हिस्सा एक अंकापेक्षा जास्त वाढवू शकले नाहीत, कंपनीने 2012 मधील मागील तिमाहीच्या तुलनेत आपला नफा 19% वाढविला आहे, कारण मायक्रोसॉफ्ट बिझनेस डिव्हिजन (ऑफिस 365 सह.) आणि सर्व्हर आणि टूल्स डिव्हिजन (क्लाउड सर्व्हिसेस) हे प्रत्येक विंडोज डिव्हिजनपेक्षा मोठे आहेत.

बॉलमरने अनेक नवीन ग्राहक तंत्रज्ञानाचा फायदा घेण्यात अयशस्वी झाल्याबद्दल टीका आकर्षित केली, ज्यामुळे मायक्रोसॉफ्टला टॅब्लेट संगणन, स्मार्टफोन्स आणि म्युझिक प्लेअर्सच्या क्षेत्रात मिश्र परिणामांसह कॅच-अप खेळण्यास भाग पाडले. वॉल स्ट्रीट जर्नलच्या मते, बाल्मरच्या घड्याळात, "बऱ्याच प्रकरणांमध्ये, मायक्रोसॉफ्टने स्मार्टफोन, टचस्क्रीन, 'स्मार्ट' कार आणि मनगटी घड्याळे यांसारख्या तंत्रज्ञानाचा वापर ऍपल किंवा गुगलच्या खूप आधी केला होता. त्यांनी त्याच्या रोख गायींना विंडोज आणि ऑफिस धमकावले." बाल्मर यांना बीबीसीने 2013 च्या सर्वात वाईट सीईओपैकी एक म्हणूनही नाव दिले. 36 या अनेक टीकेचा परिणाम म्हणून, मे 2012 मध्ये, हेज फंड व्यवस्थापक डेव्हिड इनहॉर्न यांनी बाल्मरला मायक्रोसॉफ्टचे सीईओ पद सोडण्याचे आवाहन केले. "त्याची सतत उपस्थिती ही मायक्रोसॉफ्टच्या स्टॉकवरील सर्वात मोठी ओव्हरहँग आहे," आयनहॉर्नने बाल्मरच्या संदर्भात सांगितले. 37 फोर्ब्स मासिकातील मे 2012 च्या स्तंभात, ॲडम हार्टुंग यांनी बाल्मरचे वर्णन "मोठ्या सार्वजनिकरित्या व्यापार केलेल्या अमेरिकन कंपनीचे सर्वात वाईट सीईओ" असे केले आहे, असे म्हटले आहे की त्यांनी "मायक्रोसॉफ्टला काही वेगाने वाढणाऱ्या आणि सर्वात किफायतशीर टेक मार्केटमधून (मोबाइल संगीत, हेडसेट) बाहेर काढले आहे. आणि गोळ्या)".

2009 मध्ये, आणि बिल गेट्स यांनी मायक्रोसॉफ्टच्या दैनंदिन व्यवस्थापनातून राजीनामा दिल्यानंतर प्रथमच, बाल्मर यांनी CES येथे उद्घाटनाची मुख्य भाषणे दिली.

हायवेअरवर विस्तार करण्याच्या त्याच्या योजनांचा एक भाग म्हणून, 19 जून 2012 रोजी, बाल्मरने हॉलीवूड, लॉस एंजेलिस येथे आयोजित कार्यक्रमात मायक्रोसॉफ्टचे पहिले संगणक उपकरण, मायक्रोसॉफ्ट सरफेस नावाचा टॅब्लेट उघड केला. त्यानंतर त्यांनी सप्टेंबर २०१३ मध्ये नोकियाचा मोबाइल फोन विभाग कंपनीने खरेदी केल्याची घोषणा केली, ४१ सीईओ म्हणून त्यांनी मायक्रोसॉफ्टसाठी शेवटचे मोठे संपादन केले.

23 ऑगस्ट 2013 रोजी, मायक्रोसॉफ्टने घोषित केले की बाल्मर पुढील 12 महिन्यांत निवृत्त होईल. बिल गेट्स यांचा समावेश असलेली एक विशेष समिती पुढील सीईओचा निर्णय घेईल.

मायक्रोसॉफ्टचे सीईओ म्हणून बाल्मरच्या संभाव्य उत्तराधिकाऱ्यांची यादी होती, परंतु सर्वांनी कंपनी सोडली: जिम ऑलचिन, ब्रॅड सिल्व्हरबर्ग, पॉल मारिट्झ, नेथन मायरवॉल्ड, ग्रेग मफी, पीट हिगिन्स, जेफ रायक्स, जे. ॲलार्ड, रॉबी बाख, बिल वेगटे , रे ओझी, बॉब मुगलिया आणि स्टीव्हन सिनोफस्की. बी. केविन टर्नर, मायक्रोसॉफ्टचे चीफ ऑपरेटिंग ऑफिसर (सीओओ), काही जणांनी बाल्मरसाठी डी फॅक्टो नंबर दोन मानले होते, टर्नरला व्यवसाय आणि ऑपरेशन्सची मजबूत पकड होती परंतु तांत्रिक दृष्टीचा अभाव होता. 4 फेब्रुवारी 2014 रोजी, सत्या नाडेला हे बाल्मर यांच्यानंतर मुख्य कार्यकारी अधिकारी म्हणून नियुक्त झाले.

सार्वजनिक प्रतिमा

जरी लहानपणी तो इतका लाजाळू होता की तो हिब्रू शाळेपूर्वी हायपरव्हेंटिलेट करायचा, बाल्मर त्याच्या उत्साही आणि उत्साही व्यक्तिमत्त्वासाठी ओळखला जातो, जे कर्मचारी आणि भागीदारांना प्रेरित करण्यासाठी आहे, इतके ओरडत होते की त्याला त्याच्यावर शस्त्रक्रिया करण्याची गरज होती. व्होकल कॉर्ड्स.

मायक्रोसॉफ्ट इव्हेंट्समध्ये बाल्मरचे भडक रंगमंचावरील देखावे इंटरनेटवर मोठ्या प्रमाणावर व्हायरल व्हिडिओ म्हणून प्रसारित केले जातात. 1986 मध्ये मायक्रोसॉफ्टच्या कर्मचाऱ्यांसाठी तयार केलेला, क्रेझी एडी कमर्शिअलच्या शैलीत विंडोज 1.0 चा प्रचार करणारा एक विडंबन व्हिडिओ होता. बॉलमर आणि ब्रायन व्हॅलेंटाईन यांनी नंतर Windows XP च्या फसवणूकीच्या जाहिरातीत याची पुनरावृत्ती केली.

सप्टेंबर 2000 मध्ये मायक्रोसॉफ्टच्या 25 व्या वर्धापन दिनाच्या कार्यक्रमात स्टेजवर त्याचा प्रवेश हा मोठ्या प्रमाणावर प्रसारित केलेला व्हिडिओ होता, जिथे बाल्मरने स्टेज ओलांडून उडी मारली आणि "मला ही कंपनी आवडते!" असे ओरडले. आणखी एक प्रसिद्ध व्हायरल व्हिडिओ होता. विंडोज 2000 डेव्हलपर्स कॉन्फरन्समध्ये कॅप्चर केले गेले, ज्यात घाम फुटणारा बाल्मर "डेव्हलपर्स" शब्दाचा उच्चार करत आहे.

बिल गेट्सशी संबंध

मेलिंडा फ्रेंचशी झालेल्या लग्नात बॉलमर गेट्सचा सर्वोत्कृष्ट माणूस होता आणि दोघांनी त्यांच्या नातेसंबंधाचे वर्णन लग्न असे केले. ते वर्षानुवर्षे इतके जवळ होते की मायक्रोसॉफ्टच्या दुसऱ्या एक्झिक्युटिव्हने त्याचे वर्णन एक मन मेल्ड म्हणून केले. लढाऊ वाद-विवाद-मायक्रोसॉफ्टच्या कॉर्पोरेट संस्कृतीचा एक भाग-ज्याला अनेक निरीक्षकांचा विश्वास होता की नातेसंबंधात वैयक्तिक वाद होतात; 2000 मध्ये गेट्सला आनंद झाला की बाल्मर सीईओ बनण्यास इच्छुक आहे जेणेकरून ते तंत्रज्ञानावर लक्ष केंद्रित करू शकतील, वॉल स्ट्रीट जर्नलने अहवाल दिला की अधिकाराच्या संक्रमणाभोवती तणाव होता. गोष्टी इतक्या कटू झाल्या की, एका प्रसंगी, गेट्स एका ओरडणाऱ्या सामन्यानंतर मीटिंगमधून बाहेर पडले ज्यात बाल्मरने अनेक सहकाऱ्यांच्या बचावासाठी उडी मारली, असे त्यावेळी उपस्थित असलेल्या एका व्यक्तीने सांगितले. देवाणघेवाणीनंतर, बाल्मरला "पस्तावादायक" वाटले, असे त्या व्यक्तीने सांगितले. एकदा गेट्स निघून गेल्यावर, "मला त्याची कशासाठीही गरज भासणार नाही. हेच तत्त्व आहे", बाल्मर म्हणाले. "त्याचा वापर करा, होय, त्याची गरज आहे, नाही".

ऑक्टोबर 2014 मध्ये, बाल्मरने मायक्रोसॉफ्टमधील आपले पद सोडल्यानंतर काही महिन्यांनी, व्हॅनिटी फेअर प्रोफाईलने सांगितले की बाल्मर आणि गेट्स यापुढे बाल्मरच्या राजीनाम्याच्या वैमनस्यामुळे एकमेकांशी बोलत नाहीत. नोव्हेंबर 2016 च्या एका मुलाखतीमध्ये, बाल्मर म्हणाले की ते आणि गेट्स तेव्हापासून "वेगळे झाले" आणि ते म्हणाले की त्यांच्यात पूर्वीपासून नेहमीच "बंधुत्वाचे नाते" होते. त्यांनी सांगितले की हार्डवेअर व्यवसायात, विशेषतः स्मार्टफोन, ज्याला गेट्स समर्थन देत नव्हते, त्यांच्यातील संबंध तुटण्यास कारणीभूत ठरले.

निवृत्ती

2008 मध्ये म्हटल्यानंतर आणखी एक दशक सीईओ राहण्याचा त्यांचा इरादा आहे, बॉलमरने 2013 मध्ये आपली सेवानिवृत्ती जाहीर केली, अधिग्रहणांमध्ये अब्जावधी डॉलर्स गमावल्यानंतर आणि सरफेस टॅबलेटवर. या बातमीने मायक्रोसॉफ्टच्या शेअरच्या किमती पुन्हा वाढल्या.

बाल्मर म्हणतात की 2000 च्या दशकाच्या सुरुवातीला विंडोज मोबाईलवर लक्ष केंद्रित न केल्यामुळे त्यांना खेद वाटला, 2013 च्या (तत्कालीन) स्मार्टफोन मार्केटमध्ये मायक्रोसॉफ्टला तिसरा क्रमांक मिळाला. शिवाय, त्यांनी महागड्या आयफोनच्या यशाचे श्रेय वाहक अनुदानांना दिले. तो पुढे म्हणाला,

लोकांना या कोटाकडे निर्देश करणं आवडते जेथे मी म्हटले आहे की iPhones कधीही विकणार नाहीत, कारण $600 किंवा $700 ची किंमत खूप जास्त होती. आणि Apple द्वारे मासिक सेलफोन बिलामध्ये अनिवार्यपणे अंतर्भूत करण्यासाठी एक व्यवसाय मॉडेल नवकल्पना होती.

त्यांनी नोकियाच्या मोबाईल फोन विभागाच्या संपादनाला त्यांच्या कार्यकाळातील "सर्वात कठीण निर्णय" म्हटले, कारण ते मायक्रोसॉफ्टच्या बदलत्या प्रोफाइलवर देखरेख करत होते कारण ते हार्डवेअरवर विस्तारत होते.

बॉलमरने सप्टेंबर 2013 मध्ये कंपनीची शेवटची बैठक आयोजित केली होती, आणि ऑगस्ट 2014 मध्ये कंपनीच्या संचालक मंडळावरून पायउतार झाला.

24 डिसेंबर 2014 रोजी, सिएटल टाईम्सने अहवाल दिला की IRS ने बाल्मर, क्रेग मुंडी, जेफ रायक्स, जिम ऑलचिन, ऑर्लैंडो आयला आणि डेव्हिड गुएन्थर यांच्यावर मायक्रोसॉफ्टच्या कॉर्पोरेट टॅक्स ऑडिटमध्ये साक्ष देण्यास भाग पाडण्यासाठी खटला दाखल केला. आयआरएस मायक्रोसॉफ्ट आणि इतर कंपन्या हस्तांतरण किंमतीशी कसे व्यवहार करतात हे पाहत आहे.

इतर पदे

बाल्मर यांनी 2001 ते 2006 या काळात ॲक्सेंचर लिमिटेडचे संचालक आणि ॲक्सेंचर SCA चे सामान्य भागीदार म्हणून काम केले.

प्रतिस्पर्धी कंपन्या आणि सॉफ्टवेअरवर

Apple

2007 मध्ये, बाल्मर म्हणाले " ऍपल आयफोनला कोणताही महत्त्वाचा बाजार हिस्सा मिळण्याची कोणतीही शक्यता नाही. संधी नाही."

2009 मध्ये NYC मधील एका परिषदेत बोलताना, बाल्मरने Apple च्या किंमतीवर टीका केली, "आता मला वाटते की समुद्राची भरती इतर दिशेने वळली आहे (Apple विरुद्ध). अर्थव्यवस्था उपयुक्त आहे. या वातावरणात संगणकासाठी अतिरिक्त $ 500 भरणे - समान हार्डवेअरचा तुकडा—त्यावर लोगो मिळवण्यासाठी $500 अधिक भरावेत? मला वाटते की हे पूर्वीपेक्षा सरासरी व्यक्तीसाठी अधिक आव्हानात्मक प्रस्ताव आहे."

2015 मध्ये, बाल्मरने 1997 मध्ये ऍपलला दिवाळखोरीपासून वाचवण्यासाठी मायक्रोसॉफ्टच्या गुंतवणूकीच्या निर्णयाला "आम्ही आतापर्यंत केलेली सर्वात विलक्षण गोष्ट" म्हणून संबोधले. 2015 पर्यंत, ऍपल ही जगातील सर्वात मौल्यवान कंपनी होती.

2016 मध्ये, बाल्मरने ब्लूमबर्गला एक मुलाखत दिली जिथे बाल्मरने त्याच्या आयफोन स्टेटमेंटमध्ये संदर्भ जोडला, "लोकांना या कोटकडे लक्ष देणे आवडते... परंतु मी $600-$700 ची किंमत खूप जास्त असल्याचे सांगितले," तो म्हणतो ग्राहकाच्या मासिक बिलामध्ये किंमत वाढवून फोनला सबसिडी देण्यासाठी वाहकांचा वापर करून ऍपल जे बिझनेस मॉडेल इनोव्हेशन वापरणार आहे ते त्याला समजले नाही.

मोफत आणि मुक्त स्रोत सॉफ्टवेअर

जुलै 2000 मध्ये, बाल्मरने फ्री सॉफ्टवेअर लिनक्स कर्नलला "कम्युनिझम" संबोधले आणि पुढे दावा केला की ते मायक्रोसॉफ्टच्या बौद्धिक संपत्तीचे उल्लंघन करते. जून 2001 मध्ये त्यांनी लिनक्सला "*कर्करोग जो बौद्धिक संपत्तीच्या अर्थाने स्पर्श करते त्या प्रत्येक गोष्टीला जोडतो*" असे संबोधले. अशा सॉफ्टवेअरद्वारे नियोजित GNU जनरल पब्लिक लायसन्स (GPL) साठी सर्व व्युत्पन्न सॉफ्टवेअर GPL किंवा सुसंगत परवाना अंतर्गत असणे आवश्यक आहे या वस्तुस्थितीवर आपली चिंता व्यक्त करण्यासाठी बाल्मरने "व्हायरल" परवाना अटींचा वापर केला. एप्रिल 2003 मध्ये त्यांनी स्वित्झर्लंडमधील स्कीइंगच्या सुट्टीत व्यत्यय आणला आणि म्युनिकच्या महापौरांना लिनक्सवर जाऊ नये म्हणून वैयक्तिकरित्या विनंती केली. परंतु त्याला यात यश आले नाही आणि म्युनिचने त्याच्या लॉबिंग भेटीत 35% सूट देऊनही LiMux वर स्विच केले.

मार्च 2016 मध्ये, बाल्मरने लिनक्सवरील आपली भूमिका बदलली, असे म्हटले की तो त्याचा उत्तराधिकारी सत्या नाडेला यांच्या मुक्त स्रोत वचनबद्धतेचे समर्थन करतो. 2001 मधील त्यांच्या टिप्पण्या त्या वेळी योग्य होत्या पण त्या काळ बदलला आहे असे त्यांनी कायम ठेवले.

Google

2005 मध्ये, मायक्रोसॉफ्टने त्याच्या मागील उपाध्यक्षांपैकी एक, काई-फू ली ची नियुक्ती केल्याबद्दल Google वर खटला दाखल केला आणि दावा केला की ते त्याच्या करारातील एक वर्षाच्या गैर-स्पर्धी कलमाचे उल्लंघन करत आहे. 2004 मध्ये Google ला निघून गेलेल्या मार्क लुकोव्स्कीने वॉशिंग्टन राज्य न्यायालयात शपथ घेतलेल्या निवेदनात आरोप केला की लुकोव्स्की Google साठी मायक्रोसॉफ्ट सोडणार आहे हे ऐकून बाल्मर संतप्त झाला, त्याने आपली खुर्ची उचलली आणि ती आपल्या कार्यालयात फेकून दिली. , Google चे तत्कालीन कार्यकारी अध्यक्ष एरिक शिमट (ज्याने यापूर्वी सन आणि नोव्हेल या स्पर्धकांसाठी काम केले होते) यांचा संदर्भ देत, बाल्मरने "गुगलला मारून टाकण्याची शपथ घेतली." लुकोव्स्की अहवाल:

संभाषणाच्या काही क्षणी श्री बाल्मर म्हणाले: "मला सांगा ते Google नाही." मी त्याला गुगल असल्याचे सांगितले. त्या वेळी, मिस्टर बाल्मर यांनी एक खुर्ची उचलली आणि ती त्यांच्या कार्यालयातील टेबलावर आदळत खोलीभर फेकली. मिस्टर बाल्मर नंतर म्हणाले: "एरिक शिमट एक संभोग करणारी मांजर आहे. मी त्या माणसाला पुरून उरणार आहे, मी हे आधी केले आहे आणि मी ते पुन्हा करेन. मी Google ला मारून टाकणार आहे."

त्यानंतर बाल्मरने लुकोव्स्कीला मायक्रोसॉफ्टमध्ये राहण्यासाठी राजी करण्याचा प्रयत्न पुन्हा सुरू केला. बाल्मरने लुकोव्स्कीच्या घटनेचे वर्णन "प्रत्यक्षात काय घडले याची घोर अतिशयोक्ती" असे केले आहे.

सॅन फ्रान्सिस्को येथे 2011 च्या वेब 2.0 समिट दरम्यान, तो म्हणाला: "विंडोज फोन वापरण्यासाठी तुम्हाला संगणक शास्त्रज्ञ असण्याची गरज नाही आणि तुम्ही अँड्रॉइड फोन वापरता ... माझ्यासाठी याबद्दल उत्साहित होणे कठीण आहे. Android फोन."

2013 मध्ये, बाल्मर म्हणाले की Google ही "मक्तेदारी" आहे ज्यावर बाजारातील स्पर्धा प्राधिकरणांकडून दबाव आणला पाहिजे.

खेळ

6 मार्च 2008 रोजी, सिएटलचे महापौर ग्रेग निकल्स यांनी घोषित केले की बाल्मरचा समावेश असलेल्या स्थानिक मालकी गटाने कीअरेनाच्या प्रस्तावित $300 दशलक्ष नूतनीकरणासाठी $150 दशलक्ष रोख गुंतवणूकीची "खेळ बदलणारी" वचनबद्धता दर्शविली आहे आणि ते सिएटल सुपरसॉनिक्सकडून खरेदी करण्यास तयार आहेत. सिएटलमध्ये संघ ठेवण्यासाठी व्यावसायिक बास्केटबॉल क्लब एलएलसी. तथापि, हा उपक्रम अयशस्वी झाला आणि सुपरसॉनिक्स ओक्लाहोमा सिटी, ओक्लाहोमा येथे स्थलांतरित झाले, जिथे ते आता ओक्लाहोमा सिटी थंडर म्हणून खेळतात.

जून 2012 मध्ये, बाल्मर हे ख्रिस आर. हॅन्सनच्या सिएटलच्या SoDo परिसरात नवीन क्षेत्र तयार करण्याच्या आणि सुपरसोनिक्सला सिएटलला परत आणण्याच्या प्रस्तावामध्ये गुंतवणूकदार होते. 9 जानेवारी, 2013 रोजी, बाल्मर आणि हॅन्सन यांनी मालूफ कुटुंबाकडून सॅक्रामेंटो किंग्ज खरेदी करण्याच्या प्रयत्नात गुंतवणूकदारांच्या एका गटाचे नेतृत्व केले आणि त्यांना अंदाजे $650 दशलक्षमध्ये सिएटल येथे स्थलांतरित केले. तथापि, हा प्रयत्नही फसला.

मे 2014 मध्ये डोनाल्ड स्टर्लिंग घोटाळ्यानंतर, लॉस एंजेलिस क्लिपर्सला $2 बिलियनच्या नोंदवलेल्या किमतीत खरेदी करण्याच्या प्रयत्नात बाल्मर हा सर्वाधिक बोली लावणारा होता, जो उत्तर अमेरिकेच्या क्रीडा इतिहासात ($2.15 नंतर) स्पोर्ट्स फ्रँचायझीसाठी दुसरी सर्वोच्च बोली आहे. 2012 मध्ये लॉस एंजेलिस डॉजर्सची अब्ज विक्री). कॅलिफोर्नियाच्या कोर्टाने शेली स्टर्लिंगच्या संघाची विक्री करण्याच्या अधिकाराची पुष्टी केल्यानंतर , 12 ऑगस्ट 2014 रोजी अधिकृतपणे घोषित करण्यात आले की बाल्मर लॉस एंजेलिस क्लिपर्सचे मालक बनतील.

25 सप्टेंबर 2014 रोजी, बाल्मर म्हणाले की तो संघाला ऍपल उत्पादने जसे की iPads वापरण्यापासून प्रतिबंधित करेल आणि त्यांच्या जागी मायक्रोसॉफ्ट उत्पादनांसह करेल. असे नोंदवले गेले आहे की त्याने यापूर्वी देखील त्याच्या कुटुंबाला iPhones वापरण्यास मनाई केली होती.

मार्च 2020 मध्ये, बाल्मरने इंगलवुड, कॅलिफोर्निया येथील द फोरम विकत घेण्याचे मान्य केले. 93 नवीन क्लिपर्सच्या रिंगणाच्या योजनांना द फोरमच्या माजी मालकांनी विरोध केल्यामुळे या खरेदीमुळे त्याला जवळच्या भागात इंट्युट डोम बांधता येईल.

डिसेंबर 2020 मध्ये अॅथलेटिकने केलेल्या सर्वेक्षणात, बाल्मरला बास्केटबॉलमधील सर्वोत्तम मालक म्हणून निवडण्यात आले.

संपत्ती

रॉबर्ट गोइझुएटा नंतर बॉलमर ही दुसरी व्यक्ती होती जी यूएस डॉलरमध्ये अब्जाधीश बनली होती ज्या कॉर्पोरेशनचे कर्मचारी म्हणून मिळालेल्या स्टॉक पर्यायांवर आधारित होते ज्यात तो संस्थापक किंवा संस्थापकाचा नातेवाईक नव्हता. संदर्भ आवश्यक नोव्हेंबर 2021 पर्यंत, ब्लूमबर्ग अब्जाधीश इंडेक्सने त्यांची वैयक्तिक संपत्ती $117 अब्ज असल्याचा अंदाज लावला आहे, ज्यामुळे ते जगातील 8 व्या क्रमांकाचे श्रीमंत व्यक्ती आहेत.

परोपकार

12 नोव्हेंबर 2014 रोजी, बाल्मर आणि त्याची पत्नी कोनी यांनी ओरेगॉन विद्यापीठाला $50 दशलक्ष देणगी दिल्याची घोषणा करण्यात आली. कोनी बाल्मर हे ओरेगॉन विद्यापीठाचे माजी विद्यार्थी आहेत आणि त्यांनी यापूर्वी संस्थेच्या विश्वस्त मंडळावर काम केले आहे. हा निधी विद्यापीठाच्या $2 अब्ज निधी उभारणीच्या प्रयत्नांकडे जाईल आणि शिष्यवृत्ती, सार्वजनिक आरोग्य संशोधन आणि वकिली आणि बाह्य ब्रँडिंग/संप्रेषण यावर लक्ष केंद्रित करेल. 13 नोव्हेंबर 2014 रोजी, बाल्मर हार्वर्ड विद्यापीठाच्या संगणक विज्ञान विभागाला $60 दशलक्ष अंदाजे भेट देईल अशी घोषणा करण्यात आली. या भेटवस्तूमुळे विभागाला नवीन प्राध्यापकांची नियुक्ती करता येईल आणि आशा आहे की कार्यक्रमाचा राष्ट्रीय स्तर वाढेल. बाल्मरने यापूर्वी याच विभागाला 1994 मध्ये बिल गेट्ससोबत संयुक्त भेट म्हणून $10 दशलक्ष देणगी दिली होती.

2022 मध्ये, बाल्मरने मुलांच्या वर्तणुकीशी संबंधित आरोग्यासाठी नवीन संस्थेला निधी देण्यासाठी ओरेगॉन विद्यापीठाला $425 दशलक्षची मोठी भेट दिली.

बाल्मर ज्यू नॅशनल फंडच्या वर्ल्ड चेअरमन कौन्सिलवर काम करतात, याचा अर्थ त्यांनी JNF ला US$1 दशलक्ष किंवा त्याहून अधिक देणगी दिली आहे.

USAFacts

बाल्मरने 2017 मध्ये USAFacts.org लाँच केले, ही एक ना-नफा संस्था आहे ज्याचे उद्दिष्ट लोकांना यूएस सरकारचा महसूल, खर्च आणि सामाजिक प्रभाव समजून घेण्याची अनुमती देणे आहे. अधिकृत डेटासह वेबसाइटचा डेटाबेस तयार करण्याच्या संशोधकांच्या संघांना

निधी देण्यासाठी त्यांनी $10 दशलक्ष योगदान दिल्याची नोंद आहे.

वैयक्तिक जीवन

1990 मध्ये, बाल्मरने कोनी स्नायडरशी लग्न केले; त्यांना तीन मुलगे आहेत.

बाल्मर्स हंट्स पॉइंट, वॉशिंग्टन येथे राहतात.

19

मा हुआतेंग

मा हुआतेंग

Top Richest People

Scan for Story Videos - www.itibook.com

मा हुआतेंग (चीनी: पिनयिन: मा, जन्म 29 ऑक्टोबर, 1971), पोनी मा म्हणूनही ओळखले जाते, ही एक चिनी अब्जाधीश व्यापारी आणि व्यवसायिक कुलीन आहे. ते Tencent चे संस्थापक, अध्यक्ष आणि मुख्य कार्यकारी अधिकारी आहेत, आशियातील सर्वात मौल्यवान कंपन्यांपैकी एक, इंटरनेट आणि तंत्रज्ञान क्षेत्रातील सर्वात मोठ्या कंपन्यांपैकी एक आणि जगातील सर्वात मोठ्या गुंतवणूक, गेमिंग आणि

मनोरंजन समूहांपैकी एक आहे. कंपनी चीनमधील सर्वात मोठी मोबाइल इन्स्टंट मेसेजिंग सेवा, WeChat विकसित करते आणि तिच्या उपकंपन्या चीनमध्ये आणि जागतिक स्तरावर मीडिया, मनोरंजन, पेमेंट सिस्टम, स्मार्टफोन, इंटरनेट-संबंधित सेवा, मूल्यवर्धित सेवा आणि ऑनलाइन जाहिरात सेवा प्रदान करतात.

2007, 2014, आणि 2018 मध्ये, टाइम मासिकाने त्यांना जगातील सर्वात प्रभावशाली व्यक्तींपैकी एक म्हणून घोषित केले, तर 2015 मध्ये, फोर्ब्सने त्यांना जगातील सर्वात शक्तिशाली व्यक्तींपैकी एक म्हणून श्रेय दिले. 2017 मध्ये, फॉर्च्युनने त्यांना वर्षातील सर्वोच्च व्यावसायिकांमध्ये स्थान दिले. 2018 मध्ये, त्याला CEOWORLD मासिकाने "जगातील सर्वात शक्तिशाली लोकांपैकी एक" म्हणून नाव दिले. मा हे शेन्झेन म्युनिसिपल पीपल्स काँग्रेसचे डेप्युटी आणि १२व्या नॅशनल पीपल्स काँग्रेसचे प्रतिनिधी होते.

"फॉर्च्युन जगाच्या महान नेत्यांपैकी एक" असल्याने, मा हे सहकारी चिनी उद्योगपती आणि अलिबाबाचे संस्थापक जॅक मा यांच्या आउटगोइंग व्यक्तिमत्त्वाच्या तुलनेत कमी व्यक्तिमत्त्वासाठी ओळखले जातात. मा ची तुलना अमेरिकन गुंतवणूकदार वॉरन बफे यांच्याशी त्यांच्या समान गुंतवणूकीच्या दृष्टिकोनासाठी केली गेली आहे आणि अनेकदा "आक्रमक अधिग्रहणकर्ता" म्हणून वर्णन केले आहे.

मार्च 2022 पर्यंत, ब्लूमबर्ग अब्जाधीश निर्देशांकानुसार त्यांची एकूण संपत्ती US$44 अब्ज आहे. 1 नोव्हेंबर 2017 मध्ये, त्याच्या निव्वळ संपत्तीने लॅरी पेज आणि सर्गे ब्रिन (वैयक्तिकरित्या) यांना मागे टाकले आणि ते जगातील नवव्या क्रमांकाचे श्रीमंत व्यक्ती आणि फोर्ब्सच्या शीर्ष श्रीमंतांच्या यादीत प्रवेश करणारे चीनमधील पहिले नागरिक, जरी पेज आणि ब्रिन यांच्या निव्वळ संपत्तीने माच्या संपत्तीला मागे टाकले आहे.

मा चा जन्म चाओयांग, शांटौ, ग्वांगडाँग येथे झाला. जेव्हा त्याचे वडील, मा चेन्शु (???) यांना शेन्झेनमध्ये बंदर व्यवस्थापक म्हणून नोकरी मिळाली, तेव्हा तरुण मा त्याच्यासोबत आला. त्यांनी 1993 मध्ये शेन्झेन विद्यापीठातून संगणक विषयात विज्ञान पदवी प्राप्त केली आणि अभियांत्रिकी अर्ज केला.

करिअर

Tencent ची स्थापना आणि सुरुवातीच्या कारकीर्द

मा ची पहिली नोकरी चायना मोशन टेलिकॉम डेव्हलपमेंटमध्ये होती, जो दूरसंचार सेवा आणि उत्पादनांचा पुरवठादार होता, जिथे ते पेजर्ससाठी सॉफ्टवेअर विकसित करण्याची जबाबदारी सांभाळत होते. त्याने प्रति महिना $176 कमावले. त्यांनी शेन्झेन रनक्सुन कम्युनिकेशन्स कंपनी लिमिटेड मध्ये इंटरनेट कॉलिंग सेवांसाठी संशोधन आणि विकास विभागात काम केले.

इतर चार वर्गमित्रांसह, मा हुआतेंग यांनी 1998 मध्ये टेनसेंटची सह-संस्थापना केली. मा ने ICQ साठी सादरीकरणात भाग घेतल्यावर कंपनीचे पहिले उत्पादन आले, जगातील पहिली इंटरनेट इन्स्टंट मेसेजिंग सेवा, 1996 मध्ये एका इसायली कंपनीने स्थापन केली. या कल्पनेने प्रेरित होऊन, मा आणि त्यांच्या टीमने फेब्रुवारी 1999 मध्ये एक समान सॉफ्टवेअर लाँच केले, एक चीनी इंटरफेस आणि थोडे वेगळे नाव - OICQ (किंवा, ओपन ICQ). उत्पादन पटकन लोकप्रिय झाले आणि 1999 च्या अखेरीस दशलक्षाहून अधिक नोंदणीकृत वापरकर्ते मिळवले, ज्यामुळे ते चीनमधील अशा प्रकारच्या सर्वात मोठ्या सेवांपैकी एक बनले.

Tencent च्या स्थापनेबद्दल बोलताना, त्यांनी चायना डेलीला 2009 च्या एका मुलाखतीत सांगितले की "जर मी पुढे पाहिले असेल तर ते दिग्गजांच्या खांद्यावर उभे आहे", आयझॅक न्यूटनच्या श्रेय दिलेला कोट आणि ICQ आणि OICQ मधील समानतेचा संदर्भ देऊन. "आम्हाला माहित होते की आमच्या उत्पादनाचे भविष्य आहे, परंतु त्यावेळी आम्हाला ते परवडणारे नव्हते," माला आठवले. समस्येचे निराकरण करण्यासाठी, मा ने बँकेकडे कर्ज मागितले आणि कंपनी विकण्याबद्दल देखील बोलले.

Tencent ची बहुमोल सेवा OICQ विनामूल्य ऑफर केली जात असल्याने, कंपनीने तिच्या वाढत्या परिचालन खर्चांना वितपुरवठा करण्यासाठी उद्यम भांडवलदारांकडे पाहिले. 2000 मध्ये, मा यूएस इन्व्हेस्टमेंट फर्म IDC आणि हाँगकाँगच्या दूरसंचार वाहक पॅसिफिक सेंचुरी सायबरवर्क्स (पीसीसीडब्ल्यू) कडे वळले ज्यांनी टेन्सेंटचे 40 टक्के शेअर्स US$2.2 दशलक्षमध्ये विकत घेतले. पेजर मार्केट घसरत असताना, Ma ने QQ वापरकर्त्यांना मोबाईल हँडसेटवर संदेश पाठवण्याची परवानगी देऊन मेसेजिंग प्लॅटफॉर्ममध्ये सुधारणा केली. त्यानंतर, कंपनीच्या कमाईपैकी 80 टक्के टेलीकॉम ऑपरेटर्ससोबत झालेल्या डीलमधून आले ज्यांनी मेसेज फी शेअर करण्यास सहमती दर्शवली.

AOL लवाद आणि व्यवसाय विस्तार

AOL (अमेरिका ऑनलाइन) ने 1998 मध्ये ICQ विकत घेतल्यानंतर, कंपनीने Tencent विरुद्ध युनायटेड स्टेट्समधील राष्ट्रीय लवाद मंचाकडे लवाद दाखल केला, OICQ ची डोमेन नावे OICQ.com आणि OICQ.net ICQ च्या ट्रेडमार्कचे उल्लंघन करत असल्याचा दावा करून. Tencent केस हरले आणि डोमेन नावे सोडावी लागली. 30 डिसेंबर 2000 मध्ये, मा ने सॉफ्टवेअरचे नाव बदलून QQ केले ("Q" आणि "QQ" शब्द "क्यूट" साठी वापरला जातो).

AOL प्रकरणानंतर, Ma ने Tencent चा व्यवसाय पोर्टफोलिओ वाढवण्याचा निर्णय घेतला. 2003 मध्ये, Tencent ने स्वतःचे पोर्टल (QQ.com) जारी केले आणि ऑनलाइन गेम मार्केटमध्ये प्रवेश केला. 2004 पर्यंत, Tencent ही सर्वात मोठी चिनी इन्स्टंट मेसेजिंग सेवा

बनली (74 टक्के मार्केट धारण केले), 32 मा ला कंपनीला हाँगकाँग स्टॉक एक्सचेंजवर सूचीबद्ध करण्यास प्रवृत केले. 30 कंपनीने जूनच्या IPO मध्ये $200 दशलक्ष जमा केल्यानंतर, मा त्वरित चीनच्या दूरसंचार उद्योगातील सर्वात श्रीमंत व्यक्तींपैकी एक बनले.

2004 मध्ये, Tencent ने एक ऑनलाइन गेमिंग प्लॅटफॉर्म लाँच केला आणि त्या प्लॅटफॉर्मवर (शस्त्रे, गेमिंग पॉवर), तसेच इमोटिकॉन्स आणि रिंगटोनला समर्थन देण्यासाठी आभासी वस्तूंची विक्री सुरू केली.

माच्या सांगण्यावरून, Tencent ने 2005 मध्ये C2C प्लॅटफॉर्म Paipai.com (???) लाँच केले, जो ई-कॉमर्स कंपनी अलीबाबाचा थेट प्रतिस्पर्धी आहे.

मायक्रोसॉफ्टची नक्कल करत, मा ने 2010 मध्ये अभियंत्यांचे दोन प्रतिस्पर्धी संघ तयार केले आणि त्यांना नवीन उत्पादन तयार करण्याचे शुल्क आकारले. दोन महिन्यांनंतर, एका टीमने टेक्स्ट मेसेजिंग आणि ग्रुप चॅटसाठी एक अॅप सादर केले - WeChat - जे जानेवारी 2011 मध्ये लॉन्च झाले. 2015 पर्यंत, WeChat (??, Weixin), हे जगातील सर्वात मोठे इन्स्टंट मेसेजिंग प्लॅटफॉर्म आहे, जे 48 टक्के वापरते आशिया-पॅसिफिक क्षेत्रातील इंटरनेट वापरकर्त्यांची संख्या.

Tencent द्वारे प्रदान केलेल्या इतर वैविध्यपूर्ण सेवांमध्ये वेब पोर्टल्स, ई-कॉमर्स आणि मल्टीप्लेअर ऑनलाइन गेम्स यांचा समावेश होतो. 8 लीजेंड ऑफ युलॉन्ग आणि लीजेंड ऑफ झुआन्युआन यांसारख्या ऑनलाइन गेमने कमाई अर्ध्याहून अधिक, US$5.1 बिलियन पर्यंत, US$1.5 बिलियन नफा मार्जिनसह वाढवली.

डिसेंबर 2015 मध्ये, मा ने घोषणा केली की टेनसेंट वुझेनमध्ये एक "इंटरनेट हॉस्पिटल" तयार करेल जे लांब पल्ल्याच्या निदान आणि औषध वितरण प्रदान करेल.

परोपकार

2016 मध्ये, मा ने US$2.3 बिलियन किमतीचे त्यांचे वैयक्तिक टेनसेंट शेअर्स त्यांच्या धर्मादाय संस्था, मा हुआतेंग ग्लोबल फाउंडेशन मध्ये हस्तांतरित केले. तथापि फोर्ब्सने त्याची निव्वळ संपत्ती कमी केली नाही कारण शेअर्स अजूनही त्याच्या नावाखाली सूचीबद्ध आहेत.

राजकारण

अधिकृत Tencent वेबसाइटनुसार, मा हे 5व्या शेन्झेन म्युनिसिपल पीपल्स काँग्रेसचे उपनियुक्त आहेत आणि त्यांनी 12व्या नॅशनल पीपल्स काँग्रेसमध्ये काम केले आहे.

सिंगापूरमधील एका टेक कॉन्फरन्समध्ये सेन्सॉरशिपबद्दल बोलताना, मा म्हणाले की "माहिती सुरक्षा व्यवस्थापनाच्या दृष्टीने, कोणत्याही देशातील ऑनलाइन कंपन्यांनी परिभाषित निकषांचे पालन केले पाहिजे आणि जबाबदारीने वागले पाहिजे. अन्यथा यामुळे अफवा, बदनामी आणि बदनामी होऊ शकते. नागरिकांमध्ये वाद - देशांमधील उल्लेख नाही. म्हणूनच ऑनलाइन व्यवस्थापनाची गरज अधिकाधिक निकड आहे."

वैयक्तिक जीवन

मा पोनी हे टोपणनाव वापरते, जे त्याच्या कौटुंबिक नावाच्या मा (?) च्या इंग्रजी भाषांतरावरून घेतलेले आहे, ज्याचा अर्थ "घोडा." मा हुआतेंग क्वचितच माध्यमांमध्ये दिसून येतो आणि त्याच्या गुप्त जीवनशैलीसाठी ओळखला जातो.

मा हुआतेंग यांची संपत्ती टेनसेंट होल्डिंगमधील ९.७ टक्के हिस्सेदारीतून आली आहे. त्याच्याकडे हाँगकाँगमधील मालमत्ता आणि US$150 दशलक्ष किमतीच्या कलाकृती असल्याचे सांगितले जाते. त्याच्याकडे हाँगकाँगमध्ये 1,820 m2 (19,600 sq ft) पुनर्विकसित प्रासादिक निवासस्थान आहे.

20
कार्लोस स्लिम

कार्लोस स्लिम

Top Richest People

Scan for Story Videos - www.itibook.com

कार्लोस स्लिम हेलु (स्पॅनिश उच्चार: जन्म 28 जानेवारी 1940) हा मेक्सिकन व्यावसायिक, गुंतवणूकदार आणि परोपकारी आहे. 2010 ते 2013 पर्यंत, फोर्ब्स व्यवसाय मासिकाने स्लिमला जगातील सर्वात श्रीमंत व्यक्ती म्हणून स्थान दिले. त्याने त्याच्या समूह, ग्रुपो कार्सोच्या माध्यमातून मोठ्या संख्येने मेक्सिकन कंपन्यांमध्ये त्याच्या विस्तृत होल्डिंगमधून आपले नशीब मिळवले. 5 जून 2022 पर्यंत, ब्लूमबर्ग बिलियनेअर्स इंडेक्सने त्यांना $78 बिलियनच्या संपत्तीसह जगातील 12 व्या सर्वात श्रीमंत व्यक्ती म्हणून स्थान दिले, ज्यामुळे ते लॅटिन अमेरिकेतील सर्वात श्रीमंत व्यक्ती बनले.

स्लिमचे कॉर्पोरेट समूह संपूर्ण मेक्सिकन अर्थव्यवस्थेमध्ये असंख्य उद्योग व्यापलेले आहे, ज्यामध्ये शिक्षण, आरोग्य सेवा, औद्योगिक उत्पादन, वाहतूक, रिअल इस्टेट, मास मीडिया, ऊर्जा, आदरातिथ्य, मनोरंजन, उच्च-तंत्रज्ञान, रिटेल, क्रीडा आणि आर्थिक सेवा यांचा समावेश आहे. मेक्सिकन स्टॉक एक्स्चेंज मधील 40% सूचीमध्ये त्याचा वाटा आहे, तर त्याची निव्वळ संपत्ती मेक्सिकोच्या एकूण देशांतर्गत उत्पादनाच्या सुमारे 6% च्या समतुल्य आहे. 2016 पर्यंत, तो न्यूयॉर्क टाइम्स कंपनीचा सर्वात मोठा एकल भागधारक आहे.

स्लिमचा जन्म 28 जानेवारी 1940 रोजी, मेक्सिको सिटी येथे, ज्युलियन स्लिम हद्दाद (जन्म खलील सलीम हद्दाद अग्लामाझ़) आणि लिंडा हेलु अट्टा यांच्या पोटी झाला, या दोन्ही लेबनॉनमधील मॅरोनाइट ख्रिश्चन आहेत. त्याने तरुण वयातच ठरवले की त्याला एक व्यापारी व्हायचे आहे, आणि त्याच्या वडिलांकडून व्यवसायाचे धडे मिळाले, ज्यांनी त्याला वित्त, व्यवस्थापन आणि लेखा शिकवले, आर्थिक स्टेटमेन्टचे विश्लेषण, अर्थ लावणे आणि कसे वाचायचे हे शिकवले. तसेच अचूक आर्थिक नोंदी ठेवण्याचे महत्त्व.

वयाच्या 11 व्या वर्षी, स्लिमने सरकारी बचत बॉंडमध्ये गुंतवणूक केली, ज्याने त्यांना चक्रवाढ व्याजाच्या संकल्पनेबद्दल शिकवले. अखेरीस त्याने केलेला प्रत्येक आर्थिक आणि व्यावसायिक व्यवहार त्याने वैयक्तिक खातेवहीत जतन केला, जो तो अजूनही ठेवतो. वयाच्या 12 व्या वर्षी त्यांनी मेक्सिकन बँकेचे शेअर्स खरेदी करून त्यांची पहिली स्टॉक खरेदी केली. वयाच्या १५ व्या वर्षी, स्लिम मेक्सिकोच्या सर्वात मोठ्या बँकेत भागधारक बनले होते. वयाच्या 17 व्या वर्षी, त्याने आपल्या वडिलांच्या कंपनीत काम करून आठवड्यातून 200 पेसो कमावले. त्यांनी मेक्सिकोच्या नॅशनल ऑटोनॉमस युनिव्हर्सिटीमध्ये सिव्हिल इंजिनीअरिंगचा अभ्यास केला, जिथे त्यांनी एकाच वेळी बीजगणित आणि रेखीय प्रोग्रामिंग शिकवले.

स्लिम हे सिव्हिल इंजिनीअरिंगचे प्रमुख असले तरी त्यांना अर्थशास्त्रात रस होता. अभियांत्रिकी पदवी पूर्ण केल्यानंतर त्यांनी चिलीमध्ये अर्थशास्त्राचे अभ्यासक्रम घेतले. सिव्हिल इंजिनीअरिंग मेजर म्हणून पदवीधर झालेल्या, स्लिमने सांगितले आहे की त्यांची गणितीय क्षमता आणि रेखीय प्रोग्रामिंगची त्यांची पार्श्वभूमी त्यांना व्यावसायिक जगामध्ये एक धार मिळविण्यात मदत करण्यासाठी एक महत्त्वाचा घटक होता, विशेषत: व्यावसायिक निर्णय घेताना आणि संभाव्य कंपन्यांच्या आर्थिक स्टेटमेन्टचे विश्लेषण करताना. गुंतवणूक संपादन.

व्यवसाय करिअर

1960 चे दशक

1961 मध्ये विद्यापीठातून पदवी प्राप्त केल्यानंतर, स्लिमने मेक्सिकोमध्ये स्टॉक ट्रेडर म्हणून त्याच्या व्यवसायाची सुरुवात केली, अनेकदा 14-तास दिवस काम केले. 1965 मध्ये, स्लिमच्या खाजगी गुंतवणुकीतून नफा US$400,000 पर्यंत पोहोचला, ज्यामुळे तो स्टॉक ब्रोकरेज हाऊस इन्व्हर्सोरा बर्साटिल सुरू करू शकला. त्याने त्याच्या अंतिम समूह, ग्रुपो कार्सोसाठी आर्थिक पाया घालण्यास सुरुवात केली. 25 1965 मध्ये, त्याने जॅरिटोस डेल सुर ही मेक्सिकन बॉटलिंग आणि सॉफ्ट ड्रिंक कंपनी विकत घेतली. 1966 मध्ये, US$40 दशलक्ष किमतीचे, त्यांनी Inmuebles Carso ही रिअल इस्टेट एजन्सी आणि होल्डिंग कंपनी स्थापन केली.

1970 चे दशक

बांधकाम, सॉफ्ट ड्रिंक, छपाई, रिअल इस्टेट, बाटली आणि खाण उद्योग या कंपन्या स्लिमच्या वाढत्या व्यावसायिक कारकीर्दीचे प्रारंभिक लक्ष होते. नंतर त्यांनी ऑटो पार्ट्स, अॅल्युमिनियम, एअरलाइन्स, रसायने, तंबाखू, केबल आणि वायर उत्पादन, कागद आणि पॅकेजिंग, तांबे आणि खनिज काढणे, टायर, सिमेंट, किरकोळ, हॉटेल्स यासह मेक्सिकोच्या अर्थव्यवस्थेतील असंख्य उद्योगांमध्ये प्रवेश करून आपल्या ऑपरेशन्स आणि व्यावसायिक क्रियाकलापांचा विस्तार केला. , पेय वितरक, दूरसंचार आणि वित्तीय सेवा (स्लिमचे ग्रुपो फायनान्सिएरो इनबर्सा विमा विकते आणि लाखो सामान्य मेक्सिकन लोकांसाठी म्युच्युअल फंड आणि पेन्शन योजना व्यवस्थापित करते). 1972 पर्यंत, त्यांनी बांधकाम उपकरणे भाड्याने देणाऱ्या कंपनीसह या श्रेणीमध्ये आणखी सात व्यवसाय स्थापित केले किंवा विकत घेतले. 1980 मध्ये, त्यांनी औद्योगिक उत्पादन, बांधकाम, खाणकाम, किरकोळ, अन्न आणि तंबाखूमध्ये स्वारस्य असलेल्या समूहाची मूळ कंपनी म्हणून ग्रुपो गालास तयार करून त्यांचे व्यावसायिक हितसंबंध मजबूत केले.

1980 चे दशक

1982 मध्ये, मेक्सिकन अर्थव्यवस्था वेगाने आकुंचन पावली. बऱ्याच बँका संघर्ष करत असताना आणि परदेशी गुंतवणूकदार गुंतवणुकीत कपात करत होते आणि घसघशीत होते, स्लिमने मोठ्या प्रमाणात गुंतवणूक करण्यास सुरुवात केली आणि उदासीन मूल्यांकनांवर अनेक मेक्सिकन प्रमुख व्यवसाय विकत घेतले. स्लिमच्या बहुतेक व्यवसाय व्यवहारांमध्ये एक साधी रणनीती समाविष्ट असते, ज्यामध्ये व्यवसाय खरेदी करणे आणि त्याच्या रोख प्रवाहासाठी तो टिकवून ठेवणे किंवा शेवटी भविष्यात अधिक नफ्यावर भागभांडवल विकणे, याद्वारे भांडवली नफा मिळवणे तसेच सुरुवातीच्या मुद्दलाची नव्याने गुंतवणूक करणे समाविष्ट आहे. व्यवसाय. याव्यतिरिक्त, ग्रूपो कार्सोच्या कॉर्पोरेट समूहाची रचना स्लिमला उद्योगांच्या विस्तृत श्रेणीमध्ये असंख्य भाग खरेदी करण्याची परवानगी देते, ज्यामुळे मेक्सिकन अर्थव्यवस्थेतील एक किंवा अधिक उद्योग क्षेत्रे चांगले काम करत नसल्याच्या परिस्थितीत एकूण समूह जवळजवळ मंदी-पुरावा बनवते.

1985 मध्ये पुनर्प्राप्तीपूर्वी मेक्सिकन आर्थिक मंदीच्या दरम्यान, स्लिमने डॉलरवर पेनीसाठी असंख्य मेक्सिकन फ्लॅगशिप कंपन्यांना स्नॅप करून मोठ्या प्रमाणात गुंतवणूक केली. एम्प्रेसस फ्रिस्को, एक खाण सवलत देणारी आणि रासायनिक निर्माता, इंडस्ट्रियास नाकोब्रे, एक तांबे उत्पादक, रेनॉल्ड्स अॅल्युमिनिओ, मेक्सिकन अॅल्युमिनियमची चिंता, Compañía Hulera Euzkadi's (Mexa Hulera Euzkadi) यांचा समावेश आहे. , आणि Bimex हॉटेल्स, एक हॉटेल चेन. तो Sanborn Hermanos चे बहुसंख्य शेअरहोल्डर बनले, एक प्रमुख मेक्सिकन खाद्यपदार्थ विक्रेते, गिफ्ट शॉप आणि रेस्टॉरंट चेन. स्लिमने 1984 मध्ये मेक्सिकन विमा एजन्सी Seguros de México चे अधिग्रहण करण्यासाठी US$13 दशलक्ष खर्च केले आणि नंतर कंपनीला Seguros Inbursa या फर्ममध्ये सामील केले. चार स्पिनऑफनंतर, 2007 पर्यंत सेगुरोसमधील त्याच्या स्टेकचे मूल्य अखेरीस US$1.5 अब्ज इतके झाले. त्याने ब्रिटिश अमेरिकन टोबॅको आणि द हर्ष कंपनीच्या मेक्सिकन शस्त्रास्त्रांमध्ये अनुक्रमे 40% आणि 50% व्याज मिळवले. त्याने डेनी आणि फायरस्टोन टायर्सचे मोठे ब्लॉक्स घेतले. Seguros de México, Fianzas La Guardiana आणि Casa de Bolsa Inbursa मधून त्यांनी Grupo Financiero Inbursa ही आर्थिक सेवा प्रदाता स्थापन केली. यापैकी बऱ्याच कॉर्पोरेट अधिग्रहणांना 1980 च्या दशकाच्या सुरुवातीला मेक्सिकन आर्थिक मंदीच्या काळात सिगाटम या तंबाखू वितरकाकडून मिळालेल्या महसूल आणि रोख प्रवाहाद्वारे वित्तपुरवठा करण्यात आला होता.

1988 मध्ये, स्लिमने क्विमिका फ्लूर या रासायनिक कंपनीसह तांबे आणि तांबे मिश्र धातु उत्पादनांचे उत्पादन, मार्केटिंग आणि वितरण करणारी तांबे उत्पादक कंपनी Nacobre विकत घेतली.

1990 चे दशक

1990 च्या दशकाच्या सुरुवातीस जेव्हा मेक्सिकन सरकारने त्याच्या दूरसंचार उद्योगाचे खाजगीकरण करण्यास सुरुवात केली तेव्हा स्लिमने प्रचंड नफा मिळवला. त्याच्या समूह ग्रुपो कार्सोसह, त्याने मेक्सिकन सरकारकडून टेलमेक्स, लँडलाइन टेलिफोन ऑपरेटर विकत घेतले. 1990 मध्ये, ग्रूपो कार्सो ही सार्वजनिक कंपनी म्हणून सुरुवातीला मेक्सिकोमध्ये आणि नंतर जगभरात सुरू करण्यात आली. ग्रूपो कार्सोने 1990 मध्ये पोर्सेलनाइट या टाइल बनवणाऱ्या कंपनीची बहुसंख्य मालकी देखील संपादन केली.

नंतर 1990 मध्ये, स्लिमने मेक्सिको सरकारकडून लँडलाइन टेलिकम्युनिकेशन ऑपरेटर टेलमेक्स खरेदी करण्यासाठी फ्रान्स टेलिकॉम आणि साउथवेस्टर्न बेल कॉर्पोरेशन सोबत मैफिलीत काम केले, जेव्हा मेक्सिकोने आपल्या राष्ट्रीय उद्योगांचे खाजगीकरण करण्यास सुरुवात केली. 19 स्लिम हे टेलमेक्समध्ये सुरुवातीच्या काळात गुंतवणुकीचे समर्थक होते, कारण कंपनीचा रोख प्रवाह आणि महसूल यामुळे त्याच्या खाजगी संपत्तीचा मोठा वाटा होता. 30 32 2006 पर्यंत, टेलमेक्सने मेक्सिकोमधील 90 टक्के टेलिफोन लाईन्स नियंत्रित आणि चालवल्या होत्या, आणि रेडिओमोव्हिल डिप्सा कंपनी 19 मधून तयार केलेली त्याची वायरलेस टेलिकम्युनिकेशन कंपनी, टेलसेल, देशातील सर्व सेलफोन्सपैकी जवळपास 80 टक्के ऑपरेट करते.

1991 मध्ये, त्याने हॉटेल्स कॅलिंडा (आता OSTAR ग्रूपो हॉटेलेरो) ही हॉटेल चेन विकत घेतली आणि 1993 मध्ये, त्याने जनरल टायर, अमेरिकन टायरमेकर आणि अॅल्युमिनियम प्रोफाइल्स आणि अॅल्युमिनियम संबंधित ग्रूपो अॅल्युमिनिओचे वितरक म्हणून आपले स्टेक वाढवले. कंपनीमध्ये बहुसंख्य स्वारस्य.

1996 मध्ये, स्लिमची समूह कंपनी ग्रूपो कार्सो तीन स्वतंत्र कंपन्यांमध्ये विभागली गेली: कार्सो ग्लोबल टेलिकॉम, ग्रूपो कार्सो आणि इन्व्हरकॉर्पोरेशन. पुढील वर्षी, स्लिमने सियर्स रोबकचा मेक्सिकन हात विकत घेतला.

1999 मध्ये, स्लिमने लॅटिन अमेरिकेच्या पलीकडे आपल्या व्यावसायिक हितसंबंधांचा विस्तार करण्यास सुरुवात केली. जरी त्याची मोठी होल्डिंग मेक्सिकोमध्ये राहिली तरी त्याने परदेशी गुंतवणुकीसाठी युनायटेड स्टेट्सला लक्ष्य करण्यास सुरुवात केली.

2000 चे दशक

बार्न्स अँड नोबल, ऑफिसमॅक्स, ऑफिस डेपो, सर्किट सिटी, बॉर्डर्स आणि कॉम्प्युसा सारख्या मोठ्या यूएस किरकोळ विक्रेत्यांकडून 2003 मध्ये स्लिमने अमेरिकन व्यवसायाच्या दृश्यात मथळे निर्माण केले. मेक्सिकोच्या पलीकडे स्लिमच्या आंतरराष्ट्रीय व्यावसायिक विस्तारामागील बहुतेक तर्क हे मेक्सिकन व्यावसायिक वर्तुळात चाललेल्या विनोदामुळे होते जेथे "मेक्सिकोमध्ये मिळवण्यासाठी काहीही शिल्लक नव्हते." त्यांनी टेलमेक्स यूएसए शाखा स्थापन केली आणि ट्रॅकफोनमध्ये भागभांडवलही विकत घेतले, एक अमेरिकन सेल्युलर टेलिफोन ऑपरेटर. त्याचवेळी, स्लिमने Grupo Carso मध्ये एक ना-नफा बांधकाम आणि अभियांत्रिकी फर्म म्हणून Carso Infraestructura y Construcción, SA (CICSA) ची स्थापना केली. त्याच वर्षाच्या दरम्यान, स्लिमवर हृदयाची शस्त्रक्रिया झाली आणि त्यानंतर त्याचा दैनंदिन कॉर्पोरेट सहभाग त्याच्या मुलांसाठी आणि त्यांच्या जोडीदारांना देण्यात आला.

América Telecom, América Móvil ची होल्डिंग कंपनी, 2000 मध्ये समाविष्ट करण्यात आली. त्याचवेळी, टेलमेक्सने न्यूयॉर्क स्टॉक एक्स्चेंजवर US Movil SA च्या $15 अब्ज सूचीसाठी त्याचा आंतरराष्ट्रीय सेल्युअर फोन विभाग देखील बंद केला. टेलमेक्सने मेक्सिकोबाहेरील विविध आंतरराष्ट्रीय सेल्युलर टेलिफोन ऑपरेटर्सचे अनेक स्टेक घेतले आहेत, ज्यात ब्राझिलियन ATL आणि Telecom Americas चिंता, अर्जेंटिनामधील Techtel आणि ग्वाटेमाला आणि इक्वाडोरमधील इतरांचा समावेश आहे. त्यानंतरच्या वर्षामध्ये, कंपनीने कोलंबिया, निकारागुवा, पेरू, चिली, होंडुरास आणि एल साल्वाडोरमधील कंपन्यांसह संपूर्ण लॅटिन अमेरिकेत आणखी गुंतवणूक केली, तसेच

अमेरिकन सॉफ्टवेअर हाऊस, मायक्रोसॉफ्टने Tlmsn नावाचे स्पॅनिश-भाषेचे वेबसह संयुक्त उपक्रम केला. पोर्टल.

2005 मध्ये स्लिमने व्होलारिस या मेक्सिकन एअरलाइनमध्ये गुंतवणूक केली 19 आणि Impulsora del Desarrollo y el Empleo en América Latina SAB de CV ("IDEAL" या संक्षिप्त रूपाचा वापर करून - साधारणपणे "लॅटिन अमेरिकेतील विकास आणि रोजगाराचा प्रवर्तक" म्हणून अनुवादित) ची स्थापना केली. एक मेक्सिकन बांधकाम आणि नागरी अभियांत्रिकी कंपनी प्रामुख्याने नफा नसलेल्या पायाभूत सुविधांच्या विकासात गुंतलेली आहे. 2006 पासून, IDEAL ने तीन पायाभूत सुविधांचे करार जिंकले तरीही त्याला इतर अनेक मेक्सिकन आणि स्पॅनिश बांधकाम कंपन्यांकडून कठोर स्पर्धेला सामोरे जावे लागते.

2007 मध्ये, सिगाटम तंबाखू उत्पादक कंपनीमध्ये 50.1% हिस्सा मिळवल्यानंतर, स्लिमने त्याच्या इक्विटीचा मोठा भाग फिलिप मॉरिसला US$1.1 बिलियनमध्ये विकला. तसेच 2007 मध्ये, स्लिमने 800 दशलक्ष अमेरिकन डॉलर्सला टाइल-निर्मात्या पोर्सेलनाइटचा संपूर्ण हिस्सा विकला. त्याने साक्स नावाचा परवाना घेतला आणि सॅक्स फिफ्थ अव्हेन्यू किरकोळ विक्रेत्याची मेक्सिकन शाखा मेक्सिकोच्या सांता फे येथे उघडली. त्याच वर्षात, स्लिमच्या सर्व कंपन्यांचे अंदाजे मूल्य US$150 अब्ज होते. 8 डिसेंबर 2007 रोजी, ग्रुपो कार्सोने घोषणा केली की उर्वरित 103 CompUSA किरकोळ स्टोअर्स एकतर बंद केली जातील किंवा विकल्या जातील, ज्यामुळे संघर्ष करणाऱ्या कंपनीचा अंत होईल, जरी CompUSA चे माहिती तंत्रज्ञान विभाग टेलिव्हिस्टा या नावाने अमेरिकेच्या विविध ठिकाणी चालू ठेवेल. डॅलस, टेक्सास (यूएस कॉर्पोरेट कार्यालय) आणि डॅनविले, व्हर्जिनिया येथे. टेलिव्हिस्ताची मेक्सिकोमध्ये पाच केंद्रे आहेत (तीन तिजुआनामध्ये, एक केंद्र मेक्सिकलीमध्ये आणि एक मेक्सिको सिटीमध्ये). 28 वर्षांच्या कॉर्पोरेट सहभागानंतर, स्लिम व्यवसायाचे मानद आजीवन अध्यक्ष बनले.

2008 मध्ये, स्लिमने प्रसिद्ध अमेरिकन वृत्तपत्र प्रकाशक असलेल्या न्यूयॉर्क टाइम्स कंपनीमध्ये $27 दशलक्ष मूल्याचा 6.4% हिस्सा घेतला. स्लिमने 2012 पर्यंत त्याचा हिस्सा 8% पर्यंत वाढवला. 20 जानेवारी 2015 रोजी टाईम्समधील स्लिमची हिस्सेदारी पुन्हा कंपनीच्या वर्ग A समभागांच्या 16.8% पर्यंत वाढली जेव्हा त्याने 15.9 दशलक्ष शेअर्स खरेदी करण्यासाठी स्टॉक पर्यायांचा वापर केला, ज्यामुळे तो कंपनीतील सर्वात मोठा भागधारक बनला. न्यू यॉर्क टाइम्स कंपनीचे क्लास ए शेअर्स सार्वजनिक खरेदीसाठी उपलब्ध आहेत आणि क्लास बी शेअर्सपेक्षा कंपनीवर कमी नियंत्रण देऊ शकतात, जे खाजगीरीत्या आहेत. कंपनीच्या 2016 च्या वार्षिक फाइलिंगनुसार, स्लिमकडे कंपनीच्या वर्ग A समभागांपैकी 17.4% मालकी आहेत आणि कंपनीच्या वर्ग B समभागांपैकी एकही नाही.

2010 चे दशक

या विभागात जास्त प्रमाणात गुंतागुंतीचे तपशील असू शकतात जे केवळ विशिष्ट प्रेक्षकांना स्वारस्य असू शकतात. कृपया कोणतीही संबंधित माहिती काढून टाकून किंवा स्थलांतरित करून आणि विकिपीडियाच्या समावेशन धोरणाच्या विरोधात असणारे जास्त तपशील काढून टाकून मदत करा. (नोव्हेंबर 2020) (हा टेम्प्लेट संदेश कसा आणि केव्हा काढायचा ते जाणून घ्या)

2012 मध्ये, स्लिमने लिओन गेम्सचे प्रसारण हक्क अमेरिकन टेरेस्ट्रियल टेलिव्हिजन नेटवर्क, टेलिमुंडो आणि मेक्सिकोमधील फॉक्स स्पोर्ट्स आणि उर्वरित लॅटिन अमेरिकेतील केबल चॅनल आणि mediotiempo.com या वेबसाइटला विकले. टेलमेक्सद्वारे ऑफर केलेल्या युनो टीव्हीद्वारे इंटरनेटवरही या खेळाचे प्रसारण केले जाते. स्लिम मेक्सिकोच्या बाहेर युनायटेड स्टेट्स सारख्या मोठ्या बाजारपेठांमध्ये क्रीडा प्रसारित करण्यात गुंतलेला आहे. मार्च 2012 मध्ये, अमेरिकन मोविलने सोची 2014 आणि ब्राझील 2016 मध्ये लॅटिन अमेरिकेसाठी ऑलिम्पिक खेळांचे प्रसारण हक्क विकत घेतले.

मार्च 2012 मध्ये, स्लिमने अमेरिकन टेलिव्हिजन होस्ट लॅरी किंग यांच्यासमवेत ओरा टीव्ही, ऑन-डिमांड डिजिटल टेलिव्हिजन नेटवर्कची स्थापना केली जी लॅरी किंग नाऊ, पॉलिटिकिंग विथ लॅरी किंग, रिसेशनिस्टा, आणि जेसी व्हेंचुरा अनसेन्सर्ड यासह टेलिव्हिजन शोचे उत्पादन आणि वितरण करते.

सप्टेंबर 2012 मध्ये, स्लिमने त्याच्या दूरसंचार कंपनी अमेरिका मोव्हिलद्वारे पाचूका आणि लिओन या दोन मेक्सिकन सॉकर संघांमध्ये 30% स्टेक खरेदी केले. डिसेंबर 2012 मध्ये, त्याने एस्टुडियंटेस टेकोसच्या सेकंड डिव्हिजन टीमचे सर्व शेअर्स विकत घेतले. स्लिमने लिओन सॉकर संघाच्या खेळांच्या टेलिव्हिजन हक्कांसाठी व्यावसायिक सौदे देखील पूर्ण केले आहेत. त्याच्या कंपनी अमेरिका मोव्हिलने प्रसारण अधिकारांसह 30 टक्के संघ खरेदी केला कारण स्लिमकडे प्रसारण टेलिव्हिजन किंवा केबल टीव्हीद्वारे सामग्री प्रसारित करण्याचे अधिकार नाहीत तसेच त्याला टेलिव्हिसा आणि टीव्ही अझ्टेका या दोन टेलिव्हिजन कंपन्यांशी स्पर्धा करण्याचे अधिकार आहेत. उर्वरित मेक्सिकन सॉकरचा पहिला विभाग.

जुलै 2013 मध्ये, स्लिमची कंपनी अमेरिका मोव्हिलने मालकीच्या अघोषित शेअरसाठी शाझम, ब्रिटीश व्यावसायिक मोबाइल फोन-आधारित संगीत ओळख सेवा मध्ये US$40 दशलक्ष गुंतवणूक केली. अमेरिका मूव्हीलने जाहिरात आणि टेलिव्हिजनच्या वाढीस मदत करण्यासाठी आणि लॅटिन अमेरिकेत ऑडिओ ओळख सेवेचा विस्तार करण्यासाठी कंपनीसोबत भागीदारी केली.

नोव्हेंबर 2013 मध्ये, स्लिमने इस्रायली स्टार्टअप मोबलीमध्ये US$60 दशलक्ष गुंतवले, ही एक कंपनी आहे जी वेगवेगळ्या आवडीनुसार लोक आणि समुदाय यांच्यातील संबंध हाताळते.

डिसेंबर 2013 मध्ये, स्लिमच्या खाजगी इक्विटी फंड, सिन्का इनबर्साने, मेक्सिकन फार्मास्युटिकल कंपनी लँडस्टेनर सायंटिफिकमधील आपला हिस्सा विकला. स्लिमने जून 2008 मध्ये कंपनीतील 27.51% भागभांडवल विकत घेतले होते, जे सिंकाच्या गुंतवणूक पोर्टफोलिओच्या 6.6% चे प्रतिनिधित्व करते. प्रायव्हेट इक्विटी फंडाची गुंतवणूक प्रामुख्याने वाहतूक आणि पायाभूत सुविधा क्षेत्रांमध्ये केंद्रित आहे आणि फंडाने 2012 च्या अखेरीस एकूण 5.152 अब्ज पेसोचे मार्केट कॅप मिळवले.

23 एप्रिल 2014 रोजी, स्लिमने 10 वर्षांच्या करारांतर्गत, ऑस्ट्रियाची सर्वात मोठी दूरसंचार कंपनी, टेलीकॉम ऑस्ट्रियाचा ताबा घेतला, जी बल्गेरिया, क्रोएशिया आणि बेलारूस सारख्या देशांमध्ये टेलिकॉम चालवते. हे स्लिमचे युरोपमधील पहिले यशस्वी व्यवसाय संपादन होते. सिंडिकेट होल्डिंग स्ट्रक्चरमध्ये ऑस्ट्रियन स्टेट होल्डिंग कंपनी OIAG चे 28% स्लिमच्या 27% मालकीसह एकत्रित केले जातात. अमेरिका मोव्हिल अनिवार्य सार्वजनिक ऑफरमध्ये अल्पसंख्याक भागधारकांना विकत घेण्यासाठी US$2 बिलियन इतका खर्च करेल आणि कंपनीमध्ये 1 अब्ज युरो (US$1.38 बिलियन) पर्यंत गुंतवणूक करेल, ज्याला ते "मध्य आणि पूर्व युरोपमध्ये विस्तारासाठी प्लॅटफॉर्म" म्हणून पाहते. . कामगार प्रतिनिधींनी ओआयएजी पर्यवेक्षकीय मंडळाच्या बैठकीला 12 तास उपस्थित राहण्यावर बहिष्कार टाकला आणि स्पष्ट रोजगार हमी नसल्याबद्दल टीका केली.

जानेवारी 2015 मध्ये, Grupo Carso ने सार्वजनिकपणे Claro Musica लाँच केले, एक ऑनलाइन संगीत सेवा जी iTunes आणि Spotify च्या समतुल्य लॅटिन अमेरिकन आहे. स्लिम, त्याच्या मुलासह, मेक्सिकोच्या संगीत उद्योगात, विशेषत: 2013 पासून रिटेल म्युझिक क्षेत्रात त्यांची कॉर्पोरेट उपस्थिती वाढवली. सॅनबॉर्न, स्लिमच्या मालकीची मेक्सिकन रिटेल डिपार्टमेंट स्टोअर चेन, मेक्सिकोचे सर्वात यशस्वी रिटेल म्युझिक स्टोअर, मिक्सअपमध्ये बहुसंख्य हिस्सेदारी नियंत्रित करते. 117-स्टोअर मेक्सिकन किरकोळ विक्रेते मिक्सअपने 2014 मध्ये US$320 दशलक्ष पेक्षा जास्त कमाई केली.

मार्च 2015 मध्ये, स्लिमने संपूर्ण युरोपमधील संभाव्य अधिग्रहणांचा अभ्यास करताना विविध अडचणीत असलेल्या स्पॅनिश कंपन्यांमधील भागभांडवल खरेदी करून स्पॅनिश व्यावसायिक दृश्यात आपली उपस्थिती ओळखली. स्लिमची गुंतवणूक कंपनी, Inmobiliaria Carso ने घोषणा केली की ती स्पॅनिश बँक, Bankia मधील स्टेक विकत घेईल, जे स्लिमच्या स्लिमच्या स्लॅमच्या इतर स्पॅनिश रिअल इस्टेट कंपनीच्या खरेदीशी जोडले जाईल, जेथे स्लिम 25% इक्विटी स्टेक असलेला दुसरा सर्वात मोठा शेअरहोल्डर आहे. Fomento de Construcciones y Contratas, एक स्पॅनिश बांधकाम कंपनी जिथे स्लिम देखील एक सक्रिय अल्प भागधारक आहे.

15 एप्रिल 2015 रोजी स्लिमने कार्सो ऑइल अँड गॅस या तेल कंपनीची स्थापना केली. नवीन कंपनीने प्रसिद्ध केलेल्या अहवालात तिची मालमत्ता 3.5 अब्ज पेसो (अंदाजे US$230 दशलक्ष), 17.7 दशलक्ष शेअर्समध्ये ठेवली आहे. कंपनीच्या स्थापनेनंतर, स्लिम कंपनीच्या भविष्यातील संभाव्यतेबद्दल आणि मेक्सिकोच्या वाढत्या ऊर्जा क्षेत्राविषयी स्वच्छ राहिले जेथे राज्याची मक्तेदारी संपुष्टात आली. उद्धरण आवश्यक

25 जुलै, 2015 रोजी, स्लिमच्या गुंतवणूक गटाने IMatchative मध्ये गुंतवणूक केली, एक तंत्रज्ञान स्टार्टअप जे सखोल वर्तणुकीशी प्रोफाइल आणि व्यवसाय विश्लेषणे तयार करणाऱ्या जगातील हेज फंडांमध्ये स्थान मिळवते. मर्यादित भागीदार प्रति सदस्यत्व US$30,000 देतात तर हेज फंड व्यवस्थापक निम्मी किंमत देतात आणि कंपनी ऑफर करत असलेल्या उत्पादनांच्या विनामूल्य आवृत्तीसाठी साइन अप करतात.

कौटुंबिक आणि वैयक्तिक जीवन

स्लिमचे वडील, खलील सलीम हद्दाद अग्लामाझ यांचा जन्म 17 जुलै 1888 55 रोजी जेझीन, लेबनॉन (तेव्हा ऑट्टोमन साम्राज्याचा भाग) येथे झाला. 1902 मध्ये, वयाच्या 14 व्या वर्षी, हद्दाद एकटेच मेक्सिकोला स्थलांतरित झाले आणि नंतर त्याचे नाव बदलून ज्युलियन स्लिम हद्दाद असे ठेवले. ऑट्टोमन आर्मीमध्ये भरती होऊ नये म्हणून लेबनीज मुलांना 15 वर्षे पूर्ण होण्यापूर्वी परदेशात पाठवले जाणे असामान्य नव्हते आणि हद्दादचे चार मोठे भाऊ त्याच्या आगमनाच्या वेळी आधीच मेक्सिकोमध्ये राहत होते. अविश्वसनीय. स्रोत?

1911 मध्ये, ज्युलियनने सुक्या मालाचे किरकोळ दुकान, ला एस्ट्रेला डी ओरिएंट (दि स्टार ऑफ द ओरिएंट) स्थापन केले. 1921 पर्यंत, त्याने मेक्सिको सिटीच्या भरभराट होत असलेल्या व्यावसायिक जिल्ह्यात रिअल इस्टेटमध्ये गुंतवणूक करण्यास सुरुवात केली होती जिथे ज्युलियनने 1910-17 मेक्सिकन क्रांतीदरम्यान झोकालो जिल्ह्यात अग्नी विक्री किमतीत प्राइम मेक्सिकन रिअल इस्टेट विकत घेतली होती.1922 पर्यंत, ज्युलियनची निव्वळ संपत्ती $1,012,258 पेसोपर्यंत पोहोचली, रिअल इस्टेट, खाजगी-नियंत्रित व्यवसाय आणि स्टॉक्स यासह विविध मालमत्तांमध्ये विविधता आली.

ऑगस्ट 1926 मध्ये, ज्युलियन स्लिमने लिंडा हेलु अटाशी लग्न केले. लिंडा, लेबनीज वंशाची, चिहुआहुआच्या पारल येथे जन्मली. तिचे पालक 19 व्या शतकाच्या उत्तरार्धात लेबनॉनमधून मेक्सिकोमध्ये स्थलांतरित झाले होते. मेक्सिकोमध्ये स्थलांतरित झाल्यावर, तिच्या पालकांनी लेबनीज-मेक्सिकन समुदायासाठी पहिल्या अरबी भाषेतील मासिकांपैकी एकाची स्थापना केली, त्यांनी त्यांच्यासोबत आणलेल्या प्रिंटिंग प्रेसचा वापर केला. ज्युलियन आणि लिंडा यांना सहा मुले होती: नूर, अल्मा, ज्युलियन, जोसे, कार्लोस आणि लिंडा. ज्युलियन वरिष्ठ 1953 मध्ये मरण पावला, जेव्हा कार्लोस 13 वर्षांचा होता.

ज्युलियनचे मोठे यशस्वी व्यावसायिक उपक्रम आणि गुंतवणूक उपक्रम हे स्वतःसाठी आणि त्यांच्या कुटुंबासाठी मोठ्या संपत्तीचे स्रोत बनले. लेबनीज मेक्सिकन समुदायामध्ये एक प्रतिष्ठित आधारस्तंभ राहिलेला एक प्रमुख व्यापारी आणि श्रीमंत गुंतवणूकदार म्हणून, ज्युलियन त्याच्या व्यावसायिक कौशल्यासाठी आणि वाईट आर्थिक चक्रात (जे मेक्सिकोमध्ये वारंवार होत असे) गुंतवणूक करताना त्याच्या कौशल्यासाठी ओळखले जात होते. ज्युलियन त्याच्या व्यवसायाची जाणकार, मजबूत कामाची नीतिमत्ता आणि पारंपारिक लेबनीज नैतिक मूल्यांशी बांधिलकीसाठी ओळखले जात होते.

फेब्रुवारी 2011 मध्ये, कार्लोसचा सर्वात मोठा भाऊ ज्युलियन, वयाच्या 74 व्या वर्षी मरण पावला. तो एक सक्रिय व्यापारी होता आणि मेक्सिकोच्या सर्वोच्च गुप्तचर संस्थांपैकी एकामध्ये काम करत होता.

वैयक्तिक जीवन

कार्लोस स्लिमने 1967 ते 1999 मध्ये तिचा मृत्यू होईपर्यंत सौम्या डोमिटशी लग्न केले होते. तिच्या आवडीमध्ये विविध परोपकारी प्रकल्प होते. स्लिमला सहा मुले आहेत: कार्लोस, मार्को अँटोनियो, पॅट्रिक, सौम्या, व्हेनेसा आणि जोहाना. त्याचे तीन मोठे मुलगे स्लिमच्या नियंत्रणाखाली असलेल्या कंपन्यांमध्ये प्रमुख पदावर काम करतात जेथे बहुतेक स्लिमच्या व्यवसाय साम्राज्याच्या दैनंदिन कारभारात गुंतलेले असतात. 1999 मध्ये स्लिमवर हृदय शस्त्रक्रिया झाली. हायस्कूलमध्ये, स्लिमचे आवडते विषय इतिहास, कॉस्मोग्राफी आणि गणित हे होते. स्लिम आणि त्याच्या पत्नीचे वैवाहिक जीवन खूप आनंदी होते आणि त्याने सूचित केले की त्याचा पुनर्विवाह करण्याचा विचार नाही.

त्याच्या कार्यालयात, स्लिमकडे संगणक नाही, आणि त्याऐवजी तो त्याचा सर्व आर्थिक डेटा हाताने लिहिलेल्या नोटबुकमध्ये ठेवतो. त्याच्या व्यावसायिक साम्राज्याच्या विशाल आकारामुळे, तो अनेकदा विनोद करतो की तो व्यवस्थापित करत असलेल्या सर्व कंपन्यांचा मागोवा ठेवू शकत नाही. स्लिम हा मॅरोनाइट कॅथोलिक आहे, आणि तो रोमन कॅथोलिक धार्मिक संस्थेच्या लीजन ऑफ क्राइस्टच्या प्रमुख समर्थकांपैकी एक आहे.

25 जानेवारी 2021 रोजी, स्लिमला COVID-19 चा संसर्ग झाल्याची नोंद झाली.

वैयक्तिक भाग्य

संपत्ती

29 मार्च 2007 रोजी, स्लिमने अमेरिकन गुंतवणूकदार वॉरन बफेट यांना मागे टाकले आणि बफेटच्या US$52.4 बिलियनच्या तुलनेत US$53.1 बिलियन अंदाजे निव्वळ संपत्तीसह जगातील दुसऱ्या क्रमांकाची श्रीमंत व्यक्ती बनली.

4 ऑगस्ट 2007 रोजी, वॉल स्ट्रीट जर्नलने स्लिम प्रोफाइलिंग कव्हर स्टोरी चालवली. लेखात असे म्हटले आहे की, "सार्वजनिकरित्या व्यापार करणाऱ्या कंपन्यांमधील त्याच्या स्टेकचे बाजारमूल्य कधीही कमी होऊ शकते, या क्षणी तो कदाचित बिल गेट्सपेक्षा श्रीमंत आहे". द वॉल स्ट्रीट जर्नलच्या मते, स्लिम त्याच्या "गुंतवणुकीच्या संधी शोधण्याच्या" क्षमतेचा एक भाग त्याचे मित्र, भविष्यवादी लेखक अल्विन टॉफलर यांच्या लेखनाला देतात.

8 ऑगस्ट 2007 रोजी, फॉर्च्यून मासिकाने वृत्त दिले की स्लिमने गेट्सला जगातील सर्वात श्रीमंत व्यक्ती म्हणून मागे टाकले आहे. जुलै अखेरीस त्याच्या सार्वजनिक होल्डिंग्च्या मूल्यावर आधारित स्लिमची अंदाजे संपत्ती US$59 अब्ज इतकी झाली. गेट्सची निव्वळ संपत्ती किमान US$58 अब्ज असण्याचा अंदाज होता.

5 मार्च 2008 रोजी, फोर्ब्सने वॉरन बफेच्या मागे आणि बिल गेट्सच्या पुढे स्लिम यांना जगातील दुसऱ्या क्रमांकाची श्रीमंत व्यक्ती म्हणून स्थान दिले. 11 मार्च 2009 रोजी, फोर्ब्सने स्लिमला गेट्स आणि बफेच्या मागे आणि लॅरी एलिसनच्या पुढे, जगातील तिसरे-श्रीमंत व्यक्ती म्हणून स्थान दिले.

10 मार्च 2010 रोजी, फोर्ब्सने पुन्हा एकदा अहवाल दिला की स्लिमने गेट्सला जगातील सर्वात श्रीमंत व्यक्ती म्हणून मागे टाकले आहे, ज्याची एकूण संपत्ती US$53.5 अब्ज आहे. त्यावेळी, गेट्स आणि बफे यांची एकूण संपत्ती अनुक्रमे US$53 अब्ज आणि US$47 अब्ज होती. 3 या यादीत अव्वल स्थान मिळवणारे ते पहिले मेक्सिकन होते. 16 वर्षात प्रथमच या यादीत शीर्षस्थानी असलेली व्यक्ती युनायटेड स्टेट्समधील नव्हती. या यादीत शीर्षस्थानी असलेली व्यक्ती ही उदयोन्मुख अर्थव्यवस्थेतील पहिलीच वेळ होती. 2008 आणि 2010 च्या दरम्यान, स्लिमने त्याची निव्वळ संपत्ती $35 ते $75 अब्ज पर्यंत दुप्पट केली.

मार्च 2011 मध्ये, फोर्ब्सने सांगितले की स्लिमने जगातील सर्वात श्रीमंत व्यक्ती म्हणून त्यांचे स्थान कायम ठेवले आहे, त्यांची संपत्ती US$74 अब्ज इतकी आहे.

डिसेंबर 2012 मध्ये, ब्लूमबर्ग अब्जाधीशांच्या निर्देशांकानुसार, कार्लोस स्लिम हेलु हे US$75.5 अब्ज अंदाजे निव्वळ संपत्तीसह जगातील सर्वात श्रीमंत व्यक्ती राहिले.

5 मार्च 2013 रोजी, फोर्ब्सने सांगितले की स्लिम अजूनही US$73 अब्ज अंदाजे निव्वळ संपत्तीसह जगातील सर्वात श्रीमंत व्यक्ती म्हणून आपले पहिले स्थान कायम राखत आहे. 16 मे 2013 रोजी, ब्लूमबर्ग एलपीने बिल गेट्सनंतर स्लिमला जगातील दुसऱ्या क्रमांकाची

श्रीमंत व्यक्ती म्हणून स्थान दिले.

15 जुलै 2014 रोजी, फोर्सने जाहीर केले की स्लिमने US$79.6 अब्ज डॉलर्सच्या संपत्तीसह जगातील सर्वात श्रीमंत व्यक्तीच्या स्थानावर पुन्हा दावा केला आहे.

सप्टेंबर 2014 मध्ये, फोर्सने स्लिमला त्याच्या अब्जाधीशांच्या यादीत 81.6 अब्ज डॉलर्सच्या संपत्तीसह क्रमांक 1 म्हणून सूचीबद्ध केले.

डिसेंबर 2016 मध्ये, स्लिमची निव्वळ संपत्ती US$ 48.1 अब्ज असल्याचा अंदाज होता.

2017 मध्ये, त्याची निव्वळ संपत्ती $54.5 अब्ज इतकी नोंदवली गेली.

2019 मध्ये, त्याची निव्वळ संपत्ती किमान $58.1 अब्ज इतकी असल्याचे सांगण्यात आले, ज्यामुळे तो मेक्सिकोमधील सर्वात श्रीमंत व्यक्ती बनला.

ऑक्टोबर 2020 मध्ये, त्याची एकूण संपत्ती $53.7 अब्ज इतकी होती.

2021 मध्ये फोर्सने त्यांची निव्वळ संपत्ती $73.3 अब्ज असल्याचे सांगितले.

रिअल इस्टेट

स्लिम एक सक्रिय रिअल इस्टेट गुंतवणूकदार आहे. त्यांची रिअल इस्टेट होल्डिंग कंपनी, इनमोबिलियारिया कार्सो यांनी 1960 पासून संपूर्ण मेक्सिकोमध्ये अनेक निवासी आणि व्यावसायिक रिअल इस्टेट मालमत्ता विकसित, गुंतवणूक, मालकी आणि चालवल्या आहेत. त्याच्या रिअल इस्टेट कंपनीने मेक्सिको सिटीमध्ये प्लाझा कार्सोचे बांधकाम केले, जेथे त्याचे बहुतेक व्यवसायिक मुख्यालयाचा पत्ता सामायिक करतात. 2000 च्या दशकाच्या सुरुवातीपासून ते 2010 च्या दशकाच्या मध्यापर्यंत, स्लिम आंतरराष्ट्रीय स्तरावर मेक्सिकोच्या पलीकडे, विशेषतः स्पेन आणि युनायटेड स्टेट्समध्ये खाजगी रिअल इस्टेट गुंतवणूक करत आहे.

मे 2014 मध्ये, स्लिमने लॅटिन अमेरिकेतील सर्वात मोठे मत्स्यालय, इनबर्सा एक्वेरियम उघडले. स्लिम यांच्याकडे ड्यूक सीमन्स मॅन्शन आहे, न्यूयॉर्क शहरातील 5th अव्हेन्यूवरील 1901 ब्युक्स आर्ट हाऊस, जे त्याने 2010 मध्ये $44 दशलक्षमध्ये विकत घेतले. हवेली 20,000 चौरस फूट आहे आणि तळघरात 12 शयनकक्ष, 14 स्नानगृहे आणि डॉक्टरांचे कार्यालय आहे मे 2015 मध्ये, त्याने मालमत्तेची $80 दशलक्ष विक्रीसाठी यादी केली, जे त्याने दिले होते त्याच्या दुप्पट आहे. 28 एप्रिल 2015 मध्ये, स्लिमने डेट्रॉईटमधील मार्क्वेट बिल्डिंग विकत घेतली आणि सोमर्स, न्यूयॉर्क येथे पेप्सिको अमेरिकास बेव्हरेजेसचे मुख्यालय US$87 दशलक्षला विकत घेतले. स्लिम यांच्याकडे न्यूयॉर्क शहरातील 10 वेस्ट 56 व्या स्ट्रीट येथे दुसरी हवेली आहे, जी त्याने 2011 मध्ये US$15.5 दशलक्षला विकत घेतली होती.

मार्च 2015 मध्ये, स्लिमने स्पेनच्या रिअल इस्टेट क्षेत्रातील त्याच्या आजारी अर्थव्यवस्थेत अत्यंत कमी किमतीत स्वस्त मालमत्ता खरेदी करून संभाव्य गुंतवणूक गंतव्य म्हणून स्पेनचे परीक्षण करण्यास सुरुवात केली.

प्रतिक्रिया

स्लिमची वाढती संपत्ती हा वादाचा विषय बनला आहे, कारण ती एका विकसनशील देशात जमा केली गेली आहे जिथे सरासरी दरडोई उत्पन्न दरवर्षी US$14,500 च्या पुढे जात नाही आणि जवळपास 17% लोकसंख्या दारिद्र्यात जगते. समीक्षकांचा दावा आहे की स्लिम एक मक्तेदारीवादी आहे, ज्याने मेक्सिकन लँडलाइन टेलिफोन मार्केटच्या 90% भागावर टेल्मेक्सचे नियंत्रण आहे. स्लिमची संपत्ती मेक्सिकोच्या वार्षिक आर्थिक उत्पादनाच्या अंदाजे 5% च्या समतुल्य आहे. ऑर्गनायझेशन फॉर इकॉनॉमिक को-ऑपरेशन अँड डेव्हलपमेंटनुसार टेलमेक्स, ज्यापैकी 49.1% स्लिम आणि त्याच्या कुटुंबाच्या मालकीचे आहे, ते जगातील सर्वाधिक वापर शुल्क आकारते.

युनिव्हर्सिडॅड नॅशीओनल ऑटोनोमा डी मेक्सिको येथील अर्थशास्त्रज्ञ सेल्सो गॅरिडो यांच्या मते, मेक्सिकोच्या समूहातील स्लिमचे वर्चस्व लहान कंपन्यांच्या वाढीस प्रतिबंध करते, परिणामी नोकऱ्यांची कमतरता निर्माण होते, अनेक मेक्सिकन लोकांना यूएसमध्ये चांगले जीवन शोधण्यास भाग पाडले जाते

2013 मध्ये डच आर्थिक व्यवहार मंत्री, हेंक कॅम्प यांनी स्लिम यांच्यावर अमेरिकेच्या पलीकडे दूरसंचार साम्राज्याचा विस्तार करण्याचा प्रयत्न केल्यामुळे KPN या डच लँडलाईन आणि मोबाईल टेलिकम्युनिकेशन ऑपरेटरला खरेदी-आउट ऑफर केल्याबद्दल टीका केली होती. कॅम्प यांनी स्लिमवर केलेल्या टीकेचा पुनरुच्चार केला: "'विदेशी कंपनी'द्वारे KPN चे अधिग्रहण नेदरलँड्सच्या राष्ट्रीय सुरक्षेवर परिणाम करू शकते". स्लिमच्या कंपनीचा ताबा घेण्याचा प्रयत्न अयशस्वी झाल्यानंतर दोन वर्षांनी, मुख्यत्वे राजकीय हस्तक्षेपामुळे आणि कंपनी खरेदी करण्यात स्लिमचा रस नसल्यामुळे, स्लिमच्या अमेरिका मोव्हिल SAB ने 2.25 अब्ज युरो ऑफर करण्यास सुरुवात केली. अमेरिका मूव्हिल आता 20 मे 2015 पर्यंत 3.1 अब्ज युरोच्या बाजार मूल्यासह KPN च्या 21.1 टक्के हिस्सेदारीवर नियंत्रण ठेवते. डच फोन लाइन कॅरियरसाठी 7.2-अब्ज-युरो बोली मागे घेण्यास भाग पाडल्यापासून स्लिम हळूहळू त्याचे होल्डिंग कमी करत आहे. 2013 मध्ये वाटाघाटी कोलमडल्यानंतर.

टीकेला प्रत्युत्तर देताना, स्लिमने म्हटले आहे की, "जेव्हा तुम्ही इतरांच्या मतांसाठी जगता, तेव्हा तुम्ही मृत असता. मला मेक्सिकन लोकांकडून कसे स्मरण केले जाईल याचा विचार करून मला जगायचे नाही," त्याच्या स्थितीबद्दल उदासीनतेचा दावा केला. फोर्सच्या

जगातील सर्वात श्रीमंत व्यक्तींच्या यादीत . त्याला जगातील सर्वात श्रीमंत व्यक्ती बनण्यात रस नसल्याचे त्याने म्हटले आहे. फोर्बसची वार्षिक क्रमवारी प्रकाशित झाल्यानंतर लगेचच एका पत्रकार परिषदेत संपत्तीत अचानक झालेल्या वाढीचे स्पष्टीकरण देण्यास विचारले असता, तो म्हणाला, "शेअर बाजार वर जातो ... आणि खाली", आणि त्याने नमूद केले की त्याचे नशीब त्वरीत खाली येऊ शकते.

2016 मध्ये, तत्कालीन राष्ट्रपती पदाचे उमेदवार आणि अखेरीस अमेरिकेचे 45 वे राष्ट्राध्यक्ष डोनाल्ड ट्रम्प यांनी स्लिम यांच्यावर त्यांच्या 2016 च्या अध्यक्षीय प्रचारादरम्यान द न्यूयॉर्क टाइम्समध्ये प्रकाशित झालेल्या संपादकीय लेखांमध्ये गुंतल्याचा आरोप केला. टाइम्सने या आरोपांना उत्तर दिले की स्लिमने संपादकीय धोरणात कधीही हस्तक्षेप केला नाही.

नंतर 2017 मध्ये, ट्रम्प आणि स्लिम वैयक्तिकरित्या भेटले. स्लिम यांनी मीटिंगबद्दल सकारात्मक बोलले.

परोपकार

बिल गेट्स आणि वॉरेन बफेट यांनी त्यांच्या संपत्तीपैकी किमान अर्धी संपत्ती दिल्याबद्दल स्लिम सार्वजनिकपणे साशंक आहेत. पण—त्याच्या प्रवक्त्यानुसार—त्याने २०११ पर्यंत त्याच्या कार्लोस स्लिम फाउंडेशनला US$4 बिलियन किंवा अंदाजे ५% अर्पण केले. जरी स्लिमने गेट्स आणि बफेट यांच्या निम्म्याहून अधिक संपत्ती गहाण ठेवली नसली तरी, स्लिमने परोपकारासाठी खंबीर पाठिंबा व्यक्त केला आहे आणि नवोदित उद्योजकांना सल्ला दिला आहे की व्यावसायिकांनी देण्यापेक्षा अधिक काही केले पाहिजे?—? त्यांनी "समस्या सोडवण्यात सहभागी व्हावे"

स्लिमने मेक्सिको सिटीवर लक्ष केंद्रित करून तीन ना-नफा संस्था स्थापन केल्या: एक कला, शिक्षण आणि आरोग्य सेवा; खेळासाठी एक; आणि एक डाउनटाउन रिस्टोरेशनसाठी.

2019 मध्ये, फोर्बसने स्लिमला यूएस बाहेरील जगातील सर्वात उदार परोपकारी व्यक्तींच्या यादीत ठेवले.

फंडासीओन कार्लोस स्लिम

1986 मध्ये स्थापित, Fundación कार्लोस स्लिम es यांनी स्लिमच्या दिवंगत पत्नी, सौम्या डोमिट यांच्या नावावरून, 2011 मध्ये उघडलेल्या मेक्सिको सिटीमधील म्युझियो सौम्या प्रायोजित केले. यात धार्मिक अवशेषांसह 66,000 नमुने आहेत, ज्यामध्ये रॉडिनचा जगातील दुसऱ्या क्रमांकाचा सर्वात मोठा संग्रह आहे. लिओनार्डो दा विंची, पाब्लो पिकासो, पियरे-ऑगस्टे रेनोइर, आणि स्पेनच्या व्हाइसरॉयच्या नाण्यांचा द किस, लॅटिन अमेरिकेतील सर्वात मोठा साल्वाडोर दाली संग्रह यांचा समावेश आहे. 2011 मध्ये झालेल्या उद्घाटनाला मेक्सिकोचे राष्ट्राध्यक्ष, नोबेल पारितोषिक विजेते, लेखक आणि इतर ख्यातनाम व्यक्ती उपस्थित होत्या.

त्याने Fundación कार्लोस स्लिमला US$4 अब्ज, US$2 अब्ज आणि 2010 मध्ये US$2 बिलियन लाभांश दान केल्याचे सांगितल्यानंतर, स्लिम मे 2011 मध्ये फोर्बसच्या जगातील सर्वात मोठ्या गिव्हर्समध्ये पाचव्या क्रमांकावर होता. पेरूमध्ये 50,000 मोतीबिंदू शस्त्रक्रिया करण्यासाठी शिक्षण आणि आरोग्य सेवा प्रकल्पांमध्ये $100 दशलक्षचा समावेश आहे.

टेलमेक्स फंड

1995 मध्ये, स्लिमने Fundación Telmex ही एक व्यापक परोपकारी संस्था स्थापन केली, ज्याने 2007 मध्ये घोषित केल्याप्रमाणे आरोग्य, क्रीडा आणि शिक्षणासाठी Carso संस्था स्थापन करण्यासाठी US$4 अब्जचा मालमत्ता आधार प्रदान केला होता. शिवाय, लॅटिन अमेरिकेतील लोकांना मदत करण्यासाठी बिल क्लिंटन यांच्या पुढाकाराच्या समर्थनार्थ काम करणे होते. फाउंडेशनने कोपा टेलमेक्स ही हौशी क्रीडा स्पर्धा आयोजित केली आहे, ज्याला 2007 आणि 2008 मध्ये गिनीज वर्ल्ड रेकॉर्डने जगातील अशा कोणत्याही स्पर्धेत सर्वाधिक सहभागी म्हणून मान्यता दिली आहे. Fundación Carlos Slim Helú सोबत, Telmex ने 2008 मध्ये घोषणा केली की ते मेक्सिकन क्रीडा कार्यक्रमांमध्ये US$250 दशलक्षपेक्षा जास्त गुंतवणूक करणार आहे, तळापासून ते ऑलिम्पिक मानकांपर्यंत. टेलमेक्सने 2011 सीझनसाठी सॉबर एफ1 संघ प्रायोजित केला. टेलमेक्सने क्लिंटन फाउंडेशनला किमान $1 दशलक्ष देणगी दिली.

स्लिम हे 2001 पासून मेक्सिको सिटीच्या ऐतिहासिक डाउनटाउनच्या पुनर्स्थापनेसाठी परिषदेचे अध्यक्ष आहेत.

2011 मध्ये, त्यांनी मेक्सिकोचे अध्यक्ष, मेक्सिको सिटीचे महापौर आणि मेक्सिको सिटी आर्चबिशप यांच्यासमवेत, बॅसिलिका डी ग्वाडालुपे जवळ प्लाझा मारियानाच्या पहिल्या टप्प्याचे उद्घाटन केले. 102 कॉम्प्लेक्स, ज्याच्या बांधकामाला स्लिमने निधी दिला होता, त्यात इव्हेंजेलायझेशन सेंटर, म्युझियम, कोलंबेरियम, आरोग्य केंद्र आणि बाजार यांचा समावेश होतो.

पुरस्कार

मेक्सिकोच्या चेंबर ऑफ कॉमर्सकडून 1985 मध्ये उद्योजकता मेरिट मेडल ऑफ ऑनर.

लिओपोल्ड II च्या बेल्जियन ऑर्डरमधील कमांडर

1994 मध्ये अमेरिकन ॲकॅडमी ऑफ अचिव्हमेंटचा गोल्डन प्लेट पुरस्कार

लॅटिन ट्रेड मासिकाद्वारे 2003 मध्ये वर्षातील सीईओ

लॅटिन ट्रेड मासिकाद्वारे 2004 मध्ये दशकातील सीईओ

Fundacion Telmex ला 2007 मध्ये क्रीडा प्रोत्साहनासाठी मेक्सिकोचा राष्ट्रीय क्रीडा पुरस्कार मिळाला

2008 मध्ये, त्याच्या परोपकाराला लेबनीज सरकारने द नॅशनल ऑर्डर ऑफ सीडर या पुरस्काराने मान्यता दिली.

२०११ मध्ये, अमेरिकेच्या हिस्पॅनिक सोसायटीने कला आणि संस्कृतीतील योगदानाबद्दल फंडासियन कार्लोस स्लिम यांना सोरोला पदक प्रदान केले

20 मे 2012 रोजी, स्लिम यांना जॉर्ज वॉशिंग्टन विद्यापीठाकडून सार्वजनिक सेवेत मानद डॉक्टरेट प्रदान करण्यात आली.

21 मार्च 2020 रोजी, त्यांना एका पुरस्कार स्नेहभोजनात क्वीन सोफिया स्पॅनिश इन्स्टिट्यूट सोफिया पुरस्काराने सन्मानित करण्यात आले.

21
ऑलिस वॉल्टन

ऑलिस वॉल्टन

Top Richest People

Scan for Story Videos - www.itibook.com

ऑलिस लुईस वॉल्टन (जन्म 7 ऑक्टोबर 1949) ही वॉलमार्टची एक अमेरिकन वारस आहे. सप्टेंबर 2016 मध्ये, वॉलमार्ट शेअर्समध्ये तिच्याकडे US$11 बिलियन पेक्षा जास्त शेअर्स होते. 3 मार्च 2022 पर्यंत, Walton ची एकूण संपत्ती $60.5 अब्ज आहे, ज्यामुळे ती 20 वी सर्वात श्रीमंत व्यक्ती बनली आहे आणि ब्लूमबर्ग अब्जाधीश निर्देशांकानुसार जगातील दुसरी सर्वात श्रीमंत महिला आहे.

वॉल्टनचा जन्म न्यूपोर्ट, आर्कान्सास येथे झाला. तिचे पालनपोषण तिच्या तीन भावांसह बेंटोनविले, अर्कान्सास येथे झाले आणि 1966 मध्ये तिने बेंटोनविले हायस्कूलमधून पदवी प्राप्त केली. तिने सॅन ॲंटोनिओ, टेक्सास येथील ट्रिनिटी युनिव्हर्सिटीमधून अर्थशास्त्रात बीए करून पदवी प्राप्त केली.

करिअर

तिच्या कारकिर्दीच्या सुरुवातीच्या काळात, वॉल्टन फर्स्ट कॉमर्स कॉर्पोरेशन साठी इक्विटी विश्लेषक आणि मनी मॅनेजर होती आणि अर्व्हेस्ट बँक ग्रुपमध्ये गुंतवणूक क्रियाकलापांचे नेतृत्व करत होती. ती EF हटनची दलाल देखील होती. 1988 मध्ये, वॉल्टनने लामा कंपनीची स्थापना केली, एक गुंतवणूक बँक, जिथे ती अध्यक्ष, अध्यक्ष आणि मुख्य कार्यकारी अधिकारी होती.

नॉर्थवेस्ट आर्कान्सा कौन्सिलचे अध्यक्ष असलेले वॉल्टन हे पहिले व्यक्ती होते आणि त्यांनी 1998 मध्ये उघडलेल्या नॉर्थवेस्ट आर्कान्सा प्रादेशिक विमानतळाच्या विकासात मोठी भूमिका बजावली होती. त्यावेळी, नॉर्थवेस्ट आर्कान्सा कौन्सिलच्या व्यावसायिक आणि नागरी नेत्यांना त्यांच्या राज्याच्या कोपऱ्यात $109 दशलक्ष प्रादेशिक विमानतळाची गरज भासू लागली. वॉल्टनने बांधकामासाठी $15 दशलक्ष प्रारंभिक निधी दिला. तिच्या कंपनी, लामा कंपनीने $79.5 दशलक्ष रोखे लिहून दिले. नॉर्थवेस्ट आर्कान्सा प्रादेशिक विमानतळ प्राधिकरणाने विमानतळाच्या निर्मितीमध्ये वॉल्टनचे योगदान ओळखले आणि टर्मिनलला ॲलिस एल. वॉल्टन टर्मिनल बिल्डिंग असे नाव दिले. तिला 2001 मध्ये अर्कान्सास एव्हिएशन हॉल ऑफ फेममध्ये समाविष्ट करण्यात आले.

1990 च्या दशकाच्या उत्तरार्धात, लामा कंपनी बंद झाली आणि 1998 मध्ये, वॉल्टन मिल्सॅप, टेक्सास येथील एका रॅंचमध्ये गेले, ज्याचे नाव वॉल्टनचे रॉकिंग डब्ल्यू रॅंच होते. एक उत्साही घोडा प्रेमी, 2 महिन्यांच्या मुलांमध्ये कोणते चॅम्पियन कटर बनतील हे ठरविण्यावर लक्ष ठेवण्यासाठी तिला ओळखले जाते. वॉल्टनने 2015 मध्ये शेत विक्रीसाठी सूचीबद्ध केले आणि 2011 मध्ये उघडलेल्या क्रिस्टल ब्रिजेस म्युझियम ऑफ अमेरिकन आर्ट, द बेंटोनविले, आर्कान्सा, आर्ट म्युझियमवर लक्ष केंद्रित करण्याची गरज म्हणून फोर्ट वर्थ, टेक्सास येथे स्थलांतरित झाले.

त्याच्या 1992 च्या मेड इन अमेरिकाच्या आत्मचरित्रात, सॅम वॉल्टन यांनी टिप्पणी केली की ॲलिस "माझ्यासारखीच सर्वात जास्त-एक आवारा-पण माझ्यापेक्षा जास्त अस्थिर होती."

कला

वॉल्टन आणि तिची आई अनेकदा कॅम्पिंग ट्रिपमध्ये जलरंग रंगवत असत. कलेतील तिच्या आवडीमुळे वॉल्टन फॅमिली फाउंडेशनने बेंटोनविले, आर्कान्सा येथे क्रिस्टल ब्रिजेस म्युझियम ऑफ अमेरिकन आर्ट विकसित केले.

डिसेंबर 2004 मध्ये, वॉल्टनने न्यूयॉर्कमधील सोथेबी येथे डॅनियल फ्राड आणि रिटा फ्राड यांच्या संग्रहातून विकलेली कला खरेदी केली.

2005 मध्ये, वॉल्टनने आशेर ब्राउन डुयुरँडची प्रसिद्ध पेंटिंग, Kindred Spirits, सीलबंद बोली लिलावात कथित US$35 दशलक्ष मध्ये खरेदी केली. 1849 चे चित्र, हडसन रिव्हर स्कूलचे चित्रकार थॉमस कोल यांना श्रद्धांजली, रोमँटिक कवी आणि न्यूयॉर्क वृत्तपत्र प्रकाशक विल्यम कुलेन ब्रायंट यांची मुलगी ज्युलिया ब्रायंट यांनी 1904 मध्ये न्यूयॉर्क सार्वजनिक वाचनालयाला दिले होते, ज्याचे चित्रण चित्रात आहे. कोल. तिने अमेरिकन चित्रकार विन्स्लो होमर आणि एडवर्ड हॉपर यांच्या कलाकृती तसेच चार्ल्स विल्सन पीलचे जॉर्ज वॉशिंग्टनचे

उल्लेखनीय पोर्ट्रेट, क्रिस्टल ब्रिजेसच्या उद्घाटनाच्या तयारीसाठी खरेदी केले आहे. 2009 मध्ये, वॉल्टनने नॉर्मन रॉकवेलचे "रोझी द रिवेटर" $4.9 दशलक्षमध्ये विकत घेतले.

वॉल्टनच्या धूम्रपान सोडण्याच्या प्रयत्नामुळे तिला जॉन सिंगर सार्जेंटने अल्फ्रेड मॉररच्या पूर्वीच्या पेंटिंगची आठवण करून देणारे एक पेंटिंग खरेदी करण्यास प्रेरित केले ज्यामध्ये एक पूर्ण लांबीची स्त्री धूम्रपान करत असल्याचे चित्रित होते. टॉम वेसेलमन यांच्या आणखी एका पेंटिंगला "स्मोकर " असे शीर्षक दिले आहे आणि त्यात सिगारेट ओढणारे अतिवास्तववादी, विस्कटलेले हात आणि तोंड दाखवले आहे.

2011 च्या मुलाखतीत, तिने इतर कलाकारांद्वारे उत्कृष्ट कामे मिळवण्याबद्दल सांगितले. तिने मार्सडेन हार्टलेचे वर्णन "माझ्या आवडत्या कलाकारांपैकी एक आहे - तो एक अतिशय गुंतागुंतीचा माणूस होता, काहीसा त्रासदायक होता, परंतु एक अतिशय आध्यात्मिक व्यक्ती होता आणि त्याच्या कामातील भावना आणि भावना आणि अध्यात्म आवडते". ती पुढे म्हणाली "आणि अँड्रयू वायथ-व्यक्त केलेले रहस्य आणि एकाकीपणा. तुम्ही एकाकीपणा कसा रंगवता?"

राजकीय योगदान

2004 च्या अमेरिकेच्या अध्यक्षीय निवडणुकीत 527 समित्यांसाठी ऑलिस वॉल्टन ही 20वी सर्वात मोठी वैयक्तिक योगदानकर्ता होती, ज्यांनी कंझर्व्हेटिव्ह प्रोग्रेस फॉर अमेरिका गटाला US$2.6 दशलक्ष देणगी दिली. 25 जानेवारी 2012 पर्यंत, वॉल्टनने मिट रॉम्नी यांच्या अध्यक्षीय मोहिमेशी संबंधित सुपर पीएसी रिस्टोअर अवर फ्युचर करण्यासाठी $200,000 चे योगदान दिले होते. 26 2016 मध्ये क्लिंटन आणि इतर डेमोक्रॅट्सना समर्थन देणारी संयुक्त निधी उभारणी समिती हिलरी व्हिक्टरी फंडला ऑलिसने $353,400 दान केले. 27 2016 मध्ये, वॉल्टन आणि इतर वॉलमार्टच्या वारसांनी वॉलमार्टच्या शेअर्समध्ये $407 दशलक्ष दान एका फॅमिली ट्रस्टला दिले जे त्याच्या परोपकारासाठी वित्तपुरवठा करते. 28

वैयक्तिक जीवन

वॉल्टनने 1974 मध्ये 24 व्या वर्षी एका प्रमुख लुईझियाना गुंतवणूक बँकरशी लग्न केले, परंतु 2 वर्षांनंतर त्यांचा घटस्फोट झाला. फोर्ब्सच्या म्हणण्यानुसार, तिने लवकरच "तिचा स्विमिंग पूल बांधणाऱ्या कॉन्ट्रॅक्टरशी" लग्न केले, "परंतु त्यांचाही पटकन घटस्फोट झाला".

वॉल्टन अनेक वाहन अपघातांमध्ये सामील आहे, त्यापैकी एक प्राणघातक आहे. अकापुल्कोजवळ 1983 च्या थँक्सगिव्हिंग कौटुंबिक पुनर्मिलनादरम्यान तिने भाड्याने घेतलेल्या जीपवरील नियंत्रण गमावले आणि तिचा पाय तुटून दरीत कोसळला. तिला मेक्सिकोबाहेर एअरलिफ्ट करण्यात आले आणि तिच्यावर दोन डझनहून अधिक शस्त्रक्रिया झाल्या; तिच्या जखमांमुळे तिला सतत वेदना होतात. एप्रिल 1989 मध्ये, तिने 50 वर्षीय ओलेटा हार्डिनला मारले आणि ठार मारले, ज्याने फायटेविले, आर्कान्सा येथे एका रस्त्यावर पाऊल ठेवले होते. 1998 मध्ये दारूच्या नशेत गाडी चालवताना तिने गॅस मीटरला धडक दिली. तिने $925 दंड भरला.

मायकेल ब्लूमबर्ग

मायकेल ब्लूमबर्ग

Top Richest People

Scan for Story Videos - www.itibook.com

मायकेल रुबेन्स ब्लूमबर्ग (जन्म 14 फेब्रुवारी 1942) हा एक अमेरिकन व्यापारी, राजकारणी, परोपकारी आणि लेखक आहे. ते ब्लूमबर्ग एलपीचे बहुसंख्य मालक, सह-संस्थापक आणि सीईओ आहेत. ते 2002 ते 2013 पर्यंत न्यूयॉर्क शहराचे महापौर होते आणि युनायटेड स्टेट्सच्या अध्यक्षपदासाठी 2020 च्या डेमोक्रॅटिक नामांकनासाठी उमेदवार होते.

ब्लूमबर्ग मेडफोर्ड, मॅसॅच्युसेट्स येथे वाढला आणि जॉन्स हॉपकिन्स विद्यापीठ आणि हार्वर्ड बिझनेस स्कूलमधून पदवी प्राप्त केली. 1981 मध्ये स्वतःची कंपनी स्थापन करण्यापूर्वी त्यांनी सिक्युरिटीज ब्रोकरेज सॉलोमन ब्रदर्समध्ये आपल्या करिअरची सुरुवात केली. ती कंपनी, ब्लूमबर्ग एलपी, एक आर्थिक माहिती, सॉफ्टवेअर आणि मीडिया फर्म आहे जी ब्लूमबर्ग टर्मिनलसाठी ओळखली जाते. ब्लूमबर्गने

पुढील वीस वर्षे अध्यक्ष आणि मुख्य कार्यकारी अधिकारी म्हणून घालवली. जून 2022 पर्यंत, फोर्ब्सने त्याला जगातील सोळाव्या-श्रीमंत व्यक्ती म्हणून स्थान दिले, ज्याची एकूण संपत्ती US$82 अब्ज आहे आणि $55 बिलियनच्या निव्वळ संपत्तीसह फोर्ब्स 400 मध्ये 14व्या स्थानावर आहे. द गिव्हिंग प्लेजवर स्वाक्षरी केल्यापासून, ब्लूमबर्गने परोपकारी कारणांसाठी $8.2 अब्ज दिले आहेत.

ब्लूमबर्ग हे न्यूयॉर्क शहराचे 108 वे महापौर आणि शहराचे तिसरे ज्यू महापौर म्हणून निवडून आले. 2001 मध्ये पहिल्यांदा निवडून आले, त्यांनी सलग तीन वेळा पद भूषवले, 2005 आणि 2009 मध्ये पुन्हा निवडणूक जिंकली. सामाजिकदृष्ट्या उदारमतवादी आणि आर्थिकदृष्ट्या मध्यम धोरणांचा पाठपुरावा करून, ब्लूमबर्गने तांत्रिक व्यवस्थापकीय शैली विकसित केली.

न्यू यॉर्कचे महापौर म्हणून, ब्लूमबर्गने सार्वजनिक चार्टर शाळा स्थापन केल्या, शहरी पायाभूत सुविधांची पुनर्बांधणी केली आणि बंदूक नियंत्रण, सार्वजनिक आरोग्य उपक्रम आणि पर्यावरण संरक्षण यांना समर्थन दिले. 11 सप्टेंबरच्या हल्ल्यानंतर मोठ्या प्रमाणात आणि व्यापक नवीन व्यावसायिक आणि निवासी बांधकामांना सुविधा देणाऱ्या शहराच्या मोठ्या भागाच्या पुनर्परिवर्तनाचेही त्यांनी नेतृत्व केले. ब्लूमबर्ग यांनी महापौरपदाच्या तीन कार्यकाळात न्यूयॉर्क शहरातील राजकारण, व्यवसाय क्षेत्र आणि संस्कृतीवर दूरगामी प्रभाव टाकल्याचे मानले जाते. शहराच्या स्टॉप आणि फ्रिस्क कार्यक्रमाच्या विस्तारासाठी त्याला महत्त्वपूर्ण टीकेचा सामना करावा लागला आहे, ज्यासाठी त्याने 2020 च्या अध्यक्षीय निवडणुकीपूर्वी माफी मागितली होती.

पूर्ण-वेळ परोपकारी म्हणून काही काळ काम केल्यानंतर, त्यांनी 2014 च्या अखेरीस ब्लूमबर्ग LP मध्ये CEO पद पुन्हा स्वीकारले. नोव्हेंबर 2019 मध्ये, ब्लूमबर्गने 2020 मध्ये युनायटेड स्टेट्सच्या अध्यक्षपदासाठी डेमोक्रॅटिक नामांकनासाठी अधिकृतपणे त्यांची मोहीम सुरू केली. निवडणूक केवळ 61 प्रतिनिधी जिंकल्यानंतर त्यांनी मार्च 2020 मध्ये आपली मोहीम संपवली. ब्लूमबर्गने त्यांच्या उमेदवारीसाठी $935 दशलक्ष स्व-निधी , ज्याने सर्वात महागड्या यूएस अध्यक्षीय प्राथमिक मोहिमेचा विक्रम केला.

फेब्रुवारी 2022 मध्ये, ब्लूमबर्ग यांना डिफेन्स इनोव्हेशन बोर्डाच्या अध्यक्षपदासाठी नामांकन देण्यात आले.

ब्लूमबर्गचा जन्म 14 फेब्रुवारी 1942 रोजी सेंट एलिझाबेथ हॉस्पिटलमध्ये, बोस्टनच्या ब्राइटन शेजारच्या, विल्यम हेन्री ब्लूमबर्ग (1906-1963), दुग्धशाळेच्या कंपनीसाठी बुककीपर, आणि शार्लॉट (née रुबेन्स) ब्लूमबर्ग यांच्या घरी झाला. 1909-2011). हार्वर्ड बिझनेस स्कूलमधील ब्लूमबर्ग सेंटरचे नाव विल्यम हेन्री यांच्या सन्मानार्थ ठेवण्यात आले. ब्लूमबर्गचे कुटुंब ज्यू आहे, आणि ते मॅनहॅटनमधील एमानु-एल मंदिराचे सदस्य आहेत. ब्लूमबर्गचे आजोबा, रब्बी अलेक्झांडर "एलिक" ब्लूमबर्ग हे पोलिश ज्यू होते. ब्लूमबर्गचे आजोबा, मॅक्स रुबेन्स, सध्याच्या बेलारूसमधील लिथुआनियन ज्यू स्थलांतरित होते, आणि त्यांच्या आजीचा जन्म न्यूयॉर्कमध्ये लिथुआनियन ज्यू पालकांमध्ये झाला होता. उद्धरण आवश्यक

ब्लूमबर्ग दोन वर्षांचे होईपर्यंत हे कुटुंब ऑलस्टनमध्ये राहिले, त्यानंतर ब्रूकलाइन, मॅसॅच्युसेट्स, दोन वर्षे, शेवटी मेडफोर्ड, मॅसॅच्युसेट्सच्या बोस्टन उपनगरात स्थायिक झाले, जिथे तो कॉलेजमधून पदवी प्राप्त होईपर्यंत राहिला.

ब्लूमबर्ग बारा वर्षांचा असताना ईगल स्काउट बनला. त्यांनी 1960 मध्ये मेडफोर्ड हायस्कूलमधून पदवी प्राप्त केली. तो जॉन्स हॉपकिन्स विद्यापीठात गेला, जिथे तो फी कप्पा साई या बंधुत्वात सामील झाला. तेथे असताना, त्याने विद्यापीठाच्या शुभंकरासाठी निळा जे पोशाख तयार केला. त्यांनी 1964 मध्ये इलेक्ट्रिकल अभियांत्रिकीमध्ये विज्ञान शाखेची पदवी प्राप्त केली. 1966 मध्ये, त्यांनी हार्वर्ड बिझनेस स्कूलमधून मास्टर ऑफ बिझनेस अॅडमिनिस्ट्रेशन (एमबीए) पदवी प्राप्त केली.

जॉन्स हॉपकिन्स युनिव्हर्सिटीच्या 1964 सालच्या पुस्तकात ब्लूमबर्ग.

ब्लूमबर्ग हे कप्पा बीटा फी आणि ताऊ बीटा पाईचे सदस्य आहेत. ब्लूमबर्ग न्यूजचे मुख्य संपादक मॅथ्यू विंकलर यांच्या मदतीने त्यांनी ब्लूमबर्ग बाय ब्लूमबर्ग हे आत्मचरित्र लिहिले.

व्यवसाय करिअर

1973 मध्ये, ब्लूमबर्ग हे सॉलोमन ब्रदर्स या मोठ्या वॉल स्ट्रीट इन्व्हेस्टमेंट बँकमध्ये सामान्य भागीदार बनले, जिथे त्यांनी इक्विटी ट्रेडिंग आणि नंतर सिस्टम डेव्हलपमेंटचे नेतृत्व केले. फिब्रो कॉर्पोरेशनने 1981 मध्ये सॉलोमन ब्रदर्सला विकत घेतले आणि नवीन व्यवस्थापनाने ब्लूमबर्गला काढून टाकले, त्याला फर्ममधील त्याच्या इक्विटीसाठी $10 दशलक्ष दिले.

या पैशाचा वापर करून, ब्लूमबर्गने सॉलोमनसाठी इन-हाउस संगणकीकृत वित्तीय प्रणाली तयार करून, वॉल स्ट्रीट उच्च-गुणवत्तेच्या व्यावसायिक माहितीसाठी प्रीमियम भरेल या त्याच्या विश्वासावर आधारित, इनोव्हेटिव्ह मार्केट सिस्टम्स (IMS) नावाची डेटा सेवा कंपनी स्थापन केली. , संगणक टर्मिनल्सवर विविध वापरण्यायोग्य स्वरूपांमध्ये त्वरित वितरित केले जाते. कंपनीने सानुकूलित संगणक टर्मिनल विकले जे वॉल स्ट्रीट फर्म्सना रिअल-टाइम मार्केट डेटा, आर्थिक गणना आणि इतर विश्लेषणे वितरित करतात. टर्मिनल, ज्याला प्रथम मार्केट मास्टर टर्मिनल म्हणतात, डिसेंबर 1982 मध्ये बाजारात आणण्यात आले.

1986 मध्ये, कंपनीने स्वतःचे नाव बदलून ब्लूमबर्ग एलपी ठेवले गेल्या काही वर्षांत ब्लूमबर्ग न्यूज, ब्लूमबर्ग रेडिओ, ब्लूमबर्ग मेसेज आणि ब्लूमबर्ग ट्रेडबुक यासह सहायक उत्पादने लाँच करण्यात आली. ब्लूमबर्ग, एलपीचा 2018 मध्ये अंदाजे $10 बिलियन इतका महसूल होता. 2019 पर्यंत, कंपनीचे जगभरात 325,000 पेक्षा जास्त टर्मिनल सदस्य आहेत आणि डझनभर ठिकाणी 20,000 लोकांना रोजगार आहे.

1980 आणि 1990 च्या दशकातील कंपनीच्या संस्कृतीची तुलना बंधुत्वाशी केली गेली आहे, ज्यामध्ये कर्मचारी कंपनीच्या कार्यालयात त्यांच्या लैंगिक शोषणाबद्दल बढाई मारतात. कंपनीवर महिला कर्मचाऱ्यांनी लैंगिक छळासाठी चार वेळा खटला दाखल केला होता, ज्यामध्ये एका पीडितेने बलात्कार केल्याचा दावा केला होता. ब्लूमबर्गचा 48 वा वाढदिवस साजरा करण्यासाठी, सहकाऱ्यांनी पोर्टेबल ब्लूमबर्ग: द विट अँड विजडम ऑफ मायकल ब्लूमबर्ग नावाचे एक पुस्तिका प्रकाशित केले. त्याला श्रेय दिले गेलेल्या विविध म्हणींपैकी, नंतर अनेकांवर लैंगिकतावादी किंवा दुराचार म्हणून टीका केली गेली.

न्यूयॉर्क शहराचे महापौर म्हणून राजकीय कारकीर्द करण्यासाठी त्यांनी सीईओचे पद सोडले तेव्हा ब्लूमबर्गच्या अधिपत्याखाली डेप्युटी मेयर म्हणून सुरुवातीच्या सेवेनंतर ब्लूमबर्गची जागा लेक्स फेनविक आणि नंतर डॅनियल एल. डॉक्टरॉफ यांनी घेतली. न्यू यॉर्क शहराचा महापौर म्हणून आपला अंतिम कार्यकाळ पूर्ण केल्यानंतर, ब्लूमबर्गने पूर्णवेळ परोपकारी म्हणून आपले पहिले आठ महिने कार्यालयाबाहेर घालवले. 2014 च्या शरद ऋतूमध्ये, त्यांनी जाहीर केले की ते 2014 च्या अखेरीस ब्लूमबर्ग एलपीकडे सीईओ म्हणून परत येतील, डॉक्टरऑफ यांच्यानंतर, ज्यांनी फेब्रुवारी 2008 पासून कंपनीचे नेतृत्व केले होते. ब्लूमबर्ग यांनी 2019 मध्ये अध्यक्षपदासाठी ब्लूमबर्ग एलपीच्या सीईओ पदाचा राजीनामा दिला.

संपत्ती

मार्च 2009 मध्ये, फोर्ब्सने ब्लूमबर्गची संपत्ती $16 अब्ज नोंदवली, जी मागील वर्षाच्या तुलनेत $4.5 अब्जची वाढ, 2008 ते 2009 या काळात जगातील सर्वात मोठी संपत्ती वाढली आहे. फोर्ब्सच्या जगातील अब्जाधीशांच्या यादीत ब्लूमबर्ग अवघ्या दोन वर्षांत 142व्या स्थानावरून 17व्या स्थानावर पोहोचले. 2019 च्या फोर्ब्सच्या जगातील अब्जाधीशांच्या यादीत, तो नवव्या क्रमांकाचा श्रीमंत व्यक्ती होता; त्याची एकूण संपत्ती $55.5 अब्ज एवढी होती. सध्या, ब्लूमबर्गची एकूण संपत्ती $59 अब्ज एवढी आहे, फोर्ब्सच्या अब्जाधीशांच्या यादीत ते 20 व्या स्थानावर आहेत.

राजकीय कारकीर्द

ब्लूमबर्ग यांनी 1 जानेवारी 2002 रोजी न्यूयॉर्क शहराचे 108 वे महापौर म्हणून पदभार स्वीकारला. 2005 आणि 2009 मध्ये त्यांनी पुन्हा निवडणूक जिंकली. महापौर या नात्याने, सुरुवातीला 24 टक्के एवढी कमी मान्यता रेटिंगसह त्यांना संघर्ष करावा लागला; तथापि, त्यांनी नंतर उच्च मान्यता रेटिंग विकसित केली आणि राखली. ब्लूमबर्ग बहुतेक डेमोक्रॅटिक शहरातील रिपब्लिकन महापौर म्हणून रुडी गिउलियानी, जॉन लिंडसे आणि फिओरेलो ला गार्डिया यांच्यात सामील झाले.

ब्लूमबर्ग यांनी सांगितले की सार्वजनिक शिक्षण सुधारणा हा त्यांच्या पहिल्या कार्यकाळाचा वारसा असावा आणि गरिबीला संबोधित करणे हा त्यांचा दुसरा वारसा असावा असे त्यांना वाटत होते.

ब्लूमबर्गने शहर सरकारसाठी सांख्यिकीय, मेट्रिक्स-आधारित व्यवस्थापन दृष्टीकोन लागू करणे निवडले आणि विभागीय आयुक्तांना त्यांच्या निर्णय प्रक्रियेत व्यापक स्वायत्तता दिली. 190 वर्षांच्या परंपरेचा भंग करून, न्यूयॉर्क टाइम्सचे राजकीय रिपोर्टर अॅडम नागोर्नी यांनी वॉल स्ट्रीट ट्रेडिंग फ्लोअर प्रमाणेच "बुलपेन" ओपन ऑफिस प्लॅन म्हणून ओळखल्या जाणाऱ्या योजनेची अंमलबजावणी केली, ज्यामध्ये डझनभर सहाय्यक आणि व्यवस्थापकीय कर्मचारी एका मोठ्या चेंबरमध्ये एकत्र बसलेले आहेत. उत्तरदायित्व आणि सुलभतेला प्रोत्साहन देण्यासाठी डिझाइनचा हेतू आहे.

महापौर या नात्याने, ब्लूमबर्गने शहराच्या $6 अब्ज अर्थसंकल्पीय तुटीला $3 अब्ज अधिशेषात बदलले, मुख्यत्वे मालमत्ता कर वाढवून. 65 ब्लूमबर्गने शहरातील अंदाजे 160,000 परवडणारी घरे तयार आणि संरक्षित केलेल्या योजनेद्वारे परवडणाऱ्या घरांच्या नवीन विकासासाठी शहराचा निधी वाढवला. 2003 मध्ये, त्यांनी बार आणि रेस्टॉरंट्ससह सर्व घरातील कामाच्या ठिकाणी यशस्वी धूम्रपान बंदी लागू केली आणि इतर अनेक शहरे आणि राज्यांनी त्याचे पालन केले. 5 डिसेंबर 2006 रोजी, न्यूयॉर्क शहर सर्व रेस्टॉरंट्समधून ट्रान्स-फॅटवर बंदी घालणारे युनायटेड स्टेट्समधील पहिले शहर बनले. हे जुलै 2008 मध्ये लागू झाले आणि त्यानंतर इतर अनेक शहरे आणि देशांमध्ये दत्तक घेतले गेले. ब्लूमबर्गने सायकल लेन तयार केल्या, कॅलरी मोजण्यासाठी चेन रेस्टॉरंट्स आवश्यक आहेत आणि टाईम्स स्क्वेअरचा बराचसा भाग पादचारी बनवला. 2011 मध्ये, ब्लूमबर्गने NYC यंग मेन्स इनिशिएटिव्ह लाँच केले, जे तरुण कृष्णवर्णीय आणि लॅटिनो पुरुष आणि त्यांचे समवयस्क यांच्यातील असमानता दूर करण्यासाठी डिझाइन केलेल्या कार्यक्रम आणि धोरणांना समर्थन देण्यासाठी $127 दशलक्ष उपक्रम, आणि वैयक्तिकरित्या या प्रकल्पासाठी $30 दशलक्ष देणगी दिली. 2010 मध्ये, ब्लूमबर्गने ग्राउंड झिरोजवळ तत्कालीन-वादग्रस्त इस्लामिक कॉम्प्लेक्सचे समर्थन केले.

ब्लूमबर्गने न्यूयॉर्क शहर पोलिस विभागाच्या स्टॉप आणि फ्रिस्क प्रोग्रामचा मोठ्या प्रमाणावर विस्तार केला, दस्तऐवजीकरण केलेल्या थांब्यांमध्ये सहापट वाढ झाली. या धोरणाला यूएस फेडरल कोर्टात आव्हान देण्यात आले, ज्याने निर्णय दिला की शहराच्या धोरणाची अंमलबजावणी राज्यघटनेच्या चौथ्या दुरुस्ती अंतर्गत नागरिकांच्या हक्कांचे उल्लंघन करते आणि वांशिक प्रोफाइलिंगला प्रोत्साहन देते. ब्लूमबर्गच्या प्रशासनाने या निर्णयाला अपील केले; तथापि, त्यांचे उत्तराधिकारी, महापौर बिल डी ब्लासिओ यांनी अपील रद्द केले आणि निर्णय लागू करण्यास परवानगी दिली. 11 सप्टेंबरच्या हल्ल्यानंतर, सेंट्रल इंटेलिजन्स एजन्सीच्या सहाय्याने, ब्लूमबर्गच्या प्रशासनाने

एका वादग्रस्त कार्यक्रमावर देखरेख केली ज्यामध्ये मुस्लिम समुदायांचा धर्म, वंश आणि भाषेच्या आधारावर सर्वेक्षण केले गेले. हा कार्यक्रम 2014 मध्ये बंद करण्यात आला होता.

जानेवारी 2014 च्या क्विनिपियाक पोलमध्ये, 64 टक्के मतदारांनी ब्लूमबर्गच्या महापौर म्हणून 12 वर्षे "प्रामुख्याने यशस्वी" असल्याचे म्हटले आहे.

2001 ची निवडणूक

2001 मध्ये, न्यूयॉर्कचे रिपब्लिकन महापौर रुडी जिउलियानी, शहराच्या सलग दोन टर्मच्या मर्यादेमुळे पुन्हा निवडणुकीसाठी अपात्र ठरले. ब्लूमबर्ग, जे डेमोक्रॅटिक पक्षाचे आजीवन सदस्य होते, त्यांनी रिपब्लिकन पक्षाच्या तिकिटावर महापौरपदासाठी निवडणूक लढवण्याचा निर्णय घेतला. 11 सप्टेंबर 2001 रोजी सकाळी प्राथमिक फेरीत मतदान सुरू झाले. 11 सप्टेंबरच्या हल्ल्यामुळे त्या दिवशी प्राथमिक फेरी पुढे ढकलण्यात आली. पुनर्नियोजित प्राथमिकमध्ये, ब्लूमबर्गने रिपब्लिकन उमेदवार बनण्यासाठी माजी डेमोक्रॅटिक काँग्रेसमन हर्मन बॅडिलोचा पराभव केला. धावपळीनंतर, डेमोक्रॅटिक उमेदवारी न्यूयॉर्क शहराचे सार्वजनिक अधिवक्ता मार्क जे. ग्रीन यांच्याकडे गेली.

ब्लूमबर्गला 2001 च्या निवडणुकीत उत्तराधिकारी होण्यासाठी जिउलियानी यांचे समर्थन मिळाले. त्याला प्रचार खर्चाचाही मोठा फायदा झाला. न्यू यॉर्क शहराचा प्रचार वित्त कायदा उमेदवार स्वीकारू शकणाऱ्या योगदानाच्या रकमेवर मर्यादा घालत असला तरी, ब्लूमबर्गने सार्वजनिक निधी न वापरणे निवडले आणि म्हणून त्याची मोहीम या निर्बंधांच्या अधीन नव्हती. त्याने त्याच्या मोहिमेवर स्वतःचे $73 दशलक्ष पैसे खर्च केले, ग्रीन पाच ते एक खर्च केले. त्यांच्या मोहिमेची एक प्रमुख थीम होती की, वर्ल्ड ट्रेड सेंटरच्या हल्ल्यांमुळे शहराच्या अर्थव्यवस्थेला त्रास होत असताना, त्याला व्यवसायाचा अनुभव असलेल्या महापौरांची आवश्यकता होती.

रिपब्लिकन मार्गावर धावण्याव्यतिरिक्त, ब्लूमबर्ग वादग्रस्त इंडिपेंडन्स पार्टीच्या तिकिटावर धावले, ज्यामध्ये "सोशल थेरपी" नेते फ्रेड न्यूमन आणि लेनोरा फुलानी यांनी जोरदार प्रभाव पाडला. त्या ओळीवर ब्लूमबर्गच्या मतांनी ग्रीनवरील विजयाच्या फरकाने ओलांडली. (न्यूयॉर्कच्या फ्यूजन नियमांतर्गत, उमेदवार एकापेक्षा जास्त पक्षांच्या ओळीवर धावू शकतो आणि मिळालेली सर्व मते एकत्र करू शकतो.) आणखी एक घटक म्हणजे स्टेटन आयलंडमधील मतदान, जे परंपरेने शहराच्या इतर भागांपेक्षा रिपब्लिकन लोकांशी मैत्रीपूर्ण होते. स्टेटन आयलंडमध्ये ब्लूमबर्गला 75 टक्के मते मिळाली. एकूणच, त्याने 50.3 टक्के ते 47.9 टक्के जिंकले. उद्धरण आवश्यक

11 सप्टेंबरच्या हल्ल्याच्या पार्श्वभूमीवर, ब्लूमबर्गच्या प्रशासनाने 2004 च्या रिपब्लिकन राष्ट्रीय अधिवेशनाचे आयोजन करण्याचा यशस्वी प्रयत्न केला. या अधिवेशनाने हजारो आंदोलकांना आकर्षित केले, त्यापैकी न्यूयॉर्कचे लोक होते ज्यांनी जॉर्ज डब्ल्यू. बुश आणि बुश प्रशासनाच्या इराक युद्धाच्या पाठपुराव्याचा तिरस्कार केला.

2005 ची निवडणूक

ब्लूमबर्ग नोव्हेंबर 2005 मध्ये 20 टक्क्यांच्या फरकाने पुन्हा महापौर म्हणून निवडून आले, जे न्यूयॉर्क शहराच्या रिपब्लिकन महापौरांसाठी आतापर्यंतचे सर्वात मोठे फरक आहे. त्याने त्याच्या प्रचारावर जवळजवळ $78 दशलक्ष खर्च केले, मागील निवडणुकीत खर्च केलेल्या $74 दशलक्ष विक्रमापेक्षा जास्त. 2004 च्या उत्तरार्धात किंवा 2005 च्या सुरुवातीस, ब्लूमबर्गने न्यू यॉर्कच्या इंडिपेंडन्स पार्टीला त्यांच्या पुनर्निवडणुकीच्या मोहिमेसाठी स्वयंसेवकांची नियुक्ती करण्यासाठी फोन बँकेला निधी देण्यासाठी $250,000 दिले.

ब्रॉन्क्स बरोचे माजी अध्यक्ष फर्नांडो फेरर यांनी सार्वत्रिक निवडणुकीत ब्लूमबर्गला विरोध करण्यासाठी डेमोक्रॅटिक उमेदवारी जिंकली. थॉमस ओग्निबेन यांनी रिपब्लिकन पक्षाच्या प्राथमिक निवडणुकीत ब्लूमबर्ग विरुद्ध लढण्याचा प्रयत्न केला. ब्लूमबर्ग मोहिमेने रिपब्लिकन प्राइमरीसाठी ओग्निबेन यांना मतपत्रिकेवर दिसण्यापासून रोखण्यासाठी निवडणूक मंडळाकडे सादर केलेल्या स्वाक्षरींना यशस्वीपणे आव्हान दिले. 85 त्याऐवजी, ओग्निबेन केवळ कंझर्व्हेटिव्ह पक्षाच्या तिकिटावर निवडणूक लढले. ओग्निबेने ब्लूमबर्गवर रिपब्लिकन पक्षाच्या आदर्शांशी विश्वासघात केल्याचा आरोप केला, ही भावना इतरांद्वारे प्रतिध्वनित होते.

ब्लूमबर्गने जॉन रॉबर्ट्स यांना युनायटेड स्टेट्सचे मुख्य न्यायाधीश म्हणून पुष्टी करण्यास विरोध केला. ब्लूमबर्ग हे गर्भपाताच्या अधिकारांचे कट्टर समर्थक आहेत आणि रॉबर्ट्स रो विरुद्ध वेड राखण्यासाठी वचनबद्ध होते यावर त्यांचा विश्वास नव्हता. रिपब्लिकन समर्थनाव्यतिरिक्त, ब्लूमबर्गने अनेक प्रमुख डेमोक्रॅट्सचे समर्थन मिळवले: माजी डेमोक्रॅटिक महापौर एड कोच; माजी डेमोक्रॅटिक गव्हर्नर ह्यू केरी; डेमोक्रॅटिक सिटी कौन्सिलचे माजी अध्यक्ष पीटर व्हॅलोन आणि त्यांचा मुलगा, कौन्सिलमन पीटर व्हॅलोन जूनियर; माजी डेमोक्रॅटिक काँग्रेसमॅन फ्लॉइड फ्लेक (ज्यांनी यापूर्वी २००१ मध्ये ब्लूमबर्गला मान्यता दिली होती), आणि ब्रुकलिन बरोचे अध्यक्ष मार्टी मार्कोविट्झ.

2009 ची निवडणूक

2 ऑक्टोबर 2008 रोजी, ब्लूमबर्गने जाहीर केले की ते शहराच्या मुदतीच्या कायद्याचा विस्तार करतील आणि 2009 मध्ये तिसऱ्या महापौरपदासाठी निवडणूक लढवतील, 2007-08 च्या आर्थिक संकटानंतर त्यांच्या क्षेत्रातील नेत्याची गरज होती. "आवश्यक सेवा मजबूत करताना हे आर्थिक संकट हाताळणे ... हे एक आव्हान आहे जे मला स्वीकारायचे आहे," ब्लूमबर्ग एका पत्रकार परिषदेत म्हणाले. "म्हणून सिटी कौन्सिलने मुदतीच्या मर्यादेत सुधारणा करण्यासाठी मतदान केले तर, मी न्यू यॉर्ककरांना माझ्या स्वतंत्र नेतृत्वाचा रेकॉर्ड पाहण्यास

सांगू इच्छितो आणि नंतर मी आणखी एक टर्म मिळवली आहे का ते ठरवावे."

रोनाल्ड लॉडर, ज्यांनी 1993 मध्ये न्यूयॉर्क शहराच्या मुदत मर्यादेसाठी प्रचार केला आणि एक महापौर जास्तीत जास्त आठ वर्षांपर्यंत सेवा देऊ शकेल अशी मर्यादा घालण्यासाठी स्वतःचे 4 दशलक्ष डॉलर्सपेक्षा जास्त पैसे खर्च केले, ब्लूमबर्गची बाजू घेतली आणि भविष्यातील कायदेशीरपणापासून दूर राहण्याचे मान्य केले. मुद्दे. 95 त्या बदल्यात, त्याला ब्लूमबर्गने शहराच्या प्रभावशाली मंडळावर जागा देण्याचे वचन दिले होते.

काही लोक आणि संस्थांनी आक्षेप घेतला आणि NYPIRG ने सिटी कॉन्फ्लिक्ट ऑफ इंटरेस्ट बोर्डकडे तक्रार दाखल केली. 23 ऑक्टोबर 2008 रोजी, नगर परिषदेने मुदत मर्यादा सलग तीन चार वर्षांपर्यंत वाढवण्याच्या बाजूने 29-22 मत दिले. 98 दोन दिवसांच्या सार्वजनिक सुनावणीनंतर, ब्लूमबर्गने 3 नोव्हेंबर रोजी या विधेयकावर स्वाक्षरी केली.

ब्लूमबर्गच्या तिसऱ्या टर्मसाठीच्या बोलीने काही वाद निर्माण केला. न्यू यॉर्क सिव्हिल लिबर्टीज युनियनचे माजी संचालक नॉर्मन सिगल आणि न्यूयॉर्क सिव्हिल राइट्स कोलिशनचे कार्यकारी संचालक मायकेल मेयर्स यांसारख्या नागरी स्वातंत्र्यवाद्यांनी लोकशाही प्रक्रियेचा अवमान करत या प्रक्रियेचा निषेध करण्यासाठी स्थानिक राजकारण्यांसह सामील झाले.

ब्लूमबर्गचे विरोधक हे डेमोक्रॅटिक अँड वर्किंग फॅमिलीज पार्टीचे नॉमिनी बिल थॉम्पसन होते, जे गेल्या आठ वर्षापासून न्यूयॉर्क शहर नियंत्रक होते आणि त्यापूर्वी न्यूयॉर्क शहर शिक्षण मंडळाचे अध्यक्ष होते. ब्लूमबर्गने थॉम्पसनचा 51 टक्के ते 46 टक्के मतांनी पराभव केला. ब्लूमबर्गने त्याच्या 2009 मोहिमेवर $109.2 दशलक्ष खर्च केले, थॉम्पसनला 11 ते एक पेक्षा जास्त फरकाने मागे टाकले.

जानेवारी 2010 मध्ये इंडिपेंडन्स पार्टीच्या प्रचाराचे दाखले प्रसिद्ध झाल्यानंतर, ब्लूमबर्गने 30 ऑक्टोबर आणि 2 नोव्हेंबर 2009 रोजी इंडिपेंडन्स पार्टीला त्याच्या वैयक्तिक खात्यातून $600,000 चे दोन योगदान दिल्याचे नोंदवले गेले. त्यानंतर इंडिपेंडन्स पार्टीने त्यातील $750,000 पैसे रिपब्लिकन पक्षाचे राजकीय संचालक जॉन हॅगर्टी जूनियर यांना दिले.

यामुळे फेब्रुवारी 2010 मध्ये न्यू यॉर्क काउंटी डिस्ट्रिक्ट ॲटर्नी सायरस व्हॅन्स ज्युनियर यांच्या कार्यालयाने संभाव्य अयोग्यतेच्या चौकशीला सुरुवात केली. इंडिपेंडन्स पार्टीने नंतर प्रश्न केला की हॅगरटीने पैसे कसे खर्च केले, जे मतदान पाहणाऱ्यांकडे जाणार होते. न्यू यॉर्क राज्याचे माजी सिनेटर मार्टिन कॉनर यांनी असा युक्तिवाद केला की ब्लूमबर्ग देणग्या सध्याच्या मोहिमांसाठी असलेल्या खात्याऐवजी इंडिपेंडन्स पार्टी हाऊसकीपिंग खात्यात दिल्या गेल्यामुळे हे मोहिमेच्या वित्त कायद्याचे उल्लंघन आहे. हॅगरटीने ऑफिस स्पेसवर ब्लूमबर्गकडून वेगळ्या $200,000 देणगीतून पैसेही खर्च केले.

2013 ची निवडणूक

13 सप्टेंबर 2013 रोजी, ब्लूमबर्गने जाहीर केले की ते त्यांच्यानंतरच्या उमेदवारांपैकी कोणत्याही उमेदवाराला समर्थन देणार नाहीत. त्याच्या रेडिओ कार्यक्रमात, त्याने सांगितले की, "पुढील महापौरपदासाठी मला असे काहीही करायचे नाही, ज्यामुळे मी या शर्यतीत शिक्कामोर्तब करणार नाही असे मी ठरवले आहे." तो पुढे म्हणाला, "मला खात्री करून घ्यायची आहे की ती व्यक्ती यशस्वी होण्यासाठी तयार आहे, आम्ही जे काही केले आहे ते घेण्यास आणि त्यावर उभारणी करण्यासाठी."

डेमोक्रॅटिक आणि रिपब्लिकन प्राइमरीमध्ये क्रिस्टीन क्विन आणि जो ल्होटा यांना त्यांचे आवडते उमेदवार म्हणून मान्यता दिल्याबद्दल ब्लूमबर्गने न्यूयॉर्क टाइम्सचे कौतुक केले. डेमोक्रॅटिक प्राइमरीमध्ये क्विन तिसरा आला आणि ल्होटा रिपब्लिकन प्रायमरी जिंकला. ब्लूमबर्गने डेमोक्रॅटिक महापौरपदाचे उमेदवार बिल डी ब्लासिओ यांच्या प्रचार पद्धतीवर टीका केली, ज्यांना त्यांनी सुरुवातीला "वंशवादी;" म्हटले होते. ब्लूमबर्गने नंतर त्या टिप्पण्यांना कमी लेखले आणि अंशतः मागे घेतले.

महापौरपदानंतरचा राजकीय सहभाग

2008 आणि 2012 मध्ये राष्ट्रपती पदाच्या निवडणुकीसाठी तसेच 2010 मध्ये न्यूयॉर्कचे गव्हर्नर किंवा 2008 मध्ये उपाध्यक्षपदासाठी ब्लूमबर्गचा वारंवार उल्लेख केला गेला होता. अखेरीस त्यांनी या सर्व कार्यालयांचा शोध घेण्यास नकार दिला.

नोव्हेंबर 2012 मध्ये चक्रीवादळ सँडीच्या तत्काळ परिणामात, ब्लूमबर्गने हवामान बदलावरील ओबामा यांच्या धोरणांचा हवाला देत अध्यक्षपदासाठी बराक ओबामा यांना अधिकृतपणे मान्यता देणारी एक ऑप-एड लिहिली.

2016 च्या निवडणुका

23 जानेवारी, 2016 रोजी, बर्नी सँडर्स यांना डेमोक्रॅटिक पक्षाचे उमेदवारी मिळाल्यास ब्लूमबर्ग पुन्हा 2016 च्या निवडणुकीत स्वतंत्र उमेदवार म्हणून अध्यक्षपदाच्या शर्यतीत उतरण्याचा विचार करत असल्याचे वृत्त आले. ही पहिलीच वेळ होती जेव्हा त्याने अधिकृतपणे पुष्टी केली की तो धावण्याचा विचार करत आहे. ब्लूमबर्ग समर्थकांचा असा विश्वास होता की ब्लूमबर्ग मध्यवर्ती म्हणून धावू शकतो आणि संभाव्य डेमोक्रॅटिक आणि रिपब्लिकन उमेदवारांबद्दल असमाधानी असलेल्या अनेक मतदारांना पकडू शकतो. तथापि, 7 मार्च रोजी ब्लूमबर्गने जाहीर केले की ते अध्यक्षपदासाठी उभे राहणार नाहीत.

जुलै 2016 मध्ये, ब्लूमबर्गने 2016 डेमोक्रॅटिक नॅशनल कन्व्हेन्शनमध्ये एक भाषण दिले ज्यामध्ये त्यांनी हिलरी क्लिंटन यांना "योग्य निवड" म्हटले. ब्लूमबर्गने डोनाल्ड ट्रम्पच्या अध्यक्षपदाच्या धोक्यांविषयी चेतावणी दिली. ते म्हणाले की ट्रम्प "मेक्सिकन लोकांना

निर्वासित करून आणि मुस्लिमांना बंद करून आम्ही आमच्या सर्वात मोठ्या समस्या सोडवू शकतो यावर तुमचा विश्वास ठेवावा अशी तुमची इच्छा आहे. व्यापारातील अडथळे उभे केल्याने चांगल्या नोकऱ्या परत येतील यावर तुमचा विश्वास ठेवावा अशी त्यांची इच्छा आहे. दोन्ही बाबतीत तो चुकीचा आहे." ब्लूमबर्ग असेही म्हणाले की ट्रम्पच्या आर्थिक योजना "लहान व्यवसायांना स्पर्धा करणे कठीण करेल" आणि "जगातील आपला प्रभाव कमी करेल". ट्रम्प यांनी ट्विटच्या मालिकेत ब्लूमबर्गचा निषेध करून भाषणाला प्रतिसाद दिला.

2018 च्या निवडणुका

जून 2018 मध्ये, ब्लूमबर्गने रिपब्लिकन-नियंत्रित सभागृहाचे नियंत्रण डेमोक्रॅट्सकडे वळवण्याच्या उद्दिष्टासह, 2018 च्या निवडणुकीत डेमोक्रॅटिक कॉंग्रेसच्या उमेदवारांना पाठिंबा देण्यासाठी $80 दशलक्ष देण्याचे वचन दिले. एका निवेदनात, ब्लूमबर्ग म्हणाले की रिपब्लिकन हाऊसचे नेतृत्व "पूर्णपणे निर्दोष" होते आणि जबाबदारीने शासन करण्यात अपयशी ठरले. ब्लूमबर्ग सल्लागार हॉवर्ड वुल्फसन यांना या प्रयत्नाचे नेतृत्व करण्यासाठी निवडण्यात आले, जे प्रामुख्याने उपनगरीय जिल्ह्यांना लक्ष्य करण्यासाठी होते. ऑक्टोबरच्या सुरुवातीपर्यंत, ब्लूमबर्गने 2020 मध्ये राष्ट्रपती पदाच्या शर्यतीच्या अटकेला खतपाणी घालत, हाऊस आणि सिनेटला लोकशाही सत्ता परत करण्यासाठी $100 दशलक्षपेक्षा जास्त वचनबद्ध केले होते. 10 ऑक्टोबर 2018 रोजी ब्लूमबर्गने घोषणा केली की तो डेमोक्रॅटिक पक्षात परतला आहे.

2020 अध्यक्षीय प्रचार

5 मार्च 2019 रोजी, ब्लूमबर्गने जाहीर केले होते की ते 2020 मध्ये अध्यक्षपदासाठी निवडणूक लढवणार नाहीत. त्याऐवजी, त्यांनी डेमोक्रॅटिक पक्षाला "डोनाल्ड ट्रम्प यांना पराभूत करण्यासाठी सर्वात मजबूत स्थितीत असलेल्या डेमोक्रॅटला नामांकित करण्यासाठी" प्रोत्साहित केले. तथापि, डेमोक्रॅटिक क्षेत्राबद्दल त्याच्या असंतोषामुळे, ब्लूमबर्गने पुनर्विचार केला. 24 नोव्हेंबर 2019 रोजी त्यांनी अधिकृतपणे 2020 डेमोक्रॅटिक नामांकनासाठी त्यांची मोहीम सुरू केली.

ब्लूमबर्गने त्याच्या वैयक्तिक संपत्तीतून त्याच्या मोहिमेला स्व-निधी दिला आणि मोहिमेतील योगदान स्वीकारले नाही.

ब्लूमबर्गच्या मोहिमेला दोन दूरचित्रवाणी वादविवादांमध्ये त्याच्या निकृष्ट कामगिरीचा फटका बसला. ब्लूमबर्गने त्याच्या पहिल्या अध्यक्षीय वादविवादात भाग घेतला तेव्हा एलिझाबेथ वॉरनने त्याला आव्हान दिले की त्यांनी ब्लूमबर्ग एलपी येथे लैंगिक छळाच्या आरोपांशी संबंधित महिलांना जाहीर न करण्याच्या करारातून मुक्त करावे असे दोन दिवसांनंतर, ब्लूमबर्गने जाहीर केले की त्यांच्याबद्दल तक्रारी करणाऱ्या तीन महिला होत्या, आणि जर त्यांनी त्याला तसे करण्याची विनंती केली तर तो तिघांपैकी कोणालाही सोडून देईल. वॉरनने पुढच्या आठवड्यात दुसऱ्या वादविवादात तिचा हल्ला सुरूच ठेवला. इतरांनी ब्लूमबर्ग यांची संपत्ती आणि प्रचार खर्च, तसेच रिपब्लिकन पक्षाशी त्यांच्या पूर्वीच्या संलग्नतेबद्दल टीका केली.

या शर्यतीत उशीरा प्रवेश करणारे म्हणून, ब्लूमबर्गने पहिल्या चार राज्य प्राथमिक आणि कॉकस वगळले. त्यांनी प्राथमिक मोहिमेवर त्यांच्या वैयक्तिक संपत्तीपैकी $676 दशलक्ष खर्च केले, ज्याने अध्यक्षीय प्राथमिक मोहिमेवर खर्च केलेल्या सर्वाधिक पैशांचा विक्रम मोडीत काढला. त्याच्या मोहिमेने ब्रॉडकास्ट आणि केबल टेलिव्हिजन, इंटरनेट आणि रेडिओ, तसेच थेट मेलवर प्रचाराच्या जाहिरातींनी देश व्यापून टाकला. ब्लूमबर्गने मोहिमेच्या ऑपरेशन्सवरही मोठा खर्च केला ज्याची संख्या 200 फील्ड ऑफिस आणि 2,400 पेक्षा जास्त सशुल्क मोहीम कर्मचाऱ्यांपर्यंत पोहोचली. देशव्यापी जनमत चाचण्यांमध्ये त्यांचा पाठिंबा सुमारे 15 टक्के होता परंतु सुपर मंगळवारपूर्वी तो स्थिरावला किंवा घसरला, तर माजी उपाध्यक्ष जो बिडेन हे प्रमुख उमेदवार पीट बुटिगिएग आणि एमी क्लोबुचर यांचा पाठिंबा मिळाल्यानंतर ते मध्यवर्ती आघाडीचे उमेदवार बनले होते. ब्लूमबर्गने 4 मार्च 2020 रोजी निराशाजनक सुपर ट्युजडे नंतर त्याची मोहीम स्थगित केली ज्यामध्ये त्याने फक्त अमेरिकन सामोआ जिंकला आणि नंतर बिडेनला समर्थन दिले. ब्लूमबर्गने डेमोक्रॅटिक नॅशनल कमिटीला $18 दशलक्ष देणगी दिली आणि बिडेनच्या मोहिमेला पाठिंबा देण्यासाठी सार्वजनिकरित्या "मोठ्या प्रमाणात खर्चाची ब्लिट्झ" योजना आखली.

जेव्हा 60 मिनिटांच्या वार्ताहराने 1 मार्च रोजी टिप्पणी केली की ब्लूमबर्गने राष्ट्राध्यक्ष ट्रम्पने जे काही खर्च केले होते त्यापेक्षा दुप्पट खर्च केला आहे, तेव्हा त्याला विचारण्यात आले की तो किती खर्च करेल. ब्लूमबर्गने उत्तर दिले, "मी या देशात गुंतवणूक करत आहे. माझी गुंतवणूक अशी आहे की मी राष्ट्राध्यक्ष ट्रम्प यांना 1600 पेनसिल्व्हेनिया अव्हेन्यू येथून हटवणार आहे किंवा किमान माझ्याकडून शक्य तितके प्रयत्न करीन."

2020 च्या डेमोक्रॅटिक नॅशनल कन्व्हेन्शनच्या शेवटच्या रात्री बोलताना, ब्लूमबर्गने ट्रम्प यांच्या कोविड-19 महामारी आणि अमेरिकन अर्थव्यवस्थेच्या हाताळणीचे उद्दिष्ट ठेवले: "ज्याने तुमचा व्यवसाय जमिनीवर चालवला आहे अशा एखाद्यासाठी तुम्ही पुनर्नियुक्ती कराल किंवा काम कराल? जो नेहमी सर्वोत्तम आहे ते करतो त्याच्यासाठी किंवा तिच्यासाठी, कंपनीला त्रास होत असतानाही, आणि कोणाच्या बेपर्वा निर्णयांमुळे तुम्हाला धोका निर्माण झाला आणि कोण काम करण्यापेक्षा ट्विट करण्यात जास्त वेळ घालवतो? जर उत्तर नाही असेल, तर आपण डोनाल्ड ट्रम्पला आणखी चार वर्षांसाठी का ठेवणार आहोत? "

राजकीय पदे

ब्लूमबर्ग हे 2001 पर्यंत आजीवन डेमोक्रॅट होते, जेव्हा त्यांनी महापौरपदासाठी रिपब्लिकन पक्षात प्रवेश केला. तो 2007 मध्ये स्वतंत्र झाला आणि ऑक्टोबर 2018 मध्ये पुन्हा डेमोक्रॅट म्हणून नोंदणी केली. 2004 मध्ये, त्यांनी जॉर्ज डब्ल्यू. बुश यांच्या पुनर्निवडीचे समर्थन केले आणि 2004 च्या रिपब्लिकन राष्ट्रीय अधिवेशनात भाषण केले. त्यांनी 2012 मध्ये बराक ओबामा यांच्या पुनर्निवडणुकीचे समर्थन केले, 2016 च्या निवडणुकीत हिलरी क्लिंटन यांना समर्थन दिले आणि 2016 च्या डेमोक्रॅटिक नॅशनल कन्व्हेन्शनमध्ये भाषण केले.

न्यूयॉर्कचे महापौर या नात्याने, ब्लूमबर्ग यांनी सार्वजनिक आरोग्य आणि कल्याणातील सरकारी उपक्रमांना पाठिंबा दिला. यामध्ये तंबाखू नियंत्रण प्रयत्नांचा समावेश होता (तंबाखू उत्पादने खरेदी करण्यासाठी कायदेशीर वय वाढवणे, घरातील कामाच्या ठिकाणी धूम्रपानावर बंदी आणि सिगारेट कर वाढवणे); कृत्रिम ट्रान्स फॅट्सचा वापर काढून टाकणे. रेस्टॉरंट्समध्ये; आणि मेन्थॉल फ्लेवर्ससह सर्व फ्लेवर्ड तंबाखू आणि ई-सिगारेट उत्पादनांवर बंदी. १६४ ब्लूमबर्गने शहरातील रेस्टॉरंट्स आणि खाद्य सेवा आस्थापनांमध्ये काही मोठ्या (16 पेक्षा जास्त द्रवपदार्थ) शर्करायुक्त सोडावर बंदी घालण्याचा अयशस्वी प्रयत्न सुरू केला. या उपक्रमांना सार्वजनिक आरोग्य वकिलांनी समर्थन दिले परंतु काहींनी "आया राज्य" धोरण म्हणून टीका केली.

त्याच्या कारकिर्दीत, ब्लूमबर्गने "कायद्याची अंमलबजावणी, व्यवसाय नियमन आणि शाळेच्या निवडीवरील अधिक पुराणमतवादी पोझिशन्ससह प्रगतीशील कारणांसाठी समर्थन एकत्र केले आहे." ब्लूमबर्ग बंदूक-नियंत्रण उपाय, गर्भपात अधिकार, समलिंगी विवाह आणि नागरिकत्वाच्या मार्गाचे समर्थन करतो. अवैध स्थलांतरितांसाठी. त्यांनी सार्वजनिक आरोग्य विमा पर्यायाचा पुरस्कार केला आहे ज्याला त्यांनी सार्वत्रिक सिंगल-पेअर हेल्थकेअर सिस्टीमऐवजी "उघडलेल्या लोकांसाठी सर्वांसाठी मेडिकेअर" म्हटले आहे . त्यांना हवामान बदलाची चिंता आहे आणि हरितगृह वायू कमी करण्यासाठी त्यांनी महापौरपदाच्या प्रयत्नांची दखल घेतली आहे. ब्लूमबर्गने इराक युद्धाचे समर्थन केले आणि सैन्य मागे घेण्यासाठी टाइमलाइन तयार करण्यास विरोध केला. ब्लूमबर्गने काहीवेळा गुन्हेगारी रोखण्यासाठी आणि दहशतवादापासून संरक्षण करण्याच्या प्रयत्नांमध्ये पाळत ठेवण्याचा वापर स्वीकारला आहे.

त्यांच्या कार्यकाळात आणि नंतर ते स्टॉप-अँड-फ्रीस्कचे कट्टर समर्थक होते. नोव्हेंबर 2019 मध्ये, ब्लूमबर्गने समर्थन दिल्याबद्दल माफी मागितली. तो ट्रम्प कर कपात अनेक उलट वकिली. त्याच्या स्वतःच्या कर योजनेत वर्षाला $5 दशलक्ष पेक्षा जास्त उत्पन्नावर 5 टक्के अतिरिक्त कर लागू करणे आणि एका दशकात फेडरल महसूल $5 ट्रिलियनने वाढवणे समाविष्ट आहे. तो असंवैधानिक असल्याचे सांगून संपत्ती कराचा विरोध करतो. त्यांनी अधिक कठोर आर्थिक नियमांचा प्रस्ताव दिला आहे ज्यात मोठ्या बँकांसाठी कठोर देखरेख, आर्थिक व्यवहार कर आणि मजबूत ग्राहक संरक्षण यांचा समावेश आहे. अधिक इस्टेट कर गोळा करण्यासाठी आणि कर टाळण्याच्या योजना बंद करण्यासाठी त्यांनी इस्टेट-टॅक्स थ्रेशोल्ड कमी करण्याचे समर्थन केले. प्रोपब्लिका तपासणीनुसार त्याने अनेक GRAT सेट केले ज्यामुळे त्याच्या वारसांसाठी त्याच्या नशिबाचे काही भाग सुरक्षित होते.

ब्लूमबर्गने सांगितले की डेमोक्रॅट म्हणून चालवणे – स्वतंत्र नव्हे – डोनाल्ड ट्रम्प यांना पराभूत करण्यासाठी त्यांनी पाहिलेला एकमेव मार्ग होता, ते म्हणाले: "२०२० मध्ये, एक अपक्ष ट्रम्प विरोधी मत विभाजित करेल आणि पुन्हा निवडून येईल अशी मोठी शक्यता आहे. राष्ट्रपती. ही एक जोखीम आहे जी मी 2016 मध्ये चालवण्यास नकार दिला होता आणि आता ते चालवणे आम्हाला परवडणारे नाही."

परोपकार

ऑगस्ट 2010 मध्ये, ब्लूमबर्गने द गिव्हिंग प्लेजवर स्वाक्षरी केली, ज्यानुसार श्रीमंतांनी त्यांच्या संपत्तीपैकी किमान अर्धा भाग देण्याची प्रतिज्ञा केली. तेव्हापासून, त्याने 2019 मध्ये $3.3 बिलियनसह एकूण $9.5 अब्ज दिले आहेत. क्रॉनिकल ऑफ फिलॅन्थ्रॉपीनुसार, त्याने 2019 मध्ये कोणत्याही परोपकारी व्यक्तीपेक्षा सर्वात जास्त पैसे दिले आहेत.

त्याचे ब्लूमबर्ग फिलॅन्थ्रॉपीज फाउंडेशन सार्वजनिक आरोग्य, कला, सरकारी नवकल्पना, पर्यावरण आणि शिक्षण यावर लक्ष केंद्रित करते. फाउंडेशनच्या माध्यमातून, त्यांनी 2018 मध्ये $767 दशलक्ष, आणि 2019 मध्ये $1 अब्जाहून अधिक देणगी किंवा वचन दिले.

2011 प्राप्तकर्त्यांमध्ये तंबाखू-मुक्त मुलांसाठी मोहीम समाविष्ट आहे; रोग नियंत्रण आणि प्रतिबंध केंद्रे; जॉन्स हॉपकिन्स ब्लूमबर्ग स्कूल ऑफ पब्लिक हेल्थ; वर्ल्ड लंग फाउंडेशन आणि वर्ल्ड हेल्थ ऑर्गनायझेशन. द न्यू यॉर्क टाइम्सच्या मते, ब्लूमबर्ग कार्नेगी कॉर्पोरेशनला 2001 ते 2010 पर्यंत "अनामित दाता" होते, ज्यात दरवर्षी $5 दशलक्ष ते $20 दशलक्ष भेटवस्तू होत्या. कार्नेगी कॉर्पोरेशनने हे योगदान न्यू यॉर्क शहरातील शेकडो संस्थांना वितरित केले ज्यात हार्लेमच्या डान्स थिएटरपासून ते गिल्डा क्लब, एक ना-नफा संस्था आहे जी कर्करोगाने ग्रस्त लोक आणि कुटुंबांना आधार प्रदान करते. त्यांनी त्यांच्या फाउंडेशनच्या माध्यमातून कलांना पाठिंबा देणे सुरूच ठेवले आहे.

ब्लूमबर्गने 2009 मध्ये जवळपास 1,400 ना-नफा संस्थांना $254 दशलक्ष दिले, "मी हे सर्व देण्यास मोठा विश्वास ठेवतो आणि नेहमीच असे म्हणतो की सर्वोत्तम आर्थिक नियोजन हा धनादेश अंडरटेकरला बाउन्स केल्याने संपतो."

COVID-19 प्रतिसाद

2020 कोविड-19 साथीच्या आजारादरम्यान आणि त्यानंतरच्या काळात, ब्लूमबर्गने त्याच्या फाउंडेशनद्वारे उपचार आणि लसींवर संशोधन करणे, विषाणूचा नायनाट करण्यासाठी अग्रगण्य संपर्क शोधणे, जागतिक आरोग्य संघटनेला पाठिंबा देणे आणि लढण्यासाठी जागतिक प्रयत्नांना निधी देणे यासह अनेक तातडीच्या कारणांसाठी वचनबद्ध आहे. रोगाचा प्रसार आणि असुरक्षित लोकसंख्येचे संरक्षण.

क्रिया समाविष्ट:

न्यू यॉर्क शहरामध्ये कोविड-19 मुळे प्रभावित झालेल्या ना-नफांसाठी $75 दशलक्ष निधीची स्थापना करणे

न्यूयॉर्क शहरातील आरोग्य सेवा कर्मचाऱ्यांना जेवण देण्यासाठी वर्ल्ड सेंट्रल किचनला $6 दशलक्ष देणगी देणे

जॉन्स हॉपकिन्स युनिव्हर्सिटीसोबत भागीदारी करून कोविड-19 कॉन्टॅक्ट ट्रेसर्सना त्याच्या सार्वजनिक आरोग्य शाळेद्वारे प्रशिक्षित करणे आणि व्हायरसवर उपचार शोधणे.

हार्वर्ड कॉलेजसह भागीदारीद्वारे महापौरांना त्यांच्या साथीच्या प्रतिक्रिया जाणून घेण्यासाठी आणि चर्चा करण्यासाठी बोलावणे, स्पीकर आणि उपस्थितांचे द्विपक्षीय रोस्टर वैशिष्ट्यीकृत करणे.

न्यू यॉर्कच्या संपर्क ट्रेसिंगच्या प्रयत्नात आघाडीवर आहे

नॅशनल लीग ऑफ सिटीजद्वारे शहरांसाठी माहिती आणि कृती शेअरिंग नेटवर्क सुरू करणे

आंतरराष्ट्रीय बचाव समिती, जागतिक आरोग्य संघटना, महत्त्वपूर्ण धोरणे आणि इतर भागीदारांद्वारे COVID-19 चा प्रसार रोखण्यासाठी आणि प्रादेशिक नेत्यांना तयार करण्यासाठी आंतरराष्ट्रीय प्रयत्नांना पाठिंबा देणे

पर्यावरण वकिली

ब्लूमबर्ग हे पर्यावरणवादी आहेत आणि त्यांनी न्यूयॉर्क शहराचे महापौर झाल्यापासून किमान हवामान बदलाशी लढा देण्याच्या धोरणाची वकिली केली आहे. राष्ट्रीय स्तरावर, ब्लूमबर्गने सातत्याने युनायटेड स्टेट्सचे ऊर्जा मिश्रण जीवाश्म इंधनापासून स्वच्छ ऊर्जेमध्ये बदलण्याचा प्रयत्न केला आहे. जुलै 2011 मध्ये, ब्लूमबर्ग फिलान्थ्रॉपीजने सिएरा क्लबच्या बियॉन्ड कोल मोहिमेसाठी $50 दशलक्ष देणगी दिली, ज्यामुळे मोहिमेला 15 राज्यांपासून 45 राज्यांमध्ये कोळशावर चालणारे वीज प्रकल्प बंद करण्याच्या प्रयत्नांचा विस्तार करण्यास अनुमती दिली. 2015 मध्ये, ब्लूमबर्गने 2017 पर्यंत अमेरिकेतील निम्म्या कोळसा कारखान्यांची सेवानिवृत्ती सुरक्षित करण्यात मदत करण्यासाठी बियॉन्ड कोल उपक्रमासाठी अतिरिक्त $30 दशलक्ष योगदानाची घोषणा केली, जी इतर देणगीदारांद्वारे $30 दशलक्षशी जुळली. जुलै 2017 मध्ये, कोळशाच्या पलीकडे युरोप 2030 पर्यंत खंडातील कोळशाचा वापर टप्प्याटप्प्याने बंद करण्यासाठी स्थापन करण्यात आली. 204 ऑस्ट्रियाने एप्रिल 2020 मध्ये शेवटचा कोळशावर आधारित कारखाना बंद केला. जून 2019 च्या सुरुवातीस, ब्लूमबर्गने नवीन बियॉन्ड कार्बन उपक्रमाद्वारे 2030 पर्यंत हवामानातील प्रभाव कमी करण्यासाठी $500 दशलक्ष डॉलर्सचे वचन दिले आणि उर्वरित कोळशावर आधारित ऊर्जा प्रकल्प बंद केले.

ब्लूमबर्ग फिलान्थ्रॉपीजने सर्वात जास्त नैसर्गिक वायू उत्पादन असलेल्या 14 राज्यांमध्ये फ्रॅकिंगच्या कठोर नियमांना समर्थन देण्यासाठी पर्यावरण संरक्षण निधीला $6 दशलक्ष अनुदान दिले.

2013 मध्ये, Bloomberg आणि Bloomberg Philanthropies ने माजी ट्रेझरी सेक्रेटरी हॅंक पॉलसन आणि हेज-फंड अब्जाधीश टॉम स्टीयर यांच्यासोबत जोखीमपूर्ण व्यवसाय उपक्रम सुरू केला. हवामान बदलाच्या प्रभावामुळे युनायटेड स्टेट्सला भेडसावणाऱ्या आर्थिक जोखमींचे प्रमाण ठरवून आणि प्रसिद्ध करून अधिक शाश्वत ऊर्जा आणि विकास धोरणांची गरज व्यावसायिक समुदायाला पटवून देण्याचे काम संयुक्त प्रयत्नांनी केले. जानेवारी 2015 मध्ये, ब्लूमबर्गने क्लीन एनर्जी इनिशिएटिव्ह लॉंच करण्यासाठी Heising-Simons कुटुंबासोबत $48-दशलक्ष भागीदारीत ब्लूमबर्ग फिलान्थ्रॉपीजचे नेतृत्व केले. अमेरिकेकडे स्वच्छ, विश्वासार्ह आणि परवडणारी ऊर्जा व्यवस्था आहे याची खात्री करण्याच्या उद्देशाने राज्य-आधारित उपायांना हा उपक्रम समर्थन देतो.

2010 पासून, ब्लूमबर्गने पर्यावरणीय समस्यांवर वाढत्या जागतिक भूमिका घेतली आहे. 2010 ते 2013 पर्यंत, त्यांनी C40 सिटीज क्लायमेट लीडरशिप ग्रुपचे अध्यक्ष म्हणून काम केले, जे कार्बन उत्सर्जन कमी करण्यासाठी जगातील सर्वात मोठ्या शहरांचे नेटवर्क आहे. त्यांच्या कार्यकाळात, ब्लूमबर्ग यांनी राष्ट्राध्यक्ष बिल क्लिंटन यांच्यासोबत C40 चे क्लिंटन क्लायमेट इनिशिएटिव्हमध्ये विलीनीकरण करण्यासाठी काम केले, जगभरातील हवामान बदलाविरुद्धच्या जागतिक लढ्यात त्यांचे प्रयत्न वाढवण्याचे ध्येय होते. ते C40 शहरांच्या मंडळाचे अध्यक्ष म्हणून काम करतात. जानेवारी 2014 मध्ये, ब्लूमबर्गने व्हायब्रंट ओशन इनिशिएटिव्हसाठी ब्लूमबर्ग फिलान्थ्रॉपीजद्वारे एकूण $53 दशलक्षची पाच वर्षांची वचनबद्धता सुरू केली. या उपक्रमाने ब्लूमबर्ग फिलान्थ्रॉपीजसह ओशियाना, रेअर आणि एन्कोरेज कॅपिटलला मत्स्यपालन सुधारण्यात आणि जगभरात शाश्वत लोकसंख्या वाढविण्यात मदत केली आहे. 2018 मध्ये, ब्लूमबर्ग महासागरांच्या संरक्षणासाठी $185 दशलक्षची वचनबद्धता जाहीर करण्यासाठी रे डालियोमध्ये सामील झाले.

2014 मध्ये, संयुक्त राष्ट्रांचे सरचिटणीस बान की-मून यांनी ब्लूमबर्गला शहरे आणि हवामान बदलासाठी त्यांचे पहिले विशेष दूत म्हणून नियुक्त केले ज्यामुळे संयुक्त राष्ट्रांना हवामान बदल रोखण्यासाठी शहरांसोबत काम करण्यात मदत होते. सप्टेंबर 2014 मध्ये, ब्लूमबर्गने 2015 मध्ये हवामान बदलाशी लढण्यासाठी निश्चित कारवाईची घोषणा करण्यासाठी UN हवामान शिखर परिषदेत बॅन आणि जागतिक नेत्यांसोबत बोलावले. 217 2018 मध्ये, बॅनचे उत्तराधिकारी अँटोनियो गुटेरेस यांनी ब्लूमबर्गला हवामान कारवाईसाठी संयुक्त राष्ट्र दूत म्हणून नियुक्त केले. त्यांनी नोव्हेंबर 2019 मध्ये राजीनामा दिला, त्यांच्या अध्यक्षीय प्रचाराच्या धावपळीत. तथापि, 5 फेब्रुवारी 2021 रोजी, गुटेरेस यांनी त्यांची हवामान महत्त्वाकांक्षा आणि समाधानावरील विशेष दूत म्हणून स्कॉटलंडमध्ये नोव्हेंबर 2021 मध्ये होणाऱ्या

हवामान परिषदेच्या नेतृत्वात पुन्हा नियुक्ती केली.

2014 च्या उत्तरार्धात, ब्लूमबर्ग, बान की-मून आणि जागतिक शहर नेटवर्क ICLEI- लोकल गव्हर्नमेंट फॉर सस्टेनेबिलिटी (ICLEI), C40 सिटीज क्लायमेट लीडरशिप ग्रुप (C40) आणि युनायटेड सिटीज अँड लोकल गव्हर्नमेंट्स (UCLG), UN-Habitat च्या समर्थनासह, स्थानिक हरितगृह वायू उत्सर्जन कमी करणे, हवामानातील लवचिकता वाढवणे आणि त्यांच्या प्रगतीचा पारदर्शकपणे मागोवा घेण्याचे वचन देणारी महापौर आणि शहर अधिकाऱ्यांची जागतिक युती, कॉम्पॅक्ट ऑफ मेयर्स लाँच केली. आजपर्यंत, जगभरातील 300 दशलक्षाहून अधिक लोकसंख्येचे प्रतिनिधित्व करणारी 250 हून अधिक शहरे आणि एकूण जागतिक लोकसंख्येच्या 4.1 टक्के, महापौरांच्या करारासाठी वचनबद्ध आहेत, जे जून 2016 मध्ये महापौरांच्या करारात विलीन झाले होते.

2015 मध्ये, ब्लूमबर्ग आणि पॅरिसच्या महापौर ऑन हिडाल्गो यांनी स्थानिक नेत्यांसाठी हवामान शिखर परिषद तयार केली. ज्याने पॅरिस सिटी हॉलमध्ये जगभरातील शेकडो शहर नेत्यांना हवामान बदलाशी लढा देण्यासाठी चर्चा करण्यासाठी एकत्र केले. 2030 पर्यंत वार्षिक 3.7 गिगाटन कार्बन उत्सर्जन कमी करण्यासाठी एकत्रित जागतिक शहरांतील नेत्यांनी दिलेली प्रतिज्ञा, पॅरिस घोषणेच्या सादरीकरणासह शिखर परिषदेचा समारोप झाला.

पॅरिसमधील 2015 च्या संयुक्त राष्ट्र हवामान बदल परिषदेदरम्यान, बँक ऑफ इंग्लंडचे गव्हर्नर आणि वित्तीय स्थिरता मंडळाचे अध्यक्ष मार्क कार्नी यांनी जाहीर केले की ब्लूमबर्ग नवीन जागतिक टास्क फोर्सचे नेतृत्व करेल जे उद्योग आणि वित्तीय बाजारांना हवामानातील वाढत्या धोके समजून घेण्यास मदत करेल. बदला.

अमेरिकन सरकार पॅरिस हवामान करारातून माघार घेणार असल्याच्या राष्ट्राध्यक्ष डोनाल्ड ट्रम्प यांच्या घोषणेनंतर, ब्लूमबर्गने 'अमेरिकेची प्रतिज्ञा' द्वारे करारांतर्गत अमेरिकेच्या वचनबद्धतेचा सन्मान करण्यासाठी एकत्र आलेल्या शहरे, राज्ये, विद्यापीठे आणि व्यवसायांच्या युतीची रूपरेषा आखली. ब्लूमबर्ग UNFCCC ला $15 दशलक्ष पर्यंतची ऑफर दिली आहे, जी संयुक्त राष्ट्रसंघाची संस्था आहे जी हवामान बदलाच्या प्रयत्नांमध्ये देशांना मदत करते. सुमारे एक महिन्यानंतर, ब्लूमबर्ग आणि कॅलिफोर्नियाचे गव्हर्नर जेरी ब्राउन यांनी घोषणा केली की "पॅरिस कराराच्या उद्दिष्टांशी सुसंगत ग्रीनहाऊस वायू उत्सर्जन कमी करण्यासाठी यूएस राज्य, शहरे आणि व्यवसायांनी केलेल्या कृतींचे प्रमाण निश्चित करण्यासाठी अमेरिकेची प्रतिज्ञा युती" काम करेल. उपक्रमाची घोषणा करताना, ब्लूमबर्ग म्हणाले, "अमेरिकन सरकारने पॅरिस करारातून बाहेर काढले असेल, परंतु अमेरिकन समाज त्यासाठी वचनबद्ध आहे." पॅरिस करारासाठी अमेरिकेच्या वचनबद्धतेची पूर्तता करण्यासाठी शहरे, राज्ये आणि व्यवसाय करत असलेल्या कामाचे विश्लेषण करण्यासाठी अमेरिकेच्या प्रतिज्ञासह कार्य करा.

मे 2019 मध्ये, ब्लूमबर्गने सेंट लुईसमधील वॉशिंग्टन विद्यापीठात 2020 मिडवेस्टर्न कॉलेजिएट क्लायमेट समिटची घोषणा केली ज्याच्या उद्देशाने या प्रदेशातील हवामान प्रभाव कमी करण्यासाठी मिडवेस्टर्न विद्यापीठे, स्थानिक सरकार आणि खाजगी क्षेत्रातील नेत्यांना एकत्र आणणे आहे.

जॉन्स हॉपकिन्स विद्यापीठ परोपकार

2019 पर्यंत, ब्लूमबर्गने जॉन्स हॉपकिन्स युनिव्हर्सिटीला $3.3 बिलियन पेक्षा जास्त दिले आहे, जो त्याचा अल्मा मेटर आहे, ज्यामुळे तो "युनायटेड स्टेट्समधील कोणत्याही शिक्षण संस्थेसाठी सर्वात उदार जिवंत दाता आहे." त्यांचे पहिले योगदान, 1965 मध्ये. , $5 होते. त्यांनी 1984 मध्ये JHU ला त्यांची पहिली $1 दशलक्ष वचनबद्धता दिली आणि त्यानंतर उच्च शिक्षणाच्या एका अमेरिकन संस्थेला आयुष्यभर $1 अब्ज देणग्या देणारे ते पहिले व्यक्ती बनले.

जॉन्स हॉपकिन्ससाठी ब्लूमबर्गच्या योगदानामुळे "विद्यापीठाची प्रतिष्ठा आणि क्रमवारी, प्राध्यापक आणि विद्यार्थ्यांसाठी स्पर्धात्मकता आणि कॅम्पसचे स्वरूप यामध्ये मोठ्या सुधारणा झाल्या," आणि त्यात मुलांचे रुग्णालय (शार्लोट आर. ब्लूमबर्ग चिल्ड्रन्स सेंटर बिल्डिंग) बांधणे समाविष्ट होते. , ब्लूमबर्गच्या आईच्या नावावर; भौतिकशास्त्राची इमारत, सार्वजनिक आरोग्याची शाळा (जॉन्स हॉपकिन्स ब्लूमबर्ग स्कूल ऑफ पब्लिक हेल्थ), ग्रंथालये आणि बायोमेडिकल संशोधन सुविधा, इन्स्टिट्यूट फॉर सेल इंजिनीअरिंग, स्कूल ऑफ मेडिसिनमधील स्टेम-सेल संशोधन संस्था, आणि स्कूल ऑफ पब्लिक हेल्थ अंतर्गत मलेरिया संशोधन संस्था. 2013 मध्ये, ब्लूमबर्गने जॉन्स हॉपकिन्ससाठी $350 दशलक्ष वचनबद्ध केले, त्यापैकी पाच-सातवा भाग ब्लूमबर्ग विशिष्ट प्राध्यापकांना वाटप करण्यात आला. 2016 मध्ये, ब्लूमबर्ग अमेरिकन हेल्थ इनिशिएटिव्हची स्थापना करण्यासाठी ब्लूमबर्ग फिलान्थ्रॉपीजने $300 दशलक्ष योगदान दिले. ब्लूमबर्गने पूर्व बाल्टिमोरमधील जॉन्स हॉपकिन्स स्कूल ऑफ मेडिसिनमध्ये ब्लूमबर्ग-किमेल इन्स्टिट्यूट फॉर कॅन्सर इम्युनोथेरपीच्या लाँचसाठी देखील निधी दिला , $50 दशलक्ष भेटवस्तूसह; परोपकारी सिडनी किमेल यांनी अतिरिक्त $50 दशलक्ष आणि इतर देणगीदारांनी $25 दशलक्ष दिले.हे कॅन्सर थेरपी संशोधन, तंत्रज्ञान आणि पायाभूत सुविधांच्या विकासासाठी आणि खाजगी क्षेत्रातील भागीदारींना समर्थन देईल. 2016 मध्ये, ब्लूमबर्ग संस्थेच्या औपचारिक प्रक्षेपणासाठी उपाध्यक्ष जो बिडेन यांच्यासोबत सामील झाले, त्यांनी बिडेनच्या "कॅन्सर मूनशॉट" उपक्रमाचा स्वीकार केला, जो सरकारी आणि खाजगी क्षेत्रातील संसाधनांच्या राष्ट्रीय समन्वयाद्वारे कर्करोगावर उपचार शोधण्याचा प्रयत्न करतो. 2018 मध्ये, ब्लूमबर्गने जॉन्स हॉपकिन्सला $1.8 बिलियनची आणखी भेटवस्तू दिली, ज्यामुळे विद्यापीठाला

गरज नसलेल्या प्रवेशाचा सराव करता आला आणि प्रवेश घेतलेल्या विद्यार्थ्यांची संपूर्ण आर्थिक गरज भागवली.

इतर शैक्षणिक आणि संशोधन परोपकार

ब्लूमबर्ग फिलान्थ्रॉपीजच्या माध्यमातून, ब्लूमबर्गने 2016 मध्ये अमेरिकन टॅलेंट इनिशिएटिव्हची स्थापना केली जी उच्चभ्रू महाविद्यालयांमध्ये शिक्षण घेणाऱ्या कमी-उत्पन्न उच्च-प्राप्त विद्यार्थ्यांची संख्या वाढवण्यासाठी वचनबद्ध आहे. ब्लूमबर्ग फिलान्थ्रॉपीज कॉलेजपॉईंटला देखील समर्थन देते ज्याने 2014 पासून कमी आणि मध्यम उत्पन्न असलेल्या हायस्कूल विद्यार्थ्यांना सल्ला दिला आहे.

2016 मध्ये, म्युझियम ऑफ सायन्स, बोस्टनने ब्लूमबर्गकडून $50 दशलक्ष भेट देण्याची घोषणा केली. ब्लूमबर्गने मेडफोर्ड, मॅसेच्युसेट्स येथे तारुण्याच्या काळात संरक्षक आणि विद्यार्थी म्हणून त्यांची बौद्धिक उत्सुकता जागृत करण्याचे श्रेय संग्रहालयाला दिले. संग्रहालयाच्या १८६ वर्षांच्या इतिहासातील ही सर्वात मोठी देणगी आहे.

2015 मध्ये, ब्लूमबर्गने कॉर्नेल टेक या शाळेच्या रूझवेल्ट आयलँड कॅम्पसमधील कॉर्नेल विद्यापीठाच्या उपयोजित विज्ञान पदवीधर शाळेला $100 दशलक्ष देणगी दिली.

1996 मध्ये, ब्लूमबर्गने हार्वर्ड विद्यापीठातील विल्यम हेन्री ब्लूमबर्ग प्रोफेसरशिपला त्यांच्या वडिलांच्या सन्मानार्थ $3 दशलक्ष भेटवस्तू दिली, जे 1963 मध्ये मरण पावले, ते म्हणाले, "आयुष्यभर, त्यांनी नानफा क्षेत्रात अधिक चांगल्या प्रकारे मदत करण्यासाठी पोहोचण्याचे महत्त्व ओळखले. संपूर्ण समाजाचे कल्याण."

शहरी नवोपक्रम परोपकार

जुलै 2011 मध्ये, ब्लूमबर्गने पाच शहरांमध्ये "इनोव्हेशन डिलिव्हरी टीम्स" ला निधी देण्यासाठी $24 दशलक्ष उपक्रम सुरू केला. हे संघ ब्लूमबर्ग फिलान्थ्रॉपीजच्या प्रमुख उद्दिष्टांपैकी एक आहेत: सरकारी नवकल्पना वाढवणे. डिसेंबर 2011 मध्ये, ब्लूमबर्ग फिलान्थ्रॉपीजने कलाकारांना नवीन प्रेक्षकांशी जोडण्यासाठी ऑनलाइन तिकीट शोध इंजिन SeatGeek सोबत भागीदारी सुरू केली. डिस्कव्हर न्यू यॉर्क आर्ट्स प्रोजेक्ट नावाच्या प्रकल्पात HERE, न्यूयॉर्क थिएटर वर्कशॉप आणि कॉफमन सेंटर या संस्थांचा समावेश आहे.

2013 मध्ये, ब्लूमबर्गने अमेरिकन शहरांमध्ये नावीन्य आणण्यासाठी मेयर्स चॅलेंज स्पर्धेची घोषणा केली. या कार्यक्रमाचा नंतर लॅटिन अमेरिका आणि युरोपमधील स्पर्धांमध्ये विस्तार करण्यात आला.

2016 मध्ये, ब्लूमबर्गने हार्वर्ड केनेडी स्कूलच्या ऍश सेंटर फॉर डेमोक्रॅटिक गव्हर्नन्स अँड इनोव्हेशनमध्ये ब्लूमबर्ग हार्वर्ड सिटी लीडरशिप इनिशिएटिव्ह तयार करण्यासाठी हार्वर्डला $32 दशलक्ष दिले; हा उपक्रम महापौर आणि त्यांच्या सहाय्यकांना नाविन्यपूर्ण नगरपालिका नेतृत्व आणि शहरांसमोरील आव्हानांविषयी प्रशिक्षण प्रदान करतो.

मार्च 2021 मध्ये, ब्लूमबर्गने हार्वर्डला महापौरांना पाठिंबा देण्यासाठी ब्लूमबर्ग सेंटर फॉर सिटीज तयार करण्यासाठी $150 दशलक्ष दिले.

तंबाखू, बंदुका आणि सार्वजनिक आरोग्य

ब्लूमबर्ग हे तंबाखू नियंत्रणाच्या जागतिक प्रयत्नांसाठी दीर्घकाळ दाता राहिले आहेत. ब्लूमबर्गने धूम्रपान विरोधी प्रयत्नांना प्रोत्साहन देण्यासाठी जागतिक आरोग्य संघटनेला (WHO) जवळपास $1 अब्ज देणगी दिली आहे, ज्यात 2006 मध्ये $125 दशलक्ष, $2008 मध्ये $250 दशलक्ष आणि $360 दशलक्ष आहेत, ज्यामुळे ब्लूमबर्ग फिलान्थ्रॉपीज तंबाखू-नियंत्रण उपक्रमांचा विकसनशील जगातील सर्वात मोठा निधी बनला आहे. 2013 मध्ये, ब्लूमबर्गने 556 अनुदाने आणि 61 देशांमध्ये तंबाखूविरोधी मोहिमेसाठी $109.24 दशलक्ष देणगी दिल्याची नोंद करण्यात आली होती. ब्लूमबर्गचे योगदान "देशांना तंबाखूच्या वापरावर लक्ष ठेवण्यासाठी, मजबूत तंबाखू-नियंत्रण कायदे लागू करणे आणि तंबाखूच्या वापराच्या धोक्यांबद्दल लोकांना शिक्षित करण्यासाठी मास मीडिया मोहिमा तयार करणे" हे उद्दिष्ट आहे. संयुक्तपणे $160 दशलक्ष, इलेक्ट्रॉनिक सिगारेट (वाफिंग) च्या तरुणांच्या वापराविरुद्ध तीन वर्षांची मोहीम सुरू केली.

ब्लूमबर्गमध्ये एव्हरीटाउन फॉर गन सेफ्टी (पूर्वीचे मेयर्स अगेन्स्ट इलेगल गन्स) चे सह-संस्थापक आहेत, एक बंदूक नियंत्रण वकिली गट.

2016 मध्ये, जागतिक आरोग्य संघटनेने ब्लूमबर्ग यांची असंसर्गजन्य रोगांसाठी जागतिक राजदूत म्हणून नियुक्ती केली.

इतर परोपकार

ब्लूमबर्ग फिलान्थ्रॉपीजच्या माध्यमातून, ब्लूमबर्गने 2020 च्या उन्हाळ्यात फ्रेश एअर फंडच्या 'ओपन स्पेस इन द सिटी'च्या निर्मितीला पाठिंबा दिला ज्यामुळे कोविड-19 साथीच्या आजारादरम्यान मुलांना खेळण्यासाठी सामाजिकदृष्ट्या-दूरच्या भागात, तसेच स्थानिक किशोरवयीन मुलांसाठी नोकऱ्या उपलब्ध करून देण्यात आल्या. त्याने त्याच्या मूळ गावी मेडफोर्ड मध्ये नवीन सार्वजनिक वाचनालयाच्या बांधकामासाठी $3 दशलक्ष आणि हडसन याड्स, मॅनहॅटनमधील नवीन कला आणि सांस्कृतिक केंद्र द शेडसाठी $75 दशलक्ष देणगी दिली.

ब्लूमबर्गने त्याच्या मूळ गावातील सिनेगॉग, टेम्पल शॉलोमलाही मान्यता दिली, ज्याचे त्याच्या पालकांसाठी विल्यम आणि शार्लेट ब्लूमबर्ग ज्यू कम्युनिटी सेंटर ऑफ मेडफोर्ड असे नामकरण करण्यात आले.

ब्लूमबर्गने 2017 मध्ये युनायटेड नेशन्स जनरल असेंब्लीच्या वार्षिक बैठकीदरम्यान ग्लोबल बिझनेस फोरमचे आयोजन केले होते; मेळाव्यात आंतरराष्ट्रीय सीईओ, राज्य प्रमुख आणि इतर प्रमुख वक्ते होते.

2009 मध्ये ब्लूमबर्ग वॉरन बफेट, बिल गेट्स, टेड टर्नर आणि ओप्रा विन्फ्रे यांसारख्या इतर अब्जाधीशांशी भेटले आणि पर्यावरण, आरोग्य सेवा आणि लोकसंख्येच्या वाढीवरील चिंता यासारख्या समस्यांचे निराकरण केले. कोणतीही औपचारिक संस्था स्थापन केलेली नसली तरी, आपल्या ग्रहावरील विविध समस्यांचे निराकरण करण्यासाठी मेगा-देणगीदारांच्या विविध परोपकारी प्रकल्पांना अधिक एकत्रित प्रयत्नात आणण्यासाठी या प्रयत्नाची रचना करण्यात आली असल्याचे समजते.

वैयक्तिक जीवन

कुटुंब आणि नातेसंबंध

1975 मध्ये, ब्लूमबर्गने यॉर्कशायर, युनायटेड किंगडम येथील ब्रिटिश नागरिक सुसान एलिझाबेथ बार्बरा ब्राउनशी विवाह केला. त्यांना दोन मुली आहेत: एम्मा (जन्म इ.स. 1979) आणि जॉर्जिना (जन्म 1983), ज्या बॉर्न रिच या 2003 मध्ये अत्यंत श्रीमंतांच्या मुलांबद्दलच्या डॉक्युमेंटरी चित्रपटात दाखवल्या गेल्या. ब्लूमबर्गने 1993 मध्ये ब्राउनला घटस्फोट दिला, परंतु त्याने सांगितले की ती त्याची "सर्वोत्तम मैत्रिण" राहिली आहे. 2000 पासून, ब्लूमबर्ग माजी न्यूयॉर्क स्टेट बँकिंग अधीक्षक डायना टेलर यांच्यासोबत राहतो.

ब्लूमबर्गची धाकटी बहीण, मार्जोरी टिवेन, फेब्रुवारी 2002 पासून न्यूयॉर्क सिटी कमिशन फॉर युनायटेड नेशन्स, कॉन्सुलर कॉर्प्स आणि प्रोटोकॉलच्या आयुक्त आहेत.

धर्म

जरी तो हिब्रू शाळेत शिकला होता, त्याच्याकडे बार मिट्झवाह होता, आणि त्याच्या कुटुंबाने एक कोशर स्वयंपाकघर ठेवला होता, ब्लूमबर्ग आज तुलनेने धर्मनिरपेक्ष आहे, मुख्यत: उच्च सुट्टीच्या वेळी आणि त्याची बहीण, मार्जोरी टिवेन यांच्यासोबत पासओव्हर सेडरच्या वेळी सिनेगॉगमध्ये उपस्थित राहतो. त्याच्या दोन्ही मुलींना बॅट मिट्झवाह नव्हते.

सार्वजनिक प्रतिमा आणि जीवनशैली

त्यांच्या महापौरपदाच्या कार्यकाळात ते ग्रेसी मॅन्शन या अधिकृत महापौर निवासस्थानाऐवजी मॅनहॅटनच्या अप्पर ईस्ट बाजूला त्यांच्या स्वतःच्या घरी राहत होते. 2013 मध्ये, त्याच्याकडे जगभरातील विविध देशांमध्ये 13 मालमत्ता होत्या, ज्यात साउथॅम्प्टन, न्यूयॉर्क येथील $20 दशलक्ष जॉर्जियन हवेलीचा समावेश होता. 2015 मध्ये, त्याने 4 चेयने वॉक, चेल्सी, लंडनमधील चेयने वॉकमधील ऐतिहासिक मालमत्ता विकत घेतली, जी एकेकाळी लेखक जॉर्ज एलियटची होती. ब्लूमबर्ग आणि त्यांच्या मुलींची बर्म्युडामध्ये घरे आहेत आणि ते तेथे वारंवार राहतात.

ब्लूमबर्गने सांगितले की त्यांच्या महापौरपदाच्या काळात, तो दररोज न्यूयॉर्क सिटी सबवेवर सायकल चालवत असे, विशेषत: त्याच्या ७९व्या स्ट्रीट घरापासून सिटी हॉल येथील कार्यालयापर्यंतच्या प्रवासात. द न्यू यॉर्क टाईम्स मधील ऑगस्ट 2007 च्या एका कथेत असे म्हटले आहे की आयआरटी लेक्सिंगटन अव्हेन्यू लाईनवरील लोकलमधून एक्सप्रेस गाड्यांमध्ये बदल होऊ नये म्हणून त्याला अनेकदा न्यूयॉर्क पोलिस विभागाच्या मालकीच्या दोन SUV ने एक्सप्रेस ट्रेन स्टेशनवर चालवताना पाहिले होते. त्यांनी 7 सबवे एक्सटेंशन आणि सेकंड अव्हेन्यू सबवेच्या बांधकामाला पाठिंबा दिला; डिसेंबर 2013 मध्ये, ब्लूमबर्गने महापौर म्हणून आपल्या वारशाचा एक भाग साजरा करण्यासाठी नवीन 34व्या स्ट्रीट स्टेशनवर ट्रेनमधून औपचारिक सवारी घेतली.

त्यांच्या महापौरपदाच्या कार्यकाळात, ब्लूमबर्गने द अॅडजस्टमेंट ब्युरो आणि न्यू इयर इव्ह या चित्रपटांमध्ये तसेच 30 रॉक, कर्ब युवर एन्थ्युसिअझम, द गुड वाइफ, आणि लॉ अँड ऑर्डरच्या दोन एपिसोडमध्ये कॅमिओ बनवले.

ब्लूमबर्ग हा खाजगी वैमानिक आहे. त्याच्याकडे सहा विमाने आहेत: तीन डसॉल्ट फाल्कन 900, एक बीचक्राफ्ट बी300, एक पिलाटस पीसी-24 आणि सेस्ना 182 स्कायलेन. ब्लूमबर्गकडे दोन हेलिकॉप्टर देखील आहेत: एक AW109 आणि एक एअरबस हेलिकॉप्टर आणि 2012 पर्यंत AW609 टिल्ट्रोटर विमानाच्या प्रतीक्षा यादीत शीर्षस्थानी होते. तारुण्यात तो परवानाधारक हौशी रेडिओ ऑपरेटर होता, मोर्स कोडमध्ये पारंगत होता आणि हॅम रेडिओ बनवला होता.

पुरस्कार आणि सन्मान

ब्लूमबर्गला टफ्ट्स युनिव्हर्सिटी (2007), बार्ड कॉलेज (2007), रॉकफेलर युनिव्हर्सिटी (2007), युनिव्हर्सिटी ऑफ पेनसिल्व्हेनिया (2008), फोर्डहॅम युनिव्हर्सिटी (2009), विल्यम्स कॉलेज (२०१४), हार्वर्ड विद्यापीठ (२०१४), मिशिगन विद्यापीठ (२०१६), व्हिलानोव्हा विद्यापीठ (२०१७) आणि वॉशिंगटन विद्यापीठ सेंट लुईस (2019). ब्लूमबर्ग हे प्रिन्स्टन युनिव्हर्सिटीच्या 2011 पदवीधर सेवेचे वक्ते होते.

27 मे 2010 रोजी, ब्लूमबर्गने त्यांच्या अल्मा माटर, जॉन्स हॉपकिन्स विद्यापीठात प्रारंभी भाषण दिले. याव्यतिरिक्त, त्याला 2020 च्या जॉन्स हॉपकिन्स क्लाससाठी आमंत्रित केले गेले आणि अतिथी टिप्पण्या दिल्या. आभासी समारंभात इतर उल्लेखनीय अतिथी वक्त्यांमध्ये Reddit सह-संस्थापक आणि प्रारंभ स्पीकर अॅलेक्सिस ओहनियन यांचा समावेश होता; अँथनी फौसी, नॅशनल इन्स्टिट्यूट ऑफ अॅलर्जी आणि संसर्गजन्य रोगांचे संचालक आणि व्हाईट हाऊसच्या कोरोनाव्हायरस टास्क फोर्सचे प्रमुख सदस्य; आणि वरिष्ठ वर्ग अध्यक्ष पवन

पटेल

ब्लूमबर्गला येल स्कूल ऑफ मॅनेजमेंटचा ग्लोबल कॅपिटल मार्केट्स (2003) मध्ये प्रतिष्ठित नेतृत्वाचा पुरस्कार मिळाला आहे; 326 एहुद बराक (2004) द्वारे प्रस्तुत अमेरिकन अॅकॅडमी ऑफ अचिव्हमेंटचा गोल्डन प्लेट पुरस्कार; बर्नार्ड कॉलेजचे बर्नार्ड मेडल ऑफ डिस्टिंक्शन (2008); रॉबर्ट वुड जॉन्सन फाउंडेशन लीडरशिप फॉर हेल्दी कम्युनिटीज हेल्दी कम्युनिटीज लीडरशिप अवॉर्ड (2009); आणि जेफरसन अवॉर्ड्स फाउंडेशनचा यूएस सिनेटर जॉन हेन्झ अवॉर्ड फॉर ग्रेटेस्ट पब्लिक सेवेसाठी निवडलेल्या किंवा नियुक्त अधिकाऱ्याने (2010). 2013 मध्ये ज्यू मूल्यांसाठी वार्षिक जेनेसिस पारितोषिकाचे ते उद्घाटक होते, आणि $1 दशलक्ष बक्षीस रक्कम जागतिक स्पर्धेसाठी दान केली, जेनेसिस जनरेशन चॅलेंज, जगाच्या चांगल्यासाठी तरुण प्रौढांच्या मोठ्या कल्पना ओळखण्यासाठी.

ब्लूमबर्ग यांना 2007 आणि 2008 टाइम 100 मध्ये जगातील 39 व्या सर्वात प्रभावशाली व्यक्ती म्हणून घोषित करण्यात आले. 2010 मध्ये, व्हॅनिटी फेअरने "व्हॅनिटी फेअर 100" प्रभावशाली व्यक्तींच्या यादीत त्यांना #7 स्थान दिले.

2014 मध्ये, क्वीन एलिझाबेथ II, ब्लूमबर्ग यांना त्यांच्या "उद्योगशील उद्योजक आणि परोपकारी प्रयत्नांसाठी आणि युनायटेड किंगडम आणि यूके-यूएस विशेष संबंधांना फायदा झालेल्या अनेक मार्गांसाठी" ब्रिटिश साम्राज्याचा मानद नाइट कमांडर म्हणून नियुक्त केले.

पुस्तके आणि इतर कामे

ब्लूमबर्ग, मॅथ्यू विंकलरसह, ब्लूमबर्ग बाय ब्लूमबर्ग हे आत्मचरित्र लिहिले, 1997 मध्ये विलीने प्रकाशित केले. ब्लूमबर्गच्या अध्यक्षीय निवडणुकीपूर्वी 2019 मध्ये दुसरी आवृत्ती प्रसिद्ध झाली. ब्लूमबर्ग आणि सिएरा क्लबचे माजी कार्यकारी संचालक कार्ल पोप यांनी क्लायमेट ऑफ होप: हाऊ सिटीज, बिझनेस अँड सिटिझन्स कॅन सेव्ह द प्लॅनेट (2017) सह-लेखक, सेंट मार्टिन प्रेसद्वारे प्रकाशित; हे पुस्तक न्यूयॉर्क टाइम्सच्या हार्डकव्हर नॉनफिक्शन बेस्ट-सेलर यादीत दिसले. ब्लूमबर्गने न्यू यॉर्क टाईम्समध्ये विविध समस्यांबद्दल अनेक ऑप-एड्स लिहिल्या आहेत, ज्यात ऑप-एड सहाय्यक राज्य आणि हवामान बदलाशी लढण्यासाठी स्थानिक प्रयत्न (2017), त्याच्या $1.8 अब्ज देणगीबद्दल एक ऑप-एड आहे. महाविद्यालयीन विद्यार्थ्यांसाठी आर्थिक मदत आणि गरज-अंध प्रवेश धोरणांसाठी समर्थन (2018); फ्लेवर्ड ई-सिगारेट्स (2019) वरील बंदीला समर्थन देणारी op-ed; आणि आर्थिक असमानता कमी करण्यासाठी op-ed supporting धोरणे (२०२०).

23

गौतम अदानी

गौतम अदानी

Top Richest People

Scan for Story Videos - www.itibook.com

गौतम शांतीलाल अदानी (जन्म 24 जून 1962) हे भारतीय अब्जाधीश उद्योगपती आहेत. ते भारतातील बंदर विकास आणि ऑपरेशन्समध्ये गुंतलेल्या अहमदाबादस्थित बहुराष्ट्रीय समूह अदानी समूहाचे अध्यक्ष आणि संस्थापक आहेत. अदानी हे अदानी फाऊंडेशनचे अध्यक्ष देखील आहेत, ज्याचे नेतृत्व प्रामुख्याने त्यांची पत्नी प्रिती अदानी करतात. 20 ऑगस्ट 2022 पर्यंत, फोर्ब्स आणि ब्लूमबर्ग अब्जाधीश निर्देशांकानुसार US$136.6 अब्ज संपत्तीसह, तो भारत आणि आशियातील सर्वात श्रीमंत व्यक्ती आणि जगातील चौथा श्रीमंत व्यक्ती आहे.

अदानी यांचा जन्म 24 जून 1962 रोजी गुजरातमधील अहमदाबाद येथे शांतीलाल आणि शांताबेन अदानी यांच्या पोटी गुजराती जैन कुटुंबात झाला. त्याला ७ भावंडे आहेत आणि त्याचे आईवडील गुजरातच्या उत्तरेकडील थाराड शहरातून स्थलांतरित झाले होते. त्याचे

वडील एक लहान कापड व्यापारी होते. अहमदाबाद येथील शेठ चिमणलाल नगिनदास विद्यालयात त्यांचे शिक्षण झाले. त्यांनी गुजरात विद्यापीठात वाणिज्य शाखेतील पदवीसाठी प्रवेश घेतला, परंतु दुसऱ्या वर्षानंतर त्यांनी शिक्षण सोडले. अदानी व्यवसायासाठी उत्सुक होते, परंतु त्यांच्या वडिलांचा कापड व्यवसाय नाही.

करिअर

परराष्ट्र सचिव जॉन केरी यांनी गौतम अदानी, 2014 ला शुभेच्छा दिल्या

किशोरवयात, अदानी महेंद्र ब्रदर्ससाठी डायमंड सॉर्टर म्हणून काम करण्यासाठी 1978 मध्ये मुंबईत आले.

1981 मध्ये त्यांचे मोठे भाऊ महासुखभाई अदानी यांनी अहमदाबादमध्ये प्लास्टिक युनिट विकत घेतले आणि त्यांना ऑपरेशन्सचे व्यवस्थापन करण्यासाठी आमंत्रित केले. हा उपक्रम पॉलिव्हिनाईल क्लोराईड (PVC) आयातीद्वारे जागतिक व्यापारासाठी अदानीचा प्रवेशद्वार ठरला.

1985 मध्ये, त्यांनी लघु-उद्योगांसाठी प्राथमिक पॉलिमर आयात करण्यास सुरुवात केली 1988 मध्ये, अदानीने अदानी एक्सपोर्ट्सची स्थापना केली, जी आता अदानी एंटरप्रायझेस म्हणून ओळखली जाते, ही अदानी समूहाची होल्डिंग कंपनी आहे. मूलतः, कंपनी कृषी आणि उर्जा वस्तूंमध्ये व्यवहार करते.

1991 मध्ये, आर्थिक उदारीकरणाची धोरणे त्यांच्या कंपनीसाठी अनुकूल ठरली आणि त्यांनी धातू, कापड आणि कृषी उत्पादनांच्या व्यापारात व्यवसायाचा विस्तार करण्यास सुरुवात केली.

1994 मध्ये, गुजरात सरकारने मुंद्रा बंदराच्या व्यवस्थापकीय आउटसोर्सिंगची घोषणा केली आणि 1995 मध्ये अदानी यांना कंत्राट मिळाले.

1995 मध्ये त्यांनी पहिली जेटी उभारली. मूलतः मुंद्रा बंदर आणि विशेष आर्थिक क्षेत्राद्वारे संचालित, ऑपरेशन्स अदानी पोर्ट्स आणि SEZ (APSEZ) मध्ये हस्तांतरित करण्यात आल्या. आज, कंपनी सर्वात मोठी खाजगी मल्टी-पोर्ट ऑपरेटर आहे. मुंद्रा बंदर हे भारतातील खाजगी क्षेत्रातील सर्वात मोठे बंदर आहे, ज्यात प्रतिवर्षी जवळपास 210 दशलक्ष टन मालवाहतूक करण्याची क्षमता आहे.

1996 मध्ये, अदानी समूहाची उर्जा व्यवसाय शाखा, अदानी पॉवर, अदानी यांनी स्थापन केली. अदानी पॉवर 4620MW क्षमतेचे थर्मल पॉवर प्लांट ठेवते, जे देशातील सर्वात मोठे खाजगी औष्णिक वीज उत्पादक आहे.

2006 मध्ये अदानी यांनी वीज निर्मिती व्यवसायात प्रवेश केला. 2009 ते 2012 पर्यंत, त्यांनी ऑस्ट्रेलियातील अॅबॉट पॉइंट पोर्ट आणि क्वीन्सलँडमधील कार्माइकल कोळसा खाण विकत घेतली.

मे 2020 मध्ये, अदानी ने US$6 अब्ज किमतीची सोलर एनर्जी कॉर्पोरेशन ऑफ इंडिया (SECI) द्वारे जगातील सर्वात मोठी सौर बोली जिंकली. 8000MW फोटोव्होल्टेईक पॉवर प्लांट प्रकल्प अदानी ग्रीनकडून हाती घेतला जाईल; अदानी सोलर 2000MW अतिरिक्त सोलर सेल आणि मॉड्यूल उत्पादन क्षमता स्थापन करेल.

सप्टेंबर 2020 मध्ये, अदानी यांनी मुंबई आंतरराष्ट्रीय विमानतळावर 74% हिस्सा विकत घेतला, जो दिल्लीनंतर भारतातील दुसऱ्या क्रमांकाचा सर्वात व्यस्त आहे.

फेब्रुवारी २०२२ मध्ये, तो मुकेश अंबानींना मागे टाकत आशियातील सर्वात श्रीमंत व्यक्ती बनला.

मे 2022 मध्ये, अदानी कुटुंबाने अंबुजा सिमेंट्स आणि त्याची उपकंपनी ACC होल्सिम ग्रुपकडून $10.5 बिलियन मध्ये, एका परदेशी विशेष-उद्देशीय संस्थेद्वारे विकत घेतली.

ऑगस्ट 2022 मध्ये, AMG Media Networks Limited (AMNL), अदानी समूहाच्या युनिटने घोषित केले की त्यांनी राष्ट्रीय वृत्त प्रसारक NDTV च्या 29.18% मालकीचे RRPR होल्डिंग विकत घेण्याची योजना आखली आहे आणि आणखी 26% खरेदी करण्याची खुली ऑफर दिली आहे. एनडीटीव्हीने एका निवेदनात म्हटले आहे की, कंपनीच्या संस्थापक, माजी पत्रकार राधिका रॉय आणि तिचे अर्थतज्ज्ञ पती प्रणॉय रॉय यांना न कळवता अदानी यांनी तृतीय पक्षाद्वारे आपला हिस्सा विकत घेतला आणि हा करार "चर्चा, संमती किंवा सूचना न देता" केला गेला. अदानी हे पंतप्रधान नरेंद्र मोदी यांच्या सत्ताधारी भारतीय जनता पक्षाच्या जवळचे मानले जात असल्याने या बोलीने भारतातील संपादकीय स्वातंत्र्याबाबतही चिंता व्यक्त केली आहे.

वैयक्तिक जीवन

गौतम अदानी यांचा विवाह प्रितीशी झाला, त्यांना करण अदानी आणि जीत अदानी असे दोन मुलगे आहेत.1998 मध्ये त्याचे अपहरण करून खंडणीसाठी ओलीस ठेवण्यात आले होते, परंतु पैसे जमा न करता त्याची सुटका करण्यात आली होती. 2008 च्या मुंबई हल्ल्याच्या वेळी तो ताज हॉटेलमध्ये होता.

परोपकार

अदानी हे अदानी फाउंडेशनचे अध्यक्ष आहेत, ज्याला अदानी समूहामार्फत निधी दिला जातो. त्याची स्थापना 1996 मध्ये झाली. गुजरात व्यतिरिक्त, फाउंडेशन महाराष्ट्र, राजस्थान, हिमाचल प्रदेश, मध्य प्रदेश, छत्तीसगड आणि ओडिशा या राज्यांमध्ये कार्यरत आहे.

मार्च 2020 मध्ये, त्यांनी कोरोनाव्हायरसच्या उद्रेकाशी लढा देण्यासाठी त्यांच्या समूहाच्या परोपकारी कार्यातून PM केअर्स फंडात £100 कोटी (US$13 दशलक्ष) योगदान दिले. गुजरात सीएम रिलीफ फंडमध्ये $5 कोटी (US$630,000) आणि महाराष्ट्र सीएम रिलीफ फंडात $1 कोटी (US$130,000) चे योगदान देण्यात आले.

अदानी यांच्या नेतृत्वाखालील वैविध्यपूर्ण समूह अदानी समूहाने सौदी अरेबियातील दमाम ते गुजरातमधील मुंद्रा येथे 80 मेट्रिक टन द्रव वैद्यकीय ऑक्सिजनने भरलेल्या चार ISO क्रायोजेनिक टाक्या आयात केल्या. समूहाने लिंडे सौदी अरेबियाकडून 5,000 वैद्यकीय दर्जाचे ऑक्सिजन सिलिंडर देखील मिळवले. एका ट्विटर पोस्टमध्ये, अदानी यांनी सामायिक केले की त्यांचा समूह गुजरातच्या कच्छ जिल्ह्यात जिथे जिथे गरज असेल तिथे दररोज वैद्यकीय ऑक्सिजनसह 1,500 सिलिंडर पुरवत आहे. जून 2022 मध्ये, अदानीने सामाजिक कारणांसाठी 60,000 कोटी रुपये ($7.7 अब्ज) देणगी देण्याचे वचन दिले आहे. अदानीचे कॉर्पस अदानी फाऊंडेशनद्वारे प्रशासित केले जाईल, ज्यामुळे ते भारतातील परोपकारी ट्रस्टमध्ये सर्वात मोठे हस्तांतरण होईल.

24

फिल नाइट

फिल नाइट

Top Richest People

Scan for Story Videos - www.itibook.com

फिलिप हॅम्पसन नाइट (जन्म 24 फेब्रुवारी 1938) एक अमेरिकन अब्जाधीश व्यापारी आहे. ते Nike, Inc. चे सह-संस्थापक आणि अध्यक्ष एमेरिटस आहेत आणि पूर्वी कंपनीचे अध्यक्ष आणि मुख्य कार्यकारी अधिकारी होते. 23 जुलै 2020 पर्यंत, नाइटला फोर्ब्सने जगातील 24 व्या सर्वात श्रीमंत व्यक्ती म्हणून स्थान दिले, ज्याची एकूण संपत्ती US$54.5 अब्ज आहे. तो स्टॉप मोशन फिल्म प्रोडक्शन कंपनी लाइकाचाही मालक आहे. नाइट हे ओरेगॉन विद्यापीठ आणि स्टॅनफोर्ड ग्रॅज्युएट स्कूल ऑफ बिझनेसचे पदवीधर आहेत. त्याने ओरेगॉन विद्यापीठातील प्रशिक्षक बिल बोवरमन यांच्या हाताखाली ट्रॅक चालवला, ज्यांच्यासोबत तो नायकेला सह-संपन्न करेल.

नाइटने त्याच्या प्रत्येक अल्मा मॅटरला, तसेच ओरेगॉन हेल्थ अँड सायन्स युनिव्हर्सिटीला लाखो डॉलर्स दान केले आहेत. त्यांनी तीन संस्थांना $2 अब्ज पेक्षा जास्त देणगी दिली आहे.

फिल हॅम्पसन नाइटचा जन्म पोर्टलँड, ओरेगॉन येथे बिल नाइट, वकील बनून वृत्तपत्र प्रकाशक आणि त्याची पत्नी लोटा क्लॉय (हॅटफिल्ड) नाइट यांच्या पोटी झाला. नाइट ईस्टमोरलँडच्या पोर्टलँड परिसरात मोठा झाला आणि क्लीव्हलँड हायस्कूलमध्ये शिकला. एका स्रोतानुसार, "जेव्हा त्याच्या वडिलांनी त्याला त्याच्या वृत्तपत्रात आता बंद पडलेल्या ओरेगॉन जर्नल मध्ये उन्हाळी नोकरी देण्यास नकार दिला, तेव्हा त्याच्या मुलाला स्वतःहून काम मिळावे, असा विश्वास ठेवून, "नाइट" प्रतिस्पर्धी ओरेगोनियनकडे गेला, जिथे त्याने काम केले. सकाळच्या शिफ्टमध्ये क्रीडा स्कोअरचे टॅब्युलेटिंग होते आणि दररोज सकाळी पूर्ण सात मैल धावत घरी जात असे."

नाइटने युजीन येथील ओरेगॉन विद्यापीठात आपले शिक्षण सुरू ठेवले, जेथे तो फि गामा डेल्टा बंधुत्वाचा पदवीधर भाऊ आहे, तो ओरेगॉन डेली एमराल्ड साठी स्पोर्ट्स रिपोर्टर होता आणि त्याने 1959 मध्ये केवळ तीन वर्षांत व्यवसाय पदवी (BBA) मिळवली. त्याच वर्षी, नाइटला त्याचे आर्मी रिझर्व्ह कमिशन देखील मिळाले आणि ते "प्रतिष्ठित लष्करी पदवीधर" होते.

ओरेगॉन येथे मध्यम-अंतराचा धावपटू म्हणून, त्याचे वैयक्तिक सर्वोत्तम 1 मैल (1.6 किमी) 4 मिनिटे, 13 सेकंदात होते, 11 आणि त्याने 1957, 1958 आणि 1959 मध्ये त्याच्या ट्रॅक परफॉर्मन्ससाठी विद्यापीठाची पत्रे जिंकली. 1977 मध्ये, एकत्र बोवरमन आणि ज्योफ हॉलिस्टर, नाइट यांनी अॅथलेटिक्स वेस्ट नावाच्या अमेरिकन धावणाऱ्या संघाची स्थापना केली. 12

करिअर

करिअरची सुरुवात

ब्लू रिबन स्पोर्ट्स—नंतर Nike—भरभराट होण्याआधी, नाइट हा CPA होता, प्रथम Coopers & Lybrand सह, आणि नंतर Price Waterhouse. नाइट नंतर पोर्टलँड स्टेट युनिव्हर्सिटीमध्ये अकाउंटिंगचे प्राध्यापक बनले. 13

Nike Inc.

ओरेगॉन विद्यापीठातून पदवी घेतल्यानंतर लगेचच, नाइटने सैन्यात भरती केली आणि एक वर्ष सक्रिय कर्तव्य आणि सात वर्षे लष्करी रिझर्व्हमध्ये सेवा दिली. 5 त्यानंतर त्यांनी स्टॅनफोर्ड ग्रॅज्युएट स्कूल ऑफ बिझनेसमध्ये प्रवेश घेतला, 5 जिथे, त्याच्या छोट्या व्यावसायिक वर्गासाठी, नाइटने एक पेपर तयार केला, "जपानीज स्पोर्ट्स शूज डू टू जर्मन स्पोर्ट्स शूज काय जपानी कॅमेऱ्यांनी जर्मन कॅमेऱ्यांना केले?" रनिंग शूज विकण्यासाठी अखेरीस धाड. जपानमधून उच्च दर्जाचे आणि कमी किमतीचे रनिंग शूज अमेरिकन मार्केटमध्ये आयात करण्याची त्याची महत्त्वाकांक्षा होती. त्यांनी 1962 मध्ये स्टॅनफोर्ड येथून व्यवसाय प्रशासनात पदव्युत्तर पदवी प्राप्त केली. 5

ग्रॅज्युएशननंतर नाइट जगभर सहलीला निघाला, त्यादरम्यान तो नोव्हेंबर १९६२ मध्ये जपानमधील कोबे येथे थांबला. तिथेच त्याला ओनित्सुका कंपनीने कोबेमध्ये बनवलेले टायगर ब्रँडचे रनिंग शूज सापडले. Asics. शूजची गुणवत्ता आणि कमी किमतीमुळे प्रभावित होऊन, नाइटने मिस्टर ओनित्सुका यांना कॉल केला, त्यांनी त्यांच्याशी भेटण्यास सहमती दर्शविली. मीटिंग संपेपर्यंत, नाइटने पश्चिम युनायटेड स्टेट्ससाठी वाघ वितरणाचे अधिकार मिळवले होते. 14

वाघांचे पहिले नमुने नाइटला पाठवायला एक वर्षाहून अधिक कालावधी लागेल; त्या काळात त्याला पोर्टलँडमध्ये अकाउंटंट म्हणून नोकरी मिळाली. नाईटला शेवटी बूटांचे नमुने मिळाल्यावर, त्याने दोन जोड्या ओरेगॉन युनिव्हर्सिटीच्या बोवरमनला मेल पाठवल्या, विक्री आणि प्रभावशाली मान्यता या दोन्ही मिळण्याच्या आशेने. नाइटच्या आश्चर्यासाठी, बॉवरमनने केवळ टायगरच्या शूजची ऑर्डर दिली नाही, तर नाइटसह भागीदार बनण्याची आणि उत्पादन डिझाइन कल्पना प्रदान करण्याची ऑफर देखील दिली. या दोघांनी 25 जानेवारी 1964 रोजी हॅंडशेक करून भागीदारी करण्यास सहमती दर्शविली, ब्लू रिबन स्पोर्ट्सची जन्मतारीख, ही कंपनी नंतर नायके बनली. 15

नाइटची पहिली विक्री, पॅसिफिक नॉर्थवेस्ट ओलांडून ट्रॅक मीटिंगमध्ये आताच्या मजली हिरव्या प्लायमाउथ व्हॅलिअंट ऑटोमोबाईलमधून केली गेली. 1969 पर्यंत, या सुरुवातीच्या विक्रीमुळे नाइटला त्याची अकाउंटंटची नोकरी सोडून ब्लू रिबन स्पोर्ट्ससाठी पूर्णवेळ काम करण्याची परवानगी मिळाली. 14

जेफ जॉन्सन, नायकेचे पहिले कर्मचारी, यांनी फर्मला "नाइक" असे नाव देण्याचे सुचवले, ज्याचे नाव ग्रीक पंख असलेल्या विजयाच्या देवीच्या नावावर आहे, 16 आणि ब्लू रिबन स्पोर्ट्सचे नंतर 1971 मध्ये नाइके असे नामकरण करण्यात आले. 17

Nike चा "swoosh" लोगो, जो आता जगातील सर्वात मौल्यवान लोगोपैकी एक मानला जातो, 1971 मध्ये ग्राफिक डिझाईनच्या विद्यार्थिनी कॅरोलिन डेव्हिडसनकडून $35 मध्ये कमिशन करण्यात आला होता. 18 नायकेच्या वेबसाइटनुसार, नाइटने त्या वेळी सांगितले: "मला ते आवडत नाही, परंतु ते माझ्यावर वाढेल." सप्टेंबर 1983 मध्ये, डेव्हिडसनला कंपनीच्या ब्रँडमधील योगदानाबद्दल नाइके स्टॉकची अज्ञात रक्कम देण्यात आली. एप्रिल 2011 मध्ये ओप्रा टेलिव्हिजन कार्यक्रमात, नाइटने दावा केला की जेव्हा कंपनी सार्वजनिक झाली तेव्हा त्याने डेव्हिडसनला "काहीशे शेअर्स" दिले. 19

नायके येथे, नाइटने मायकेल जॉर्डन आणि टायगर वूडससह जगातील सर्वात ओळखल्या जाणाऱ्या खेळाडूंशी वैयक्तिक संबंध विकसित केले. 20 21

विंटन स्टुडिओ लायका बनला

1990 च्या दशकाच्या उत्तरार्धात मुख्य प्रवाहातील यशानंतर, विल विंटन स्टुडिओ ॲनिमेशन कंपनीने वेगवान वाढीमुळे बाह्य गुंतवणूकदारांची मागणी केली. नाइटने 1998 मध्ये कंपनीत 15 टक्के भागभांडवल स्वीकारले आणि त्याचा मुलगा ट्रॅव्हिस-ज्याने पोर्टलँड स्टेटमधून रॅप म्युझिक कारकीर्दीच्या अयशस्वी प्रयत्नानंतर पदवी प्राप्त केली होती- स्टुडिओमध्ये ॲनिमेटर म्हणून काम करायला गेले. 22

गैरव्यवस्थापनाचा दाखला देत, नाईटने अखेरीस विल व्हिंटन स्टुडिओ विकत घेतला आणि नायकेच्या अधिकाऱ्यांच्या सहकार्याने कंपनीच्या संचालक मंडळावर नियंत्रण मिळवले. 2003 च्या उत्तरार्धात, नाईटने आपल्या मुलाची बोर्डावर नियुक्ती केली आणि, विंटनने पद सोडल्यानंतर-विच्छेदन पॅकेजसह कंपनी सोडण्यापूर्वी-नाईटने लाइका कंपनीचे पुनर्ब्रँड केले. त्यानंतर त्याने लाइकामध्ये $180 दशलक्ष गुंतवले आणि स्टुडिओने 2009 मध्ये स्टॉप मोशनमध्ये त्याचा पहिला फीचर फिल्म कोरलाइन रिलीज केला. कोरलाइनला आर्थिक यश मिळाले आणि त्यानंतर ट्रॅव्हिस नाइटला लाइका सीईओ आणि अध्यक्षांच्या भूमिकेत बढती देण्यात आली. 22 23

मॅथ्यू नाइटचा मृत्यू

मे 2004 मध्ये, नाइटने व्हिंटनला विकत घेतल्यानंतर दोन वर्षांनी, त्याचा मुलगा मॅथ्यू, वय 34 वर्ष, पोर्टलँड नानफा संस्था, ख्रिश्चन चिल्ड्रन ऑफ द वर्ल्डसाठी निधी उभारणीचा व्हिडिओ चित्रित करण्यासाठी एल साल्वाडोरला गेला. तथापि, सॅन साल्वाडोर जवळील इलोपँगो लेक येथे त्याच्या सहकाऱ्यांसोबत स्कूबा डायव्हिंग करत असताना, 150 फूट (46 मीटर) पाण्याखाली हृदयविकाराच्या झटक्याने मृत्यू झाला. नाईट आणि ट्रॅव्हिसने मॅथ्यूचा मृतदेह यूएसला परत करण्यासाठी एल साल्वाडोरला गेले. 23 लायका स्टुडिओची 2005 ची शॉर्ट फिल्म मूंगर्ल मॅथ्यूच्या स्मृतीला समर्पित होती. 24

मॅथ्यूच्या अंत्यसंस्कारानंतर काही महिन्यांनी 18 नोव्हेंबर 2004 रोजी नाइटने नायकेच्या सीईओ पदाचा राजीनामा दिला, 23 परंतु मंडळाचे अध्यक्षपद कायम ठेवले. 25 26 नाइटच्या जागी विल्यम पेरेझ, एससी जॉन्सन अँड सन, इंक.चे माजी सीईओ होते, जे अखेरीस 2006 मध्ये मार्क पार्करने बदलले होते. 27

2011 मध्ये, ओरेगॉन विद्यापीठातील मॅथ्यू नाइट अरेनाला त्यांच्या सन्मानार्थ नाव देण्यात आले. 28

पोस्ट-नाइक सीईओ भूमिका

2009-2010 या कालावधीत, ओरेगॉन बॅलट मेजर्स 66 आणि 67 ला पराभूत करण्याच्या मोहिमेमध्ये नाइट सर्वात मोठा एकल योगदानकर्ता होता, जो एकदा पास झाल्यानंतर, काही कॉर्पोरेशन्स आणि उच्च-उत्पन्न असलेल्या व्यक्तींवरील आयकर वाढवला. 29

जून 2015 मध्ये, नाईट आणि नायके यांनी जाहीर केले की ते कंपनीचे अध्यक्षपद सोडतील, अध्यक्ष आणि सीईओ मार्क पार्कर त्यांच्या उत्तराधिकारी असतील. 30 31 नाइटची Nike बोर्डातून निवृत्ती जून 2016 च्या अखेरीस लागू झाली. सप्टेंबर 2017 मध्ये, पोर्टलँड, ओरेगॉन येथील फिल नाइट क्लासिकसाठी UNC जर्सीमध्ये काळे रंग घालण्यासाठी नाइटने निवृत्तीतून बाहेर पडण्याचा निर्णय घेतला. 32 33

संस्मरण

नाइटचे संस्मरण, शू डॉग, 26 एप्रिल 2016 रोजी सायमन अँड शुस्टर यांनी प्रसिद्ध केले होते, जुलै 2018 मध्ये व्यवसाय पुस्तकांसाठी न्यूयॉर्क टाइम्सच्या बेस्ट सेलर यादीत पाचव्या क्रमांकावर होते, 34 आणि आयात करण्यापासून ते नायके ब्रँडच्या इमारतीचे तपशील फेडरल तपासणीचा भाग म्हणून जपानी शूज. 35 36

परोपकार

जुलै 2021 पर्यंत, नाइटची निव्वळ संपत्ती $60.8 अब्ज आहे. 37 1990 मध्ये, नाइटने फिलिप एच. नाइट चॅरिटेबल फाउंडेशन ट्रस्टची स्थापना केली. 38 2016 पर्यंत, पोर्टलँड बिझनेस जर्नलनुसार, "नाइट हे ओरेगॉनच्या इतिहासातील सर्वात उदार परोपकारी आहेत. त्यांच्या आजीवन भेटवस्तू आता $2 बिलियनच्या जवळ आहेत." 39

स्टॅनफोर्ड विद्यापीठ

2006 मध्ये, नाइटने स्टॅनफोर्ड ग्रॅज्युएट स्कूल ऑफ बिझनेसला US$105 दशलक्ष देणगी दिली, जी त्यावेळेस, यूएस बिझनेस स्कूलसाठी सर्वात मोठी वैयक्तिक देणगी होती. नाइटच्या शाळेतील परोपकारी सेवेच्या सन्मानार्थ कॅम्पसला "द नाइट मॅनेजमेंट सेंटर" असे नाव देण्यात आले. 40

2016 मध्ये, नाइटने रोड्स स्कॉलरशिपने प्रेरित नाइट-हेनेसी स्कॉलर्स पदवी-स्तरीय शिक्षण कार्यक्रम सुरू करण्यासाठी $400 दशलक्ष योगदान दिल्याची घोषणा करण्यात आली. 41 हवामान बदल आणि गरिबी यासारख्या जागतिक आव्हानांचा सामना करण्यासाठी पदवीधरांकडून शुल्क आकारले जाते. 21 देशांतील 51 विद्वानांचा पहिला वर्ग 2018 च्या शरद ऋतूमध्ये स्टॅनफोर्ड येथे येणार होता. 42 43 44

मे 2022 मध्ये, फिल आणि पेनी नाइटने मेंदूच्या लवचिकतेसाठी फिल आणि पेनी नाइट इनिशिएटिव्ह स्थापन करण्यासाठी स्टॅनफोर्डला $75 दशलक्ष भेट दिल्याची घोषणा करण्यात आली. हा उपक्रम स्टॅनफोर्डच्या वू त्साई न्यूरोसायन्सेस इन्स्टिट्यूटमध्ये ठेवला जाईल आणि पार्किन्सन्स आणि अल्झायमरसारख्या संज्ञानात्मक घट आणि डिजनरेटिव्ह मेंदूच्या आजारांचा अभ्यास करण्यासाठी सज्ज आहे. ४५

ओरेगॉन विद्यापीठ

नाइटने ओरेगॉन विद्यापीठाला लाखो डॉलर्स दान केले आहेत. प्रमुख भेटवस्तूंमध्ये नाइट लायब्ररीच्या नूतनीकरणासाठी आणि नाइट लॉ सेंटरच्या बांधकामासाठी निधीचा समावेश आहे. नाइटने संपूर्ण कॅम्पसमध्ये संपन्न खुर्च्याही स्थापन केल्या. 46 2016 च्या शरद ऋतूत, नाईट नवीन तीन-इमारती प्रयोगशाळा आणि संशोधन विज्ञान संकुलासाठी UO ला $500 दशलक्ष देणगी देईल अशी घोषणा करण्यात आली. 47 ही देणगी मोठ्या उच्च-शिक्षण भेटवस्तूंच्या मालिकेचा भाग होती. 48 2021 मध्ये, नाइटने विद्यापीठातील ट्रॅक आणि फील्ड स्टेडियम हेवर्ड फील्डच्या नूतनीकरणासाठी निधी मदत केली . या प्रकल्पासाठी $270 दशलक्ष खर्चाचा अंदाज होता, जरी नाइटचे एकूण योगदान खाजगी राहिले. 49

ओरेगॉन बदक

ऑटझेन स्टेडियमचा बाह्य भाग, ओरेगॉन विद्यापीठ

ऑगस्ट 2007 मध्ये, नाइटने घोषणा केली की तो आणि त्याची पत्नी विद्यापीठातील सर्व ॲथलेटिक कार्यक्रमांना मदत करण्यासाठी UO ॲथलेटिक्स लेगसी फंड शोधण्यासाठी US$100 दशलक्ष देणगी देणार आहेत. प्रत्युत्तरात, ॲथलेटिक संचालक पॅट किल्केनी म्हणाले: "ही विलक्षण भेट ओरेगॉन ॲथलेटिक्सला विशिष्ट स्वयंपूर्णतेच्या दिशेने मार्गस्थ करेल आणि नवीन ॲथलेटिक क्षेत्रासह पुढे जाण्यासाठी विद्यापीठासाठी लवचिकता आणि आर्थिक क्षमता निर्माण करेल." त्या वेळी, देणगी ही विद्यापीठाच्या इतिहासातील सर्वात मोठी परोपकारी भेट होती. 50

UO बास्केटबॉल संघाच्या मॅथ्यू नाइट अरेनाचे 2010 चे बांधकाम नाइट आणि माजी ओरेगॉन ॲथलेटिक संचालक पॅट किल्केनी यांच्यातील भागीदारीचा परिणाम होता. नाइटने प्रकल्पासाठी थेट पैसे दिले नसले तरी, त्याने $100 दशलक्ष "ॲथलेटिक लेगसी फंड" स्थापन केला. हा निधी ॲथलेटिक विभागाला मदत करतो. 51 नाइटच्या मृत मुलाच्या नावावरून, या स्थळाने मॅकआर्थर न्यायालयाच्या इमारतीची जागा घेतली आणि ती बांधण्यासाठी US$200 दशलक्ष खर्च आला. ही सुविधा ओरेगॉन राज्याने समर्थित बॉंड वापरून बांधली होती. 51

नाइट UO च्या US$68 दशलक्ष 145,000 स्क्वेअर-फूट ग्रिडिरॉन फुटबॉल सुविधेसाठी वित्तपुरवठा करण्यासाठी जबाबदार होता जो जुलै 2013 च्या अखेरीस अधिकृतपणे उघडला गेला. संघाच्या लॉकर रूममधील नाइटच्या वैयक्तिक लॉकरमध्ये "अंकल फिल" हे शीर्षक आहे आणि इतर वैशिष्ट्यांमध्ये ब्राझिलियनसह जिमचा समावेश आहे. हार्डवुड फर्श, प्रत्येक खेळाडूच्या लॉकरमध्ये ॲपल आयफोन चार्जर, विविध सभागृहे आणि मीटिंग रूम, खेळाडूंसाठी एक गेम रूम ज्यामध्ये फ्लॅट-स्क्रीन टेलिव्हिजन आणि फूसबॉल मशीन आणि एक कॅफेटेरिया आहे. 52 53 54

नोव्हेंबर 2015 मध्ये, नाइट आणि त्याची पत्नी ओरेगॉन विद्यापीठातील नवीन क्रीडा संकुल प्रकल्पासाठी $19.2 दशलक्ष देणगी देणार असल्याची घोषणा करण्यात आली. 29,000 चौरस फुटांच्या संकुलाची योजना सप्टेंबरमध्ये जाहीर करण्यात आली होती. जानेवारी 2016 मध्ये बांधकाम सुरू झाले आणि सप्टेंबर 2016 मध्ये संपले. 55 स्पोर्ट्स कॉम्प्लेक्सला मार्कस मारियोटा स्पोर्ट्स परफॉर्मन्स सेंटर असे नाव देण्यात आले आणि त्यात मोशन कॅप्चर सिस्टम, न्यूरोकॉग्निटिव्ह असेसमेंट टूल्स, 40-यार्ड डॅश ट्रॅक आणि ॲथलीट्सना त्यांच्या पादत्राणांमध्ये अधिक लवकर प्रवेश करण्यासाठी नायकेने बनवलेल्या स्टीम मशीनचा समावेश आहे. 56

ऑक्टोबर 2016 मध्ये, नाइट आणि त्याच्या पत्नीने विज्ञानाला समर्पित नवीन कॅम्पस तयार करण्यासाठी $500 दशलक्ष गुंतवणूक केली, ज्याला फिल आणि पेनी नाइट कॅम्पस फॉर एक्सेलरेटिंग सायंटिफिक इम्पॅक्ट म्हणतात. तीन नवीन इमारती बांधल्या जातील आणि ते पूर्ण झाल्यानंतर आणि पूर्णतः कार्यान्वित झाल्यानंतर 750 कुटुंब-मजुरीच्या नोकऱ्या प्रदान करतील. 57 58

वाद

UO मधील ॲथलेटिक विभागातील नाइटचे योगदान देखील वादाला कारणीभूत ठरले आहे. 59 एप्रिल 2000 मध्ये, विद्यार्थी नेत्यांनी स्वेटशॉप आणि निष्पक्ष श्रम प्रथाविरोधी मोहीम आयोजित करण्यास सुरुवात केली आणि कामगार हक्क संघ (WRC) ला पाठिंबा देण्यासाठी शाळेचे अध्यक्ष डेव्ह फ्रोनमायर यांना बोलावले. 4 एप्रिल, 2000 रोजी, विद्यार्थ्यांनी जॉन्सन हॉल, यूओचे प्रशासकीय केंद्र येथे बसायला सुरुवात केली. एप्रिलच्या सुरुवातीस, विद्यार्थ्यांच्या खुल्या सभेने पुढे मागणी केली की फेअर लेबर असोसिएशन (एफएलए) या संस्थेला विद्यापीठाकडून कोणताही विचार केला जाणार नाही, कारण ती नाइक आणि इतर कॉर्पोरेशन्सद्वारे स्थापित, निधी आणि समर्थित गट म्हणून समजली जात होती आणि ती देखील होती. अप्रामाणिक जनसंपर्काचा व्यायाम म्हणून कामगार हक्क वकिलांनी टीका केली. 60 61

त्यानंतर विद्यापीठाचे अध्यक्ष डेव्ह फ्रॉनमेयर यांनी WRC सोबत एक वर्षाचा करार केला; त्यानंतर नाइटने ऑटझेन स्टेडियमच्या विस्तारीकरण प्रकल्पासाठी US$30 दशलक्ष वचनबद्धता मागे घेतली आणि विद्यापीठाला कोणतीही देणगी देऊ केली नाही. 62 63 सार्वजनिक निवेदनात, नाइटने WRC वर अवास्तव तरतुदी असल्याबद्दल टीका केली आणि ती दिशाभूल केली, तर FLA ची त्याच्या दृष्टिकोनात "संतुलित" प्रशंसा केली. 64 विद्यार्थ्यांसोबत सुरू असलेल्या संघर्षाच्या पार्श्वभूमीवर, फ्रोहनमायरने नाइटच्या प्रतिपादनाची बाजू घेतली की WRC असंतुलित प्रतिनिधित्व प्रदान करत आहे 65 66 आणि ऑक्टोबर 2000 मध्ये, यूजीन वीकलीने फ्रोहनमायरने असे

नमूद केले की:

... तो UO जनरल काउंसिल मेलिंडा गियर यांच्या कायदेशीर मताच्या आधारे WRC ला देय देण्यास नकार देईल आणि असे म्हणेल की असे करणे बेकायदेशीर असेल आणि विद्यापीठाला दायित्वासाठी खुला होईल. Grier ने दावा केला की WRC ने अद्याप अंतर्भूत केलेले नाही, अद्याप ना-नफा म्हणून दाखल केलेले नाही, आणि देय देयकाचे समर्थन करणारा कोणताही सार्वजनिक उद्देश पूर्ण केला नाही. 61

16 फेब्रुवारी 2001 रोजी, ओरेगॉन युनिव्हर्सिटी सिस्टीमने असा आदेश लागू केला की प्रणालीतील सर्व संस्थांनी राजकीयदृष्ट्या तटस्थ दृष्टिकोनातून व्यावसायिक भागीदार निवडावे, ओरेगॉनमधील सर्व विद्यापीठांना WRC किंवा FLA मध्ये सामील होण्यापासून प्रतिबंधित केले जाईल. 67 विद्यापीठ आणि डब्ल्यूआरसी यांच्यातील विरघळलेल्या संबंधानंतर, नाइटने देणगी पुनर्संचयित केली आणि रक्कम US$50 दशलक्ष पेक्षा जास्त केली. 68

तसेच माजी विमा अधिकारी पॅट किल्केनी यांना विद्यापीठात ॲथलेटिक संचालक म्हणून नियुक्त करण्यासाठी लॉबिंग करण्यात नाईटचे यश देखील वादग्रस्त होते. 69 किल्केनी यांच्याकडे महाविद्यालयीन पदवी किंवा ॲथलेटिक्स प्रशासनाचा कोणताही पूर्व अनुभव नव्हता. त्याने शिक्षण घेतले परंतु UO मधून पदवी प्राप्त केली नाही, कारण त्याने अनेक क्रेडिट तास बाकी असताना शाळा सोडली. UO मध्ये नियुक्ती होण्यापूर्वी, किल्केनी सॅन दिएगो-आधारित ॲरोहेड जनरल इन्शुरन्स एजन्सीचे अध्यक्ष आणि मुख्य कार्यकारी अधिकारी होते आणि त्यांनी कंपनी विकली तेव्हा जवळजवळ US$1 अब्जच्या लेखी प्रीमियमसह व्यवसायाचा देशव्यापी संस्थेत वाढ केला. 2006. 70

इतर प्रकल्प

हिल्सबोरो विमानतळावर नाइटचे वैयक्तिक हँगर.

ऑक्टोबर 2008 मध्ये, नाइट आणि त्याच्या पत्नीने OHSU कर्करोग संस्थेला US$100 दशलक्ष देण्याचे वचन दिले, ओरेगॉन आरोग्य आणि विज्ञान विद्यापीठाच्या इतिहासातील सर्वात मोठी भेट. मान्यता म्हणून, विद्यापीठाने संस्थेचे नाव बदलून "OHSU नाइट कॅन्सर इन्स्टिट्यूट" असे ठेवले. 71

ऑक्टोबर 2010 मध्ये, नाइटने नवीन येणाऱ्या विद्यार्थ्यांसाठी शिष्यवृत्ती स्थापन करण्यासाठी केंटलिन गॅबेल स्कूलला अनेक दशलक्ष डॉलर्स दान केले. 72

नाइट्स ग्रीन, ओरेगॉनमधील मेरीलहर्स्ट येथील मेरीलहर्स्ट विद्यापीठात नाइटच्या नावावर असलेले लॉन.

18 मे 2012 रोजी, नाइटने कोलंबिया स्पोर्ट्सवेअरचे मुख्य कार्यकारी अधिकारी टिम बॉयल यांनी स्थापन केलेल्या उच्च शिक्षणाच्या राजकीय कृती समिती (PAC) मध्ये US$65,000 चे योगदान दिले. 73 74 बॉयलच्या मते, PAC ओरेगॉन विद्यापीठ प्रणालीतील शाळांच्या स्वायत्ततेत वाढ करण्यास मदत करेल. 75

27 सप्टेंबर 2013 रोजी, नाइटने OHSU नाइट कॅन्सर इन्स्टिट्यूटच्या द्विवार्षिक मेळाव्यात प्रेक्षकांसमोर घोषणा केली, जेव्हा त्याने OHSU पुढील दोन वर्षांमध्ये त्याची बरोबरी करू शकल्यास संशोधनासाठी US$500 दशलक्ष देणगी देण्याचा आपला इरादा जाहीर केला. 76 25 जून 2015 रोजी, OHSU ने $500 दशलक्षचे उद्दिष्ट पूर्ण केले आणि नाईटने त्याच्या आगामी $500 दशलक्ष देणगीची घोषणा केली, ज्यामुळे एकूण $1 बिलियन जमा झाले. 77

नाइट आणि पत्नी पेनी यांनी मेरीलहर्स्ट युनिव्हर्सिटी, ओरेगॉनमधील मेरीलहर्स्ट येथील खाजगी रोमन कॅथोलिक विद्यापीठातील मेरीलहर्स्ट नाईट्स अपॉर्च्युनिटी स्कॉलरशिप प्रोग्रामला देखील देणगी दिली; परिणामी, विद्यापीठाने त्यांच्या कॅम्पसच्या एका लॉनला कुटुंबाच्या सन्मानार्थ "नाइट्स ग्रीन" असे नाव दिले. 78

डिसेंबर 2016 मध्ये, नाईटने खुलासा केला की त्याने $112 दशलक्ष नाइके स्टॉकमध्ये धर्मादाय कार्यासाठी दान केले होते. 79

प्रशंसा

2000 मध्ये, ओरेगॉनमधील क्रीडा क्षेत्रातील विशेष योगदानासाठी नाइटला ओरेगॉन स्पोर्ट्स हॉल ऑफ फेममध्ये समाविष्ट करण्यात आले. 80 त्याच्या इंडक्शनच्या वेळी, त्याने UO ला अंदाजे US$230 दशलक्ष योगदान दिले होते, ज्यातील बहुतांश ॲथलेटिक्ससाठी होते. 81

24 फेब्रुवारी 2012 रोजी, योगदानकर्ता म्हणून नाईटला नैस्मिथ मेमोरियल बास्केटबॉल हॉल ऑफ फेमचे 2012 सदस्य म्हणून घोषित करण्यात आले. यूएस बास्केटबॉल आणि त्याच्या खेळाडूंना नायकेच्या मोठ्या आर्थिक पाठिंब्यामागील प्रेरक शक्ती म्हणून हॉलने त्याला ओळखले. 7 सप्टेंबर 2012 रोजी नाइटचा औपचारिक समावेश करण्यात आला. 82

1989 मध्ये, नाइटला अमेरिकन ॲकॅडमी ऑफ अचिव्हमेंटचा गोल्डन प्लेट पुरस्कार मिळाला. 83 त्याच्या "व्यवसाय, कॉर्पोरेट आणि परोपकारी नेतृत्वातील योगदानासाठी" नाइटची 2015 च्या अमेरिकन ॲकॅडमी ऑफ आर्ट्स अँड सायन्सेसच्या सदस्यत्व वर्गासाठी निवड झाली. 84 85

2020 मध्ये, विद्यापीठाने माजी विद्यार्थी आणि चाहत्यांना सोशल मीडियावर मतदान केले, त्यांना विचारले की ते विद्यापीठासाठी काल्पनिक माउंट रशमोरवर कोणते चार UO माजी विद्यार्थी ठेवतील. डक्स ट्रॅक लीजेंड स्टीव्ह प्रीफॉन्टेनसह नाइट चार अंतिम निवडींपैकी

एक होता; सध्याचा एनएफएल खेळाडू मार्कस मारियोटा, 2014 हाइसमन ट्रॉफी विजेता; आणि सबरीना आयोनेस्कू, ज्यांनी नुकतेच डक्ससाठी महाविद्यालयीन बास्केटबॉल कारकीर्द पूर्ण केली होती. 86

वैयक्तिक जीवन

पोर्टलँड स्टेट युनिव्हर्सिटीमध्ये काम करत असताना नाइटची पत्नी पेनेलोप "पेनी" पार्क्स यांची भेट झाली आणि 13 सप्टेंबर 1968 रोजी दोघांचा विवाह झाला. 87 त्यांच्या मालकीचे घर ला क्विंटा, कॅलिफोर्निया येथे आहे. 88 89

नाइटने 2018 च्या ओरेगॉन गव्हर्नेटरीय निवडणुकीदरम्यान रिपब्लिकन नूट बुएलरला $3.5 दशलक्ष देणगी दिली. 90

नाइटचा मुलगा, मॅथ्यू, 2004 मध्ये एल साल्वाडोरमध्ये स्कूबा डायव्हिंग अपघातात मरण पावला. 91 नाइट्सचा आणखी एक मुलगा, ट्रॅव्हिस नाइट, लाइका ॲनिमेशन स्टुडिओ चालवतो. फिल नाइट अध्यक्ष म्हणून काम करतात.

25

जॅक मा

जॅक मा

Top Richest People

जॅक मा युन ए (चीनी पिनियिन: मा युन; जन्म 10 सप्टेंबर 1964) हा एक चिनी उद्योगपती, गुंतवणूकदार आणि परोपकारी आहे. ते बहुराष्ट्रीय तंत्रज्ञान समूह, अलीबाबा समूहाचे सह-संस्थापक आणि माजी कार्यकारी अध्यक्ष आहेत. याव्यतिरिक्त, त्यांनी युनफेंग कॅपिटल या चिनी खाजगी इक्विटी फर्मची सह-स्थापना केली. मा खुल्या आणि बाजार-चालित अर्थव्यवस्थेचा एक मजबूत समर्थक आहे.

ऑगस्ट 2014 मध्ये, ब्लूमबर्ग अब्जाधीशांच्या निर्देशांकानुसार, जॅक मा यांची एकूण संपत्ती US$21.8 अब्ज होती, ज्यामुळे ते चीनमधील सर्वात श्रीमंत व्यक्ती बनले. 2017 मध्ये, फॉर्च्युनच्या वार्षिक "जगातील 50 महान नेते" यादीत माला द्वितीय क्रमांक मिळाला. 3 चिनी व्यवसायासाठी अनौपचारिक जागतिक राजदूत म्हणून त्यांचा व्यापकपणे विचार केला जातो आणि स्टार्टअप व्यवसायांच्या समुदायासाठी ते एक प्रभावशाली व्यक्तिमत्त्व आहे. 4 सप्टेंबर 2018 मध्ये, त्याने जाहीर केले की तो अलीबाबामधून निवृत्त होईल आणि शैक्षणिक कार्य, परोपकार आणि पर्यावरणीय कारणांचा पाठपुरावा करेल; पुढच्या वर्षी, डॅनियल झांग हे कार्यकारी अध्यक्ष म्हणून

त्यांच्यानंतर आले.

मार्च २०२२ पर्यंत, ३७.१ अब्ज डॉलर्सच्या एकूण संपत्तीसह, मा चीनमधील पाचव्या-श्रीमंत व्यक्ती आहेत (झ्राेंग शानशान, मा हुआतेंग, झेंग युकुन आणि झांग यिमिंग यांच्यानंतर), तसेच जगातील ३५व्या श्रीमंत व्यक्ती, क्रमवारीत ब्लूमबर्ग अब्जाधीश निर्देशांक. 2019 मध्ये, फोर्बसने चीन, आफ्रिका, ऑस्ट्रेलिया आणि मध्य पूर्वेतील वंचित समुदायांना मदत करणाऱ्या त्यांच्या कार्यासाठी "आशियाच्या 2019 हिरोज ऑफ फिलान्थ्रॉपी" च्या यादीत माचे नाव दिले. एप्रिल 2021 मध्ये, जॅक मा "2021 फोर्ब्स ग्लोबल रिच लिस्ट" मध्ये US$48.4 बिलियनच्या संपत्तीसह 26 व्या क्रमांकावर होते.

ऑक्टोबर 2020 पासून केवळ दोनदाच मा यांना सार्वजनिक ठिकाणी दिसले आहे, त्यांच्या ठावठिकाणाविषयी अनुमानांना चालना दिली आहे.

जॅक मा यांचा जन्म हांगझोउ, झेजियांग, चीन येथे 10 सप्टेंबर 1964 रोजी मा युन म्हणून झाला. हँगझो इंटरनॅशनल हॉटेलमध्ये इंग्रजी भाषिकांशी संभाषण करून त्यांनी तरुण वयात इंग्रजी शिकण्यास सुरुवात केली. जॅक माच्या आजोबांनी जपानविरोधी युद्धात सुरक्षा रक्षक म्हणून काम केले होते. मुक्तीनंतर, त्याला ब्लॅक फाइव्ह म्हणून वर्गीकृत करण्यात आले; आणि मा युन; नाव दिले, फक्त आशा आहे की जॅक मा भविष्यात आज्ञाधारक आणि समजूतदार असतील आणि त्रास टाळतील. वयाच्या 12 व्या वर्षी जॅक मा यांनी एक पॉकेट रेडिओ विकत घेतला आणि तेव्हापासून ते दररोज इंग्रजी रेडिओ ऐकत होते आणि त्यांना इंग्रजीची आवड निर्माण झाली होती. वयाच्या 13 व्या वर्षापासून, जॅक मा यांना हँगझोउ क्रमांक 8 मिडल स्कूलमध्ये बदली करण्यास भाग पाडले गेले कारण त्यांना खूप मारामारी आठवत होती. त्यानंतर 1982 मध्ये, मा युन यांनी प्रथमच महाविद्यालयीन प्रवेश परीक्षा दिली आणि प्रथमच यादीतून बाहेर पडली. त्याला गणितात फक्त 1 गुण मिळाला. मा युन वैतागले होते. त्यानंतर, तो आणि त्याचा चुलत भाऊ वेटरच्या नोकरीसाठी अर्ज करण्यासाठी हॉटेलमध्ये गेले. परिणामी, त्याच्या चुलत भावाला कामावर घेण्यात आले आणि त्याला नाकारण्यात आले. बॉसने दिलेले कारण असे होते की मा युन पातळ आणि लहान होती आणि तिचे स्वरूप खराब होते. नंतर, जॅक मा यांनी सचिव आणि कुली म्हणून काम केले. मा युन महाविद्यालयीन प्रवेश परीक्षेत नापास झाला आणि त्याचे वडील मलाय फा यांनी तो उदास असल्याचे पाहिले आणि त्याला तीन फेऱ्यांत मासिकाला पुस्तके पाठवण्यास सांगितले.

अत्यंत सामान्य हायस्कूलमध्ये प्रवेश करण्यासाठी त्याला दोन वर्षे लागली आणि त्याला गणितात केवळ 31 गुण मिळाले. नऊ वर्षापर्यंत, मा आपल्या सायकलवर 27 किमी (17 मैल) चालत असे आणि पर्यटकांना त्यांच्या इंग्रजीचा सराव करण्यासाठी या भागात फिरायचे. तो त्या परदेशींपैकी एकाशी मैत्रीपूर्ण मित्र बनला, ज्यांनी त्याला "जॅक" टोपणनाव दिले कारण त्याला त्याचे चिनी नाव उच्चारणे कठीण होते.

1983 मध्ये, मा युन यांनी दुसऱ्यांदा महाविद्यालयीन प्रवेश परीक्षा दिली आणि पुन्हा यादीतून बाहेर पडले आणि त्यांचे गणित 19 गुणांपर्यंत सुधारले. मा युनच्या पालकांनी त्याला कॉलेजमध्ये जाण्याची आणि त्याची कला शिकण्याची इच्छा सोडून देण्यास राजी केले. त्यानंतर, मा युनने जीर्ण झालेली सायकल हांगझोऊच्या रस्त्यावर आणि गल्लीतून फिरवायला सुरुवात केली.

1984 मध्ये, त्यांच्या कुटुंबाच्या तीव्र विरोधाला न जुमानता, मा युन यांनी तिसऱ्यांदा महाविद्यालयीन प्रवेश परीक्षा दिली. यावेळी, त्याने गणिताच्या परीक्षेत 89 गुण मिळवले, परंतु पदवीधरांचे एकूण विभक्तीकरण अद्याप 5 गुण दूर होते. इंग्रजी प्रमुखांसाठी नावनोंदणीचे लक्ष्य पूर्ण न झाल्याने, काही उत्कृष्ट इंग्रजी विद्यार्थ्यांना पदोन्नती मिळण्याची संधी आहे. मा युन यांना हांगझोउ नॉर्मल युनिव्हर्सिटीने अंडरग्रेजुएट फॉरेन लँग्वेज मेजर म्हणून पदोन्नती दिली. विद्यापीठात प्रवेश केल्यानंतर, जॅक मा उत्कृष्ट शैक्षणिक कामगिरीसह एक चांगला विद्यार्थी बनला आणि त्याच्या उत्कृष्ट इंग्रजीसह परदेशी भाषा विभागातील पहिल्या पाचमध्ये स्थान मिळवले. त्यानंतर, जॅक मा यांची विद्यार्थी संघटनेच्या अध्यक्षपदी निवड झाली आणि नंतर त्यांनी दोन टर्मसाठी हांगझोउ फेडरेशन ऑफ स्टुडंट्सचे अध्यक्ष म्हणून काम केले.

नंतर त्यांच्या तारुण्यात मा, कॉलेजमध्ये जाण्यासाठी खूप संघर्ष केला. मा हांगझोउ टीचर्स कॉलेजच्या प्रवेश परीक्षेत दोनदा नापास झाला कारण त्याचा कमकुवत मुद्दा गणित होता. दरवर्षी होणाऱ्या चिनी प्रवेश परीक्षांना उत्तीर्ण होण्यासाठी माला तीन वर्षे लागली. मा यांनी हँगझो टीचर्स इन्स्टिट्यूट (सध्या हँगझोउ नॉर्मल युनिव्हर्सिटी म्हणून ओळखले जाते) येथे शिक्षण घेतले आणि 1988 मध्ये इंग्रजीमध्ये कला शाखेची पदवी घेतली. शाळेत असताना, मा विद्यार्थी परिषदेच्या प्रमुख होत्या. ग्रॅज्युएशननंतर, तो हांगझू डियांझी विद्यापीठात इंग्रजी आणि आंतरराष्ट्रीय व्यापाराचा व्याख्याता झाला. त्याने हार्वर्ड बिझनेस स्कूलमध्ये दहा वेळा अर्ज केल्याचा दावा केला आणि प्रत्येक वेळी तो नाकारला गेला.

व्यवसाय करिअर

माच्या आत्मचरित्रात्मक भाषणानुसार, 1988 मध्ये हांगझोउ नॉर्मल युनिव्हर्सिटीमधून पदवी घेतल्यानंतर, माने 31 वेगवेगळ्या विचित्र नोकऱ्यांसाठी अर्ज केला आणि प्रत्येकासाठी ती नाकारण्यात आली. "मी KFC मध्ये नोकरीसाठी गेलो होतो; ते म्हणाले, 'तुम्ही चांगले नाही'", माने मुलाखतकार चार्ली रोजला सांगितले. "माझ्या शहरात आल्यावर मी केएफसीमध्येही गेलो होतो. चोवीस लोक नोकरीसाठी गेले होते. तेवीस जणांना स्वीकारले गेले. मी एकमेव माणूस होतो नाकारण्यात आलेला ...". या काळात, चीन डेंग झियाओपिंगच्या चिनी आर्थिक

सुधारणांच्या पहिल्या दशकात होता.

1994 मध्ये, मा यांनी इंटरनेटबद्दल ऐकले आणि त्यांची पहिली कंपनी, Hangzhou Haibo Translation Agency (Hángzhōu Haibo Fānyì Shè ???????) सुरू केली. 1995 च्या सुरुवातीस, तो म्युनिसिपल गव्हर्नमेंटच्या वतीने यूएसला गेला ज्या सहकाऱ्यांनी त्याला इंटरनेटशी ओळख करून देण्यात मदत केली होती. त्याला अनेक देशांतील बिअरशी संबंधित माहिती मिळाली असली, तरी चीनमधून एकही न मिळाल्याने त्याला आश्चर्य वाटले. त्याने चीनबद्दलची सामान्य माहिती शोधण्याचाही प्रयत्न केला आणि पुन्हा काहीच न मिळाल्याने आश्चर्य वाटले. त्यामुळे त्याने आणि त्याच्या मित्राने चीनशी संबंधित एक "कुरूप" वेबसाइट तयार केली. त्याने सकाळी 9:40 वाजता वेबसाइट लॉन्च केली आणि दुपारी 12:30 पर्यंत त्याला काही चीनी गुंतवणूकदारांकडून त्याच्याबद्दल जाणून घेण्याची इच्छा असलेले ईमेल प्राप्त झाले. हे तेव्हाच होते जेव्हा मला समजले की इंटरनेटमध्ये काहीतरी उत्तम ऑफर आहे. एप्रिल 1995 मध्ये, मा आणि हे यिबिंग (एक संगणक शिक्षक) यांनी चायना पेजेससाठी पहिले कार्यालय उघडले आणि मा यांनी त्यांची दुसरी कंपनी सुरू केली. 10 मे 1995 रोजी त्यांनी युनायटेड स्टेट्समध्ये chinapages.com या डोमेनची नोंदणी केली. तीन वर्षांच्या आत, कंपनीने 5,000,000 रॅन्मिन्बी बनवले होते जे त्यावेळी US$800,000 च्या समतुल्य होते.

मा यांनी अमेरिकेतील मित्रांच्या मदतीने चिनी कंपन्यांसाठी वेबसाइट तयार करण्यास सुरुवात केली. तो म्हणाला की "आम्ही ज्या दिवशी वेबशी कनेक्ट झालो, त्या दिवशी मी मित्र आणि टीव्ही लोकांना माझ्या घरी बोलावले", आणि अतिशय संथ डायल-अप कनेक्शनवर, "आम्ही साडेतीन तास वाट पाहिली आणि अर्ध पान मिळाले", तो आठवला. "आम्ही प्यायलो, टीव्ही पाहिला आणि पत्ते खेळलो, वाट पाहत राहिलो. पण मला खूप अभिमान वाटला. मी इंटरनेट अस्तित्वात असल्याचे सिद्ध केले". 2010 मध्ये एका कॉन्फरन्समध्ये, माने उघड केले की त्यांनी प्रत्यक्षात कोडची एक ओळ कधीच लिहिली नाही किंवा ग्राहकाला एकही विक्री केली नाही. वयाच्या ३३ व्या वर्षी त्यांनी प्रथमच संगणक घेतला.

1998 ते 1999 पर्यंत, मा यांनी चीन इंटरनॅशनल इलेक्ट्रॉनिक कॉमर्स सेंटर, फॉरेन ट्रेड आणि इकॉनॉमिक कोऑपरेशन मंत्रालयाच्या विभागाद्वारे स्थापन केलेल्या माहिती तंत्रज्ञान कंपनीचे नेतृत्व केले. 1999 मध्ये, त्यांनी नोकरी सोडली आणि 18 मित्रांच्या गटासह त्याच्या अपार्टमेंटमध्ये चीन-आधारित व्यवसाय-टू-बिझनेस मार्केटप्लेस साइट अलीबाबा शोधण्यासाठी त्याच्या टीमसह हांगझोऊला परतले. 28 त्यांनी 500,000 युआनसह उद्यम विकासाची नवीन फेरी सुरू केली.

2007 चायना ट्रस्ट ग्लोबल लीडर्स फोरममध्ये जॅक मा

ऑक्टोबर 1999 आणि जानेवारी 2000 मध्ये, अलिबाबाने गोल्डमन सॅक्स आणि सॉफ्टबँककडून एकूण $25 दशलक्ष विदेशी भांडवल गुंतवणूक जिंकली. जागतिक व्यापार संघटनेच्या (WTO) आव्हानांना तोंड देण्यासाठी या कार्यक्रमातून देशांतर्गत ई-कॉमर्स बाजारपेठ सुधारणे आणि चिनी उद्योगांसाठी, विशेषत: लहान आणि मध्यम-आकाराच्या उद्योगांसाठी (SMEs) एक ई-कॉमर्स प्लॅटफॉर्म परिपूर्ण करणे अपेक्षित होते. अलीबाबा तीन वर्षांनंतर फायदेशीर ठरला. मला जागतिक ई-कॉमर्स प्रणाली सुधारायची होती आणि 2003 पासून त्यांनी Taobao Marketplace, Alipay, Ali Mama आणि Lynx ची स्थापना केली. Taobao च्या वेगाने वाढ झाल्यानंतर, eBay ने कंपनी खरेदी करण्याची ऑफर दिली. तथापि, मा ने त्यांची ऑफर नाकारली, त्याऐवजी Yahoo सह-संस्थापक जेरी यांग यांच्याकडून $1 अब्ज गुंतवणुकीसह पाठिंबा गोळा केला.

अलीबाबा IPO

सप्टेंबर 2014 मध्ये अलीबाबाने न्यूयॉर्क स्टॉक एक्स्चेंजवर प्रारंभिक सार्वजनिक ऑफर (IPO) मध्ये $25 अब्ज पेक्षा जास्त उभारणी केली होती.

अलिबाबा समूहाचे अध्यक्ष

मा यांनी अलीबाबा समूहाचे कार्यकारी अध्यक्ष म्हणून काम केले, जी नऊ प्रमुख उपकंपन्यांसह एक होल्डिंग कंपनी आहे: Alibaba.com, Taobao Marketplace, Tmall, eTao, Alibaba Cloud Computing, Juhuasuan, 1688.com, AliExpress.com आणि Alipay. नोव्हेंबर 2012 मध्ये, अलीबाबाच्या ऑनलाइन व्यवहाराचे प्रमाण एक ट्रिलियन युआनपेक्षा जास्त होते. मा यांनी 10 मे 2013 रोजी अलिबाबाचे मुख्य कार्यकारी अधिकारी पद सोडले परंतु ते महामंडळाचे कार्यकारी अध्यक्ष म्हणून राहिले. 2016 पर्यंत, मा हे बोर्डमधील शॅटो डे सॉर्स, कोट्स डी बॉर्गमधील चॅटो ग्वेरी आणि ब्लेये, कोट्स डी बोर्ड येथील शॅटो पेरेनचे मालक आहेत.

9 जानेवारी 2017 रोजी, मा ने युनायटेड स्टेट्स ऑफ अमेरिकामधील अलिबाबाच्या व्यावसायिक हितसंबंधांद्वारे पुढील पाच वर्षांमध्ये 1 दशलक्ष नोकऱ्यांच्या संधींबाबत चर्चा करण्यासाठी ट्रम्प टॉवर येथे अमेरिकेचे अध्यक्ष-निर्वाचित डोनाल्ड ट्रम्प यांची भेट घेतली . 8 सप्टेंबर 2017 रोजी, अलिबाबाच्या स्थापनेचे 18 वे वर्ष साजरे करण्यासाठी, मा मंचावर हजर झाली आणि मायकेल-जॅक्सन-प्रेरित परफॉर्मन्स दिला. 2009 मध्ये अलीबाबाच्या वाढदिवसाच्या कार्यक्रमात त्यांनी "कॅन यू फील द लव्ह टुनाईट" चा भाग सादर केला आणि हेवी मेटल लीड सिंगर म्हणून वेशभूषा केली. त्याच महिन्यात, मा, सर ली का-शिंग यांच्यासोबत हाँगकाँगमध्ये डिजिटल वॉलेट सेवा देण्यासाठी संयुक्त उपक्रमात भागीदारी केली.

मा यांनी 10 सप्टेंबर 2018 रोजी जाहीर केले की ते येत्या वर्षात अलिबाबा ग्रुप होल्डिंगचे कार्यकारी अध्यक्षपद सोडतील. मा ने वृत्त नाकारले की त्यांना चिनी सरकारने बाजूला होण्यास भाग पाडले 35 आणि सांगितले की त्यांना त्यांच्या फाउंडेशनच्या माध्यमातून परोपकारावर लक्ष केंद्रित करायचे आहे. त्यानंतर डॅनियल झांग अलीबाबाचे वर्तमान कार्यकारी अध्यक्ष म्हणून नेतृत्व करतील.

लोकांच्या नजरेतून गायब

ऑक्टोबर 2020 ते जानेवारी 2021 या कालावधीत Ma कडून सार्वजनिक उपस्थिती नसल्याची नोंद न्यूज आउटलेट्सने नोंदवली, त्याच्या व्यवसायांवर नियामक क्रॅकडाउनच्या बरोबरीने. फायनान्शिअल टाईम्सने अहवाल दिला की गायब होण्याचा संबंध वार्षिक पीपल्स बँक ऑफ चायना फायनान्शियल मार्केट्स फोरममध्ये दिलेल्या भाषणाशी जोडला गेला असावा, ज्यामध्ये मा ने चीनच्या नियामक आणि बँकांवर टीका केली होती. नोव्हेंबर 2020 मध्ये, फायनान्शिअल टाईम्सने आर्थिक नियामकांच्या हस्तक्षेपानंतर अँट ग्रुपची अपेक्षित प्रारंभिक सार्वजनिक ऑफर (IPO) अचानक रद्द झाल्याची बातमी दिली. चीनी बँकर्स आणि अधिकार्‍यांच्या मते, आर्थिक स्थैर्य हा हस्तक्षेपामागे उद्देश होता. काही समालोचकांनी असा अंदाज लावला की मा सक्तीने बेपत्ता झाल्याचा बळी ठरला असावा, तर इतरांनी असा अंदाज लावला की तो स्वेच्छेने खाली पडलेला असावा. मा ने 20 जानेवारी 2021 रोजी, वार्षिक ग्रामीण शिक्षक पुढाकार या धर्मादाय कार्यक्रमात ग्रामीण शिक्षकांच्या गटाशी व्हिडिओ लिंकद्वारे बोलताना पुन्हा सार्वजनिक हजेरी लावली. फेब्रुवारी 2021 मध्ये, ब्लूमबर्गने अहवाल दिला की तो हैनानच्या चिनी बेटावरील सन व्हॅली गोल्फ रिसॉर्टमध्ये गोल्फ खेळताना दिसला. ऑक्टोबर 2021 मध्ये रॉयटर्सने वृत्त दिले की मा मॅलोर्का या स्पॅनिश बेटावर स्थानिक स्टोअरमध्ये खरेदी करत होते. त्याची सुपरयाट अँड्राटक्स बंदरात नांगरली होती.

मनोरंजन करिअर

2017 मध्ये, माने त्याच्या पहिल्या कुंग फू शॉर्ट फिल्म गॉन्ग शौ दाओद्वारे अभिनय पदार्पण केले. हे डबल 11 शॉपिंग कार्निव्हल सिंगल्स डेच्या सहकार्याने चित्रित करण्यात आले. त्याच वर्षी, त्यांनी एका गायन महोत्सवात भाग घेतला आणि अलीबाबाच्या 18 व्या वर्धापन दिनाच्या पार्टीत नृत्य सादर केले.

नोव्हेंबर 2020 मध्ये, आफ्रिकेच्या बिझनेस हीरोजच्या अंतिम फेरीत, मा यांना टेलिव्हिजन शोमध्ये न्यायाधीश म्हणून बदलण्यात आले, अलिबाबाचे कार्यकारी पेंग लेई यांनी त्यांची जागा घेतली, "शेड्यूल संघर्षामुळे".

पुरस्कार आणि सन्मान

2004 मध्ये, चायना सेंट्रल टेलिव्हिजन (CCTV) द्वारे मा यांना "वर्षातील शीर्ष 10 आर्थिक व्यक्तिमत्त्वांपैकी एक" म्हणून सन्मानित करण्यात आले.

सप्टेंबर 2005 मध्ये, वर्ल्ड इकॉनॉमिक फोरमने मा यांची "यंग ग्लोबल लीडर" म्हणून निवड केली.

2005 मध्ये फॉर्च्युनने त्यांची "आशियातील 25 सर्वात शक्तिशाली उद्योगपती" म्हणून निवड केली.

बिझनेसवीकने 2007 मध्ये त्यांची "इयर ऑफ द इयर" म्हणून निवड केली.

2008 मध्ये, बॅरॉन्सने त्यांना 30 "जगातील सर्वोत्कृष्ट सीईओ" पैकी एक म्हणून स्थान दिले

मे 2009 मध्ये, टाईम मासिकाने मा यांना जगातील 100 सर्वात शक्तिशाली व्यक्तींपैकी एक म्हणून सूचीबद्ध केले. माच्या कर्तृत्वाचा अहवाल देताना, आदि इग्नेशियस, माजी टाइम सीनियर एडिटर आणि हार्वर्ड बिझनेस रिव्ह्यूचे मुख्य संपादक यांनी नमूद केले की "चीनी इंटरनेट उद्योजक मृदूभाषी आणि एल्फ सारखा आहे - आणि तो खरोखर चांगले इंग्रजी बोलतो" आणि त्यावर टिप्पणी केली. "Taobao.com, मिस्टर माच्या ग्राहक-लिलाव वेबसाइटने चीनमध्ये eBay वर विजय मिळवला." 2014 मध्ये त्यांचा या यादीत समावेश करण्यात आला.

बिझनेसवीकने त्यांची चीनच्या सर्वात शक्तिशाली व्यक्तींपैकी एक म्हणून निवड केली.

2009 मध्ये फोर्ब्स चीनने त्यांची चीनमधील टॉप 10 सर्वात प्रतिष्ठित उद्योजकांपैकी एक म्हणून निवड केली. मा यांना 2009 चा CCTV इकॉनॉमिक पर्सन ऑफ द इयर: बिझनेस लीडर्स ऑफ द डिकेड पुरस्कार मिळाला.

2010 मध्ये, मा यांची आपती निवारण आणि गरिबी निवारणासाठी केलेल्या योगदानाबद्दल फोर्ब्स एशियाने आशियातील परोपकारी नायकांपैकी एक म्हणून निवड केली होती.

2011 मध्ये, अशी घोषणा करण्यात आली की त्यांच्या एका कंपनीने Alipay वर नियंत्रण मिळवले आहे, पूर्वी अलीबाबा ग्रुपची उपकंपनी होती, जेणेकरून "अलीपेचे संचालन सुरू ठेवण्यासाठी परवाना सुरक्षित ठेवण्यासाठी पेमेंट कंपन्यांचे नियमन करणार्‍या चीनी कायद्याचे पालन करता येईल.

असंख्य विश्लेषकांनी नोंदवले की Ma ने Alibaba Group च्या बोर्डाला किंवा Yahoo आणि Softbank च्या इतर प्रमुख मालकांना सूचित न करता स्वतःला Alipay विकले, तर Ma ने सांगितले की Alibaba ग्रुपच्या संचालक मंडळाला व्यवहाराची माहिती होती. मालकी विवाद अलीबाबा समूह, Yahoo! आणि सॉफ्टबँक जुलै 2011 मध्ये.

नोव्हेंबर 2013 मध्ये हाँगकाँग विज्ञान आणि तंत्रज्ञान विद्यापीठाने मा यांना मानद डॉक्टरेट पदवी प्रदान केली.

मा जपानच्या सॉफ्टबँक (2007-2020) आणि चीनच्या Huayi ब्रदर्स मीडिया कॉर्पोरेशनचे बोर्ड सदस्य होते.

2013 मध्ये, ते नेचर कॉन्झर्व्हन्सीच्या चायना कार्यक्रमासाठी मंडळाचे अध्यक्ष बनले; कंपनीचे मुख्य कार्यकारी अधिकारी म्हणून त्यांनी अलिबाबामधून पायउतार झाल्यानंतर एक दिवस झाला होता.

2014 मध्ये, फोर्ब्सने प्रकाशित केलेल्या वार्षिक क्रमवारीत त्याला जगातील 30 व्या-सर्वात शक्तिशाली व्यक्ती म्हणून स्थान देण्यात आले. 68

2015 मध्ये, आशियाई पुरस्काराने त्यांना वर्षातील सर्वोत्कृष्ट उद्योजक पुरस्काराने सन्मानित केले.

2017 मध्ये, फॉर्च्युनने त्याच्या जगातील 50 महान नेत्यांच्या यादीत माला दुसरे स्थान दिले.

2017 मध्ये, KPMG सर्वेक्षणाने जागतिक टेक इनोव्हेशन दूरदर्शी सर्वेक्षणात माला तिसरा क्रमांक दिला.

ऑक्टोबर 2017 मध्ये, मा यांना डे ला सल्ले युनिव्हर्सिटी मनिला, फिलीपिन्समधून टेक्नोप्रेन्युअरशिपमध्ये डॉक्टर ऑफ सायन्सची मानद पदवी देण्यात आली.

मे 2018 मध्ये, मा यांना त्यांच्या तंत्रज्ञान, समाज आणि जगामध्ये योगदान दिल्याबद्दल हाँगकाँग विद्यापीठाने डॉक्टर ऑफ सोशल सायन्सेस ही मानद पदवी प्रदान केली.

मे 2018 मध्ये, मा यांना तेल अवीव विद्यापीठातील याकोव्ह फ्रेंकेल आणि यारॉन ओझ या प्राध्यापकांकडून मानद डॉक्टरेट मिळाली.

मे 2019 मध्ये, मा आणि इतर 16 प्रभावशाली जागतिक व्यक्तींची संयुक्त राष्ट्रांच्या महासचिवांनी शाश्वत विकास उद्दिष्टांसाठी नवीन वकील म्हणून नियुक्ती केली होती.

जुलै 2020 मध्ये, मा यांना राजा अब्दुल्ला II कडून कोविड-19 साथीच्या रोगाविरुद्ध लढण्यात त्यांच्या योगदानाबद्दल प्रथम श्रेणी पदक मिळाले. 76

ऑगस्ट 2020 मध्ये, मा यांना पाकिस्तानच्या राष्ट्रपतींकडून कोविड-19 साथीच्या रोगाविरुद्ध लढण्यासाठी त्यांच्या योगदानाबद्दल हिलाल ए कायद ए आझम पदक मिळणार होते.

मे 2010 मध्ये Alibaba.com च्या भागधारकांच्या वार्षिक सर्वसाधारण सभेत, मा ने घोषणा केली की अलीबाबा समूह 2010 मध्ये पर्यावरण संरक्षणासाठी, विशेषत: पाणी- आणि हवा-गुणवत्ता सुधार प्रकल्पांसाठी वार्षिक महसुलाच्या 0.3% निश्चित करण्यासाठी सुरू करेल. अलीबाबाच्या भविष्याबद्दल, त्यांनी म्हटले आहे की, "आमचे आव्हान अधिक लोकांना निरोगी पैसा, 'शाश्वत पैसा', पैसा जो केवळ स्वत:साठीच नाही तर समाजासाठीही चांगला आहे, यासाठी मदत करणे हे आहे. हेच परिवर्तन आमचे ध्येय आहे. बनवा."

24 सप्टेंबर 2014 रोजी, ताओबाओला दिलेल्या मुलाखतीत, मा यांनी अमेरिकन समाजाच्या सामर्थ्याचे श्रेय त्यांच्या ख्रिश्चन वारसाला दिले आणि सांस्कृतिक क्रांतीच्या वारशावर मात करण्यासाठी चीनने सकारात्मक मूल्य प्रणाली लागू करण्याच्या महत्त्वावर विश्वास व्यक्त केला.

नोव्हेंबर 2018 मध्ये, पीपल्स डेलीने मा यांना चिनी कम्युनिस्ट पक्षाचे सदस्य म्हणून ओळखले, ज्यामुळे निरीक्षकांना आश्चर्य वाटले.

996 कामाचे तास प्रणाली म्हणून ओळखल्या जाणाऱ्या चिनी कामाच्या पद्धतीचे त्यांनी जाहीरपणे समर्थन केल्यानंतर मा यांना आंतरराष्ट्रीय टीका झाली.

2019 मध्ये भविष्याबद्दल त्यांचे विचार मांडण्यास सांगितले असता, मा यांनी पुन्हा सांगितले की 996 सध्या यश मिळविण्यासाठी आवश्यक असलेला "मोठा आशीर्वाद" आहे, परंतु कृत्रिम बुद्धिमत्ता तंत्रज्ञानामुळे भविष्यात विश्रांतीचे चांगले जीवन जगू शकते, असे ते म्हणाले. जेथे लोकांना आठवड्यातून तीन दिवस फक्त चार तास काम करावे लागेल. त्याच वेळी, मा ने शंका व्यक्त केली की एआय कधीही पूर्णपणे लोकांची जागा घेऊ शकते, यशासाठी "प्रेम भाग" आवश्यक आहे या सिद्धांताचा संदर्भ देत आणि मशीन या यशाशी कधीही जुळू शकत नाहीत असे सांगितले. मा यांनी असेही भाकीत केले की लोकसंख्या कमी होणे ही भविष्यात मोठी समस्या बनेल.

परोपकार

मुख्य लेख: जॅक मा फाउंडेशन

जॅक मा हे जॅक मा फाउंडेशनचे संस्थापक आहेत, ही एक परोपकारी संस्था आहे जी शिक्षण, पर्यावरण आणि सार्वजनिक आरोग्य सुधारण्यावर लक्ष केंद्रित करते.

2008 मध्ये, अलिबाबाने सिचुआन भूकंपग्रस्तांना $808,000 ची देणगी दिली. 2009 मध्ये जॅक मा नेचर कॉन्झर्व्हन्सीच्या चायना कार्यक्रमाचे विश्वस्त बनले आणि 2010 मध्ये ते संस्थेच्या जागतिक संचालक मंडळात सामील झाले.

2015 मध्ये, अलीबाबाने अलीबाबा हाँगकाँग यंग एंटरप्रेन्युअर्स फाउंडेशन ही नानफा संस्था सुरू केली, जी हाँगकाँगच्या उद्योजकांना त्यांचा व्यवसाय वाढवण्यासाठी मदत करते. त्याच वर्षी, कंपनीने नेपाळमधील भूकंपामुळे नुकसान झालेल्या 1,000 घरांच्या पुनर्बांधणीसाठी निधी दिला आणि आणखी 9,000 घरांसाठी पैसे उभे केले. 2015 मध्ये त्यांनी हुपन स्कूल, एक बिझनेस स्कूलची स्थापना केली.

सप्टेंबर 2018 मध्ये मा ने जॅक मा फाउंडेशन सुरू केले आणि शैक्षणिक कार्य, परोपकार आणि पर्यावरणीय कारणांसाठी अलिबाबामधून निवृत्त होणार असल्याची घोषणा केली.

2019 मध्ये, फोर्ब्सने त्यांच्या "आशियातील 2019 हिरोज ऑफ परोपकार" च्या यादीत माचे नाव दिले आणि चीन, आफ्रिका, ऑस्ट्रेलिया आणि मध्य पूर्वेतील वंचित समुदायांना समर्थन देण्यासाठी त्यांना माल्कम एस. फोर्ब्स जीवनगौरव पुरस्काराने सन्मानित केले.

2020 मध्ये, COVID-19 साथीच्या रोगाला प्रतिसाद म्हणून, अलीबाबा फाउंडेशन आणि जॅक मा फाउंडेशनने विविध उपक्रम सुरू केले, ज्यापैकी काही युनायटेड स्टेट्स तसेच आशिया, आफ्रिका आणि युरोपमधील विविध देशांना वैद्यकीय पुरवठा देणगीचा समावेश आहे.

26
मासायोशी सन

मासायोशी सन

Top Richest People

Scan for Story Videos - www.itibook.com

मासायोशी सन (जपानी रोमनीकृत: Son Masayoshi, कोरियन: ???, रोमनीकृत: Son Jeong-ui) (जन्म 11 ऑगस्ट 1957) एक कोरियन-जपानी अब्जाधीश तंत्रज्ञान उद्योजक, गुंतवणूकदार, वित्तपुरवठादार आणि परोपकारी आहे. 3 री पिढी "झैनीची कोरियन", त्याने 1990 मध्ये जपानी नागरिक म्हणून नैसर्गिकता प्राप्त केली. ते जपानी होल्डिंग कंपनी SoftBank चे संस्थापक, अध्यक्ष आणि मुख्य कार्यकारी अधिकारी (CEO), SoftBank Mobile चे CEO आणि UK-आधारित आर्म होल्डिंग्सचे अध्यक्ष आहेत.

सोनने 1981 मध्ये सॉफ्टबँकची स्थापना केल्यापासून, त्याने शेकडो गुंतवणूक केली आहे, परंतु त्यापैकी बहुतेक सौदे अयशस्वी झाले आणि एक गुंतवणूकदार म्हणून त्याची प्रतिष्ठा केवळ 2000 मध्ये अलिबाबा समूहातील $20 दशलक्ष गुंतवणुकीवर अवलंबून आहे, ज्याची किंमत $130 अब्ज होती. 2018 मध्ये.

ऑक्टोबर 2021 पर्यंत, ब्लूमबर्ग अब्जाधीश निर्देशांकाने सोनची एकूण संपत्ती US$23.1 अब्ज एवढी वर्तवली, ज्यामुळे तो जपानमधील दुसरा सर्वात श्रीमंत आणि जगातील 68 वा सर्वात श्रीमंत व्यक्ती बनला, इतिहासात सर्वाधिक पैसा गमावण्याचा मान असूनही (अंदाजे $70) 2000 च्या डॉट कॉम क्रॅश दरम्यान bn).

फोर्स मॅगझिनच्या जगातील सर्वात शक्तिशाली व्यक्तींच्या यादीत सोनला जगातील 45 वी सर्वात शक्तिशाली व्यक्ती म्हणून घोषित करण्यात आले आहे.

मे 2022 पर्यंत, सन 2022 च्या जागतिक अब्जाधीशांच्या फोर्सच्या यादीत 74 व्या क्रमांकावर आहे.

मासायोशी सनचा जन्म जपानमधील क्युशू बेटावरील सागा प्रीफेक्चरच्या पूर्वेकडील भागात असलेल्या टोसू (???, तोसु-शी) येथे चार मुलांपैकी दुसरा म्हणून झाला.

त्याच्या आजी-आजोबांच्या जपानमध्ये स्थलांतरित होण्यापूर्वी, चीनमधून स्थलांतर केल्यानंतर सोनच्या कुटुंबाने कोरियामध्ये 21 पिढ्या घालवल्या. मुलगा हा तिसरी पिढी झैनीची कोरियन आहे. झैनीची कोरियन हे जपानमधील कायमस्वरूपी निवास किंवा नागरिकत्व असलेले जातीय कोरियन आहेत . मुलाचे आजोबा, सोन जोंग-क्युंग, जपानी वसाहतीच्या काळात डेगूहून जपानला गेले, जिथे त्यांनी खाणकामगार म्हणून काम केले. त्याचे वडील पुत्र सॅम-हेऑन.

त्याच्या वडिलांनी आणि इतर कोरियन लोकांनी बेकायदेशीरपणे जपान नॅशनल रेल्वेच्या मालकीच्या जमिनीवर त्यांची घरे बांधली, ज्यामुळे त्यांना अधिकाऱ्यांशी त्रास झाला. त्याच्या वडिलांनी त्या जमिनीवर डुक्कर आणि कोंबडी पाळली आणि बेकायदेशीर सेक व्यवसाय सुरू केला जो अखेरीस कारच्या मालकीचे शहरातील पहिले लोक बनण्यासाठी त्यांच्या कुटुंबासाठी पुरेसा यशस्वी झाला. मुलगा चांगल्या शाळेत जाऊ शकतो म्हणून त्याचे कुटुंब कालांतराने शेजारच्या बाहेर गेले.

जपान मॅकडोनाल्डचे अध्यक्ष डेन फुजिता यांची भेट घेऊन सोनने व्यवसायात आपली आवड जोपासली. त्याचा सल्ला घेऊन, पुत्राने इंग्रजी आणि संगणक शास्त्राचा अभ्यास सुरू केला.

डेन फुजिता यांच्या सल्ल्यानुसार तो अमेरिकेत शिकण्यासाठी निघून गेला. वयाच्या 16 व्या वर्षी, मुलगा जपानमधून कॅलिफोर्नियाला गेला आणि दक्षिण सॅन फ्रान्सिस्कोमध्ये त्याच्या मित्र आणि कुटुंबासह राहत होता. सेरामॉन्टे हाय येथे आवश्यक परीक्षा देऊन त्याने तीन आठवड्यात हायस्कूल पूर्ण केले. उद्धरण आवश्यक

मुलाने कॅलिफोर्निया विद्यापीठ, बर्कले येथे शिक्षण घेतले. वयाच्या 19 व्या वर्षी, एका मॅगझिनमध्ये वैशिष्ट्यीकृत मायक्रोचिपने मोहित झाल्यानंतर, संगणक तंत्रज्ञान पुढील व्यावसायिक क्रांती घडवेल असा विश्वास मुलाला मिळाला.

तो विद्यार्थी असतानाच आपला पहिला व्यवसाय प्रयत्न सुरू करतो. काही प्राध्यापकांच्या मदतीने, सोनने एक इलेक्ट्रॉनिक अनुवादक तयार केला जो त्याने शार्प कॉर्पोरेशनला $1.7 दशलक्षमध्ये विकला. त्याने आणखी $1.5 दशलक्ष वापरलेल्या व्हिडिओ गेम मशीन्स जपानमधून आयात करून, क्रेडिटवर आणि त्यांना डॉर्मिटरीज आणि रेस्टॉरंटमध्ये स्थापित करून कमावले.

सन 1980 मध्ये बर्कले येथून इकॉनॉमिक्समध्ये बीए करून पदवी प्राप्त केली, आणि त्याने ओकलँड, CA येथे युनिसन वर्ल्ड नावाची व्हिडिओ गेम कंपनी सुरू केली. नंतर त्याने कंपनी एका सहयोगीला जवळपास $2 दशलक्षमध्ये विकली आणि कंपनी अखेरीस क्योसेराने विकत घेतली.

मुलाने त्याच्या लहानपणापासून त्याच्या कुटुंबाचे दत्तक जपानी आडनाव वापरले. तथापि, तो जपानला परतल्यानंतर, सोनने त्याऐवजी त्याच्या कुटुंबाचे मूळ कोरियन आडनाव वापरण्याचा निर्णय घेतला . या कृतीसाठी आणि इतर तत्सम गोष्टींसाठी, सन जपानमधील जातीय कोरियन मुलांसाठी आदर्श मानला जातो.

सॉफ्टबँक

याहू! आणि अलीबाबा

मुलगा इंटरनेट कंपन्यांमध्ये सुरुवातीचा गुंतवणूकदार होता, त्याने Yahoo! 1995 मध्ये आणि 1999 मध्ये अलीबाबामध्ये $20 दशलक्ष भागभांडवल गुंतवले; शेअर बाजार कोसळण्यापूर्वी ते थोडक्यात जगातील सर्वात श्रीमंत व्यक्ती होते. सोनच्या होल्डिंग कंपनी सॉफ्टबँककडे अलीबाबाच्या 29.5% मालकी आहेत, ज्याची किंमत 23 ऑक्टोबर 2018 पर्यंत सुमारे $108.7 अब्ज आहे. Yahoo! मध्ये SoftBank चा हिस्सा असला तरी! 7% पर्यंत घसरले होते, पुत्राने Yahoo! ब्रॉडबँड सप्टेंबर 2001 मध्ये Yahoo! जपान ज्यामध्ये त्याच्याकडे अजूनही नियंत्रण स्वारस्य आहे. सॉफ्टबँकच्या इक्विटीचे गंभीर अवमूल्यन झाल्यानंतर, सोनला आपले लक्ष Yahoo! वर केंद्रित करण्यास भाग पाडले गेले. बीबी आणि बीबी फोन. आतापर्यंत, सॉफ्टबँकने सुमारे $1.3 अब्ज कर्ज जमा केले आहे. तरीही, Yahoo! BB ने जपान टेलीकॉमचे अधिग्रहण केले, 600,000 निवासी आणि 170,000 व्यावसायिक सदस्यांसह तत्कालीन तिसरे सर्वात मोठे ब्रॉडबँड आणि लँडलाइन प्रदाता. याहू! BB आता जपानचा अग्रगण्य ब्रॉडबँड प्रदाता आहे.

आर्म होल्डिंग्ज

जुलै 2016 मध्ये, SoftBank ने आर्म होल्डिंग्ज £23.4 अब्ज ($31.4 अब्ज) मध्ये विकत घेण्याची योजना जाहीर केली जी युरोपियन तंत्रज्ञान कंपनीची आतापर्यंतची सर्वात मोठी खरेदी असेल. सप्टेंबर 2016 मध्ये, सॉफ्टबँकने व्यवहार पूर्ण झाल्याचे जाहीर केले. एकूण संपादन किंमत अंदाजे £24 बिलियन ($34 बिलियन) होती.

2020 मध्ये, सॉफ्टबँक ग्रुपने यूके चिप डिझायनर आर्म लिमिटेड यूएस चिप-निर्मात्या एनव्हीडियाला $40 अब्ज डॉलर्सच्या रोख आणि स्टॉक डीलमध्ये विकण्याचे मान्य केले. कराराची घोषणा करताना, सॉफ्टबँकने सांगितले की आर्म आणि एनव्हीडियाच्या संयोजनामुळे एक संगणकीय कंपनी तयार होईल जी कृत्रिम बुद्धिमत्तेच्या "युगाचे नेतृत्व करेल". तथापि, Nvidia सोबतचा करार नंतर अयशस्वी झाला.

स्प्रिंट कॉर्पोरेशन

2010 च्या दशकात, सॉफ्टबँकमधील त्याच्या होल्डिंगद्वारे, सोनने स्प्रिंटमध्ये 76% हिस्सा विकत घेतला. सॉफ्टबँकने पुढे स्प्रिंटमध्ये सुमारे 84% मालकीचे शेअर्स जमा केले आहेत.

सौर ऊर्जा

2011 मधील फुकुशिमा डायची आण्विक आपत्तीला प्रतिसाद म्हणून, मासायोशी सोन यांनी "आज जपानी लोकांसाठी सर्वात जास्त काळजी करणारी समस्या" निर्माण केल्याबद्दल आण्विक उद्योगावर टीका केली आणि जपानसाठी देशव्यापी सौर ऊर्जा नेटवर्कमध्ये गुंतवणूक करण्यात गुंतले. मार्च 2018 मध्ये, सन 2030 च्या व्हिजनचा भाग म्हणून सौदी अरेबियासाठी नियोजित 200GW क्षमतेच्या विकासाच्या आतापर्यंतच्या सर्वात मोठ्या सौर प्रकल्पात गुंतवणूक करत असल्याची घोषणा करण्यात आली.

जुलै 2018 मध्ये, कव्हरेजने सूचित केले की सन 2027 पर्यंत भारतातील नियोजित 275 GW नवीन नूतनीकरणीय तरतुदीपैकी "बहुतांश 100 GW अंडरराइट करेल".

व्हिजन फंड

2017 मध्ये स्थापित, सॉफ्टबँक ग्रुपचे गुंतवणूक वाहन, $100 बिलियन व्हिजन फंड, कृत्रिम बुद्धिमत्ता (AI), रोबोटिक्स आणि इंटरनेट ऑफ थिंग्ज सारख्या उदयोन्मुख तंत्रज्ञानामध्ये गुंतवणूक करण्याचा हेतू होता. 33 2019 पर्यंत, AI कंपन्यांचा पोर्टफोलिओ 70 वरून 125 पर्यंत जवळजवळ दुप्पट करण्याचे उद्दिष्ट ठेवले होते. तथापि, रिअल इस्टेट, वाहतूक आणि किरकोळ क्षेत्रात क्रांती घडवून आणण्यावर कथितपणे लक्ष केंद्रित करणाऱ्या कंपन्यांमध्येही गुंतवणूक केली. सोनाने दावा केला की तो त्या कंपन्यांमध्ये परस्पर समन्वय निर्माण करण्यासाठी व्हिजन फंडाद्वारे निधी उपलब्ध असलेल्या सर्व कंपन्यांच्या मुख्य कार्यकारी अधिकाऱ्यांशी वैयक्तिक संबंध जोडेल. सोनने दर काही वर्षांनी नवीन फंडासाठी $100 अब्ज उभारण्याची योजना आखली, स्टार्टअप्समध्ये वर्षाला सुमारे $50 अब्ज गुंतवणूक केली. 2019 मध्ये, 108 अब्ज डॉलर्सच्या लक्ष्यासह दुसरा व्हिजन फंड तयार करण्यात आला, ज्यापैकी $38 अब्ज सॉफ्टबँककडूनच येतील. परंतु

सॉफ्टबँक ग्रुप आणि मासायोशी सन यांच्या पलीकडे गुंतवणूक भागीदार नसल्यामुळे ही रक्कम कमी करण्यात आली.

2020 पर्यंत, पहिल्या फंडाने कूपंग, दीदी, दूरदश, फॅनॅटिक्स, ग्रॅब, ओयो, पेटीएम उबर, यासह ८८ कंपन्यांमध्ये गुंतवणूक केली होती. आणि WeWork, परंतु कोविड-19 साथीच्या रोगामुळे आणि चीनी मक्तेदारी विरोधी क्रॅकडाउन मुळे कृपा पासून एक विचित्र पडझड अनुभवली गेली गुंतवणूक व्यवस्थापन समूहाच्या पोर्टफोलिओ कमजोरी. अलीबाबा ग्रुपच्या मोठ्या वाढीनंतर मुलगा स्टॉक गुंतवणूकदार म्हणून प्रसिद्ध झाला. 2000 मध्ये त्यांनी जॅक माच्या अलीबाबामध्ये $20 दशलक्ष गुंतवले होते जेव्हा ही एक तरुण चिनी स्टार्टअप कंपनी होती जरी खेदाने Amazon आणि Tesla या दोन्हींमध्ये गुंतवणूक करण्याच्या संधी लवकर निघून गेल्या. याव्यतिरिक्त, त्यांनी 2017 मध्ये सॉफ्टबँक व्हिजन फंड सुरू केल्यापासून स्टॉक गुंतवणूकदार म्हणून त्यांचे जागतिक प्रोफाइल उंचावले, आणि तंत्रज्ञान स्टार्टअप्सला पाठीशी घालण्यासाठी जवळजवळ $100 अब्ज गुंतवणूकीचे अभूतपूर्व वाहन तयार केले. पण 2021 पर्यंत, तो अजूनही आपल्या प्रयत्नांच्या मूल्याबद्दल गुंतवणूकदारांचे मन वळवण्यासाठी धडपडत होता, कारण काही प्रमाणात WeWork, OneWeb, Wirecard, OYO Rooms, Katerra किंवा Greensill Capital, आणि सॉफ्टबँक ग्रुपचा स्वतःचा स्टॉक त्याच्या मालमत्तेच्या मूल्यापेक्षा खूप कमी ट्रेड करतो जो कर दायित्वे, जोखीम, भूतकाळातील कामगिरी, तोटा, कार्यप्रदर्शन शुल्क आणि सोनच्या खराब ट्रॅक रेकॉर्डमुळे अनेक केस कापण्याची उच्च संभाव्यता यांच्याशी संबंधित सवलत प्रतिबिंबित करते. व्हिजन फंड आणि तोट्यात चाललेल्या कंपन्यांमध्ये मोठ्या प्रमाणात गुंतवणूक करण्याचा उच्च उत्साह ऑक्टोबर 2021 पर्यंत, मासायोशी सोनने 9 महिन्यांपेक्षा कमी कालावधीत त्याच्या व्हिजन फंड 2 पोर्टफोलिओमधील कंपन्यांची संख्या वाढवून त्याच्या स्टार्टअप गुंतवणुकीचा वेग वाढवला होता, SoftBank पूर्वीपेक्षा कमी कर्मचार्‍यांसह अधिक सौदे कमी करत होते आणि प्रति कंपनी सरासरी गुंतवणूक रक्कम कमी झाली होती. व्हिजन फंड 1 मधील $943 दशलक्ष ते व्हिजन फंड 2 मधील $192 दशलक्ष पर्यंत. 2022 मध्ये, सॉफ्टबँक व्हिजन फंडाने 31 मार्च 2022 रोजी संपलेल्या आर्थिक वर्षात विक्रमी 3.5 ट्रिलियन येन ($27.4 बिलियन) तोटा नोंदवला कारण त्याच्या स्टॉक पोर्टफोलिओचे मूल्यांकन घसरले. सॉफ्टबँकच्या चुकीच्या वेळेस प्रवण, क्लार्ना सारख्या स्टार्टअप्सच्या संदर्भात आवेगपूर्ण गुंतवणूक निर्णयांचे मूल्य कमी झाले होते, तर काही इतर गुंतवणूक कंपन्या स्टार्टअप्सच्या कमाईपूर्वी शेकडो दशलक्ष डॉलर्सचा नफा कमावण्यास सक्षम होत्या. ऑगस्ट 2022 मध्ये, मासायोशी सोनने सॉफ्टबँक व्हिजन फंड ज्या प्रकारे चालवला त्याबद्दल बोलण्यास सांगितले तेव्हा तो "लाजला" आणि "लाजला" असे म्हणाला आणि बॅरॉनने हा फंड "अयशस्वी प्रयोग" म्हणून दर्शविला तर वॉल स्ट्रीट जर्नलने सॉफ्टबँकला "मोठा तोटा" असे संबोधले आणि ब्लूमबर्गने "मासायोशी सनचे तुटलेले व्यवसाय मॉडेल" बद्दल तपशीलवार वर्णन केले.

वैयक्तिक जीवन

युनायटेड स्टेट्समध्ये परदेशात शिकत असताना मुलाची पत्नी, मासामी ओहनो, एका प्रख्यात जपानी डॉक्टरची मुलगी भेटली. त्यांना दोन मुली आहेत. तो टोकियोमध्ये तीन मजली हवेलीत राहतो ज्याची किंमत $50 दशलक्ष आहे आणि ज्यात जगातील शीर्ष गोल्फ कोर्सच्या हवामान परिस्थिती आणि तापमानाची नक्कल करण्यासाठी तंत्रज्ञानासह गोल्फ श्रेणी आहे. त्याने वुडसाइड, कॅलिफोर्निया येथे सिलिकॉन व्हॅलीजवळ एक घर देखील विकत घेतले आहे, ज्याची किंमत त्याला $117 दशलक्ष आहे. त्याच्याकडे सॉफ्टबँक हॉक्स, एक व्यावसायिक जपानी बेसबॉल संघ आहे. मुलाला तीन भाऊ असून तो भावंडांमध्ये दुसरा मोठा आहे. त्याचा सर्वात धाकटा भाऊ, ताइझो सोन, एक मालिका उद्योजक आणि गुंतवणूकदार आहे, ज्याने गुंगहो ऑनलाइन एंटरटेनमेंट आणि व्हेंचर कॅपिटल फर्म मिस्टलेटोची स्थापना केली आहे.

16 व्या वर्षी हायस्कूल आणि नंतर कॅलिफोर्निया बर्कले विद्यापीठात प्रवेश घेण्यासाठी तो युनायटेड स्टेट्सला गेला तेव्हा त्याने आपले खरे कोरियन आडनाव वापरण्याचे ठरवले. "जर मी सर्व वेळ जपानमध्ये राहिलो असतो, तर मिस्टर सोन म्हणाले, मी कदाचित इतर जपानी लोकांप्रमाणेच अधिक पुराणमतवादी झालो असतो."

परोपकार

2011 मध्ये सोनने 10 अब्ज येन ($120 दशलक्ष) आणि 2011 च्या तोहोकू भूकंप आणि त्सुनामीच्या पीडितांना मदत करण्यासाठी निवृत्तीपर्यंत त्याचा उर्वरित पगार दान करण्याचे वचन दिले.

27

मायकेल डेल

मायकेल डेल

Top Richest People

Scan for Story Videos - www.itibook.com

मायकेल शॉल डेल (जन्म 23 फेब्रुवारी 1965) हा एक अमेरिकन अब्जाधीश व्यापारी आणि परोपकारी आहे. ते Dell Technologies चे संस्थापक, अध्यक्ष आणि CEO आहेत, जे जगातील सर्वात मोठया तंत्रज्ञान पायाभूत सुविधा कंपन्यांपैकी एक आहे. फेब्रुवारी 2022 पर्यंत $60 अब्जच्या निव्वळ संपत्तीसह ब्लूमबर्ग बिलियनेअर्स इंडेक्सद्वारे तो जगातील 20 व्या क्रमांकावर आहे.

2011 मध्ये, त्याच्या डेल स्टॉकचे 243.35 दशलक्ष शेअर्स $3.5 अब्ज किमतीचे होते, ज्यामुळे त्याला कंपनीची 12% मालकी मिळाली. त्याची उरलेली अंदाजे $10 अब्ज संपत्ती इतर कंपन्यांमध्ये गुंतवली जाते आणि MSD कॅपिटलद्वारे व्यवस्थापित केली जाते, ज्यामध्ये त्याचे आद्याक्षर समाविष्ट होते. जानेवारी 2013 मध्ये अशी घोषणा करण्यात आली की त्यांनी मोठया मंदीनंतरच्या सर्वात मोठया व्यवस्थापन खरेदीमध्ये डेल इंक.ला $24.4 बिलियनमध्ये खाजगी घेण्यासाठी बोली लावली होती. Dell Inc. अधिकृतपणे ऑक्टोबर 2013 मध्ये खाजगी झाली. डिसेंबर 2018 मध्ये कंपनी पुन्हा सार्वजनिक झाली.

डेलचा जन्म 1965 मध्ये ह्यूस्टन येथे एका ज्यू कुटुंबात झाला. त्याचे पालक लॉरेन शार्लोट (née Langfan), स्टॉक ब्रोकर, आणि अलेक्झांडर डेल, ऑर्थोडॉन्टिस्ट होते. मायकेल डेलने ह्यूस्टनमधील हेरोड प्राथमिक शाळेत शिक्षण घेतले. तो मेमोरियल हायस्कूलमध्ये जाण्यासाठी पुढे जाईल. व्यवसायात लवकर प्रवेश करण्याच्या प्रयत्नात, त्याने वयाच्या आठव्या वर्षी हायस्कूल समतुल्य परीक्षा देण्यासाठी अर्ज केला. उद्धरण आवश्यक किशोरवयीन वयात, त्याने अर्धवेळ नोकरीतून मिळालेली कमाई स्टॉक आणि मौल्यवान धातूंमध्ये गुंतवली.

डेलने वयाच्या सातव्या वर्षी पहिला कॅल्क्युलेटर खरेदी केला आणि ज्युनियर हायमध्ये लवकर टेलिटाइप टर्मिनलचा सामना केला. वयाच्या १५ व्या वर्षी, रेडिओ शॅकवर कॉम्प्युटर खेळ्यानंतर, त्याला त्याचा पहिला कॉम्प्युटर, ऍपल II मिळाला, तो कसा काम करतो हे पाहण्यासाठी त्याने लगेच डिसेम्बल केले. डेलने ह्यूस्टनमधील मेमोरियल हायस्कूलमध्ये शिक्षण घेतले आणि उन्हाळ्यात ह्यूस्टन पोस्टची सदस्यता विकली. डेलच्या पालकांची इच्छा होती की त्याने डॉक्टर व्हावे आणि त्यांना खूश करण्यासाठी त्याने 1983 मध्ये टेक्सास विद्यापीठात प्री-मेड केले. डेलने केवळ कोल्ड कॉल करण्याऐवजी वृत्तपत्र सदस्यतांसाठी विशिष्ट लोकसंख्येला लक्ष्य करणे शिकणे चालू ठेवले आणि त्या उन्हाळ्यात $18,000 कमावले. त्याने अनेक कर्मचाऱ्यांना कामावर ठेवले आणि त्याच्या व्यवसायाच्या पहिल्या वर्षात जवळपास $200,000 चा एकूण नफा कमावल्यानंतर, डेलने वयाच्या 19 व्या वर्षी टेक्सास विद्यापीठ सोडले.

व्यवसाय करिअर

टेक्सास विद्यापीठात प्री-मेड विद्यार्थी असताना, डेलने डोबी सेंटर निवासी इमारतीच्या खोली 2713 मध्ये वैयक्तिक संगणकांसाठी अपग्रेड किट एकत्र ठेवण्याचा आणि विकण्याचा अनौपचारिक व्यवसाय सुरू केला. त्यानंतर त्याने टेक्सास राज्याच्या करारावर बोली लावण्यासाठी विक्रेत्याच्या परवान्यासाठी अर्ज केला, संगणकाच्या दुकानाचे ओव्हरहेड न ठेवता बोली जिंकली.

जानेवारी 1984 मध्ये, डेलने त्याच्या खात्रीवर विश्वास ठेवला की पीसी विकणाऱ्या उत्पादकाच्या संभाव्य खर्च बचतीचे पारंपरिक अप्रत्यक्ष किरकोळ चॅनेलच्या तुलनेत प्रचंड फायदे आहेत. जानेवारी 1984 मध्ये डेलने आपली कंपनी "PC's Limited" म्हणून नोंदणी केली. कॉन्डोमिनियममधून कार्यरत, व्यवसायाने $50,000 आणि $80,000 च्या दरम्यान पीसी अपग्रेड, किट्स आणि ॲड-ऑन घटक विकले. मे मध्ये, डेलने कंपनीला "डेल कॉम्प्युटर कॉर्पोरेशन" म्हणून समाविष्ट केले आणि नॉर्थ ऑस्टिनमधील एका व्यवसाय केंद्रात स्थलांतरित केले. कंपनीने ऑर्डर घेणारे म्हणून काही लोकांना काम दिले, ऑर्डर भरण्यासाठी आणखी काही आणि, डेलने सांगितल्याप्रमाणे, "सहा फूट टेबलांवर बसलेले स्क्रू ड्रायव्हर असलेले तीन लोक" यांचा समावेश असलेला एक उत्पादन कर्मचारी. उपक्रमाची भांडवली किंमत $1,000 होती.

1992 मध्ये, वयाच्या 27 व्या वर्षी, ते फॉर्च्यून मासिकाच्या शीर्ष 500 कॉर्पोरेशनच्या यादीत स्थान मिळविलेल्या कंपनीचे सर्वात तरुण सीईओ बनले. 1996 मध्ये, डेलने वेबवर संगणक विकण्यास सुरुवात केली, त्याच वर्षी त्याच्या कंपनीने पहिले सर्व्हर लाँच केले. Dell Inc. लवकरच कधी? dell.com वरून दररोज सुमारे $1 दशलक्ष विक्रीची नोंद करते. 2001 च्या पहिल्या तिमाहीत, Dell Inc. ने जागतिक बाजारपेठेतील हिस्सा 12.8 टक्के गाठला आणि कॉम्पॅकला मागे टाकून जगातील सर्वात मोठी पीसी निर्माता बनली. मागील सात वर्षांमध्ये रँकिंगमध्ये पहिल्यांदाच बदल झाल्याचे मेट्रिकने चिन्हांकित केले. प्रतिस्पर्ध्यांची विक्री कमी होत असताना कंपनीच्या डेस्कटॉप, नोटबुक आणि सर्व्हरच्या एकत्रित शिपमेंटमध्ये जगभरात 34.3 टक्के आणि युनायटेड स्टेट्समध्ये 30.7 टक्के वाढ झाली आहे.

1998 मध्ये, डेलने आपल्या कुटुंबाच्या गुंतवणुकीचे व्यवस्थापन करण्यासाठी MSD Capital LP ची स्थापना केली. गुंतवणूक क्रियाकलापांमध्ये सार्वजनिकरित्या व्यापार केलेल्या सिक्युरिटीज, खाजगी इक्विटी क्रियाकलाप आणि रिअल इस्टेट यांचा समावेश होतो. फर्म 80 लोकांना रोजगार देते आणि न्यूयॉर्क, सांता मोनिका आणि लंडन येथे कार्यालये आहेत. डेल स्वतः दैनंदिन कामकाजात गुंतलेला नाही. 4 मार्च 2004 रोजी, डेलने सीईओ पद सोडले, परंतु डेल इंक.च्या बोर्डचे अध्यक्ष म्हणून राहिले, तर केविन रोलिन्स, तत्कालीन अध्यक्ष आणि सीओओ, अध्यक्ष आणि सीईओ बनले. 31 जानेवारी, 2007 रोजी, डेल बोर्डच्या विनंतीनुसार सीईओ म्हणून परत आले आणि रोलिन्सचे उत्तराधिकारी बनले.

2013 मध्ये, मायकेल डेलने सिल्व्हर लेक पार्टनर्स, मायक्रोसॉफ्ट आणि कर्जदारांच्या एका संघाच्या मदतीने डेल, इंक. खाजगी घेतले. हा करार $25 अब्ज किमतीचा होता आणि त्याची अंमलबजावणी करताना अडचणी आल्या. कार्ल इकानकडून लक्षणीय प्रतिकार झाला, परंतु अनेक महिन्यांनंतर तो बाजूला झाला. मायकेल डेलला खाजगी कंपनीत 75% हिस्सा मिळाला.

12 ऑक्टोबर 2015 रोजी, Dell Inc. ने एंटरप्राइझ सॉफ्टवेअर आणि स्टोरेज कंपनी EMC कॉर्पोरेशन ताब्यात घेण्याचा आपला हेतू जाहीर केला. $67 अब्ज, याला "इतिहासातील सर्वोच्च-मूल्य असलेले तंत्रज्ञान संपादन" असे लेबल दिले गेले आहे. सप्टेंबर 2016 रोजी संपादन अंतिम करण्यात आले.

दंड

जुलै 2010 मध्ये Dell Inc. ने इंटेल कॉर्पोरेशनकडून उघड न केलेल्या पेमेंट्सच्या संबंधात SEC शुल्क ची निपटारा करण्यासाठी $100 दशलक्ष दंड भरण्याचे मान्य केले. मायकेल डेल आणि माजी सीईओ केविन रोलिन्स यांनी प्रत्येकी $4 दशलक्ष देण्याचे मान्य केले आणि माजी सीएफओ जेम्स श्नाइडर यांनी शुल्क निकाली काढण्यासाठी $3 दशलक्ष देण्याचे मान्य केले.

प्रशंसा

डेलच्या पुरस्कारांमध्ये Inc. मासिकातील "आंत्रप्रेन्योर ऑफ द इयर" (वय 24 व्या वर्षी) यांचा समावेश आहे; वर्थ मासिकातील "अमेरिकन व्यवसायातील शीर्ष सीईओ"; फायनान्शिअल वर्ल्ड, इंडस्ट्री वीक आणि चीफ एक्झिक्युटिव्ह मासिके यांच्याकडून "सीईओ ऑफ द इयर". डेलला अमेरिकन ऑकॅडमी ऑफ अचिव्हमेंटचा 1998 चा गोल्डन प्लेट अवॉर्ड आणि 2013चा फ्रँकलिन इन्स्टिट्यूटचा बॉवर अवॉर्ड फॉर बिझनेस लीडरशिप देखील मिळाला.

संलग्नता

डेल हे वर्ल्ड इकॉनॉमिक फोरमच्या फाउंडेशन बोर्ड, इंटरनॅशनल बिझनेस कौन्सिल, यूएस बिझनेस कौन्सिलच्या कार्यकारी समितीवर काम करते. त्यांनी यापूर्वी विज्ञान आणि तंत्रज्ञानावरील यूएस अध्यक्षांच्या सल्लागार परिषदेचे सदस्य म्हणून काम केले आहे.

एप्रिल 2020 मध्ये, गव्हर्नर ग्रेग ऑबॉट यांनी टेक्सास उघडण्यासाठी डेलला स्ट्राइक फोर्सचे नाव दिले - एक गट "कोविड-19 साथीच्या आजारादरम्यान राज्य हळूहळू पुन्हा सुरू करण्यासाठी सुरक्षित आणि प्रभावी मार्ग शोधण्याचे काम करतो".

लेखन

डेलचे 1999 चे पुस्तक, डायरेक्ट फ्रॉम डेल: स्ट्रॅटेजीज दॅट रिव्होल्युशनाइज्ड ऑन इंडस्ट्री (हार्पर बिझनेसद्वारे), हे त्याचे सुरुवातीचे जीवन, त्याच्या कंपनीची स्थापना, वाढ आणि चुकलेल्या गोष्टी तसेच शिकलेल्या धड्यांचे वर्णन आहे. हे पुस्तक कॅथरीन फ्रेडमन यांच्या सहकार्याने लिहिले गेले.

डेलचे दुसरे पुस्तक, प्ले नाइस बट विन: ए सीईओ जर्नी फ्रॉम फाउंडर टू लीडर (पोर्टफोलिओद्वारे), ही आतल्या लढाईची कथा आहे ज्याने त्याला नेता म्हणून परिभाषित केले. हे पुस्तक जेम्स कॅप्लान यांच्या सहकार्याने लिहिले गेले.

संपत्ती

फोर्ब्सने एप्रिल 2021 पर्यंत डेलची एकूण संपत्ती $50.4 अब्ज इतकी असल्याचा अंदाज वर्तवला आहे.

फेब्रुवारी 2018 मध्ये, असे नोंदवले गेले की 2014 मध्ये, डेलने मॅनहॅटनच्या वन57 पेंटहाऊससाठी $100.5 दशलक्ष भरले होते, जे त्यावेळेस शहरात विकल्या गेलेल्या सर्वात महागड्या घराचा विक्रम होता.

वैयक्तिक जीवन

डेलने 28 ऑक्टोबर 1989 रोजी ऑस्टिन, टेक्सास येथे सुसान लिबरमनशी लग्न केले; हे जोडपे त्यांच्या चार मुलांसह तेथे राहतात.

परोपकार

1999 मध्ये, मायकेल आणि सुसान डेल यांनी मायकेल आणि सुसान डेल फाउंडेशनची स्थापना केली, जी इतर कारणांसह, अनुदान, शहरी शिक्षण, बालपण आरोग्य आणि कौटुंबिक आर्थिक स्थिरता यावर लक्ष केंद्रित करते. 2006 मध्ये, फाउंडेशनने टेक्सास विद्यापीठाशी संबंधित तीन आरोग्य-संबंधित संस्थांना $50 दशलक्ष अनुदान दिले: मायकेल आणि सुसान डेल सेंटर फॉर ॲडव्हान्समेंट ऑफ हेल्दी लिव्हिंग, डेल चिल्ड्रन मेडिकल सेंटरला पूरक म्हणून डेल पेडियाट्रिक रिसर्च इन्स्टिट्यूट, तसेच ऑस्टिन कॅम्पस येथे टेक्सास विद्यापीठात नवीन संगणक विज्ञान इमारतीसाठी निधी म्हणून. 2013 मध्ये, फाउंडेशनने ऑस्टिन येथील टेक्सास विद्यापीठात डेल मेडिकल स्कूलची स्थापना करण्यासाठी अतिरिक्त $50 दशलक्ष वचनबद्धता प्रदान केली. 1999 पासून, MSDF ने युनायटेड स्टेट्स, भारत आणि दक्षिण आफ्रिकेतील गैर-नफा आणि सामाजिक उपक्रमांसाठी $1.23 अब्ज वचनबद्ध केले आहेत. ऑस्टिनच्या नॉर्थवेस्ट हिल्स परिसरात डेल ज्यू कम्युनिटी कॅम्पसच्या स्थापनेमागे देखील डेलचा हात आहे.

2011 पर्यंत, फाउंडेशनने युनायटेड स्टेट्स, भारत आणि दक्षिण आफ्रिकेतील मुलांच्या समस्या आणि सामुदायिक उपक्रमांसाठी $650 दशलक्षपेक्षा जास्त वचनबद्ध केले होते. आज फाउंडेशनकडे $466 दशलक्ष पेक्षा जास्त मालमत्ता व्यवस्थापनाखाली आहे.

2002 मध्ये, डेलला आयर्लंड आणि स्थानिक समुदायांमध्ये केलेल्या गुंतवणुकीच्या सन्मानार्थ आणि शैक्षणिक उपक्रमांना पाठिंबा दिल्याबद्दल लिमेरिक विद्यापीठाकडून अर्थशास्त्रात मानद डॉक्टरेट प्राप्त झाली.

2012 मध्ये, मायकेल आणि सुसान डेल फाउंडेशनने वैद्यकीय शिक्षणासाठी $50 दशलक्ष वचनबद्ध केले. डेल मेडिकल स्कूलने 2016 मध्ये विद्यार्थ्यांची नोंदणी करण्यास सुरुवात केली.

2014 मध्ये, त्याने फ्रेंड्स ऑफ इस्त्रायल संरक्षण दलांना $1.8 दशलक्ष देणगी दिली.

2017 मध्ये, हरिकेन हार्वेच्या पार्श्वभूमीवर, डेल, ह्युस्टनच्या रहिवासी, मदत कार्यासाठी $36 दशलक्ष वचन दिले.

मे 2017 मध्ये, डेलने त्याच्या फाउंडेशनला $1 अब्ज दान केले, जे बाल गरिबीवर लक्ष केंद्रित करते; यामुळे गुंतवणूक आणि धर्मादाय देणग्या या दोन्हीवर परिणाम होतो.

2018 मध्ये, डेल टेक्नॉलॉजीज क्लिष्ट आर्थिक पुनर्रचनेद्वारे सार्वजनिक बाजारात परतले.

28

शिव नाडर

शिव नाडर

Top Richest People

Scan for Story Videos - www.itibook.com

शिव नाडर (जन्म 14 जुलै 1945) एक भारतीय अब्जाधीश उद्योगपती आणि परोपकारी आहे. ते एचसीएल टेक्नॉलॉजीज लिमिटेड आणि शिव नाडर फाउंडेशनचे संस्थापक आणि अध्यक्ष एमेरिटस आहेत. नाडर यांनी 1970 च्या दशकाच्या मध्यात HCL ची स्थापना केली आणि पुढील तीन दशकांमध्ये सतत त्यांच्या कंपनीच्या फोकसमध्ये नवीन शोध लावून IT हार्डवेअर कंपनीचे IT एंटरप्राइझमध्ये रूपांतर केले. 2008 मध्ये, नाडर यांना आयटी उद्योगातील त्यांच्या प्रयत्नांसाठी पद्मभूषण पुरस्काराने सन्मानित करण्यात आले. नाडर, ज्यांना मित्रांनी मॅगुस (जुनी पर्शियन भाषेत "विझार्ड") असे टोपणनाव दिले, 1990 च्या दशकाच्या मध्यापासून त्यांनी शिव नाडर फाउंडेशनच्या माध्यमातून भारतातील शैक्षणिक प्रणाली विकसित करण्यावर आपले लक्ष केंद्रित केले. फोर्ब्सच्या मते, 6 जुलै 2022 पर्यंत 23.9 अब्ज अमेरिकन डॉलर्स एवढ्या अंदाजे निव्वळ संपत्तीसह ते भारतातील तिसरे आणि जगातील 60 व्या सर्वात श्रीमंत व्यक्ती आहेत.

नाडर यांचा जन्म 1945 मध्ये, थुथुकुडी जिल्ह्यातील (सध्याच्या), तमिळनाडू, भारतातील तिरुचेंदूरपासून सुमारे 10 किलोमीटर (6.2 मैल) अंतरावर असलेल्या मूलीपोझी गावात झाला. त्यांची आई, वामसुंदरी देवी, दीना थंथी वृत्तपत्राचे संस्थापक एसपी आदिथनार यांच्या बहिणी आहेत.

नाडर यांनी टाउन हायर सेकंडरी स्कूल, कुंभकोणम येथे शिक्षण घेतले. त्यांनी एलांगो कॉर्पोरेशन उच्च माध्यमिक विद्यालय, मदुराई येथेही शिक्षण घेतले. 10 जून 1955 मध्ये त्यांना पहिल्या फॉर्ममध्ये (सहाव्या इयत्तेत) प्रवेश देण्यात आला आणि त्यांनी जून 1957 पर्यंत टाउन हायस्कूलमध्ये शिक्षण चालू ठेवले. नंतर, त्यांनी सेंट जोसेफ बॉईज उच्च माध्यमिक विद्यालय, त्रिची येथे प्रवेश घेतला आणि उच्च माध्यमिक शिक्षण येथे पूर्ण केले. नाडर यांनी अमेरिकन कॉलेज, मदुराई परिपत्रक संदर्भ मध्ये प्री-विद्यापीठ पदवी आणि PSG कॉलेज ऑफ टेक्नॉलॉजी, कोईम्बतूर येथून इलेक्ट्रिकल आणि इलेक्ट्रॉनिक्स इंजिनिअरिंगची पदवी प्राप्त केली.

करिअर

नाडर यांनी 1967 मध्ये पुण्यातील वालचंद समूहाच्या कूपर अभियांत्रिकी लि. येथे आपल्या कारकिर्दीला सुरुवात केली. त्याने लवकरच अनेक मित्र आणि सहकाऱ्यांसोबत भागीदारी करून स्वतःचा उपक्रम सुरू करण्याचा त्याग केला. हे भागीदार अजय चौधरी (माजी अध्यक्ष, एचसीएल), अर्जुन मल्होत्रा (सीईओ आणि अध्यक्ष, हेडस्ट्रॉंग), सुभाष अरोरा, योगेश वैद्य, एस. रमण, महेंद्र प्रताप आणि डी एस पुरी होते.

नाडर आणि त्याच्या भागीदारांनी सुरू केलेला प्रारंभिक उपक्रम म्हणजे मायक्रोकॉम्प ही एक कंपनी जी भारतीय बाजारपेठेत टेलिडिजिटल कॅल्क्युलेटर विकण्यावर लक्ष केंद्रित करते. HCL ची स्थापना 1976 मध्ये झाली, ज्याची गुंतवणूक रु. 187,000.

1980 मध्ये, एचसीएलने IT हार्डवेअर विकण्यासाठी सिंगापूरमध्ये सुदूर पूर्व संगणक उघडून आंतरराष्ट्रीय बाजारपेठेत प्रवेश केला. या उपक्रमाने पहिल्या वर्षात रु. 1 दशलक्ष कमाईची नोंद केली आणि सिंगापूर ऑपरेशन्सला संबोधित करणे सुरू ठेवले. कोणतेही व्यवस्थापन नियंत्रण न ठेवता नाडर हे सर्वात मोठे शेअरहोल्डर राहिले.

जुलै 2020 मध्ये, नाडर यांनी त्यांची मुलगी रोशनी नाडर यांना सुपूर्द केले, जी सूचीबद्ध भारतीय आयटी कंपनीची पहिली महिला अध्यक्ष बनली. 21 जुलै 2021 मध्ये, नाडर यांनी HCL टेक्नॉलॉजीजचे व्यवस्थापकीय संचालक म्हणूनही पायउतार केले आणि पाच वर्षांच्या कालावधीसाठी सी विजय कुमार, HCL टेकचे मुख्य कार्यकारी अधिकारी म्हणून त्यांची नियुक्ती झाली.

ऑक्टोबर 2021 मध्ये, फोर्ब्स मासिकाने त्यांना US$31 अब्ज (रु. 2,36,600 कोटी) अंदाजे निव्वळ संपत्तीसह भारतातील तिसरे सर्वात श्रीमंत व्यक्ती म्हणून स्थान दिले

शिक्षण आणि आरोग्य सेवेवर भर द्या

शिव आणि रोशनी नाडर रु.चा धनादेश सादर करताना. 17 जानेवारी 2005 रोजी नवी दिल्ली येथे पंतप्रधानांच्या राष्ट्रीय मदत निधीसाठी पंतप्रधान डॉ. मनमोहन सिंग यांना 4 कोटी

1996 मध्ये, नाडर यांनी चेन्नई, तामिळनाडू येथे त्यांचे वडील शिवसुब्रमण्यम नाडर यांच्या नावाने एसएसएन अभियांत्रिकी महाविद्यालयाची स्थापना केली. नाडर यांनी महाविद्यालयीन उपक्रमांमध्ये सक्रिय भूमिका घेतली, ज्यात रु. 1 दशलक्ष किमतीचे एचसीएल शेअर्स कॉलेजला. 2006 मध्ये, नाडरने घोषणा केली की, महाविद्यालय संशोधनाला प्रोत्साहन देईल या व्यतिरिक्त विद्यार्थ्यांना परदेशी विद्यापीठांच्या टाय-अपचा फायदा होईल हे सुनिश्चित करेल. नाडर 2005 मध्ये इंडियन स्कूल ऑफ बिझनेसच्या कार्यकारी मंडळात सामील झाले. मार्च 2008 मध्ये, नाडरच्या SSN ट्रस्टने यूपीमध्ये ग्रामीण विद्यार्थ्यांसाठी दोन विद्याज्ञान शाळा स्थापन करण्याची घोषणा केली, जिथे उत्तर प्रदेशातील 50 जिल्ह्यांतील 200 विद्यार्थ्यांना मोफत शिष्यवृत्ती दिली जाईल. त्यांनी फेब्रुवारी 2011 मध्ये टाउन उच्च माध्यमिक विद्यालयाला भेट दिली आणि रु.चे संगणक आणि इतर उपकरणे दान केली. 80 लाख. त्यांनी 2014 पर्यंत इंडियन इन्स्टिट्यूट ऑफ टेक्नॉलॉजी खरगपूर (IIT खरगपूर किंवा IIT-KGP) या तांत्रिक संस्थेच्या बोर्ड ऑफ गव्हर्नरचे अध्यक्ष म्हणून काम केले.

वैयक्तिक जीवन

त्यांची एकुलती एक मुलगी रोशनी नाडर आता एचसीएलची अध्यक्ष आहे.

त्यांची पत्नी किरण शिव नाडर या भारतीय कला संग्राहक आणि परोपकारी आहेत.

पुरस्कार आणि प्रशंसा

2008 मध्ये, भारत सरकारने त्यांना IT उद्योगातील योगदानासाठी पद्मभूषण, तिसऱ्या सर्वोच्च नागरी पुरस्काराने सन्मानित केले.

2007 मध्ये, मद्रास विद्यापीठाने त्यांना मानद डॉक्टरेट पदवी प्रदान केली.

शिव नाडर यांना E&Y एंटरप्रेन्योर ऑफ द इयर 2007 (सेवा) प्रदान करण्यात आला.

2011 मध्ये, त्यांची गणना फोर्ब्सच्या आशिया पॅसिफिकमधील परोपकाराच्या 48 नायकांमध्ये झाली.

एप्रिल 2017 मध्ये, इंडिया टुडे मासिकाने 2017 मधील भारतातील 50 सर्वात शक्तिशाली व्यक्तींच्या यादीत नाडर #16 व्या क्रमांकावर आहे.

शिव नाडर यांनी परोपकारासाठी $1 अब्जाहून अधिक वचनबद्ध केले आहे.

29

लक्ष्मी मित्तल

लक्ष्मी मित्तल

Top Richest People

Scan for Story Videos - www.itibook.com

लक्ष्मी निवास मित्तल (हिंदी1 (ऐका); जन्म 15 जून 1950) हा एक ब्रिटिश स्टील मॅग्नेट आहे, जो युनायटेडमध्ये आहे राज्य. ते आर्सेलर मित्तल या जगातील सर्वात मोठ्या पोलाद निर्मिती कंपनीचे कार्यकारी अध्यक्ष आहेत, तसेच स्टेनलेस स्टील उत्पादक अपरमचे अध्यक्ष आहेत. मित्तल यांच्याकडे आर्सेलर मित्तलचा 38% हिस्सा आहे आणि ईएफएल चॉम्पियनशिपच्या क्वीन्स पार्क रेंजर्समध्ये 20% हिस्सा आहे.

2005 मध्ये, फोर्ब्सने मित्तल यांना जगातील तिसऱ्या क्रमांकाची श्रीमंत व्यक्ती म्हणून स्थान दिले, ज्यामुळे ते जगातील सर्वात श्रीमंत व्यक्तींच्या प्रकाशनाच्या वार्षिक यादीत पहिल्या दहामध्ये स्थान मिळवणारे पहिले भारतीय नागरिक बनले. 2011 मध्ये फोर्ब्सने त्याला जगातील सहाव्या-श्रीमंत व्यक्ती म्हणून स्थान दिले होते, परंतु मार्च 2015 मध्ये ते 82 व्या स्थानावर घसरले. फोर्ब्सच्या 2015 च्या "सर्वात शक्तिशाली व्यक्ती" यादीत नाव असलेल्या 72 व्यक्तींपैकी ते "57 व्या-सर्वात शक्तिशाली व्यक्ती" देखील आहेत. त्यांची मुलगी वनिषा

मित्तल हिचे लग्न इतिहासातील दुसऱ्या क्रमांकाचे सर्वात महागडे लग्न होते.

मित्तल 2008 पासून गोल्डमन सॅक्सच्या संचालक मंडळाचे सदस्य आहेत. तो वर्ल्ड स्टील असोसिएशनच्या कार्यकारी समितीवर बसतो, आणि चायनीज पीपल्स असोसिएशन फॉर फ्रेंडशिप विथ फॉरेन कंट्रीज, कझाकस्तानमधील विदेशी गुंतवणूक परिषद, जागतिक आर्थिक मंचाच्या ग्लोबल सीईओ कौन्सिलचे सदस्य आहेत. इंटरनॅशनल बिझनेस कौन्सिल, आणि युरोपियन राऊंड टेबल ऑफ इंडस्ट्रिलिस्ट. ते क्लीव्हलँड क्लिनिकच्या विश्वस्त मंडळाचे सदस्य देखील आहेत.

2005 मध्ये, द संडे टाईम्सने त्यांना "2006 चा बिझनेस पर्सन" असे नाव दिले, फायनान्शिअल टाईम्सने त्यांना "पर्सन ऑफ द इयर" असे नाव दिले आणि टाइम मासिकाने त्यांना "इंटरनॅशनल न्यूजमेकर ऑफ द इयर 2006" असे नाव दिले. 2007 मध्ये, टाईम मासिकाने त्यांचा "टाइम 100" यादीत समावेश केला.

2021 मध्ये, फोर्ब्सने 14.9 अब्ज डॉलर्सच्या संपत्तीसह भारतातील सहाव्या सर्वात श्रीमंत व्यक्तीचे नाव दिले.

मित्तल यांचा जन्म एका हिंदू मारवाडी कुटुंबात झाला. त्यांनी श्री दौलतराम नोपनी विद्यालय, कलकत्ता येथे 1957 ते 1964 पर्यंत शिक्षण घेतले. कलकत्ता विद्यापीठाशी संलग्न असलेल्या सेंट झेवियर्स कॉलेजमधून त्यांनी प्रथम श्रेणीत बी.कॉमची पदवी घेतली.

लक्ष्मीचे वडील मोहनलाल मित्तल निप्पॉन डेन्रो इस्पात हा पोलाद व्यवसाय चालवत होते. 1976 मध्ये, भारत सरकारने पोलाद उत्पादनावर अंकुश ठेवल्यामुळे, 26 वर्षीय मित्तल यांनी इंडोनेशियाच्या पूर्व जावा, सिदोआर्जो येथे त्यांचा पहिला स्टील कारखाना पीटी इस्पात इंडो उघडला.

1989 मध्ये मित्तल यांनी त्रिनिदाद आणि टोबॅगो येथील सरकारी मालकीची स्टीलची कामे खरेदी केली, जी मोठ्या तोट्यात कार्यरत होती. त्याने एका वर्षात त्यांना फायदेशीर उपक्रमांमध्ये रूपांतरित केले.

1990 च्या दशकापर्यंत, भारतातील कुटुंबाची मुख्य मालमत्ता नागपुरातील शीट स्टील्ससाठी कोल्ड-रोलिंग मिल आणि पुण्याजवळील मिश्र स्टील्सचा कारखाना होता. आज, कौटुंबिक व्यवसाय, मुंबईजवळ एका मोठ्या एकात्मिक स्टील प्लांटसह, त्याचे धाकटे भाऊ प्रमोद मित्तल आणि विनोद मित्तल चालवतात, परंतु लक्ष्मीचा त्याच्याशी काहीही संबंध नाही.

1995 मध्ये मित्तल यांनी कॉर्क आयर्लंड येथील आयरिश स्टील प्लांट सरकारकडून IR £1 नाममात्र शुल्कात खरेदी केला. केवळ सहा वर्षांनंतर 2001 मध्ये ते बंद करण्यात आले, ज्यामुळे 400 पेक्षा जास्त लोक अनावश्यक होते. साइटवरील त्यानंतरच्या पर्यावरणीय समस्या टीकेचे कारण बनल्या आहेत. आयरिश सरकारने मित्तलच्या कंपनीने कॉर्क हार्बरच्या साफसफाईच्या खर्चात योगदान द्यावे असा उच्च न्यायालयाचा निकाल मागितला, परंतु तो अयशस्वी झाला. साफसफाईसाठी €70 दशलक्ष खर्च अपेक्षित होता.

डिसेंबर 2001 पूर्वी, मित्तल यांनी मालमत्ता मिळवली होती ज्याचे नाव बदलून त्यांनी इस्पात मेक्सिकाना आणि त्यांचे कझाकस्तानी ऑपरेशन इस्पात करमेट असे ठेवले. त्या महिन्यात त्याने Sidex Galati चे नाव बदलून इस्पात Sidex असे ठेवले, जे त्याने नोव्हेंबर 2001 मध्ये घेतले होते.

ऑक्टोबर 2003 मध्ये, LNM समूहाने PHS स्टील समूह ताब्यात घेतल्याच्या दुसऱ्याच दिवशी, हूटा सेंडझिमिरा, हुता काटोविस, यांचा समावेश असलेल्या स्टील मालमत्तेच्या नियंत्रणातून रोमानियन सरकारला सिदेरुर्गिका हुनेडोआरा आणि पेट्रोटब रोमन यांच्या नियंत्रणातून सोडवण्यासाठी $155 दशलक्ष व्यवहार पूर्ण करण्यात यश मिळवले. हुता फ्लोरियन आणि हुता सेडलर पोलिश सरकारकडून.

पेट्रोटब रोमनचे नाव बदलून इस्पात टेप्रो असे ठेवण्यात आले.

मित्तल यांनी 2003 मध्ये पोलंडमधील सर्वात मोठ्या असलेल्या PHS स्टील समूहाच्या खाजगीकरणात पोलिश अधिकाऱ्यांवर प्रभाव टाकण्यासाठी मारेक डोचनलच्या सल्लागाराची यशस्वीपणे नियुक्ती केली. नंतर एका वेगळ्या प्रकरणात रशियन एजंट्सच्या वतीने पोलिश अधिकाऱ्यांना लाच दिल्याबद्दल डोचनलला अटक करण्यात आली. मार्च 2007 मध्ये, पोलिश सरकारने सांगितले की ते आर्सेलर मित्तलला 2004 च्या विक्रीसाठी पुन्हा वाटाघाटी करू इच्छित होते.

मित्तलच्या कर्मचाऱ्यांनी त्याच्या खाणीमध्ये अनेक मृत्यूनंतर "गुलाम कामगार" परिस्थितीला परवानगी दिल्याचा आरोप केला आहे. 35 उदाहरणार्थ, डिसेंबर 2004 मध्ये, कझाकस्तानमधील त्याच्या खाणीमध्ये दोषपूर्ण गॅस डिटेक्टरमुळे झालेल्या स्फोटात तेवीस खाण कामगार मरण पावले.

2006-07 मध्ये, मित्तलने आर्सेलरसाठी विरोधी टेकओव्हर बोलीमध्ये यश मिळविले, ज्याचे नाव त्यांनी आर्सेलर मित्तल ठेवले. असे केल्याने त्याने फ्रान्सच्या उसिनॉर स्टीलच्या मालमत्तेवर, लक्झेंबर्गच्या आर्बेड स्टीलच्या मालमत्तेवर आणि स्पेनच्या एसेरलिया स्टीलच्या मालमत्तेवर नियंत्रण मिळवले.

वाद

मित्तल प्रकरण: "प्रभावासाठी रोख"

2002 मध्ये, प्लेड सायमरूचे खासदार अॅडम प्राइस यांनी मित्तलच्या एलएनएम ग्रुप स्टील कंपनीच्या समर्थनार्थ टोनी ब्लेअरने रोमानिया सरकारला लिहिलेले पत्र प्राप्त केले, जी रोमानियाचा सरकारी मालकीचा उद्योग विकत घेण्यासाठी बोली लावण्याच्या प्रक्रियेत होती. या

खुलाशामुळे वाद निर्माण झाला, कारण मित्तल यांनी मागील वर्षी ब्रिटिश मजूर पक्षाला £125,000 दिले होते. जरी ब्लेअरने आपल्या पत्राचा केवळ ब्रिटिश कंपनीच्या "यशाचा उत्सव" म्हणून बचाव केला, तरी त्यांच्यावर टीका झाली कारण LNM डच अँटिल्समध्ये नोंदणीकृत होते आणि यूकेमध्ये 1% पेक्षा कमी कर्मचारी कार्यरत होते. LNM हा "ब्रिटनच्या स्वतःच्या संघर्ष करणाऱ्या पोलाद उद्योगाचा प्रमुख जागतिक स्पर्धक" होता.

ब्लेअरच्या पत्राने सूचित केले की फर्मचे खाजगीकरण आणि मित्तलला विक्री केल्याने रोमानियाच्या युरोपियन युनियनमध्ये प्रवेशाचा मार्ग सुकर होऊ शकेल. त्यात एक उतारा देखील होता, जो ब्लेअरच्या स्वाक्षरीच्या आधी काढून टाकण्यात आला होता, ज्यामध्ये मित्तलचे वर्णन "एक मित्र" होते.

ऑक्टोबर 2003 मध्ये, एलएनएम ग्रुपने रोमानियन सरकारला स्टीलच्या मालमत्तेच्या नियंत्रणापासून मुक्त करण्यासाठी व्यवहार पूर्ण करण्यात यश मिळविले.

शिक्षण

खेळ

2000 उन्हाळी ऑलिंपिकमध्ये भारताने फक्त एक पदक, कांस्य, आणि 2004 उन्हाळी ऑलिंपिकमध्ये एक पदक, रौप्य, जिंकल्यानंतर, मित्तलने जागतिक स्तरावर मात करण्याची क्षमता असलेल्या दहा भारतीय खेळाडूंना मदत करण्यासाठी $9 दशलक्ष देऊन मित्तल चॅम्पियन्स ट्रस्टची स्थापना करण्याचा निर्णय घेतला. 2008 मध्ये मित्तल यांनी अभिनव बिंद्राला रु. भारताला नेमबाजीत पहिले वैयक्तिक ऑलिम्पिक सुवर्णपदक मिळवून दिल्याबद्दल 1.5 कोटी (रु. 15 दशलक्ष). आर्सेलर मित्तलने 2012 उन्हाळी ऑलिंपिकसाठी आर्सेलर मित्तल ऑर्बिटच्या बांधकामासाठी स्टील देखील प्रदान केले.

कॉमिक रिलीफसाठी त्याने सेलिब्रेटी स्पेशल बीबीसी प्रोग्राम, द अप्रेंटिसवर जमा केलेल्या पैशांची (~1 दशलक्ष) जुळणी केली. उद्धरण आवश्यक

मित्तल बार्कलेज प्रीमियरशिप क्लब विगन आणि एव्हर्टन यांच्या खरेदी आणि विक्रीसाठी एक प्रमुख स्पर्धक म्हणून उदयास आले होते. तथापि, 20 डिसेंबर 2007 रोजी, मित्तल कुटुंबाने क्वीन्स पार्क रेंजर्स फुटबॉल क्लबमध्ये फ्लॅव्हियो ब्रिएटोर आणि मित्तलचा मित्र बर्नी एक्लेस्टोन यांच्यात सामील होऊन 20 टक्के शेअरहोल्डिंग खरेदी केल्याची घोषणा करण्यात आली. गुंतवणुकीचा एक भाग म्हणून मित्तल यांचे जावई अमित भाटिया यांना संचालक मंडळावर स्थान मिळाले. संघर्ष करणाऱ्या क्लबमधील एकत्रित गुंतवणुकीमुळे मित्तल इंग्लिश फुटबॉलमध्ये मोठ्या प्रमाणात गुंतवणूक करणाऱ्या आणि रोमन अब्रामोविच सारख्या हितकारकांचे अनुकरण करणाऱ्या श्रीमंत व्यक्तींच्या वाढत्या श्रेणीत सामील होण्याचा विचार करत असावेत अशा सूचना निर्माण झाल्या आहेत. 19 फेब्रुवारी 2010 रोजी, ब्रायटोरने QPR चेअरमनपदाचा राजीनामा दिला आणि क्लबमधील आणखी शेअर्स एक्लेस्टोनला विकले, ज्यामुळे एक्लेस्टोन हा सर्वात मोठा भागधारक बनला.

शिक्षण

2003 मध्ये, लक्ष्मी निवास मित्तल, उषा मित्तल फाउंडेशन आणि राजस्थान सरकारने एकत्र भागीदारी करून जयपूरमध्ये LNM इन्स्टिट्यूट ऑफ इन्फॉर्मेशन टेक्नॉलॉजी (LNMIIT) ही स्वायत्त ना-नफा संस्था म्हणून विद्यापीठाची स्थापना केली.

2009 मध्ये, फाउंडेशनने भारतीय विद्या भवन सोबत नवी दिल्ली येथे उषा लक्ष्मी मित्तल इन्स्टिट्यूट ऑफ मॅनेजमेंटची स्थापना केली. उद्धरण आवश्यक

लक्ष्मी निवास मित्तल फाउंडेशनच्या मोठ्या देणगीनंतर SNDT महिला विद्यापीठाने इन्स्टिट्यूट ऑफ टेक्नॉलॉजी फॉर वुमन (ITW) चे नाव बदलून उषा मित्तल इन्स्टिट्यूट ऑफ टेक्नॉलॉजी असे ठेवले. उद्धरण आवश्यक

त्यांनी आपले प्राथमिक आणि माध्यमिक शाळा नोपनी हाय येथून पूर्ण केले जे पूर्वी श्री दौलतराम नोपनी विद्यालय म्हणून ओळखले जात असे.

वैद्यकीय

2008 मध्ये, मित्तल यांनी लंडनमधील ग्रेट ऑर्मंड स्ट्रीट हॉस्पिटलला £15 दशलक्ष देणगी दिली, जे हॉस्पिटलला मिळालेले सर्वात मोठे खाजगी योगदान आहे. या देणगीचा उपयोग त्यांच्या नवीन सुविधा, मित्तल चिल्ड्रन मेडिकल सेंटरला निधी देण्यासाठी करण्यात आला.

कोविड-19 महामारी

2020 मध्ये भारतात कोविड-19 साथीच्या आजारादरम्यान त्यांनी पीएम केअर फंडला 100 कोटींची देणगी दिली.

वैयक्तिक जीवन

मित्तल यांचे निवासस्थान, केन्सिंग्टन पॅलेस गार्डन्स, लंडन.

मित्तल यांचा जन्म 15 जून 1950 रोजी राजस्थानमधील सादुलपूर येथे राजस्थानी मारवाडी कुटुंबात झाला. त्याचे लग्न उषाशी झाले आहे. त्यांना एक मुलगा आदित्य मित्तल आणि मुलगी वनिषा मित्तल आहे.

लक्ष्मी मित्तल यांना दोन भाऊ, प्रमोद मित्तल आणि विनोद मित्तल, आणि एक बहीण, सीमा लोहिया, ज्यांनी इंडोनेशियन उद्योगपती श्री प्रकाश लोहिया यांच्याशी लग्न केले. केन्सिंग्टन पॅलेस गार्डन्स येथील त्यांचे निवासस्थान - जे 2004 मध्ये फॉर्म्युला वन बॉस बर्नी एक्लेस्टोन यांच्याकडून £67 दशलक्ष (US$128 दशलक्ष) मध्ये खरेदी केले गेले होते-ते त्यावेळचे जगातील सर्वात महागडे घर बनले होते. ताजमहालला पुरवलेल्या त्याच खाणीतून घेतलेल्या संगमरवराने घर सुशोभित केलेले आहे. संपत्तीच्या उधळपट्टीला "ताज मित्तल" असे संबोधले जाते. यात 12 बेडरूम, एक इनडोअर पूल, तुर्की बाथ आणि 20 कारसाठी पार्किंग आहे. तो दुग्ध-शाकाहारी आहे.

मित्तल यांनी 2008 मध्ये त्यांची मुलगी वनिषा मित्तल यांच्यासाठी 70 दशलक्ष पौंडला 9A पॅलेस ग्रीन्स, केन्सिंग्टन गार्डन्स, पूर्वीचे फिलीपीन्स दूतावास विकत घेतले, ज्याचे लग्न अमित भाटिया, व्यापारी आणि परोपकारी यांच्याशी झाले आहे. मित्तल यांनी व्हर्साय पॅलेस, फ्रान्समध्ये वनिशाचे भव्य "शाकाहारी स्वागत" केले.

2005 मध्ये, त्याने 22 नंबर, डॉ एपीजे अब्दुल कलाम रोड, नवी दिल्ली येथे $30 दशलक्ष किमतीत एक वसाहती बंगला देखील विकत घेतला, जो भारतातील सर्वात खास रस्त्यांपैकी एक आहे, दूतावास आणि अब्जाधीशांनी व्यापलेला आहे आणि तो घर म्हणून पुन्हा बांधला आहे.

डिसेंबर 2013 मध्ये, मित्तलची भाची सृष्टी मित्तल हिचे तीन दिवसांच्या उत्सवात गुंतवणूक बँकर गुलराज बहलशी लग्न झाले होते ज्याने बार्सिलोनाला स्तब्ध केले आणि £50 दशलक्ष पर्यंत खर्च आला. सुमारे 200 बटलर, स्वयंपाकी आणि सचिवांना भारत आणि थायलंडमधून स्पेनमध्ये पाठवण्यात आले होते, तर 500 पाहुण्यांना गोपनीयतेच्या करारावर स्वाक्षरी करण्यात आली होती.

वैयक्तिक संपत्ती

संडे टाइम्स रिच लिस्ट 2016 नुसार, मित्तल आणि त्यांच्या कुटुंबाची अंदाजे वैयक्तिक संपत्ती £7.12 अब्ज होती, मागील वर्षीच्या तुलनेत ती $2.08 अब्ज कमी होती. दरम्यान, 2016 मध्ये फोर्ब्स मासिकाच्या वार्षिक अब्जाधीशांच्या यादीमध्ये 2016 मध्ये मित्तल यांच्या संपत्तीचे अंदाजे अंदाजे 135 वे-सर्वात श्रीमंत अब्जाधीश असून त्यांची एकूण संपत्ती US$8.4 अब्ज होती. 2008 मध्ये मित्तलची संपत्ती शिखरावर पोहोचली, द संडे टाइम्सने £27.70 अब्ज, आणि फोर्ब्सने US$45.0 अब्ज मोजले आणि जगातील चौथ्या क्रमांकाची श्रीमंत व्यक्ती म्हणून रेट केले.

30
राधाकिशन दमाणी

राधाकिशन दमाणी

Scan for Story Videos - www.itibook.com

राधाकिशन शिवकिशन दमाणी हे एक भारतीय अब्जाधीश गुंतवणूकदार, व्यापारी आणि DMart चे संस्थापक आहेत. ब्राईट स्टार इन्व्हेस्टमेंट्स लिमिटेड या त्यांच्या इन्व्हेस्टमेंट फर्मद्वारे ते त्यांचा पोर्टफोलिओ व्यवस्थापित करतात. 19 ऑगस्ट 2021 रोजी, ब्लूमबर्ग बिलियनेअर इंडेक्स द्वारे त्यांना जगातील सर्वात श्रीमंत व्यक्ती म्हणून स्थान देण्यात आले.

राधाकिशन शिवकिशन दमाणी मुंबईतील सिंगल रूम अपार्टमेंटमध्ये मारवाडी कुटुंबात वाढले. त्यांनी मुंबई विद्यापीठात वाणिज्य शाखेचे शिक्षण घेतले पण एक वर्षानंतर शिक्षण सोडले. दलाल स्ट्रीटवर काम करणाऱ्या त्यांच्या वडिलांच्या मृत्यूनंतर, दमानी यांनी त्यांचा

बॉल बेअरिंग व्यवसाय सोडला आणि ते स्टॉक मार्केट ब्रोकर आणि गुंतवणूकदार बनले. 1990 च्या दशकात हर्षद मेहता यांनी बेकायदेशीर मार्गाने फुगवलेले स्टॉक शॉर्ट-सेलिंग करून त्यांनी नफा कमावला. 1995 मध्ये सार्वजनिक झाल्यानंतर दमाणी हे HDFC बँकेचे सर्वात मोठे वैयक्तिक शेअरहोल्डर होते. 1992 मध्ये, हर्षद मेहता घोटाळा प्रकाशझोतात आल्यानंतर, त्या काळात अल्प-विक्रीच्या नफ्यामुळे त्याच्या उत्पन्नात मोठी वाढ झाली. 1999 मध्ये, त्यांनी नेरुळमधील सहकारी डिपार्टमेंटल स्टोअर, अपना बाजार या फ्रँचायझीचे संचालन केले, परंतु त्याच्या व्यवसायाच्या मॉडेलमुळे ते "अविश्वासी" होते. 2002 मध्ये पवई येथे पहिले स्टोअर सुरू करण्यासाठी त्यांनी 2000 मध्ये स्टॉक मार्केट सोडले, DMart, 2002 मध्ये पवईमध्ये पहिले स्टोअर सुरू केले. 2010 मध्ये या साखळीची 25 स्टोअर्स होती, त्यानंतर कंपनी वेगाने वाढली आणि 2017 मध्ये सार्वजनिक झाली.

आज त्यांची भारतभरात 234 DMart स्टोअर्स आहेत. दमाणी लो प्रोफाइल ठेवतात आणि क्वचितच मुलाखत देतात. त्यांनी भारतीय अब्जाधीश राकेश झुनझुनवाला यांना त्यांचे स्टॉक ट्रेडिंग तंत्र देखील शिकवले आहे. उद्धरण आवश्यक

2020 मध्ये, 16.5 अब्ज डॉलर्सच्या संपत्तीसह ते चौथे सर्वात श्रीमंत भारतीय बनले. अब्जाधीशांच्या जागतिक यादीत तो 117 व्या क्रमांकावर होता. 2022 च्या अब्जाधीशांच्या जागतिक यादीत (फोर्ब्स) 18.9 अब्ज डॉलर्सच्या संपत्तीसह ते 87 क्रमांकावर होते.

गुंतवणूक

तंबाखू कंपनी व्हीएसटी इंडस्ट्रीजपासून ते सिमेंट उत्पादक इंडिया सिमेंट्सपर्यंत अनेक कंपन्यांमध्ये दमाणी यांची हिस्सेदारी आहे. दमाणी यांनी आंध्र पेपरमध्ये 1% हिस्सा घेतला. दमाणी यांनी मे 2020 मध्ये इंडिया सिमेंट्समधील 15% भागभांडवल उचलले आणि त्यांची इंडिया सिमेंट्समधील गुंतवणूक 19.89% झाली. 22 दमाणी यांच्याकडे त्यांच्या गुंतवणूक पोर्टफोलिओमध्ये सार्वजनिकरित्या 6 स्टॉक आहेत आणि त्यांच्या स्टॉक पोर्टफोलिओचे एकूण मूल्य 2021 मध्ये अंदाजे रु 1,02,077cr (अंदाजे US$13 अब्ज) आहे.

वैयक्तिक जीवन

तो विवाहित असून त्याला तीन मुले आहेत.

31

हिंदुजा ग्रुप

हिंदुजा ग्रुप

Top Richest People

Scan for Story Videos - www.itibook.com

हिंदुजा समूह हा अँग्लो-इंडियन ट्रान्सनॅशनल समूह आहे. ऑटोमोटिव्ह, तेल आणि विशेष रसायने, बँकिंग आणि वित्त, IT आणि ITeS, सायबर सुरक्षा, आरोग्य सेवा, व्यापार, पायाभूत सुविधा प्रकल्प विकास, मीडिया आणि मनोरंजन, ऊर्जा आणि रिअल इस्टेट यासह अकरा क्षेत्रांमध्ये हा समूह उपस्थित आहे. हिंदुजा बंधूंची जगभरात 100 अब्ज डॉलर्सची संपत्ती आहे. हिंदुजा कुटुंबाची अमेरिकेत जवळपास ५० अब्ज डॉलर्सची संपत्ती आहे. हिंदुजा बंधूंची सध्याची संपत्ती १०० अब्ज डॉलर्स आहे.

कंपनीची स्थापना 1914 मध्ये परमानंद दीपचंद हिंदुजा यांनी केली होती, जे भारतातील सिंधी कुटुंबातील होते. सुरुवातीला शिकापूर (पूर्वीचे पाकिस्तान) आणि मुंबई, भारत येथे कार्यरत, त्यांनी 1919 मध्ये इराणमध्ये कंपनीचे पहिले आंतरराष्ट्रीय ऑपरेशन सुरू केले.

इस्लामिक क्रांतीने युरोपला जाण्यास भाग पाडले तेव्हा 1979 पर्यंत समूहाचे मुख्यालय इराणमध्ये राहिले.

समूहाचे अध्यक्ष श्रीचंद हिंदुजा आणि त्यांचे बंधू गोपीचंद, हे सह-अध्यक्षही होते, हे निर्यात व्यवसाय विकसित करण्यासाठी १९७९ मध्ये लंडनला गेले; तिसरा भाऊ प्रकाश जिनेव्हा, स्वित्झर्लंड येथे गटाचे कामकाज सांभाळतो तर सर्वात धाकटा भाऊ अशोक हा भारतीय हितसंबंधांवर देखरेख करतो.

समूह 200,000 पेक्षा जास्त लोकांना रोजगार देतो आणि भारतासह जगभरातील अनेक प्रमुख शहरांमध्ये कार्यालये आहेत. 2017 मध्ये, श्रीचंद आणि गोपीचंद हिंदुजा यांचे संडे टाइम्स रिच लिस्ट 2017 मध्ये अंदाजे £16.2 बिलियन संपत्तीसह ब्रिटनमधील सर्वात श्रीमंत पुरुष म्हणून वर्णन करण्यात आले.

2015 मध्ये, द एशियन अवॉर्ड्समध्ये, हिंदुजा बंधूंना बिझनेस लीडर ऑफ द इयर पुरस्काराने सन्मानित करण्यात आले. 11 अशोक हिंदुजा यांना 2017 मध्ये UAE सरकार-समर्थित एशियन बिझनेस लीडरशिप फोरममध्ये ABLF ग्लोबल आशियाई पुरस्काराने सन्मानित करण्यात आले. OneOTT इंटरटेनमेंट लिमिटेड (OIL), हिंदुजा समूहाची मीडिया वर्टिकल शाखा, Telecomlead.com द्वारे 2019 इनोव्हेशन लीडर्स पुरस्काराने सन्मानित करण्यात आले.

हिंदुजा ग्रुपच्या कंपन्या

हिंदुजा नॅशनल हॉस्पिटल, मुंबई

अशोक लेलँड प्लॅटफॉर्मवर हिंदुजा नॅशनल हॉस्पिटलचे फिरते दवाखाने बांधले

हिंदुजा हाउसिंग फायनान्स लिमिटेड,...

अशोक लेलँड

ऑप्टारे

अशोक लेलँड फाउंड्रीज – अशोक लेलँडचा एक विभाग, ज्याला हिंदुजा फाउंड्री असेही म्हणतात

पीडी हिंदुजा नॅशनल हॉस्पिटल अँड मेडिकल रिसर्च सेंटर

हिंदुजा हेल्थकेअर लिमिटेड

हिंदुजा बँक (स्वित्झर्लंड) लिमिटेड (पूर्वीची अमास बँक)

इंडसइंड बँक

हिंदुजा लेलँड फायनान्स लि

हिंदुजा ग्लोबल सोल्युशन्स लि

GOCL कॉर्पोरेशन लि

गल्फ ऑइल इंटरनॅशनल लि

गल्फ ऑइल लुब्रिकंट्स इंडिया लिमिटेड

क्वेकर-हॉटन इंटरनॅशनल लि

गल्फ ऑइल मिडल ईस्ट लि

हिंदुजा नॅशनल पॉवर कॉर्पोरेशन लि

हिंदुजा रिन्यूएबल्स एनर्जी प्रायव्हेट लि

हिंदुजा रियल्टी व्हेंचर्स लि

हिंदुजा ग्रुप इंडिया लिमिटेड

केपीबी हिंदुजा कॉलेज ऑफ कॉमर्स

NXTDIGITAL Ltd (पूर्वीचे हिंदुजा व्हेंचर्स लिमिटेड) – Nxtdigital Hits, OneOTT iNtertainment Ltd, INE, आणि INDigital यांचा समावेश आहे

सायकरेक्स सिस्टम्स प्रायव्हेट लिमिटेड

ब्रिटिश मेटल कॉर्पोरेशन (इंडिया) प्रायव्हेट लिमिटेड

हिंदुजा इन्व्हेस्टमेंट्स अँड प्रोजेक्ट सर्व्हिसेस लि

वाद

बोफोर्स घोटाळा

श्रीचंद, गोपीचंद आणि प्रकाश हिंदुजा हे बोफोर्स घोटाळ्याच्या चौकशीशी जोडलेले होते, ज्यात स्वीडिश फर्म बोफोर्सने 1986 मध्ये भारत सरकारला 400 हॉवित्झरच्या US$1.3 अब्जच्या विक्रीच्या संदर्भात सरकारी अधिकारी आणि राजकारण्यांना बेकायदेशीर लाच दिली होती. ऑक्टोबर 2000 मध्ये भारतीय सेंट्रल ब्युरो ऑफ इन्व्हेस्टिगेशनने तिन्ही भावांवर आरोप लावले होते, परंतु 2005 मध्ये दिल्लीतील उच्च

न्यायालयाने पुराव्याअभावी आणि खटल्यातील कागदपत्रे केंद्रस्थानी असल्याचे सांगून त्यांच्यावरील सर्व आरोप फेकून दिले. "निरुपयोगी आणि संशयास्पद" कारण त्यांचे मूळ सत्यापित करणे शक्य नाही. न्यायाधीश आरएस सोढी म्हणाले: "मी माझी नापसंती व्यक्त केली पाहिजे की 14 वर्षांचा खटला आणि £2.5 अब्ज (US$ 31 दशलक्ष) सार्वजनिक पैसे या खटल्यासाठी खर्च केले गेले. यामुळे हिंदूजांचे आर्थिक, भावनिक, व्यावसायिक आणि वैयक्तिक नुकसान झाले आहे. "

2001 हिंदुजा प्रकरण

जानेवारी 2001 मध्ये, हे उघड झाले की ब्रिटन सरकारचे मंत्री पीटर मँडेलसन यांनी श्रीचंद हिंदुजा यांच्या वतीने गृह मंत्रालयाचे मंत्री माईक ओब्रायन यांना दूरध्वनी केला होता, जे त्यावेळी ब्रिटिश नागरिकत्व शोधत होते आणि ज्यांची कौटुंबिक फर्म "ची मुख्य प्रायोजक बनणार होती. मिलेनियम डोममध्ये विश्वास क्षेत्र" परिणामी, 24 जानेवारी 2001 रोजी मँडेलसन यांनी दुस-यांदा सरकारचा राजीनामा दिला, त्यांनी काहीही चुकीचे केले नाही असा आग्रह धरला. सर अँथनी हॅमंड यांच्या स्वतंत्र चौकशीतून असा निष्कर्ष निघाला की मँडेलसन किंवा इतर कोणीही अयोग्य कृती केली नव्हती.

जानेवारी 2001 मध्ये, इमिग्रेशन मंत्री बार्बरा रोशे यांनी एका लेखी कॉमन्स उत्तरात खुलासा केला की, लीसेस्टर पूर्वचे संसद सदस्य आणि त्या वेळी परराष्ट्र खात्याचे मंत्री आणि इतर खासदारांनीही हिंदुजा बंधूंबद्दल गृह कार्यालयाशी संपर्क साधला होता, असे म्हटले होते. वाझ यांनी त्यांच्या नागरिकत्वाच्या अर्जावर निर्णय केव्हा अपेक्षित आहे याबद्दल चौकशी केली होती.

25 जानेवारी रोजी, वाझ हे हिंदुजा प्रकरणाबद्दल विरोधकांच्या प्रश्नांचे केंद्रबिंदू बनले आणि त्यांनी त्यांची भूमिका पूर्णपणे उघड करावी अशी मागणी करणारे अनेक संसदीय प्रश्न मांडले गेले. वाझ यांनी परराष्ट्र कार्यालयाच्या प्रवक्त्यामार्फत सांगितले की सर अँथनी हॅमंड क्यूसी यांनी त्यांना विचारलेल्या प्रश्नांची उत्तरे देण्यासाठी ते "पूर्णपणे तयार" असतील ज्यांना पंतप्रधानांनी या प्रकरणाची चौकशी करण्यास सांगितले होते. हिंदुजा बंधूंना ते काही काळापासून ओळखत असल्याचे वाझ यांनी सांगितले; 1993 मध्ये धर्मादाय हिंदुजा फाउंडेशनची स्थापना झाली तेव्हा ते उपस्थित होते आणि 1998 मध्ये जेव्हा टोनी आणि चेरी ब्लेअर बंधूंनी दिवाळी उत्सवासाठी आमंत्रित केले तेव्हा त्यांनी भाषणही केले होते.

26 जानेवारी 2001 रोजी, पंतप्रधान टोनी ब्लेअर यांच्यावर हिंदुजा पासपोर्ट प्रकरणाच्या स्वतंत्र चौकशीसाठी पूर्वग्रहदूषित असल्याचा आरोप करण्यात आला, त्यांनी घोषित केल्यावर कीथ वाझ यांनी "काहीही चुकीचे" केले नाही. त्याच दिवशी वाझ यांनी पत्रकारांना सांगितले की, प्रकरणातील तथ्य उघड झाल्यानंतर त्यांना त्यांच्या वागणुकीचा "खेद" वाटेल. "हा अहवाल समोर आल्यावर तुमच्यापैकी काहीजण अतिशय मूर्ख वाटतील. तुम्ही पीटरबद्दल आणि इतर आणि माझ्याबद्दल सांगितलेल्या काही गोष्टी, जेव्हा तथ्य बाहेर येईल तेव्हा तुम्हाला खूप पश्चाताप होईल," तो म्हणाला. हिंदुजा बंधूंपैकी एकाच्या पासपोर्ट अर्जावर सामान्यपेक्षा जास्त वेगाने प्रक्रिया का केली गेली, सहा महिन्यांत प्रक्रिया करून मंजूर केली जात असताना दोन वर्षे लागू शकतात, असे विचारले असता त्यांनी उत्तर दिले, "हे असामान्य नाही."

29 जानेवारी रोजी, सरकारने पुष्टी केली की हिंदुजा फाउंडेशनने अलीकडच्या काळातील पहिले आशियाई मंत्री म्हणून त्यांची नियुक्ती साजरी करण्यासाठी सप्टेंबर 1999 मध्ये वाझसाठी स्वागत समारंभ आयोजित केला होता. हाऊस ऑफ कॉमन्स रजिस्टर ऑफ सदस्यांच्या हितसंबंधांमध्ये वाझ यांनी पक्षाची नोंद केली नव्हती आणि कंझर्व्हेटिव्ह संसदीय मोहीम युनिटचे तत्कालीन प्रमुख जॉन रेडवूड यांनी आदरातिथ्य स्वीकारण्याच्या वाझ यांच्या निर्णयावर प्रश्नचिन्ह उपस्थित केले होते.

मार्चमध्ये, वाझ यांना एलिझाबेथ फिल्किन, जे त्या वेळी मानकांसाठी संसदीय आयुक्त होते, यांनी त्यांच्या आर्थिक प्रकरणांमध्ये सुरू केलेल्या नवीन चौकशीला पूर्णपणे सहकार्य करण्याचे आदेश देण्यात आले. वाझ यांचे वरिष्ठ परराष्ट्र सचिव रॉबिन कुक यांनीही त्यांना हिंदुजा बंधूंशी संबंध असल्याच्या आरोपांना पूर्णपणे उत्तर देण्याचे आवाहन केले. हाऊस ऑफ कॉमन्समध्ये हिंदुजा प्रायोजित रिसेप्शन आयोजित करण्यात मदत केल्याच्या बदल्यात हिंदुजा फाउंडेशनने त्यांच्या पत्नीद्वारे चालवल्या जाणाऱ्या मॅपसबरी कम्युनिकेशन्स या कंपनीला £1,200 ची रक्कम दिल्याच्या तक्रारीवर चर्चा करण्यासाठी श्री वाझ यांनी 20 मार्च रोजी श्रीमती फिल्किन यांची भेट घेतली. . वाझ यांनी यापूर्वी हिंदुजांकडून पैसे घेण्याचे नाकारले होते, परंतु त्यांनी या व्यवहारातून कोणताही वैयक्तिक फायदा झाला नसल्याचा आग्रह धरला होता.

जून 2001 मध्ये, वाझ यांनी कबूल केले की त्यांनी हिंदुजा बंधूंच्या ब्रिटिश नागरिकत्वाच्या अर्जादरम्यान बॅकबेंच खासदार असताना निवेदन केले होते. टोनी ब्लेअर यांनी देखील कबूल केले की वाझ यांनी इतर आशियाई लोकांच्या वतीने "निवेदन" केले होते. 11 जून 2001 रोजी वाझ यांना युरोप मंत्री पदावरून काढून टाकण्यात आले, त्यांच्या जागी पीटर हेन यांची नियुक्ती करण्यात आली. पंतप्रधान कार्यालयाने सांगितले की वाझ यांनी टोनी ब्लेअर यांना पत्र लिहून सांगितले होते की त्यांना आरोग्याच्या कारणास्तव राजीनामा देण्याची इच्छा आहे.

डिसेंबर 2001 मध्ये, एलिझाबेथ फिल्किनने हिंदुजा बंधूंनी आपल्या पत्नीच्या लॉ फर्मला पेमेंट्सची नोंदणी करण्यात अयशस्वी झाल्याबद्दल वाझला साफ केले, परंतु पेमेंट लपवण्यासाठी त्याने आपल्या पत्नीशी संगनमत केले होते. फिल्किनच्या अहवालात असे म्हटले आहे की पेमेंट त्यांच्या पत्नीला इमिग्रेशन समस्यांवरील कायदेशीर सल्ल्यासाठी देण्यात आले होते आणि असा निष्कर्ष काढला होता की वाझ यांना कोणताही थेट वैयक्तिक लाभ मिळाला नाही आणि कॉमन्स नियमानुसार त्यांना त्यांच्या पत्नीला दिलेली देयके उघड

करण्याची आवश्यकता नाही. तथापि, तिने त्याच्या गुप्ततेबद्दल त्याच्यावर टीका केली आणि म्हटले, "हे सत्य लपवण्यासाठी आणि त्याच्या संभाव्य आर्थिक संबंधांबद्दल मला अचूक माहिती मिळण्यापासून रोखण्यासाठी श्री वाझ आणि त्यांची पत्नी यांच्यात अनेक महिन्यांपासून जाणूनबुजून संगनमत करण्यात आले आहे हे मला स्पष्ट झाले आहे. हिंदुजा कुटुंबासह".

अशोक लेलँड

फेब्रुवारी 2005 मध्ये बंधूंच्या हिंदुजा समूहाची भारतातील प्रमुख कंपनी अशोक लेलँडने सुदानच्या संरक्षण मंत्रालयाला 100 लष्करी वाहने पुरवण्याचा करार जाहीर केला. शस्त्रास्त्र प्रचारक मार्क थॉमस यांनी असा आरोप केला होता की हे यूके शस्त्रास्त्र निर्यात कायद्याचे उल्लंघन करते, कारण कंपनीचे अनेक संचालक यूकेचे रहिवासी किंवा नागरिक होते.

32

उदय कोटक

उदय कोटक

Top Richest People

Scan for Story Videos - www.itibook.com

उदय सुरेश कोटक (जन्म १५ मार्च १९५९) हे भारतीय अब्जाधीश बँकर आहेत आणि कोटक महिंद्रा बँकेचे कार्यकारी उपाध्यक्ष आणि व्यवस्थापकीय संचालक आहेत.

1980 च्या दशकाच्या सुरुवातीस, भारत अजूनही बंद अर्थव्यवस्था असताना आणि आर्थिक वाढ निःशब्द असताना, कोटक यांनी बहुराष्ट्रीय कंपनीकडून आकर्षक नोकरीचा पर्याय नाकारून स्वतःपासून सुरुवात करण्याचा निर्णय घेतला. पुढील काही वर्षांमध्ये, त्याने आपल्या व्यवसायात आर्थिक सेवांच्या विविध क्षेत्रांमध्ये विविधता आणली, बिल सवलत, स्टॉक ब्रोकिंग, गुंतवणूक बँकिंग, कार फायनान्स, जीवन विमा आणि म्युच्युअल फंडांमध्ये प्रमुख उपस्थिती प्रस्थापित केली. 22 मार्च 2003 रोजी, कोटक महिंद्रा फायनान्स लिमिटेड ही भारतीय रिझर्व्ह बँकेकडून बँकिंग परवाना प्राप्त करणारी भारताच्या कॉर्पोरेट इतिहासातील पहिली कंपनी बनली.

ब्लूमबर्ग अब्जाधीश निर्देशांकाने एप्रिल 2021 पर्यंत त्यांची संपत्ती US$14.8 अब्ज असल्याचा अंदाज व्यक्त केला आहे. 2006 मध्ये त्यांनी आणि गोल्डमन सॅक्सने त्यांची 14 वर्षांची भागीदारी संपवली जेव्हा गोल्डमन सॅक्सने दोन उपकंपन्यांमधील त्यांचा 25% हिस्सा श्री. कोटक यांना $72 दशलक्षमध्ये विकला.

कोटक हे एका उच्च मध्यमवर्गीय गुजराती संयुक्त कुटुंबात वाढले होते कुटुंबात ६० लोक एकाच छताखाली एक सामान्य स्वयंपाकघर सामायिक करतात. हे कुटुंब मुळात एकत्र व्यापारात होते. याला त्यांनी "कामात भांडवलशाही आणि घरात समाजवाद" असे म्हटले. क्रिकेट आणि सतार वाजवणे हे त्यांचे दोन मनोरंजन होते. 2014 मध्ये NDTV ला दिलेल्या मुलाखतीत त्यांनी कबूल केले की तो आता सतार वादनाचा पाठपुरावा करत नाही. त्याच्या गणितातील प्रतिभेचा त्याच्या करिअरच्या निवडीवर प्रभाव पडला. त्यांनी सिडनहॅम कॉलेजमधून बॅचलर डिग्री मिळवली आणि 1982 मध्ये जमनालाल बजाज इन्स्टिट्यूट ऑफ मॅनेजमेंट स्टडीजमधून व्यवस्थापन अभ्यासात पदव्युत्तर पदवी पूर्ण केली.

करिअर

एमबीए पूर्ण केल्यानंतर, कोटक यांनी कोटक कॅपिटल मॅनेजमेंट फायनान्स लिमिटेड (जी नंतर कोटक महिंद्रा फायनान्स लिमिटेड) सुरू केली. कुटुंब आणि मित्रांकडून घेतलेल्या US$80,000 पेक्षा कमी बीज भांडवलामधून, त्याने बिल-सवलत देणाऱ्या स्टार्ट-अपचे US$19 अब्ज (मार्च 2014 पर्यंत) मालमत्ता असलेल्या वित्तीय सेवा समूहात रूपांतर केले आणि दुसऱ्या क्रमांकाची शेड्यूल कमर्शियल बँक बनवली. भारतातील बाजार भांडवलीकरण (खाजगी आणि PSU) 1250 पेक्षा जास्त शाखांसह.

2014 दरम्यान, कोटकने आपली संपत्ती जवळजवळ दुप्पट केली कारण त्याच्या कोटक महिंद्रा बँकेच्या समभागांनी नोव्हेंबर 2014 मध्ये प्रतिस्पर्धी ING वैश्य बँकेसाठी $2.4 बिलियन करारावर शिक्कामोर्तब केल्यावर, अंशतः डच वित्तीय सेवा समूह ING च्या मालकीचे होते.

2015 मध्ये, कोटकने सामान्य विमा व्यवसायात प्रवेश केला आणि एक छोटी पेमेंट बँक सुरू करण्यासाठी दूरसंचार क्षेत्रातील प्रमुख सुनील मित्तल यांच्या भारती एअरटेलशी भागीदारी केली.

कोटकने कोटक महिंद्रा बँकेतील आपला हिस्सा आतापर्यंत 30% पर्यंत कमी केला आहे, कारण त्याला RBI निर्देशांनुसार 20% पर्यंत खाली आणणे आवश्यक आहे.

ऑगस्ट 2019 मध्ये ते £27 लाख (US$34,000) मासिक पगारासह कोणत्याही भारतीय बँकेचे सर्वाधिक पगार घेणारे सीईओ म्हणून नोंदवले गेले.

त्यांनी 2020-21 साठी भारतीय उद्योग परिसंघ (CII) चे अध्यक्ष म्हणून पदभार स्वीकारला.

सन्मान आणि पुरस्कार

जून 2014 मध्ये, त्यांना अन्स्र्ट आणि यंग वर्ल्ड आंत्रप्रेन्योर ऑफ द इयर म्हणून निवडण्यात आले.

मनी मास्टर्सः द मोस्ट पॉवरफुल पीपल इन द फायनान्शियल वर्ल्ड, फोर्ब्स मॅगझिन, यूएस (मे 2016) मध्ये वैशिष्ट्यीकृत करणारे ते एकमेव भारतीय फायनान्सर होते

इंडिया टुडे मासिकाने 2017 च्या भारतातील 50 सर्वात शक्तिशाली व्यक्तींच्या यादीत त्यांना #8 वे स्थान दिले आहे.

सदस्यत्व

कोटक हे भारत सरकारच्या फायनान्सिंग इन्फ्रास्ट्रक्चरवरील उच्चस्तरीय समितीचे सदस्य आहेत, सिक्युरिटीज अँड एक्सचेंज बोर्ड ऑफ इंडियाच्या प्राथमिक बाजार सल्लागार समितीचे सदस्य आहेत, नॅशनल इन्स्टिट्यूट ऑफ सिक्युरिटीज मार्केट्स आणि ICRIER च्या बोर्ड ऑफ गव्हर्नर्सचे सदस्य आहेत. ते महिंद्रा युनायटेड वर्ल्ड कॉलेज ऑफ इंडियाचे गव्हर्निंग सदस्य आणि सीआयआयच्या राष्ट्रीय परिषदेचे सदस्य देखील आहेत. उद्धरण आवश्यक कोटक हे राष्ट्रीय कायदा फर्म सिरिल अमरचंद मंगलदास यांना सल्ला देणाऱ्या धोरणात्मक मंडळाचे सदस्य आहेत.

वैयक्तिक जीवन

त्याचे लग्न पल्लवी कोटकशी झाले आहे, दोन मुले आहेत आणि मुंबईत राहतात.

33
सावित्री जिंदाल

सावित्री जिंदाल

Top Richest People

Scan for Story Videos - www.itibook.com

सावित्री देवी जिंदाल (जन्म 20 मार्च 1950) एक भारतीय उद्योगपती आणि राजकारणी आहेत. त्या ओपीजिंदाल ग्रुपच्या अध्यक्षा होत्या. त्या अग्रोहा येथील महाराजा अग्रसेन वैद्यकीय महाविद्यालयाच्या अध्यक्षाही आहेत.

जिंदाल यांचा जन्म आसाममधील तिनसुकिया येथे झाला. तिने 1970 च्या दशकात ओम प्रकाश जिंदाल यांच्याशी विवाह केला, ज्यांनी स्टील आणि पॉवर समूह असलेल्या जिंदाल ग्रुपची स्थापना केली होती. जिंदाल हे हरियाणा सरकारमध्ये मंत्री होते आणि हिसार मतदारसंघातून हरियाणा विधानसभा (विधानसभा) चे सदस्य होते. 2014 मध्ये हरियाणा विधानसभेच्या निवडणुकीत तिचा पराभव झाला. 2005 मध्ये हेलिकॉप्टर अपघातात मरण पावलेल्या त्यांचे पती ओ.पी. जिंदाल यांच्यानंतर त्या अध्यक्षा झाल्या. ती INC राजकीय पक्षाची सदस्य आहे. उद्धरण आवश्यक

सावित्री जिंदाल ही भारतातील सर्वात श्रीमंत महिला आहे, आणि 2016 मधील 16वी-श्रीमंत भारतीय, $4.0 अब्ज पेक्षा जास्त किंमत; 2016 मध्ये ती जगातील 453 वी सर्वात श्रीमंत व्यक्ती होती. ती जगातील सातव्या क्रमांकाची सर्वात श्रीमंत आई आहे आणि तिच्या पतीने सुरू केलेल्या सार्वजनिक कार्यात ती योगदान देते. तिला 2008 मध्ये अखिल भारतीय तेरापंथ महिला मंडळाने आचार्य तुलसी कर्तृत्व पुरस्काराने सन्मानित केले होते.

राजकीय जीवन

2005 मध्ये, जिंदाल हिसार मतदारसंघातून हरियाणा विधानसभेवर निवडून आल्या, ज्याचे पूर्वी त्यांचे दिवंगत पती ओम प्रकाश जिंदाल यांनी दीर्घकाळ प्रतिनिधित्व केले होते. 2009 मध्ये, त्या मतदारसंघात पुन्हा निवडून आल्या आणि 29 ऑक्टोबर 2013 रोजी हरियाणा सरकारमध्ये कॅबिनेट मंत्री म्हणून त्यांची नियुक्ती झाली.

मागील मंत्रिमंडळात, त्यांनी महसूल आणि आपती व्यवस्थापन, एकत्रीकरण, पुनर्वसन आणि गृहनिर्माण राज्यमंत्री तसेच शहरी स्थानिक संस्था आणि गृहनिर्माण राज्यमंत्री म्हणून काम केले होते. उद्धरण आवश्यक

तिने कंपनीचा कारभार स्वीकारल्यानंतर कंपनीचा महसूल चौपट झाला. हरियाणा राज्याची पार्श्वभूमी आणि इतिहास असलेल्या, तिने हरियाणा विधानसभेच्या सदस्या म्हणून काम केले आणि 2010 पर्यंत ऊर्जा मंत्री पद भूषवले. ओपी जिंदाल समूहाची सुरुवात 1952 मध्ये ओपी जिंदाल, व्यवसायाने अभियंता यांनी केली होती. ते पोलाद, ऊर्जा, खाणकाम, तेल आणि वायूचे समूह बनले. तिच्या व्यवसायाच्या या चार विभागांपैकी प्रत्येक विभाग तिची चार मुले पृथ्वीराज, सज्जन, रतन आणि नवीन जिंदाल चालवतात. जिंदाल स्टील्स ही भारतातील तिसरी सर्वात मोठी स्टील उत्पादक आहे.

34

सायरस एस. पूनावाला

सायरस एस. पूनावाला

Top Richest People

Scan for Story Videos - www.itibook.com

सायरस एस. पूनावाला (जन्म 1941) हे एक भारतीय अब्जाधीश उद्योगपती आहेत आणि सायरस पूनावाला समूहाचे अध्यक्ष आणि व्यवस्थापकीय संचालक आहेत, ज्यात सीरम इन्स्टिट्यूट ऑफ इंडियाचा समावेश आहे, ही एक भारतीय बायोटेक कंपनी आहे जी जगातील सर्वात मोठी लस उत्पादक आहे. 2022 मध्ये, तो $24.3 अब्ज संपत्तीसह फोर्ब्स इंडियाच्या श्रीमंतांच्या यादीत 4 व्या क्रमांकावर आहे. हुरुन ग्लोबल हेल्थ केअर रिच लिस्ट 2022 मध्ये तो पहिल्या क्रमांकावर आहे.

पूनावाला यांनी 1966 मध्ये सीरम इन्स्टिट्यूट ऑफ इंडियाची स्थापना केली आणि ती जगातील सर्वात मोठी लस उत्पादक (डोसानुसार) बनवली. सीरम गोवर, पोलिओ आणि फ्लूसह विविध प्रकारच्या लसींचे दरवर्षी 1.5 बिलियन डोस तयार करते.

कुटुंब

सायरस पूनावाला यांचा जन्म पारशी कुटुंबात झाला होता, तो सोली पूनावाला यांचा मुलगा आहे, जो घोडेपालक होता. त्यांचा विवाह विल्लू पूनावाला यांच्याशी झाला होता, ज्यांचे 2010 मध्ये निधन झाले होते. त्यांना एक मुलगा अदार आहे, जो सध्या सीरम इन्स्टिट्यूट ऑफ इंडियाचा सीईओ म्हणून काम करतो.

पुरस्कार

2005 मध्ये भारत सरकारने वैद्यकीय क्षेत्रातील योगदानासाठी पद्मश्री.

नोव्हेंबर 2007 मध्ये हेल्थकेअर आणि लाइफ सायन्सेसच्या श्रेणीमध्ये अर्न्स्ट आणि यंग "आंत्रप्रेनर ऑफ द इयर".

फेब्रुवारी 2015 मध्ये भारतासाठी अर्न्स्ट आणि यंग एंटरप्रेन्योर ऑफ द इयर.

जून 2018 मध्ये मॅसॅच्युसेट्स मेडिकल स्कूल विद्यापीठाने मानद डॉक्टरेट.

जून 2019 मध्ये ऑक्सफर्ड विद्यापीठाने मानद डॉक्टरेट.

ऑगस्ट 2021 मध्ये लोकमान्य टिळक राष्ट्रीय पुरस्कार.

2022 मध्ये भारत सरकारकडून व्यापार आणि उद्योग क्षेत्रात, COVID-19 दरम्यान लसींच्या उत्पादनात योगदान दिल्याबद्दल पद्मभूषण.

परोपकार

मे 2019 मध्ये, अशी नोंद करण्यात आली होती की पूनावाला यांनी नॉम कोएनच्या भागीदारीत युक्रेनला गोवर लसीचे 100 हजार डोस मोफत लसीकरणासाठी पुरवण्याचा प्रस्ताव ठेवला होता.

लोकप्रिय संस्कृतीत

"ग्लोबल इंडियन्स 2022" ची तिसरी आवृत्ती बेनेट, कोलमन आणि कंपनी लिमिटेड द्वारे सायरस एस. पूनावाला यांच्या जीवनावर 25 इतर उल्लेखनीय व्यक्तिमत्त्वांसह प्रकाशित करण्यात आली. पुस्तकाची पहिली प्रत भारताचे उपाध्यक्ष श्री व्यंकय्या नायडू यांना सादर करण्यात आली.

35

कुमार मंगलम बिर्ला

कुमार मंगलम बिर्ला

Top Richest People

Scan for Story Videos - www.itibook.com

कुमार मंगलम बिर्ला (जन्म 14 जून 1967) हे भारतीय अब्जाधीश उद्योगपती, परोपकारी आणि आदित्य बिर्ला समूहाचे अध्यक्ष आहेत, भारतातील सर्वात मोठ्या जागतिक समूहांपैकी एक आहे. ते बिर्ला इन्स्टिट्यूट ऑफ टेक्नॉलॉजी अँड सायन्स चे कुलपती आणि इंडियन इन्स्टिट्यूट ऑफ मॅनेजमेंट अहमदाबादचे अध्यक्ष देखील आहेत. फोर्ब्सच्या मते, 11 जानेवारी 2022 पर्यंत त्यांची अंदाजे एकूण संपत्ती US $17.5 अब्ज आहे.

राजस्थानमधील बिर्ला कुटुंबातील चौथ्या पिढीतील सदस्य, कुमार बिर्ला यांचा जन्म कोलकाता येथे झाला आणि मुंबईत त्यांचे आईवडील आदित्य विक्रम बिर्ला आणि राजश्री बिर्ला आणि धाकटी बहीण वासवदत्त बिर्ला यांच्यासोबत संयुक्त कुटुंबात वाढले. त्यांनी सिडनहॅम कॉलेज ऑफ कॉमर्स अँड इकॉनॉमिक्समधून हायस्कूल आणि मुंबई विद्यापीठाच्या एचआर कॉलेज ऑफ कॉमर्स अँड इकॉनॉमिक्समधून बॅचलर

पदवी घेतली. नंतर त्यांनी लंडन बिझनेस स्कूलमध्ये शिक्षण घेतले आणि 1992 मध्ये लंडन विद्यापीठातून त्यांना मास्टर ऑफ बिझनेस ॲडमिनिस्ट्रेशन मिळाले. ते LBS मध्ये मानद सहकारी देखील आहेत. ते इन्स्टिट्यूट ऑफ चार्टर्ड अकाउंटंट ऑफ इंडिया (ICAI) चे चार्टर्ड अकाउंटंट आहेत.

करिअर

बिर्ला यांनी त्यांचे वडील आदित्य विक्रम बिर्ला यांच्या निधनानंतर 1995 मध्ये वयाच्या 28 व्या वर्षी आदित्य बिर्ला समूहाचे अध्यक्षपद स्वीकारले. त्यांच्या अध्यक्षपदाच्या कार्यकाळात, समूहाची वार्षिक उलाढाल 1995 मध्ये US$2 अब्ज वरून 2021 मध्ये US$45 बिलियन झाली आहे. आज, हा समूह सहा खंडांमधील 36 देशांमध्ये उपस्थित आहे आणि 50% पेक्षा जास्त महसूल परदेशातील कामकाजातून येतो.

टाइमलाइन

1995-2005

1995 मध्ये, कुमार मंगलम बिर्ला यांनी कौटुंबिक व्यवसाय हाती घेतला आणि सर्व ग्रुप कंपन्यांचे ब्रँड अंतर्गत एकत्रीकरण केले - आदित्य बिर्ला ग्रुप (ABG).

2003 मध्ये, बिर्लाच्या ABG ची उपकंपनी असलेल्या हिंदाल्कोने ऑस्ट्रेलियातील निफ्टी कॉपर माईन्सचे अधिग्रहण केले, तर आदित्य बिर्ला समूहाने ऑस्ट्रेलियातील माउंट गॉर्डन कॉपर खाणी विकत घेतल्या.

2004 मध्ये, बिर्ला यांनी L&T सिमेंटमधील बहुसंख्य भागभांडवल विकत घेतले, ज्याचे नंतर अल्ट्राटेक सिमेंट असे नामकरण करण्यात आले. त्याच वर्षी, बिर्ला-नेतृत्व समूहाच्या प्रमुख हिंदाल्को इंडस्ट्रीजने इंडियन ॲल्युमिनियम कंपनी (इंडाल) च्या सर्व व्यवसायांमध्ये विलीनीकरणाची घोषणा केली.

2005-2015

2007 मध्ये, बिर्ला यांनी अटलांटा-आधारित नोव्हेलिस इंक, जे ॲल्युमिनियम रोल केलेले उत्पादनांचे जगातील आघाडीचे उत्पादक होते, आदित्य बिर्ला समूहाच्या प्रमुख हिंदाल्कोकडून खरेदीचे नेतृत्व केले.

2012 मध्ये, बिर्लाच्या आदित्य बिर्ला नुवो लि.ने भारतातील फ्युचर ग्रुपची पँटालून रिटेल लि. विकत घेतली.

२०१३ मध्ये, बिर्ला यांच्या नेतृत्वाखालील आदित्य बिर्ला केमिकल्सने भारतातील सोलारिस केमटेक इंडस्ट्रीजचे क्लोर-अल्कली आणि फॉस्फोरिक ॲसिड विभाग विकत घेतले.

भारतीय कोळसा वाटप प्रकरणात बिर्ला यांचे नाव समोर आले, ज्याचे मूळ 2004 आणि 2009 दरम्यान कोळसा खाणींचे वाटप होते. 2014 मध्ये, सीबीआयने बिर्ला विरुद्ध क्लोजर रिपोर्ट दाखल केला.

2015 मध्ये, आदित्य बिर्ला समूहाने आपल्या जीवनशैली रिटेल फर्म Pantaloons Fashion आणि Retail India Ltd. अंतर्गत ब्रँडेड पोशाख व्यवसाय एकत्र केला आणि त्याचे नाव आदित्य बिर्ला फॅशन अँड रिटेल असे ठेवले, कमाई आणि विक्री आउटलेटच्या संख्येनुसार भारतातील शीर्ष ब्रँडेड कपडे कंपनी तयार केली.

2016-आतापर्यंत

जून 2017 मध्ये, बिर्ला यांच्या अध्यक्षतेखालील अल्ट्राटेक सिमेंटने पाच ग्राइंडिंग युनिट्ससह जयप्रकाश असोसिएट्सच्या सहा सिमेंट प्लांटचे संपादन पूर्ण केले. त्याच वर्षी, बिर्लाने ॲप्लॉज एंटरटेनमेंट, मीडिया, कंटेंट आणि आयपी क्रिएशन स्टुडिओचे पुनरुज्जीवन केले आणि प्रीमियम डिजिटल ड्रामा मालिका तयार करण्यावर लक्ष केंद्रित केले. समीर नायर, बालाजी टेलिफिल्म्सचे माजी सीईओ, आदित्य बिर्ला समूहाचा भाग असलेल्या या उपक्रमाचे प्रमुख आहेत.

2018 मध्ये, आदित्य बिर्ला समूहाच्या मालकीच्या आयडिया सेल्युलरचे व्होडाफोन इंडियामध्ये विलीनीकरण करून भारतातील सर्वात मोठी दूरसंचार सेवा प्रदाता - व्होडाफोन आयडिया लिमिटेड तयार करण्यात आली. तसेच 2018 मध्ये बिर्ला यांच्या मार्गदर्शनाखाली, अल्ट्राटेक सिमेंटने सेंच्युरी टेक्सटाइल्सचा सिमेंट व्यवसाय विकत घेतला तर बिनानी सिमेंटची मालकी बनली. अल्ट्राटेक सिमेंटची उपकंपनी. 2018 मध्ये, बिर्ला यांच्या नेतृत्वाखालील नोव्हेलिसने अलेरिस कॉर्पोरेशनचे अधिग्रहण करण्यासाठी करार केला. 2020 मध्ये हा करार 2.8 अब्ज डॉलर्समध्ये बंद करण्यात आला. बिर्ला यांच्या नेतृत्वाखाली, आदित्य बिर्ला फॅशन अँड रिटेल (ABFRL) ने जयपूर ब्रँड विकत घेतला आणि 2019 मध्ये शंतनू आणि निखिल या डिझायनर वेअर लेबल चालवणाऱ्या फिनेस इंटरनॅशनल डिझाइनमध्ये 51% हिस्सा विकत घेतला.

2020 मध्ये, वॉलमार्टच्या मालकीच्या फ्लिपकार्टने कंपनीमध्ये INR 1,500 कोटींची गुंतवणूक करून आदित्य बिर्ला फॅशन आणि रिटेलमधील 7.8% भागभांडवल विकत घेतले.

2021 मध्ये, ग्रासिम इंडस्ट्रीज, जागतिक समूह आदित्य बिर्ला समूहाची प्रमुख कंपनी, तीन वर्षांत 5,000 कोटी रुपयांच्या गुंतवणुकीसह पेंट्स व्यवसायात प्रवेश केला. आदित्य बिर्ला फॅशन अँड रिटेल लिमिटेड (ABFRL) ने डिझायनर ब्रँड सब्यसाचीमध्ये 51% हिस्सा खरेदी करण्यासाठी करार केला. त्या वर्षाच्या शेवटी, बिर्ला यांच्या नेतृत्वाखाली ABFRL ने डिझायनर तरुण ताहिलियानी यांच्यासोबत

भागीदारी केली. ABFRL ने भारतात रिबॉकचे ऑपरेशन्स करण्यासाठी आणि भारतातील अग्रगण्य स्पोर्ट्स ॲथलेटिक जीवनशैली ब्रँड तयार करण्यासाठी ऑथेंटिक ब्रँड्स ग्रुपसोबत भागीदारी केली.

ऑगस्ट 2021 मध्ये, बिर्ला यांनी त्यांच्या Idea Cellular आणि Vodafone India यांच्यात 2018 च्या विलीनीकरणाद्वारे तयार केलेल्या दूरसंचार कंपनी Vodafone Idea चे गैर-कार्यकारी अध्यक्षपद सोडले.

जानेवारी 2022 मध्ये, ABFRL ने हाऊस ऑफ मसाबा लाइफस्टाइलमध्ये 51% हिस्सा विकत घेतला.

ओळख

बिर्ला यांना 2016 मध्ये इंटरनॅशनल अॅडव्हर्टायझिंग असोसिएशनचा "सीईओ ऑफ द इयर अवॉर्ड" यासह अनेक पुरस्कार मिळाले आहेत; यूएस इंडिया बिझनेस कौन्सिलचा 2014 मध्ये "ग्लोबल लीडरशिप अवॉर्ड"; 2003 आणि 2013 मध्ये इकॉनॉमिक टाइम्स "बिझनेस लीडर अवॉर्ड"; फोर्ब्स इंडिया लीडरशिप अवॉर्ड – फ्लॅगशिप अवॉर्ड "आंत्रप्रेनर ऑफ द इयर 2012; NDTV प्रॉफिट बिझनेस लीडरशिप अवॉर्ड्स 2012, "मोस्ट इंस्पायरिंग लीडर"; CNBCTV18 IBLA "भारताला परदेशात 2012 नेण्यासाठी व्यावसायिक नेता"; CNN-IBN "इंडियन ऑफ द इयर अवॉर्ड 2010"; जेआरडी टाटा "नेतृत्व पुरस्कार 2008"; NDTV चा "ग्लोबल इंडियन लीडर ऑफ द इयर 2007".

शिक्षणतज्ज्ञ, बिर्ला हे बिर्ला इन्स्टिट्यूट ऑफ टेक्नॉलॉजी अँड सायन्स (BITS) आणि BITS स्कूल ऑफ मॅनेजमेंट (BITSoM) चे कुलपती आहेत. ते आयआयटी दिल्ली, आयआयएम अहमदाबादचे अध्यक्ष आणि ऑक्सफर्ड विद्यापीठासाठी रोड्स इंडिया शिष्यवृत्ती समितीचे अध्यक्ष आहेत. ते लंडन बिझनेस स्कूलच्या एशिया पॅसिफिक सल्लागार मंडळावर काम करतात आणि लंडन बिझनेस स्कूलचे मानद सहकारी आहेत.

मंडळ सदस्यत्व आणि संलग्नता

अध्यक्ष, आदित्य बिर्ला ग्रुप.

कुलपती, BITS, पिलानी, हैदराबाद, गोवा आणि दुबई.

अध्यक्ष, गव्हर्निंग कौन्सिल, BITS स्कूल ऑफ मॅनेजमेंट (BITSoM).

अध्यक्ष, इंडियन इन्स्टिट्यूट ऑफ मॅनेजमेंट, अहमदाबाद.

सदस्य, एशिया पॅसिफिक सल्लागार मंडळ, लंडन बिझनेस स्कूल (LBS).

अध्यक्ष, ऑक्सफर्ड विद्यापीठ, इंग्लंडसाठी रोड्स इंडिया शिष्यवृत्ती समिती.

संचालक, जीडी बिर्ला मेडिकल रिसर्च अँड एज्युकेशन फाउंडेशन.

माजी अध्यक्ष, IIT दिल्ली.

माजी संचालक, केंद्रीय संचालक मंडळ, भारतीय रिझर्व्ह बँक.

माजी अध्यक्ष, सल्लागार समिती, कंपनी व्यवहार मंत्रालय.

माजी अध्यक्ष, सिक्युरिटीज अँड एक्सचेंज बोर्ड ऑफ इंडिया (SEBI) कॉर्पोरेट गव्हर्नन्स समिती.

माजी अध्यक्ष, व्यापार मंडळ, वाणिज्य आणि उद्योग मंत्रालय.

माजी अध्यक्ष, इनसाइडर ट्रेडिंग वरील सेबीची समिती.

माजी संयोजक, प्रशासकीय आणि कायदेशीर सरलीकरणावर पंतप्रधानांचे टास्क फोर्स.

माजी सदस्य, भारताच्या व्यापार आणि उद्योग सल्लागार परिषदेचे पंतप्रधान.

सन्मान आणि पुरस्कार

वर्ष नेम अवॉर्डिंग ऑर्गनायझेशन रेफ.

2001 उत्कृष्ट बिझनेस मॅन ऑफ द इयर नॅशनल एचआरडी नेटवर्क

2003 द इकॉनॉमिक टाइम्स द इयर ऑफ द बिझनेस लीडर

2003 बिझनेस मॅन ऑफ द इयर बिझनेस इंडिया

2004 यंग ग्लोबल लीडरवर्ल्ड इकॉनॉमिक फोरम (दावोस)

2004 डॉक्टर ऑफ लिटरेचर (ऑनॉरिस कॉसा) बनारस हिंदू विद्यापीठ

2005 अन्स्ट आणि यंग एंटरप्रेन्योर ऑफ द इयर - इंडियाअन्स्ट आणि यंग

2007 ग्लोबल इंडियन लीडर ऑफ द इयरएनडीटीव्ही

2008 JRD टाटा कॉर्पोरेट लीडरशिप अवॉर्डAIMA

2008 डॉक्टर ऑफ लिटरेचर एसआरएम युनिव्हर्सिटी

2011 GQ बिझनेस लीडर ऑफ द इयरकोंडे नॅस्ट इंडिया प्रा. लिमिटेड.

2012 सालचा उद्योजक फोर्ब्स इंडिया लीडरशिप अवॉर्ड (FILA)

2012 सर्वात प्रेरणादायी नेताNDTV

2012 बिझनेस लीडरCNBCTV18

2012 ग्लोबल बिझनेस लीडर अवॉर्ड NASSCOM

2012 डॉक्टर ऑफ सायन्स (ऑनॉरिस कॉसा) विश्वेश्वरय्या टेक्नॉलॉजिकल युनिव्हर्सिटी

2013 द इयर ऑफ द इकॉनॉमिक टाईम्सचा बिझनेस लीडर

2013 मध्ये 100 CEO ची चौथी सर्वात शक्तिशाली सीईओ इकॉनॉमिक टाइम्स कॉर्पोरेट इंडियाची निश्चित पॉवर पोस्टिंग केली

2014 मध्ये रोटरी क्लब ऑफ मुंबईचे मानद सदस्य म्हणून समाविष्ट केले गेले

2016 सीईओ ऑफ द इयर इंटरनॅशनल अॅडव्हर्टायझिंग असोसिएशन

2017 उत्कृष्ट उद्योगपती CNBC-TV18 – IBLA

2017 द GIL व्हिजनरी लीडरशिप अवॉर्ड फ्रॉस्ट आणि सुलिव्हन

2019 ग्लोबल एशियन अवॉर्डएबीएलएफ

2021 ग्लोबल आंत्रप्रेन्योर ऑफ द इयर' व्यवसाय परिवर्तनातील इंडस एंटरप्रेन्युअर्स (TiE)

परोपकार

EdelGive Hurun India Philanthropy List 2021 नुसार, कुमार मंगलम बिर्ला आणि त्यांचे कुटुंब परोपकार यादीत चौथ्या क्रमांकावर आहे ज्यात मुख्यतः आरोग्य सेवा क्षेत्रासाठी देणगी आहे. २०२० मध्ये, आदित्य बिर्ला समूहाने रु. कोविड मदत उपायांसाठी 500 कोटी. यामध्ये रु.च्या योगदानाचा समावेश होता. PM-CARES फंडाला 400 कोटी रुपये.

कुमार मंगलम बिर्ला यांनी लंडन बिझनेस स्कूलमध्ये दरवर्षी पूर्णवेळ एमबीए उमेदवारांना पाठिंबा देण्यासाठी 15 दशलक्ष पौंड अनुदानित शिष्यवृत्ती कार्यक्रम तयार केला आहे. बीके बिर्ला स्कॉलर्स प्रोग्रामचे नाव बिर्ला यांचे दिवंगत आजोबा बसंत कुमार बिर्ला यांच्या नावावर आहे. हा शिष्यवृत्ती कार्यक्रम युरोपियन बिझनेस स्कूलला मिळालेली सर्वात मोठी शिष्यवृत्ती भेट आहे.

बिर्ला कुटुंबाने BITS पिलानी आणि बिर्ला मंदिरांसह भारतभर शाळा आणि मंदिरे बांधली आहेत.

36

दिलीप संघवी

दिलीप संघवी

Scan for Story Videos - www.itibook.com

दिलीप सांघवी (जन्म 1 ऑक्टोबर 1955) हे एक भारतीय अब्जाधीश व्यापारी आणि देशातील सर्वात श्रीमंत लोकांपैकी एक आहेत. त्यांनी सन फार्मास्युटिकल्सची स्थापना केली. भारत सरकारने 2016 मध्ये त्यांना पद्मश्री नागरी सन्मानाने सन्मानित केले. इंडिया टुडे मासिकाने 2017 च्या भारतातील सर्वात शक्तिशाली व्यक्तींच्या यादीत त्यांना 8 वे स्थान दिले आहे.

फोर्ब्सच्या मते, ऑक्टोबर 2021 पर्यंत, संघवी US$14.3 अब्ज संपत्तीसह भारतातील 14 व्या सर्वात श्रीमंत व्यक्ती आहेत.

संघवी हे कोलकाता येथे स्थायिक झालेल्या गुजराती जैन कुटुंबातील आहेत. त्यांचा जन्म भारताच्या गुजरात राज्यातील अमरेली या छोट्याशा गावात शांतीलाल सांघवी आणि त्यांची पत्नी कुमुद सांघवी यांचा मुलगा होता. सांघवी यांनी कलकता विद्यापीठातून वाणिज्य शाखेची पदवी प्राप्त केली. त्यांनी त्यांचे बालपण आणि महाविद्यालयीन जीवन कोलकात्याच्या बुरबाजार परिसरात आपल्या पालकांसोबत घालवले. ते जेजे अजमेरा हायस्कूल आणि भवानीपूर एज्युकेशन सोसायटी कॉलेजचे माजी विद्यार्थी आहेत, जेथे त्यांनी अनुक्रमे शालेय शिक्षण आणि पदवी प्राप्त केली.

करिअर

संघवी यांनी त्यांच्या वडिलांना त्यांच्या व्यवसायात मदत करून सुरुवात केली, जो कोलकाता येथे औषधांचा, प्रामुख्याने जेनेरिक औषधांचा घाऊक विक्रेता होता. या कामाच्या दरम्यानच त्याने इतरांनी बनवलेली उत्पादने विकण्याऐवजी स्वतःची औषधे तयार करण्याचा विचार केला.

1982 मध्ये, 27 वर्षीय संघवीने शेवटी 10,000 रुपयांच्या भांडवलासह त्यांचे पहिले उत्पादन युनिट उघडले. त्यांनी त्यांच्या उपक्रमाला सन फार्मास्युटिकल इंडस्ट्रीज असे नाव दिले. मुंबईपासून हाकेच्या अंतरावर असलेल्या गुजरातमधील वापी येथे असलेल्या युनिटने नेमके एक मानसोपचार औषध तयार केले. तथापि, संघवीच्या बुद्धिमत्तेमुळे आणि उर्जेमुळे व्यवसायाने लवकरच वेग घेतला आणि सन 1997 पर्यंत, सन फार्मा कॅराको फार्मा ही अमेरिकन कंपनी विकत घेऊ शकली. सन 2007 मध्ये इस्त्रायलची तारो फार्मा देखील विकत घेतली. शांघवी यांनी 2012 मध्ये चेअरमन आणि सीईओ पदावरून पायउतार केले आणि त्यांचा उत्तराधिकारी म्हणून इस्त्रायल माकोव्ह, पूर्वी तेवा फार्मास्युटिकल्सचे सीईओ यांची निवड केली; उद्धरण आवश्यक शांघवी व्यवस्थापकीय संचालक बनले. एप्रिल 2014 मध्ये सन, रॅनबॅक्सी आणि डायची सँक्यो (रॅनबॅक्सीमधील बहुसंख्य भागधारक) यांनी सहमती दर्शवली की सन रॅनबॅक्सीचे सर्व थकबाकीदार शेअर्स $3.2 अब्ज सन स्टॉकमध्ये विकत घेईल आणि सन रॅनबॅक्सीच्या कर्जामध्ये $800M घेईल; हा करार मार्च 2015 मध्ये बंद झाला आणि सन ही भारतातील सर्वात मोठी औषध कंपनी बनली आणि जगातील पाचवी सर्वात मोठी कंपनी बनली आणि डायचीला सन मधील दुसरा सर्वात मोठा भागधारक बनवला.

समुदाय

जानेवारी 2018 मध्ये, भारत सरकारने सांघवी यांची रिझर्व्ह बँक ऑफ इंडियाच्या 21 सदस्यीय केंद्रीय बोर्ड समितीवर नियुक्ती केली. ते आयआयटी बॉम्बेच्या बोर्ड ऑफ गव्हर्नर्सचे अध्यक्ष आहेत. त्यांना 2017 मध्ये ऑक्सफर्ड विद्यापीठात रोड्स शिष्यवृत्ती कार्यक्रमाचे विश्वस्त बनवण्यात आले.

वैयक्तिक जीवन

त्यांचा विवाह विभा शांघवीशी झाला आहे. त्यांना एक मुलगा, आलोक आणि एक मुलगी, विधी, दोघेही सन फार्मास्युटिकल्समध्ये काम करतात.

पुस्तक

2019 मध्ये, पत्रकार सोमा दास यांनी दिलीप सांघवी यांचे पहिले आणि एकमेव चरित्र द रिलकंट बिलियनेअरचे लेखन केले. पेंग्विन रँडम हाऊस द्वारे प्रकाशित, नोव्हेंबर 2019 मध्ये सर्वोत्कृष्ट व्यवसाय पुस्तक श्रेणीमध्ये टाटा साहित्य पुरस्कारासाठी नामांकन करण्यात आले.

<h1 style="text-align:center">37</h1>

सुनील मित्तल

सुनील मित्तल

Top Richest People

Scan for Story Videos - www.itibook.com

सुनील भारती मित्तल (जन्म 23 ऑक्टोबर 1957) एक भारतीय अब्जाधीश उद्योजक, परोपकारी आणि भारती एंटरप्रायझेसचे संस्थापक आणि अध्यक्ष आहेत, ज्यांना दूरसंचार, विमा, रिअल इस्टेट, शिक्षण, मॉल्स, आदरातिथ्य, कृषी आणि अन्न याशिवाय इतर उपक्रमांमध्ये वैविध्यपूर्ण रूची आहे. भारती एअरटेल, समूहाची प्रमुख कंपनी ही जगातील सर्वात मोठी आणि भारतातील दुसरी सर्वात मोठी दूरसंचार कंपनी आहे, ज्याचा ग्राहक आशिया आणि आफ्रिकेतील 18 देशांमध्ये 399 दशलक्षपेक्षा जास्त ग्राहकांचा आधार आहे. FY2016 मध्ये Bharti Airtel ने US$14.75 बिलियन पेक्षा जास्त कमाई केली. 14.8 अब्ज डॉलर्सच्या संपत्तीसह फोर्ब्सने भारतातील 12 व्या सर्वात श्रीमंत व्यक्ती म्हणून त्यांची यादी केली आहे.

2007 मध्ये, त्यांना पद्मभूषण, भारताचा तिसरा सर्वोच्च नागरी सन्मान प्रदान करण्यात आला. 15 जून 2016 रोजी त्यांची इंटरनॅशनल चेंबर ऑफ कॉमर्सच्या अध्यक्षपदी निवड झाली.

सुनील भारती मित्तल यांचा जन्म पंजाबी अग्रवाल कुटुंबात झाला. त्यांचे वडील, सॅट पॉल मित्तल, लुधियाना, पंजाब येथून राज्यसभेचे (भारतीय राष्ट्रीय काँग्रेस) सदस्य होते, ते पंजाबमधून दोन वेळा (1976 आणि 1982) निवडून आले आणि एकदा (1988) राज्यसभेवर नामनिर्देशित झाले. त्यांनी प्रथम मसुरी येथील विनबर्ग ऍलन स्कूलमध्ये प्रवेश घेतला, परंतु नंतर ग्वाल्हेर येथील सिंधिया शाळेत शिक्षण घेतले आणि त्यांनी 1976 मध्ये पंजाब विद्यापीठ, चंदीगडमधून पदवी प्राप्त केली, ज्यासाठी त्यांनी आर्य कॉलेज, लुधियाना येथे शिक्षण घेतले. 1992 मध्ये त्याच्या वडिलांचे हृदयविकाराच्या झटक्याने निधन झाले.

उद्योजक उपक्रम

पहिल्या पिढीतील उद्योजक, सुनीलने 18 व्या वर्षी एप्रिल 1976 8 मध्ये वडिलांकडून घेतलेल्या £20,000 (US$250) च्या भांडवली गुंतवणुकीसह त्यांचा पहिला व्यवसाय सुरू केला. स्थानिक सायकल उत्पादकांसाठी क्रँकशाफ्ट बनवणे हा त्यांचा पहिला व्यवसाय होता.

1980 मध्ये, त्यांनी त्यांचे भाऊ राकेश मित्तल आणि राजन मित्तल यांच्यासमवेत भारती ओव्हरसीज ट्रेडिंग कंपनी नावाचा आयात उपक्रम सुरू केला. त्याने सायकलचे सुटे भाग आणि धाग्याचे कारखाने विकले आणि ते मुंबईला गेले. 1981 मध्ये त्यांनी पंजाबमधील निर्यातदार कंपन्यांकडून आयात परवाने खरेदी केले. 8 त्यानंतर त्यांनी सुझुकी मोटर्सचे हजारो पोर्टेबल इलेक्ट्रिक-पॉवर जनरेटर जपानमधून आयात केले. तत्कालीन भारत सरकारने जनरेटरच्या आयातीवर अचानक बंदी घातली होती.

1984 मध्ये, त्याने भारतात पुश-बटण फोन असेंबल करण्यास सुरुवात केली, जे तो पूर्वी किंगटेल या तैवान कंपनीकडून आयात करत असे, त्यावेळेस देशात वापरात असलेल्या जुन्या पद्धतीचे, अवजड रोटरी फोन बदलले. भारती टेलिकॉम लिमिटेड (BTL) ची स्थापना करण्यात आली आणि इलेक्ट्रॉनिक पुश बटण फोनच्या निर्मितीसाठी जर्मनीच्या Siemens AG सोबत तांत्रिक करार केला. 1990 च्या दशकाच्या सुरुवातीस, सुनील फॅक्स मशीन, कॉर्डलेस फोन आणि इतर टेलिकॉम गियर बनवत होता. सुनील सांगतात, "1983 मध्ये सरकारने जेनसेटच्या आयातीवर बंदी घातली. मी रात्रभर व्यवसायातून बाहेर पडलो. मी जे काही करत होतो ते ठप्प झाले. मी संकटात सापडलो. मग प्रश्न होता: मी पुढे काय करावे? ?मग, फोन करण्याची संधी आली. तैवानमध्ये असताना, मला पुश-बटण फोनची लोकप्रियता लक्षात आली – जे तेव्हा भारताने पाहिले नव्हते. आम्ही अजूनही स्पीड डायल किंवा रेडियलशिवाय ते रोटरी डायल वापरत होतो. मला माझ्या संधीची जाणीव झाली आणि दूरसंचार व्यवसाय स्वीकारला. मी बीटेल या ब्रँड नावाखाली टेलिफोन, आन्सरिंग/फॅक्स मशीनचे मार्केटिंग सुरू केले आणि कंपनीने खरोखरच वेग घेतला.". त्याने त्याच्या पहिल्या पुश-बटण फोनला 'मित्रब्राऊ' असे नाव दिले.

1992 मध्ये, त्याने भारतात लिलाव झालेल्या चार मोबाईल फोन नेटवर्क परवान्यांपैकी एकासाठी यशस्वीपणे बोली लावली. दिल्ली सेल्युलर परवान्यासाठी एक अटी अशी होती की बोली लावणाऱ्याला टेलिकॉम ऑपरेटर म्हणून काही अनुभव असावा. त्यामुळे मित्तलने फ्रेंच टेलिकॉम समूह विवेंडीसोबत करार केला. मोबाईल टेलिकॉम व्यवसायाला एक प्रमुख विकास क्षेत्र म्हणून ओळखणारे ते पहिले भारतीय उद्योजक होते. त्यांच्या योजनांना अखेर 1994 मध्ये सरकारने मान्यता दिली 8 आणि त्यांनी 1995 मध्ये दिल्लीत सेवा सुरू केली, जेव्हा 1997 मध्ये एअरटेल या ब्रँड नावाने सेल्युलर सेवा देण्यासाठी भारती सेल्युलर लिमिटेड (BCL) ची स्थापना करण्यात आली. काही वर्षांतच भारती कंपनी बनली. 2 दशलक्ष मोबाईल ग्राहकांचा टप्पा ओलांडणारी पहिली दूरसंचार कंपनी. भारतीने भारतातील STD/ISD सेल्युलर दर 'इंडियाऑन' या ब्रँड नावाने खाली आणले आहेत.

मे 2008 मध्ये, सुनील भारती मित्तल आफ्रिका आणि मध्य पूर्वेतील 21 देशांमध्ये कव्हरेज असलेली दक्षिण आफ्रिका-आधारित दूरसंचार कंपनी MTN समूह विकत घेण्याची शक्यता शोधत असल्याचे समोर आले. फायनान्शिअल टाईम्सने वृत्त दिले की भारती MTN मधील 100% स्टेकसाठी US$45 बिलियन ऑफर करण्याचा विचार करत आहे, जे भारतीय फर्मचे आतापर्यंतचे सर्वात मोठे विदेशी अधिग्रहण असेल. तथापि, दोन्ही बाजूंनी चर्चेच्या तात्पुरत्या स्वरूपावर भर दिला आहे, तर द इकॉनॉमिस्ट मासिकाने नमूद केले आहे की, "काही असेल तर, भारती लग्न करणार आहे," कारण MTN चे अधिक सदस्य, जास्त महसूल आणि विस्तृत भौगोलिक व्याप्ती आहे. तथापि, MTN समूहाने भारतीला जवळजवळ नवीन कंपनीची उपकंपनी बनवून वाटाघाटी उलटवण्याचा प्रयत्न केल्याने चर्चा विस्कळीत झाली. मे 2009 मध्ये, भारती एअरटेलने पुन्हा पुष्टी केली की ती MTN सोबत बोलणी करत आहे आणि कंपन्यांनी 31 जुलै 2009 पर्यंत संभाव्य व्यवहारावर चर्चा करण्यास सहमती दर्शविली. बोलणी अखेरीस करार न करता संपली, काही स्त्रोतांनी असे सांगितले की हे दक्षिण आफ्रिकेच्या सरकारच्या विरोधामुळे होते.

जून 2010 मध्ये, मित्तल यांच्या नेतृत्वाखालील भारतीने झैन टेलिकॉमचा आफ्रिकन व्यवसाय $10.7 अब्ज (एंटरप्राइझ व्हॅल्यू) मध्ये विकत घेतला आणि भारतीय दूरसंचार कंपनीने केलेले हे आतापर्यंतचे सर्वात मोठे अधिग्रहण आहे. 2012 मध्ये, भारतीने संपूर्ण भारतात अनेक किरकोळ दुकाने सुरू करण्यासाठी वॉल-मार्ट या यूएस रिटेल कंपनीशी करार केला. 2014 मध्ये, भारतीने 7 अब्ज रुपयांना लूप मोबाईल विकत घेण्याची योजना आखली, परंतु नंतर हा करार रद्द करण्यात आला. त्यांचा मुलगा काविन भारती मित्तल हा हाईक मेसेंजरचा सीईओ आणि संस्थापक आहे.

सप्टेंबर 2010 मध्ये, मित्तल यांचा मुलगा, श्रविन मित्तल, भारती एअरटेलमध्ये मॅनेजर म्हणून रुजू झाला आणि न्यूयॉर्कमध्ये मेरिल लिंच आणि लंडनमध्ये अन्स्ट अँड यंगसाठी काम केले.

2012 मध्ये, मित्तल यांनी भारती इन्फ्राटेलला आयपीओसह सार्वजनिक केले ज्याने $760 दशलक्ष जमा केले. मित्तल यांनी नमूद केले की, विक्री, ज्याला अनेकांनी माफक यश मानले, हे "पात्र गुंतवणूकदारांकडून मिळालेले जोरदार समर्थन" होते. आयपीओच्या आधी बोर्डाची पुनर्रचना करण्यात आली आणि मित्तल अध्यक्ष आणि व्यवस्थापकीय संचालक म्हणून राहिले. IPO नंतर, भारती इन्फ्राटेलचे शेअर्स ट्रेडिंगच्या प्रारंभी झपाट्याने घसरले.

2013 मध्ये, मित्तल यांना काही कंपन्यांना एअरवेव्हचे अतिरिक्त वाटप करण्याबद्दलच्या प्रश्नांची उत्तरे देण्यासाठी दिल्लीच्या विशेष न्यायालयासमोर हजर राहण्याचे आदेश देण्यात आले . बेकायदेशीरपणे अतिरिक्त स्पेक्ट्रम सुरक्षित करण्यासाठी सरकारमधील प्रमुख दूरसंचार अधिकाऱ्यांशी संगनमत केल्याचा आरोप मित्तल यांच्यावर करण्यात आला आहे. मित्तल यांच्यावर कोणतेही आरोप जारी करण्यात आले नाहीत, तथापि ट्रायल कोर्टाच्या न्यायाधीशांनी नोंदवले की पुढे जाण्यासाठी रेकॉर्डवर पुरेशी सामग्री आहे.

2013 च्या उत्तरार्धात, मित्तल यांनी वारीद काँगोच्या अधिग्रहणाची घोषणा केली, ज्यामुळे भारती एअरटेल काँगो प्रजासत्ताकमधील सर्वात मोठी टेलिकॉम प्रदाता बनली.

2015 मध्ये, सुनील मित्तल यांनी घोषणा केली की तो Oneweb या स्पेस इंटरनेट कंपनीच्या बोर्डात सामील होणार आहे. मित्तल हे $500 दशलक्ष गुंतवणुकीच्या फेरीतील गुंतवणूकदारांपैकी एक होते ज्यात कोका-कोला, व्हर्जिन आणि क्वालकॉमचा समावेश होता.

2016 मध्ये, मित्तलने भारती एअरटेलमध्ये बदल केले जेणेकरुन कंपनीला जिओच्या लॉन्चशी स्पर्धा करता यावी. भारतातील सर्वात मोठी दूरसंचार कंपनी बनण्याच्या शर्यतीत.

2017 मध्ये, मित्तल यांनी भारतातील आउटगोइंग आणि इनकमिंग कॉल्सचे शुल्क तसेच आंतरराष्ट्रीय रोमिंग शुल्क रद्द करून "रोमिंगवर युद्ध" जाहीर केले.

परोपकार

मित्तल हे भारती एंटरप्रायझेसची परोपकारी शाखा असलेल्या भारती फाउंडेशनच्या माध्यमातून भारताला शिक्षित करण्याचे काम करत आहेत. फाउंडेशनने संपूर्ण भारतातील खेड्यापाड्यात शाळा स्थापन केल्या आहेत आणि गरीब मुलांना मोफत पुस्तके, गणवेश आणि माध्यान्ह भोजनासह मोफत दर्जेदार शिक्षण देते.

सत्य भारती स्कूल प्रोग्राम' - फाउंडेशनचा प्रमुख कार्यक्रम 45,000 हून अधिक ग्रामीण मुलांना मोफत सेवा देणाऱ्या सहा राज्यांमध्ये 254 शाळा चालवत आहे. सत्य भारती शाळा, गुणवत्ता समर्थन आणि शिक्षण केंद्र कार्यक्रमांसह इतर शैक्षणिक उपक्रम सध्या 11 राज्यांमधील 350,000 पेक्षा जास्त वंचित मुलांपर्यंत पोहोचत आहेत. वंचित घटकांवर लक्षणीय प्रभाव पाडणारा फाउंडेशनचा अन्य कार्यक्रम म्हणजे - 'सत्य भारती अभियान' (स्वच्छता).

2017 मध्ये, भारती कुटुंबाने समाजातील आर्थिकदृष्ट्या दुर्बल घटकांमधील पात्र तरुणांना शिक्षण देण्यासाठी सत्य भारती विद्यापीठ, जागतिक दर्जाचे विद्यापीठ स्थापन करण्यासाठी त्यांच्या संपत्तीपैकी 10% (अंदाजे रु. 70 अब्ज) परोपकारासाठी वचन दिले.

कुटुंब

मित्तल यांनी शिक्षणावर लक्ष केंद्रित करणाऱ्या न्यना मित्तल या समाजसेवी व्यक्तीशी "दशकांपासून" लग्न केले आहे. या जोडप्याला एक मुलगी आणि दोन मुलगे आहेत, जे जुळे आहेत, त्यांचा जन्म 31 ऑगस्ट 1987 आहे. मुलगी, इशा भारती पसरिचा, एक "लाइफस्टाइल इन्व्हेस्टर," तिचा पती, उद्योगपती शरण पसरिचा आणि त्यांच्या दोन मुलांसह लंडनमध्ये राहते. एक मुलगा, कविन भारती मित्तल, एक उद्योजक आहे आणि नवीन दिल्ली-मुख्यालय असलेल्या टेक आणि इंटरनेट स्टार्टअप, हाइकचे संस्थापक आणि मुख्य कार्यकारी अधिकारी आहेत. दुसरा मुलगा, श्रविन भारती मित्तल, लंडनस्थित उद्यम भांडवल आणि खाजगी इक्विटी फर्म अनबाउंडचे संस्थापक आणि सीईओ आहेत आणि भारती कॉर्पोरेट कुटुंबातील लंडन-मुख्यालय असलेल्या भारती ग्लोबल लिमिटेडचे संचालक आहेत. वनवेबच्या यशस्वी संपादनात त्यांचा महत्त्वाचा वाटा होता. एप्रिल 2015 मध्ये, दिल्लीत शवरिनने साक्षी छाब्राशी लग्न केले.

पुरस्कार आणि ओळख

पद्मभूषण, भारत सरकार, 2007 35

ट्रान्सफॉर्मिंग इंडिया लीडर, एनडीटीव्ही बिझनेस लीडर अवॉर्ड्स

GSM असोसिएशनचा अध्यक्ष पुरस्कार, 2008

एशिया बिझनेसमन ऑफ द इयर, फॉर्च्यून मॅगझिन, 2006

टेलिकॉम पर्सन ऑफ द इयर, व्हॉइस अँड डेटा मॅगझिन (भारत), 2006

सीईओ ऑफ द इयर, फ्रॉस्ट आणि सुलिवान एशिया पॅसिफिक आयसीटी पुरस्कार, 2006

सीईओ ऑफ द इयर, 2005-06, बिझनेस स्टँडर्ड

सर्वोत्कृष्ट आशियाई दूरसंचार सीईओ, टेलिकॉम आशिया पुरस्कार, 2005

सर्वोत्कृष्ट सीईओ, भारत, संस्थात्मक गुंतवणूकदार, 2005

बिझनेस लीडर ऑफ द इयर, इकॉनॉमिक टाइम्स, 2005

वर्षातील परोपकारी पुरस्कार, द आशियाई पुरस्कार, 2010

इनसीड बिझनेस लीडर अवॉर्ड, 2011

Honoris Causa डॉक्टरेट ऑफ सायन्सेस (D.Sc.) पदवी, अमिटी युनिव्हर्सिटी गुडगाव, 2016

Honoris Causa डॉक्टरेट ऑफ सायन्सेस (D.Sc.) पदवी, श्री माता वैष्णो देवी विद्यापीठ, कटरा, J&K, 2018

डॉक्टर Honoris Causa, ESCP बिझनेस स्कूल, ESCP युरोप, पॅरिस, 2018

ग्लोबल मोबाईल इंडस्ट्री सुनील भारती मित्तल यांना GSMA बोर्ड, 2019 चे अध्यक्ष म्हणून ग्लोबल मोबाईल इंडस्ट्रीमधील योगदानाबद्दल सन्मानित करते

उद्योग संघटना आणि संलग्नता

अध्यक्ष, GSM असोसिएशन, 2017-19

मानद अध्यक्ष, इंटरनॅशनल चेंबर ऑफ कॉमर्स (ICC)

सदस्य, इंटरनॅशनल टेलिकम्युनिकेशन युनियन (ITU) च्या दूरसंचार मंडळ, माहिती आणि संप्रेषण तंत्रज्ञान आयुक्त, ब्रॉडबँड कमिशन फॉर सस्टेनेबल डिजिटल डेव्हलपमेंट, ITU येथे आघाडीची UN एजन्सी

अध्यक्ष, वर्ल्ड इकॉनॉमिक फोरमची दूरसंचार सुकाणू समिती

सदस्य, आंतरराष्ट्रीय व्यापार परिषद, जागतिक आर्थिक मंच

सदस्य, संचालक मंडळ, कतार फाउंडेशन एंडोमेंट

सदस्य, संचालक मंडळ, SoftBank Corp. (2011-2013)

सदस्य, संचालक मंडळ, युनिलिव्हर पीएलसी आणि युनिलिव्हर एनव्ही (२०११-२०१३)

सदस्य, संचालक मंडळाची आंतरराष्ट्रीय सल्लागार समिती, NYSE Euronext (2008-2011)

सदस्य, संचालक मंडळ, स्टँडर्ड चार्टर्ड बँक पीएलसी (2007-2009)

सदस्य, संचालक मंडळ, हिरो होंडा मोटर्स (2006-2009)

अध्यक्ष, भारतीय उद्योग परिसंघ (CII) (2007-2008)

सह-अध्यक्ष, वार्षिक बैठक, वर्ल्ड इकॉनॉमिक फोरम, दावोस (2007)

सदस्य, ग्लोबल GSM असोसिएशनचे बोर्ड (2003-2007)

अकादमी

सदस्य, जागतिक सल्लागार परिषद, हार्वर्ड विद्यापीठ

सदस्य, भारतातील सल्लागारांचे कुलगुरू मंडळ, केंब्रिज विद्यापीठ

सदस्य, डीन सल्लागार मंडळ, हार्वर्ड बिझनेस स्कूल (2010 – 2019)

सदस्य, गव्हर्निंग बॉडी, लंडन बिझनेस स्कूल (2010 - 2013)

जागतिक व्यापार

सह-अध्यक्ष, व्यापार आणि गुंतवणूक विकास टास्क फोर्स, B20 अर्जेंटिना (2018)

सह-अध्यक्ष, व्यापार आणि गुंतवणूक विकास टास्क फोर्स, B20 जर्मनी (2017)

सह-अध्यक्ष, SME विकास टास्कफोर्स, B20 चीन (2016)

38

गोदरेज कुटुंब

गोदरेज कुटुंब

Top Richest People

Scan for Story Videos - www.itibook.com

गोदरेज कुटुंब हे एक भारतीय पारशी कुटुंब आहे जे गोदरेज ग्रुपचे व्यवस्थापन करते आणि मोठ्या प्रमाणावर मालकी घेते- अर्देशीर गोदरेज आणि त्यांचा भाऊ पिरोजशा बुर्जोर्जी गोदरेज यांनी १८९७ मध्ये स्थापन केलेला समूह. हे रिअल इस्टेट, ग्राहक उत्पादने, औद्योगिक अभियांत्रिकी, यांसारख्या विविध क्षेत्रांमध्ये पसरलेले आहे. उपकरणे, फर्निचर, सुरक्षा आणि कृषी उत्पादने. आदि गोदरेज यांच्या नेतृत्वाखाली त्याचा भाऊ नादिर गोदरेज आणि चुलत भाऊ जमशीद गोदरेज हे कुटुंब भारतातील सर्वात श्रीमंत कुटुंबांपैकी एक आहे; 2014 पर्यंत $11.6bn च्या अंदाजे निव्वळ संपत्तीसह.

1897 मध्ये बॉम्बेमध्ये व्यवसायात कुटुंबाची उपस्थिती सुरू झाली, जेव्हा अर्देशीर गोदरेज यांनी शहरव्यापी वाढत्या गुन्हेगारी दरांबद्दल वृत्तपत्रातील लेख वाचल्यानंतर, त्याचा भाऊ पिरोजशा याच्या मदतीने कुलूप विकसित करणे आणि विकणे सुरू केले. अर्देशीर गोदरेज यांचा निपुत्रिक मृत्यू; पिरोजशा गोदरेज यांचे पुत्र बुर्जोर, सोहराब आणि नवल हे दुसऱ्या पिढीत यशस्वी झाले. आज, आदि, नादिर आणि जमशीद हे नातू समूहाचे व्यवस्थापन करतात. सुरुवातीचा उपक्रम, गोदरेज ब्रदर्स, त्यानंतर विविध क्षेत्रांमध्ये विविधता आणली आहे आणि गोदरेज उद्योग, गोदरेज ॲग्रोव्हेट, गोदरेज कंझ्युमर प्रॉडक्ट्स, गोदरेज प्रॉपर्टीज, गोदरेज इंटेरिओ आणि होल्डिंग कंपनी गोदरेज अँड बॉयस यासह गोदरेज समूहाच्या छत्राखाली अनेक कंपन्यांमध्ये विकसित झाली आहे.

मुंबईतील इस्टेट

कुटुंबाच्या सर्वात मौल्यवान मालमत्तेपैकी विक्रोळी, मुंबई येथे 3,500 एकर इस्टेट आहे, ज्याची किंमत विकसित केल्यास $12 अब्ज एवढी आहे; 2011 मध्ये, कुटुंबाने गोदरेज इंडस्ट्रीज आणि गोदरेज प्रॉपर्टीजच्या अंतर्गत संयुक्त उपक्रमाद्वारे 2017 पर्यंत तीस लाख चौरस फूट विकसित करण्याची योजना जाहीर केली. 5 अनेक दशकांपासून, कुटुंबाने इस्टेटमध्ये सुमारे 1,750 एकर खारफुटीचे दलदल जतन केले आहे, ज्यामुळे 2012 मध्ये फोर्स मासिकाच्या सर्वात श्रीमंत हिरव्या अब्जाधीशांच्या यादीत आदि गोदरेज आणि जमशीद गोदरेज यांचा समावेश झाला. 18 जून 2014 रोजी, गोदरेज कुटुंबाने होमी जे. भाभा, मेहरानगीरचा प्रतिष्ठित बंगला रु. मध्ये विकत घेतला. मुंबईतील नॅशनल सेंटर फॉर परफॉर्मिंग आर्ट्सने सुरू केलेल्या लिलावाद्वारे 372 कोटी

सदस्य

अर्देशीर गोदरेज, गोदरेज ब्रदर्सचे सहसंस्थापक

पिरोजशा बुर्जोरजी गोदरेज, गोदरेज ब्रदर्सचे सहसंस्थापक

बुर्जोर गोदरेज

सोहराब पिरोजशा गोदरेज, समूहाचे अध्यक्ष

नवल गोदरेज

आदि गोदरेज, गोदरेज समूहाचे अध्यक्ष

परमेश्वर गोदरेज, समाजवादी आणि एड्स कार्यकर्ते

पिरोजशा आदि गोदरेज, गोदरेज प्रॉपर्टीज लिमिटेडचे व्यवस्थापकीय संचालक आणि मुख्य कार्यकारी अधिकारी

नादिर गोदरेज, गोदरेज इंडस्ट्रीजचे व्यवस्थापकीय संचालक आणि गोदरेज ॲग्रोव्हेटचे अध्यक्ष

जमशीद गोदरेज, गोदरेज अँड बॉयसचे अध्यक्ष

नीरिका होळकर, गोदरेज आणि बॉयसच्या कार्यकारी संचालक

धर्मादाय

पिरोजशा गोदरेज फाऊंडेशन, सूनबाई पिरोजशा गोदरेज फाऊंडेशन आणि गोदरेज मेमोरियल ट्रस्टचे नियंत्रण हे कुटुंब करते.

संदर्भग्रंथ

बीके करंजिया (1997). गोदरेज : बिल्डरही वाढतो. पेंग्विन पुस्तके. ISBN 9780670879243.

बीके करंजिया (2004). विजयात्मा: संस्थापक-प्रवर्तक अर्देशीर गोदरेज. वायकिंग. ISBN 9780670057627.

बीके करंजिया (2000). अंतिम विजय: नवल पिरोजशा गोदरेजचे जीवन आणि मृत्यू. वायकिंग. ISBN 9780670896448.

सोहराब पिरोजशा गोदरेज; बीके करंजिया (2001). विपुल जीवन, अस्वस्थ प्रयत्न: एक संस्मरण. वायकिंग. ISBN 9780670912056

39

अझीम प्रेमजी

अझीम प्रेमजी

Top Richest People

Scan for Story Videos - www.itibook.com

अझीम हाशिम प्रेमजी (जन्म 24 जुलै 1945) हे भारतीय व्यापारी, गुंतवणूकदार, अभियंता आणि परोपकारी आहेत, जे विप्रो लिमिटेडचे अध्यक्ष होते. प्रेमजी बोर्डाचे गैर-कार्यकारी सदस्य आणि संस्थापक अध्यक्ष आहेत. ते अनौपचारिकपणे भारतीय आयटी उद्योगाचे झार म्हणून ओळखले जातात. सॉफ्टवेअर उद्योगातील जागतिक नेत्यांपैकी एक म्हणून उदयास येण्यासाठी चार दशकांच्या विविधीकरण आणि वाढीद्वारे विप्रोला मार्गदर्शन करण्यासाठी ते जबाबदार होते. 2010 मध्ये, एशियावीकने जगातील 20 सर्वात शक्तिशाली पुरुषांमध्ये त्यांची निवड केली होती. टाइम मासिकाने 100 सर्वात प्रभावशाली व्यक्तींमध्ये त्यांची दोनदा यादी केली आहे, एकदा 2004 मध्ये आणि अगदी अलीकडे 2011 मध्ये. 10 वर्षानुवर्षे, तो नियमितपणे 500 सर्वात प्रभावशाली मुस्लिमांच्या यादीत आहे. ते अझीम प्रेमजी विद्यापीठ, बंगलोरचे कुलपती म्हणूनही काम करतात. पेर्मजी यांना भारत सरकारचा भारताचा दुसरा सर्वोच्च नागरी पुरस्कार पद्मविभूषण प्रदान करण्यात आला आहे.

ब्लूमबर्ग अब्जाधीश निर्देशांकानुसार त्यांची अंदाजे निव्वळ संपत्ती US$32.8 अब्ज असणारी भारतातील सर्वात श्रीमंत व्यक्तींपैकी एक आहे. 2013 मध्ये, त्यांनी गिव्हिंग प्लेजवर स्वाक्षरी करून किमान अर्धी संपत्ती देण्याचे मान्य केले. प्रेमजींनी भारतातील शिक्षणावर लक्ष केंद्रित केलेल्या अझीम प्रेमजी फाउंडेशनला $2.2 अब्ज देणगी देऊन सुरुवात केली. 2020 च्या EdelGive Hurun India Philanthropy List मध्ये त्याने अव्वल स्थान पटकावले. 16 2019 मध्ये, चॅरिटीला मोठी रक्कम दिल्याने तो फोर्ब्स इंडिया रिच यादीतील दुसऱ्या स्थानावरून 17 व्या स्थानावर घसरला.

प्रेमजी यांचा जन्म बॉम्बे, भारत येथे एका गुजराती मुस्लिम कुटुंबात झाला. त्यांचे वडील एक प्रसिद्ध उद्योगपती होते आणि त्यांना बर्माचा तांदूळ राजा म्हणून ओळखले जाते. पाकिस्तानचे संस्थापक मुहम्मद अली जिना यांनी त्यांचे वडील मोहम्मद हाशेम प्रेमजी यांना पाकिस्तानात येण्याचे निमंत्रण दिले, त्यांनी विनंती नाकारली आणि भारतातच राहणे पसंत केले.

प्रेमजी यांनी स्टॅनफोर्ड विद्यापीठातून इलेक्ट्रिकल इंजिनीअरिंगमध्ये विज्ञान शाखेची पदवी घेतली आहे. 20 त्यांचे लग्न यास्मीन प्रेमजी यांच्याशी झाले आहे. या दाम्पत्याला रिशाद आणि तारिक अशी दोन मुले आहेत. ऋषद प्रेमजी सध्या IT व्यवसाय, विप्रोचे मुख्य धोरण अधिकारी आहेत.

करिअर

1945 मध्ये, मोहम्मद हाशिम प्रेमजी यांनी महाराष्ट्रातील जळगाव जिल्ह्यातील अमळनेर या छोट्याशा गावी असलेल्या वेस्टर्न इंडियन व्हेजिटेबल प्रॉडक्ट्स लि. ते सनफ्लॉवर वनस्पती या ब्रँड नावाखाली स्वयंपाकाचे तेल आणि 787 नावाचा लाँड्री साबण, तेल उत्पादनाचे उपउत्पादन करत असे. 1966 मध्ये, वडिलांच्या मृत्यूच्या बातमीवर, तत्कालीन 21 वर्षीय अझीम प्रेमजी स्टॅनफोर्ड विद्यापीठातून घरी परतले, जिथे ते अभियांत्रिकीचे शिक्षण घेत होते, विप्रोची जबाबदारी स्वीकारण्यासाठी. त्या वेळी वेस्टर्न इंडियन व्हेजिटेबल प्रोडक्ट्स म्हणून ओळखल्या जाणाऱ्या कंपनीने हायड्रोजनेटेड तेल उत्पादनाचा व्यवसाय केला परंतु अझीम प्रेमजी यांनी नंतर कंपनीला बेकरी फॅट्स, वांशिक घटकांवर आधारित टॉयलेटरीज, केसांची काळजी घेणारे साबण, बेबी टॉयलेटरीज, लाइटिंग उत्पादने आणि हायड्रॉलिक सिलिंडरमध्ये विविधता आणली. 1980 च्या दशकात, तरुण उद्योजकाने, उदयोन्मुख आयटी क्षेत्राचे महत्त्व ओळखून, IBM च्या भारतातून हकालपट्टीमुळे मागे राहिलेल्या पोकळीचा फायदा घेतला, कंपनीचे नाव बदलून विप्रो केले आणि तंत्रज्ञानातील लघु संगणकांची निर्मिती करून उच्च-तंत्रज्ञान क्षेत्रात प्रवेश केला. एका अमेरिकन कंपनी सेंटिनेल कॉम्प्युटर कॉर्पोरेशनशी सहयोग. त्यानंतर, प्रेमजींनी साबणांपासून सॉफ्टवेअरकडे लक्ष केंद्रित केले.

ओळख

प्रेमजींना बिझनेस वीक द्वारे "सर्वोत्तम उद्योजक" म्हणून ओळखले गेले आहे कारण विप्रो जगातील सर्वात वेगाने वाढणारी कंपनी म्हणून उदयास येण्यासाठी जबाबदार आहे.

2000 मध्ये त्यांना मणिपाल अकादमी ऑफ हायर एज्युकेशनने मानद डॉक्टरेट बहाल केली. 2006 मध्ये, अझीम प्रेमजी यांना राष्ट्रीय औद्योगिक अभियांत्रिकी संस्था, मुंबई यांनी लक्ष्य बिझनेस व्हिजनरी प्रदान केले.

2009 मध्ये, त्यांना मिडलटाउन, कनेक्टिकट येथील वेस्लेयन विद्यापीठाकडून त्यांच्या उत्कृष्ट परोपकारी कार्यासाठी मानद डॉक्टरेट प्रदान करण्यात आली. 2015 मध्ये, म्हैसूर विद्यापीठाने त्यांना मानद डॉक्टरेट बहाल केली.

2005 मध्ये, भारत सरकारने त्यांना व्यापार आणि वाणिज्य क्षेत्रातील उत्कृष्ट कार्यासाठी पद्मभूषण या पदवीने सन्मानित केले.

2011 मध्ये, त्यांना पद्मविभूषण, भारत सरकारचा दुसरा सर्वोच्च नागरी पुरस्कार प्रदान करण्यात आला आहे.

एप्रिल 2017 मध्ये, इंडिया टुडे मासिकाने 2017 मधील भारतातील 50 सर्वात शक्तिशाली व्यक्तींमध्ये त्यांना 9 वे स्थान दिले.

2018 मध्ये, प्रेमजींना शेवलियर डे ला लेजियन डी'ऑनर (नाइट ऑफ द लीजन ऑफ ऑनर) - फ्रेंच सरकारकडून सर्वोच्च फ्रेंच नागरी सन्मान प्रदान करण्यात आला.

डिसेंबर 2019 मध्ये, प्रेमजींना फोर्ब्स मासिकाने आशिया-पॅसिफिक प्रदेशातील "30 परोपकारी लोकांच्या परोपकारी नायकांपैकी एक" म्हणून उद्धृत केले होते. 35

2019 मध्ये, फोर्ब्सने प्रेमजींना यूएस बाहेरील जगातील सर्वात उदार परोपकारी व्यक्तींच्या यादीत ठेवले.

परोपकार

अझीम प्रेमजी फाउंडेशन

2001 मध्ये, त्यांनी अझीम प्रेमजी फाउंडेशन, एक ना-नफा संस्था स्थापन केली.

डिसेंबर 2010 मध्ये, त्यांनी भारतातील शालेय शिक्षण सुधारण्यासाठी US$2 अब्ज देणगी देण्याचे वचन दिले. हे विप्रो लिमिटेडचे 213 दशलक्ष इक्विटी शेअर्स हस्तांतरित करून केले गेले आहे, जे त्याच्याद्वारे नियंत्रित काही संस्थांकडे आहेत, अझीम प्रेमजी ट्रस्टकडे. ही देणगी भारतातील सर्वात मोठी देणगी आहे. मार्च 2019 मध्ये, प्रेमजींनी त्यांच्याकडे असलेला विप्रो स्टॉकचा अतिरिक्त 34% फाउंडेशनकडे गहाण ठेवला. सुमारे US$7.5 बिलियनच्या वर्तमान मूल्यावर, या वाटपामुळे त्याच्याकडून फाउंडेशनला मिळालेली एकूण देणगी US$21 अब्ज

होईल.

मे 2020 मध्ये, अझीम प्रेमजी फाउंडेशनने नॅशनल सेंटर फॉर बायोलॉजिकल सायन्सेस आणि इन्स्टिट्यूट फॉर स्टेम सेल सायन्स अँड रीजनरेटिव्ह मेडिसिन यांच्यासोबत कोरोनाव्हायरस साथीच्या आजाराचा सामना करण्यासाठी चाचणी पायाभूत सुविधा वाढवण्यासाठी सहकार्य केले.

फाउंडेशनने फाउंडेशनचे असल्याचा दावा करणाऱ्या आणि देणग्यांची खोटी विनंती करणाऱ्या स्कॅम ईमेल्सविरुद्ध चेतावणी दिली आहे.

देणे प्रतिज्ञा

प्रेमजींनी म्हटले आहे की श्रीमंत असल्यामुळे त्यांना "रोमांच" वाटले नाही. वॉरन बफेट आणि बिल गेट्स यांच्या नेतृत्वाखालील मोहिमेसाठी गिव्हिंग प्लेजसाठी साइन अप करणारे ते पहिले भारतीय ठरले, ज्याने श्रीमंत लोकांना त्यांची बहुतेक संपत्ती परोपकारी कारणांसाठी देण्याचे वचनबद्धतेसाठी प्रोत्साहित केले. रिचर्ड ब्रॅन्सन आणि डेव्हिड सेन्सबरी यांच्यानंतर या क्लबमध्ये सामील होणारे ते तिसरे गैर-अमेरिकन आहेत.

माझा ठाम विश्वास आहे की आपल्यापैकी ज्यांना संपत्ती मिळण्याचा विशेषाधिकार आहे, त्यांनी लाखो लोकांसाठी एक चांगले जग निर्माण करण्याचा प्रयत्न करण्यासाठी महत्त्वपूर्ण योगदान दिले पाहिजे.

एप्रिल 2013 मध्ये त्यांनी सांगितले की त्यांनी आधीच त्यांच्या वैयक्तिक संपत्तीपैकी 25 टक्क्यांहून अधिक चॅरिटीला दिले आहे.

जुलै 2015 मध्ये, त्यांनी विप्रोमधील त्यांच्या भागभांडवलातील अतिरिक्त 18% भाग दिला, ज्यामुळे त्यांचे आतापर्यंतचे एकूण योगदान 39% झाले.

गिव्हिंग प्लेजवर स्वाक्षरी करणारे पहिले भारतीय, त्यांचे आजीवन देणगी आता US$21 अब्ज इतकी आहे. एप्रिल 2019 मध्ये, अझीम प्रेमजी हे सर्वोच्च भारतीय परोपकारी बनले.

EdelGive Hurun भारत परोपकार यादी

10 नोव्हेंबर 2020 रोजी Hurun India आणि EdelGive द्वारे जारी करण्यात आलेल्या "भारतातील सर्वात उदार" यादीत अझीम प्रेमजी अव्वल स्थानावर आहेत. त्यांनी आर्थिक वर्ष 2019-20 मध्ये £79.04 अब्ज देणगी दिली जी FY19 मध्ये $4.53 अब्ज देणगीपेक्षा 17 पटीने वाढली आहे. त्याच्या देणग्यांसाठी शिक्षण हे प्राथमिक कारण आहे. त्यांनी £9,713 कोटी (US$1.33 अब्ज) देणगी देऊन FY21 मध्ये त्यांचे स्थान कायम राखले.

40

राहुल बजाज

राहुल बजाज

Top Richest People

Scan for Story Videos - www.itibook.com

राहुल बजाज (१० जून १९३८ - १२ फेब्रुवारी २०२२) हा एक भारतीय अब्जाधीश व्यापारी होता. ते भारतीय समूह बजाज समूहाचे अध्यक्ष एमेरिटस होते. २००१ मध्ये त्यांना भारतातील तिसरा-सर्वोच्च नागरी पुरस्कार, पद्मभूषण, प्रदान करण्यात आला.

बजाज यांचा जन्म 10 जून 1938 रोजी कमलनयन बजाज आणि सावित्री बजाज यांच्या पोटी झाला. ते भारतीय स्वातंत्र्यसैनिक जमनालाल बजाज यांचे नातू होते, जे महात्मा गांधींचे निकटचे सहकारी होते. बजाज अमेरिकेतील हार्वर्ड बिझनेस स्कूल, सेंट स्टीफन कॉलेज, दिल्ली, गव्हर्नमेंट लॉ कॉलेज, मुंबई आणि कॅथेड्रल आणि जॉन कॉनन स्कूलचे माजी विद्यार्थी होते.

करिअर

बजाजने 1965 मध्ये बजाज समूह ताब्यात घेतला. पाच दशकांहून अधिक कालावधीच्या कारकिर्दीत, त्यांनी समूहाची प्रमुख कंपनी बजाज ऑटोची उलाढाल £7.5 कोटी ते 12,000 कोटींपर्यंत नेली, कंपनीची स्कूटर बजाज चेतक ही मुख्य वाढ चालक होती.

बजाज 2005 मध्ये त्यांच्या भूमिकेतून पायउतार झाले आणि त्यांचा मुलगा राजीव ग्रुपचा व्यवस्थापकीय संचालक झाला. बजाजने 2008 मध्ये बजाज ऑटोचे तीन युनिट्समध्ये विभाजन केले: बजाज ऑटो, बजाज फिनसर्व्ह आणि एक होल्डिंग कंपनी. मार्च 2019 मध्ये चेअरमन एमेरिटस होण्यासाठी त्यांनी बजाज फिनसर्व्हचे अध्यक्ष आणि गैर-कार्यकारी संचालक पदाचा राजीनामा दिला. एप्रिल 2021 मध्ये, बजाजने बजाज ऑटोचे नॉन-एक्झिक्युटिव्ह चेअरमन पद सोडले, त्यांचे चुलत भाऊ निरज बजाज यांना पद सोपवले आणि ते कंपनीचे चेअरमन एमेरिटस म्हणून राहिले.

2006-2010 कालावधीसाठी प्रमोद महाजन यांच्या निधनाने रिक्त झालेली जागा भरून, भारताच्या संसदेचे उच्च सभागृह, राज्यसभेवर बजाज निवडून आले.

बजाज यांची १९७९-१९८० आणि १९९९-२००० मध्ये दोनदा भारतीय उद्योग महासंघ (CII) चे अध्यक्ष म्हणून निवड झाली. भारतीय उद्योगासाठी त्यांच्या उत्कृष्ट कार्याबद्दल, भारताचे तत्कालीन राष्ट्रपती, प्रणव मुखर्जी यांनी त्यांना 2017 मध्ये जीवनगौरवसाठी CII अध्यक्ष पुरस्कार प्रदान केला.

बजाज यांच्या इतर काही पदांमध्ये इंडियन एअरलाइन्सचे अध्यक्ष, वर्ल्ड इकॉनॉमिक फोरममधील इंटरनॅशनल बिझनेस कौन्सिलचे चेअरमन, इंडियन इन्स्टिट्यूट ऑफ टेक्नॉलॉजी बॉम्बे येथील बोर्डचे अध्यक्ष, ब्रुकिंग्स इन्स्टिट्यूटमधील आंतरराष्ट्रीय सल्लागार परिषदेचे सदस्य आणि ए. हार्वर्ड बिझनेस स्कूलमधील दक्षिण आशिया सल्लागार मंडळाचे सदस्य.

बजाज यांना 2001 मध्ये पद्मभूषण, भारताचा तिसरा सर्वोच्च नागरी सन्मान मिळाला.

फोर्ब्स, 2016 च्या जगातील अब्जाधीशांच्या यादीत, US$2.4 अब्ज संपत्तीसह ते 722 व्या क्रमांकावर होते.

वैयक्तिक जीवन आणि मृत्यू

त्यांची मुले राजीव बजाज आणि संजीव बजाज त्यांच्या कंपन्यांच्या व्यवस्थापनात गुंतलेले आहेत. त्यांची मुलगी सुनैना हिचा विवाह टेमासेक इंडियाचे माजी प्रमुख मनीष केजरीवाल यांच्याशी झाला आहे.

बजाज यांचे वयाच्या ८३ व्या वर्षी १२ फेब्रुवारी २०२२ रोजी न्यूमोनियामुळे निधन झाले. त्यांना यापूर्वी पुण्यातील रुबी हॉल क्लिनिकमध्ये दाखल करण्यात आले होते आणि त्यांच्यावर रुग्णालयात उपचार सुरू होते. मृत्यूपूर्वी त्यांना कर्करोग आणि हृदयाची समस्या देखील होती.

41

सॅम वॉल्टन

सॅम वॉल्टन

Top Richest People

Scan for Story Videos - www.itibook.com

सॅम्युअल मूर वॉल्टन (मार्च 29, 1918 - 5 एप्रिल, 1992) हा एक अमेरिकन व्यापारी आणि उद्योजक होता जो किरकोळ विक्रेते वॉलमार्ट आणि सॅम्स क्लबच्या स्थापनेसाठी प्रसिद्ध होता. वॉल-मार्ट स्टोअर्स इंक. कमाईच्या बाबतीत जगातील सर्वात मोठे कॉर्पोरेशन बनले तसेच जगातील सर्वात मोठे खाजगी नियोक्ता बनले. काही काळासाठी, वॉल्टन हा अमेरिकेतील सर्वात श्रीमंत माणूस होता.

सॅम्युअल मूर वॉल्टन यांचा जन्म थॉमस गिब्सन वॉल्टन आणि नॅन्सी ली यांच्या पोटी किंगफिशर, ओक्लाहोमा येथे झाला. 1923 पर्यंत तो त्याच्या आईवडिलांसोबत त्यांच्या शेतावर राहिला. तथापि, शेतीमुळे कुटुंब वाढवण्यासाठी पुरेसे पैसे उपलब्ध झाले नाहीत आणि थॉमस वॉल्टन यांनी शेती गहाण ठेवली. त्याने आपल्या भावाच्या वॉल्टन मॉर्टगेज कंपनीसाठी काम केले, जे मेट्रोपॉलिटन लाइफ इन्शुरन्सचे एजंट

होते, जेथे त्याने महामंदीच्या काळात शेतजमिनींचा अंदाज लावला होता.

तो आणि त्याचे कुटुंब (आता 1921 मध्ये जन्मलेला दुसरा मुलगा जेम्स) ओक्लाहोमाहून स्थलांतरित झाले. ते अनेक वर्षे एका लहान शहरातून दुसऱ्या शहरात गेले, बहुतेक मिसूरीमध्ये. शेलबिना, मिसूरी येथे आठव्या वर्गात शिकत असताना, सॅम राज्याच्या इतिहासातील सर्वात तरुण ईगल स्काउट बनला. प्रौढ जीवनात, वॉल्टन अमेरिकेच्या बॉय स्काउट्सकडून प्रतिष्ठित ईगल स्काउट पुरस्कार प्राप्तकर्ता बनला.

अखेर हे कुटुंब कोलंबिया, मिसूरी येथे गेले. महामंदीच्या काळात वाढलेल्या, त्याने त्यावेळच्या सामान्य गोष्टींप्रमाणे आपल्या कुटुंबासाठी आर्थिक पूर्तता करण्यासाठी मदत करण्यासाठी कामे केली. त्याने कौटुंबिक गाईचे दूध काढले, जास्तीचे बाटलीबंद केले आणि ग्राहकांकडे नेले. त्यानंतर, तो कोलंबिया डेली ट्रिब्यूनची वर्तमानपत्रे कागदी मार्गाने वितरित करायचा. याव्यतिरिक्त, त्याने मासिकाच्या वर्गणी विकल्या. कोलंबियातील डेव्हिड एच. हिकमन हायस्कूलमधून पदवी प्राप्त केल्यानंतर, त्याला "सर्वात बहुमुखी मुलगा" म्हणून मत देण्यात आले.

वॉल्टन त्याच्या हायस्कूलच्या वार्षिक पुस्तकात, 1936

हायस्कूलनंतर, वॉल्टनने कॉलेजमध्ये जाण्याचा निर्णय घेतला, आपल्या कुटुंबाला मदत करण्यासाठी एक चांगला मार्ग शोधण्याच्या आशेने. त्यांनी मिसूरी विद्यापीठात आरओटीसी कॅडेट म्हणून शिक्षण घेतले. यावेळी त्यांनी जेवणाच्या बदल्यात वेटिंग टेबलसह विविध विचित्र नोकऱ्या केल्या. तसेच कॉलेजमध्ये असताना, वॉल्टन बीटा थीटा पाई बंधुत्वाच्या झेटा फाई अध्यायात सामील झाला. त्याला QEBH, सर्वोच्च वरिष्ठ पुरुषांचा सन्मान करणारी कॅम्पसमधील सुप्रसिद्ध गुप्त सोसायटी आणि राष्ट्रीय लष्करी सन्मान सोसायटी स्कॅबार्ड आणि ब्लेड यांनी देखील टॅप केले. याव्यतिरिक्त, वॉल्टनने बुरल बायबल क्लासचे अध्यक्ष म्हणून काम केले, मिसूरी विद्यापीठ आणि स्टीफन्स कॉलेजमधील विद्यार्थ्यांचा मोठा वर्ग. 1940 मध्ये अर्थशास्त्रात पदवी प्राप्त केल्यावर, त्यांना वर्गाचे "कायम अध्यक्ष" म्हणून निवडण्यात आले.

शिवाय, त्यांनी स्पष्ट केले की लहानपणापासूनच त्यांना हे शिकायला मिळाले आहे की मुलांनी घरासाठी मदत करणे, घेणारे होण्याऐवजी देणारे बनणे त्यांच्यासाठी महत्त्वाचे आहे. सैन्यात सेवा करत असताना वॉल्टनच्या लक्षात आले की, त्याला किरकोळ व्यापारात जायचे आहे आणि स्वतःसाठी व्यवसायात जायचे आहे.

वॉल्टन कॉलेजमधून पदवी प्राप्त केल्यानंतर तीन दिवसांनी डेस मोइन्स, आयोवा येथे व्यवस्थापन प्रशिक्षणार्थी म्हणून JC पेनीमध्ये सामील झाला. या पदामुळे त्याला महिन्याला $75 मिळत असे. वॉल्टनने जेसी पेनीसोबत अंदाजे 18 महिने घालवले. दुसऱ्या महायुद्धात सेवेसाठी सैन्यात सामील होण्याच्या अपेक्षेने त्यांनी 1942 मध्ये राजीनामा दिला. यादरम्यान, त्याने तुलसा, ओक्लाहोमाजवळील ड्यूपॉन्ट युद्धसामग्रीच्या प्लांटमध्ये काम केले. त्यानंतर लवकरच, वॉल्टन यूएस आर्मी इंटेलिजेंस कॉर्प्समध्ये सैन्यात सामील झाला, विमानातील वनस्पती आणि युद्ध शिबिरातील कैदी यांच्या सुरक्षेचे पर्यवेक्षण केले. या पदावर त्यांनी सॉल्ट लेक सिटी, उटाह येथील फोर्ट डग्लस येथे काम केले. अखेर तो कर्णधारपदापर्यंत पोहोचला.

प्रथम स्टोअर्स

1945 मध्ये, सैन्य सोडल्यानंतर, वॉल्टनने वयाच्या 26 व्या वर्षी त्याच्या पहिल्या विविध स्टोअरचे व्यवस्थापन हाती घेतले. त्याच्या सासरच्या $20,000 च्या कर्जाच्या मदतीने, तसेच $5,000 त्याने सैन्यात असताना वाचवले होते, वॉल्टनने न्यूपोर्ट, आर्कान्सास येथे बेन फ्रँकलिनचे विविध प्रकारचे स्टोअर खरेदी केले. हे स्टोअर बटलर ब्रदर्स चेनचे फ्रँचायझी होते.

वॉल्टनने अनेक संकल्पना मांडल्या ज्या त्याच्या यशासाठी महत्त्वपूर्ण ठरल्या. वॉल्टनच्या म्हणण्यानुसार, जर त्याने कारने चार तासांच्या अंतरावर असलेल्या शहरांमधील दुकानांपेक्षा चांगली किंवा चांगली किंमत दिली तर लोक घरी खरेदी करतील. वॉल्टनने हे सुनिश्चित केले की शेल्फ 'चे अव रुप सातत्याने विस्तृत वस्तूंनी साठवले गेले. त्याचे दुसरे स्टोअर, लहान "ईगल" डिपार्टमेंट स्टोअर, त्याच्या पहिल्या बेन फ्रँकलिनपासून रस्त्यावर आणि न्यूपोर्टमधील त्याच्या मुख्य स्पर्धकाच्या शेजारी होते.

तीन वर्षात विक्रीचे प्रमाण $80,000 वरून $225,000 पर्यंत वाढल्याने, वॉल्टनने जमिनदार पीके होम्सचे लक्ष वेधले, ज्यांच्या कुटुंबाचा किरकोळ व्यवसायात इतिहास होता. सॅमच्या मोठ्या यशाचे कौतुक करून, आणि त्याच्या मुलासाठी स्टोअर (आणि फ्रँचायझी अधिकार) पुन्हा मिळवण्याच्या इच्छेने, त्याने लीजचे नूतनीकरण करण्यास नकार दिला. नूतनीकरण पर्यायाचा अभाव, विक्रीच्या 5% च्या निषिद्ध उच्च भाड्यासह, वॉल्टनसाठी व्यवसायाचे प्रारंभिक धडे होते. वॉल्टनला बाहेर काढण्यास भाग पाडूनही, होम्सने स्टोअरची इन्व्हेंटरी आणि फिक्स्चर $50,000 मध्ये विकत घेतले, ज्याला वॉल्टनने "वाजवी किंमत" म्हटले.

भाडेतत्त्वावर एक वर्ष शिल्लक असताना, परंतु स्टोअर प्रभावीपणे विकले, तो, त्याची पत्नी हेलन आणि त्याचे सासरे यांनी आर्कान्सामधील बेंटनविलेच्या डाउनटाउन स्क्वेअरवर नवीन स्थान खरेदी करण्यासाठी वाटाघाटी करण्यात यशस्वी झाले. वॉल्टनने एका लहान सवलतीच्या दुकानाची खरेदी आणि इमारतीचे टायटल या अटीवर वाटाघाटी केली की त्याला शेजारच्या दुकानात विस्तार करण्यासाठी 99 वर्षांचा भाडेपट्टा मिळेल. शेजारच्या दुकानाच्या मालकाने सहा वेळा नकार दिला आणि वॉल्टनने बेंटनविलेला नकार दिला जेव्हा त्याच्या सासऱ्याने, सॅमच्या नकळत, दुकानाच्या मालकाला अंतिम भेट दिली आणि भाडेपट्टी सुरक्षित करण्यासाठी $20,000 दिले. पहिल्या

स्टोअरच्या विक्रीपासून ते करार बंद करण्यासाठी आणि हेलनच्या वडिलांना परतफेड करण्यासाठी पुरेसा शिल्लक होता. त्यांनी 9 मे 1950 रोजी एक दिवसीय रीमॉडेलिंग विक्रीसह व्यवसायासाठी उघडले.

त्याने बेंटोनविले स्टोअर विकत घेण्यापूर्वी, ते $72,000 विक्री करत होते आणि पहिल्या वर्षी ते $105,000 आणि नंतर $140,000 आणि $175,000 पर्यंत वाढले.

बेन फ्रँकलिन स्टोअर्सची साखळी

नवीन बेंटोनव्हिल "फाइव्ह अँड डायम" व्यवसायासाठी उघडल्यामुळे आणि 220 मैल दूर, न्यूपोर्टमध्ये भाडेतत्त्वावर एक वर्ष शिल्लक असताना, पैशाच्या कमतरतेने त्रस्त तरुण वॉल्टनला जबाबदारी सोपवायला शिकावे लागले.

एवढ्या अंतरावर दोन स्टोअर्समध्ये यश मिळवल्यानंतर (आणि युद्धानंतरच्या बेबी बूमच्या पूर्ण परिणामासह), सॅम अधिक स्थान शोधण्यात आणि अधिक बेन फ्रँकलिन फ्रँचायझी उघडण्यास उत्साही झाला. (तसेच, चाकाच्या मागे अगणित तास घालवल्यामुळे आणि त्याचा जवळचा भाऊ जेम्स "बड" वॉल्टन युद्धात पायलट होता, त्याने एक छोटेसे सेकंड-हँड विमान विकत घेण्याचे ठरवले. तो आणि त्याचा मुलगा जॉन दोघेही नंतर पूर्ण झाले. पायलट आणि लॉग हजारो तास शोधून काढतात आणि कौटुंबिक व्यवसायाचा विस्तार करतात.)

1954 मध्ये, त्याने आपल्या भाऊ बडसोबत मिसुरीच्या कॅन्सस सिटीच्या रस्किन हाइट्समधील एका शॉपिंग सेंटरमध्ये एक स्टोअर उघडले. त्याचा भाऊ आणि सासन्याच्या मदतीने सॅमने अनेक नवीन व्हरायटी स्टोअर्स उघडल्या. त्याने त्याच्या व्यवस्थापकांना व्यवसायात गुंतवणूक करण्यासाठी आणि इक्विटी स्टेक घेण्यास प्रोत्साहित केले, अनेकदा त्यांच्या स्टोअरमध्ये $1000 इतपत, किंवा पुढील आउटलेट उघडण्यासाठी. (यामुळे व्यवस्थापकांना त्यांची व्यवस्थापकीय कौशल्ये अधिक तीक्ष्ण करण्यास आणि एंटरप्राइझमधील त्यांच्या भूमिकेवर मालकी घेण्यास प्रवृत्त केले.) 1962 पर्यंत, त्याचा भाऊ बड यांच्यासह, त्याच्याकडे आर्कान्सा, मिसूरी आणि कान्सासमध्ये 16 स्टोअर्स होती (पंधरा बेन फ्रँकलिन आणि एक स्वतंत्र, Fayetteville मध्ये).

सॅम वॉल्टन हे रिटेल चेन उद्योगातील सर्वात मोठे प्रकल्प उद्योजक म्हणून ओळखले जातात. त्यांना शिकण्याची प्रचंड आवड होती. स्थानिक नवकल्पना काय काम करत आहेत हे जाणून घेण्यासाठी त्यांनी देशभरातील वॉलमार्टला वारंवार अघोषित भेटी दिल्या ज्या नंतर इतर वॉलमार्टसह सामायिक केल्या जाऊ शकतात. त्यापैकी एका भेटीत तो स्टोअरच्या प्रवेशद्वारावर "हॅलो" म्हणत अभिवादन करणाऱ्याने आश्चर्यचकित झाला आणि त्या सहकाऱ्याला विचारले की तो काय करत आहे. ग्रीटरने स्पष्ट केले की त्याचे मुख्य काम दुकानदारांना प्रवेशद्वारातून दुकानातून न चुकता माल नेण्यापासून परावृत्त करणे हे होते. वॉल्टनला खूप आनंद झाला आणि त्याने त्याच्या संपूर्ण साखळीतील "सहकारी" सोबत नावीन्य सामायिक केले.

प्रथम वॉलमार्ट

मुख्य लेख: वॉलमार्टचा इतिहास

पहिले खरे वॉलमार्ट 2 जुलै 1962 रोजी रॉजर्स, आर्कान्सा येथे उघडले. वॉल-मार्ट डिस्काउंट सिटी स्टोअर म्हणतात, ते 719 वेस्ट वॉलनट स्ट्रीट येथे होते. त्यांनी अमेरिकन बनवलेल्या उत्पादनांची विक्री करण्याचा निर्धारपूर्वक प्रयत्न सुरू केला. संपूर्ण वॉलमार्ट साखळीसाठी परदेशी स्पर्धा पूर्ण करण्यासाठी कमी किमतीत व्यापारी माल पुरवू शकतील अशा अमेरिकन उत्पादकांना शोधण्याची इच्छा या प्रयत्नांमध्ये समाविष्ट आहे.

मेइजर स्टोअर चेन जसजशी वाढत गेली, तसतसे वॉल्टनचे लक्ष वेधून घेतले. त्याने हे मान्य केले की त्याचे वन-स्टॉप-शॉपिंग सेंटर फॉर्मेट मेइजरच्या मूळ नाविन्यपूर्ण संकल्पनेवर आधारित होते. अमेरिकन डिस्काउंट स्टोअर चेनच्या प्रचलित पद्धतीच्या विरुद्ध, वॉल्टनने मोठ्या शहरांमध्ये नव्हे तर छोट्या शहरांमध्ये स्टोअर्स ठेवले. ग्राहकांच्या जवळ राहण्यासाठी, लहान शहरांमध्ये आउटलेट्स उघडणे हा त्याकाळी एकमेव पर्याय होता. वॉल्टनच्या मॉडेलने दोन फायदे दिले. प्रथम, विद्यमान स्पर्धा मर्यादित होती आणि दुसरे म्हणजे, जर एखादे दुकान शहर आणि त्याच्या आसपासच्या भागात व्यवसाय नियंत्रित करण्यासाठी पुरेसे मोठे असेल, तर इतर व्यापाऱ्यांना बाजारात प्रवेश करण्यास परावृत्त केले जाईल.

त्याचे मॉडेल कार्य करण्यासाठी, त्याने लॉजिस्टिक्सवर भर दिला, विशेषतः वॉलमार्टच्या प्रादेशिक वेअरहाऊसच्या एका दिवसाच्या अंतरावर स्टोअर शोधणे, आणि स्वतःच्या ट्रकिंग सेवेद्वारे वितरित केले. व्हॉल्यूममध्ये खरेदी करणे आणि कार्यक्षम वितरणामुळे सवलतीच्या नावाच्या ब्रँड मालाची विक्री करण्याची परवानगी आहे. अशा प्रकारे, 1977 च्या 190 स्टोअर्स ते 1985 च्या 800 पर्यंत शाश्वत वाढ साधली गेली.

त्याचे प्रमाण आणि आर्थिक प्रभाव पाहता, वॉलमार्टने स्टोअर स्थापन केलेल्या कोणत्याही प्रदेशावर लक्षणीय प्रभाव टाकला जातो. या दोन्ही सकारात्मक आणि नकारात्मक प्रभावांना "वॉलमार्ट इफेक्ट" असे नाव देण्यात आले आहे. 25

वैयक्तिक जीवन

वॉल्टनने 14 फेब्रुवारी 1943 रोजी व्हॅलेंटाईन डे रोजी हेलन रॉबसनशी लग्न केले. 8 त्यांना चार मुले होती: सॅम्युअल रॉबसन (रॉब) यांचा जन्म 1944 मध्ये, जॉन थॉमस (1946-2005), जेम्स कार (जिम) यांचा जन्म 1948 मध्ये आणि ऑलिस लुईस यांचा जन्म 1949 मध्ये

झाला.

वॉल्टनने विविध धर्मादाय कारणांना पाठिंबा दिला. तो आणि हेलन बेंटोनविले येथील 1ल्या प्रेस्बिटेरियन चर्चमध्ये सक्रिय होते; 27 सॅमने एक वडील आणि संडे स्कूल शिक्षक म्हणून काम केले, हायस्कूल वयाच्या विद्यार्थ्यांना शिकवले. 28 कुटुंबाने मंडळीत भरीव योगदान दिले. वॉल्टनने वॉलमार्टच्या कॉर्पोरेट संरचनेत "सेवा नेतृत्व" ही संकल्पना कार्य केली आणि ख्रिस्त हा सेवक नेता असल्याच्या संकल्पनेवर आधारित होता आणि ख्रिश्चन धर्मावर आधारित इतरांची सेवा करण्याच्या महत्त्वावर जोर दिला.

वॉल्टनला हेअरी सेल ल्युकेमियाचे निदान आणि उपचार करण्यात आले.

मृत्यू

5 एप्रिल 1992 (वॉलमार्टच्या तिसाव्या वर्धापन दिनाला तीन महिने लाजाळू) मल्टिपल मायलोमा, रक्त कर्करोगाचा एक प्रकार, लिटल रॉक, आर्कान्सास येथे वॉल्टन यांचे निधन झाले. त्याच्या मृत्यूची बातमी उपग्रहाद्वारे सर्व 1,960 वॉलमार्ट स्टोअर्सवर प्रसारित करण्यात आली. 33 त्यावेळी त्यांच्या कंपनीत 380,000 लोक काम करत होते. 1,735 वॉलमार्ट्स, 212 सॅम्स क्लब आणि 13 सुपरसेंटर्समधून सुमारे $50 अब्जची वार्षिक विक्री झाली.

बेंटोनविले स्मशानभूमीत त्यांचे पार्थिव अंत्यसंस्कार करण्यात आले. त्यांनी वॉलमार्टमधील त्यांची मालकी त्यांच्या पत्नी आणि त्यांच्या मुलांवर सोडली: रॉब वॉल्टन हे त्यांच्या वडिलांनंतर वॉलमार्टचे अध्यक्ष झाले आणि जॉन वॉल्टन 2005 च्या विमान अपघातात त्यांचा मृत्यू होईपर्यंत संचालक होते. इतर लोक कंपनीत थेट गुंतलेले नाहीत (भागधारक म्हणून त्यांच्या मतदानाच्या अधिकाराशिवाय), तथापि त्यांचा मुलगा जिम वॉल्टन हा अर्व्हेस्ट बँकेचा अध्यक्ष आहे. वॉल्टन कुटुंबाने 2005 पर्यंत युनायटेड स्टेट्समधील टॉप टेन सर्वात श्रीमंत व्यक्तींमध्ये पाच स्थान पटकावले होते. सॅमचा भाऊ बड वॉल्टनच्या दोन मुली - ॲन क्रोएन्के आणि नॅन्सी लॉरी - या कंपनीत लहान शेअर्स आहेत.

वारसा

1998 मध्ये, वॉल्टनचा 20 व्या शतकातील 100 प्रभावशाली व्यक्तींच्या टाईमच्या यादीत समावेश करण्यात आला. वॉल्टन यांना मार्च 1992 मध्ये त्यांच्या किरकोळ क्षेत्रातील कामासाठी सन्मानित करण्यात आले, त्यांच्या मृत्यूच्या एक महिना आधी, जेव्हा त्यांना तत्कालीन राष्ट्राध्यक्ष जॉर्ज एचडब्ल्यू बुश यांच्याकडून प्रेसिडेंशियल मेडल ऑफ फ्रीडम मिळाले.

फोर्ब्सने 1982 ते 1988 या कालावधीत सॅम वॉल्टनला युनायटेड स्टेट्समधील सर्वात श्रीमंत व्यक्ती म्हणून स्थान दिले, 1989 मध्ये जॉन क्लुगेला अग्रस्थान दिले, जेव्हा संपादकांनी वॉल्टनच्या नशिबाचे श्रेय त्याला आणि त्याच्या चार मुलांना संयुक्तपणे द्यायला सुरुवात केली. (वॉल्टन मरण पावलेल्या वर्षी 1992 मध्ये बिल गेट्स या यादीत प्रथम स्थानावर होते.) वॉल-मार्ट स्टोअर्स, इंक. सॅम्स क्लब वेअरहाऊस स्टोअर्स देखील चालवतात. वॉलमार्ट युनायटेड स्टेट्समध्ये आणि पंधराहून अधिक आंतरराष्ट्रीय बाजारपेठांमध्ये कार्यरत आहे, यासह: अर्जेंटिना, ब्राझील, कॅनडा, चिली, चीन, कोस्टा रिका, एल साल्वाडोर, ग्वाटेमाला, भारत, दक्षिण आफ्रिका, बोत्सवाना, घाना, मलावी, मोझांबिक, नामिबिया, टांझानिया , युगांडा, झांबिया, केनिया, लेसोथो, इस्वातिनी (स्वाझीलंड), होंडुरास, जपान, मेक्सिको, निकारागवा आणि युनायटेड किंगडम.

आर्कान्सा विद्यापीठात, बिझनेस कॉलेज (सॅम एम. वॉल्टन कॉलेज ऑफ बिझनेस) हे त्यांच्या सन्मानार्थ नाव देण्यात आले आहे. वॉल्टनला 1992 मध्ये ज्युनियर अचिव्हमेंट यूएस बिझनेस हॉल ऑफ फेममध्ये समाविष्ट करण्यात आले.